ஏழு போராளிகள்!
இந்திய விடுதலைப் போரில் தோள்கொடுத்த மேற்கத்தியர்கள்

ஆசிரியரின் காலச்சுவடு வெளியீடு

வெர்ரியர் எல்வினும் அவரது பழங்குடிகளும்

ஏழு போராளிகள்!
இந்திய விடுதலைப் போரில் தோள்கொடுத்த மேற்கத்தியர்கள்

ராமச்சந்திர குஹா (பி. 1958)

உலகப் புகழ் பெற்ற வரலாற்றாசிரியர், சூழலியலாளர். அண்மைக்கால இந்திய வரலாற்றைப் பற்றிப் பல சிறந்த நூல்களை எழுதியுள்ளார். இவற்றில் சில: 'Enviromentalism: A Global History.' (1999) 'India After Gandhi: The History Of the world's Largest Democracy' (2007இல் இந்த நூலுக்காக சாகித்திய அகாதமி விருது அளிக்கப்பட்டது), 'Patriots and Partisans' and 'Makers of Modern India' (2013) 'Gandhi Before India' (2013) 'Gandhi: The Years that Changed the Word' (2018). 2009இல் இந்திய அரசு இவருக்கு பத்ம பூஷண் விருது வழங்கியது. யேல், ஸ்டான்ஃபோர்டு ஆகிய பல்கலைக்கழகங்களில் போதித்தார். யேல் பல்கலைக்கழகம் இவருக்கு முனைவர் பட்டம் அளித்துப் போற்றியது. பெங்களூருவில் வசிக்கிறார்.

சு. தியடோர் பாஸ்கரன் (பி. 1940)
மொழிபெயர்ப்பாளர்

தாராபுரத்தில் பிறந்த பாஸ்கரன் உல்லாஸ் கரந்தின் 'The Way of the Tiger' நூலைக் 'கானுறை வேங்கை' (காலச்சுவடு 2006) என்ற தலைப்பில் மொழிபெயர்த்திருக்கிறார். ஜோப் தாமஸின் 'The Chola Bronzes' நூலைச் 'சோழர் காலச் செப்புப் படிமங்கள்' (காலச்சுவடு 2019) என்றும் ராஜ் கௌதமனின் எட்டுத் தமிழ்க் கட்டுரைகளை 'The Dark Interiors' (2022 சேஜ் & சமயா) என்ற தலைப்பிலும் மொழிபெயர்த்துள்ளார். வாழ்நாள் இலக்கியச் சேவைக்கான கனடா இலக்கியத் தோட்டத்தின் இயல் விருதை 2014ஆம் ஆண்டு பெற்றவர்.

ராமச்சந்திர குஹா

ஏழு போராளிகள்!
இந்திய விடுதலைப் போரில் தோள்கொடுத்த மேற்கத்தியர்கள்

ஆங்கிலத்திலிருந்து தமிழில்
சு. தியடோர் பாஸ்கரன்

காலச்சுவடு பதிப்பகம்

அன்பார்ந்த வாசகருக்கு,

வணக்கம்.

காலச்சுவடு நூலை வாங்கியமைக்கு நன்றி.

நூலின் உள்ளடக்கம், உருவாக்கம், அட்டைப்படம் இன்ன பிற அம்சங்கள் பற்றிய உங்கள் கருத்துகளையும் ஆலோசனைகளையும் காலச்சுவடு வரவேற்கிறது. தகவல், எழுத்து, வாக்கியப் பிழைகள் தென்பட்டால் கட்டாயம் தெரிவித்து உதவுங்கள். நூல் தயாரிப்பில் கடும் குறைபாடு இருப்பின் மாற்றுப் பிரதி உங்களுக்குக் கிடைக்கக் காலச்சுவடு ஏற்பாடு செய்யும்.

மின்னஞ்சல்: **publisher@kalachuvadu.com**

காலச்சுவடு நாகர்கோவில் அலுவலகத்திற்குக் கடிதம் அனுப்பலாம்.

தங்கள்
எஸ்.ஆர். சுந்தரம் (கண்ணன்)
பதிப்பாளர் — நிர்வாக இயக்குநர்

REBELS AGAINST THE RAJ: WESTERN FIGHTERS FOR INDIA'S FREEDOM by RAMACHANDRA GUHA

Copyright © Ramachandra Guha 2022

ஏழு போராளிகள்! இந்திய விடுதலைப் போரில் தோள்கொடுத்த மேற்கத்தியர்கள் ✤ வரலாறு ✤ ஆசிரியர்: ராமச்சந்திர குஹா ✤ தமிழில்: சு. தியடோர் பாஸ்கரன் ✤ மொழிபெயர்ப்புரிமை: சு. தியடோர் பாஸ்கரன் ✤ முதல் பதிப்பு: டிசம்பர் 2023, இரண்டாம் பதிப்பு: மே 2024 ✤ வெளியீடு: காலச்சுவடு பப்ளிகேஷன்ஸ் (பி) லிட்., 669, கே.பி. சாலை, நாகர்கோவில் 629001

eezu pooraaLikaL! Westerners who participated in Indian freedom struggle ✤ History ✤ Author: Ramachandra Guha ✤ Translater: S. Theodore Baskaran ✤ © S. Theodore Baskaran ✤ Language: Tamil ✤ First Edition: December 2023, Second Edition: May 2024 ✤ Size: Demy 1 x 8 ✤ Paper: 18.6 kg maplitho ✤ Pages: 552

Published by Kalachuvadu Publications Pvt. Ltd., 669 K.P. Road, Nagercoil 629001, India ✤ Phone: 91-4652-278525 ✤ e-mail: publications @kalachuvadu.com ✤ Printed at Clicto Print, Jaleel Towers, 42 KB Dasan Road, Teynampet Chennai 600018

ISBN: 978-81-19034-83-3

05/2024/S.No. 1244, kcp 5127, 18.6 (2) rss

பொருளியலாளர்
ழான் த்ரெஸுக்கு

பாலில் கரைந்துவிடும் சர்க்கரைபோல உள்ளூர் மக்களுடன் பழகும் வேற்று நாட்டவர் வரவேற்கப்பட வேண்டியவரே.

– மகாத்மா காந்தி, ஒரு நண்பருடன் பேசியது ஜனவரி 1946.

மேற்கத்திய நாடுகளுடன் இந்தியா தொடர்புகொள்ளாமல் இருந்திருந்தால் முழுமையடைவதற்கான ஒரு அம்சத்தை அது இழந்துவிட்டிருக்கும். ஐரோப்பாவின் விளக்கு இன்று பிரகாசமாக ஒளிவிட்டுக்கொண்டிருக்கிறது. நமது தீபங்களின் திரிகளை நாம் பற்றவைத்துக்கொண்டு, காலத்தின் நெடும் பயணத்தைத் தொடர வேண்டும். நமது முன்னோர்கள் மூவாயிரம் ஆண்டுகளுக்கு முன்பே இப்பிரபஞ்சத்திலிருந்து பிழிந்து எடுக்க வேண்டிய சாராம்சத்தையெல்லாம் எடுத்துவிட்டார்கள் என்று நினைப்பது தவறு. நாம் அவ்வளவு கொடுத்து வைத்தவர்களுமல்ல. பிரபஞ்சமும் அவ்வளவு வறியது அல்ல.

– ரவீந்திரநாத் தாகூர். 1908இல் எழுதியது.

பொருளடக்கம்

மொழிபெயர்ப்பாளரின் குறிப்பு 10

முகவுரை 11

முதல் பாகம்

கரையைத் தாண்டி ஆதரவை மாற்றி

1. இந்தியத் தாய் 21
2. ஹோம் ரூலர், காங்கிரஸ் தலைவர் 49
3. சுதந்திரத்தை நேசித்த ஒரு ஆங்கிலேயர் 77
4. காலனித்துவத்தை எதிர்த்த அமெரிக்கன் 106
5. காந்திக்கு ஒரு மகள் 136
6. இந்தியாவை வெடிவைத்துத் தகர்த்தல் 164
7. பின்வாங்கிய அம்மையார் 197
8. வடக்கிலும் தெற்கிலும் தேடுபவர்கள் 216

இரண்டாம் பாகம்

பிரிட்டீஷ் அரசை வெளியேற்றுவது

9. ஹார்னிமனின் இரண்டாவது இன்னிங்ஸ் 251
10. தனிப் பயணம் 280
11. புரட்சியாளரை மீட்டெடுத்தல் 307
12. சாமுவேலிருந்து சத்யானந்திற்கு 328

மூன்றாம் பகுதி

சுதந்திர இந்தியர்கள்

13. கையில் கிடைக்காத ‘பாபு ராஜ்’ 349
14. இடதுபுறத்திலிருந்து வலதுபுறத்திற்கு வாசித்தல் 375
15. இமயத்தில் ஒரு நாயகி 410
16. ஏறுநடை போடும் கைத்தான் 430
17. கடைசி காந்தியவாதிகள் 459

முடிவுரை 484

ஏற்பளிப்பு 495

அடிக்குறிப்புகள் 499

சொல்லடைவு 545

மொழிபெயர்ப்பாளரின் குறிப்பு

நீங்கள் ஏன் இந்த நூலை மொழிபெயர்க்க கூடாது என்று கேட்டு என்னுள் அந்த எண்ணத்தை விதைத்த ராம் குஹா அவர்களுக்கும், அதற்கு தேவையான ஒப்பந்தத்தை உருவாக்கிய காலச்சுவடு கண்ணனுக்கும் என் மனமார்ந்த நன்றி. நூலைக் கருத்துடன் செப்பனிட்டுக்கொடுத்த அரவிந்தனுக்கு நான் கடமைப்பட்டுள்ளேன். சொல்லடைவை ஒரே நாளில் தயாரித்துக்கொடுத்த ரோஜா முத்தையா நூலகத்தின் உதவி இயக்குனர் பிரகாஷிற்கு நான் கடமைப்பட்டுள்ளேன்.

இந்நூலை மொழிபெயர்ப்பதில் செலவிட்ட ஏறக்குறைய ஒன்றரை ஆண்டுகள் நான் சுதந்திரப் போராட்டக் காலகட்டத்தில் சஞ்சரித்தேன். நூலாசிரியர் குஹா விவரிக்கும் நூறாண்டுக் கால வரலாற்றில் முக்கிய ஆளுமையாக காந்தியடிகள் இருக்கிறார். இந்தக் காலகட்டத்து நடப்புகள் பற்றியும், காந்தியடிகள் பற்றியும் நான் நிறைய கற்றுக்கொள்ள முடிந்தது. அதே சமயம் ஆங்கிலம், தமிழ் மொழிகள் பற்றிய எனது அறிவும் சிறிது விரிவடைந்தது.

இந்த நூல் மூலம் நமது சுதந்திரப் போராட்டத்தின் ஒரு முக்கியப் பரிமாணம் தமிழ் வாசகர்களைச் சென்றடையும் என்ற நம்பிக்கை எனக்கு உண்டு.

டிசம்பர் 2023 **தியடோர் பாஸ்கரன்**

முகவுரை

மனிதர் மிகவும் போற்றும் ஒரு ஒழுக்க நெறி விசுவாசம்... விசுவாசமற்றவர்கள் ஒதுக்கப்படுகிறார்கள். இன்றைய உலகில் ஒருவர் தன் நாட்டுக்குச் செலுத்தும் விசுவாசம்தான் சிறப்பாகக் கருதப்படுகிறது. மனைவியைக் கைவிட்டுப் போகும் கணவன்மார்களும், கட்சி மாறும் அரசியல்வாதிகளும் கடிந்து கொள்ளப்படுகிறார்கள். ஆனால் தனது நாட்டைக் காட்டிக்கொடுப்பவர்கள் இவர்கள் யாவரையும்விட அதிகமாகத் தூற்றப்படுகிறார்கள். பெனடிக்ட் அர்னால்டிலிருந்து (Benedict Arnold) லார்ட் ஹா ஹா (Lord Haw Haw)வரை, தன் சொந்த நாட்டுடன் போரிட்ட, எதிரி நாட்டுடன் சேர்ந்து பணியாற்றிய கயவர்களின் பட்டியல் நீளமானது.

வரலாற்றில் அரிதாகச் சிலர் தங்களது சொந்த நாடு அல்லாத இன்னொரு நாட்டின் கனவுகளுக்காக, லட்சியங்களுக்காகத் தங்களை வருத்திக்கொண்டு பாடுபடுகிறார்கள். இது மாதிரியான ஒரு அமைப்புதான் ஸ்பானிய உள்நாட்டுப் போரில் குடியரசுக் கட்சியை ஆதரித்த பன்னாட்டுப் படை (International Brigade). இதில் பிரஞ்சுக்காரர், பிரித்தானியர், அயர்லாந்தியர், அமெரிக்கர் எல்லாரும் சேர்ந்து ஸ்பெயின் நாட்டின் குடியாட்சிப் பாரம்பரியத்தையும், ஸ்பெயின் நாட்டவரின் தனிமனித சுதந்திரத்தையும் பாதுகாக்கத் துப்பாக்கி ஏந்தினர். அவர்களது சாகசச் செயல்களும் தியாகமும் அன்று போற்றப்பட்டது மட்டுமில்லாமல்,

நாவல்கள், சரிதைகள், வரலாற்று நூல்கள், திரைப்படங்கள் இவற்றில் பேசுபொருளாயின.

பன்னாட்டுப் படை 1936இல் ஸ்பெயினில் நிறுவப்பட்டது. ஆனால் இரண்டு ஆண்டுகளில் அது அந்த அரசால் கலைக்கப்பட்டது. இதனால் இந்த உள்நாட்டுப் போரில் பணத்தையும் படையையும் அடுத்த சாராருக்கு அனுப்புவதை ஹிட்லரும் முசோலினியும் நிறுத்திவிடுவார்கள் என்ற நம்பிக்கையில் இதைச் செய்தார்கள். அயல்நாட்டு வீரர்கள் தத்தம் நாடுகளுக்குப் புறப்படும்போது அவர்களுக்குப் பார்சிலோனாவில் சிறப்பான பிரிவுபச்சார விழா எடுக்கப்பட்டது. அந்தப் பெரும் விழாவில் பிரதமர் யுவான் நெக்ரின் (Juan Negrin) இந்த வீரர்கள் யாராவது மறுபடியும் திரும்பி ஸ்பெயினுக்கு வந்தால் அவர்களுக்குக் குடியுரிமை அளிக்கப்படும் என்று அறிவித்தார். புகழ்பெற்ற பேச்சாளர் டோலரெஸ் இபாருரி (Dolores Ibarruri) அந்த விடைதரும் விழாவில் இவ்வாறு பேசினார்:

> கடலையும் மலைகளையும் கடந்து ஆயுதங்கள் நிறைந்த எல்லைகளைத் தாண்டி, இவர்கள் விடுதலைப் போராளிகளாக நம் நாட்டை அடைந்தனர். வீடு, காதல், செல்வம், நாடு அனைத்தையும் விட்டு வந்து, "இதோ நாங்கள் இருக்கிறோம். உங்கள் இலக்கு, ஸ்பெயின் நாட்டின் இலக்கு, எங்களுடையது. எல்லா முற்போக்கு மக்களுடைய இலக்கு அது."[1]

இந்த நூல் தங்களது நாடல்லாத இன்னொரு நாட்டின் விடுதலைப் போராட்டத்தில் ஈடுபட்ட இவரின் கதையைச் சொல்கிறது. சில அம்சங்களில் இது ஸ்பெயின் நாட்டின் கதையைவிடக் குறிப்பிடத்தக்கதாக இருந்தாலும் இது வெகுவாக அறியப்படவில்லை. பன்னாட்டுப் படையில் சேர்ந்தவர்கள் ஸ்பெயினுக்குப் பயணிகளாக வந்தவர்கள். சிறிது காலம் கழித்துத் தத்தம் ஊருக்குத் திரும்பிப் போய்விடுவார்கள். இந்த நூலில் சொல்லப்படும் கதையில் வருபவர்கள் இங்கேயே இருக்க வந்தவர்கள். இவர்கள் தங்கள் நாட்டை விட்டு இன்னொரு நாட்டைத் தெரிந்தெடுத்தார்கள். இங்கேதான் சாகப்போகிறோம் என்றறிந்திருந்தார்கள். ஸ்பெயினில் போராடியவர்கள் தங்களது இனம், சமயம் என்ற எல்லைகளுக்குட்பட்டே இயங்கினார்கள். ஆனால் இந்த நூலில் பேசப்படும் விடுதலைப் போராளிகள், தங்களது இன, மத எல்லைகளைத் தாண்டிக் கிறிஸ்தவர்களல்லாத, வெள்ளையர்களல்லாத மக்களுடன் தங்களை இணைத்துக்கொண்டு செயல்பட்டனர். அவர்களது இலக்குக்கான முற்போக்கு லட்சியங்களை அடைய வேண்டும் என்ற ஒரே நோக்கத்துடன் இதைச் செய்தார்கள். அதாவது

ஐரோப்பிய ஏகாதிபத்தியத்தை ஒழித்துக் காலனி ஆட்சியிலிருந்து மக்களை விடுவிக்க வேண்டும் என்பதற்காகவே.

ஸ்பெயின் உள்நாட்டுப் போரின்போது பன்னாட்டுப் படையின் ஒரு பிரிவிற்கு ஆபிரஹாம் லிங்கன் பெயர் சூட்டப்பட்டிருந்தது. அதிலிருந்த யாவரும் அமெரிக்கர்களே. லிங்கன் என்ற பெயர் காட்டுவதுபோல, அதிலிருந்த போராளிகள் எல்லாம் ஸ்பெயின் நாட்டை ஆதரித்தாலும் தங்கள் நாட்டை நிராகரிக்கவில்லை. தங்களது நாட்டின் நல்ல லட்சியங்களை அவர்கள் உள்வாங்கியிருந்தார்கள். அமெரிக்கக் குடியரசுத் தலைவராக இருந்தபோது லிங்கன் மக்களாட்சியையும் நீதியையும் போற்றினார். வெளிநாட்டில் போராடிய அமெரிக்கர்களும் இந்த விழுமியங்களை ஏற்றுக்கொண்டிருந்தார்கள். ஸ்பெயின் நாட்டை பாசிஸ்டுகளிடமிருந்து காக்கவும், ஜெர்மனி, இத்தாலி அடைந்த சீரழிவிலிருந்து தடுக்கவும் அவர்கள் முயன்றார்கள். இடம் வேறுபட்டாலும் அவர்களது லட்சியங்கள் ஒன்றாகவே இருந்தன.

அதேபோல இந்த நூலில் விவரிக்கப்பட்டிருக்கும் புரட்சியாளர்கள் தங்களது சொந்த நாட்டை விட்டுக் கொடுக்க வில்லை. தங்கள் நாட்டின் லட்சியங்களை அவர்கள் ஏற்றுக்கொண்டார்கள். இந்திய விடுதலைப் போராட்டத்தில் ஈடுபட்ட பிரித்தானியர்கள் அவர்களது நாட்டில் நலிவுற்றோருக்காகக் குரல் கொடுக்கும் பண்பாட்டை உள்வாங்கி யிருந்தார்கள்.[2] இந்தியர்களுக்காக இந்தியாவில் பாடுபடுவதன் மூலம் தங்கள் சொந்த நாட்டிலுள்ள குடிமக்களுக்கு முன்மாதிரியாக இயங்கினார்கள். இந்த நூலில் நான் சொல்லும் கதையில் வரும் அமெரிக்கர்கள் தங்களுடைய நாட்டிலுள்ள ஏகாதிபத்திய எதிர்ப்பை முன்னெடுத்துச் சென்றார்கள். 1930களில் ஸ்பெயினில் போராடிய வெளிநாட்டவர், இந்தியாவில் புரட்சி செய்த வெளிநாட்டவர்போலவே தங்கள் நாட்டின் விசுவாசிகளாகவே இருந்தனர். அநீதியின் அடிப்படையில் ஏகாதிபத்தியம் இருப்பதால் அதை ஒழிப்பது காலனித்துவ நாடுகளுக்கு மட்டுமல்ல அடிமைப்படுத்தப்பட்ட நாடுகளுக்கும் நல்லதுதானே. அமெரிக்காவிலும் பிரிட்டனின் பெண்கள் சம உரிமைகள் கேட்டால், இந்தியப் பெண்களுக்கும் அது கிடைக்க வேண்டுமல்லவா?

1930களில் ஸ்பெயினுக்கு வந்த ஏறக்குறைய முப்பதாயிரம் பேர் தங்கள் போராட்டத்தால் நல்லெண்ணத்தைப் பெற்று இனிய நினைவுகளுடன் சென்றனர். ஆனால் அவர்கள் போராடிய நாட்டின் வரலாற்றில் எந்த நிலையான பாதிப்பையும் விட்டுச்

செல்லவில்லை. அவர்கள் சார்ந்து போராடிய குடியரசுக் கட்சி தோல்வியைத் தழுவியது. ஆனால் இந்த நூலில் தோன்றும் ஏழு பேர், இந்திய விடுதலைபற்றி உறுதியான நிலைப்பாடு எடுத்தனர். தங்கள் பணியின் மூலமும், எழுத்தின் மூலமும் இந்தியாவில் ஒரு மகத்தான சொல்லாடலை உருவாக்கினார்கள். இந்தியச் சமூகத்தில் புரையோடிப்போயிருந்த சாதிப் பிரிவுகள், பாலின வேறுபாடுகள் ஆகியவற்றை ஒழிக்க முயற்சி எடுத்தனர். சுதந்திர இந்தியாவில் பொருளாதார மேம்பாடு, சகலருக்கும் கல்வி, அதிலும் முக்கியமாக சுற்றுச்சூழல் பேணல் போன்ற கருத்தாக்கங்களை எவ்வாறு அணுக வேண்டும் என்ற வழிமுறைகளைப் பற்றிப் பேசினார்கள்.

இந்த மேற்கத்தியக் கதாநாயகர்கள், நாயகிகளின் வாழ்க்கை காட்டிய பாடம் இந்தியாவின் வருங்காலத்திற்கும் வழிகாட்டியாக இருக்கும். அவர்களது லட்சியங்கள் குறுகிய நோக்கு இல்லாததால், உலகிற்கே பயன் தருவதாக இருக்கும்.

டிசம்பர் 1945இல் காந்தியடிகள் கல்கத்தாவில் பிரித்தானிய குவேக்கர் (Quacker) குழு ஒன்றைச் சந்தித்தார். சமாதானம், சகோதரத்துவம் என்ற விழுமியங்களால் உந்தப்பட்டு இவர்கள் வங்காளப் பஞ்சத்தால் பாதிக்கப்பட்டவர்களுக்கு உதவ வந்திருந்தார்கள். இரண்டாம் உலகப் போர் அப்போதுதான் முடிவுக்கு வந்திருந்தது. தேசிய உணர்வுகளும் எதிர்பார்ப்புகளும் உச்சத்திலிருந்த தருணம். ஒரு குவேக்கர் காந்தியிடம் இந்தச் சமயத்தில், அரசு – சாரா ஆங்கிலேயர்கள் இந்தியாவிடமிருந்து சற்று ஒதுங்கியிருப்பது நல்லதல்லவா என்று கேட்டார்.

அதற்கு காந்தி சொன்னார்: “எந்த உண்மையான நண்பரும், சேவை மனப்பான்மையுடன் வந்தால் அவர்கள் வரவேற்கப்படுவார்கள்.” அதற்கு எடுத்துக்காட்டாக இந்திய தேசியவாதிகளுக்கும் பிரித்தானிய சாம்ராஜ்யத்திற்கும் பாலமாகப் பயன்பட்ட சார்லஸ் ஃபிரீயர் ஆண்ட்ரூஸ் (Charles Freer Andrews) என்ற கிறிஸ்தவப் பாதிரியாரைச் சுட்டிக்காட்டினார். காந்திஜிக்கும் ரவீந்திரநாத் தாகூருக்கும் நெருக்கமாயிருந்த ஆண்ட்ரூஸ், இந்தியாவிலிருந்து சென்ற ஒப்பந்தக் கூலியாட்கள் காலனி நாடுகளில் படும் இன்னல்களைக் களையப் பாடுபட்டதால் “தீனபந்து” என்று அன்புடன் குறிப்பிடப்பட்டார்.

ஆண்ட்ரூஸ்போலச் சேவை மட்டுமே குறிக்கோள் என கொண்டு வரும் எந்த நாட்டவரானாலும் அவர்கள் வரவேற்கப்படுவார்கள் என்று காந்தி குவேக்கர்களிடம் கூறினார்: “இந்தியா சுதந்திரமடையும்போது அம்மாதிரியான உதவி தேவைப்படும்” என்று அவர் சொன்னார். காந்தி

சாமுவேல் ஸ்டோக்ஸ் (Sameul Stokes) என்ற இன்னொரு சேவையாளரைப் பற்றியும் பேசினார். அமெரிக்காவிலுள்ள பென்சில்வேனியாவிலிருந்து மறையாளராக இந்தியாவிற்கு வந்த இவர் பல ஆண்டுகளாக இமாச்சலப் பிரதேசத்தில் சிம்லா நகரைச் சுற்றியுள்ள மலைப் பிரதேசத்தில் பணி செய்தார். அந்த சமயத்தில், இந்தியாவிற்காக உழைக்க வேண்டுமானால் மனநிலையிலும் வாழ்க்கைமுறையிலும் உள்ளூர்வாசிபோல மாற வேண்டும் என்றுணர்ந்தார். அங்குள்ள ராஜஸ்தானிப் பெண்ணை மணந்தார். இதனால் அந்தப் பகுதி ராஜஸ்தானியர்களும் அரசாங்கங்களும் அவரைச் சந்தேகக் கண் கொண்டு பார்த்தது என்றும் ஆனால் சீக்கிரமே ஸ்டோக்ஸ் அவர்களது நல்லெண்ணத்தைப் பெற்றார் என்றும் காந்தி சொன்னார்.

கல்கத்தாவில் தன்னைப் பார்க்க வந்த குவேக்கர்களிடம் காந்தி இவ்வாறு சொன்னார்

> ஆண்ட்ரூஸையும் ஸ்டோக்ஸையுமே சந்தேகக் கண்களுடன் பார்த்த மக்கள் உங்களையும் நம்பமாட்டார்கள். ஏனென்றால் பிரித்தானியர்களை இறுமாப்புடைய ஆளும் வர்க்கத்தினராகத்தான் இந்தியர்கள் அறிந்திருக்கிறார்கள். சாமானிய இந்திய மக்களால் இத்தகைய அகந்தையுள்ளம் கொண்ட பிரித்தானியர்களையும், தங்கள் மூதாதையர் செய்த தவறுகளுக்கு ஈடுகட்ட இங்கு சேவைசெய்ய வரும் ஐரோப்பியர்களையும் வேறுபடுத்திப் பார்க்க இயலாது. ஆகவே, இங்கு வந்து பணிசெய்ய வேண்டும் என்ற எண்ணம் உங்களிடம் தீவிரமாக இல்லையென்றால், இப்போது இந்தியாவிற்கு வர வேண்டாம் என்றே சொல்லுவேன். ஆனால் நீங்கள் வெகுவாக உந்தப்பட்டால் வரலாம். உங்கள் தியாக மனப்பான்மையும் விடாமுயற்சியும் இந்தியர்களின் நல்லெண்ணத்தைப் பெற்றுத் தரும்.[3]

காந்தி சொன்ன இருவரில் சாமுவேல் ஸ்டோக்ஸ்தான் இந்த நூலின் முக்கிய ஆளுமை. ஆண்ட்ரூஸ் அல்ல. இந்தியாவையும் இந்தியர்களையும் அவர் மிகவும் மதித்தாலும் ஆண்ட்ரூஸ் திருச்சபையில்தான் இருந்தார். பேராயர்களிடமும் வைஸ்ராய்களிடமும் நெருங்கிய தொடர்புவைத்திருந்தார். ஆனால் ஸ்டோக்ஸ் மத, இனரீதியான எல்லைகளை எளிதாக, உறுதியாகக் கடந்தார். ஆக்னிஸ் என்ற இந்தியப் பெண்ணை மணந்து பல குழந்தைகள் பெற்றார். அவர்கள் இந்தியக் குழந்தைகளாகவே வளர்ந்தனர். அவர் திருச்சபையை விட்டு வெளியேறி, ஆன்மிகரீதியில் இந்து சமயத்துடன் நெருக்கம்

15

கொண்டார். சாமுவேல் என்ற தனது பெயரைக்கூட மாற்றி 'சத்யானந்த்' என்ற பெயரைச் சூட்டிக்கொண்டார். சிறப்பாகக் குறிப்பிட வேண்டியது என்னவென்றால் அவர் சுதந்திரப் போராட்டத்தில் கலந்துகொண்டு சிறை சென்றதுதான்.

ஆண்ட்ரூஸ் இணைப்புகளுக்கு வழி வகுத்தார். அவரைப் பற்றி ஒரு தனிப் புத்தகம் எழுதப்பட வேண்டும். அதேபோல் விவேகானந்தருக்குச் சிஷ்யையான, அயர்லாந்து தேசப் பெண்மணி நிவேதிதா (மார்கிரெட் நோபல் Margret Noble) பற்றியும் ஒரு நூல் வர வேண்டும். குவேக்கர் குழுவைச் சேர்ந்த ஆசிரியை மோர்ஜாரி சைக்ஸ் (Margorie Sykes), தாகூரை மொழிபெயர்த்தார். நீலகிரியில் பள்ளிக்கூடங்கள் நடத்தினார். பின்னர் நர்மதா அணைக்கட்டிற்கு எதிராகப் போராட்டத்தில் இணைந்தார். இந்த வகையில் இன்னொருவர் குவேக்கர் குழுவைச் சேர்ந்த லாரி பேக்கர் (Lawrie Baker) என்ற கட்டடக் கலைஞர், மருத்துவரான தனது மனைவியுடன் இமாச்சலப் பகுதியில் மருத்துவமனை ஒன்று நடத்தினார். பின்னர் மனைவியின் பூர்விகமான கேரளாவிற்கு வந்து அங்கு குறைந்த செலவில் வீடு கட்டும் முறையில் முன்னோடியாகத் திகழ்ந்தார். ஆக்ஸ்போர்டில் படித்த இறையியலாளர், காந்தியவாதி வெரியர் எல்வின் (Verrier Elwin), திருச்சபையால் புறக்கணிக்கப்பட்டு, காந்தியாலும் ஒதுக்கப்பட்டு, பின்னர் இந்தியப் பழங்குடிகளைப் பற்றி ஆராய்ந்து புகழ்பெற்றார்.[4]

ஆனால் தாங்கள் சார்ந்திருந்த நிலைப்பாட்டை முற்றிலுமாக மாற்றிக்கொண்டு இந்தியாவுடன் அடையாளம் கண்டு, இந்நாட்டு மக்களுடன் அன்புடன் உறவாடி, தெருக்களிலும் சிறைச்சாலைகளிலும் அவர்களுடன் சரிசமமாக வாழ்ந்தவர்கள் பற்றி இந்த நூலில் எழுதியுள்ளேன். இந்தியாவில் சிறையில் அடைக்கப்பட்டவர்கள் அல்லது நாடு கடத்தப்பட்டவர்களைப் பற்றித்தான் எழுதுகிறேன். சிறைத் தண்டனையும், நாடு கடத்தலும் அவர்கள் எவ்வளவு தீவிரமாகத் தங்கள் கொள்கையில் ஈடுபாடு கொண்டிருந்தார்கள் என்பதைக் காட்டுகின்றன.

இந்தக் கலகக்காரர்களை, இந்தியாவிற்கும் பிரிட்டனிற்கும் இணைப்புப் பாலமாகச் செயல்பட்ட சிலரிடமிருந்து வேறுபடுத்திக் காட்ட விரும்புகிறேன். இவர்கள் இந்தியாவில் பல ஆண்டுகள் வாழ்ந்து, இந்திய வாழ்க்கைப் பாணிக்கு மாறி, இந்நாட்டுச் சிந்தனை மரபுபற்றிப் படித்திருந்த மேல்தட்டுக் குடியினர் அல்ல. இவர்களுக்கு எழுத்தாளர் வில்லியம் டேல்ரிம்ப்பிள் (William Dalrymple) 'வெள்ளைக்கார மொகலாயர்' என்று பெயர் சூட்டுகிறார். இந்த வர்ணிப்பில் 'வெள்ளை' என்ற சொல்

இவர்களது தோல் நிறத்தைக் குறிக்கிறது. 'மொகலாயர்' என்ற சொல் அவர்களது வாழ்க்கைப் பாணியைக் குறிக்கிறது. நான் பேசும் கலகக்காரர்களோ வறுமையிலும் இன்னல்களிலும் வாடினார்கள். சிறைப்படுத்தப்பட்டார்கள். நோய்வாய்ப்பட்டார்கள். அந்தப்புரத்தைப் பற்றி யோசித்திருக்கச்கூட மாட்டார்கள். யாருக்காகப் பாடுபட்டார்களோ அந்த இந்திய மக்கள் போலவே வாழ்ந்தது அவர்களது அசாதாரண தைரியத்தையும் மனவுறுதியையும் பிரதிபலிக்கிறது.

டேல்ரிம்ப்பிள் குறிப்பிடும் வெள்ளை மொகலாயர்கள் பதினெட்டாம் நூற்றாண்டின் பிற்பகுதியிலும் பத்தொன்பதாம் நூற்றாண்டின் முற்பகுதியிலும் இந்தியாவிற்கு வந்தார்கள். அன்று இந்தியாவின் பெரும்பகுதி அரசர்களின் கீழ் இருந்தது. ஐரோப்பியர் ஆண்ட பகுதிகளில்கூட அவர்களின் பிடி இறுக்கமாக இல்லை. 1858இல் இந்தியா பிரித்தானிய அரசின் கீழ் வந்தது. இனரீதியான எல்லைகள் உறுதியாயின. வெள்ளை மொகலாயர் போன்று வாழ்வது ஏகாதிபத்தியத்திற்கு எதிரான போராட்டத்தை ஆதரிப்பதிலிருந்து முற்றிலும் வேறுபட்டது.

இந்த நூலில் வரும் கலகக்காரர்களில் நால்வர் ஆண்கள். மூவர் பெண்கள். இவர்களில் ஐவர் பிரித்தானியர்கள். மற்ற இருவரும் பிறப்பால் அமெரிக்கர்கள். இதில் சிலர் மேட்டுக்குடியைச்சார்ந்தவர்கள். மற்றவர்கள் சாமானியர்கள். இவர்களது சமயச் சார்புகளைப் பற்றிச் சொல்ல வேண்டுமானால், இருவர் கிறிஸ்தவ மறையாளர்களாக இங்கு வந்தவர்கள். ஒருவர் நாத்திகர். இன்னொருவர் பிரம்மஞான சபையைச் (Theosophical Society) சேர்ந்தவர்.

இவர்கள் வெவ்வேறு சமூக, அறிவுசார் பின்புலத்திலிருந்து வந்தனர். இந்தியா வந்த பின்பு அவர்கள் எல்லோருமே செயற்பாட்டிலும் எழுதுவதிலும் ஈடுபட்டிருந்தாலும், அவர்கள் இங்கு செய்த பணியில் வேறுபாடு இருந்தது. இருவர், குளிர்மிக்க இமாச்சலப் பகுதியிலும், மற்ற இருவர் நாட்டின் தென்கோடியில் வெப்பமான பிரதேசத்திலும் இயங்கினர். வந்த பெண்களில் ஒருவர் பெருநகரங்களான சென்னையிலும் வாராணசியிலும் பணிசெய்தார். மற்ற இரண்டு பேரும் கிராமங்களில் வேலை செய்ய முடிவுசெய்தனர். இரண்டு ஆண்கள், இந்தியப் பெண்களை மணந்துகொண்டு பிள்ளைகளும் பெற்றுக்கொண்டார்கள். இன்னொரு ஆண், தனது வெள்ளைக்கார மனைவியைத் தன்னுடன் கூட்டிக்கொண்டு வந்து அவரை இந்தியராக்க முயன்றார். ஒரு பெண்மணி இந்தியர் ஒருவரிடம் காதல் வசப்பட்டார், ஆனால் அவரை மணமுடிக்க இயலவில்லை. மணம் செய்யாமல்

தனித்திருந்தார். இன்னொரு ஆண் ஓரினச் சேர்க்கையாளர். அவருக்கு இந்தியக் காதலர்களும் இருந்தார்கள்.

இந்த ஏழு போராளிகளில் முதலாமவர் இந்தியாவிற்கு 1893இல் வந்தார். கடைசியாக வந்தவர் 1984இல் இறந்தார். அவர்களது வாழ்க்கை இந்தியாவின் ஒரு நூற்றாண்டு வரலாற்றுடன் சேர்ந்திருந்தது. இந்தக் காலகட்டத்தில் இரண்டு உலகப் போர்கள், இந்தியாவின் விடுதலைப் போராட்டம், நாடு சுதந்திரமடைந்தது, பிரிவினை இவற்றுடன் நாடும் சமூகமும் வளர்ந்தது.

இந்தியச் சமூதாயத்தை உருவாக்கியதில் இவர்களின் பங்களிப்பு முக்கியமானது. அவர்களது பணி சமூகத்தின் அடித்தளத்தைப் பாதித்தது. இந்த ஏழு பேரும் காலனித்துவத்திற்கு எதிராக இயங்கியது மட்டுமல்லாமல் நாட்டை உருவாக்குவதிலும் ஈடுபட்டார்கள். அவர்களில் மூவருக்குப் பெண் கல்வி முக்கியமான அக்கறையாக இருந்தது. வேறு இருவரின் கரிசனம் நாட்டின் அறிவுத் தேடலிலும் அறிவியல் ஈடுபாட்டிலும் இருந்தது. அவர்கள் யாவருமே இந்தியாவின் சுதந்திரத்தை ஒரு முதல் படியாகவே கண்டார்கள். தாங்கள் தெரிந்தெடுத்துக்கொண்ட நாட்டிலிருந்து அநீதி, சமத்துவமின்மை, வறுமை, அறியாமை, நோய் இவற்றைப் போக்க வேண்டுமென்று விரும்பினர். இந்தியாவை மாற்றும் முயற்சியில் ஈடுபட்டிருந்த அவர்களும் மாறினார்கள். இரண்டு பேர் கிறிஸ்தவச் சமயத்திலிருந்து விலகினர். தீவிர கம்யூனிஸ்டாக இருந்தவர் கம்யூனிஸத்தை முழு வீச்சுடன் எதிர்க்கத் தொடங்கினார்.

இந்த ஏழுவரின் வாழ்க்கையும் செயற்பாடுகளும் நாம் இன்று வாழும் இவ்வுலகத்திற்கு முன்மாதிரியாகத் திகழ்கின்றன. பல நாடுகளில் இன்று போர்வெறி, இனவெறி, அச்சம் இவை வளர்ந்துவருகின்றன. வெளிநாடுகளில் இருந்து தோன்றும் சிந்தனைகளுக்கு மதிப்பளிக்கப்படுவதில்லை. இந்தியாவில் நரேந்திர மோடியும் ராஷ்ட்ரிய ஸ்வயம் சேவக் சங்கமும், அமெரிக்காவில் டோனல்டு டிரம்ப்பும் வெள்ளையினவாதிகளும், இங்கிலாந்தில் போரிஸ் ஜான்சனும் பிரக்சிட்வாதிகளும், சீனாவில் சி ஜின் பிங்கும் கன்பூசிய கம்யூனிஸ்ட்வாதிகளும், எல்லாருமே தங்களைக் கடவுளும் வரலாறும் வாழ்த்துவதாகவே நம்புகிறார்கள். எந்த வெளிநாட்டவரும் தங்களுக்குக் கற்றுத்தர வேண்டியதில்லை என்றே நினைக்கின்றனர்.

அவர்களால் நமக்குக் கற்றுத்தர முடியும் என்று இந்நூல் சொல்கிறது.

•

முதல் பாகம்

கரையைத் தாண்டி
ஆதரவை மாற்றி

1

இந்தியத் தாய்

1893ஆம் ஆண்டு வாழ்வில் உன்னத நிலையை அடையவிருந்த மூன்று பேர் தங்கள் பணியை இந்தியாவிற்கு வெளியே வெவ்வேறு நாடுகளில் தொடங்கினார்கள். தென்னாப்பிரிக்க இந்தியர்களுக்குத் தலைவராகத் தோன்றிய மோகன்தாஸ் கரம்சந்த் காந்தி நாட்டால் நகரில் வழக்குரைஞராகப் பதிவு செய்துகொண்டார். அதே ஆண்டு, அவரது சொந்த இடமான கத்தியவாரிலிருந்து வந்த குமார் ஸ்ரீ ரஞ்சித் சிங் (பின்னர் ரஞ்சி என்றறியப்பட்டவர்) இங்கிலாந்தில் கேம்ரிட்ஜ் பல்கலைக்கழகத்து அணியில் ஆக்ஸ்போர்டுக்கு எதிராக, லார்ட்ஸ் மைதானத்தில் கிரிக்கெட் ஆடினார். இவர் இந்தியாவின் முதல் பிரபல கிரிக்கெட் ஆட்டக்காரராகப் புகழ்பெற்றார். அந்த ஆண்டு செப்டம்பர் மாதம் சிகாகோ நகரில் நடந்த உல்க சமய பார்லிமெண்ட்டில் சுவாமி விவேகானந்தர் சிறப்புரை ஆற்றி இந்து மறு மலர்ச்சிக்கு வித்திட்டார்.

வெளிநாடுகளில் நிகழ்ந்த இந்தத் தொடக்கங்கள், அவர்களுக்குப் பெற்றுத்தந்த தனிப்பட்ட புகழைவிட, இந்தியக் கலாச்சாரம் வெவ்வேறு வகையில் உலகைப் பாதிப்பதற்கு முன்னோட்டமாக அமைந்தன: இந்தியாவின் சுதந்திரப் போராட்டத்தில் காந்தியின் தலைமை, ஆசியாவிலும் ஆப்பிரிக்காவிலும் காலனி ஆட்சிகளுக்கு எதிர்ப்புக் கனல்விட்டு வளர உதவியது. வட அமெரிக்காவில் இனவெறிக்கு எதிராக மக்களைத் திரட்டியது. இங்கிலாந்தில் ரஞ்சித் சிங்

விளையாடிய கிரிக்கெட், இந்தியாவில் இந்த ஆட்டம் தேசிய விளையாட்டாக உருப்பெறவும், உலக அளவில் இந்தியா இந்த ஆட்டத்தில் பெயரெடுக்கவும் உதவியது. மற்ற பல இந்திய ஆன்மிகவாதிகள் கடல் தாண்டி விவேகானந்தர் காட்டிய பாதையில் பல நாடுகளுக்குச் சென்று இந்து ஆன்மிகத்தையும் யோகாவையும் பரப்பினார்கள். இதற்குத் தோற்றுவாய் சிகாகோவில் விவேகானந்தர் நடத்திய பேருரைதான்.

காந்தி, ரஞ்சி, விவேகானந்தர் ஆகியோர் தங்களது கருத்துக்களை இந்தியாவிற்கு வெளியே எடுத்துச்சென்ற இதே சமயத்தில், ஒரு மேற்கத்தியப் பெண்மணி இந்தியாவிற்குத் தனது பார்வையைக் கொண்டுவந்து சேர்த்தார். 1893இல்தான், நமது ஏழு போராளிகளில் ஒருவரான அன்னி பெசன்ட் (Annie Besant) இந்தியாவிற்கு வந்துசேர்ந்தார்.

திருமதி பெசன்ட் என்றறியப்பட்ட இவர் 1847ஆம் ஆண்டு அக்டோபர் முதல் தேதியில் லண்டனில் பிறந்தார்.[1] பெற்றோர் இட்ட பெயர் அன்னி வுட் (Annie Wood). இவருக்கு ஐந்து வயதாயிருக்கும்போதே மருத்துவராகப் பணி செய்து கொண்டிருந்த அவரது தந்தை காலமானார். தாயாலும் பணக்கார உறவுக்காரப் பெண் ஒருவராலும் அன்னி வளர்க்கப்பட்டார். தன் பதின்வயதுகளில் அவர் அந்தப் பெண்ணுடன் பிரான்ஸ், ஜெர்மனி நாடுகளில் பயணித்தார். அந்த சமயத்தில் பியானோ வாசிக்கக் கற்றுக்கொண்டதுடன் ஏராளமாகப் படிக்கவும் செய்தார்.

திறமைமிக்க இந்த இளம்பெண்ணை கேம்பிரிட்ஜில் படித்த பாதிரி ஃபிரான்க் பெசன்ட் (Frank Besant) காதலித்தார். 1867 டிசம்பரில் அவர்களுக்குத் திருமணம் நடந்தது, பெசன்ட் இங்கிலாந்தில் ஆசிரியராகப் பணியாற்றத் தொடங்கினார். அன்னி வேலை செய்யாவிட்டாலும் கதைகள் எழுதினார். அடுத்தடுத்து இரண்டு குழந்தைகள் – ஒரு பையன், ஒரு பெண் – பெற்றார்.

கல்யாணமாகி நான்காம் வருடம் அவர்கள் உறவில் விரிசல் தோன்றியது. அடிக்கடி சண்டை போட்டுக்கொள்ளத் தொடங்கினார்கள். அன்னி நாத்திகத்தின்பால் ஈர்க்கப்பட்டார். 1873 செப்டம்பரில் அவர்கள் விவாகரத்து செய்து ஆளுக்கொரு குழந்தையை வைத்துக்கொண்டார்கள். அன்னி இந்தக் காலகட்டத்தில் லண்டனில் வசித்தார். அப்போது பிரிட்டீஷ் அருங்காட்சியகத்தில் நீண்ட நேரம் செலவிட்டு, டார்வின், ஸ்பினோசா, ஜான் ஸ்டுவர்ட் மில் (Darwin, Spinoza, John Stuart Mill) போன்ற சிந்தனையாளர்களின் படைப்புகளைப் படித்தார். 1874இல் அவர் முதன்முதலாகப் பிரபல நாத்திகச் சிந்தனையாளர் சார்லஸ்

பிராட்லோவின் (Charles Bradlaugh) பேச்சைக் கேட்டார். அவருக்கு அப்போது வயது இருபத்தாறு, சார்லஸுக்கு நாற்பத்திரண்டு. சீக்கிரமே அன்னி பிராட்லேயின் தேசிய மதசார்பற்ற குழுவில் (National Secular Society) சேர்ந்து, மேடைகளில் பேசத் தொடங்கினார். சார்லஸ் பிராட்லேயுடன் நாட்டின் பல இடங்களுக்குப் பயணித்து, அறிவியல், பெண்ணுரிமை போன்ற பொருட்களில் பரப்புரைகள் தந்தார். சிறந்த பேச்சாளர், மேதை என்று புகழப்பட்டார். ஆனால் எல்லா இடங்களிலுமே வரவேற்பு ஒரே மாதிரி இருக்கவில்லை. சில இடங்களில் திருச்சபையைச் சேர்ந்தவர்கள் எதிர்ப்புக் குரல் எழுப்பினார்கள். இன்னும் சில இடங்களில் கல்வீச்சையும் அவர்கள் எதிர்கொள்ள வேண்டியிருந்தது.

பிராட்லேயின் தாக்கத்தால் அன்னி தீவிரமான குடியரசுக் கட்சியாளரானார். ஏகாதிபத்தியத்தையும் அதைச் சார்ந்த கூறுகளையும் எதிர்த்தார். 1876இல் வேல்ஸ் இளவரசரின் இந்தியப் பயணத்திற்கு எதிராக ஒரு தாக்கீது தயாரித்து, ஒரு லட்சம் கையெழுத்துகளைத் திரட்டினார். ஏறக்குறைய ஒரு மைல் நீளமிருந்த அந்த மனு பிரித்தானிய சட்டசபையிடம் ஒப்படைக்கப்பட்டது. என்றாலும் வேல்ஸ் இளவரசரின் இந்தியப் பயணம் தடைப்படவில்லை.

1877இல் அன்னி பெசன்டின் *நாத்திகத்திற்கு என் பாதை* என்ற முதல் புத்தகம் வெளியாயிற்று. இது ஒரு கட்டுரைத் தொகுப்பு. இந்தக் காலகட்டத்தில் அவர் பல சமய நூல்களை, அவைகளுக்கு எதிர்வினையாற்ற வேண்டும் என்ற நோக்கில், தீவிரமாகப் படித்துக்கொண்டிருந்தார். கிழக்கு நாடுகள்மேல் திரும்பிய இவர் பார்வை புத்தம், இந்து சமயம், எகிப்திய மதங்கள் என்று பரவியது. இந்த முயற்சியில் அவர் கவனத்திற்கு வந்தது பிரம்மஞானம் எனும் புதிய கருத்தாக்கம். ரஷ்யாவிலிருந்து அமெரிக்கா வந்திருந்த மேடம் பிளாவாட்ஸ்கியும் (Madam Blavatsky) அவரது அமெரிக்க நண்பர் கர்னல் எச்.எஸ். வோல்காட்டும் (H.S.Olcott) சேர்ந்து உருவாக்கியதுதான் பிரம்மஞானம் எனும் கருதுகோள். இலங்கையிலும் இந்தியாவிலும் இந்தச் சித்தாந்தத்திற்கு ஆர்வலர்கள் தோன்றிய பின் இங்கு பிரம்மஞானசபையின் கிளைகள் உருவாயின. மதராஸில், அடையார் நதிக்கரையில் ஒரு பரந்த அழகிய நிலப்பரப்பைப் பிரம்மஞானசபை வாங்கியது.

கலாச்சார, புவியியல் ரீதியில் பிரம்மஞான சபையின் வளர்ச்சிக்கு இந்தியா தோதான இடமாக அமைந்தது. திருமதி பிளாவாட்ஸ்கி, இமயமலையிலிருந்த ஆன்மிகவாதிகளுடன்

ஏழு போராளிகள்!

தொடர்புகொண்டிருந்ததாகக் கூறினார். பகவத் கீதையும், ஆக்ஸ்போர்டில் சமஸ்கிருதப் புலவராக இருந்த மாக்ஸ் மியூலரின் (Max Mueller) படைப்புகளும், அவரை மிகவும் ஈர்த்தன. 1879இல் அவர் இந்தியாவிற்கு வந்தார். பிரம்மஞானத்தின் முக்கியக் கோட்பாடுகளை ஏற்றுக்கொண்ட அரசு அதிகாரி ஆலன் ஆக்டோவியன் ஹ்யூம் (Allen Octovian Hume) ஒரு பறவையியலாளரும் கூட. இவர்தான் இந்திய தேசிய காங்கிரஸைத் தோற்றுவித்தவர். ஒரு வரலாற்றாசிரியர் ஒருவர் இவ்வாறு எழுதுகிறார்: "இந்தியாதான் மனிதகுலத்தின் சிந்தனைக்குத் தோற்றுவாய் என்று பிளாவாட்ஸ்கி நம்பினார். எகிப்தியர், போனீசியர், ரோமானியர், யூதர், கிரேக்கர் அறிந்தது எல்லாம் அவர்கள் இந்தியாவிலிருந்து கற்றுக்கொண்டதுதான்."[3]

தொடக்கத்தில் அன்னி பெசன்ட் பிரம்மஞானத்தின் கருத்தாக்கத்தில் மயங்கிவிடவில்லை. 1882இல் அவர் எழுதிய ஒரு கட்டுரையில் "இது ஒரு உணர்வுப்பூர்வமான, கனவு போன்ற சித்தாந்தம்"[4] என்றார். இந்தக் காலகட்டத்தில் அவரது சிந்தனை இடதுசாரியை நோக்கி நகர்ந்துகொண்டிருந்தது. கார்ல் மார்க்ஸின் சீடரான எட்வர்ட் ஏவலிங்கும், (Edward Aveling) நாடகாசிரியர் ஜார்ஜ் பெர்னாட் ஷாவும் அன்னி பெசன்டிற்கு நண்பர்கள் ஆனார்கள். ஷாவிற்கு அன்னி மேல் மிகுந்த மரியாதை, குறிப்பாக, அவரது பேச்சுத்திறன், அறிவுக்கூர்மை ஆகியவைமீது அன்னி பெசன்ட் ஒரு கூடுகையில் விவாதத்தில் ஈடுபட்டதைக் கவனித்த ஷா அன்னியை வெகுவாகச் சிலாகித்து எழுதினார்.[5]

1885இல் அன்னி பெசன்ட் ஃபேபியன் (Fabian) குழுவில் சேர்ந்து, தொழிலாளர் சார்பாக எதிர்ப்புப் பேரணிகள் நடத்துவது போன்ற , சோசலிசப் பணியில் தன்னை ஈடுபடுத்திக்கொன்டார். 1888இல் பிரம்மஞான சபை மறுபடியும் அவர் வாழ்வில் தலை தூக்கியது. பிளாவாட்ஸ்கியின் நூல் ஒன்று மதிப்புரைக்காக அன்னியை வந்தடைந்தது. அதன் உள்ளடக்கம் அன்னி மீது பெரும் தாக்கத்தை உருவாக்கியது. அவர் தன் சுயசரிதையில் எழுதினார்:

> பக்கங்களைத் திருப்பத் திருப்ப அதன் ஈர்ப்பு கூடியது. அவரது எண்ணங்கள் பரிச்சயமானவை போலத் தோன்றின. அவரது முடிவுகளை என்னால் முன்கூட்டியே யூகித்துக்கொள்ள முடிந்தது. தெளிவாக, துல்லியமாக அதே சமயம் எளிதாக விளங்கிக்கொள்ளும்படி இருந்தது. புரியாமல், துண்டுத் துணுக்காய் அறிவில் கிடந்தவை எல்லாம் ஒன்று சேர்ந்து ஒரு பெரும் ஒளிமிக்க புரிதலைக் கொடுத்தது. விளங்காமல் கிடந்த புதிர்களும் சந்தேகங்களும் மறைவது போலிருந்தது.

அந்த நூலாசிரியரைத் தான் சந்திக்க வேண்டுமென்று அன்னி பெசன்ட் கேட்டுக்கொள்ள, லண்டனின் ஒரு வீட்டில் அந்த சந்திப்பு நடந்தது. தாட்டியான உருவம் கொண்ட பிளாவாட்ஸ்கி தலையை மூடிக் கறுப்பு உடையிலிருந்தார். துருதுருத்த கண்கள் உற்று நோக்க, வெவ்வேறு நாடுகளில் தான் மேற்கொண்ட பயணங்களைப் பற்றி, தொடர்ந்து சிகரட் பிடித்தபடி பேசிக்கொண்டிருந்தார். இந்த ஒரு சந்திப்பில் மனம் மாறிய அன்னி பெசன்ட், இரு மாதங்கள் கழித்து பிரம்மஞான சபையில் முறைப்படி அங்கத்தினர் ஆனார். பிளாவாட்ஸ்கி அம்மையாரின் முன் மண்டியிட்டு அமர்ந்து, இமயத்திலுள்ள ஆன்மிகக் குருக்களின் ஆசீர்வாதங்களை அவர் மூலம் பெற்றார்.[6]

அன்னி பெசன்ட் பிரம்மஞான சபையில் இணைந்த போது அதன் நோக்கங்கள் மூன்று: 1. உலக அளவில் இன, மத வேறுபாடற்ற ஒரு அமைப்பை உருவாக்குவது 2. ஆரிய இலக்கியத்தையும் தத்துவத்தையும் முன்னெடுப்பது 3. விளங்க இயலா இயற்கை விதிகளையும், மனிதரில் இருக்கும் உளவியல் சார்ந்த சக்தியையும் ஆராய்வது. (இதில் இரண்டாவது நோக்கம், அதன் இனம் சார்ந்த பார்வையை நீக்கி, சமய ஒப்பீடு என்று மாற்றப்பட்டது.) 1889 அன்னி பெசன்ட், பிரம்மஞான சபையின் *லூசிஃபர்* என்ற சஞ்சிகையில் கட்டுரைகள் எழுதத் தொடங்கினார். அதே ஆண்டுதான் லண்டனில் சட்டம் படித்துக்கொண்டிருந்த மோகன்தாஸ் காந்தி, மரக்கறி உணவுச் சங்கத்தின் பத்திரிகையில் கட்டுரைகள் எழுதினார். காந்தியின் கவனமும் பிரம்மஞான சித்தாந்தத்தின்பால் சென்றது. ஆகஸ்ட் 1889இல் அன்னி பெசன்ட் நிகழ்த்திய உரைகளை அவர் கேட்டார். இந்த உரைகளைப் பற்றி "இந்தக் கூட்டங்களுக்கு வந்திருந்த சில இந்து கனவான்கள், தங்கள் தலையை ஆட்டி ஆட்டித் தங்களது ஏற்பைக் காட்டினார்கள்" என்று *லூசிஃபர்* எழுதியது.[7]

பிரம்மஞான சபையில் சேர்ந்த சில ஆண்டுகள் அன்னி பெசன்ட் சோஷலிசத்தில் தனது ஈடுபாட்டைக் குறைக்கவில்லை ஆனால் 1891இல் பிளாவாட்ஸ்க்கி காலமான பின், தனக்கு வேறு முக்கியப் பணிகள் இருப்பதாக அன்னி பெசன்ட் நம்பினார். ஒன்றன்பின் ஒன்றாக அமெரிக்காவில் மூன்று பயணங்கள் செய்து உரைகள் நிகழ்த்தினார். *சிகாகோ டிரிப்யூன்* இதழ் "பிரம்மஞான சபையிலேயே சிறந்த பேச்சாளரான இவர்தான் பிளாவாட்ஸ்க்கியின் வாரிசு" என்று புகழ்ந்து எழுதியது.[8]

ஐரோப்பாவிலும் அமெரிக்காவிலும் மிகச் சிறந்த பெண் பேச்சாளி என்று அன்னி பெசன்ட் புகழ் பெற்றிருந்த காலம்.[9] அன்று பிரம்மஞான சபையின் தூண்களாக இயங்கிக்கொண்டிருந்த கர்னல் ஆல்காட்டும் சி. டபுள்யூ, லெட்பீட்டரும் (C W Leadbeater)

அன்னி பெசன்ட் இந்தியாவில் பயணம் செய்து உரைகள் நிகழ்த்த வேண்டும் என்று விரும்பினார்கள். கிறிஸ்தவ மதம் போலல்லாமல் இந்து சமயத்தை மரியாதையுடன் அணுகும் தங்களது புதிய சித்தாந்தத்திற்கு ஆட்களை ஈர்க்க அவரால் முடியும் என்று நம்பினார்கள். அன்னி பெசன்ட்டுக்கும் தனது ஆசான்கள் வாழ்ந்த நிலத்திற்குச் செல்ல ஆவல். 1892ஆம் ஆண்டு, செப்டம்பர் 20ஆம் தேதி நியூயார்க்கை விட்டுப் புறப்பட்டு லண்டனில் சில நாள்கள் தங்கிவிட்டு, பிரான்ஸில் மார்சே நகரிலிருந்து கொழும்பு செல்லும் *கெய்சர் – இ – ஹிந்த்* என்ற பெயர் கொண்ட கப்பலில் ஏறினார். இலங்கையிலும் இந்தியாவிலும் ஆறு வாரங்கள் தங்கிவிட்டு லண்டன் திரும்புவதுதான் அவரது திட்டம்.

ஆனால் அவர் நாற்பது ஆண்டுகள் இந்தியாவில் தங்கினார்.

II

1893ஆம் ஆண்டு நவம்பர் மாதம் 16ஆம் நாள் தன் சொந்த இடமாக ஏற்றுக்கொண்ட அந்த நாட்டை அன்னி பெசன்ட் முதன் முதலாகப் பார்த்தார். அன்றுதான் அவர் மதராஸுக்குப் போகும் முன் தூத்துக்குடியில் இறங்கினார். பிரம்மஞான சபையின் தலைமை அலுவலகம் அடையாரின் கரையில் இயங்கிக்கொண்டிருந்தது. அன்று அந்த நதி, இன்று போலல்லாமல் மாசுபடாத தெள்ளிய நீர்ப்பரப்பாக இருந்தது.

அன்று நாட்டின் மூன்றாவது பெரிய நகரமாக மதராஸ் (இன்னும் பல பத்தாண்டுகள் கழித்துத்தான் அது சென்னையானது) நகரிலிருந்துதான் பிரித்தானியர்கள் தென்னிந்தியாவை ஆண்டார்கள். 1893இல் இந்நகரில் சுமார் ஐந்து லட்சம் மக்கள் வாழ்ந்திருந்தனர். காலனிய அரசிலும் ராணுவத்திலும் மட்டுமல்லாமல் வணிகம் உள்ளிட்ட சில சேவைகளிலும் மக்கள் பணிசெய்திருந்தனர். துணி வணிகத்திற்கும் தோல் வியாபாரத்திற்கும் இந்நகரம் பெயர் பெற்றிருந்தது. ஆங்கிலக் கல்வி நிறுவனங்கள் பல இயங்கிக்கொண்டிருந்தன.

அன்னி பெசன்ட் தொடர்வண்டியிலும், சில சமயம் மாட்டுவண்டியிலும் பயணித்துத் தென்னிந்தியாவில் சுற்றுப்பயணம் மேற்கொண்டார், மதுரை, திருநெல்வேலி, பெங்களூர், ஹைதராபாத் முதலிய இடங்களில் பிரசங்கங்கள் செய்தார். பின்னர் வடக்கு நோக்கிச் சென்று வாராணசிக்கு முதன்முறையாகச் சென்றார். அங்கிருந்து ஆக்ரா சென்று தாஜ்மகாலைப் பார்த்தார்.

இந்தியாவில் அவரது முதல் ஆண்டில் பிரம்மஞான சபையில் ஏற்பட்டிருந்த உட்பூசல்களையும் கருத்து வேறுபாடுகளையும்

எதிர்கொள்வதிலும் தனது நாட்களைச் செலவிட்டார். மறுபிறப்பு கருத்தாக்கத்தை பிராமணரீதியாக அணுக வேண்டுமா அல்லது புத்த சமய நோக்கில் செல்ல வேண்டுமா எனபது பற்றி ஒரு தீவிர விவாதம் நடந்துகொண்டிருந்தது. அவர் பின்னர் நியூசிலாந்து, ஆஸ்திரேலியா, அமெரிக்கா, பிரிட்டன் நாடுகளுக்குப் பயணித்து சபைக்குக் கிளைகளை உருவாக்கிப் புது உறுப்பினர்களையும் சேர்த்தார்.

பன்னாட்டளவில் பிரம்மஞான சபையில் அன்னி பெசன்ட் ‘அன்னை’ (Mother) என்றறியப்பட்டார். மதராஸில் அவரை ‘பெரியம்மா’ என்றனர். வட இந்தியாவில் அவர் ‘பெரிய மெம்சாப்’ என்று குறிப்பிடப்பட்டார். அவர் நாடு முழுவதும் சுற்றி மரக்கறி உணவு, கள்ளுண்ணாமை, இந்து சமயம், வசியம் போன்ற தலைப்புகளில் உரையாற்றினார். அந்தச் சமயத்தில் வந்த ஒரு குறிப்பு, “அவர் இந்து சமயத்தையும் இந்துக்களையும் வெகுவாகப் புகழ்ந்து பேசினார்” என்றது. இத்தகைய முகஸ்துதி வரவேற்பு பெற்றதில் வியப்பொன்றுமில்லையே. ஒரு இந்திய நாளிதழ் “இந்த நாட்டின் மீளாக்கத்திற்காக மேற்கிலிருந்து வந்திருக்கும் பெண் தெய்வம்” என்று இவரைப் புகழ்ந்து துதித்தது.[10]

அன்னி பெசன்ட்டால் லண்டன் பல்கலைக்கழகத்திலிருந்து பட்டம் பெற முடியவில்லை. ஆகவே இந்தியாவில் ஒரு பல்கலைக்கழகத்தை நிறுவ வேண்டும் என்ற ஆவல் அவரிடம் மேலோங்கியிருந்தது. பல இந்து தனவந்தர்கள் பெசன்டை ஊக்குவித்தார்கள். 1898 ஜூலை, இந்தியாவில் காலெடுத்து வைத்து ஐந்தாண்டுகளுக்குள்ளாக வாராணசியில் ‘மத்திய இந்து கல்லூரியை’ நிறுவுவதாக அறிவித்தார். வாராணசி மகாராஜா இதற்கான நிலத்தையும் கட்டுவதற்குப் பணத்தையும் அளித்தார். (இதற்காகப் பின்னர் அவர் வருந்தினார் என்பது சேதி.) காஷ்மீர் மகாராஜாவும் தன் பங்கிற்குப் பணம் கொடுத்தார். இந்தியாவின் எல்லாப் பகுதிகளிலிருந்தும் வந்த மாணவர் களுக்கு வகுப்பறைகளும் விடுதிகளும் எழுப்பப்பட்டன. எழுபது மைல் தொலைவிலிருந்த அலகாபாத் பல்கலைக்கழகம் இதற்குச் சான்றளிப்பு தந்தது. இதில் ஆண்கள் மட்டுமே சேர்த்துக்கொள்ளப்பட்டார்கள். 1904இல் அன்னி பெசன்ட் இந்துப் பெண்களுக்கு, விடுதியுடன் ஒரு பள்ளியைத் தொடங்கினார். அந்தக் காலகட்டத்தில் அது ஒரு புரட்சிகரமான செயலாகப் பார்க்கப்பட்டது.

1895இல், இந்தியாவிற்கு வந்து சில ஆண்டுகளே ஆன பின், அன்னி பெசன்ட் பல நகரங்களில் “இந்தியாவை மீளாக்கம் செய்வது எப்படி” என்ற தலைப்பில் உரை நிகழ்த்தினார். உலகில்

ஒரு சீர்மிகு நாடாகத் தன் இடத்தை இந்தியா மறுபடியும் அடைவது எப்படி என்பது பற்றியது அந்த உரை. நாட்டின் கல்விமுறை செவ்வியல் தன்மையின் அடிப்படையில் இருக்க வேண்டும் என்றார். "இதற்கு முதலில் சமஸ்கிருதம் தெரிந்திருக்க வேண்டும்; இம்மொழி அறியாதவர்கள் கல்வி அறிவில்லாதவர்கள் என்று கருதப்பட வேண்டும்" என்றார். பள்ளிக் கல்வித் திட்டத்தின் கீழ் உள்ள வரலாறு, புவியியல் பாடநூல்கள் இந்தியாவைச் சார்ந்தில்லை. பள்ளி மாணவர்கள் பிரித்தானிய அரசர், அரசி பற்றி அந்த நாட்டு நகரங்கள் பற்றி அங்குள்ள தொழில்கள் பற்றியுமே படிக்கின்றனர். தாங்கள் வாழும் சொந்த நாட்டின் வரலாறு, தொழில்கள் இவற்றைப் பற்றி ஒன்றுமே அறியாமல் இருக்கிறார்கள் என்றார்.[11]

அவர் நிகழ்த்திய இன்னொரு உரையில், தற்கால விழுமியங்களையும் பாரம்பரியக் கருத்துக்களையும் மத்திய இந்துக் கல்லூரி பிணைக்கும் என்றும், சமஸ்கிருத செவ்வியல் இலக்கியத்திலும் நவீன ஆங்கிலப் படைப்புகளிலும் சிறந்திருக்கும் என்றும் பேசினார்:

உங்களுக்குத் தெரியவில்லையா? இங்கு இன்று இரண்டு இந்து நாடுகள் இருக்கின்றன. முதலாவது பண்டிதர்களுடையது, புலமையிலும் சிந்தனையிலும் அவர்கள் சிறந்து விளங்கினாலும் சமஸ்கிருத இலக்கியத்திற்கு அப்பால் அவர்களுக்கு ஒன்றும் தெரியாது. தற்காலச் சிந்தனையைப் பற்றி, நவீன வாழ்க்கை முறை பற்றி ஒன்றும் அறியாதவர்கள். மறுபுறம் இன்னொரு இந்து நாடு சமஸ்கிருதப் படைப்புகள் பற்றியும் புனித நூல்கள் பற்றியும் ஒன்றும் அறியாமலே, மேற்கத்திய பாதிப்பில் வளர்கிறது. இவர்களுக்கும் பண்டிதர்களின் தேசத்திற்கிடையேயும் ஒரு பெரிய இடைவெளி உள்ளது. எந்தப் பண்டிதரும் இந்தத் தற்கால இளைஞரைப் பாதிக்க முடியாது. ஏனென்றால் அவர்களது கனவுகளைப் பற்றியும் சிந்தனைகளைப் பற்றியும் இவருக்கு ஒன்றும் தெரியாது. அவர்களது கருத்துக்களைப் புரிந்துகொள்ளாமல் அவர்களை நெருங்க முடியாது. இந்த இருபாலாரையும் ஒருங்கிணைக்க நாம் சமஸ்கிருதம், ஆங்கிலம் எனும் இரு பாலங்களைப் பயன்படுத்த வேண்டும். இவர்கள் இந்த இரண்டு மொழிகளையும் கற்றுக்கொண்டால் இரண்டு தேசங்களை இணைத்துத் தாய்நாட்டிற்குச் சேவை செய்யலாம்.[12]

இதை அன்னி பெசன்ட் 1903இல் பேசினார். அதாவது இந்தியா வந்து பத்து ஆண்டுகள் கழித்து. அதற்குள் அவர் ஆண்களுக்கு

ஒரு கல்லூரியும் பெண்களுக்குப் பல பள்ளிக்கூடங்களையும் நிறுவியிருந்தார். இங்கிலாந்தில் இருந்தபோது பாலின உறவு பற்றிக் கொண்டிருந்த நிலைப்பாட்டிலிருந்து வெகுவாய் மாறிவிட்டிருந்தார். அங்கு அவர் ஒரு சோஷலிசவாதியாகவும், பெண்களுக்கு ஓட்டுரிமை கேட்பவராகவும், ஆண்–பெண் சமத்துவத்தை ஆதரிப்பவராகவும் செயல்பட்டார்.

ஆனால் இந்தியாவில் அவர் பெண்களைப் பற்றிய இந்து சமயக் கருத்துக்களை ஆதரிக்க ஆரம்பித்தார். சமூகத்தில் பெண்களது பொறுப்புகள் வேறுபட்டவை. ஆகவே அவர்கள் ஆண்களுக்குத் தாழ்ந்து போக வேண்டும் என்றார். பெண்கள் கல்வியும் இந்து மதத்தில் பெண்கள் பற்றிய கருத்தாக்கத்தைச் சார்ந்தே இருக்க வேண்டும் என்றார்.

அவர் கூறினார். "பெண்களைத் தாயாகவும் மனைவியாகவும் அது (கல்வி) காண வேண்டும். தொல்காலத் துறவி பிரேம்வதனி போலிருக்க வேண்டும். பொதுவெளியிலும் பணியிடங்களிலும் பெண்கள் தங்களை ஆண்களுக்குப் போட்டியாளர்களாகக் காணக் கூடாது. மேலை நாடுகளில் நிலைமை இவ்வாறாகத்தான் இருக்கிறது. பெண் கல்வி தேசியத் தேவைகளை எதிர்கொள்ள வேண்டும். இந்தியாவிற்குத் தேவையானது வீட்டு வேலையில் சிறக்கும் பெண்கள், தாய்மார்கள், ஆசிரியர்கள், செவிலியர்கள் போன்றவர்களே. அவர்களுக்குப் பட்டப்படிப்பு தேவையில்லை. தாய்மைக்கும் குடும்பத்தைச் செவ்வனே காக்கவும் கல்வி பெண்களை ஆயத்தப்படுத்த வேண்டும். என்றாலும் சில தருணங்களில் இத்தேவை வேறுபடலாம். சில பெண்கள் தனித்திறமைகள் கொண்டிருக்கலாம். அவர்களுக்குச் சிறந்த கல்வி அளிக்கப்பட வேண்டும். பழங்காலத்தில் சிறந்து விளங்கிய சில பெண்மணிகள் போல் இவர்களும் பிரகாசிப்பார்கள்."

> கல்வியில் ஆன்மிகத்தைச் சேர்ப்பது என்ற அன்னி பெசன்ட்டின் கருத்து, அன்றைய அரசின் பாடத்திட்டத்திலிருந்து மாறுபட்டிருந்தது. இந்திய முற்போக்குவாதிகள் மதக்கோட்பாடுகளைக் கல்வித் திட்டத்தில் சேர்க்கக் கூடாது என்றும் நவீன உலகத்திற்கேற்ப பகுத்தறிவு, அறிவியல் அடிப்படையிலேயே கல்வி அமைய வேண்டும் என்றும் வாதிட்டனர். கோபால கிருஷ்ண கோகலேவுக்கு அன்னி பெசன்ட் எழுதினார்.[13]

"சமயத்தைக் கல்வியிலிருந்து விலக்கிவிட்டதால் இந்தியா பொருள்முதல்வாதத்தில் முழுகி, சீரழிந்து, தேசியத்தையும் இழந்துவிட்டது என்று நான் உணருகிறேன்; எனது முழு முயற்சியும் இப்போது சமயத்தை அதன் உரிய இடத்திற்கு இட்டுச்செல்வதுதான்."[14]

III

“இந்தியாவை மீளாக்கம் செய்வது எப்படி?” என்ற தலைப்பில் 1895இல் உரை நிகழ்த்தும்போது அன்னி பெசன்ட் இந்தியர்களைப் பாரம்பரிய உடை அணியவும், இந்தியக் கலைகளைப் பேணவும், வெளிநாட்டுப் பொருள்களைத் தவிர்த்து இந்தியப் பொருட்களை வாங்கவும் கேட்டுக்கொண்டார். இந்தியாவைக் காலனி அரசு அரசியல் ரீதியாகவும் பொருளாதார ரீதியாகவும் சுரண்டுவதை எதிர்த்து தேசியவாதிகள் அந்நியத் துணிகளை வெட்டவெளியில் எரித்து 1905–07இல் சுதேசி இயக்கத்தை நாடெங்கும் நடத்தினர். பின்னர் வரப்போகும் சுதேசி இயக்கத்திற்குக் கட்டியம் கூறுவதுபோல இருந்தது, இந்த அயர்லாந்துப் பெண்மணியின் பேச்சு.

சுதேசி இயக்கம் வங்காள மாநிலத்தில் மிகவும் தீர்க்கமாக இருந்தது. வெளிநாட்டுப் பொருட்கள், வாழ்வு முறை இவைகளுடன் அறிவுஜீவிகளின் எதிர்ப்பிற்கிடையே 1905இல், வங்காள மாநிலம் துண்டாடப்பட்டதும் மக்களின் தேசிய உணர்வைத் தூண்டிவிட்டது[15]. தேசிய இயக்கத்தின் கொள்கைகளுடன் உடன்பட்டாலும் அன்னி பெசன்ட் தனது நிறுவனங்களின் நலனை மனத்தில் கொண்டு, தனது ஆதரவை வெளிப்படையாகக் காட்டத் தயங்கினார். காலனி அரசை ஆதரித்தார். வாராணசியில் அவர் நிறுவிய இந்துக் கல்லூரியில் இருந்த நூறு மாணவர்களை அரசுக்கு எதிரான எந்தப் போராட்டத்திலும் ஈடுபடக் கூடாது என்று எச்சரித்தார். இந்தக் காலகட்டத்தில் இவர் இந்து ஆதரவாளராகவும் பிரித்தானிய சாம்ராஜ்ய ஆதரவாளராகவும் இருந்தார். இந்தியா ஆதரவாளராக அல்ல. சுதந்திரம் போன்ற கருத்துக்களை அவரைச் சார்ந்தவர்கள் பரப்பாமல் பார்த்துக்கொண்டார்.

கல்லூரிகளையும் கல்விச் சாலைகளையும் நிறுவும்போது அவர் பிரம்மஞான சபையில் ஊக்கமாக இயங்கிக்கொண்டிருந்தார். அந்தச் சபையின் நிறுவனரான மேடம் பிளாவட்ஸ்கியுடன் பல ஆண்டுகள் இணைந்து செயல்பட்ட கர்னல் ஆல்காட் 1907ஆம் ஆண்டு காலமானார். அப்போது ஆதரவாளர்கள், இமயத்திலிருக்கும் மகாத்மாக்கள் அன்னி பெசன்ட்தான் கர்னலின் இடத்தில் அமர்த்தப்பட வேண்டும் என்று விரும்புவதாக நம்பினார்கள். இதற்கென ஒரு தேர்தல் நடத்தப்பட்டது. ஒரு நூலாசிரியர் ஓட்டு விவரங்களைத் தருகிறார். டச்சு உறுப்பினர்கள் பெசன்டுக்கு 781 ஓட்டுகளுக்கும் மற்றவருக்கு ஒரு ஓட்டும் அளித்தனர். ஜெர்மானியர்கள் 583 ஓட்டுகளும் மற்றவருக்கு 20

ஓட்டுகளும் போட்டனர். குயூபா நாட்டினர் பெசன்டுக்கு 144 ஓட்டுகளும் மற்றவருக்குப் பதினான்கும் அளித்தனர்.

இந்தியாவில் பெரியம்மாவிற்குப் பெரும் ஆதரவு. 3571 ஓட்டுகள் பெற்றார். அடுத்தவருக்கு 47 மட்டுமே. பிரித்தானியர் களும் இவருக்கே 1189 ஓட்டுகள் அளித்தனர். அடுத்தவருக்குக் கிடைத்தது 261 ஓட்டுகளே. அமெரிக்காவில் மட்டுமே அவருக்குச் சிறிது எதிர்ப்பிருந்தது. ஆனாலும் 1319 இவருக்குக் கிடைத்தது. மற்றவருக்கு 679.[16]

இந்தச் சமயத்தில் அடையாரில் இருந்த சபையின் தலைமைச் செயலகம் விரிவடைந்து வேரூன்றியிருந்தது. நதியின் கரையோர மாக ஒரு மைல் நீண்டிருந்தது. கிழக்கே உறுப்பினர்களுக்கெனத் தனியாக ஒரு கடற்கரைப் பகுதியும் இருந்தது. சபையினருக்குத் தேவையான காய்கறிகளும் கனிவகைகளும் அங்கேயே விளைந்தன. பசு மாடுகள் வளர்க்கப்பட்டன. மண்ணெண்ணெய் விளக்குகள் போய் மின்விளக்குகள் தோன்றியிருந்தன. மதராஸிலிருக்கும் சமயம், இங்கேயுள்ள தலைமைக் கட்டடத்தில், இரண்டாம் தளத்தில், தரையில் சம்மணமிட்டு அமர்ந்து, அன்னி பெசன்ட் தன்னைக் காண வந்திருப்போருடன் பேசிக்கொண்டிருப்பார் அல்லது எழுதிக்கொண்டிருப்பார்.

1909ஆம் ஆண்டு, அன்னி பெசன்டுடன் பணிபுரிந்து கொண்டிருந்த லெட்பீட்டர் அடையார் கடற்கரையில் இரு சிறுவர்களைச் சந்தித்தார். அவர்கள் சபையின் உறுப்பினரான ஒரு தெலுங்கரின் குழந்தைகள். அவர்கள் இருவரில் சிறியவர் பிரகாசமான ஆளுமை கொண்டிருந்தார். அந்தச் சிறுவன், ஜிட்டு கிருஷ்ணமூர்த்தியின் ஒளி மிகுந்த முகம் அன்னி பெசன்டையும் ஈர்த்தது. புதிய உலகின் ஆசான், புத்தரின் புது அவதாரம், ஏசு, சொராஸ்தர் இந்தியாவில்தான் தோன்றுவார் என்று பெசன்ட் நம்பியிருந்தார். தனது கவனிப்பில் இந்த ஜிட்டு எனும் சிறுவர் அத்தகைய உலக ஆசானாக வருவான் என்று நினைத்தார்.

அடுத்த இருபது ஆண்டுகள் அன்னி பெசன்டின் வாழ்க்கை கிருஷ்ணமூர்த்தியின் வாழ்க்கையுடன் ஒன்றிப்போயிருந்தது.

உதயசூரியன் என்ற ஒரு அமைப்பை நிறுவி அதற்கு கிருஷ்ணமூர்த்தியைத் தலைவராக ஆக்கினார். அன்னி பெசன்ட்தான் அந்த அமைப்பின் பாதுகாவலர். புரட்டு வேலைக்காகத் தனது மகனைத் தத்தெடுத்துக் கொண்டதாக கிருஷ்ணமூர்த்தியின் தந்தை பெசன்ட்டுக்கு எதிராக வழக்குப் பதிவு செய்தார். சிறுவனைத் தன் வசம் வைத்திருக்க அனுமதிக்குமாறு அந்த வழக்கை அன்னி பெசன்ட் பிரிவி

கவுன்சில்வரை இழுத்துச்சென்றார். கிருஷ்ணமூர்த்தியை ஆக்ஸ்போர்டு பல்கலைக்கழகத்தில் சேர்க்க அவர் விரும்பினார். அங்கே மக்டலீன் கல்லூரி முதல்வரிடம் "இவன் இறைவனின் குழந்தை ஆகவே இடம் வேண்டும்" என்றார். அதற்கு முதல்வர் "அம்மணி, இங்கு பல முக்கியஸ்தர்களில் குழந்தைகளும் படிக்கிறார்கள்" என்று பதிலளித்ததாக ஒரு கதை உண்டு.[17] ஆனால் சிறிது காலத்தில் அந்த மகன் அம்மையாரை விட்டுப் பிரிந்தார். சபைக் கூட்டமொன்றில் தான் ஒரு ஆசான் அல்ல, தன் உதவியில்லாமல் அவரவர் பாதையில் சென்று உள்ளொளி அடையலாம் என்றார்.[18]

கிருஷ்ணமூர்த்தியும் அவரது சகோதரர் நித்யாவும் அன்னி பெசன்ட்டுக்கு அறிமுகப்படுத்தப்பட்டார்கள். வேறு பல இந்திய இளைஞர்களும் அவரிடம் உற்சாகமாக வந்து சேர்ந்தார்கள். அவர்களது பதிவுகளைப் படித்த இந்துக்கள் சிலரை இந்த அம்மையாரின் நடவடிக்கைகள் ஈர்த்தது பற்றிக் கூறுகின்றன. பம்பாயைச் சேர்ந்த 20 வயதான எழுத்தாளர் காஞ்சி துவாரகாதாஸ் 1912இல் பிரம்மஞான சபையில் சேர்ந்தார். அம்மையாரே அவரை உறுப்பினராக்கினார். இதைப்பற்றி துவாரகாதாஸ் எழுதினார்:

> அவரது ஆளுமையின் ஈர்ப்பு எனக்கு ஒரு ஆழ்ந்த அனுபவத்தைக் கொடுத்தது. அவரது கூர்மையான பார்வை, கம்பீரத் தோற்றம், தலையில் வெள்ளி போன்ற மினுங்கும் கூந்தல், சலனமற்ற முகம். அவர் ஒரு தேவதூதர்போல் காட்சி தந்தார். உன்னத நிலையடைய எல்லா உயிர்களும் செல்ல வேண்டிய பாதையைப் பற்றி என்னிடம் பேசினார்.[19]

வாராணசியில் அன்னி பெசன்டுக்கு வேதாந்தி பகவன் தாஸ் நெருக்கமாயிருந்தார். அவரது மகன் ஸ்ரீ பிரகாசா, சிறுவனாக இருக்கும் போதே அம்மையாரைத் தனது தாயாகப் பாவித்து பிரம்மஞான சபையில் சேர்ந்து, அவரது பல குணநலன்களைப் போற்றினார். அதில் சிறப்பானது அம்மையாரின் பேச்சுத்திறன். அவர் எழுதிய அன்னி பெசன்டின் சரிதையில் இவ்வாறு குறிப்பிட்டார்:

> அம்மையார் உரையாற்றும்போது ஒரு குறிப்புக் கூட இல்லாமல் மடை திறந்தாற்போல் பேசுவார். அவருக்குத் தீர்க்கமான நினைவாற்றல் இருந்திருக்க வேண்டும். ஒரு உரை நிகழ்த்துமுன் அதைத் தனக்குத்தானே ஒருமுறை பேசி ஒத்திகை பார்த்துக்கொண்டுதான் அரங்கினுள் நுழைவார்.
>
> எந்த ஒரு சொல்லிற்காகவும் அவர் தடுமாறியதில்லை. குரல் பிசிறியதும் இல்லை. ஒரு உரையை முடிப்பது சிறப்பாக

இருக்க வேண்டும் என்று ஒரு முறை சொன்னார். அவர் எப்போதும் தனது பேச்சு மூலம் மக்களின் உணர்ச்சிகளைத் தூண்டி விட்டு ஒரு சோகப் புள்ளியில் முடிப்பார்.

அது மட்டுமல்ல. தனக்குப் பின் யாரும் பேசுவது அன்னி பெசன்டுக்குப் பிடிக்காது. அவரது உரையின் உச்சத்திற்கு வேறு யாரும் போக முடியாதுதானே.[20]

IV

அவருடைய நண்பரும் கூட்டாளியுமான பெர்னார்ட் ஷா, "விரைவாக முடிவெடுப்பவர்" என்று அன்னி பெசன்டைப் புகழ்ந்தார். "எந்த இயக்கத்திலும் அவர் ஒரு வேகத்துடனேதான் நுழைவார். பழைய சித்தாந்தத்தை அவர் அசைத்துப் போட்டு விட்டார் என்பதை உணருமுன்னே புதிய கருதுகோள்களைப் பற்றிப் பிரசங்கிப்பார். அவையோர் அசந்துவிடுவர்."[21]

அன்னி பெசன்ட் சோஷியலிசத்தை விட்டு பிரம்மஞானத்தில் நுழைந்தது, மேற்கிலிருந்து கிழக்கு நோக்கிய நகர்வு; அரசியலிலிருந்து ஆன்மிகத்திற்குள் பயணம். இந்தியாவிற்கு வருவதற்கு முன் அவர் இங்கிலாந்தில் பொது வாழ்வில் தீவிரமாக இயங்கிக்கொண்டிருந்தார். இங்கு வந்த பின் எந்தப் பிரச்சினையிலும் சிக்கிக்கொள்ளாமல் இருக்க வேண்டும் என்று விரும்பினார். ஆனால் அந்தக் காலகட்டத்தில் இந்தியா அவரது சமய, அறம் சார்ந்த கருதுகோள்களைச் சோதனைக்கு உட்படுத்திப் பார்க்கக்கூடிய அமைதிப் பூங்காவாக இல்லை. இங்கு இருந்ததோ இனப் பாகுபாட்டின் அடிப்படையில் நடக்கும் ஒரு காலனிய ஆட்சி. பிரம்மஞான சபையில் உறுப்பினர்களைச் சேர்ப்பது அல்லது அவரது பள்ளிகளில் மாணவர்களைச் சேர்ப்பதுபோன்ற பணிகளில் மட்டும் அவர் கவனம் செலுத்தியிருந்தால் இந்தியக் குடிமக்களின் பிரச்சினைகளைக் கவனிக்காமல் இருந்திருக்கலாம்.

கடந்த பத்தாண்டுகளாக இந்தியாவில் கற்றுக்கொண்டது பற்றி 1902ஆம் ஆண்டு அக்டோபர் மாதம் அன்னி பெசன்ட் லண்டனில், ஃபின்ஸ்பரி என்ற இடத்தில் உள்ள சௌத் ப்ளேஸ் என்ற பகுதியில் உள்ள ஒரு தேவாலயத்தில் உரை நிகழ்த்தினார். உலகிலேயே மேலாதிக்க வலிமை கொண்ட ஒரு நாடு, ஒரு பெரும் மக்கள் கூட்டத்தைத் தன் கீழே வைத்து அழுத்திக்கொண்டிருந்தது என்பதைப் பற்றிப் பேசினார். இந்த ஃபின்ஸ்பரி என்ற இடத்தில் இருந்துதான் தாதாபாய் நௌரோஜி என்னும் இந்தியர் 1892ஆம் ஆண்டு பிரிட்டனின் மக்கள் சபைக்குத் தெரிந்தெடுக்கப்பட்டார்.

தனது உரையில் அன்னி பெசன்ட் இங்கிலாந்திற்கும் இந்தியாவிற்குமான உறவை மதம், கல்வி, அரசியல் என மூன்று தலைப்புகளாகப் பிரித்தார். மதத்தைப் பற்றிப் பேசியபோது, இந்தியா கற்றுக்கொள்ள வேண்டியதைவிடக் கற்றுக்கொடுப்பது அதிகமாயிருக்கிறது என்றார். இந்து ஆன்மிகப் பாரம்பரியத்தில் இல்லாத ஏதொன்றையும் கிறிஸ்தவ மதம் சொல்லிவிடவில்லை என்றார். கல்வித் தளத்தில், மேற்கத்திய கற்றல் முறை இந்திய நாட்டுக்கு ஏற்றவாறு மாற்றப்பட வேண்டும் என்றார். பிரித்தானியரின் ஆட்சியில் இந்தியத் தொழில்கள் நசிந்து, வரிச்சுமையும் அதிகமாகிவிட்டது என்று சுட்டிக் காட்டினார்.

ஆங்கிலேயர் ஆட்சிமீதான தனது விமர்சனத்தை இந்தக் காலகட்டத்தில் பெசன்ட் மிதமாகவே முன்வைத்தார். "தொன்மையான கலாச்சாரத்தைக் கொண்ட மக்களை மதிக்க ஆளும் இனம் கற்றுக்கொள்ள வேண்டும். பிரித்தானிய அதிகாரிகளில் பலர் நீதிக்காக உந்தப்பட்ட கடின உழைப்பாளிகளாக இருந்தார்கள். ஆனால் அவர்கள் தங்களை உயர்வாகவும், தங்களுக்கு எது நல்லதோ அது எல்லோருக்கும் உகந்ததாக இருக்கும் என்பதாகவும் எண்ணம் கொண்டிருந்தனர். தொன்மையான கலாச்சாரம் கொண்ட மக்களின் பாரம்பரியத்தையும் பழக்கங்களையும் அவர்கள் புரிந்து கொள்ளவில்லை."[22]

இந்த மென்மையான விமர்சனத்திற்கு விரைவிலேயே சோதனைக் காலம் வந்தது. இருபதாம் நூற்றாண்டின் முதல் பத்தாண்டுகளில் பிரித்தானிய அரசிற்கு இந்தியாவில் கடுமையான எதிர்ப்பு உருவானது. சுதேசி இயக்கத்தின்போது, வங்காளம், மதராஸ், பம்பாய் போன்ற மூன்று ராஜதானிகளிலும் வெடிகுண்டு தாக்குதல்கள் நடந்தன. உணர்வுகள் கொந்தளித்தன. சில இடங்களில் காலனிய அரசு வன்முறையை அவிழ்த்துவிட்டது. 1910இல் சில இடங்களில் பிரித்தானிய அதிகாரிகள் இந்தியர்களை வசை மாரி பொழிந்து உடலளவில் தாக்கினார்கள். அன்னி பெசன்ட் அதிகாரிகள் பொறுமையைக் கையாள வேண்டும் என்று ஒரு தாக்கீது அனுப்பினார்.

மதராஸ் ராஜதானி அரசிற்கு இது பிடிக்கவில்லை. "உங்களது எழுத்துக்கள் இளைஞர்களைக் கலகத்திற்குத் தூண்டிவிடலாம். நீங்கள் எழுதுவதைத் தவறாகச் சிலர் பயன்படுத்திக் குழப்பத்தை விளைவிக்கலாம்" என்று கவர்னர் எழுதினார். இதைக் கவனித்த ஆங்கிலேய வைஸ்ராய், "பெசன்ட் சுட்டிக்காட்டும் நிகழ்வுகள் அரிதானவை. அதைப் பெரிதுபடுத்தினால் ஐரோப்பியர்களுக்கும் இந்தியர்களுக்கும் இடையே உள்ள உறவு கெட வாய்ப்புள்ளது" என்றார்.[23]

சென்ட்ரல் இந்துக் கல்லூரி மாணவர்கள் சிலர் தேசிய இயக்கத்தில் சேரத் துடித்துக்கொண்டிருந்தார்கள். 1910இல் அன்னி பெசன்ட், வைஸ்ராய் மிண்டோ பிரபுவிற்கு ஒரு கடிதம் எழுதி இந்தக் கல்லூரிக்கு அவர் புரவலராக வேண்டுமென்று கேட்டுக்கொண்டார். தன் உதவியாளர் மூலம் பதில் எழுதிய மிண்டோ பிரபு அந்தக் கல்லூரி மாணவர் மலரில் தீவிர தேசியவாதியான லாலா லஜபதி ராயைப் புகழ்ந்து ஒரு கட்டுரை எழுதப்பட்டிருந்ததைச் சுட்டிக்காட்டினார். "இப்படியான ஒரு நிறுவனத்தை நான் எப்படி ஆதரிப்பது? வாராணசி கமிஷனரின் (கலெக்டர்) பார்வைக்கேற்ப அந்தக் கல்லூரி நிர்வாகம் நடந்து கொண்டால், அவர் அதை எல்லா விதத்திலும் ஆதரிப்பார்" என்று எழுதினார்.[24]

1907இல் நாட்டின் முக்கிய அரசியல் அமைப்பான இந்திய தேசிய காங்கிரஸ் இரண்டாகப் பிளந்தது. தீவிரவாதியான லஜபதி ராய் பிரித்தானிய அரசுடன் எல்லா உறவுகளையும் முற்றிலும் முறித்துக்கொள்ள வேண்டும் என்றார். மிதவாதிகளுடன் இணைந்திருந்த அன்னி பெசன்ட், ஆட்சிப் பொறுப்பைக் கேட்டாலும் சாம்ராஜ்யத்துடன் தொடர்புகளை வைத்திருக்க விரும்பினர். மோதிலால் நேரு, தெஜ் பகதூர் சப்ரு போன்ற மிதவாதிகளின் தலைவர்கள் இந்தக் கல்லூரிக்கு நன்கொடைகள் கொடுத்தனர்.

பிரம்மஞான சபையைச் சேர்ந்த பலர் காங்கிரஸ் கட்சியில் இயங்கிக்கொண்டிருந்ததால், தானும் அதில் இயங்க அன்னி பெசன்ட் உந்தப்பட்டார்.

முதலில் காலை விட்டு ஆழம் பார்த்த பின் அரசியலில் இறங்க முடிவுசெய்தார். அவருடைய உற்சாகத்திற்கும் திறனுக்கும் பிரம்மஞானத்தையும் கல்வியையும்விட விரிவான தளம் அவருக்குத் தேவைப்பட்டது.

ஜனவரி 1914இல், *காமன்வீல்* (Commonweal) என்ற ஒரு புதிய வாராந்தர இதழ் பிரம்மஞான சபையின் அலுவலகத்திலிருந்து வெளிவரும் என்று அன்னி பெசன்ட் அறிவித்தார். "சமயம், கல்வி, சமூகம், அரசியல் சார்ந்த பிரச்சினைகளைப் பற்றி விவாதிக்க, வெவ்வேறு சார்புநிலைகளை விளக்க, இவை மூலம் உண்மையைக் கண்டறிய ஒரு தளம் இது" என்று முதல் தலையங்கத்தில் எழுதினார்.[25]

புனாவிலிருந்த பால கங்காதர திலகர் காங்கிரஸில் தீவிரவாதியாகச் செயல்பட்டவர். 1908இல், தேசதுரோகக் குற்றத்திற்காக, பர்மாவில் மண்டலே சிறையில் அடைக்கப் பட்டார். 1914ஆம் ஆண்டில் அவர் விடுவிக்கப்பட்டபின்

இந்திய அரசியல் செயல்பாடுகள் முன்னிருந்ததைவிட மிகுந்த சுறுசுறுப்பாக இயங்கத் தொடங்கின.

திலகர் சிறையிலிருந்து விடுதலையாகி வந்தபோது அன்னி பெசன்ட் லண்டனில் இருந்தார். அரசியலில் திலகரின் போட்டியாளரான மிதவாதி கோபால கிருஷ்ண கோகலேயும் அங்கேதான் இருந்தார். அயர்லாந்துப் பெண்ணான அன்னி பெசன்ட், இந்திய இந்து மத்தியதர வர்க்கத்தினரிடையே பெற்றிருந்த புகழைப்பற்றி கோகலே நன்கே அறிந்திருந்தார். இந்திய இளைஞர்களைத் தீவிரவாதத்திலிருந்து மீட்டு மிதவாதத்திற்கு ஈர்க்க அன்னி பெசன்ட் உதவ முடியும் என்று நினைத்தார். லண்டனில் 1914ஆம் ஆண்டு கோடைகாலத்தில் இவர்கள் இருவரும் அடிக்கடி சந்தித்துக்கொண்டார்கள். தான் மதராஸில் டிசம்பர் மாதம் நடக்கவிருக்கும் காங்கிரஸின் வருடாந்தரக் கூட்டத்திற்கு வரப்போவதாக பெசன்ட் இந்தியாவிற்குப் புறப்படும்போது திலகர் அவருக்கு ஒரு கடிதம் எழுதினார். “உங்களுடைய, என்னுடைய இந்தியாவின் நலனில் அக்கறை கொண்டவர்களை ஒன்று திரட்ட ஒரு செயல் திட்டம் வகுக்க வேண்டும்” என்று எழுதினார்.[26]

இந்தக் காலகட்டத்தில் அன்னி பெசன்டுக்கு வயது அறுபதுக்கு மேல் ஆகியிருந்தாலும் காங்கிரஸ் இயக்கத்தில் முழுவீச்சாக இறங்கத் தயாராக இருந்தார். நின்று போயிருந்த *மெட்ராஸ் ஸ்டேண்டர்ட்* (Madras Standard) என்ற நாளிதழின் பெயரை வாங்கி அதை “நாட்டில் ஒரு சக்தியாக உருவாக்குவேன்” என்றார். அந்த இதழின் கரிசனம் ஒரு ராஜதானியின் மீது மட்டுமல்ல; நாடு முழுவதும் என்பதை அடிக்கோடிட்டுக் காட்ட அந்த நாளிதழின் பெயரை *நியூ இண்டியா* (New India) என்று மாற்றினார். “கோபப்பட வேண்டாம். மதராஸில் நான் ஒரு நாளிதழை வாங்கியுள்ளேன். நமது வேலைக்கு அது தேவை. அது ஒரு சாதாரண இதழ்தான். ஆனால் அது வீரியமுள்ளதாக ஆகும். ஒரு நாளிதழுக்கு ஆசிரியராக இருப்பது உற்சாகமாக இருக்கிறது. மூன்றாந்தர விளம்பரங்களையெல்லாம் நீக்கிவிட்டேன். சீக்கிரமே அது நன்கு உருப்பெறும்” என்று இங்கிலாந்திலிருந்த ஒரு பிரம்மஞான சபை நண்பருக்கு அன்னி பெசன்ட் கடிதம் எழுதினார்.[28]

வங்காளத்து மிதவாதியான புபேந்திரநாத் பாசுவிற்கு செப்டம்பர் 1914இல் அன்னி பெசன்ட் ஒரு கடிதம் எழுதினார்: “காங்கிரஸிற்கு இளைஞர்களுடன் தொடர்பு விட்டுப்போயிருக்கிறது. ஆரம்ப காலத்தில் அது உருவாக்கிய உற்சாகம் இப்போது இல்லை.” இரண்டு மாதங்கள் கழித்து, இடது சாரியினரை மறுபடியும் காங்கிரஸிற்குள்

கொண்டுவரவேண்டும் என்று பாசுவிடம் சொன்னார். "இடதுசாரி நண்பர்களை உள்ளே வரவழைக்க வேண்டும். விவாதங்களில் அவர்கள் பங்கு கொள்ளலாம். திலகரும் பிரச்சினைகளைப் பேசித் தீர்க்கத் தயாராக உள்ளார். எல்லாத் தரப்பினரிடமும் உள்ள நல்லெண்ணத்துடன் நிச்சயம் ஒரு வழி கிடைக்கும்" என்று எழுதினார். "இந்த தேசியக் கட்சி ஒன்றுபட்டால் அது இந்தியாவிற்கு ஒரு மகத்தான நிகழ்வாக இருக்கும்" என்று தன் கடிதத்தை முடித்தார்.

V

1914ஆம் ஆண்டு ஐரோப்பாவில் உலகப் போர் மூண்டது. இந்தியாவில் அன்னி பெசன்ட் காங்கிரஸில் ஒரு உறுப்பினர் என்ற அளவில் மட்டுமல்லாமல் தன் பொறுப்பு அதிகமாயிருப்பதை உணர்ந்தார். கட்சிக்குள் இருக்கும் விரிசல்களை நீக்கி, ஒன்றிணைத்து அதன் கொள்கைகளை முன்னெடுத்து முழு இந்தியாவின் அனைத்து இந்தியர்களின் பிரதிநிதிபோலச் செயல்படத் தீர்மானித்திருந்தார்.

நவம்பர் 1914இல் அன்னி பெசன்ட், தீவிரவாதிகளுக்கும் மிதவாதிகளுக்கும் உள்ள பிளவை அகற்ற வேண்டிய நேரம் வந்து விட்டது என்று கோகலேவுக்குக் கடிதம் எழுதினார். "போர் முடிந்தவுடன் ஏற்படப்போகும் மாற்றங்களை எதிர்கொள்ள நாம் ஒரு ஒன்றிணைந்த இந்தியாவை உருவாக்க வேண்டும்" என்று எழுதினார். இதற்கு முன் எதற்கும் செவிசாய்க்காத திலகர் இப்பொழுது முழு சுதந்திரம் அல்லாமல், பிரித்தானிய சாம்ராஜ்யத்திற்குள் சுயாட்சி கேட்கத் தயாராக இருப்பதாக அன்னி பெசன்ட் கூறினார். டிசம்பர் மாதம் அவர் மறுபடியும் ஒரு கடிதம் எழுதி, திலகரை சந்தித்துப் பேசத் தான் புனாவிற்கு வருவதாக எழுதினார். "திலகருடன் பேசி அவரைச் சம்மதிக்க வைப்பது அவசியம் . இந்த ஒன்றிணைப்பு முயற்சி தோல்வியில் முடிந்தால், அதற்கு மூலகாரணம் திலகர்தான் என்று மக்கள் அறிய வேண்டும்" என்றார்.

தனது போட்டியாளருக்கு நேசக்கரம் நீட்ட கோகலே தயங்குவார் என்பதை உணர்ந்தார் அம்மையார். "திலகரைப் பற்றிப் பேசும்போது ஒன்றை மறந்துவிடாதீர்கள். நான் அரசியலில் என் வாழ்நாள் முழுவதும் ஊறிப்போயிருக்கிறேன். சார்லஸ் பிராட்லோவுடன் நெருக்கமாக வேலை செய்திருக்கிறேன். நான் அவரைச் (திலகரைச்) சந்திப்பதை அவர் தனக்குச் சாதகமாகப் பயன்படுத்திக்கொள்ள விட மாட்டேன்" என்று எழுதினார்.

ஆனால் கோகலேவுக்குத் திலகர்மீது நம்பிக்கை இல்லை. "இவருக்குக் கதவைத் திறந்து வைத்தால், அவர் 1906இலும்

1907இலும் காங்கிரஸில் தனது வழியைப் புகுத்த முயற்சி செய்ததுபோல மறுபடியும் செயல்படுவார்" என்று எழுதினார். திலகருடைய சிந்தனையில் காலனிய ஆட்சியை வன்முறையில் எதிர்கொள்வதும் அடங்கியிருந்தது. "ஒற்றுமை, ஒப்புரவாக்குதல் என்ற பெயர்களில் முந்தைய போராட்டங்களிலிருந்து எதையும் கற்றுக்கொள்ளாத இவர்களுக்கு நாம் ஒரு வாய்ப்பை மறுமுறை அளித்தால் நமது கொள்கைகளுக்குத் துரோகம் செய்பவர்களாக ஆவோம்" என்று கோகலே கடிதம் எழுதினார்.[31]

அன்னி பெசன்ட் புனாவிற்கு வந்து திலகரைச் சந்தித்தார். கோகலே எச்சரித்தபடியே பேச்சுவார்த்தை தோல்வியில் முடிந்தது. மதராஸிலிருந்து தன்னைச் சந்திக்க பெசன்ட் பயணித்து வந்ததை ஒரு பலவீனமாகவே திலகர் பார்த்தார். காங்கிரஸ் தனது கட்டுப்பாட்டில் வந்தால் மட்டுமே தான் அந்தக் கட்சியில் சேர முடியும் என்று திட்டவட்டமாகக் கூறிவிட்டார்:

> நாங்கள் வெறும் பொம்மைகளாக காங்கிரஸில் சேர்ந்து அங்கு வந்து மிதவாதிகளின் முகங்களைப் பார்த்துக்கொண்டு, அவர்கள் உரைகளைக் கைதட்டி வரவேற்றுக்கொண்டிருக்க விரும்பவில்லை. நாங்கள் காங்கிரஸில் சேர வேண்டு மென்றால், அங்குள்ள பெரும்பான்மையோரை – முடிந்தால் – எங்கள் பக்கம் வரவழைக்க முயற்சிப்போம்.[32]

அன்னி பெசன்ட், சண்டையிட்டுக் கொள்ளும் குழந்தை களை சாந்தப்படுத்த ஒரு தாயைப்போல காங்கிரஸுக்குள் நுழைந்தார். மற்றவர்கள் இதில் தோல்வியுற்றிருந்தாலும் தன்னால் இதைச் செய்ய முடியும் என்று அவர் நம்பினார். அது அவ்வளவு எளிதான காரியம் அல்ல என்று கோகலே அவரை எச்சரித்தார். ஜனவரி 1915இல் அவர் அம்மையாருக்கு ஒரு கடிதம் எழுதினார்:

> நான் உங்களுக்குத் திலகரைப் பற்றி, மிகுந்த தயக்கத்தினூடே, அடிக்கடி எழுதியிருக்கிறேன். ஆனால் இன்று நீங்கள் காங்கிரஸினுள் வந்துவிட்டதால் சில காரியங்கள்பற்றித் தெரிந்துகொள்ள வேண்டும். முன்னொரு நாள் நான் உங்களிடம் நேரில் சொன்ன மாதிரி திலகருக்கு எதிராக நான் பேச விரும்பவில்லை. சொல்லப்போனால் எனக்கு விருப்ப மில்லாமல் சில நிலைப்பாடுகளை எடுக்க வேண்டியுள்ளது. ஆனால் கடந்த 30 ஆண்டு அனுபவத்தில் நான் கற்றுக்கொண்டது, திலகரை அணுகும்போது இரக்கத்தைவிட எச்சரிக்கையையே நாம் கை கொள்ள வேண்டும்.[33]

அப்போது அன்னி பெசன்டைவிடப் பத்து வயது இளையவராக இருந்தாலும், கோகலேயின் உடல் நலம்

குன்றியிருந்தது. காங்கிரஸில் இருந்த உட்பூசல் அவரை மிகவும் பாதித்திருந்தது. இதைக் கவனித்த அம்மையார் எழுதினார்:

"நீங்கள் உங்கள் உடலை நன்றாகப் பேணிக்கொள்ள வேண்டும். திலகர் காங்கிரஸில் இருக்கிறாரா இல்லையா என்பதைவிட, உங்கள் உயிர் ஆயிரம் மடங்கு மதிப்புள்ளது"[34] அம்மையாரின் அன்பு இதில் வெளிப்பட்டது. ஆனால் இந்த எச்சரிக்கை காலம் தாழ்ந்தே வந்தது. பிப்ரவரி இரண்டாம் வாரம் 1915ஆம் ஆண்டு கோகலே பெருஞ்சோர்வுற்று மாரடைப்பால் காலமானார். உருவாகிக்கொண்டிருந்த தன் நாட்டிற்காக உயிரையே கொடுத்தார்.

VI

கோகலேயின் மரணம் தேசிய இயக்கத்தில் இன்னும் ஈடுபாட்டுடன் இயங்க அன்னி பெசன்டை உந்தியது. 1915ஆம் ஆண்டு ஏப்ரல் முதல் வாரம், ஐக்கிய மாகாணத்தில் (United Province) ஒரு மாநாட்டைத் திறந்துவைத்து, இந்தியாவை "நமது தாய்நாடு" என்று குறிப்பிட்டார். "சுதந்திர இந்தியா, சுயாட்சியுடைய, மற்ற டொமினியன்களான கனடா, ஆஸ்திரேலியா போலிருக்க வேண்டும். அதன் நிலப்பரப்பையும் கலாச்சாரத் தொன்மையையும் கணக்கில் எடுத்துக்கொண்டால், ஒரு சாம்ராஜ்யத்தின் மையமாக இந்தியா இருக்க வேண்டும்" என்றார். பின்னர் அந்த மாகாணத்தில் ஒரு உறுத்தலான இந்து – முஸ்லிம் உறவைப் பற்றிப் பேசினார். "இம்மாதிரியான பூசல் சுயாட்சி தோன்றுவதற்கு இடையூறாக இருக்கும். இருசாராரும் பழைய ரணங்களை மறந்து, மன்னிப்பு அளித்து, புதிய காயங்களை உண்டாக்காமல் காக்க வேண்டும்' என்றார் அம்மையார். அந்த உரையை முடிக்கையில் தனது 'இந்திய தேசப் பற்றை' மறுபடியும் உறுதி செய்தார்:

இந்தியாவிற்கு ஊழியம் செய்வது எனது ஒரு அபிலாஷை. இந்நாட்டிற்குச் சேவை செய்வது நீங்கள் எனக்கு அளிக்கும் ஒரு பெரும் பேறு. என் இளம் வயதில் துளிர்விட்ட இந்த ஆர்வத்தால் நான் இங்கிலாந்தின் அரசியல் வாழ்வில் இந்தியாவிற்காகப் பரிந்து பேசினேன். பிரம்மஞான சித்தாந்தத்தின் மூலமாக இந்து சமயத்தை வாழும் ஆன்மிகமாகவும் மதமாகவும் கண்டறிந்தேன். கடந்த இருபத்திரண்டு ஆண்டுகளாக இந்தியாவின் புகழுக்காகவும் தனியுரிமைக்காகவும் என்னை அர்ப்பணித்துக்கொண்டேன். இது உலக முன்னேற்றத்திற்கே வழிவகுக்கும். கோகலே அண்மையில் எனக்கு எழுதிய ஒரு கடிதத்தில், இந்தியா

"என்னுடையது போலவே, மற்ற எந்த ஒரு இந்தியருடையது போலவே, உன்னுடைய தாய்நாடும்தான்" என்று எழுதினார்.³⁵

தான் சுவீகரித்துக்கொண்ட நாட்டிற்குத் தான் செய்யக்கூடிய சேவையை அன்னி பெசன்ட் இரண்டு வகையாக உணர்ந்தார்: காங்கிரஸை உள்ளிருந்து ஒருமைப்படுத்துவது; பின் உலகிற்கு அதன் கோரிக்கையை முன்வைப்பது. அவருக்குப் பிரித்தானிய அரசியலில் நல்ல பரிச்சயம் இருந்ததால், அந்நாட்டினருக்கு இந்தியாவின் சுதந்திரக் கோரிக்கை பற்றிய நியாயத்தைத் தன்னால் உணர்த்த முடியுமென்று நம்பினார். 1915ஆம் ஆண்டு கோடை காலத்தில் காங்கிரஸின் கோரிக்கைகளைப் பிரித்தானிய மக்களின் முன் வைக்க சில செல்வந்தர்களின் உதவியை நாடினார். போர் முடிந்த பின் அவர் இந்தக் கொடையாளிகளுக்குச் சொன்னார்: "ஒவ்வொரு காலனியும் தனது உரிமைகளைப் பிரித்தானிய பார்லிமென்டில் கோரும். இந்தியாவும் அதுபோல் செய்ய வேண்டும். ஆனால் இங்கிலாந்தில் படித்த கூட்டம் இந்தியாவின் மக்களாட்சி இந்தியாவின் உரிமை என்பதை அறிந்திருக்க வேண்டும். இல்லையென்றால் இந்தியா பிரிட்டனைச் சார்ந்தே இருக்க வேண்டும்."³⁶

செப்டம்பர் 1915இல் இந்தியாவில் ஹோம் ரூல் (சுயாட்சி) லீக் (Home Rule League) நிறுவப்பட வேண்டும் என்றார். அவரது சொந்த நாடான அயர்லாந்தில் அப்போது 'சுயாட்சி' கோரிக்கை எழுந்திருந்தது. அதை இந்தியாவிலும் எழுப்பினார். இந்தியா தனது "வீட்டின் தலைவி"யாக இருக்க வேண்டும் என்றார். பிரிட்டிஷ் சாம்ராஜ்யத்திற்குள் அது ஒரு சுதந்திர நாடாக இருக்க வேண்டும் என்றார். அவர் கூறினார்:

ஒவ்வொரு கிராமத்திலும், நகரத்திலும் இந்தியத் தலைவர்கள் கூட்டங்கள் போட்டு, மக்களுக்கு நிலைமையை விளக்கி இந்தியாவிற்கு சுயாட்சி கேட்கச் சொல்வார்களா? கட்டுப்பாடற்ற தன்மையை விரும்பும் பிரித்தானியரிடம் இதைக் கேட்கச் சொல்வார்களா? இந்திய நாளிதழ்கள் இதைப் பற்றி விடாமல் எழுதி, இந்தியச் சமுதாயம் முழுமையும் சுயாட்சிக் கோரிக்கையை முன் வைக்கச் செய்வார்களா?³⁷

அம்மையார் நாடு முழுதும் பம்பாய், அலகாபாத், கல்கத்தா போன்ற நகரங்களுக்குப் பயணித்து தனது ஹோம் ரூல் கருத்தாக்கத்தைப் பரப்பினார்.

அவர் கல்கத்தாவில் பேசியது பற்றிய ஒரு செய்திக் குறிப்பு சொன்னது:

"கடந்த அக்டோபர் 6இல் ஸ்டார் தியேட்டரில் நடந்த திரளான கூட்டத்தில் அன்னி பெசன்ட் தனது ஹோம் ரூல் லீக் பற்றி விளக்கினார். ஒன்றரை மணிநேரம் உரை கேட்க வந்தவர்களைத் தன் சொல்வன்மையால் கட்டிப்போட்டது மாதிரி ஈர்த்துப் பேசினார், சுயாட்சிக்காக வாதாடும் இப்படிப்பட்ட நாவன்மையுடைய பேச்சாளர் இந்தியாவிற்குக் கிடைத்தது நல்ல கொடுப்பினை."

இந்தக் குறிப்பு இந்தியர்களால் இந்தியர்களுக்காக நடத்தப்பட்ட தி பெங்காலி என்ற நாளிதழில் வெளிவந்தது. ஆனால் ஆட்சியாளர்களுக்கு அம்மையாரின் செயல்பாடுகள் பிடிக்கவில்லை. அதிலும் மதராஸ் மாகாணத்து அதிகாரிகளுக்கு இது அறவே பிடிக்கவில்லை. அங்குதானே அன்னி பெசன்டின் நடவடிக்கை அதிகமாக இருந்தது. 1915ஆம் ஆண்டு அக்டோபர் 8ஆம் தேதி, மதராஸில் குழப்பத்தை உணடாக்கும் இவரை இங்கிலாந்திற்குத் திருப்பி அனுப்புமாறு இந்திய அரசிற்கு அரசின் முதன்மைச் செயலர் ஒரு நீண்ட கடிதம் எழுதினார். "அன்னி பெசன்டுக்கு எதிரிகள் இருந்தாலும் பல முக்கியமான பிரமுகர்கள் அவருடைய அரசியல், சமயம் சார்ந்த கருத்துக் களுக்கு ஆதரவளிக்கின்றனர். மனப்பக்குவமற்ற பல இளைஞர்களும் இவரது கருத்துக்களால் ஈர்க்கப்படுகின்றனர்."

அம்மையார் பிரம்மஞான சபைக் கிளைகளைத் திறந்து வைத்துக்கொண்டும், கல்விச்சாலைகளை நடத்திக்கொண்டும், மத்திய இந்துக் கல்லூரியை நிறுவிக்கொண்டும் இருக்கும் வரையில் காலனி அரசிற்குப் பிரச்சினை ஏதும் இல்லை. ஆனால் அவர் ஹோம் ரூல் இயக்கம் ஆரம்பித்த பின் நிலைமை மாறிவிட்டது. " பொது அமைதிக்கும் பாதுகாப்பிற்கும் இந்த இயக்கம் ஆபத்து" என்று மதராஸ் மாகாண அரசு உறுதியுடன் கூறியது. "பின் விளைவுகளைக் கருத்தில் கொள்ளாத அன்னி பெசன்டின் இந்தப் போராட்டம் ஆபத்தானது."

"மேடைகளிலும் பத்திரிகைகளிலும் அவரது நடவடிக்கை களைக் கண்காணித்துக்கொண்டிருப்பதைவிட, இந்தியப் பாதுகாப்புச் சட்டத்தின் (Defence of India Rules) கீழ் அவரை இங்கு தங்கவிடாமல் தடுப்பதே உசிதம்" என்று மதராஸ் மாகாண ஆளுநர் கூறினார்.

மதராஸ் ஆளுநரின் கருத்து டில்லியில் வைஸ்ராயின் செயற்குழுக் கூட்டத்தில் விவாதிக்கப்பட்டது. ஒரு பிரிட்டீஷ் உறுப்பினர் ஆளுநரின் நிலைப்பாட்டுடன் ஒத்துப்போனார். "அன்னி பெசன்ட்டை இந்தியாவை விட்டு வெளியேற்றினால் அவர் தனது வேலையைத் தொடர்ந்து செய்துகொண்டுதான்

இருப்பார். இங்கிலாந்திலும் அமெரிக்காவிலும் வெளியாகும் பத்திரிகைகளில் எழுதுவார். நமக்கு இங்கு இந்தியாவில் அவர் தொந்தரவு இருக்காது. அவர் வேறு நாட்டிலிருந்து எழுதினால் அவரது எழுத்தின் தாக்கம் இங்கு குறைவாகத்தான் இருக்கும்" என்றார். இன்னொரு ஆங்கிலேய உறுப்பினர் வேறு நிலைப்பாடு எடுத்தார். "அவரை இங்கிருந்து அனுப்பினால், ரத்த சாட்சியின் ஒளிவட்டத்துடன் போய்ச் சேர்வார். பின்னர் அங்கு அவர் பேச்சு இன்னும் உக்கிரமாக இருக்கும்" என்றார். மூன்றாவது உறுப்பினர் ஒருவர் கோப்பில் இவ்வாறு பதிவு செய்தார்: "அம்மையாரின் ஹோம் ரூல் லீக் என்பது காட்டுமிராண்டித்தனமானது. முட்டாள்த்தனமானது. இந்திய தேசிய காங்கிரஸ்கூட அந்தக் கருத்தாக்கத்தை ஏற்றுக்கொள்ளுமா என்பது சந்தேகம். இந்திய அரசியல்வாதிகள் ஒரு வயோதிக ஐரோப்பிய மாதுவின் பிடிக்குள் இருக்க விரும்பமாட்டார்கள். அவருடைய கருத்துக்கள் மாறி மாறி வருவதை அவர்கள் அறிவார்கள். அவரை நாடு கடத்தத் தேவையில்லை. தனது மேடைப்பேச்சுகளிலும் கட்டுரைகளிலும் கட்டுப்பாட்டைக் கடைப்பிடிக்க வேண்டும் என்று முறையான எச்சரிக்கை கொடுக்கலாம். இல்லையேல் சி பி சி 108 பிரிவின் படியும் இந்தியப் பத்திரிகை சட்டத்தின்படியும் நடவடிக்கை எடுக்கப்படும் என்று அவருக்குச் சொல்ல வேண்டும்" என்று எழுதிவைத்தார்.

செயற்குழுவின் இந்திய உறுப்பினராக சி. சங்கரன் நாயர் இது பற்றி நீளமாக, சுவாரஸ்யமாகப் பதிவு செய்தார்:

> பெரிய ஆன்மிக ஆசான் என்று காட்டிக்கொண்ட அவரை இந்திய அரசு ஒரு உயர்ந்த பீடத்தில் வைத்துப் போற்றியது. சக்ரவர்த்தியும் அரசியும் அவரது கல்லூரிக்குச் சென்றனர். இதன் தாக்கம் பெரிதாக இருந்தது. நாட்டின் இன்றைய சூழலில் அவருக்கு எதிராக நடவடிக்கை எதையும் எடுத்து உணர்ச்சிகளைக் கிளறிவிடக் கூடாது என்று நான் நினைக்கிறேன். அவர் பேச்சுக்களிலிருந்து இது பொய்யானது, இது மனவருத்தம் உண்டாக்கக்கூடியது என்று எதையும் என்னால் சுட்டிக்காட்ட இயலவில்லை.

இப்படியான பல்வேறு கருத்துக்களை தாங்கிய கோப்பில் அன்றைய வைஸ்ராய் ஹார்டிங் பிரபு ஒரேயொரு வாக்கியம் கொண்ட ஆணையைப் பதிவு செய்தார். "இப்போது அன்னி பெசன்ட் மீது எந்த நடவடிக்கையும் வேண்டாம்."[38]

VII

தன்னை நாடு கடத்த வேண்டுமென்று உயர்மட்டப் பேச்சு நடந்தது என்பது அன்னி பெசன்ட்டுக்குத் தெரியாது. இந்த

விவாதம் நடந்துகொண்டிருந்தபோது *இந்தியா விடுதலைக்குப் போராடியது எப்படி* (How India wrought for Freedom) என்ற 700 பக்க நூலை வெளியிட முயன்றுகொண்டிருந்தார். இந்திய தேசிய காங்கிரஸின் வருடாந்தரக் கூட்டங்களின் அடிப்படையில் எழுதப்பட்ட இந்த நூலில் இந்த இயக்கத்தில் தனது பங்கை அவர் விளக்கியிருந்தார். இந்த நூலின் முகப்பில்

அர்ப்பணிப்பு
பயபக்தியுடன்

தாய்நாட்டிற்கும்
அவளது சீரிய புதல்வனான

தாதாபாய் நெளரோஜிக்கும்
அவளது ஊழியர்
அன்னி பெசன்ட்

என்றிருந்தது.

தாதாபாய் நெளரோஜியை இங்கு குறிப்பிடுவதில் ஒரு நோக்கம் இருந்தது. தொண்ணூறு வயதான நெளரோஜி தனது தாய்நாட்டில் பொதுச் சேவையில் பல்லாண்டு இயங்கியிருக்கிறார். மூன்று முறை காங்கிரஸ் தலைவராகவும், இந்தியாவின் முதல் பிரிட்டிஷ் பார்லிமென்டின் உறுப்பினராகவும் பணி செய்திருக்கிறார். சமூக சேவையில் தீவிர ஈடுபாடு கொண்ட இவர் பல சீரிய ஆய்வு நூல்களையும் எழுதியுள்ளார். பொது வாழ்வில் இவருக்கு அப்பழுக்கற்ற புகழ் இருந்தது.[39] தன்னை ஒரு மிதவாதி என்று அவர் சொல்லிக்கொண்டாலும் எந்தத் தீவிரவாதியும் அவரை விமர்சிக்கத் துணியவில்லை. காங்கிரஸின் வரலாற்றை எழுதி, அதை நெளவ்ரோஜிக்கு அர்ப்பணித்ததால் அன்னி பெசன்ட் தனது தீவிரவாதி போட்டியாளர்களுக்கு "நான் இங்கேதான் இருக்கப்போகிறேன்" என்று தெரிவித்தார்.

இந்தியா தனது விடுதலைக்குப் போராடியது எப்படி? நூலில் 27 இயல்கள். அதாவது ஒவ்வொரு காங்கிரஸ் மாநாட்டிற்கும் ஒரு இயல். இதில் 50 பக்க 'வரலாற்று முன்னுரை'யில் அன்னி பெசன்ட் இந்தியாவிற்கு சுயாட்சி ஏன் தேவை என்பதுபற்றி எழுதியிருந்தார். அதில் இந்திய நாகரிகத்தின் தொன்மையைப் பற்றியும் பேசியிருந்தார். மேற்கத்திய நாடுகளைவிட இந்தியா ஒரு தேசமாகத் திகழ்வதற்குத் தகுதியானது என்று வாதிட்டார்." *ராமாயணம், மகாபாரதம்* போன்ற காவியங்கள் இன்றும் இந்தியர்களின் இதயங்களிலும், சமயச் சடங்குகளிலும் வரலாற்றுத் தொடர்ச்சியாக வாழ்கின்றன என்றார். இந்த இலக்கியங்களிலும் அவற்றில் பொதிந்துள்ள கடந்த காலத்திலும்தான் இந்திய தேசியத்தின் அடித்தளம் இருக்கிறது" என்றார்.

“இந்தியா ஒரு தொடர்ச்சி, அதன் ஆரியப் பண்பாடு தொடர்ந்து, முறியாமல் வந்த ஒன்று” என்றார். பேரரசுகள் எழுந்தபோதும் வீழ்ந்தபோதும் இந்தத் தொடர்ச்சியும் ஒருமைப்பாடும் நிலைத்திருந்தன” என்று எழுதினார். மொகலாயப் படையெடுப்புகூட இதை அசைக்கவோ அழிக்கவோ இல்லை. வேற்று மதம் வந்தது “ஒரு தொந்தரவாக மட்டும் அல்ல: இருபுறமும் தீய உணர்வுகளை உருவாக்கியது”. அதே சமயம் இந்தப் புதிய ஆட்சியாளர்கள் ஒரு தேசத்தை உருவாக்க அரிய அம்சங்களைக் கொண்டுவந்து இந்த தேசியத்திற்கு மெருகேற்றினார்கள்.” ஆனால் பிரித்தானியர்கள் இவ்வாறிருக்கவில்லை. இந்த நாட்டில் ஒன்று கலக்காமல் அவர்கள் வந்த இடத்திற்கே திரும்பிப் போய் விட்டார்கள்.

ஆங்கிலேயர் ஆட்சியில் இன்னொரு வித்தியாசம் இருந்தது. முதல் முறையாக இந்தியா முழுமையாக ஒரு அந்நிய நாட்டு ஆட்சியின் கீழ் வந்தது. மொகலாயர் ஆட்சியில் பல முக்கியமான பதவிகள் இந்துக்களுக்கென ஒதுக்கி வைக்கப்பட்டிருந்தன. ஆனால் அது தொடரப்படவில்லை. “இந்திய மக்களை ஒரு குமாஸ்தா இனத்தை உருவாக்கும் நோக்கம் பிரித்தானியர்களுக்கு இருந்ததாகப்பட்டது என்று நக்கலாக அன்னி பெசன்ட் பதிவு செய்தார். முழு அதிகாரங்களையும், எல்லா முடிவுகளை எடுக்கும் உரிமைகளையும் இந்த ஐரோப்பிய காலனியாதிக்கத்தார் தங்கள் கைகளுக்குள் வைத்துக்கொண்டதால் ஆளப்பட்டவர்கள் பரிதாபமாக அவர்களைச் சார்ந்திருந்தார்கள்.” நிலைமை இப்படி இருப்பதால் “இந்தியர்கள் எதற்கும் தயங்குகிறார்கள்; எடுத்துக்கொள்ள வேண்டிய சமயம் அடிபணிகிறார்கள்; எதிர்க்க வேண்டிய தருணத்தில் விட்டுக்கொடுத்து விடுகிறார்கள். தன்னம்பிக்கையற்றவர்களாகிறார்கள். வெற்றியைக் கையிலெடுக்க முடியாதவர்களாயிருக்கிறார்கள், “இன்றைய நிலைமையில் இந்திய இனத்தின் வளர்ச்சியைக் குன்றியதாக்கி, அவர்களைக் குள்ளர்களாக்குவது நடந்துகொண்டிருக்கிறது” என்று கோகலே ஒருமுறை சொன்னதை அம்மையார் சுட்டிக்காட்டினார். “முந்தைய காலத்தில் புகழ் பெற்றிருந்த கம்பீரமான இந்திய இனத்திற்கு, பிரித்தானியர் இழைத்த ஆழமான, தீங்கான தவறு இது. இந்தியர்கள் தங்களது பழைய மனத்திண்மையையும், உறுதியையும் உற்சாகத்தையும் மீட்டெடுக்க வேண்டும். இல்லையென்றால் அவர்களுக்கு எதிர்காலம் இல்லை. ஆனால் இன்று அந்தத் தொன்மையான உணர்வு மறுபடியும் தோன்றுவதை எல்லாப் பக்கங்களிலும் காண முடிகிறது. அங்குதான் நம் நம்பிக்கை இருக்கிறது” என்றார் அன்னி பெசன்ட்.

தனது நூலுக்கான "வரலாற்றுப்புகழ் பெற்ற" முன்னுரையை காலனி ஆட்சியின் வரவு – செலவுக் கணக்குடன் முடித்தார். இழைக்கப்பட்ட தீங்குகளே அதில் அதிகமாக இடம் பெற்றிருந்தன. பிரித்தானியர்கள் இந்தியாவைப் பிடித்த பின், உள்நாட்டுக் கைவினைகளும் தொழில்களும் அழிக்கப்பட்டு, வெளிநாட்டிலிருந்து மலிவான பொருட்களை இறக்குமதி செய்ய வழி வகுக்கப்பட்டது. ஆட்சியாளர்கள் நீர்ப்பாசனத்தைக் கவனிக்கவில்லை. அதனால் உணவுத் தட்டுப்பாடு ஏற்பட்டது. கல்வியையும் புறக்கணித்தார்கள். அன்று இந்தியாவில் 3% மக்களே எழுத்தறிவு பெற்றவர்கள். அதே சமயம் ஜப்பானில் 40 ஆண்டுகளில் எல்லா மக்களுக்கும் எழுத்தறிவு தந்தார்கள் அந்த நாட்டு ஆட்சியாளர்கள். பிரிட்டீஷ் ஆட்சியில் செலவு மிகுதி. காலனிய ஆட்சியாளர்களுக்கு அதிகச் சம்பளமும் ஓய்வூதியமும் அரசிற்குப் பெரும் பணச்சுமையாக இருந்தது. இதனால் இந்தியாவிலிருந்து செல்வம் வெளியே சென்றது.

"ஆங்கிலேயரின் மேலாதிக்கம் இந்தியர்களுக்கு அசதி ஊட்டியது. இந்தச் சட்டங்களை உதறிவிட்டுத் தன்னாட்சியடைய மக்கள் உறுதி பூண்டுவிட்டனர்" என்றார் அம்மையார்.[40]

இந்த நூல் வெளிவந்த பின் தன்னாட்சிக்காக ஒரு குழுமத்தை நிறுவ, ஒரு மாநாட்டைத் திரட்ட அம்மையார் வேலை செய்ய ஆரம்பித்தார். முதன்மைப் புரவலராக இருக்க வேண்டி தாதாபாய் நௌரோஜியை அணுகினார். சிறிது தயக்கத்திற்குப் பின் அவர் ஒப்புக்கொண்டார். டிசம்பர் கடைசி வாரம் பம்பாயில் மாநாட்டை நடத்துவது எனத் திட்டமிடப்பட்டது. நாட்டின் வெவ்வேறு இடங்களில் வசிக்கும் ஆங்கிலம் பேசும் பல நடுத்தர வர்க்க ஆட்களுக்கு அம்மையார் அழைப்புக் கடிதம் எழுதினார். (இந்தக் காலகட்டத்தில் அரசியலில் இயங்கிக்கொண்டிருந்த மிகச் சில பெண்களில் ஒருவரான சரோஜினி நாயுடுவிற்குக் கடிதம் அனுப்பவில்லை.)

அழைக்கப்பட்டவர்களில் பெரும்பாலானோர் வர ஒப்புக்கொண்டார்கள். சிலர் வேறுபட்ட நிலைப்பாடு எடுத்தனர். பம்பாயிலிருந்து காசாமல்லி ஜெய்ராஸ்பாய் இவ்வாறு எழுதினார்: "உங்களுடைய முன்னெடுப்பு உரிய காலத்திற்கு முற்பட்டது. இதற்கு இந்தச் சமயம் சரியானதல்ல." காங்கிரஸும் முஸ்லிம் லீகும் மக்களைப் பிரதிநிதிப்படுத்தும் அமைப்புகளாக இருக்கின்றன. இப்போது நடக்கும் போர் முடிந்த பின், ஆட்சியில் எல்லாத் தளங்களிலும் இந்தியர்களுக்கு மேலும் இடங்கள் அளிப்பதாக பிரிட்டீஷ் அரசு உறுதியளித்திருக்கிறது. பிரிட்டீஷார் இப்போது இந்தப் போரில் தீவிரமாக ஈடுபட்டுள்ளதால் உங்கள் முடிவு

காலம் தவறியது. அம்மையாரின் செயல்பாடுகள் பிரிட்டீஷாரால் தவறாகப் புரிந்துகொள்ளப்படலாம் என்று ஜெய்ராஸ்பாய் கருதினார். அரசியல் திட்டத்திற்காக எடுத்துக்கொள்ளப்படும் முயற்சியில் தொய்வு ஏற்படலாம். பேரரசு ஆபத்திலிருக்கும்போது ஒரு ஆங்கிலேயப் பெண்மணியான நீங்கள் அவர்கள் போரில் கவனத்தைச் செலுத்திக்கொண்டிருக்கும்போது பிரிட்டீஷ் தலைவர்களுக்கு எந்த விதமான தொந்தரவையும் இப்போது கொடுக்கக் கூடாது என்று கூறினார்.

1915ஆம் ஆண்டு கிறிஸ்மஸ் அன்று பம்பாயிலுள்ள சீனா பாக் என்ற இடத்தில் அன்னி பெசன்டின் "சுயாட்சிக்கான குழுமம் நிறுவும் மாநாடு" நடந்தேறியது. நிறுவனத்தின் வடிவம், உறுப்பினராகத் தகுதி, பதவி வகிக்கக்கூடியவர்கள் போன்ற விவரங்கள் விவாதிக்கப்பட்டன. பிரிட்டிஷாரின் அச்சத்தைப் போக்குவதற்கு, இந்த "இந்தியா, பிரிட்டன் ஆகிய இரு நாடுகளின் நன்மைக்கும் பாதுகாப்பிற்கும்தான் சுயாட்சிக்கான அமைப்பு உருவாக்கப்படுகிறது" என்று சொல்லப்பட்டது. இந்தக் கூட்டத்திற்குப் பிரபல வழக்குரைஞர்கள் எம்.ஏ. ஜின்னா, எம்.ஆர். ஜெயகர், சுனிலால் மேத்தா, சச்சிதானந்த சின்ஹா இவர்களுடன் பார்சி கோடீஸ்வரர் ஜே.பி. பெடிட் முதலானோர் வந்தார்கள்.[42]

அதே வாரம், நூறு மைல்களுக்கு அப்பால், புனாவில் பால கங்காதர திலகர் கூட்டிய ஒரு போட்டி மாநாடு நடந்தது. அதன் நோக்கமும் ஒரு ஹோம் ரூல் லீக் உருவாக்குவதுதான். இது அன்னி பெசன்ட் முயற்சியிலிருந்து எவ்வாறு வேறுபட்டது என்று விளக்கப்படவில்லை. ஆனால் ஒன்று மட்டும் தெளிவாயிருந்தது. அன்னி பெசன்டின் அமைப்பைவிட வேறுபட்டும் தனித்துவத்துடனும் தனது அமைப்பு இருக்க வேண்டும் என்று திலகர் விரும்பினார்.

VIII

1893இல் அன்னி பெசன்ட் இந்தியாவிற்கு வந்த ஆண்டில்தான், அவரது சுயசரிதையும் வெளிவந்தது. பதினைந்து ஆண்டுகள் ஆனபின், 1908இல் அந்நூலின் மூன்றாவது பதிப்பு வெளிவந்தது. இந்நூலின் அறிமுக முன்னுரையில் இந்தியாவில் தன் பணியை இரு வகைகளாக விவரித்தார் "முதலாவது தொன்மையான சமயங்களை மீட்டெடுத்து பலப்படுத்துவது இந்தியாவில் இந்து சமயம், பார்சிய மதம்; இலங்கை, பர்மாவில் பௌத்தம்", இரண்டாவதாக, கல்வி. மேலை நாட்டுக்கல்வி முறைகளைக் கீழைத்தேச அறத்துடன் இணைக்க வேண்டும். கல்வி

நிறுவனங்களை, அரசோ அல்லது கிறிஸ்தவப் பணியாளர்களோ நடத்தாமல் இந்தியர்கள் வசம் கொண்டு வரவேண்டும்." இதில் கவனிக்க வேண்டியது என்னவென்றால் இதை அவர் சொன்னது 1908இல் என்றாலும் அரசியல் பற்றி ஒன்றும் சொல்லவில்லை. அப்போது அவர் பிரிட்டீஷ் அரசுக்கு எதிராகவோ, இந்திய சுயாட்சிக்கு ஆதாரவாகவோ எதுவும் பேசவில்லை.[43]

அன்னி பெசன்ட் தனது சுயசரிதைக்குத் தொடர்ச்சியாக எதுவும் எழுதவில்லை. இந்தியாவில் இருபது ஆண்டுகள் இருந்த பிறகு அரசியலுக்கு ஏன் வந்தார் என்று அவர் எங்கும் விளக்கவில்லை. ஆன்மீகத்திலிருந்தும் செயற்பாட்டிலிருந்தும் அரசியலுக்கு வந்ததற்கு எந்த ஒரு சிறப்புக் காரணத்தையும், எந்த ஒரு இயக்கத்தையும் சுட்டிக்காட்ட முடியாது. பல நிகழ்வுகளும் தாக்கங்களும் அவரை அரசியலுக்குள் கொண்டு வந்தன. இந்தியாவிலிருந்த பிரிட்டீஷ் அதிகாரிகளின் இனவாதப் போக்கை அவர் அறிந்திருந்தார்; கோகலே உள்ளிட்ட மிதவாதிகளின் நடவடிக்கைகளைப் போற்றினார். அதே சமயம் அவரது சொந்த நாடான அயர்லாந்தில் ஹோம் ரூல் இயக்கம் இயங்கிக்கொண்டிருந்தது. நாட்டு நடப்புகளில் அவருக்கு அலுப்பு ஏற்பட்டதும் அவர் அலுத்துப் போனதும் ஒரு காரணமாக இருக்கலாம். கல்வித் திட்டங்கள், பிரம்மஞான சபையின் அலுவல்கள், கூட்டங்கள், முக்கியமானவையாக இருந்தாலும், அவருக்கு மேடைப் பிரசங்கங்களும் அரசியல் இயக்கங்களும் கொடுத்த மனஎழுச்சியையோ உற்சாகத்தையோ அவை அளிக்கவில்லை.

1915இல் இந்திய அரசியல் சொல்லாடலின் குவிமையமாக அன்னி பெசன்ட் இருந்தார். அந்த ஆண்டு அம்மையார். "இறைவன் இந்தியாவைக் காப்பாற்றட்டும்" என்று தொடங்கும் ஒரு இந்திய தேசியப் பாடலொன்றை எழுதினார். "இறைவன் அரசரைக் காப்பாற்றட்டும்" என்ற இங்கிலாந்தின் தேசியப்பாடல் போல் அமைந்தது இது.

இறைவன் நம் தாய்நாட்டைக் காப்பாற்றட்டும்
நாம் போற்றும் நாட்டிற்கு இறைவன் அருள் பாலிக்கட்டும்
இறைவன் நம் நாட்டைக் காப்பாற்றட்டும்

நாட்டின் வரலாற்றைப் பாடுங்கள்
அதன் வீரர்களைப் பாடுங்கள்
அதன் பொன்னான இதயங்களைப் பாடுங்கள்
இறைவன் இந்தியாவைக் காப்பாற்றட்டும்.

ராமரின் புகழைப் பாடுங்கள்
ராஜபுத்திரரின் காலங்களைப் பாடுங்கள்
இறைவன் நம் நாட்டைக் காப்பாற்றட்டும்

அக்பர் பேரரசரின் ஆட்சியைப் பாடுங்கள்
சிவாஜியின் காலத்தைப் பாடுங்கள்
சுதந்திரத்தின் புகழைப் பாடுங்கள்
இறைவன் இந்தியாவைக் காப்பாற்றட்டும்.

சுடுகாட்டின் இறைவனே
உன் உடுக்கை ஒலிக்கட்டும்
இறைவன் இந்தியாவைக் காப்பாற்றட்டும்.

மாவீரனின் இதயத்தை அருளுங்கள்
வெற்றி தோல்வியை எண்ணாமல்
ஆண்கள் தங்களின் பங்களிப்பைத் தருவர்
இறைவன் நம் நாட்டைக் காப்பாற்றட்டும்.[44]

ஆனால் இந்தப் பாட்டு வந்ததும் போனதும் தெரியவில்லை. *அது காணாமல் போனதும் சரிதான். ஏனென்றால் தேய்வழக்குச் சொற்கள் அதில் மிகுந்து இருந்தன. மெட்டும், முன்னரே இருந்த ஒன்றுதான்; ஆனால் இந்தப் பாட்டை இயற்றியதைப் பாராட்டியே ஆக வேண்டும். பெசன்ட் அம்மையார் எதையும் குறைபாடாகச் செய்யமாட்டார். ஒரு இந்தியராக இருக்க முடிவு செய்துவிட்டால் முழுமையான இந்தியராகத்தான் இருப்பார்.*

2
ஹோம் ரூலர்,
காங்கிரஸ் தலைவர்

1915இல், அன்னி பெசன்ட் இந்திய அரசியலில் தனது கொடியை நாட்டிக்கொண்டிருந்த அதே சமயத்தில், மோகன்தாஸ் காந்தி, தான் இருபது வருடங்களாக வெளிநாட்டில் இருந்துவிட்டுத் திரும்பிய பின், இந்தியாவை அறிந்துகொள்ள நாட்டைச்சுற்றிப் பயணித்துக்கொண்டிருந்தார். இருவரும் ஒருவரை ஒருவர் அறிந்திருந்தனர். இளையவராக காந்திக்கு அம்மையார் மேல் ஒரு மரியாதை. லண்டனில் சட்டம் படித்துக் கொண்டிருந்த போது பிரம்மஞானத்தைப் பற்றி அன்னி பெசன்டின் உரைகளை காந்தி

கேட்டிருக்கிறார். பின்னர் தென்னாப்பிரிக்காவில் அவர் வழக்குரைஞராக வேலை பார்த்தபோது அன்னி பெசன்டின் படம் ஒன்றைத் தனது அலுவலகத்தில் மாட்டியிருந்தார். ஆன்மீகத்தையும் சமூக மறுமலர்ச்சியையும் பேண இந்தியாவில் அவர் செய்யும் முயற்சிகளை காந்தி போற்றியதற்கு இது ஒரு அடையாளம்.¹

1905இல் காந்தி தொடர்புகொண்டிருந்த ஒரு அச்சகம் அன்னி பெசன்டின் பகவத் கீதை பற்றிய நூலை மறுபதிப்பு செய்து வெளிட்டது. தனது அனுமதி இல்லாமல் இந்தப் புத்தகம் அச்சிடப்பட்டதாகவும் தனது ஒளிப்படமும் இதில் இடம் பெற்றிருக்கக்கூடாது என்றும் அம்மையார் புகார் எழுப்பி அச்சக மேலாளருக்குக் கடிதம் அனுப்பினார். அவர் அதை காந்திக்கு அனுப்பி வைத்தபோது, அவர் இதற்குத் தான் முழுப்பொறுப்பேற்பதாக அன்னி பெசன்டுக்கு எழுதினார். ஒரு இந்திய வணிகர் "இந்து இளைஞர்களுக்கு வினியோகிப்பதற்காக," தான் இந்தச் செலவை ஏற்றுக்கொள்வதாகக் கூறினார். "அச்சகத்தின் நோக்கம் அப்பழுக்கற்று இருந்ததால், எப்படி இந்த நூல் அச்சிடப்பட்டது என்று உங்களுக்குத் தெரிந்தால், நீங்கள் இதைத் தவறாகப் பார்க்க மாட்டீர்கள் என்று நினைத்தேன்" என்று காந்தி எழுதினார். ஒளிப்படத்தைப் பற்றி, "இது தவறென்றால், உங்கள் மீது கொண்ட மிகுந்த மரியாதையால் செய்யப்பட்டது. சரியோ தவறோ புனித நூல்களில் படங்களைப் போடுவது இந்தியாவில் வழக்கம்தானே" என்றும் எழுதினார்.²

அன்னி பெசன்டின் பெயரும் அவரது பணிபற்றிய செய்தியும் காந்தி தென்னாப்பிரிக்காவில் நடத்திய இண்டியன் ஒப்பினியன் (Indian Opinion) பத்திரிகையில் அடிக்கடி வெளியானது. பிப்ரவரி 1907இல் தேசத்தை உருவாக்குவது பற்றி அம்மையார் எழுதிய கட்டுரையை காந்தி குஜராத்தியில் மொழிபெயர்த்து வெளியிட்டார். அன்னி பெசன்ட் உலகில் சிறந்த ஒரு பேச்சாளர். அவரது உரைகளும் பயனுள்ளவையாக இருக்கும்" என்று ஒரு அறிமுகமும் எழுதினார்.³

1915ஆம் ஆண்டு ஏப்ரல் மாதம் நெல்லூரில் அன்னி பெசன்ட் ஒரு பொதுக்கூட்டத்தில் காந்தியை மக்களுக்கு அறிமுகம் செய்து வைத்தார். "தென்னாப்பிரிக்காவில் காந்தி செய்த பணி தியாகத்திற்கும் உன்னத லட்சியத்திற்குனான உந்துதல். இவை இந்திய தேசத்தைப் பலப்படுத்தும்" என்றார்.⁴ இந்தப் புகழ்ச்சி உளமார்ந்ததுதான் என்று நான் நினைக்கிறேன். ஆனால் அம்மையாரின் கூட இருந்த பலருக்கு காந்தியைப் பற்றி அவ்வளவு நல்லபிப்ராயம் இல்லை. கோகலே மறைந்தபோது சர்வண்ட்ஸ் ஆஃப் இண்டியா சொசைட்டியின் (Servants of India Society)

தலைவராக வி.எஸ். சீனிவாச சாஸ்திரி தேர்ந்தெடுக்கப்பட்டார். இதை அம்மையாரின் பத்திரிகையான *நியூ இண்டியா* (New India) போற்றி எழுதியது.இந்தப் பதவிக்கு காந்தியைத் தேர்ந்தெடுத்திருக்க வேண்டும் என்று சிலர் சொன்னபோது இந்த யோசனை "வேலைக்கு உதவாதது. உணர்வுப்பூர்வமானது. ஒரு கிறிஸ்தவப் பேராயரை, இங்கிலாந்து வங்கிக்கு மேலாளராகப் போடுவதுபோன்றது" என்றார் அம்மையார்.[5]

ஒன்பது மாதங்களுக்குப் பின் அதே அம்மையார் ஒரு கூட்டத்தில் காந்தி பேசிக்கொண்டிருக்கும் போது நிறுத்தச் சொன்னார். வாராணசியில் புதிய இந்துப் பல்கலைக்கழகம் நிறுவப்படும்போது இது நடந்தது. இந்தக் கழகம் அன்னி பெசன்டும் முன்னாள் காங்கிரஸ் தலைவரும், சமஸ்கிருத்ததில் புலமை பெற்றவருமான மதன் மோகன் மாளவியாவும் சேர்ந்து உருவாக்கியது. முன்னர் 1905இல், இந்த இருவரும் ஒரு இந்திய பல்கலைக்கழகத்தைத் தோற்றுவிப்பது குறித்துப் பேசியிருந்தனர். மாளவியா இந்து அரசர்களிடமிருந்தும், செல்வந்தர்களிடமிருந்தும், வணிகர்களிடமிருந்தும் நிதியைத் திரட்டினார். 1916இல் தேவையான பணம் சேர்ந்துவிட்டது கட்டடம் வடிவமைக்கப்பட்டு விட்டது. வாராணசி இந்துப் பல்கலைக்கழகத்தைத் திறக்க நேரம் கைகூடி விட்டது.[6]

அன்று வைஸ்ராயாக இருந்த ஹார்டிங் பிரபு, ஒரு கோலாகலமானதொரு நிகழ்வில் பல்கலைக்கழகத்தைத் திறந்து வைத்தார். வைஸ்ராய் தில்லிக்குப் புறப்பட்டுப் போன பின் நடத்தப்பட்ட ஒரு சிறிய நிகழ்வில் காந்தி போன்றோர் பேசினார்கள். புலம்பெயர்ந்த இந்தியர்களைப் பற்றியும், தென்னாப்பிரிக்காவில் தனது பணி பற்றியும் காந்தி பேசுவதாயிருந்தது.ஆனால் அவர் அன்றைய சில பிரச்சினைகளைப் பற்றிப் பேச ஆரம்பித்துவிட்டார். சொல்லப்போனால் வரும் நாட்களில் இந்திய அரசியலில் தன்னிடத்தை அறிவிக்க ஆரம்பித்துவிட்டார். இந்தப் பல்கலைக்கழகத்தில் புரவலர்கள் ஆடம்பர உடையணிந்து இந்த நிகழ்வுக்கு வந்திருந்ததைக் கண்டித்துப் பேசினார். "பிரிட்டீஷ் அரசருக்கு உங்கள் விசுவாசத்தைக் காட்ட, தலையிலிருந்து கால்வரை இத்தனை நகைகளை அணிந்து வர வேண்டுமா? நமது விவசாயிகளிடமிருந்து அவர்களது உழைப்பின் பயனை மற்றவர் எடுத்துச் செல்ல அனுமதிக்கிறோம். நம்மிடம் சுயாட்சி பற்றிய உணர்வே இல்லை" என்று பேசினார்.

வந்திருந்த மகாராஜாக்களை விமர்சித்த பிறகு, அங்கிருந்த அரசு அதிகாரிகளைக் கண்டித்துப் பேசஆரம்பித்தார். சாமானிய இந்தியர்களின் பிரச்சினைகளைக் கண்டுகொள்ளாமலிருப்பதைக்

கண்டித்தார். மேடையில் அமர்ந்திருந்த அம்மையார் "நிறுத்துங்கள். நிறுத்துங்கள்" என்றார். அங்கிருந்த மாணவர்களோ காந்தியைப் பேச ஊக்குவித்தனர். அவரும் தொடர்ந்து பேசினார். பிரித்தானியரைக் "கொடுங்கோலர்கள், மேலாதிக்கம் கொண்டவர்கள்" என்று வர்ணித்தபோது அன்னி பெசன்ட் மறுபடியும் நிறுத்தச் சொன்னார். அங்கிருந்த தர்பங்கா மகாராஜா உறுதியாக காந்தியின் பேச்சை நிறுத்தும்படி செய்தார்.⁷

அந்த நிகழ்வு முடிந்த பின் அம்மையார் ஒரு நண்பரிடம் "அரசியலில் காந்தி ஒரு குழந்தை. உலகை அறிந்துகொள்ளாமலும், புரிந்துகொள்ள முடியாமலும் அலையும் கனவு காண்பவர்" என்று சொன்னார். கூட்ட ஒழுங்கிற்காக காந்தி பேசியபோது தான் தலையிட்டதாகக் கூறினார். பல்கலைக்கழகத்தில் புரவலர்கள் பலர் அங்கிருந்தபோது, வரவேற்புக் குழு உறுப்பினராக நிகழ்வில் அசம்பாவிதம் ஏதும் நடக்காமல் இருக்கும்படி தான் பார்த்துக்கொள்ள வேண்டியிருந்தது என்றார்.⁹

II

1915ஆம் ஆண்டு டிசம்பர் மாதம் "இந்திய சுயாட்சிக்கான குழு" என்ற தலைப்பில் அன்னி பெசன்ட் ஒரு மாநாடு கூட்டினார். புது வருடம் பிறந்தவுடன் இதன் பெயர் ஹோம் ரூல் லீக் என்று மாற்றப்பட்டது. அயர்லாந்தில் நடந்த இயக்கத்தின் தாக்கம்தான் இந்தப் பெயர். அங்கு நடந்த இயக்கத்தின் திட்டப்படி, அயர்லாந்தியருக்குத் தனி நாடாளுமன்றம் இருக்கும். அயர்லாந்தியக் குடிமைப் பணி அதிகாரிகள் அரசை இயக்குவார்கள். எனினும் அயர்லாந்து பேரரசின் ஒரு அங்கமாக, பிரிட்டீஷ் அரசரைத் தலைமையாக அது ஏற்றிருக்கும்.

செப்டம்பர் 25, 1915இல் வெளிவந்த *நியூ இண்டியா* (New India) சஞ்சிகையில் ஹோம் ரூல் லீகைப் பற்றி அன்னி பெசன்ட் அறிவித்தார். ஆனால் ஓராண்டு கழித்துத்தான், 1916, செப்டம்பர் 3 அன்று அது முறையாக ஆரம்பிக்கப்பட்டது. இதற்குள் பால கங்காதர திலகர் இதே போன்ற பெயருடன், இதே நோக்கங்களுடன் ஒரு நிறுவனத்தைத் தொடங்கினார். 1916ஆம் ஆண்டு ஏப்ரல் 28ஆம் நாள் திலகர் இந்திய ஹோம் ரூல் லீகைத் தொடங்கினார்; ஐந்து மாதம் கழித்து அன்னி பெசன்ட் தான் ஆரம்பித்த நிறுவனத்திற்கு ஆல் இந்தியா ஹோம் ரூல் லீக் என்று பெயரிட்டார்.

இந்த இரு அமைப்புகளும் ஒன்றுக்கொன்று போட்டியிட்டுக் கொண்டாலும், நல்லெண்ணத்துடனே இயங்கின. மேற்கு இந்தியாவில் தனக்கு அதிக ஆதரவு உண்டென்று திலகருக்குத்

தெரியும். தனது களம் மதராஸும் ஐக்கிய மாகாணமும்தான் என்று அம்மையாருக்குத் தெரியும். பிரிட்டீஷ் அரசு இரண்டு ஹோம் ரூல் லீகுகளுக்கும் எதிராக இருந்தது. திலகரது பத்திரிகைகள் தேச துரோக ரீதியில் செயல்பட்டதென 1916ஆம் ஆண்டு ஜூலையில் அரசு ரூ. 40,000 அபராதம் விதித்தது. அன்றைய நிலவரப்படி அது அதிகமான தொகைதான். அவர் பஞ்சாப் மாநிலத்திலிருந்து வெளியேற்றப்பட்டார். இந்த மாநிலத்திலிருந்துதான் முதலாம் உலகப் போருக்கு அதிகமான போர் வீரர்கள் ஆளெடுப்பு செய்யப்பட்டார்கள் என்பதை நினைவில் கொள்ள வேண்டும். அயர்லாந்தில் ஹோம் ரூல் லீகை ஆதரித்து எழுதியதற்காக அன்னி பெசன்டின் *நியூ இண்டியா* நாளிதழுக்கும் அபராதம் விதிக்கப்பட்டது. ஐக்கிய மாகாணத்திற்குள்ளும் பம்பாய் மாகாணத்திற்குள்ளும் நுழைய அவருக்குத் தடை விதிக்கப்பட்டது.[10] அம்மையார் இதற்கெல்லாம் அஞ்சவில்லை. "நான் இன்னும் உயிரோடுதான் இருக்கிறேன். *நியூ இண்டியாவும்* நன்றாக இருக்கிறது. அச்சுறுத்தப்படுபவர் நீண்டு வாழ்வர் என்று சொல்லப்படுகிறது. அவர்கள் என்ன செய்தாலும் இந்தியா சுயாட்சி அடைந்தே தீரும்" என்று தனது தமிழ் நண்பர் ஒருவருக்கு அம்மையார் எழுதினார்.[11]

அரசியல் சட்டத்திற்கு உட்பட்டு, பிரிட்டீஷ் சாம்ராஜ்யத் திற்குள், சுயாட்சி அடையலாம் என்று அகில இந்திய ஹோம் ரூல் லீக் நம்பியது. அன்னி பெசன்ட் இங்கிலாந்தில் இருந்த தனது சோஷலிச நண்பர்களுடன் தொடர்பு வைத்திருந்தார். தொழிற்கட்சித் தலைவர்களான ஃபிலிப் ஸ்னோடனும் (Philip Snowden) ஜார்ஜ் லேன்ஸ்பரியும் (Gearge Lansbury) அகில இந்திய ஹோம் ரூல் இயக்கத்தின் லண்டன் கிளையின் துணைத்தலைவர்களாக இருக்கச் சம்மதித்தனர். இங்கிலாந்தின் ரகசிய போலீசான ஸ்காட்லண்ட் யார்ட் (Scotland Yard) இந்தக் கிளை பற்றித் தயாரித்த அறிக்கையில் "இது ஆபத்து விளைவிக்கக் கூடிய ஒரு அமைப்பு. விவரமறியாத, பொறுப்பற்ற ஒன்று. இதை தொழிலாளர்கள், சோஷலிஸ்டுகள், பெண்ணியலாளர் போன்றோர் பயன்படுத்திக்கொள்வார்கள்" என்று பதிவு செய்தது.[12]

1916ஆம் ஆண்டின் முதற்பாதியில் *நியூ இண்டியா* பத்திரிகை அயர்லாந்துப் புரட்சியை ஆதரித்து வரிசையாகக் கட்டுரைகளை வெளியிட்டது.[13] இந்திய சுயாட்சியை இந்த இதழ் ஆதரித்ததால், பத்திரிகைச் சட்டத்தின் (Press Act) மூலம் இதற்கு அரசு தொல்லை கொடுத்தது. பல கட்டுரைகள் தேசத் துரோகத்தைத் தூண்டுவதாகவும், "இனத்துவேஷத்தை ஊட்டுவ"தாகவும் கூறப்பட்டது.[14] கணிசமான தொகையை வைப்பீடாகக் கட்டும்படி பத்திரிகை கேட்டுக்கொள்ளப்பட்டது.

அன்னி பெசன்ட் நீதிமன்றத்திற்கு அழைக்கப்பட்டார். "டெமொஸ்தனிஸ் போன்ற பேச்சுத்திறனும், பிளேட்டோ, சாக்ரட்டீஸ் இவர்களின் ஒருமித்த அறிவும் கொண்ட அம்மையார்" மன்றத்திற்கு வந்தது அவரது இந்திய ஆதரவாளர்களை ஊக்குவித்தது.[15] பத்திரிகைத் தணிக்கைக்கு எதிராக அவர் எழுதுவதைத் தொடர்ந்தார். இவருக்கு எதிராக வழக்கு போடப்பட்டபோது அவர் இவ்வாறு எழுதினார்:

"அரசி மேரி தெய்வதூஷணம் செய்தவர்களை மெழுகுவர்த்திகளை ஊதி அணைப்பது போல் எரித்துக் கொன்றார். இந்த அரசு *நியூ இண்டியா*வை நிறுத்தி அதை அழித்துவிட முடியும் என்று நினைத்தால் அது பெரும் தவறாயிருக்கும். இந்த இதழ் பல உருவங்கள் எடுத்துப் பல இந்தியர்களின் இதயத்தில் உத்வேகமூட்டும்."[16]

இந்தப் போராட்டத்தைத் தனிப்பட்ட தாக்குதலாக அம்மையார் பார்த்தார். 1916இல் அவர் ஒரு கட்டுரை எழுதினார். "ஹோம் ரூலுக்கான, சுதந்திரத்திற்கான முயற்சி, இந்தியாவில் தொடங்கிவிட்டது. மக்கள் தங்களுக்கு என்ன வேண்டும் என்று தெரிந்துகொண்டுவிட்டார்கள். அவர்களின் குரல் நாடு முழுவதும் கேட்கிறது. தலைவர்கள் செய்யப்போவது என்ன? அவர்கள் எல்லோரும் சேர்ந்து மக்களை வழி நடத்துவார்களா அல்லது சிலர் பின்வாங்குவார்களா?" இந்தக் கேள்விகளுக்கு அவரே பதிலையும் சொன்னார்:

> ஹோம் ரூல் இயக்கத்தை முன்னின்று நடத்துவது சுதந்திரத்திற்கான தியாகத்திற்குப் பின்வாங்காத ஒரு வாழ்க்கையின் முன்வினை (கர்மா). கிறிஸ்தவத்தில் நம்பிக்கை இல்லாதலால், அதைப் புறக்கணித்ததால் நான் வீட்டை விட்டு விலக்கப்பட்டேன். அரசியல் சுதந்திரத்திற்காக இயங்கும் வீரன் போல் நான் பத்திரிகை மூலமும் மேடை மூலமும் எனது போரைத் தொடர்ந்தேன். சார்லஸ் பிராட்லாவுடன், பேச்சுச் சுதந்திரத்திற்காகவும் கருத்துச் சுதந்திரத்திற்காகவும் பின்னர் விவாதச் சுதந்திரத்திற்காகவும் அவருக்குக் கிடைத்த இடத்திற்காகவும் போரிட்டேன். துறைமுகக் கூலிகள், திறன்பெறாப் பணியாளர்கள் இவர்களை ஆதரித்தேன். இந்தியாவை நடத்திய விதம், ஆப்கானிஸ்தான படையெடுப்பு, எகிப்தைக் கொள்ளையடித்தது போன்ற செயல்களை எதிர்த்தேன். அயர்லாந்தின் விடுதலை இயக்கத்தை ஆதரித்தும், பிரான்ஸ், ஹாலந்து, பிரிட்டனின் சோசலிசத்திற்காகவும் இயங்கினேன். இந்தியாவில் பேச்சுச் சுதந்திரத்தை மீட்டெடுத்தேன்.

இதே பாணியில் தொடர்ந்து எழுதினார்.

நான் பெருமைக்காக இதைச் சொல்லவில்லை. ஆபத்து நிறைந்த காலங்களில் நான் இந்தப் பணியில் ஈடுபட்டு முன்னணியில் இருந்தேன். மெய்ஞானியான எனக்கு இந்தியாவிற்காக இந்த மகத்தான இயக்கத்தில் பணியாற்ற இறைவன் இந்த வாய்ப்பை அளித்திருக்கிறார். இந்தியா சுயாட்சி அடைவதை யாராலும் தடுக்க முடியாது. இது இறைவன் இந்தியாவிற்கு அளிக்கும் உரிமை.[17]

எல்லாச் சுயசரிதைகளையும் போலவே, அம்மையாரின் பதிவுகள் வளைந்து நெளிந்து இருக்கின்றன. முதலில் தனது குடும்ப மதத்திலிருந்து ஒதுங்கினார். சோஷலிச நண்பர்கள், இறைமறுப்போருடன் தொடர்பு இவற்றுக்குப் பின் இந்திய விடுதலைப் போரை முன்னின்று நடத்தும் பணிகளில் இவர் இயங்கினார்.

அரசியல் சட்ட மாற்றம் மிக மெதுவாக இருப்பதைக் கண்டு அம்மையார் பொறுமையிழந்தார். அயர்லாந்தில் ஈஸ்டர் பண்டிகை எழுச்சி அடக்கப்பட்ட விதம் அவரை மிகவும் பாதித்தது. மதராஸ் அரசாங்கம் பத்திரிகைகள் மீது அபராதம் விதித்தது, சில இதழ்களை மூட வைத்தது ஆகிய நடவடிக்கைகள் கண்டு வருந்தினார். 1916ஆம் ஆண்டு அக்டோபர் மாதம் வைஸ்ராய்க்கு அளிக்கப்படும் வரவேற்பிற்கு அவர் செல்வாரா என்று ஒரு இந்திய நண்பர் கேட்டபோது அம்மையார் பொங்கினார்:

என்னைச் சிறையிலடைத்துத் துன்புறுத்த முயன்ற ஒருவருக்கு மரியாதை செலுத்தும் நிகழ்வுக்கு என்னை அழைத்தால் நான் போவேனா? நான் சுதந்திரமானவள். மேலாதிக்கத்திற்கு அடிபணிய மாட்டேன். அடிமைப்படுத்தும் சட்டங்களை எதிர்க்காமல், அதைத் திணிப்போரைப் போற்றிப் புகழ்ந்து கொண்டிருக்கும் வரை இந்தியர்கள் சுதந்திரத்தை எதிர்பார்க்க முடியாது. அயர்லாந்தியரான நாங்கள் மேலாதிக்கத்தை எவ்வளவு வெறுக்கிறோம் என்று உங்களுக்குப் புரியவில்லை. இந்தியர்களுக்கும் அத்தகைய நிலைமை வரக் கூடாதென்று நான் விரும்புகிறேன்.[18]

III

அன்னி பெசன்ட் பொது வாழ்வில் பிரசித்தி பெற்ற பின், அச்சு ஊடகங்களில் ஆதரவும் எதிர்ப்பும் தோன்றின. அரசுக்கு ஆதரவான சில பத்திரிகைகள், ஹோம் ரூல் ஆபத்தானது என்றன. 1916ஆம் ஆண்டு மார்ச் மாதம் கொச்சின் ஆர்கஸ்,

"பெசன்ட் அம்மையார் தன்னால் இயன்றவரை பிரிட்டீஷ் அரசை இழிவுக்குள்ளாக்குகிறார்" என்றது. அரசின் கல்விக் கொள்கையை அவர் கண்டனம் செய்தபோது, "அரசைத் தாக்கிப் பேசினால், அவர்களது நோக்கத்தைக் குறை கூறினால், மக்களை அதிருப்திக்குள்ளாக்கினால், ஹோம் ரூல் சீக்கிரமாக வந்துவிடும் என்று அவர் நினைக்கிறாரா?" என்று கேட்டது.

29 மே 1916ஆம் தேதி *நியூ இண்டியா* இதழ் மதராஸில் தனது போட்டிப் பத்திரிகையான *இண்டியன் பேட்ரியட்* (Indian Patriot) இந்திய அரசுக்கு வெகுவாகப் பணிந்து, அதிலும் உள்துறை செயலர் சர் ஹெரால்ட் ஸ்டுவர்ட்டுக்குப் பணிந்து நடக்கிறது என்று எழுதியது. மறுநாள் *இண்டியன் பேட்ரியட்* அம்மையாரைக் கடுமையாகத் தாக்கிப் பதிலடி கொடுத்தது.

> அரசு எப்படித் தனது கருத்தை மதிக்க வேண்டும் என்று பெசன்ட் அம்மையார் விரும்புகிறாரோ, அதேபோல் மற்றவர் கருத்திற்கு அவர் மதிப்புத் தர வேண்டும். நாங்கள் அவரைப் பின்தொடர வேண்டும் என்று அவர் எண்ணக் கூடாது. அரசியலில் அவர் நேற்று வந்தவர். இண்டியன் பேட்ரியட்டின் ஆசிரியர் முப்பது ஆண்டுகளாக அரசியல் களத்தில் இருக்கிறார். எவரொருவர் தன் கருத்துக்கு வேறுபட்டு இருந்தாலும், எந்தப் பத்திரிகை வேறு கொள்கை கொண்டிருந்தாலும் அவர்களை அம்மையார் தாக்குவார். அவர் அயர்லாந்துப் பெண்தானே? பிரம்மஞான சபைக்கு வெளியே யார் அவரை மதிப்பார்? இந்தியாவின் தலைவர்களையும், பொதுவெளியில் உழைப்பவர்களையும்விட, இவர்தான் இந்தியாவை வழி நடத்துவர் என்பது அபத்தம்.

வேறு சில இதழ்கள் அம்மையாரின் பணியை மெச்சின. 1916ஆம் ஆண்டு மே மாதம், மக்களின் மதிப்பைப் பெற்றிருந்த தமிழ் நாளிதழ் *சுதேசமித்ரன்*, அன்னி பெசன்ட் *நியூ இண்டியா* இதழை வாங்கிய பின் அது மக்களுக்கு அளப்பரிய நற்சேவை செய்துவருகிறது; இந்த இதழ் மூலமும், தன் பேச்சுக்கள் மூலமும்தான் அம்மையார் தன் கருத்துக்களை நாடு முழுவதும் பரப்புகிறார்" என்று எழுதியது. "திறமையிலும், புலமையிலும் பிரிட்டீஷ் சாம்ராஜ்யத்திலேயே, ஆணோ பெண்ணோ, அவர் போல யாருமே இல்லை" என்று மைசூரிலிருந்து வெளிவந்த ஒரு கன்னட இதழ் எழுதியது.[19]

பெல்லாரியிலிருந்து வெளிவந்த கன்னட நாளிதழ் ஒன்று இந்திய விடுதலைக்குப் போராடும் அயர்லாந்துக்காரர் பற்றிப் பின்வருமாறு எழுதியது:

திருமதி பெசன்ட் ஒவ்வொரு இந்தியர் மனதிலும் சுயாட்சி விதையை விதைக்கிறார். வீட்டுக்கு வீடு, கிராமத்திற்கு கிராமம், கடைவீதிக்குக் கடை வீதி போகிறார். மின்சாரம் போல மாணவர் சமுதாயத்தைச் சுதந்திரத்தை நோக்கி இழுக்கிறார். அவரது பலம் அவரது பேச்சில் மட்டுமல்ல. பேசுவதை அவர் செயலில் காட்டுகிறார்.[20]

IV

1916, நவம்பர் மாதம் அம்மையார் மத்திய மாகாணத்திற்குள் நுழைவதை அரசு தடுத்தது. இதற்கு எதிர்ப்புத் தெரிவிக்கும் வகையில் அலகாபாத்தில் காங்கிரஸ் தலைவர் மோதிலால் நேரு தலைமையில் ஒரு பொதுக்கூட்டம் நடந்தது. அதில் "அலகாபாத்தில் உள்ள முக்கிய இந்துத் தலைவர்களும் ஹோம் ரூல் அபிமானிகளும் இருந்தனர்." நாட்டுக்கு அன்னி பெசன்ட் செய்துவரும் தொண்டு அந்தக் கூட்டத்தில் புகழப்பட்டது. அடுத்த காங்கிரஸ் தலைவராக அவர் இருக்க வேண்டும் என்ற கோரிக்கையும் முன் வைக்கப்பட்டது.

வைஸ்ராயின், அரசுக் குழுவின் உள்துறை உறுப்பினர் இந்தக் கூட்டம் பற்றி ஒரு அறிக்கையைச் சமர்ப்பித்தார்: அதில் பின்வருமாறு பதிவிட்டார்:

அம்மையாரை இங்கிலாந்திற்கே அனுப்ப மதராஸ் அரசாங்கம் சொன்ன யோசனையை நாம் ஏற்காததற்கு வருந்துகிறேன். காங்கிரஸிலிருந்து விலகியபின் அவரது செல்வாக்கு குறையும் என்று எதிர்பார்க்கப்பட்டது. நடந்தது என்னவென்றால், பொறாமையினால் அவரது செல்வாக்கு குறைந்துவிட்டாலும், காங்கிரஸும் முஸ்லிம் லீகும் அவரது ஹோம் ரூல் செயல் திட்டத்தை உள்வாங்கி விட்டன. ஹோம் ரூல் கோரிக்கை எனும் இலக்கை ஒதுக்கிவிட முடியாது. ஆனால் அது உடனடியாக வேண்டும் என்று கேட்பது புரட்சிகரமானது.

உள்துறை உறுப்பினர், அம்மையாரை நாடு கடத்த வேண்டும் அல்லது மதராஸ் அரசு அவரைச் சிறையிலடைக்க வேண்டும் என்று நினைத்தார். அவரை 1916, டிசம்பரில் லக்னோவில் நடக்க இருக்கும் காங்கிரஸ் மாநாட்டில் கலந்துகொள்ளவிடாமல் தடுப்பது சிரமம் என்றார். விரக்தியுடன் அவர் சொன்னார்:

திருமதி. பெசன்டைப் பங்கெடுக்கவிடாமல், திலகரையும் மற்ற தலைவர்களையும் மாநாட்டில் விரும்பும்வரை பேச இடம் கொடுப்பது சரியானதல்ல. திருமதி பெசன்டை உள்ளே விட்டால், திலகர் வருவதைத் தடுக்க முடியாது.

போர் முடிந்ததும் ஹோம் ரூல் தரப்பட வேண்டும் என்று அரசியல் தலைவர்கள் கேட்கும்படியான ஒரு கட்டத்திற்கு அவர்களை நாம் நகர்த்திக்கொண்டிருக்கிறோம்.

இது வன்செயலுடன் கூடிய போராட்டத்திற்கும் வன்முறைக்கும் இட்டுச்செல்லும். வங்காளத்திலுள்ள புரட்சியாளர்களின் கை பலப்படுத்தப்படும். அவர்களுக்குக் கிடைக்கும் ரகசிய ஆதரவு அதிகமாகும். ஹோம் ரூல் இயக்கத்தின் வளர்ச்சி கட்டுப்படுத்தப்பட வேண்டும்."[21]

லக்னோ காங்கிரஸில் பத்தாண்டுகளுக்குப் பின் மிதவாதிகளும் தீவிரவாதிகளும் ஒரே இடத்தில் கூடியிருந்தனர். திலகரும் அன்னி பெசன்டும்தான் அங்கு நட்சத்திரங்களாக இருந்தனர். அதே வாரத்தில் பிரம்மஞான சபையின் வருடாந்தரக் கூட்டமும் லக்னோவில் நடந்தது. அம்மையார் இந்த இரு கூட்டங்களிலும் மாறி மாறிப் பங்கெடுத்துக்கொண்டிருந்தார்.

1916–17ஆம் ஆண்டு குளிர்காலத்தில் ஹோம் ரூல் இயக்கம் வெகுவாக வளர்ந்தது. மதராஸ் மாகாணத்தில் ஒவ்வொரு ஜில்லா தலைநகரிலும் லீகின் கிளையொன்று நிறுவப்பட்டது. இயக்கத்தில் இளைஞர்கள் பலர் பங்கு பெறுவது அதிகாரிகளுக்கு அச்சமூட்டியது. "சந்தேகமில்லாமல் இளைஞர் மத்தியில் திருமதி பெசன்ட் நல்ல ஆதரவைப் பெற்றிருக்கிறார்." என்று ஒரு ரகசிய போலீஸ் அறிக்கை பதிவு செய்தது.[22]

மதராஸ் மாகாணத்தை ஒட்டி இருந்த மைசூர் சமஸ்தானத்தில் அம்மையார் இளைஞர்களை ஈர்ப்பதை அரசு அச்சத்துடன் கவனித்தது. பெங்களூர் மாணவர்கள் திருமதி பெசன்ட் அவர்களுக்கு உரையாற்ற வருமாறு விடுத்த அழைப்பை மைசூரிலிருந்த பிரிட்டீஷ் பிரதிநிதி அனுமதிக்கவில்லை. "நான் அன்னி பெசன்டை அரசியல் ரீதியில் ஆபத்து என்றே நினைக்கிறேன்" என்று இந்திய அரசுக்கு எழுதினார்:

> இளம் வயது மாணவர்களைப் பிடித்து, பிரிட்டீஷ் அரசிற்கு எதிராக அவர்களது உணர்ச்சிகளைத் தூண்டிவிடுவது அவரது உத்தி. இதைச் சொல்லுவதற்கு நான் தயங்குகிறேன். ஆனால் இத்தகைய தனிநபர் துதி அரசியல் கொலைக்குக்கூட இட்டுச்செல்லும். இவரது நடவடிக்கைகளை உடனடியாக நிறுத்த வேண்டும். பொறுத்திருந்து பார்க்கலாம் என்ற கொள்கை இங்கிலாந்தில் மோசமானது. இந்தியாவிலோ அது ஆபத்தானது.[23]

1917ஆம் ஆண்டு வசந்த காலத்தில், மதராஸ் மாகாண அரசு, மாணவர்கள் அரசியல் தலைவர்களை உரையாற்ற

அழைப்பதைத் தடைசெய்தது. நாட்டின் இளைஞர்கள் இரு பிரிவுகளாகப் பிரிக்கப்படும் என்று அஞ்சினார். அதிகாரிகளுக்குப் பயந்து அடி பணிந்து, நாட்டுக்குப் பயனின்றி, அதிகாரிகளுக்கு மட்டும் பணியாட்களாக ஒரு பிரிவும், நாட்டுப் பற்றுடன், உற்சாகத்துடன் அராஜக வன்செயல்களில் ஈடுபடும் இன்னொரு பிரிவுமாக ஆகிவிடுவர் என்று அஞ்சினார். "இந்த இளைஞர்கள் அடிமைகளாகவோ அல்லது கலகக்காரர்களாகவோ" ஆகி விடாமல் இருக்க தேசியக் கல்வி என்ற கருதுகோள் பற்றிப் பேசினார். முறையான கல்வித் திட்டத்திற்கு அப்பாற்பட்டு, ஆனால் எதிராக அல்லாமல், இது செயல்படும். அரசு, மிஷனரிகள் நடத்தும் பள்ளிகளுக்கு ஒரு மாற்றாக, மற்ற நாடுகளில் உள்ள கல்விச் சாலைகள்போல, மாணவர்கள் நாட்டுக்குப் பயனுள்ள வாழ்வு நடத்த உதவும் கல்வித்திட்டம். அவர்களது வளர்ச்சியைப் பேணி, நல்ல குறிக்கோள்களுடன் இந்த மாண்புமிகு நாட்டின் நற்குடிமக்களாக வளர அது உதவும்" என்றார்.

மார்ச் 1ஆம் நாள் *நியூ இண்டியா*வில் "போர் முடிந்தவுடன் நாம் ஹோம் ரூல் கேட்பதற்கான மூன்று காரணங்கள்" என்பதைப் பற்றி எழுதினார். முதலாவது, பிரிட்டீஷ் அரசு 1858இல் இந்தியாவைக் கையில் எடுத்துக்கொண்ட போது இந்தியர்கள் இன்று இருப்பதைவிட சுதந்திரமான நிலையில் இருந்தனர். ஆயுதம் தாங்கும் உரிமை பறிக்கப்பட்டது. பத்திரிகை சுதந்திரமும் குறைக்கப்பட்டுவிட்டது. இரண்டாவது காரணம் கல்வி பெறும் வசதியும் இந்தியத் தொழில்களுக்குப் பாதுகாப்பும் இவை தேவை. ராணுவ அதிகாரி வேலை, உள்ளூர் ஆட்சி கவனிக்கப்படவில்லை. பிரிட்டீஷ் அரசு இந்தத் தேவை களைப் பொருட்படுத்தவேயில்லை. மூன்றாவது, இவை எல்லாவற்றிலும் முக்கியமானது, இந்தியர் ஹோம் ரூல் கேட்பதற்கு அடிப்படைக் காரணம் "சுதந்திரம் மனிதரின் பிறப்புரிமை.' இன்னொரு நாட்டினால் ஆளப்படுவது தேசத்தின் சுயமரியாதை, கண்ணியம், மேம்பாடு இவற்றுக்கு எதிரானது."[24]

1917ஆம் ஆண்டு மே மாதம் அம்மையார் தேசியக் கல்விக்கு ஒரு வரைபடம் தயாரித்தார். அதன் பாடத்திட்டத்தில் "இந்திய அக்கறைகள் முன்னிறுத்தப்படும். இந்தியா சார்ந்த படிப்பு முதலிடம் பெறும். மற்ற நாடுகள் பற்றிய கவனிப்பு அதற்கு அடுத்தபடிதான். வணிகம், விவசாயம் சார்ந்த படிப்பிற்குச் சிறப்பிடம் அளிக்கப்படும். ஆனால் வாழ்வியல் புலம் சார்ந்த துறைகளும் கவனிக்கப்படும். பண்பாட்டை வளர்க்க நல்ல அடித்தளம் அமைக்கப்படும்." எல்லாப் பாடங்களும் உள்ளூர்

மொழியில் கற்றுத்தரப்படும். ஆங்கிலம் கட்டாய இரண்டாம் மொழியாக இருக்கும்.[25]

அம்மையாரின் வாயை அடைக்க அரசே இம்மாதிரி ஒரு திட்டத்தை மனத்தில் கொண்டிருந்தது. போர் நடந்து கொண்டிருக்கும்போது, நல்ல வருமானம் ஈட்டித் தரும் தனது மிகப்பெரிய காலனியில் தேசியக் கருத்துக்கள் வளர்வதை பிரிட்டீஷ் அரசு விரும்பவில்லை. அவர் தேசிய உணர்வைத் தூண்டிவிடுகிறார் என்று பிரிட்டீஷ் அரசு குற்றம் சாட்டியது. அவரைக் கட்டுப்படுத்தி அடைத்துவைத்தால், ஹோம் ரூல் இயக்கம் அணைந்துவிடும் என்று நினைத்தனர்.

1917ஆம் ஆண்டு, ஜூன் 16ஆம் நாள், மதராஸ் ஆளுநர், தன்னை வந்து சந்திக்குமாறு அம்மையாரைக் கேட்டுக் கொண்டார். அவருடைய அண்மைக்காலப் பதிவுகளை மாற்றி விட ஒரு சந்தர்ப்பம் தருவதாயும் இல்லையென்றால் அவர் சிறைப்படுத்தப்படுவார் என்றும் கூறினார். திருமதி. பெசன்ட் தான் பேசியது எழுதியது எதைப் பற்றியும் அவர் வருத்தப்பட வில்லை என்று சொன்னார். போர் நடந்துகொண்டிருந்தாலும், அவரைப் பத்திரமாக, இங்கிலாந்திற்கு அனுப்பிவைப்பதாக ஆளுநர் உறுதியளித்தார். ஆனால் அம்மையாரோ தான் இங்கிலாந்திற்குச் செல்ல விரும்பவில்லை என்றார்.

ஆளுநருடன் சந்திப்பு முடிந்த பின், அம்மையார் அடையாரிலுள்ள தனது வீட்டிற்குத் திரும்பினார். ஒரு மணி நேரத்தில் சிறைப்படுத்தும் ஆணை அவரிடம் சேர்ப்பிக்கப் பட்டது. அவர் தங்க ஆறு இடங்களில் ஏதேனும் ஒன்றைத் தெரிந்தெடுக்க அரசு கூறியது. அவர் ஊட்டியை விரும்பினார். துணைக்கு இரண்டு பேருடன் – ஜார்ஜ் அருண்டேல், பி.பி. வாடியா – தொடர்வண்டி மூலம் ஊட்டி சென்றார். அங்கு கர்னல் ஓல்காட்டிற்குச் சொந்தமான பங்களாவில் தங்கினார்; அவரை யாரும் சந்திக்கத் தடையில்லை. ஆனால் அவர் வெளியூர் செல்ல முடியாது. அவரது கடிதங்கள் தணிக்கைக்கு உட்படுத்தப்பட்டன.[26]

அன்னி பெசன்டுக்கு எதிராக நடவடிக்கை எடுத்தது ஏன் என்று விளக்கி இந்திய அரசிற்கு மதராஸ் மாகாண அரசு நூறு பக்கக் கோப்பு ஒன்றை அனுப்பியது. "இனத்துவேஷத்தைத் தூண்ட எல்லா உத்திகளையும் கையாள்கிறார். அயர்லாந்தில் நடக்கும் போராட்டத்தைப் பற்றிச் சில வேண்டாத கருத்துக்களையும் சொல்லியிருக்கிறார். மாணவர்களிடையே அதிருப்தியையும் ஒழுக்கமின்மையையும் ஊக்குவிக்கிறார்"

இந்தக் குறிப்பு அரசு ஊழியர்மேல் – அவர்களுள் பலர் பிரம்மஞான சபையைச் சேர்ந்தவர்கள் – அம்மையாருக்கு

இருக்கும் பிடிப்பைச் சுட்டிக்காட்டியது. அதேபோல் ஆசிரியர்களும் அவரைப் போற்றுகிறார்கள். "அம்மையாரின் பாணி தமிழ் எழுத்தாளர்களால் பின்பற்றப்பட்டு வெகு மக்களிடையே தேச விரோதக் கருத்துக்களைப் பரப்புகிறது. ஆனால் மக்களுக்கு எதிராக எந்த நடவடிக்கையும் அரசு எடுத்தால் அது நியாயமானதாக இருக்காது. அது மட்டுமல்ல, இந்த நிலையை உருவாக்கும் முக்கியமானவரை அடக்கா விட்டால் அதனால் எந்தப் பயனும் இருக்காது. அம்மையாரைத் தண்டிக்காமல் விட்டால், அவரைத் தொடரும் இந்தியர்கள் தாங்கள் செய்வது சரியென்றே எண்ணுவார்கள்" என்று ஆளுநர் எண்ணினார். அரசியல் பிரக்ஞை கொண்ட, ஆங்கிலம் தெரிந்த நடுத்தர வகுப்பினர்மீது அன்னி பெசன்ட் கொண்டிருந்த பிடிமானத்தை இது கோடிட்டுக் காட்டியது.[27]

அம்மையாரின் சிறைபிடிப்புச் செய்தி பரவியது, தென்னிந்தியாவிலும் மேற்கு இந்தியாவிலும் பல எதிர்ப்புக் கூட்டங்கள் நடத்தப்பட்டன. பம்பாய், மதராஸ் போன்ற பெருநகரங்களிலும், கள்ளிக்கோட்டை, சேலம், ஊட்டி போன்ற சிறு ஊர்களிலும் அவரை உடனடியாக விடுவிக்கக் கோரி ஊர்வலங்கள் நடத்தப்பட்டன. பல மாநில காங்கிரஸ் கமிட்டிகள் டிசம்பரில் கூடவிருந்த வருடாந்தர காங்கிரஸ் மாநாட்டிற்கு அன்னி பெசன்டைத் தலைவராகத் தெரிந்தெடுக்க வேண்டும் என்று தீர்மானங்கள் நிறைவேற்றின. அன்னி பெசன்டின் செல்வாக்கை அழிக்க நினைத்த அரசு, அவருக்கு எதிராக எடுத்த நடவடிக்கையால் அவரது புகழைக் கூட்டியது. அரசு அவரை அடக்க நினைத்ததே, அவர் இந்தியாவின்பால் கொண்டிருந்த பிணைப்பையும், அவர் இந்நாட்டு மக்களுடன் தன்னை அடையாளப்படுத்திக் கொண்டதையும் புலப்படுத்தியது.[28] நன்கு அறியப்பட்ட மிதவாதியான சுரேந்திரநாத் பானர்ஜி சொன்னார்:

> தாய்நாட்டுக்குச் சேவை செய்துகொண்டிருந்த இந்தத் திறமை மிக்க பெண்மணியை அடைத்துவைத்தது நாடெங்கிலும் உணர்ச்சித்தீயை மூட்டிவிட்டது. அவரைச் சிறையிலிடுவதின் மூலம்அவர் ஆதரித்த சுயாட்சி கோரிக்கைக்கு முடிவு கட்டிவிடலாம் என்று அரசு முயன்றது என்று மக்கள் அனுமானித்தனர். அரசு அதிகாரிகளின் ஆணவப்பேச்சு இந்தப் போராட்டத்திற்கு உத்வேகம் அளித்தது. அம்மையாரைப் பிடித்து அடைத்துவைத்தது இந்த நிலைக்கு இட்டுச்செல்லும் என்று அவர்கள் அறிந்திருந்தால், அவர் மேல் எந்த நடவடிக்கையும் எடுக்காமல் இருந்திருப்பார்கள்.[29]

ஊட்டியில் ஒரு வீட்டிற்குள் தனிப்படுத்திவிட்டால் அம்மையாரால் அதிகாரிகளுக்கு எந்தப் பிரச்சினையையும்

ஏற்படுத்த முடியாது என்று எண்ணினார்கள். ஆனால் ஊட்டிக்கு அருகில் அரவங்காட்டில் ஒரு வெடிமருந்துத் தொழிற்சாலை இயங்கிவந்தது. அம்மையார் இங்குள்ள தொழிலாளர்களைக் கிளர்ச்சிக்குத் தூண்டிவிடக்கூடும் என்று மதராஸ் அரசு அஞ்சியது. அரசின் முதன்மைச் செயலர், "இருக்கும் நிலைமையைப் பார்த்தால் ஊட்டி ஒரு யாத்திரை ஸ்தலமாக ஆகி விடும் போலிருக்கிறது என்று எழுதினார்"

மதராஸ் அரசு அன்னி பெசன்டைக் கோயம்புத்தூருக்கு மாற்றியது. ஆனால் இது அவர்களது அச்சத்தைத் தணிக்க வில்லை. வீட்டிற்குள் அடைக்கப்பட்டிருந்தாலும் அரசியல் கிளர்ச்சிக்கு அவர் ஆபத்தான தூண்டுகோலாகச் செயல் பட்டார். "மாகாணத்திலிருந்து வெளியேற்றுவதுதான் அவரை அடக்க ஒரே வழி. இந்தியாவிலிருந்து நாடு கடத்துவது அதைவிட நல்லது. இங்கிலாந்தில் இருந்துகொண்டு அம்மையார் தீங்கெதுவும் செய்யமுடியாது. அவரை இந்திய அரசு சீக்கிரமே இங்கிலாந்திற்கு அனுப்புவது நல்லது" என்று மதராஸ் ஆளுநர் வைஸ்ராய்க்குக் கடிதம் எழுதினார்.

வைஸ்ராய் இந்த யோசனையை உடனடியாக நிராகரித்தார். "அவரை நாடு கடத்துவதில் பல சிக்கல்கள் இருக்கின்றன" என்றார்:

> அன்னி பெசன்ட் முதிய பெண்மணி. அவரது உடல் நிலையையும் நாம் மனதில் கொள்ள வேண்டும். பருவமழை ஆரம்பித்துவிட்டது. நமது வீட்டுப் பெண்களை நாம் இந்தக் காலத்தில் கடல் பயணம் செல்ல விட மாட்டோமே. அது மட்டுமல்ல. நீர்மூழ்கிக் கப்பல்களால் தாக்கப்படும் அபாயமும் இருக்கிறது. இந்த மாதிரி ஆபத்துக்களைப் பெண்கள் எதிர்கொள்ளாமல் பார்த்துக்கொள்ள வேண்டும்.[30]

அன்னி பெசன்ட் சிறையிலடைக்கப்பட்டது இங்கிலாந்தில் பலரை அதிர்ச்சிக்குள்ளாக்கியது. அவருக்கு அங்கு நல்ல செல்வாக்குடைய நண்பர்கள் பலர் இருந்தனர். அதிலொருவர் எமிலி லுட்யன்ஸ். (Emily Lutyens) டில்லி தலைநகர் கட்டடங்களை வடிமைத்துக்கொண்டிருந்த லுட்யன்ஸின் மனைவி அவர். அம்மையார் அடைக்கப்பட்டு ஒரு மாதம் கழித்து எட்வின் மாண்டேகு (Edwin Montague) இந்தியாவிற்குச் செயலராக நியமிக்கப்பட்டார். செய்தியறிந்தவுடன் எமிலி லுட்யன்ஸ் அவரை "இந்தியாவின் நண்பர்" என்று பாராட்டி ஒரு வாழ்த்துக் கடிதம் எழுதினார். "இந்தியர்களின் தேசியக் கனவுகளுக்கு மேலிடத்திலிருந்து ஆதரவு வர வேண்டும்" என்றார்.

அரசியல் சட்டம் சார்ந்த சீர்திருத்தங்களுக்கு ஆதரவு அளிக்காவிட்டால் ஆபத்தான நிலைமை வந்துவிடும். அன்னி பெசன்ட் நிபந்தனையற்ற விடுதலை பெற நீங்கள் ஏதாவது செய்ய வேண்டும். இந்தியாவில் ஒரு சமயத் தலைவராகவும், அரசியல் தலைவராகவும் அவர் பலம் வாய்ந்தவர். நாட்டில் ஒரு மூலையிலிருந்து இன்னொரு மூலைவரை அவர் 'அன்னை' என்று போற்றப்படுகிறார். அவரது பிள்ளைகள் என்று தங்களைச் சொல்லிக்கொள்பவர்கள் அவரை அரசு துன்புறுத்துவதைப் பார்த்துக்கொண்டிருப்பார்கள் என்று நினைக்கின்றீர்களா" என்று எழுதினார்.

அரசின் ஏகாதிபத்திய நோக்குக்கு ஏற்றவாறு அவர் சொன்னார்: "அம்மையாரை அடைத்ததன் முதல் விளைவு சுதேசி இயக்கத்திற்குக் கிடைத்த பெரும் ஆதரவு அலை." இதனால் பிரிட்டீஷ் பொருட்களின் விற்பனை குறைந்துவிட்டது. இரண்டாவது விளைவு போருக்கு ஆட்கள் எடுப்பதை அன்னி பெசன்ட் ஆதரித்திருந்தாலும் அது இப்போது நிறுத்தப்பட்டு விட்டது. இப்போது எழும் கேள்வி, அம்மையார் இயக்கத்தின் மேல் வைத்திருந்த கட்டுப்பாடு போய்விட்டதால், இயக்கம் தறிகெட்டுப் போய்விடலாம். வன்முறை ஆதரவாளர்கள் பலர் இருக்கின்றனர். அம்மையார் அதை எப்போதும் எதிர்த்து வந்தார்."

மாண்டேகு இதன் உலகளாவிய விளைவுகளை எமிலி லுட்யன்ஸ் நினைவுபடுத்தினார்:

உலகெங்கும் உள்ள ஆயிரக்கணக்கான ஆதரவாளர்கள் தங்களுக்கு எழுச்சியூட்டிய அம்மையாருக்கு இழைக்கப்பட்ட இந்த அநீதிக்கு எதிராகக் கொதித்தெழுந்துள்ளனர். உலக நாடுகளின் சுதந்திரத்திற்காக இந்தப் போரில் ஈடுபட்டுள்ளோம் என்று கூறும் இங்கிலாந்தைப் பற்றி அவர்கள் என்ன நினைப்பார்கள்? அவர்களின் அரசு எடுத்துள்ள இந்த நடவடிக்கை ரஷ்யாவிலும் பிரஷ்யாவிலும் நடப்பது போலிருக்கிறது.

அன்னி பெசன்டின் எழுபதாவது பிறந்த நாள் அக்டோபர் முதல் நாள். உலகெங்கிலுமுள்ள அவரது சார்பாளர்கள் வெகு விமரிசையாக அதைக் கொண்டாடவிருந்தனர். இந்த வைபவங்கள் அம்மையாரைச் சிறைப்படுத்தியதற்கான எதிர்ப்புக் கூட்டங்களாக உருவெடுக்கக்கூடும் என்று எமிலி லுட்யன்ஸ் எச்சரித்தார். "இதனால் இங்கிலாந்திற்கு நற்பயன் ஏதும் கிடைக்குமா?" என்று கேட்டார்.

மாண்டேகு பிரபுவிற்கு மிகவும் திறமையாக எழுதப்பட்ட தன் கடிதத்தை எமிலி லுட்யன்ஸ் கீழ்வருமாறு முடித்தார்:

"இந்தியர்களின் நம்பிக்கைக்கும் ஆதரவிற்கும் பாத்திரமாவதற்கு வேறெதுவும் செய்வதைவிட நீர் உம்முடைய பதவிக் காலத்தை அம்மையாரின் விடுதலையை வாங்கித் தருவதுடன் தொடங்குவது உசிதமானது. உங்களது ஆட்சி சாபங்களுக்குப் பதிலாக நல்லெண்ணங்களுடன் ஆரம்பமாகும்."[31]

V

1917 ஜூலை கடைசி வாரத்தில் எமிலி லுட்யன்ஸ் தனது கடிதத்தை எட்வின் மாண்டேகுவிற்கு அனுப்பினார். அவரது பதிலைப் பார்க்க முடியவில்லை. ஆனால் நல்லெண்ணத்தின் குறியீடாக அன்னி பெசன்ட் விடுவிக்கப்பட வேண்டும் என்று செப்டம்பர் மாதம் மாண்டேகு ஆணையிட்டார். அந்த மாதம் 17ஆம் தேதி அவர் விடுதலை செய்யப்பட்டார். மதராஸ் மாகாணமெங்கும் பல ஊர்களில் அவரது விடுதலை பொதுக்கூட்டங்களுடன் கொண்டாடப்பட்டது. குண்டூரில் நடந்த ஒரு கூட்டத்தின் தலைவர் சொன்னார்: "கிறிஸ்து பல அவதிகளுக்குட்படுத்தப் பட்டு, சிலுவையில் அறைந்து கொல்லப்பட்டார். எந்த ஒரு உன்னத காரியம் செய்ய வேண்டுமானாலும், தியாகம் புரிய வேண்டும். நம் நாட்டில் யாகம் செய்யும்போது பலி கொடுக்கிறார்கள். இன்றைய அரசியல் போராட்டம் எனும் யாகத்தில் திருமதி பெசன்ட்தான் பலி. அவர் தன் உடலையே பலியாகக் கொடுத்தார்."[32]

நவம்பர் மாதம் எட்வின் மாண்டேகு தனது நிர்வாகத்தின் கீழ் இருக்கும் பரந்த, வேறுபாடுகள் நிறைந்த பகுதியை நேரில் காண இந்தியாவிற்கு வந்தார். இங்கு பல மாதங்கள் தங்கியிருந்தார். தனது பணிகளுக்கு நடுவே அவ்வப்போது வேட்டையில் ஈடுபட்டார், நாட்டின் குறுக்கும் நெடுக்கும் பயணித்துப் பொது வாழ்விலுள்ள பல முக்கியமானவர்களைச் சந்தித்தார்.

1917 நவம்பர் 26ஆம் தேதி அன்னி பெசன்ட் டில்லியில் மாண்டேகுவைச் சந்தித்து நீண்ட நேரம் உரையாடினார். முதலில் ஹோட்டலில் அவருடன் பேசினார். பின்னர் நகரின் வடபுறம் உள்ள காட்டின் ஓரத்திலிருந்த வைஸ்ராயின் வீட்டிற்கு அவருடன் காரில் சென்றார். காரில் பயணிக்கும்போது மாண்டேகுவைக் கல்கத்தாவில் அடுத்த மாதம் நடக்க இருக்கும் காங்கிரஸ் மாநாட்டிற்கு வரும்படி அழைத்தார். தான் காங்கிரஸ் தலைவராகத் தேர்ந்தெடுக்கப்பட்டதையும் தெரிவித்தார்.

"திருமதி பெசன்ட் ஏற்கெனவே எனக்கு வேலைப்பளு. அதை இன்னும் மோசமாக்க நான் விரும்பவில்லை அதிகாரிகளை இன்னும் நன்றாக வேலை செய்யவைக்க வேண்டும். காங்கிரஸ் போன்ற பெரும் பொதுக்கூட்டங்களில் கலந்துகொள்வது நல்லதல்ல" என்றார் மாண்டேகு.

புதிய வைஸ்ராய் செம்ஸ்ஃபோர்டு வந்த பின், மூவரும் பெரிய சோபாக்களில் அமர்ந்து பேசிக்கொண்டிருந்தபோது மாண்டேகு, "திருமதி பெசன்ட், நான் முன்பு இந்தியாவிற்கு வந்திருந்தபோது நீங்கள் கல்விப் பணிகளில் மட்டும் ஈடுபாடு கொண்டிருந்தீர்கள். அரசியலுக்குள் ஏன் நுழைந்தீர்கள்" என்று கேட்டார். அதற்கு அம்மையார், "நான் முதலில் இந்தியா வந்த போது அரசியல் சிந்தனை கொண்டிருந்தாலும், முதலில் நாட்டை அறிந்துகொள்ள வேண்டியிருந்தது. ஆகவே கல்விப் பணியில் ஈடுபட்டேன். அந்த வேலையைச் செய்தபோதும் அரசு சதா சந்தேகப்பட்டு, கேள்விகள் கேட்டு எங்களுக்குத் தொல்லைகள் கொடுத்தது. பின்னர் நான் கோபால கிருஷ்ண கோகலேயையும் மற்ற சில காங்கிரஸ் தலைவர்களையும் சந்தித்தேன். அரசியல் விவகாரங்களில் ஈடுபட்டேன்" என்றார். தானும் கோகலேயும் இந்திய இளைஞர்களை வன்முறைப் பாதையிலிருந்து விலக்க முயன்றதாகச் சொன்னார். தீவிரவாதிகளை காங்கிரஸுக்குள் கொண்டுவர கோகலே விரும்பினார். இதற்காக அம்மையாரைத் திலகரிடமும் அவர் நண்பர்களிடமும் பேசச் சொன்னார். அவரும் பேசினார். ஆனால் கோகலே காலமானபின் "நான் மட்டும் தனியாக எங்கள் திட்டத்தை அணுக வேண்டியாயிற்று" என்றார்.

மாண்டேகுவும் செம்ஸ்ஃபோர்டும் பொறுமையாக அன்னி பெசன்டின் இந்திய வாழ்வின் விரிவான விளக்கத்தைக் கேட்டனர். தான் வங்காளத்திற்குச் சென்றிருந்தபோது அங்கு இளைஞர்கள் கோபமிகுந்து இருப்பதைக் கவனித்தார். ஹோம் ரூல் லீக் உருவானதற்கு இதுவும் ஒரு காரணம் என்றார். "பல வாலிபர்களைப் புரட்சியாளர் கட்சியில் சேருவதிலிருந்து தடுத்ததனால் ஹோம் ரூல் இந்த நாட்டிற்கும் சாம்ராஜ்யத்திற்கும் பெரும் சேவை செய்தது" என்று சுட்டிக்காட்டினார்.

ஊராட்சிகளைப் பற்றி அன்னி பெசன்ட் என்ன நினைக்கிறார் என்று மாண்டேகு கேட்டார். அது கவனிக்கப்பட வேண்டிய ஒன்று எனக் கூறிய அம்மையார், "பொதுப்புத்தியில் அறியப்படுவதுபோல கிராம மக்கள் அறிவிலிகள் அல்ல. அவர்களுக்கென்று ஒரு பண்பாடு இருக்கிறது. தாம் என்ன செய்கிறோம் என்று அவர்களுக்குத் தெரியும்" என்றார். ஜில்லா

போர்டுகளுக்கும் கிராமக் குழுக்களுக்கும் இன்னும் அதிக அதிகாரம் கொடுக்கப்பட வேண்டும்" என்றார்.

அதற்கு வைஸ்ராய் கேட்டார்: "அந்தச் செயல்திட்டம் முழுவதையும் உங்களிடம் கொடுத்துவிட்டால், மாகாண சுயாட்சியையும் ஏன் கேட்கிறீர்கள்?" "கல்வி, உடல்நலம் போன்ற துறைகளுக்கு நல்ல கண்காணிப்பு தேவை. அது மட்டுமல்ல. மாகாணத்திற்குள் நிதி திரட்ட வேண்டும். ஆகவே மாகாண சுயாட்சி தேவை" என்றார் அம்மையார்.

"அது சரி. மாகாண சுயாட்சியுடன், இம்பீரியல் கவுன்சிலை (வைஸ்ராய்க்கு உதவி செய்யும்) மாற்ற வேண்டும் என்று ஏன் கேட்கிறீர்கள்?" என்று வைஸ்ராய் பதிலுக்குக் கேட்டார்.

"உங்கள் அரசிடம் பொருட்செல்வம் இருக்கிறது. எங்களுக்குப் பெரும்பான்மை இருந்து, கஜானாவைக் கையில் வைத்திருந்தால் அன்றி எங்களுக்கு நிதி எங்கிருந்து கிடைக்கும்?" என்றார் அன்னி பெசன்ட்.

இந்தச் சந்திப்பு பல மணிநேரம் நடந்தது. செம்ஸ்ஃபோர்டும் மாண்டேகும் தங்களுக்கு வேறு பணிகள் இருப்பதைச் சுட்டிக்காட்டினர்.

"நான் போவதற்கு முன் ஒன்று சொல்ல விரும்புகிறேன். இந்தியா விடுதலையடையத் தீர்மானித்துவிட்டது. நீங்கள் இதை எதிர்கொள்ளவில்லை என்றால் ஒரு தேசத்தையே விரோதித்துக்கொள்வீர்கள்." வைஸ்ராய் சொன்னார்: "அது சரி, நாங்கள்தான் இந்த தேசத்தை உருவாக்கினோம்." அதற்கு அம்மையாரின் பதில்: "யார் இந்த இணைப்பை உருவாக்கினார் என்பதல்ல கேள்வி. மனத்தில் கொள்ள வேண்டியது, இந்த ஒருங்கிணைந்த தேசம் இங்கிருக்கிறது. அதை இப்போது எவ்வாறு எதிர்கொள்ளப்போகிறீர்கள்?"

வெளியே போகுமுன் திருமதி பெசன்ட், தான் சீக்கிரமே இங்கிலாந்து செல்லப்போவதாகவும், இந்தியாவிற்குத் திரும்ப வருவதற்கு அனுமதி அளிக்க வேண்டும் என்றும் கூறினார். இந்த சந்திப்பு பற்றிய அவரது குறிப்பு பின்வருமாறு:

வைஸ்ராய் சிரித்தார்: "திருமதி பெசன்ட், எத்தனை முறை உங்களை நாடு கடத்த வேண்டுமென்று நினைத்தோம் தெரியுமா? அத்தனை முறையும் வெளியேற்றியிருந்தால் மகிழ்ச்சி அடைந்திருப்போம்" என்றார்.

"தெரியும். ஆனால் நீங்கள் உத்திரவாதம் கொடுக்கும் வரையில் நான் இங்கிருந்து போக மாட்டேன்" என்றேன்.

"உங்களுக்குத்தெரியும்.ஒருபெண்மணி இப்போதுஇங்கிலாந்து போவது சிரமமானது என்று" (போர்க்காலமானதால்)

"நான் ஆபத்தைப் பொருட்படுத்தவில்லை. எனக்கு அதைப் பற்றிக் கவலையும் இல்லை" என்றேன்.[33]

VI

1917ஆம் ஆண்டு இந்தியாவில் அன்னி பெசன்டிற்கு இருந்த மதிப்பு பற்றி ஒரு வரலாற்றாசிரியர் எழுதினார்: "அவர் விடுதலையானபோது இந்த தேசிய இயக்கமே அவரது காலடியில் கிடந்தது போன்றிருந்தது. அவரது சிறையடைப்பு தீவிரவாதிகளையும் மிதவாதிகளையும் ஒன்றுசேர்த்தது. மக்களிடையே அவரது புகழ் கல்கத்தா காங்கிரஸுக்குத் தலைமை வகிக்கும் அளவுக்கு இட்டுச் சென்றது."[34]

அன்னிபெசன்ட் இந்தியதேசிய காங்கிரஸுக்குத்தலைவராகத் தெரிந்தெடுக்கப்பட்ட முதல் பெண். ஆனால் கல்கத்தாவில் தனது தலைமை உரையில் அம்மையார் வேறொரு அம்சத்தைப் பற்றிப் பேசினார். "காங்கிரஸின் வரலாற்றில் முதல்முறையாக அரசாங்கத்திற்குப் பிடிக்காத ஒரு தலைவரை, கைதியாக, பொதுமக்கள் பாதுகாப்பிற்காக, அடைக்கப்பட்டிருந்த ஒருவரை மக்கள் தெரிந்தெடுத்தார்கள். நான் அவமானப்படுத்தப்பட்டேன். நீங்கள் எனக்கு மகுடம் சூட்டினீர்கள். என்மீது அவதூறுகள் வீசப்பட்டபோது என்னிடம் நம்பிக்கை வைத்தீர்கள். அரசு அதிகாரத்தால் நான் நசுக்கப்பட்டபோது என்னை உங்கள் தலைவராகக் கொண்டாடினீர்கள். என்னை நான் பாதுகாத்துக்கொள்ள முடியாமல் இருந்தபோது நீங்கள் எனக்குக் கேடயமாகச் செயல்பட்டீர்கள். எனக்கு விடுதலையை வாங்கிக்கொடுத்தீர்கள்" என்றார்.

காங்கிரஸ் தலைவராக எனக்கு தான் தேர்ந்தெடுக்கப் பட்டதால் இந்தியாவிற்கும் பிரிட்டனுக்கும் உறவு மேம்படும் என்று அன்னி பெசன்ட் நினைத்தார். பெருவாரியான இந்திய மக்கள் ஆங்கிலேயர்களை, மக்களை அடக்கும் மேலாதிக்கக்காரர் களாகவும் ஆளும் வர்க்கத்தினராகவுமே கண்டனர். அன்னி பெசன்ட் இன்னொரு இங்கிலாந்தைப் பற்றிப் பேசினார். "அங்கே சர்வாதிகாரத்திற்கு எதிரிகளாகவும், அடக்குமுறையை வெறுப்பவர்களாகவும், சுதந்திரத்தைப் போற்றுபவர்களாகவும் மக்கள் இருக்கிறார்கள். அந்த இங்கிலாந்தின் பிரதிநிதியாகத்தான் நான் உங்கள் முன் இருக்கிறேன்" என்றார்.

இப்படி ஒரு உணர்ச்சிப்பூர்வமான தொடக்கத்திற்குப் பின் அம்மையார் பிரிட்டிஷ் ஆட்சியின் விளைவுகளை அலச

ஆரம்பித்தார். கடந்த ஒரு நூற்றாண்டில் இந்தியர்கள் அவர்கள் வேண்டாத, அவர்கள் நலத்திற்கு எதிரான சில போர்களில் ஈடுபட வற்புறுத்தப்பட்டார்கள். ஆப்கானியர்களுக்கும், நாகா மக்களுக்கும் எதிராகவும், ஆப்பிரிக்காவிலும் மத்தியக் கிழக்கிலும் இம்மாதிரியான போர்கள் நடந்தன. அதே சமயம் இந்தியாவில் உள்ளூர் கைவினைத் தொழில்கள் அழிக்கப் பட்டன. கல்வித் துறையிலோ சுகாதாரத் துறையிலோ எந்த மேம்பாடும் இல்லை. இன்று "இந்தியாவில் ஒரு புத்துணர்வு தோன்றியிருக்கிறது" என்றார். வணிகர், பெண்கள் எல்லோருமே "நாட்டின் விடுதலைக்கான, சுயாட்சிக்கான குரல்" எழுப்புவதிலிருந்து இது புலப்படுகிறது என அவர் கருதினார்.

அன்னி பெசன்ட் தனது தலைமை உரையில் சொன்னார்: "இரண்டு காரணங்களுக்காக இந்தியா சுயாட்சி கேட்கிறது. முதலாவது இன்றியமையாதது; இரண்டாவது அவ்வளவு முக்கியமானதல்ல ஆனாலும் தேவையானது. முதலாவது என்னவென்றால் சுதந்திரம் ஒவ்வொரு நாட்டின் பிறப்புரிமை ஆகும். இரண்டாவது இந்தியாவின் எல்லா அக்கறைகளும் பிரிட்டீஷ் சாம்ராஜ்யத்தின் அக்கறைகளுக்குக் கீழானவையாகவே கருதப்படுகின்றன. இந்தியாவின் மூலதனங்கள் இந்நாட்டின் அத்தியாவசியத் தேவைகளுக்காகப் பயன்படுத்தடுவதில்லை." இன்று ஹோம் ரூல் ஆதரவாளர்கள் ஆங்கிலேயர்களுக்குச் சொல்லுவது என்னவென்றால், "மக்களுக்குக் கல்வி, சுகாதாரம், வளம் இவற்றை நீங்கள் கொண்டு தரவில்லை. ஜப்பான் போன்ற மற்ற நாடுகள் செய்திருப்பதைப்போல, இந்தியர்கள் செய்ய அவர்களுக்கு ஒரு வாய்ப்பு கொடுக்க வேண்டாமா?"

அன்னி பெசன்ட் தனது இரண்டு மணிநேர உரையை இந்தியாவின் பெருமை மிகுந்த முற்காலத்தை நினைவூட்டி, வருங்காலம் இன்னும் வளமிக்கதாயிருக்க வேண்டும் என்ற அறைகூவலுடன் முடித்தார்.

"சிலுவையில் அறையப்பட்ட நாடுகளுடன் ஒன்றான இந்தியா இன்று உயிர்த்தெழும் காலையில், மரணமற்று, மகிமை நிறைந்து என்றும் இளமையாய் இருக்கிறது. இந்தியா சீக்கிரமே தன்னிறைவு பெற்று, பெருமையுடன், சுதந்திரமாய் பலத்துடன், ஆசியாவில் ஒளிமிகு நாடாக, உலகிற்கு ஒரு ஆசீர்வாதமாக இருக்கும்" என்றார்.[35]

VII

காங்கிரஸிற்கு அவரைத் தலைவராக்கியது இந்தியா முழுதும் இருக்கும் படித்த இந்தியர் அவர்மீது கொண்டிருந்த

மதிப்பையும் நல்லெண்ணத்தையும் காட்டியது. இருப்பினும் அரசியல் நுணுக்கமறிந்த ஒரு பகுதியினர் அவரை ஆதரிக்க வில்லை. மிகக் கடுமையாக எதிர்த்தனர். மதராஸ் மாகாணத்தின் பிராமணர் அல்லாதவர் பிரிவு நீதிக்கட்சி (Justice party) என்றொரு அமைப்பை உருவாக்கி, மாகாணத்தில் அரசுப் பணிகளில் 3 விழுக்காடு ஆன பிராமணர்கள் பெருவாரியாக இருப்பதைச் சுட்டிக்காட்டினர். இதர பணிகளிலும் பிராமணர்களே அதிகம் இருந்தனர். வழக்குரைஞர்கள், பள்ளிக்கூடம், கல்லூரி முதல்வர்கள், நாளிதழ் ஆசிரியர்கள், மருத்துவர்கள் என இவர்கள் எல்லாருமே பிராமணர்களாக இருந்தனர்.

தன்னுடைய உரைகளிலும், எழுத்திலும் அன்னி பெசன்ட் இந்திய வரலாற்றை இந்து அல்லது பிராமண வரலாறு என்றே அடையாளப்படுத்தினார். "பிராமணர்கள்தான் இந்தியாவின் சிறந்த இலக்கியத்தையும் கலையையும் கொடுத்தனர்" என்றார்.[36] "அவர்களது கல்வி, புத்திக் கூர்மை, பேச்சுத்திறன் இவற்றால் அவர்கள் தலைவர்களாக உள்ளனர்" என்றார். பிராமணர்கள் மட்டும்தான் இந்தியாவை வழிநடத்த முடியும் என்று அம்மையார் சொல்லுவதை பிராமணர் அல்லாதோர் இயக்கம் கடுமையாக எதிர்த்தது.[37]

நீதிக்கட்சியின் பத்திரிகை அன்னி பெசன்டைத் தொடர்ந்து தாக்கி எழுதியது. அம்மையாரின் *நியூ இண்டியா* இதழ் "பிராமணர் அல்லாதோர் இயக்கம் வெறுப்பை வளர்க்கிறது. அது வெளிநாட்டுத் தாக்கம் கொண்டது. அது இந்தியக் கருத்து அல்ல" என்று எழுதியது. ஜஸ்டிஸ் பத்திரிகை வெகுண்டெழுந்து இதை மறுத்தது. "எது இந்தியாவினுடையது எது இல்லை என்பது அம்மையாரைவிட எங்களுக்கு நன்றாகவே தெரியும். நாங்கள், எங்கள் நாட்டைத் தலைமுழுகிவிடவில்லை. அப்படிச் செய்யவும் மாட்டோம். தங்கள் சொந்த நாட்டை மறந்தவர்களை நாங்கள் மதிக்கவும் மாட்டோம். நாங்கள் வெறுப்பை விதைக்கவில்லை. பிராமணர் அல்லாதோராகிய நாங்கள், வேறு எந்தச் சமுதாயத்திற்கு எதிராகவும், இந்தியரோ அல்லது வேறு நாட்டவரோ, பகைமை பாராட்டாமல் எங்கள் நிலைமையைச் சீரமைத்துக்கொள்கிறோம். ஜஸ்டிஸ் பத்திரிகை அன்னி பெசன்ட் மக்களிடையே பெற்றிருந்த செல்வாக்கை ஒரு பொருட்டாகக் கருதவில்லை. இந்தியர்கள் முகஸ்துதிக்கு வீழ்வார்கள். அதிலும் ஐரோப்பியர் ஒருவர் புகழ்கிறார் என்றால் கேட்கவே வேண்டியதில்லை. இம்மாதிரியான புகழ்ச்சியால் தான் இத்தனை இந்தியர்கள் அவரைப் பின்தொடர்கிறார்கள்" என்று எழுதியது.

மதராஸில் சி. சாரங்கபாணி முதலியாரை ஆசிரியராகக் கொண்டு வெளிவந்த நான்– பிராமின் (Non-Brahimin) என்ற வாராந்திர இதழ் அம்மையாரைக் கடுமையாக விமர்சனம் செய்தது. "*நியூ இண்டியாவை ஒரு நாற்றமெடுத்த பிராமண வக்கீல்கள் குழு தன் கட்டுப்பாட்டில் வைத்திருக்கிறது. பிராமணரல்லாதோர், அம்மையாரின் பிரசாரத்திற்குச் செவி சாய்க்காமல், தங்களுக்கு சுயாட்சி கேட்க வேண்டும்*" என்று எழுதியது.

> மதராஸ் அரசியல்வாதிகள் அம்மையாரின் கருத்துக் களில் மூழ்கியிருந்தபோது, மாகாணத்திலுள்ள மற்ற ஊர்களிலுள்ள சிந்தனாவாதிகள் சொந்தமாகச் சிந்திக்கிறார்கள். அன்னி பெசன்டையும் ஆர்.பி. வாடியாவை யும் தங்களுக்காகச் சிந்திக்க விடுவதில்லை. இன்று அவரை 'அன்னை' என்று போற்றுபவர்களே அவரைச் சப்பிப் போட்ட ஆரஞ்சுப்பழம்போல் தூக்கியெறிவார்கள். அவர் விட்டுச்செல்லும் வெற்றிடத்தை இவர்கள் கைப்பற்றிவிடுவார்கள்.[38]

அன்னி பெசன்ட், பிராமணர்களையும் பிராமண சிந்தாந்தத்தையும் தூக்கிப்பிடித்தார் என்ற நீதிக்கட்சியின் குற்றச்சாட்டிற்கு ஆதாரம் இருந்தது. ஆனால் அதைக் கடுமையான மொழியில் கூறினார்கள். அம்மையார் தனது நண்பர் பி. கேசவ பிள்ளைக்கு எழுதினார்: "*ஜஸ்டிஸ் இதழில்* வரும் என்னைப் பற்றிய விமர்சனத்திற்காக வருந்த வேண்டாம். நான் அதை ஒரு பொருட்டாகவே மதிக்கவில்லை. அந்த இதழுக்குத்தான் இதனால் பாதிப்பு. எனக்கு அல்ல. நீதிக்கட்சித் தலைவர் டாக்டர் நாயரும் அவரது நண்பர்களும் எழுதுவதைப் பற்றியோ பேசுவதைப் பற்றியோ எனக்குக் கவலை இல்லை." இன்னொரு கடிதத்தில் பிராமணர் அல்லாதோர் இயக்கம் "பிராமணர்களை விமர்சிப்பதை விடுத்து, பிராமணர் அல்லாதோரின் நிலைமையை மேம்படுத்த முயலும் என்று நம்புகிறேன்" என்று எழுதினார். மூன்றாவது கடிதத்தில் தன்னை பிராமணர்களைச் சார்ந்தவர் என்று குறிப்பிடுவது தேசிய இயக்கத்திற்குப் பெரும் கேடு விளைவித்துவிட்டது என்றார். நான்காவது கடிதத்தில் டாக்டர் நாயர் "கூட்டத்திலிருந்து யார் சற்று வேறுபட்டு நின்றாலும், அவரைத் தாக்குகிறார். இது வெறும் பொறாமையே" என்றார்.[39]

அம்மையார் ஒத்துக்கொள்ளாவிட்டாலும், தன் மீது தொடுக்கப்பட்ட தாக்குதலால் அவர் பாதிக்கப்பட்டார் என்பதே உண்மை.

VIII

முன்னர் காங்கிரஸ் தலைவராகத் தேர்ந்தெடுக்கப்பட்டவர் "ஒரு நாளைக்கு அல்லது ஒரு வாரத்திற்கு அந்தப் பணியைச் செய்தார்." அதாவது காங்கிரஸ் மாநாட்டின் அமர்வுகளின்போது மட்டுமே தலைவராக இருந்தார். ஆனால் அன்னி பெசன்ட், தலைவர் ஆண்டு முழுவதும், ஒரு மாநாடு முதல் அடுத்த மாநாடு வரை, முழு நேர வேலைபோல் பணி செய்ய வேண்டும் என்றார். நாடு முழுவதும் ஹோம் ரூலுக்காக காங்கிரஸை வேரூன்றச் செய்ய வேண்டும் என்றார்.[40] இதற்கேற்ப, அரசியல் கைதிகள் சிறையில் நடத்தப்படும் விதம் சரியில்லை என்று வைஸ்ராய்க்குப் பல கடிதங்களை ஜனவரி 1918இல் எழுதினார். இதற்குப் பல எடுத்துக்காட்டுகளை முன்வைத்தார். இதைப் படித்த இந்தியர்கள் பலர் கொதித்தனர். அன்னி பெசன்ட் வைஸ்ராயைக் கேட்டார்: "ஜெர்மானியர்கள் இங்கிலாந்தை ஆண்டால், ஆங்கிலேய விசாரணைக் கைதிகள் பற்றிய இத்தகைய கதைகள் வெளிவந்தால், நீங்களெல்லாம் ஆத்திரமடைய மாட்டீர்களா?[41]

மார்ச் 1918இல் அன்னி பெசன்ட் அகமதாபாத் சென்றார். அங்கு துணி ஆலைத் தொழிலாளர்களிடையே ஏற்பட்டிருந்த வேலை நிறுத்தம் சார்ந்து பேச்சு நடத்த காந்தி முயற்சித்துக் கொண்டிருந்தார். இவர்களிருவரும் ஆலை முதலாளி அம்பாலால் சாராபாய் இல்லத்தில் சந்தித்தார்கள். அம்பாலாலைச் சுட்டிக்காட்டி காந்தி சொன்னார்: "இவர்கள் ஆலைத் தொழிலாளர்களை நசுக்கிவிடப் பார்த்தார்கள்" அதற்குப் பதிலாக அம்பாலால், "அவர்கள் ஆலை முதலாளிகளை அழித்துவிடத் தயாராக இருந்தார்கள்" என்றார். இந்தப் பிரச்சினையில் அரசைத் தலையிடக் கேட்க வேண்டுமா என்று அம்மையார் வினவினார். "எங்களுக்குள் நல்லெண்ணம் இருக்கிறது ஆகவே அரசு தலையீடு தேவையில்லை" என்றார் காந்தி.[42]

பின்னர் அன்னி பெசன்ட் ஆலை முதலாளிகளுக்கு ஒரு தந்தி அனுப்பினார். "சிறிய பிரச்சினைகளுக்காக ஒரு பெரிய மனிதரைப் பயன்படுத்த வேண்டாம்" என்று அதில் குறிப்பிட்டார்.[43] இது ஒரு "சிறிய பிரச்சினை என்று முதலாளிகளோ, தொழிலாளிகளோ ஒப்புக்கொண்டிருக்க மாட்டார்கள். ஆனால் காந்தியின் ஆளுமையின் வளர்ச்சி பற்றி எந்தச் சந்தேகமும் இல்லை. பிகாரிலும் குஜராத்திலும் விவசாயிகளை ஒரு கட்டமைப்பிற்குள் கொண்டு வந்திருந்தார்." இந்த அகமதாபாத் கிளர்ச்சி இந்திய அரசியலில் அவர் உயர்ந்துவரும் தலைவர் என்பதைக் காட்டியது.

1918இல் பிரிட்டீஷ் அரசால் அமைக்கப்பட்ட வாக்குரிமைக் குழு இந்தியாவில் பயணித்தது. இந்தியப் பெண்களுக்கு வாக்குரிமை கூடாது என்று முடிவு செய்தது. உள்ளூர் பெண்ணியவாதிகள் கொதித்தெழுந்தனர். அம்மையாரும் கோபமடைந்தார். அந்த வசந்த காலத்தில் அவர் இங்கிலாந்து சென்று பார்லிமெண்ட் குழு முன் இந்தியப் பெண்களுக்கு வாக்குரிமை அளிக்காதது இந்தியர்களின் நம்பிக்கைக்கும் எதிர்பார்ப்புகளுக்கும் கிடைத்த அடி என்றார். "குடிமக்களாக இந்தியப் பெண்கள்" என்ற தலைப்பில் அவர் ஒரு பொதுக் கூட்டத்தில் பேசியபோது, வாக்குரிமைக்கு ஆண்களுக்குப் படிப்பு, சொத்து போன்ற என்ன தகுதிகள் தேவையோ அவற்றை உடைய பெண்களுக்கும் ஓட்டுரிமை அளிக்கப்பட வேண்டும் என்று பேசினார். "ஆங்கிலேயப் பெண்களைவிட இந்தியப் பெண்களுக்கு இந்த வாக்குரிமை தேவை" என்றார்.[44]

காங்கிரஸின் தலைவராக அன்னி பெசன்ட் பிரிட்டனின் லேபர் கட்சியுடன் நல்ல உறவை வளர்த்திருந்தார். பிரான்ஸ், கனடா, அமெரிக்கா போன்ற நாடுகளுக்கு லேபர் கட்சி பிரதிநிதிகள் அனுப்புவது போல, காங்கிரஸின் வருடாந்தர மாநாட்டிற்கும் அனுப்பும் என்று அவர் எதிர்பார்த்தார்.[45]

உலகளவில் இந்திய விடுதலைக்குச் சில முயற்சிகள் எடுக்கப்பட்டன. பிரம்மஞான சபையின் செல்வந்தர்களடங்கிய அமெரிக்கக் கிளை ஜனாதிபதி வுட்ரோ வில்சனுக்கு (Woodrow Wilson) இந்திய சுயாட்சி எவ்வளவு நியாயமான கோரிக்கை என்பதைப் பற்றி ஒரு கடிதம் எழுதியது. "நியாயத்தையும் சுதந்திரத்தையும் விரும்பிய" ஜனாதிபதியை இந்தக் கோரிக்கையை ஆதரிக்க வேண்டினர். ஏனென்றால் இந்த இயக்கத்தை "மனித உரிமைக்காகப் போராடும் பிரபல ஆதரவாளர்" அன்னி பெசன்ட் வழி நடத்துகிறார். "கோடிக்கணக்கான இந்தியர்களின் நம்பிக்கை இன்று மக்களாட்சியின் மிகச்சிறந்த ஆதரவாளரான உங்கள் கையில்தான், இருக்கிறது" என்றது அந்தக் கடிதம்.[46]

இதில் முரண் என்னவென்றால், பன்னாட்டளவில் இந்தியக் கோரிக்கைகள் முன்வைக்கப்பட்டபோது உள்ளூரில் இந்த இயக்கத்தில் பிளவுகள் தெரிய ஆரம்பித்தன. மிதவாதிகளுக்கும் தீவிரவாதிகளுக்கும் இருந்த புரிந்துணர்வு உடைய ஆரம்பித்தது. ஒரு அறிக்கையில்அன்னி பெசன்ட் கூறினார்:"

> திலகரின் ஆதரவாளர்கள் நான் அவருடன் வைத்திருத்த ஒத்துழைப்பை அழித்துவிட்டார்கள். அவருடைய அஞ்சா நெஞ்சத்தையும், தீவிர தேசப்பற்றையும், தாய்நாட்டிற்காக அவர் செய்யும் தன்னலமற்ற பணியையும் நான் மதிக்கிறேன்.

நானும் அவரும் வைத்திருந்த இந்த நல்ல கூட்டு முறிந்ததைக் கண்டு இந்தியாவின் பகைவர்கள் கொண்டாடுவார்கள்.[47]

அன்னி பெசன்ட் அரசியல் களத்தில் திலகரைத் தனது முதன்மைப் போட்டியாளராகக் கண்டார். அவரும் அப்படித்தான் நடந்துகொண்டார். ஆனால் இப்போது இந்த மராத்திய மனிதரையும் அயர்லாந்துப் பெண்மணியையும் தென்னாப்பிரிக்காவிலிருந்து லண்டன் வழியாக இந்தியாவுக்கு வந்த ஒரு குஜராத்தி, மோகன் தாஸ் காந்தி முந்திக்கொண்டு விட்டார். புதிய வருடம் பிறந்தபோது , காந்தி தனது முதல் அகில இந்திய போராட்டத்திற்கு – 1919 ரௌலட் சத்தியாக்கிரகத்திற்கு எதிராக – ஆயத்தமாகிக்கொண்டிருந்தார். பிப்ரவரி கடைசி வாரத்தில் அகமதாபாதில் நடந்த திட்டமிடல் கூட்டத்தில் பிரம்மஞான சபையைச் சேர்ந்தவரும் அம்மையாரின் சீடருமான ஜம்னாதாஸ் துவாரகாதாஸ் உட்பட பலர் கலந்து கொண்டனர். காந்தியின் கருத்துக்களால் கவரப்பட்ட துவாரகாதாஸ், 'சத்தியாக்கிரக உறுதி'யில் அரசு இயற்றவிருக்கும் தேசத்துரோகச் சட்டத்திற்கு எதிராக ஒத்துழையாமை இயக்கத்தில் சேருவதற்கு ஒப்புதலாகக் கையெழுத்திட்டார். நீதிபதி ரௌலட் என்பவர் எழுதியதாகையால் இது ரௌலட் சட்டம் என்று வரலாற்றில் குறிப்பிடப்படுகிறது.

அன்னி பெசன்ட் இத்தகைய சத்தியாக்கிரகத்தை அவ்வளவாக ஆதரிக்க மாட்டார் என்று துவாரகாதாஸ் அறிந்திருந்தார். ஆகவே அவருக்கு எழுதினார்: "உங்களைப் பொறுத்தவரை உங்கள் பார்வை சரிதான். இந்த மக்களின் மொழி உங்களுக்குத் தெரியாததால் நீங்கள் இந்தப் போராட்டத்தில் கலந்துகொள்ள முடியாது."[48]

எழுபது வயதைக் கடந்திருந்த அன்னி பெசன்டுக்குத் தெருவில் நின்று போராடுவது சிரமம் என்று துவாரகதாஸுக்குத் தெரிந்திருந்தது. அது மட்டுமல்ல. பொதுமக்களின் மொழியை அறியாததால் அவர்களது மனநிலையையும் அம்மையார் அறிய முடியவில்லை என்று சூசகமாகச் சுட்டிக்காட்டினார். இனிமேல் அரசியல் சொல்லாடல் உள்ளூர் மொழியில் – குஜராத்தியிலோ, தமிழிலோ அல்லது இந்தியிலோ – இருக்க வேண்டும் என்று காந்தி கூறியிருந்தார். காங்கிரஸை ஆங்கிலம் பேசும் நடுத்தர வர்க்க மக்களிடமிருந்து மீட்டு, விவசாயிகள், கைவினைஞர்கள், தொழிலாளிகள் இவர்களிடம் இட்டுச்செல்ல வேண்டுமானால், மக்களின் மொழி பயன்படுத்தப்பட வேண்டும் என்றார் காந்தி. இந்த நிலைமையில் இந்திய மொழி எதுவும் பேச இயலாத அயர்லாந்துப் பெண்மணிக்கு இடமில்லைபோலும்.

துவாரகதாஸுடன்அன்னி பெசன்ட் ஆதரவாளர்கள் வேறு சிலரும் சத்தியாக்கிரக உறுதிமொழியை ஏற்றனர். பல இளைஞர்களும், அதிலும் அம்மையாருக்கு ஆதரவு அதிகமாகயிருந்த மதராஸைச் சேர்ந்தவர்கள், இந்தக் குழுவில் சேர்ந்தனர். இதனால் மனவருத்தம் அடைந்த அன்னி பெசன்ட் தான் புறக்கணிக்கப்படுவதாக உணர்ந்தார். தனது உணர்வுகளை மதராஸிலுள்ள மூத்த காங்கிரஸ் தலைவரான எஸ். சுப்ரமணிய அய்யருக்குத் தெரிவித்தார். அவர் காந்தியிடம் இது பற்றிக் கூறினார். காந்தி அய்யருக்குப் பின்வருமாறு பதிலளித்தார்.

இது ஒரு குறிப்பிட்ட கட்சியின் இயக்கமல்ல. இதில் சேருபவர்கள் தங்கள் கட்சியிலிருந்து விலகுவதில்லை என்று அம்மையாரிடம் கூறுங்கள். இந்த இயக்கம் வளரும்போது சத்தியாக்கிரகிகள் கோபம், வக்கிரம் போன்றவைகளை விட்டு விடுவார்கள் என்று அவர் அறிந்துகொள்வார். நாம் அன்னி பெசன்டுடன் கருத்தளவில் எவ்வளவு வேறுபட்டாலும், அவர் இந்தியாவிற்குச் செய்திருக்கும் சேவைக்காகஎல்லா இந்தியர்களும் நன்றிக்கடன்பட்டவர்கள் ஆவர்.[49]

ஏப்ரல் மாதம் இந்தியா முழுவதும் பல ஊர்களிலும் நகரங்களிலும் ரௌலட் சட்டத்திற்கு எதிராகக் கிளர்ச்சிகள் நடத்தப்பட்டன. பொதுக்கூட்டங்களில் கலந்துகொண்டவர்கள் “மகாத்மா காந்திக்கு ஜே” “மகாத்மா காந்தி வாழ்க” போன்ற கோஷங்களை எழுப்பினார்கள். இது அன்னி பெசன்டிற்கு மேலும் எரிச்சல் ஊட்டியது. காந்தி பொறுப்பற்ற முறையில் நடந்துகொள்வதாகவும், சத்தியாக்கிரக இயக்கம் மூலம் இளம் மனங்களைக் கெடுப்பதாகவும் அன்னி பெசன்ட் அவருக்குக் கடிதம் எழுதினார். “நீங்கள் எவ்வாறு நல்ல இளைஞர்கள் பலரை, தாங்கள் முன்னர் எடுத்துக்கொண்ட உறுதிகளை மறந்து, உங்கள் இயக்கத்தின் உறுதியை ஏற்கச் செய்திருக்கிறீர்கள் என்று உணரவில்லை.”[50] இதற்கு காந்தி பதில் எழுதினார்.

உங்கள் எழுத்துக்களில் ஒரு புதிய அன்னி பெசன்டைக் காண்பது எனக்கு வருத்தமளிக்கிறது. முன்பு நீங்கள், மனிதர் உருவாக்கிய சமூகம், அரசு சார்ந்த சட்டங்களை, கிஞ்சித்தும் மதிக்காமல் சத்தியத்திற்காக நிலைப்பாடு எடுத்தீர்கள். இன்று நீங்கள் இந்த நிலையினின்று மாறி, நான் “இளைஞர்களை, தாங்கள் முன்னர் எடுத்துக்கொண்ட சூளுரைகளை மறந்து, என்னுடைய இயக்கத்தின் உறுதியை ஏற்கச் செய்திருப்பதாகக் கூறுகிறீர்கள். இதை நான் ஏற்றுக்கொள்ள முடியாது. ஆனால் உண்மைக்குப் புறம்பாக எடுக்கப்பட்ட எல்லா உறுதிமொழிகளையும்

மீற வேண்டுமென்பேன். உங்களுடைய கடந்தகால வாழ்க்கையே எனது கருத்துக்களின் உண்மையைக் காட்டுகிறது. ஒவ்வொரு சீர்திருத்தவாதியும் சட்டங்களை மீறுகிறவர்தானே?

“ஆனால் உங்களுடன் வாதாட விரும்பவில்லை. எப்படி என் இளம் வயதில் அஞ்சாமைக்கும் தைரியத்திற்கும் வாய்மைக்கும் வாழும் எடுத்துக்காட்டாக உங்களைக் கண்டேனோ, அதையே மனதில்கொள்ள விரும்புகிறேன்.”

இந்தக் காலகட்டத்தில் அன்னி பெசன்டும் காந்தியும் பம்பாயில் இருந்தார்கள். காந்தி தனது கடிதத்தைப் பின்வருமாறு முடித்தார்:

“நீங்கள் என்னைச் சந்திக்க வேண்டுமென்றால், எனக்கு அது சம்மதம். இன்று பகல் பொழுதில் பார்க்கக் கால அவகாசம் இல்லை. இரவு 10 மணிக்கு மேல் பார்க்கலாம். இல்லையென்றால் நாளை காலை.”[51]

இதற்கு அன்னி பெசன்ட் எழுதிய பதிலை முழுமையாகப் படிக்க வேண்டும்.

“அன்புள்ள மிஸ்டர் காந்தி, உங்களைச் சந்திக்கச் சம்மதம், நீங்கள் வருவதானால். நான் மாறிவிட்டதாக நீங்கள் நினைப்பது எனக்கு வருத்தம். நேர்மையற்ற சட்டத்தை மீறி, அதன் பலனை அனுபவிப்பதற்கு நான் எப்போதும் தயார். எல்லாச் சட்டங்களையும் மீற நான் தயாராக இருந்ததில்லை. எனது மனசாட்சியை ஒரு குழுவின் கட்டுப்பாட்டிற்கு நான் விட முடியாது. முதலாவது சீர்திருத்தவாதியின் நடத்தை. இரண்டாவது அராஜகவாதியினுடையது.

தவறான வழியில் நடத்தப்பட்ட ஒரு கூட்டத்தைத் தனியாக நின்று எதிர்கொள்ளத் துணிவு தேவை. வெறும் வார்த்தை ஜாலங்களால் ஆன புகழ்ச்சியைப் பெறுவதைவிட இது கடினம். நீங்கள் அல்ல, உங்கள் ஆதரவாளர்கள் பலர் இதைச் செய்கிறார்கள். அம்மாதிரியான சொற்களால் மக்களின் உணர்வை உசுப்பிவிட்டுக் கண்மூடித்தனமாக அரசைத் தாக்குகிறார்கள். மற்ற சிலர் கைப்பிரதிகளை விநியோகிக்கிறார்கள். அவர்களுக்குத் தண்டனை ஏதும் கிடையாது. நாம் ஒருவரை ஒருவர் புரிந்துகொள்ளாமல், லட்சியங்களை மறந்துவிட்டோம். இந்தியாவிற்கும் சுதந்திரத்திற்கும் யார் விசுவாசமாக இருந்திருக்கிறோம் என்பதைக் காலம் சொல்லும்.”

அன்புடன்
அன்னி பெசன்ட்.”[52]

மற்றவர்களுக்கு மகாத்மாவாக இருந்திருக்கலாம் ஆனால் அன்னி பெசன்டிற்கு அவர் மிஸ்டர். காந்தி. அவ்வளவே. சந்திப்பதைப் பற்றிப் பேசும்போது, வயதில் இளையவரான காந்தி எவ்விடத்தில் சந்திப்பது என்பது பற்றி ஏதும் சொல்லவில்லை. ஆனால் அம்மையார் தன்னை காந்தி வந்து சந்திக்க வேண்டும் என்று வற்புறுத்தினார். இந்தச் சந்திப்பு நிகழவேயில்லை. ஆனால் இந்தக் கடிதப் போக்குவரத்து, எவ்வாறு சில வாரங்களில் நிலைமை மாறிவிட்டது என்பதைக் காட்டியது. இந்திய சுதந்திரப் போராட்டத்தில் முக்கியத் தலைவராக, அன்னி பெசன்டின் இடத்தையும், திலகரின் இடத்தையும் காந்தி சுவீகரித்துக் கொண்டார் என்பதைக் காட்டியது.

3

சுதந்திரத்தை நேசித்த ஆங்கிலேயர்

இதழாளர் பி.ஜி. ஹார்னிமன்

‘இந்தியாவின் ஒரு நண்பர்: *பி.ஜி. ஹார்னிமனின் சில உரைகளும் எழுத்துக்களும்*’ என்ற தலைப்புடன் ஒரு நூல் *1918*ஆம் ஆண்டு பம்பாயில் வெளியிடப் பட்டது. “இந்தியாவிற்கு வரும்போது தங்கள் பிரிட்டீஷ்

கொள்கைகளை இங்கும் கொண்டுவந்து இங்கே இருக்கும்போது அதன்படி நடந்தொழுகும் வெகு சில ஆங்கிலேயர்களில் ஒருவர்" என்று அந்த நூலுக்கு எழுதிய முன்னுரையில் அன்னி பெசன்ட் குறிப்பிட்டிருந்தார். "பேச்சுச் சுதந்திரம், தனிமனிதச் சுதந்திரம், பத்திரிகைச் சுதந்திரம் இவை இங்கிலாந்தில் யாவரும் அனுபவிப்பது. ஆனால் இந்தியாவில் இவை "ஈதல் போலத் தரப்படுகின்றன". இங்கே "அரசு அதிகாரிகள், சிறிய, பெரிய, வெள்ளைக்கார, கருப்பு நிற அதிகாரிகள், சிம்லாவில் இருக்கும் வைஸ்ராய் முதல், சுமை தூக்கும் கூலியுடன் காசு வாங்கும் கடைசிப்படி போலீஸ்காரர் வரை சுதந்திரத்தைக் கட்டுப்படுத்துகிறார்கள். ஆனால் ஹார்னிமனுக்கு இந்த உரிமைகள் எல்லாம் நிஜமானவை. அவை பாதிக்கப்பட்டால் அவருக்கு வருத்தம். ஒரு இந்தியனுக்கு நேரும் துன்பம் தனக்கு நேர்வதாக அவர் உணர்கிறார். பாதிக்கப்பட்ட இந்தியனை இறைவன் தந்த வீரியத்துடன் எதிர்கொள்ளத்துணிவூட்டுகிறார்."¹

அன்னி பெசன்ட் பொது வாழ்வில் இருந்தது போல பெஞ்சமின் கை ஹார்னிமன் (Benjamin Guy Horniman) பத்திரிகைத் துறையில் இருந்தார். வெள்ளைக்காரராகப் பிறந்த இவர், ஆங்கிலேயர்களுக்குக் கிடைக்கும் அதே சுதந்திர உரிமைகளும் விடுதலையும் இந்தியர்களுக்கும் அளிக்கப்பட வேண்டும் என்பதற்காகப் பாடுபடுவதை வாழ்வின் நோக்கமாகக் கொண்டவர். இங்கிலாந்தில் டோவர்கோர்ட் என்ற ஊரில் 1873 ஆம் ஆண்டு ஜூலை 17ஆம் தேதி பிறந்தார். அவரது தந்தை பிரிட்டீஷ் கடற்படையில் காசாளராகப் பணிசெய்தார். அவரது தாயாரும் கிரேக்கக் கடற்படையில் வேலை செய்த ஒரு பிரிட்டீஷ் அதிகாரியின் மகள். ஹார்னிமனுக்கு அவரது தாய் லத்தீன், கிரேக்க மொழிகளை வீட்டிலேயே பயிற்றுவித்தார். மகனுக்கு அவர் மீது நெருக்கம் அதிகம். ஹார்னிமன் போர்ட்ஸ்மௌத் இலக்கணப் பள்ளியில் படித்து முடித்து, வுல்விச் நகரிலுள்ள ராயல் மிலிடரி அகாடமி தேர்வை வெற்றிகரமாக முடித்தார். ஆனால் பட்டாளத்தில் சேராமல் பத்திரிகை உலகிற்குள் நுழைந்தார். போர்ட்ஸ்மௌத் நகரில் இருந்த *சதர்ன் டெய்லி மெயில்* என்ற (Southern Daily Mail) *இதழின் நிருபராகச் சேர்ந்தார்.* பின்னர் லண்டனில் *மார்னிங் லீடர்* (Morning Leader) *டெய்லி எக்ஸ்ப்ரஸ்* (Daily Express) போன்ற பத்திரிகைகளில் வேலை செய்துவிட்டு *1904*இல் நாட்டின் பிரபலமான நாளிதழான *ஸ்டேட்ஸ்மன்* (Statesman) பத்திரிகையில் சேர இந்தியா புறப்பட்டார்.

ஸ்டேட்ஸ்மன் நாளிதழ், பிரிட்டீஷ் இந்தியாவில் அன்றைய தலைநகரான கல்கத்தாவில் வெளியிடப்பட்டது. அந்த நாளிதழின் மேல்நிலை அதிகாரிகள் வசதியான வாழ்வு

நிலையை அனுபவித்தார்கள். காலையில் தலையங்கம் எழுத வேண்டியது, மதியம் குதிரைப் பந்தயத்திற்குச் செல்ல வேண்டியது, பின்னர் மாலை பெங்கால் கிளப்பில் மது அருந்தி இரவு உணவு சாப்பிட வேண்டியது. ஆனால் ஹார்னிமன் சுற்றிப்பார்க்க விரும்பிக் களத்தில் பயணித்தார். அவர் அந்த மாகாணத்தைச் சுற்றிப் பிரயாணம் செய்து, கிராமப்புறப் பிரச்சினைகளைப் பற்றியும், கோமில்லா, மைமன்சிங் ஜில்லாக்களில் இந்து-முஸ்லிம் உரசல்கள் பற்றியும் எழுதினார்.[2] வங்காளப் பிரிவினையை எதிர்த்து மக்கள் இயக்கம் எழுந்தபோது "ஹார்னிமன் தன்னை அந்தப் போராட்டத்துடன் இணைத்துக்கொண்டார். வேட்டி, ஜிப்பா அணிந்து வங்காள மக்களோடு மக்களாக இவரும் வெறுங்காலுடன் கல்கத்தா வீதிகளில் ஒரு இந்திய தேசாபிமானி போல் நடந்தார்."[3]

பிரிட்டீஷ் இந்தியாவின் அரசியல் மையமாகக் கல்கத்தா இருந்தது. வணிக மையமாயிருந்த பம்பாயின் முக்கிய நாளிதழ் டைம்ஸ் ஆஃப் இண்டியா (Times of India) அரசை ஆதரித்தது. காலனி ஆதிக்கத்திற்கு ஒத்து ஊதியது. 1913இல், பம்பாயில் சில அறிவுஜீவிகள், பார்சி வழக்குரைஞர் ஃபெரோஷா மேத்தா தலைமையில், இந்திய நோக்கை விளக்க ஒரு நாளிதழ் ஆரம்பிக்க முடிவு செய்தனர். அதை நடத்த ஒரு ஆங்கிலேயரைத் தேடினர். முதலில் கல்கத்தா ஸ்டேட்ஸ்மன் நாளிதழில் ஆசிரியராகப் பணிசெய்துகொண்டிருந்த எஸ்.கே. ரேட்கிளிஃப்பை (S.K. Radcliffe) நாடினார்கள். அவருக்கு கல்கத்தாவை விட்டுப்போக மனமில்லை. ஆகவே தன்னுடன் வேலை பார்த்துக்கொண் டிருந்த ஹார்னிமனைக் கேட்டார். அவரும் ஒத்துக்கொண்டு 1913இல் பம்பாய் வந்து பாம்பே கிரானிக்கிள் (Bombay Chronicle) நாளிதழின் முதல் ஆசிரியர் ஆனார்.

பம்பாயில் வோர்லியில் கடற்கரை அருகேயிருந்த ஒரு பங்களாவில் தன் நாய்களுடனும் பணியாட்களுடனும் குடியேறினார். அவர் தனியாகத்தான் இருந்தார். திருமணமாக வில்லை. அவர் ஒரு தன்பால் ஈர்ப்பாளர். இத்தகையவர்களை வெறுத்த அன்றைய சமூகத்தில் இதை ரகசியமாகவே வைத்திருந்தார். அவருக்குத் தனது பணியில் மிகுந்த ஈடுபாடு. புதிய நாளிதழ், நான்கணாவிற்கு ஒரு இதழ் என்று விற்கப்பட்ட டைம்ஸ் ஆஃப் இண்டியாவிற்குப் போட்டியாகச் செயல்பட்டதால், பாம்பே கிரானிக்கிளின் விலை ஒரு அணாவாக நிர்ணயிக்கப்பட்டது.

களத்திற்கு நிருபர்களை அனுப்புவதுடன், நாட்டில் பல இடங்களிலிருந்த எழுத்தாளர்களிடமிருந்து கட்டுரைகளை ஹார்னிமன் கேட்டு வாங்கினார். அவரே தலையங்கங்களையும்

பல கட்டுரைகளையும் தனது பேரிலேயே எழுதினார். இந்திய வாசகர்களை ஈர்த்த அவரது எழுத்துக்கள் பிரிட்டீஷ் அதிகாரிகளுக்கு எரிச்சலூட்டியது. தொழிலதிபர் எல்.ஆர். தாயர்சீ, "இந்தப் பத்திரிகை மக்களுக்குப் பிடித்ததைத் தரும் அதே வேளையில் அரசிற்கும் அதைப் போற்றுபவர்களுக்கும் ஆத்திரத்தை ஊட்டுகிறது" என்றார்.[4] இந்தியர்களின் லட்சியங்களை ஆதரிப்பவர் என்று ஹார்னிமனைப் புகழ்ந்தார். "அவர் பேச எழுந்தால், கையில் காகிதங்கள் வைத்திருப்பார். மற்ற நாடுகளைப் போலவே இந்தியாவும் சம உரிமையுடன் நடத்தப்பட வேண்டும் என்ற கோரிக்கை அடங்கிய பத்திரம் போல் அது காணப்படும்."[5]

1914இல் முதல் உலகப் போர் மூண்ட பின், சர்வாதிகார மனம் கொண்ட பம்பாய் ஆளுநர் வில்லிங்டன் பிரபு பத்திரிகைத் தணிக்கையைக் கடுமையாக அமல்படுத்தினார். ஹார்னிமன் இந்தத் தடைகளுக்கு எதிராகப் பேசினார். 1915இல் பத்திரிகையாளர் அடங்கிய பிரஸ் அசோசியேஷன் அஃப் இன்டியா (Press Association of India) என்ற அமைப்பை உருவாக்கினார். இது "நாட்டிலுள்ள அச்சு ஊடகத்தைச் சட்டப்பூர்வமாகப் பாதுகாக்கவும், காரண அடிப்படையில்லாத தடைகளை எதிர்க்கவும், பத்திரிகையாளர் சுதந்திரத்தில் சட்டசபை, அரசு இவை தலையிடாமல் கண்காணித்துக்கொள்ளவும்" அமைக்கப்பட்டது. பிரிட்டீஷ் படைகளின் அக்கிரமங்களை *கிரானிகிள்* வெளியிட்டபோது, பம்பாய் அரசு இந்தியப் பாதுகாப்புச் சட்டத்தின் கீழ் நடவடிக்கை எடுக்கப்படும் என்று மிரட்டியதற்கு ஹார்னிமன் மசியவில்லை.[6]

பத்திரிகையாளர்களின் முதல் தொழிற்சங்கத்தின் தலைவர் என்ற தகுதியில் ஹார்னிமன் அச்சு ஊடகத்தின் சுதந்திரத்திற்காகப் போராடினார். ஆளுநருக்கும் வைஸ்ராய்க்கும் "பத்திரிகைச் சட்டமும் (Press Act) இந்தியப் பாதுகாப்புச் சட்டமும் தவறாகப் பயன்படுத்தப்படுவது" குறித்து மனுக்கள் அனுப்பினார்.[7] அவருடைய நாளிதழ் நிர்வாகத்துடனும் அவர் மல்லாட வேண்டியிருந்தது. இயக்குநர் குழு ஹார்னிமனுக்குக் கட்டுப்பாடு விதிக்க விரும்பினர். ஆனால் அவருக்குத் தான் உயிரோடிருந்த வரை ஃபெரோஷா மேத்தா உயிரோடு இருந்தவரை அவருக்குப் பின்புலமாக இருந்தார். 1915இல் மேத்தா இறந்த பின் இயக்குநர் குழு ஏதாவது செய்ய வேண்டும் என்று முயன்றது. ஹோம் ரூல் இயக்கத்திற்கு அவர் தலையங்கத்தின் மூலம் அளிக்கும் ஆதரவைக் கண்டு அஞ்சிய குழு, அம்மையாருக்கும் திலகருக்கும் அவர் தரும் ஆதரவைக் குறைத்துக் கொள்ளும்படி கூறியது. சாந்தாராம் சாவடி என்ற உழைப்பாளர்கள் வசிக்கும் ஒரு இடத்தில் ஹார்னிமன் பேசியபோது ஆசிரியர் பதவியை விட்டுத்

தான் விலகிவிடுவேன் என்றார். இயக்குநர் குழு மசிந்து கொடுத்து, அவரை ஆசிரியர் பதவியில் நீடிக்கக் கோரியது. ஹார்னிமனைப் பிடிக்காத சில இயக்குநர்கள் குழுவை விட்டு விலகினார்கள். அவரது அரசியல் நிலைப்பாட்டை வரவேற்கும் சிலர் குழுவில் இணைந்தனர்.[8]

ஹார்னிமனை ஆசிரியராகக் கொண்ட பாம்பே கிரானிகிள் அரசியலைப் பற்றி விரிவாக எழுதியதோடு, பம்பாயின் இரு புது ஆர்வங்களான சினிமா, கிரிக்கெட் இவற்றில் கவனம் செலுத்தியது. இந்த நாளிதழின் நடை டைம்ஸ் ஆஃப் இண்டியாவைவிட விறுவிறுப்பாக இருந்தது. தலையங்கங்கள் தீர்க்கமாக எழுதப்பட்டன. கேலிச்சித்திரப் படங்கள் சுவையானதாக இருந்தன. சில மாதங்களில் இந்தப் புதிய நாளிதழ் நடுத்தர வர்க்கமக்களுடைய அபிமானத்தைப் பெற்றது. இந்த நகரத்திலிருந்த பல ஆங்கிலேயர்களும் இந்த நாளிதழைப் படித்தார்கள்.

ஆங்கிலத்திலிருந்தாலும், இந்த நாளிதழ் ஆங்கிலம் அறியாத உழைக்கும் மக்களின் பிரச்சினைகளைக் கையில் எடுத்துக்கொண்டது. ஒரு வரலாற்றாசிரியர் எழுதினார் "ஹார்னிமனின் நாளிதழ் இந்த நகரத்தின் சமூகவியலை மாற்றி, தொழிலாளர்களையும், நகர்வாழ் ஏழை மக்களையும் உள்ளடக்கியது. ஆலைத் தொழிலாளர்கள், தொடர்வண்டி ஊழியர்கள், கூலிகள், அரசாங்கத்தில், முனிசிபாலிடியில், தனியார் நிறுவனத்தில் குறைந்த சம்பளத்தில் வேலை செய்து, போர்க்காலத்தில் விலைவாசி ஏற்றத்தால் இன்னல்படுபவர்கள் இவர்களைப் பற்றி எழுதியது." ஆசிரியரே சில தொழிலாளர் கூட்டங்களில் எப்படித் தொழிற்சங்கங்கள் ஐரோப்பாவில் உழைப்பாளிகளின் நிலைமையை உயர்த்தப் பயன்பட்டிருக்கிறது என்று பேசினார்.[9]

அன்னி பெசன்ட் நம்பிய மாதிரியே, ஹார்னிமனும், இங்கிலாந்தில் இருப்பது போன்ற உரிமைகளை இந்தியர்களுக்கு இங்கு ஆங்கிலேயர்கள் கொடுப்பார்கள் என்று எண்ணினார். முதல் உலகப் போர் மூண்டபோது இந்திய விடுதலைக்காகப் போராடிக்கொண்டிருந்தவர்களை ஜெர்மானியர்களைப் பற்றிய தவறான எண்ணங்கள் ஏதும் கொள்ள வேண்டாம் என்று எச்சரித்தார். ஜெர்மானியர் போரில் வென்றால், இந்தியர்களுக்கு அது பிரிட்டீஷ் வெற்றி பெறுவதைவிடக் கொடுமையாக இருக்கும் என்றார்.

குடியாட்சிகளைக்கலைத்த, தனதுஎதிரிகளின் ரத்தக்களரியில் நடமாடும் நாடு பிரஷ்யா; இந்தியாவின் செல்வத்தின் மீது தனது பேராசைப் பார்வையைத் திருப்பும் பிரஷ்யாவின்

மீது நீங்கள் நம்பிக்கை கொள்ள முடியுமா? உங்களது நாட்டின் எல்லையை உடைத்து வரும் அந்நாடு உங்கள் சுதந்திரத்தை விரும்புமா? ருமேனியாவிற்கு என்ன ஆனது? போல்ஷெவிக்குகளின் கதி என்ன? யுக்ரைன், ஃபின்லாந்து என்ன நிலை? பால்டிக் மாகாண, லிவோனிய விவசாயிகள் இதயமற்ற, கொடூரமான ஜெர்மானிய நிலச்சுவான்தார்கள் கையில் இருக்கிறார்கள். அதுதான் பிரஷ்யா என்பதை நினைவில் கொள்ள வேண்டும்.[10]

1917ஆம் ஆண்டு ஜூன் 16ஆம் தேதி அன்னி பெசன்ட், இந்தியப் பாதுகாப்புச் சட்ட த்தின் கீழ் சிறைப்படுத்தப்பட்டார். அன்றிரவே ஹார்னிமன் மதராஸுக்குப் புறப்பட்டார். அவருடன் பி.கே. டெலாங் எனும் ஹோம் ரூல் ஆதரவாளரும் சென்றார். இவர் அம்மையாரின் *நியூ இண்டியா* இதழின் ஆசிரியராகப் பொறுப்பேற்று, "மறுபடியும் எழுவேன்" என்ற தலைப்பில் ஹார்னிமன் எழுதிய உணர்ச்சி மிகுந்த கட்டுரையை வெளியிட்டார். மதராஸ் ஆளுநர் பெண்ட்லாண்ட் பிரபுவும், அவரது ஆலோசகர்களும் வரலாற்றிலிருந்து ஏதும் கற்றுக் கொள்ளவில்லை என்றார். "ஒரு மகத்தான லட்சியத்திற்காகப் போராடும் தலைவர்களை நீங்கள் நூறு முறை அடித்து, விலங்கிட்டு, சிறையிலடைக்கலாம். ஆனால் அவர்களது நோக்கம் வாழும். சுதந்திரத்தின் கொடி, ஒரு முறை ஏற்றப்பட்டு விட்டால், மண்ணில் பல முறை வீழ்ந்தாலும், மறுபடியும் எழும். துணிவுள்ளவர்களால் தூக்கப்பட்டு முன்னேறும்."

அன்னி பெசன்டைக் கைது செய்வதால், மிதவாதிகளுக்கும், தீவிரவாதிகளுக்கும் இடையே பிளவை உருவாக்க முடியும் என்று பெண்ட்லாண்ட் கணக்கு போட்டார். ஆனால் உண்மையில் இரு கட்சிகளும் ஒன்று சேர்ந்து அம்மையாரைக் கைது செய்ததை எதிர்த்தனர். ஹார்னிமன் இந்திய அரசுக்குச் சொன்னார்:

> ஒரே நோக்கத்துடன் செயல்படும் பிரச்சினைக்குரிய மூதாட்டி மட்டுமல்ல அவர். ஒரு மகத்தான இயக்கத்தின் தலைவர். அவரைச் சிறையில் அடைத்ததால் எங்களுக்கேற்பட்ட இழப்பை நாங்கள் அறிவோம். அவருடைய நிர்வகிக்கும் திறனை, வழிகாட்டும் நெறியை, அணையாத துணிச்சலை, அவரது தலைமையை இன்று ஹோம் ரூல் இயக்கம் இழந்துவிட்டது உண்மைதான். ஆனால் அவர் மீதான இந்தத் தாக்குதல் இயக்கத்திற்கு ஒரு புதிய உத்வேகத்தைக் கொடுத்துள்ளது.

அம்மையாரின் சிறையடைப்பிலிருந்து ஹார்னிமன் கற்றுக்கொண்ட பாடம்:

எந்த ஒரு அரசு, விசாரணையின்றி சிறையிலடைப்பது, பேச்சு, எழுத்துச் சுதந்திரத்தை அடக்குவது போன்ற நடவடிக்கைகள் தன்னைப் பாதுகாத்துக்கொள்ள அவசியம் என்று நினைக்கின்றதோ அது நொடித்துவிட்டது என்று பொருள். அவசரமான சீர்திருத்தம் அங்கு தேவையாகிறது. இங்கிலாந்து மக்களுக்கு அங்கு அரசியல் மேதைகள் கொடுத்திருப்பது போல இந்த நாட்டின் மக்களுக்கும் அவர்களது பிரச்சினைகளைத் தீர்த்துக்கொள்ள சுதந்திரம் கொடுக்க வேண்டும், இதற்காகத்தான் அவர்கள் வரலாற்றுப் புகழ் மிக்க ஒரு மகத்தான போரை நடத்திக்கொண்டிருக்கிறார்கள். இதை இங்கிலாந்தி லுள்ள மக்களுக்கு இந்தியர்கள் தெரிவிக்க வேண்டும். அவ்வப்போது தடைகள் தோன்றினாலும் முடிவு என்னவென்று நாங்கள் அறிவோம்.[11]

II

டிசம்பர் 1916ஆம் ஆண்டு, ஹார்னிமன் லக்னோவில் நடந்த காங்கிரஸ் மாநாட்டில் கலந்துகொண்டார். இங்கே அலகாபாத் வக்கீல்களுக்குள் ஒரு நட்சத்திரமாய் ஜொலித்துக்கொண்டிருந்த காங்கிரஸ்வாதி, ஹோம் ரூல் ஆதரவாளர் மோதிலால் நேருவை அவர் சந்தித்தார். அப்போதுதான் கேம்ரிட்ஜில் படித்துவிட்டு, பாரிஸ்டராகத் திரும்பியிருந்த அவருடைய மகனான ஜவஹர்லால் நேருவிடமும் அறிமுகம் ஏற்பட்டது. அவரது தந்தை போல ஜவஹர்லால் அவ்வளவு திறமையான வழக்குரைஞர் அல்ல. தனது திறமைகளை வேறு தளத்தில் காட்டத் திட்டமிட்டுக் கொண்டிருந்த சமயம் அவர் தேசிய அரசியலைக் கண்டடைந்தார்.

1917ஆம் ஆண்டு, ஜூலையில் ஹார்னிமன் அன்னி பெசன்டை விடுதலை செய்யக் கோரி அமைதியான எதிர்ப்புப் போராட்டம் நடத்தப் போவது பற்றி ஜவஹர்லால் நேருவிற்கு ஒரு கடிதம் எழுதினார். காங்கிரஸின் மூத்த தலைவர்களான மதன் மோகன் மாளவியா, முகமது அலி ஜின்னா ஆகியோர் இதில் சேருவதில் ஆர்வம் காட்டவில்லை. வயதான தலைவர்களுக்கு நாம் சற்று வீரியத்தை ஊட்டுவது இயக்கத்திற்கு நலமாயிருக்கும் என்று ஜவஹர்லாலுக்கு ஹார்னிமன் எழுதினார். மூத்த காங்கிரஸ் ஊழியர்களை ஒரு உலுக்கு உலுக்க வேண்டும் என்று எழுதினார்.[12]

அத்தகைய முயற்சி தேவையில்லாமல் போய்விட்டது. தேசியப் பத்திரிகைகள், உள்ளூரில் நடந்த பொதுக்கூட்டங்கள் இவை கொடுத்த அழுத்ததின் பலனாகவும், எட்வின் மாண்டேகுவின் தலையீட்டாலும் பிரிட்டீஷ் அரசு அன்னி பெசன்டை விடுவித்தது. பம்பாயில் ஹார்னிமன் செய்ததுபோல, அலகாபாத்திலும் ஒரு

தேசிய நாளிதழை நடத்த மோதிலால் நேரு முடிவு செய்தார். *பாம்பே கிரானிக்கில்* இதழ் பம்பாய் மாகாணத்தில் என்ன செய்ததோ அதை ஒரு பத்திரிகை ஐக்கிய மாகாணத்தில் செய்ய வேண்டும். தீர்க்கமான குரலெழுப்பக்கூடிய, தொழில்சார் முறையில் நடத்தப்படும், பிரிட்டீஷ் அரசை ஆதரிக்கும் பத்திரிகைகளுக்கு எதிர்வினையாக, லக்னோவிலிருந்து வரும் *பயனீர்* (Pioneer) பத்திரிகை போல ஒன்று வர வேண்டும். (*பயனீர்* இதழில் ரூடியார்டு கிப்லிங் (Rudyard Kipling) பணியாற்றியிருந்தார்).

தி இண்டிபெண்டெண்ட் (The Independent) என்று பெயரிடப்பட்ட இந்தப் பத்திரிகையை நிறுவ மோதிலால் நேரு, ஹார்னிமனின் உதவியையும் ஆலோசனையும் நாடினார். ஹார்னிமன் தனது திறமையான உதவியாளர் சையத் ஹோசைனை அனுப்பினார். அவரும் பல முறை அலகாபாத் சென்று அச்சு எந்திரங்கள் வாங்குவது, காகிதப் பயன்பாடு முதலானவை பற்றி மட்டுமல்லாமல் வினியோகம் பற்றியும் ஆலோசனை கூறினார்.[13]

மோகன் தாஸ் காந்தியுடனும் ஹார்னிமன் நல்ல நண்பரானார். ஜனவரி 1915இல் காந்தி தென்னாப்பிரிக்காவி லிருந்து திரும்பியபோது அவருக்கு பம்பாயில் அளிக்கப்பட்ட வரவேற்பு நிகழ்வுகளைப் பற்றி *கிரானிக்கிள்* விவரமாக எழுதியது. ஹார்னிமனும் அம்மாதிரியான ஒரு வரவேற்பில் பங்கெடுத்தார். ஆனால் அதற்கு முன் காந்தியும் ஹார்னிமனும் எங்காவது சந்தித்தார்களா என்ற விவரம் நம்மிடம் இல்லை.[14] சிறிது நாட்கள் சென்ற பின் அவர்கள் இருவரும் அடிக்கடி சந்தித்துக்கொண்டு நெருக்கமானார்கள். ஜூன் 1916இல் காந்தி பம்பாயில் பத்திரிகைத் தணிக்கையை எதிர்த்துப் பேசிய ஒரு பொதுக்கூட்டத்திற்கு ஹார்னிமன் தலைமை தாங்கியிருந்தார்.

போரின் முடிவு இந்தியாவில் அரசியல் சீர்திருத்தத்திற்கு வழி வகுக்கும் என்று ஹார்னிமன் நம்பினார். 1917ஆம் ஆண்டு டிசம்பர் 15ஆம் நாள், ஒரு கூட்டத்தில் சொன்னார்:

> இவ்வளவு பெரிய போராட்டத்திற்கும் தியாகங்களுக்கும் (போர்) பிறகு, ஐரோப்பிய மக்களின் சுதந்திரத்தைக் காப்பாற்றினாலும், தனது கட்டுப்பாட்டில் உள்ள காலனிகளில் இனவாதத்தையும், மேலாதிக்கத்தையும் பிரிட்டீஷ் சாம்ராஜ்யம் ஆதரிப்பது வருத்தத்திற்குரியது. அத்தகைய நாள் வரவே வராது என்றே நான் நம்புகிறேன்.[16]

இந்தக் காலகட்டத்தில், ஹார்னிமனின் நாளிதழ் இந்திய அரசியலில் முன்னிடம் பெற்று வரும் காந்திக்குச் சிறப்பு இடம் கொடுத்து, அவர் உரைகளைப் பற்றி எழுதியது. காந்தியும்

தன் கொள்கைகளைப் பரப்ப கிராணிகிள் இதழின் பயனை அறிந்திருந்தார்.[17] 1918இல் குஜராத்தில் கெடா ஜில்லாவில் நிலவரியை எதிர்த்து விவசாயிகள் போராடியபோது கிரானிகிள் அதை ஆதரித்து விரிவாக எழுதியது. இந்தப் பிரச்சினையை அலசி சில கட்டுரைகள் எழுதிய ஹார்னிமன் அதிகாரிகளைத் தங்களது பெருமையை ஒதுக்கி வைத்துவிட்டு பயிர் நாசத்தால் அவதிப்படும் விவசாயிகளின் நிலைமையைப் பரிசீலிக்க வேண்டும் என்றார். விவசாயிகளின் தலைவர்களைப் பற்றிச் சில அரசு அதிகாரிகள் மோசமாகப் பேசினார்கள். ஹார்னிமன் ஆயிரக்கணக்கான மக்கள் இன்னலில் சிக்கித் தவிக்கும் போது இம்மாதிரியான தனிப்பட்ட எரிச்சல்களுக்கு இது நேரமல்ல என்றார். அரசின் தன்மானத்தை விட முக்கியமானது இந்தப் பிரச்சினை என்றார்.

ஏப்ரல் 1918இல், பம்பாயில் சாந்தாரம் சாவடி என்ற இடத்தில் ஹார்னிமனும் காந்தியும் ஒரே மேடையிலிருந்து கெடா விவசாயிகளை ஆதரித்துப் பேசினார்கள். காந்தி குடியானவர்கள் படும் அவஸ்தைகளைப் பற்றிப் பேசினார். ஹார்னிமன் அதற்குக் காரணமான அதிகாரிகளைச் சாடினார். அதிலும் முக்கியமாக அங்கு கமிஷனராக இருந்த பிராட் (Pratt) என்றவரை ஹார்னிமன் குறிவைத்துத் தாக்கினார். அவரை ஆட்டொ–பிராட் (auto-Pratt அதாவது கொடுங்கோலன் பிராட்) என்று வர்ணித்தார். "இந்த மனிதர் தான் தவறே செய்யாதவர் என்று எண்ணிக்கொள்கிறார். போப் ஆண்டவர்கூட இவ்வாறு நினைத்துக்கொள்ள மாட்டார். நாளையே வேறு அதிகாரி, ஒரு ஃப்லாட்டோ (Mr.Flatt) அல்லது ஒரு மாட்டோ (Mr.Matt) அந்தப் பதவிக்கு வந்து இவரது ஆணைகளை மாற்றலாம். எப்படி ஆனாலும் பிரிட்டிஷ் பார்லிமெண்டிற்கு பிராட் பதில் சொல்லியாக வேண்டும். இந்தப் புதிதாகத் தோன்றியிருக்கும் நோயான ஆட்டொ–பிராட் பற்றி அஞ்ச வேண்டாம். ஏனென்றால் அதிகாரவர்க்கம் இந்தியாவில் மாண்டுகொண்டிருக்கிறது. அதனுடைய கடைசிக் காலத்தை நாம் காண்கிறோம். தனக்கிருக்கும் அதிகாரம் பற்றி பிராட்டின் பிதற்றல்கள் சர்வாதிகார அதிகாரவர்க்கத்தின் முடிவின் அடையாளமே" என்றார்.[18]

கெடாவில் நடந்த போராட்டம் 1918இல் அங்கு மட்டுமான ஒரு நிகழ்வு. பின்னர் வசந்த காலத்தில் காந்தி நாடு தழுவிய பெரிய போராட்டம் ஒன்றைத் திட்டமிட்டார். ரௌலட் சட்டம் என்ற கொடூரமான ஒரு சட்டத்தை எதிர்த்து இப்போராட்டம் உருவானது. இந்தச் சட்டம் அரசை விமர்சிப்போர்களுக்கு நடுவர் இல்லாத வழக்கு விசாரணை, ரகசிய

விசாரணை போன்றவற்றின் மூலம் கடுமையான தண்டனை கொடுக்க வழி செய்தது. அம்மையாரின் எதிர்ப்பாளர்கள் சிலரும் இந்தப் போராட்டத்தில் காந்தியுடன் இணைந்தனர். ஹார்னிமன் கூட அகமதாபாத் ஆசிரமத்தில் நடந்த ஆயத்தக் கூட்டங்களில் பங்கெடுத்தார். தனது இதழ் கிரானிக்கில் மூலம் தனது ஆதரவை அளித்தார். பிரிட்டீஷ் இந்தியாவில் நடைமுறையில் இருக்கும் கொடுங்கோல் சட்டங்களை எதிர்த்துத் தடைகளற்ற, சுதந்திர வாழ்க்கைக்குத் தனது ஆதரவைப் பறைசாற்றினார். அரசியல் செயற்பாட்டாளர்களை விசாரணை இல்லாமல் சிறையில் வைத்திருப்பது பற்றிய தீர்க்கமான கட்டுரைகளை எழுதினார். "எந்த உரிமையின் அடிப்படையில் ஒருவித நீதிமன்ற விசாரணையுமில்லாமல் இவர்களை அடைத்து வைத்திருக்கிறீர்கள்? நீங்கள் சிறையிலடைக்கும் ஒவ்வொரு புரட்சியாளருக்கும் பதிலியாக நூறு புரட்சியாளர்கள் உருவாக்கப்படுவார்கள்" என்று எழுதினார்.[19]

1919 மார்ச்சில் இந்தக் கொடுங்கோன்மைச் சட்டத்தை நீக்கி விடுமாறு வைஸ்ராய் மாண்டேகு பிரபுவிற்கு காந்தி ஒரு கடிதம் எழுதினார். வைஸ்ராய் இதை ஏற்க மறுத்ததும், ஏப்ரல் 6ஆம் தேதியை எதிர்ப்பு நாளாக காந்தி அறிவித்தார். தேசியப் போராட்ட வீரர்கள் நாடெங்கிலும் ரௌலட் சட்டத்தை எதிர்த்துப் பொதுக்கூட்டங்கள் நடத்தி, சிறை செல்லத் தீர்மானித்தனர்.[20]

பம்பாயில் இந்த எதிர்ப்பை காந்தி முன்னின்று நடத்தினார். அடுத்த நாள் கிரானிக்கிள் எழுதியது

"இந்த தேசியத் தலைகுனிவு நாளில் பம்பாய் இழவு வீடு மாதிரி காட்சியளித்தது. ரௌலட் சட்டம் அமலாக்கப்பட்டதை எதிர்த்துப் பிரார்த்தனைகள் நடத்தப்பட்டன.

கதிரவன் உதிக்கும் முன்னரே கடற்கரையில் மக்கள் வெள்ளம் திரள ஆரம்பித்தது. விடியற்காலையிலேயே சௌபாத்தி கடற்கரையில் மக்கள் நீராட ஆரம்பித்துவிட்டார்கள். அது ஒரு கருப்பு ஞாயிறு. காரியத்தைக் குளியலுடன் தொடங்குவது ஒரு சடங்கு.

முதன்முதலில் வந்தவர்களில் காந்தி ஒருவர். தன் ஆதரவாளர்கள் சிலருடன் வந்து அங்கிருந்த ஒரு கல் பெஞ்சில் அமர்ந்தார். ஒரு நூறு சத்தியாக்கிரகிகள் அவரைச் சுற்றி உட்கார்ந்தனர். நேரம் செல்லச் செல்லத் திரளான மக்கள் அங்கு குவியத் தொடங்கினர். ஒவ்வொருவரும் முதலில் கடலில் குளித்துவிட்டுப் பிறகு காந்தியருகே வந்தனர். இப்படிக் கூட்டம் கூட்டமாகச் சேர்ந்து அங்கு

> ஒரு பெரும் மக்கள் வெள்ளம் உருவானது. பொதுக்கூட்டம் தொடங்க நேரம் ஆனதும் காந்தி எழுந்து நடக்க ஆரம்பித்தார். சான்ஹர்ஸ்ட் பாலம் மக்கள் திரளால் நிரம்பி வழிந்தது கண்கொள்ளாக் காட்சியாக இருந்தது. ஏறக்குறைய ஒன்றரை லட்சம் பேர் அடங்கிய கூட்டம். சகல சமூக மக்களும் அடங்கிய கூட்டம், இஸ்லாமியர், இந்துக்கள், பார்சிக்காரர்கள். இவர்களுடன் ஒரு ஆங்கிலேயரும் இருந்தார். சரியாக எட்டரை மணிக்கு காந்தி தன் உரையைத் தொடங்கினார்.[21]

அந்த எதிர்ப்புக் கூட்டத்தில் பங்கெடுத்த அந்த ஒரே ஒரு ஆங்கிலேயர் *பாம்பே கிரானிக்கிள்* ஆசிரியர் ஹார்னிமன்.

III

இந்த எதிர்ப்பு இயக்கத்திற்கு காந்தி வங்காளம், மதராஸ், பம்பாய், ஐக்கிய மாகாணங்களில் ஆதரவு திரட்டினார். பிரிட்டீஷ் இந்தியாவில் அவர் பஞ்சாப் மாகாணத்திற்கு மட்டும் சென்றதில்லை. ஏப்ரல் 6ஆம் தேதி ஒரு மாபெரும் கூட்டத்திற்குப் பின் அவர் தில்லிக்கு ரயிலேறினார். அங்கிருந்து லாகூட், அமிர்தசரஸ் நகரங்களுக்குச் செல்வது அவரது எண்ணம். ஆனால் நிலவரம் மோசமாகும் என்றஞ்சி அரசு அதிகாரிகள் ரயிலை தில்லிக்கு முன்னர் ஒரு நிலையத்தில் காந்தியைத் தடுத்து நிறுத்தி, பஞ்சாபிற்குள் அவர் நுழையக் கூடாது என்ற ஆணையைக் கையில் கொடுத்து அவரை அகமதாபாத்திற்கே திருப்பி அனுப்பினார்கள். *பாம்பே கிரானிக்கிளில்* இது பற்றி ஒரு கட்டுரை வெளியானது. எழுதியவர் பெயர் இல்லாவிட்டாலும் இது நிச்சயம் ஹார்னிமன் எழுதியதுதான்.

> காந்தியின் உடல் மட்டும் போலீசார் பிடியில் இருந்தாலும், உள்ளம் சுதந்திரமாக இருப்பது இந்தியாவின் குறியீடாக இருக்கிறது. அடக்குமுறை சக்திகளைக் காக்கும் அறமற்ற அரசு ஒருபுறமும், வாய்மை ஒரு புறமும் இருக்கும் இந்தப் போராட்டம், அண்மையில் முடிவிற்கு வந்த ஆயுதப் போரை விட உயர்ந்த தளத்தில் உள்ளது.[22]

ஏப்ரல் 13ஆம் நாள். அமிர்தசரஸ் நகரில் ஜாலியன் வாலா பாக் என்ற இடத்தில் ரௌலட் சட்டத்திற்கு அமைதியாக எதிர்ப்பு தெரிவிக்கக் கூடிய ஒரு மக்கள் கூட்டத்தினரைக் குறி வைத்து போலீசார் சுட்டனர். நூற்றுக்கணக்கானோர் மாண்டனர். இந்த நிகழ்வு இந்தியாவை ஆள பிரிட்டீஷ் அரசு தகுதியற்றது என்பதைக் காட்டியது.

"பஞ்சாப் படுகொலை" என்றறியப்பட்ட இந்தக் கொடும்பாதகம் பற்றிய செய்தி வெளியில் தாமதமாகவே வந்தது. இந்தச் செய்தியை முதலில் வெளியிட்ட இதழ்களில் *பாம்பே கிரானிக்கில்* ஒன்று. இந்தக் காலகட்டத்தில் ஹார்னிமன் இந்தியாவை முழுமையாக ஆதரித்து, பிரிட்டனுக்கு எதிரான தன் நிலைப்பாட்டை உறுதிப்படுத்தினார். இது பிரிட்டீஷ் அதிகாரிகளுக்கு எரிச்சலை மூட்டியது. அவரை எப்படியாவது இந்தத் தளத்திலிருந்து நீக்கிவிட வேண்டுமென்று முயற்சித்தனர். ஏப்ரல் மூன்றாவது வாரம், பம்பாய் ஆளுநர், ஹாரிமனை எப்படியாவது இன்னொரு மாகாணத்திற்கு அனுப்பிவிட வேண்டுமென்று வைஸ்ராயிக்குக் கடிதம் எழுதினார். தனது ஆலோசகர்களுடன் கலந்து பேசிய பின் வைஸ்ராய் பம்பாய் ஆளுநருக்குப் பதில் எழுதினார். ஹார்னிமனை நேரடியாக இங்கிலாந்திற்கு அனுப்பவதே உசிதம் என்றும் முதலில் பர்மாவிற்கு அனுப்பிப் பின்னர் அங்கிருந்து இங்கிலாந்திற்கு அனுப்பினால் எதிர்ப்பு அதிகமாக இருக்கும் என்றார்.

பம்பாய் ஆளுநர் இதற்கு ஒத்துக்கொண்டார். "இதை சீக்கிரமே செய்ய வேண்டும். ஹார்னிமனை உடனே கைது செய்யவும் வேண்டும். மக்களிடையே அராஜகத்தைத் தூண்டக் கூடிய கட்டுரைகளை *கிராணிக்கிளில்* எழுதுகிறார். எதிர்காலத்தில் பல பிரச்சினைகளை – இஸ்லாமியர் சார்ந்தது மட்டுமல்ல, பஞ்சம்கூட – நாங்கள் எதிர்கொள்ள வேண்டியிருக்கிறது. ஹார்னிமனைச் சீக்கிரம் நாடு கடத்தாவிட்டால் நிலைமை இன்னும் மோசமாகும்" என்று எழுதினார் ஆளுநர்.[23]

1919ஆம் ஆண்டு ஏப்ரல் 26ஆம் தேதி, பம்பாய் போலீஸ் கமிஷனர் எஃப்.சி. கிரிஃபித், ஹார்னிமன் வீட்டிற்குச் சில அதிகாரிகளுடனும் இரண்டு ஆங்கிலேய மருத்துவர்களுடனும் சென்றார். "சட்டப்பூர்வமாக நிறுவப்பட்ட அரசை அவமதிப்பிற்கும் வெறுப்பிற்கும் ஆளாக்கியதற்கு ஹார்னிமனை நாடு கடத்தும் அரசாணையைக்" கொடுத்தார். *பாம்பே கிரானிக்கில்* இதழ் ரௌலட் சட்டத்தைக் "கருப்புச் சட்டம்" என விவரித்தது. சத்தியாக்கிரகத்தை தேசத்தின் மனசாட்சியென ஆதரித்தது. துண்டுப் பிரசுரங்களை அறம் சார்ந்தவை என்றும் அவற்றின் பரவலை யாராலும் தடுக்க முடியாது என்றும் எழுதியது.[24]

ஹார்னிமனை அரசு மருத்துவர்கள் பரிசோதித்துவிட்டு, மறுநாள் எஸ்.எஸ். தக்கடா கப்பலில் அவர் பயணிக்கலாம் என்றனர். பிறகு போலீஸ் கமிஷனர் அவரைக் கைது செய்தார். அங்கிருந்து புறப்படுவதற்கு அவருக்கு அரை மணிநேரம் அவகாசம் கொடுத்தனர். அவர் கப்பலுக்குக் கொண்டு செல்லப்பட்டு,

இரவைக் கப்பலில் கழித்து, மறுநாள் இங்கிலாந்திற்குக் கப்பல் புறப்பட இருந்தது.

ஹார்னிமன் தனது உதவியாளர்களை முடிந்த அளவு தனது பொருட்களை எடுத்துப் பெட்டியில் அடுக்கச் சொன்னார். பர்ஸிலிருந்து நூற்றைம்பது ரூபாயைத் தனது உதவியாளர்களுக்குக் கொடுத்தார். பின்னர் அவரை ஒரு ஆம்புலன்ஸில் ஏற்றி துறைமுகத்திற்குக் கொண்டு சென்றனர்.[25]

கப்பலில் ஏறுமுன் ஹார்னிமன் அவசரமாக காந்திக்கு ஒரு கடிதம் எழுதினார்.

என்னருமை மகாத்மாஜி,

என்னைக் கூட்டிக்கொண்டு போகிறார்கள். எனக்கு அவகாசம் கொடுக்காமல் இழுத்துக்கொண்டு போகிறார்கள். உங்களிடமிருந்து விடைபெற, உங்கள் ஆசீர்வாதத்தைக் கேட்டு இதை எழுதுகிறேன். இந்திய மக்களுக்கு நீங்கள் செய்யும் சேவை சிறக்கட்டும்.

நான் எங்கிருந்தாலும் என்னாலானதைச் செய்வேன்.
அன்புடன்
பி.ஜி. ஹார்னிமன்.[26]

ஹார்னிமன் சென்றுவிட்டார் என்பதையறிந்த காந்தி ஒரு அறிக்கை விட்டார்.

மிகுந்த துயரத்துடனும், அதே அளவு மகிழ்ச்சியுடனும், அரசு ஹார்னிமனைப் பம்பாயிலிருந்து கூட்டிச்சென்று இங்கிலாந்து செல்லும் கப்பலொன்றின் ஏற்றிவிட்டது. ஹார்னிமன், துணிவுமிக்க, ஆனால் தாராள மனமுடைய ஆங்கிலேயர். சுதந்திரம் என்ற மந்திரத்தை நமக்குக் கொடுத்த அவர் அநீதியை எங்கு கண்டாலும் அதை வெளிக்கொணர்ந்து காட்டியிருக்கிறார். தனது இனத்திற்கே அவர் ஒரு ஆபரணமாக விளங்கிப் பெரும் சேவை செய்திருக்கிறார். நான் சுதந்திரமாக நடமாட இயலும் வேளையில் ஒரு உறுதியான சத்யாக்கிரகி நாடு கடத்தப்பட்டிருப்பதற்கு வருந்துகிறேன். அதே சமயத்தில் தனது சத்தியாக்கிரக சபதத்தை நிறைவேற்ற ஹார்னிமனுக்கு ஒரு வாய்ப்பு அளிக்கப்பட்டிருப்பதில் மகிழ்ச்சி."[27]

பம்பாயை விட்டுச் சரியாக ஒரு மாதத்தில், மே 26ஆம் நாள் எஸ்.எஸ். தக்கடா கப்பல் கிரேவ்ஸ்எண்ட் துறைமுகத்தை அடைந்தது. கப்பலில் தனது நேரத்தை ஹார்னிமன் எவ்வாறு செலவிட்டார் என்ற விவரங்கள் கிடைக்கவில்லை.

IV

ஹார்னிமனின் கைதும் நாடுகடத்தலும் இந்தியப் பத்திரிகை களிடையே பெரும் புயலையே கிளப்பியது. "பெரும் அநீதி. இந்த நாட்டில் பத்திரிகை உரிமைகளும் மக்களின் சுதந்திரமும் நாசமாக்கப்படுவதற்கு எந்த விதமான காரணமும் இல்லை" என்றது *தி இந்து* நாளிதழ். குண்டூரிலிருந்து வெளியான தெலுங்கு நாளிதழ் *தேசாபிமானி*, "இந்த நாடு கடத்தலால் எல்லா இந்தியர்களும் துயரில் மூழ்கியிருக்கின்றனர். இந்தியர்களை அவர் அளவு கடந்து நேசித்தது அதிகாரிகளுக்குப் பிடிக்கவில்லை."[28]

ஹார்னிமன் பணிசெய்து வாழ்ந்துவந்த பம்பாயில்தான் எதிர்ப்பு அதிகமாக எழுந்தது. குஜராத்தி இதழ் *சஞ் வர்தமான்* இந்த நாடு கடத்தல் ஒரு மாபெரும் தவறு என்றும் அது இந்தியர்களை வருத்தத்திற்குள்ளாக்கியது என்றும் எழுதியது. "பதற்றத்தாலும் கோபத்தாலும் எடுக்கப்பட்ட இந்த நடவடிக்கை இந்தியர்களைப் பெருந்துயரில் தள்ளிவிட்டது" என்று *ஹிந்துஸ்தான்* இதழ் எழுதியது.

ஹார்னிமனை நாடு கடத்தியபோதே அரசு அவரது *பாம்பே கிரானிக்கிள்* இதழைத் தடைசெய்தது. இதைக் கண்டித்து எழுதிய *ப்ரஜா மித்ர* இதழ் "ஹார்னிமனின் பத்திரிகை, இந்தியப் பொதுவாழ்வில், சிறப்பாக பம்பாய் மாகாணத்தில் முக்கியப் பங்காற்றியிருக்கிறது" என்று கூறியது. பம்பாய் மாகாண அரசாங்க நடவடிக்கைகளில் காணப்படும் மேம்பாட்டிற்கு *கிரானிக்கிளின்* பாரபட்சமற்ற விமர்சனமும் ஒரு காரணம். இந்த இதழ் மக்களின் உரிமைக்காகத் துணிச்சலுடன் குரலெழுப்பியது. இந்த மாகாணத்தின் அரசியல் விழிப்புணர்வுக்கு இந்த இதழில் வெளியான தீர்க்கமான கட்டுரைகள் ஒரு காரணம்."

மே 11ஆம் நாள் பம்பாய் நகரம் முழுவதும் ஹார்னிமனின் நாடு கடத்தலை எதிர்த்து வேலைநிறுத்தம் நடந்தது. இந்து, முஸ்லிம் என எல்லா மத நிறுவனங்களும் கதவை இழுத்து மூடின. இந்த வேலை நிறுத்தத்திற்குக் குரல் கொடுத்தவர் காந்தி. எதிர்ப்பு அமைதியாய் இருக்க வேண்டி காந்தி சில ஆதரவாளர்களுடன் பம்பாய் நகரை சுற்றி வந்தார்.[29]

ஜூன் மாதம் மூன்றாம் வாரம் *பாம்பே கிரானிக்கிள்* மீது விதித்திருந்த தடையை அரசு நீக்கியது. முப்பத்து நான்கு நாட்கள் வராமலிருந்த இந்த இதழ் ஜூன் 19ஆம் தேதி வெளியானது. "நாளிதழின் ஆசிரியர் நாடு கடத்தப்பட்டது அதிகார துஷ்பிரயோகம்." என்று எழுதியது இந்தப் போராட்டத்தில்

தன்னை மேலும் தீவிரமாக ஈடுபடுத்திக்கொள்ள இந்த இதழ் முடிவு செய்தது. "அரசியல் சட்டத்தில் தேவையான சீர்திருத்தங்கள் செய்து, பிரிட்டீஷ் குடிமக்களுக்கு இருப்பது போலவே குடிமை சார்ந்த உரிமைகளும் சுதந்திரங்களும் இந்திய மக்களுக்கும் அளிக்கப்பட வேண்டும்" என்று எழுதியது. பால கங்காதர திலகர் தொடங்கிய *கேசரி* இதழ் நாடு கடத்தல் ஆணையை விலக்கி, ஹார்னிமனை இந்தியாவிற்குத் திரும்பி வரச்செய்து, மறுபடியும் *பாம்பே கிரானிக்கிள்* ஆசிரியராகப் பணி செய்ய அனுமதிக்க வேண்டும் என்று எழுதியது.[30]

V

ஹார்னிமன் நாடு கடத்தப்பட்டபோது அவர் இங்கிலாந்தை விட்டு வந்து பதினைந்து ஆண்டுகள் ஆகியிருந்தன. அரசியல் ரீதியிலும், ஆன்மிக ரீதியிலும், உணர்வுப்பூர்வமாகவும் அவரது மனம் இந்தியாவிலேயே இருந்தது. இந்தியாவிற்குத் திரும்பி வர அவர் வெகுவாக விரும்பினார். தனது நாடு கடத்தலுக்கு எதிராகப் பிரிவி கௌன்சிலுக்கு ஒரு மனு கொடுத்தார். அந்த மனுவை எழுதிக்கொடுத்த டேவிட் கிரகாம் போல் (David Graham Pole) அன்னி பெசன்ட் அம்மையாருக்கு நெருக்கமானவர்.

இந்த மனு நிராகரிக்கப்பட்டது. சில லிபரல் கட்சி, லேபர் கட்சி உறுப்பினர்களை பிரிட்டீஷ் பார்லிமெண்ட்டில் கேள்விகள் கேட்க ஹார்னிமன் தூண்டினார். பிரிட்டீஷ் அரசின் இந்தியச் செயலர், ஹார்னிமனின் பத்திரிகை கலவரத்தைத் தூண்டியது மட்டுமல்லாமல் பிரிட்டீஷ் ராணுவத்தினரிடையே அமைதியின்மையை உண்டாக்கியது என்றார். "நாடு கடத்துவதற்குப் பதில் அவர் மீது ஏன் வழக்கு போடக் கூடாது?" என்று கர்னல் வெட்ஜ் வுட் (Col. Wedge Wood) கேட்டார். "போர் முடிந்து இரண்டு ஆண்டுகள் ஆன பின்பும், இந்தியப் பாதுகாப்புச் சட்டம் காலாவதி ஆன பின்பும், ஹார்னிமனுக்கு பம்பாயிக்குத் திரும்பி வர ஏன் கடவுச்சீட்டு கொடுக்கக்கூடாது" என்று வேறு சில உறுப்பினர்களும் கேட்டனர். "ஹார்னிமன் இந்தியாவிற்குத் திரும்பி வருவது பொதுமக்கள் பாதுகாப்பிற்கு உசிதமானது அல்ல" என்று பதில் கிடைத்தது.[31]

பிரிட்டீஷ் அரசில் இந்தியச் செயலராக இருந்த, லிபரல் கட்சியைச் சேர்ந்த எட்வின் மாண்டேக் (Edwin Montague) ஹார்னிமனுக்கு உதவ நினைத்தார். ஆனால் பிரிட்டீஷ் அதிகாரிகள் அதைக் கடுமையாக எதிர்த்தனர். ஹார்னிமனுக்குக் கடவுச்சீட்டு கொடுக்கலாமா என பிரிட்டீஷ் அரசு பம்பாய் ஆளுநருக்கு எழுதிக் கேட்டபோது, அவர் தந்தி மூலம் பதில்

அனுப்பினார்: "அவர் இங்கு திரும்பி வருவது ஆபத்தானது. கடவுச்சீட்டு மறுக்கப்பட வேண்டும்."[32]

நாடு கடத்தப்பட்ட தன் நண்பரை காந்தி மறந்துவிடவில்லை. "ஹார்னிமன் செய்த சேவையை இந்திய மக்கள் மறக்க மாட்டார்கள். அவரை இந்தியாவிற்குத் திரும்பி வர அனுமதிக்கும்படி, வன்முறை ஏதுமின்றி, அமைதியாகப் போராட வேண்டும்" என்று கேட்டுக்கொண்டார்.[33]

1919 மே மாதம் 30ஆம் தேதி காந்தி தனது இன்னொரு ஆங்கிலேய நண்பருக்கு – தென்னாப்பிரிக்காவில் அவருடன் கூட பணிசெய்த, ஹென்றி போலக் (Henry Polak)– கடிதம் எழுதினார். "ஹார்னிமனைத் தேடிப்பிடித்துச் சந்தித்துவிட்டீர்கள் என நம்புகிறேன். இங்கு நடப்பவற்றைப் பற்றி அவரிடம் சொல்லுங்கள்." ஒரு வாரம் கழித்து இன்னொரு கடிதம் எழுதினார். "ஹார்னிமனைப் பற்றிப் பல தவறான செய்திகள் பரப்பப்படுகின்றன. அவரை நாடு கடத்தியதன் உண்மைக் காரணம் தெரியாமலே போகலாம்."[34] பின்னர், ஒரு வாரம் கழித்து பம்பாயில் நடந்த ஒரு பொதுக்கூட்டத்தில் காந்தி ஒரு அறிக்கை விட்டார்.

> "ஹார்னிமனுடன் பழகியதில் அவரை எனக்கு மிகவும் பிடித்திருந்தது. அவரைப் போல அஞ்சா நெஞ்சுடன், தன் கொள்கையில் தீவிரப் பிடிப்புடன் இதழியலுக்குப் பங்களித்த ஆங்கிலேயர் வேறெவருமிலர். எனினும் அவரின் கடுமையான தாக்குதல்களையும் கொடுஞ்சொல்லையும் நான் ஆதரிக்கவில்லை."[35]

லண்டனில் ஹார்னிமனுக்கு வரும் கடிதங்கள் தணிக்கைக்கு உட்படுத்தப்பட்டன. சில அவரிடம் போய்ச் சேரவேயில்லை. ஜூலை 30, 1919 அன்று அவர் காந்திக்கு எழுதிய கடிதத்தில் இந்தியாவில் சத்தியாக்கிரகம் எந்த நிலையில் இருக்கிறது என்று கேட்டிருந்தார். லண்டனில் மிதவாதி வித்தல்பாய் படேலும் எட்வின் மாண்டகுவும் சந்தித்து அரசியல் கைதிகளுக்குப் பொது மன்னிப்பு வழங்கவும் ரௌலட் சட்டத்தை நிறுத்தி வைக்கவும் ஒப்புக்கொண்டனர். ஆனால் ஹார்னிமனின் நாடு கடத்தலை ரத்து செய்ய மாண்டேகு ஒப்புக்கொள்ளவில்லை. ஹார்னிமன் தனது மனுவுடன் பிரிவி கவுன்சிலை அணுக முடிவு செய்தார்.

தேசிய இயக்கத்தில் அவரது கூட்டாளியான அன்னி பெசன்ட் இந்தக் காலகட்டத்தில் லண்டனில் இருந்தார். ரௌலட் சட்டத்தைப் பற்றி அவர் ஒன்றும் பேசவில்லை என்றாலும் லண்டனின் பல இடங்களில் ஹோம் ரூல் இயக்கத்தைப் பற்றி

உரைகள் நிகழ்த்தினார். "அம்மையாரும் அவரது நண்பர்களும் சிறப்பான கூட்டங்கள் நடத்திவருகிறார்கள். அங்கு பல முக்கியமான பிரச்சினைகளைப் பற்றிப் பேசி நல்ல பயனுள்ள பணி செய்துவருகிறார்கள்" என்று ஹார்னிமன் காந்திக்குக் கடிதம் எழுதினார்.[36]

ரௌலட் சட்டத்தை எதிர்ப்பதுடன் காந்தி தனது போராட்டத்தை விரிவாக்கி பிரிட்டீஷ் அரசிற்கு எதிராக ஒத்துழையாமை இயக்கத்தைத் திட்டமிட்டார். இந்தியர்களை வரி கட்டாமல் இருக்கவும், வெளிநாட்டுத் துணிகளைத் தீக்கிரையாக்கவும், தாங்களே துணி நெய்து உடுத்திக்கொள்ளவும் கேட்டுக்கொண்டார். நாடு முழுவதும் இந்த இயக்கத்தை உருவாக்குவதில் அவர் ஈடுபட்டிருந்தாலும் ஹார்னிமனை மறக்கவில்லை. 1920ஆம் ஆண்டு ஏப்ரல் 26, அவர் நாடு கடத்தப்பட்டு சரியாக ஒரு வருடம் கழிந்து காந்தி தனது *யங் இண்டியா* (Young India) இதழில் ஒரு கட்டுரை எழுதினார். பம்பாய் மாகாணத்தில், சிற்றூர்களிலும், கிராமங்களிலும் கூட்டங்கள் போட்டு "ஹார்னிமனின் நாடு கடத்தல் ஆணை சீக்கிரமே ரத்து செய்யப்பட வேண்டும்" என்று கேட்டுக்கொள்ள வேண்டினார். இதைத் தொடர்ந்து காந்தி குஜராத்தி மொழியில் ஒரு கட்டுரை எழுதினார்.

> ஹார்னிமன் இந்தியாவிற்குத் திரும்பி வருவதில் ஒரு மகத்தான சித்தாந்தம் இருக்கிறது. ஒரு குடிமகனின் அடிப்படை உரிமை. ஹார்னிமன் சட்டத்திற்கு விரோதமாக ஏதாவது செய்திருந்தால் அவரை நீதிமன்றத்தில் விசாரித்து தண்டனை கொடுக்கலாம். விசாரணையற்ற தண்டனையை மக்கள் ஏற்றுக்கொள்ளக் கூடாது. ஹார்னிமனின் தனி மனிதச் சுதந்திரத்தைப் பாதுகாப்பதன் மூலம் மக்கள் தங்கள் சுதந்திரத்தையே பாதுகாத்துக்கொள்வார்கள். இதை மறந்துவிடாமல் அவர்கள் முயற்சி செய்து அவருடைய விடுதலையைப் பெற்றுத்தர வேண்டும்.[37]

இங்கிலாந்தில் ஹார்னிமன் ஜாலியன்வாலாபாக் படுகொலையின் காரணங்களையும் விளைவுகளையும் விளக்கி ஒரு நூல் எழுதிக்கொண்டிருந்தார். சிப்பாய்களை நடத்திச் சென்று அப்பாவி மக்கள் மீது சுடுவதற்கு ஆணையிட்ட பிரிகேடியர் ஜெனரல் ரெஜினால்டு டையரை (Brigadier General Reginald Dyer) பழைமைவாத ஆங்கிலேயர்கள் ஒரு நாயகனாகப் போற்றிக் கொண்டாடிக்கொண்டிருந்தார்கள். பேரரசைக் காப்பாற்ற முயன்றவர் என்று அவருக்கு நிதி திரட்டினார்கள். இதைக்கண்டு வெகுண்ட ஹார்னிமன், ஆங்கிலேய மக்களுக்கு

அமிர்தசரஸ் நகரில் நடந்தது என்ன என்ற உண்மையைச் சொல்ல வேண்டும் என்று விரும்பினார்.

ஹார்னிமன் 1920இல் எழுதிய *அமிர்தசரஸும் இந்தியாவிற்கு நம் கடமையும்* (Amritsar and Our Duty to India) என்ற நூல் வெளியிடப்பட்டது. அதில் துவக்கத்திலேயே முதலாம் உலகப் போரில் இந்தியர்களின் பங்களிப்பு பற்றி எழுதியிருந்தார். "பத்து லட்சம் இந்தியச் சிப்பாய்கள் ஐரோப்பியாவிலும் பிரிட்டீஷ் அரசுக்காகப் போரிட்டனர். இந்தியாவில் அவர்கள் பொருளாதார ரீதியில் தங்கள் உழைப்பால் பங்களித்தனர். இத்தகைய நல்லெண்ணத்திற்கும் தியாகத்திற்கும் இந்தியர்களுக்கு ரௌலட் சட்டம் பரிசாக அளிக்கப்பட்டது. (அச்சட்டத்தின் கொடூரத் தன்மையை ஹார்னிமன் விளக்கினார்.) இந்தச் சட்டத்திற்கு எதிராக காந்தி நடத்திய இயக்கம் "முழுவதும் அமைதியாக" இருந்தது. காந்தியின் சத்தியாக்கிரக சித்தாந்தம், கிறிஸ்தவக் கொள்கையின் மறு உருவே. ஆன்மிக சக்தியுடன், இன்னல் பல அனுபவித்து, அன்பின் மூலம் வெல்ல முயல வேண்டும். நம்மை அடிமைப்படுத்துபவரை, எதிரியை அழிப்பதன் மூலம் அல்ல."

அந்த நூலில் பஞ்சாபில் நடந்ததை விவரித்து, அப்பாவி மக்கள் சுட்டுக் கொல்லப்பட்டதைப் பற்றி எழுதினார். நானூறுக்கும் மேற்பட்ட அப்பாவி இந்தியர்கள் உயிரிழந்தனர். "அங்கே கூடியிருந்தவர்கள் தேசத்துரோகக் கருத்துக் கொண்டவர்கள் என்பதற்குத் துளி ஆதாரம்கூட இல்லை" என்று ஹார்னிமன் எழுதினார். ராணுவச் சட்டத்தை அமலாக்கி, மக்களிடையே பீதியை உருவாக்கினார் டையர். இந்த மாகாணத்திலிருந்து தான் உலகப் போரில் பிரிட்டன் வெற்றி பெற ஆயிரக்கணக்கானவர் ராணுவத்தில் சேர்ந்தனர். மாகாணத்தின் ஆளுநர் கொடுங்கோலன் மைக்கேல் ஓ டையரின் (Michael O'Dwyer) கீழ் வேலை செய்த அதிகாரிகள் ஒவ்வொருவரும் போட்டி போட்டுக்கொண்டு அச்சமூட்டும் உத்திகளையும் புதிய சித்திரவதைகளையும் பயன்படுத்தினர்."

இந்தக் கொடுங்கோலர்களைத் தண்டனைக்குட்படுத்தி பிரிட்டீஷ் மக்கள் தங்கள் மனிதாபிமானத்தைக் காட்ட வேண்டும் என்று ஹார்னிமன் கேட்டுக் கொண்டார். பஞ்சாப் அதிகாரிகளும் ராணுவ அதிகாரிகளும் முதல் குற்றவாளிகள் ஆனாலும் வைஸ்ராயும், பிரிட்டனிலுள்ள இந்தியச் செயலரும் (Secretary of State for India) பொறுப்பேற்க வேண்டும் என்றார். தவறு செய்தவர்களைத் தண்டிப்பது மட்டுமல்லாமல் இந்திய மக்களைச் சுதந்திரத்தை அழிக்கும் சட்டங்களிலிருந்தும்,

பஞ்சாப் மக்களுக்கு ஏற்பட்ட கொடுமை போன்ற அடக்கு முறைகளிலிருந்தும் பாதுகாக்க வேண்டும்” என்றார்.

ஆங்கிலேயர்கள் இந்தியாவுடனான தங்களது தொடர்பைக் காப்பாற்றிக்கொள்ள வேண்டுமென்றால் “பொறுப்புள்ள அரசை ஏற்று நடத்த இந்தியாவிற்குள்ள உரிமையை அவர்கள் முழுமையாக அங்கீகரிக்க வேண்டும்.”

> ஆளும் அதிகாரத்தைக் கையில் வைத்திருப்பவர்கள் இந்தியர்களை இன்னல்களுக்கு உள்ளாக்குகிறார்கள் என்பதை அவர்கள் உணர வேண்டும். இங்கிலாந்து மக்களுக்காகப் போரிட்டு,ஐரோப்பிய மக்களைக் காப்பாற்றிய இந்தியர்களுக்கான சுதந்திரம் மறுக்கப்படலாகாது.[38]

ஹார்னிமனின் நூலை மதிப்புரை செய்த *மான்செஸ்டர் கார்டியன்* (Manchester Guardian) இதழ் “இந்த நூல் தெளிவாகவும் சொற்சிக்கனம் உடையதாகவும் இருக்கிறது. அவருடைய கருத்துக்களும் நம்பிக்கைகளும் நம்மில் பலருடைய எண்ணங்களி லிருந்து வேறுபட்டிருந்தாலும், இவரது எழுத்துக்களில் கசப்போ, வன்முறையோ இல்லை” என்றது.[39]

VI

1920இல் ஹார்னிமன் தனது நண்பர்கள் சிலரிடம், காங்கிரஸும் காந்தியும் தனது நாடு கடத்தலுக்கு எதிராகப் போதுமான நடவடிக்கை எடுக்கவில்லை என்றார். தனிப்பட்ட உரையாடலில் சொல்லப்பட்ட இந்தக் கருத்து *பாம்பே கிரானிக்கிள்* இதழில் வெளியானது. இந்த இதழ் கிடைத்த உடனேயே காந்திக்கு மன்னிப்பு கேட்டும் விளக்கம் சொல்லியும் ஒரு நீண்ட கடிதத்தை ஹார்னிமன் எழுதினார்.

> நான் உங்களைப் பற்றி ஒரு குறையும் சொல்லவில்லை என்று உறுதியளிக்கிறேன். சில சமயங்களில் நீங்கள் என்னை ‘நிதானமற்றவன்’ என்று கூறியிருக்கிறீர்கள். ஆனால் அதைப்பற்றி நான் தீவிரமாகச் சிந்தித்ததில்லை. பம்பாய் மக்கள் என்மீது கொண்ட பாசம், செலுத்திய அன்பு இவற்றை என் முழு மனத்துடன் ஏற்றுக்கொள்கிறேன். அதை நான் மறந்துவிடுவேன் என்று யாரும் நினைக்க வேண்டாம்.

தனிப்பட்ட கருத்துக்கள் பொது வெளியில் வந்துவிட்ட தர்மசங்கடமான நிலையால் வருத்தப்பட்டது மல்லாமல், காந்தி தன்னைப் பற்றி மோசமாக நினைக்கக்கூடும் என்று அஞ்சினார். காந்தியின் கொள்கைகளுக்குத் தனது நிபந்தனையற்ற ஆதரவு உண்டு என்று கூறினார். “ நீங்கள் செப்டம்பர் முதல்

தேதி யங் இண்டியா இதழில் எழுதிய கட்டுரையைப் படித்தேன். இன்றைய நிலைமையைத் துல்லியமாக விளக்கியிருக்கிறீர்கள்." எல்லா வித வன்முறையும் பயனற்றது என்ற கொள்கையை ஹார்னிமன் ஆதரித்தார். "இந்தியா அகிம்சையையும் சத்தியாக்கிரகத்தையும் சார்ந்து நின்றால், இவ்வுலகம் இதுவரை கண்டிராத, மனித குலத்தின் பிரம்மாண்டமான வெற்றியைக் காண முடியும்" என்றார்.[40]

இந்திய விடுதலையை ஆதரித்து 1920 டிசம்பரில் மான்செஸ்டர் நகரில் நடந்த ஒரு பொதுக்கூட்டத்தில் ஹார்னிமன் ஒரு பேச்சாளராகக் கலந்துகொண்டார். இன்னொரு பேச்சாளர், லேபர் கட்சியைச் சேர்ந்த தீவிரவாதப் போக்குடைய அரசியல்வாதி ஃபென்னர் பிராக்வே (Fenner Brockway). இந்திய மக்களின் அரசியல், பொருளாதார விடுதலைக்கான போராட்டத்தை ஆதரித்து இந்தக் கூட்டத்தில் தீர்மானம் நிறைவேற்றப்பட்டது. பிரிட்டீஷாரின் கொடுங்கோன்மை ஆட்சிக்குக் கண்டனம் தெரிவித்தும், முதலாளித்துவ ஏகாதிபத்தியத்தின் பிடியில் லட்சக்கணக்கான மக்கள் வறுமையில் வாடுவது பற்றியும் இத்தீர்மானம் பேசியது. உள்நாட்டில் மட்டுமல்ல; லேபர்கட்சி எல்லா இடத்திலும் சுதந்திரத்தையே வேண்டுகிறது.[41]

காந்தியும் காங்கிரஸ் கட்சியும் ஒத்துழையாமை இயக்கத்தில் ஈடுபட்டிருந்தார்கள். அவர்களுக்கு ஹார்னிமனை இந்தியாவிற்குத் திரும்பக் கூட்டிவருவது அவ்வளவு முக்கியமாகத் தெரியவில்லை. ஆனால் சில இந்தியர்களுக்கு இது முக்கியமாகப் பட்டது. எடுத்துக்காட்டாக பம்பாயின் துணி ஆலைத் தொழிலாளர்கள். 1921, ஏப்ரலில் பரேல் தொழிலாளர் காலனியில் ஒரு கூட்டம் நடந்தது. இதற்கு ஆலை முதலாளி, ஹார்னிமனின் நண்பர் எல்.ஆர். தயர்சீ தலைமை தாங்கினார். பெண்ணுரிமை இயக்கத்தைச் சார்ந்த அவந்திக்க கோகலே உட்பட பலர் பேசினார்கள். இங்கு பல தீர்மானங்கள் நிறைவேற்றப்பட்டன. அதில் முதலாவது, பம்பாயில் சகல தொழிலாளர்களும் ஹார்னிமன் அவர்களுக்குச் செய்த சேவைகளுக்கு நன்றி கூறியது. இரண்டாவது தீர்மானம் ஹார்னிமன் பம்பாய்க்குத் திரும்பி வர விடாமல் தடுக்கும் ஆளுநரின் நீதியற்ற, தன்னிச்சையான போக்கைக் கண்டித்தது. மூன்றாவது தீர்மானம் இந்த அநீதியைக் களையும்படி கேட்டுக்கொண்டது. நான்காவது தீர்மானம் வைஸ்ராய்க்கும் இந்தியச் செயலருக்கும் தொழிலாளர்களின் உணர்வுகளைப் பற்றி தயர்சீயை எழுதும்படி கேட்டுக்கொண்டது. கடைசித் தீர்மானம், இந்த எல்லாத் தீர்மானங்களையும் ஹார்னிமனுக்கு அனுப்பி, அவர் செய்த சேவைக்குத்

தொழிலாளர்கள் அவருக்கு நன்றிக்கடன் பட்டிருக்கிறார்கள் என்று அறிவிக்கச் சொன்னது.[42]

இந்தத் தீர்மானங்கள் ஹார்னிமனுக்கு உற்சாகமூட்டி, இந்தியாவிற்குத் திரும்பும் அவரது ஆவலைக் கூட்டியது. ஹார்னிமன் பிரிட்டனின் வெளியுறவுத் துறைக்கு இதைப் பற்றிக் கடிதம் எழுதினார். பம்பாய் அரசும், பிரிட்டனின் இந்தியா அலுவலகமும் கடவுச்சீட்டு அளிக்க ஒப்புக்கொள்ளமாட்டார்கள் என்று 1921 அக்டோபர் 13ஆம் தேதி பதில் வந்தது. "ஒரு பிரிட்டீஷ் குடிமகனுக்குக் கடவுச்சீட்டை மறுப்பதற்கு எந்தச் சட்டத்திலும் இடமில்லை. ஆகவே இது இங்கிலாந்தை விட்டு இந்தியாவிற்குப் போகும் எனது சட்டப்பூர்வமான உரிமையைத் தடுக்கிறது"[43] என்று கோபமாகப் பதில் எழுதினார்.

இங்கிலாந்தில் அன்று பிரபலமாயிருந்த டெய்லி ஹெரால்டு (Daily Herold) என்ற லேபர் கட்சியைச்சார்ந்த பத்திரிகைக்கு ஹார்னிமன் இந்தியாவின் அரசியல் நிலைமையைப் பற்றிக் கட்டுரைகள் எழுதத் தொடங்கினார். அஸ்ஸாமிலுள்ள தேயிலைத் தோட்டத்தில் தொழிலாளர்களின் அவல நிலையைப் பற்றி ஒரு கட்டுரையை ஒரு கேள்வியுடன் முடித்தார். " இந்த அருவருக்கத்தக்க நிலைக்கு பிரிட்டீஷ் லேபர் கட்சி என்ன பதில் சொல்கிறது? இதற்கு ஒவ்வொரு பிரிட்டீஷ் ஆணும் பெண்ணும் பொறுப்பேற்க வேண்டும்."[44] பிரிட்டீஷ் அரசை ஆதரிக்கும் இதழாளர் வேலண்டைன் சிரோல் (Valentine Chirol) இந்திய நிலைமை பற்றி எழுதிய ஒரு நூலின் மதிப்புரையை லேபர் மந்த்லி (Labour Monthly) என்ற பத்திரிகையில் ஹார்னிமன் எழுதினார். "இந்தியர்களும் நம்மைப்போன்ற சாதாரண மக்களே, சில உளவியல் வேறுபாடுகளுடன். அதிலும் அவர்களது நாட்டை மற்றவர்கள் சீரழித்துவிட்டதனால் இந்தியர்கள் தங்களது பிரச்சினைகளைத் தாங்களே கவனித்துக் கொள்ள விரும்புகிறார்கள்."[45]

1922 மார்ச்சில் இந்தக் கட்டுரை வெளியானது. பின்னர் அதே மாதம், காந்தி அவரது அகமதாபாத் ஆசிரமத்தில் கைது செய்யப்பட்டு புனா சிறையில் அடைக்கப்பட்டார். அந்த ஆண்டு, மே மாதம், ஆப்கானிஸ்தானிய வெளியுறவு அமைச்சர் சர்தார் அப்துல் ஹாதி கான், பிரிட்டனுக்குச் சென்றார். ஹார்னிமன் இந்த அமைச்சரை, கிலிஃபோர்டு பிரபு (Lord Clifford) என்ற தன் நண்பர் மூலம், சந்தித்து, தனக்கு ஆப்கானிஸ்தான் செல்ல அரசு ரீதியான கடவுச்சீட்டு அளிக்கக் கேட்டுக்கொண்டதாக ஸ்காட்லாந்து யார்ட் (Scotland Yard) உளவுத் துறை ஒரு தகவலை அளித்தது. அங்கிருந்து இந்தியாவிற்குப் போய்விடலாம் என்பது அவர் திட்டம்.

1922ஆம் ஆண்டில் பல முறை வெளியுறவுத் துறைக்குக் கடவுச்சீட்டிற்காக எழுதினார். அவரது கடிதம் பம்பாய் அரசிற்கு அனுப்பப்பட்டது. ஜூன் மாதம் பம்பாய் ஆளுநர் பிரிட்டீஷ் அரசிற்குப் பதிலளித்தார். "அரசியல் நிலைமை இங்கு சீரடைந்துவருகிறது. ஆனால் முழுமையாக இன்னும் இல்லை. இங்கு திரும்பி வந்தால் ஹார்னிமன் தனது பொறுப்பற்ற பிரச்சாரத்தை மறுபடியும் கையிலெடுப்பார். அதனால், தீவிரவாதிகள் ஒன்று சேர்ந்து சட்ட ஒழுங்கைக் குலைப்பார்கள்."[46] கடவுச்சீட்டு வந்தபாடில்லை.

1923 முழுவதும் ஒன்றும் நடக்கவில்லை. ஹார்னிமன் காத்திருக்க வேண்டியிருந்தது. 1924 ஹார்னிமன் இந்தியாவிற்குச் செல்ல கடவுச் சீட்டிற்காக மறுபடியும் மனு செய்தபோது அது நிராகரிக்கப்பட்டது. "இந்தியாவில் இருந்த நாட்களில் அவரது செயல்பாடுகள் மோசமாக இருந்தன. காந்தியின் கைதிற்குப் பிறகு இப்போதுதான் சிறிது அமைதி திரும்பியிருக்கிறது. ஹார்னிமன் திரும்பி வந்தால் இந்த நிலைமை குலைக்கப்படும். அந்த ஆள் ஒரு சாகச விரும்பி. அவருக்கு இரக்கம் காட்டக் கூடாது" என்று வைஸ்ராய் எழுதினார்.[47]

1924 பிப்ரவரி 4ஆம் தேதி புனா சிறையிலிருந்து காந்தி விடுவிக்கப்பட்டார். இதனால் தானும் இந்தியாவிற்குத் திரும்ப அனுமதிக்கப்படலாம் என்று ஹார்னிமன் எண்ணினார். பிப்ரவரி 6ஆம் தேதி பாம்பே கிராணிக்கிளில் பணிபுரியும் எஸ்.ஏ. ப்ரெல்விக்கு (S.A.Brelvi) ஹார்னிமன் கடிதம் எழுதினார். "மகாத்மாவின் விடுதலை ஒரு மகத்தான நிகழ்வு. இப்போது எனக்குக் கடவுச்சீட்டு கொடுக்கப்பட வேண்டும். ஆனால் அவர்கள் ஏனோ இன்னும் காலம் தாழ்த்துகிறார்கள். இன்னும் சில நாட்களில் அது எனக்குக் கிடைக்காவிட்டால் பிரிட்டீஷ் அரசை எதிர்த்துப் போராடுவேன். இந்தியா திரும்புவதற்கு எவ்வளவு ஆவலோடு நான் காத்திருக்கிறேன் என்று உங்களுக்குத் தெரியும். தாமதமாகும் ஒவ்வொரு நாளும் வேதனை தருகிறது."

அந்தக் கடிதத்தைக் கீழ்க்காணும் வரிகளுடன் முடித்திருந்தார்.

ஒரு விஷயத்தில் நீங்கள் எனக்குப் பெரிய உபகாரம் செய்ய முடியும். எனக்குக் கடவுச்சீட்டு கிடைத்தால், பணம் தேவைப்படும். இப்போது என்னிடம் அது இல்லை. உங்கள் நண்பர்களிடம் சொல்லி, வெளியே தெரியாமல் பணம் திரட்டிக் கொடுங்கள். இங்கேயும் கடனை அடைக்க எனக்குப் பணம் வேண்டும்.[48]

இந்தியாவில் போருக்கு எதிராகப் பிரச்சாரம் செய்ததற்காகத் தான் நாடு கடத்தப்பட்டதாக வந்த செய்தியை மறுத்து

லண்டன் டைம்ஸ் (London Times) நாளிதழுக்கு ஹார்னிமன் ஒரு கடிதம் எழுதினார். பம்பாயில் தான் நடத்திய பாம்பே கிரானிக்கிள் பத்திரிகை நேசநாடுகளைத் தொடர்ந்து ஆதரித்து வந்ததைச் சுட்டிக்காட்டினார். போர் முடிந்து பல மாதங்கள் கழித்துத்தான் அவர் இந்தியப் பாதுகாப்புச் சட்டத்தின் கீழ் நாடு கடத்தப்பட்டார். இந்தச் சட்டம் தவறாகப் பயன்படுத்தப்பட்டது என்று எழுதினார். "இப்போதுதான் போர் ஓய்ந்த பின் அந்தச் சட்டம் பயனற்றுப் போய்விட்டதே. பின் ஏன் இந்தியாவிற்குச் செல்ல எனக்கு அனுமதி மறுக்கப்படுகிறது?" என்று கேட்டார். "ஒரு பிரிட்டீஷ் குடிமகனாக, எனக்கு அந்த அரசின் கீழ் இருக்கும் எந்தப் பகுதிக்கும் செல்ல உரிமை இருக்கிறதே என்று வாதிட்டார். என்றாலும் பலமுறை எனக்குக் கடவுச்சீட்டு மறுக்கப்படுகிறது. பம்பாய் அரசின் நடவடிக்கைகளைக் கடுமையாகவிமர்சிக்கும் ஒருவரை, இந்தியாவிற்குநுழையவிடாமல் தடுத்து, அந்த அரசிற்கு உதவ விரும்புகிறார்கள்"[49] என்றார் ஹார்னிமன்.

VII

1924ஆம் ஆண்டு பிப்ரவரி மூன்றாம் வாரம், மிதவாதத் தலைவர் வித்தல்பாய் படேல் தில்லி சட்டசபையில் (Imperial Legislative Assembly) ஒரு தீர்மானத்தை முன்மொழிந்தார். "ஹார்னிமன் மேலிருக்கும் எல்லாத் தடைகளையும் நீக்கி அவர் இந்தியாவிற்கு வர அனுமதிக்க வேண்டும்" என்பதே அது. காந்தி விடுதலை செய்யப்பட்டுவிட்டதால், பம்பாய் அரசு ஹார்னிமன் திரும்பி வர அனுமதிக்க வேண்டும். ஹார்னிமன் சுதந்திரத்தை ஆதரித்ததால்தான் நாடு கடத்தப்பட்டார் என்று சட்டசபையில் வித்தல்பாய் கூறினார். "அவர் தனிமனிதச் சுதந்திரத்தை விரும்பினார், பத்திரிகைச் சுதந்திரத்தை ஆதரித்தார், பேச்சுச் சுதந்திரத்தைப் போற்றினார். இம்மூன்றும் இப்பூவுலகில் வாழும் ஒவ்வொருவரின் பறிக்க முடியாத உரிமை" என்றார் வித்தல்பாய்.

ஹார்னிமனை ஆதரித்துப் பல உறுப்பினர்கள் பேசிய பிறகு, உள்துறை மெம்பர், சர் மால்கம் ஹெய்லி (Sir Malcom Hailey) அரசின் சார்பில் பதிலளித்தார். எந்தச் சட்டத்தின் கீழ் ஹார்னிமனைக் கைது செய்தார்களோ அதன் காலம் முடிந்துவிட்டது என்பதை ஒப்புக்கொண்டார். ஆனால் "பல மாதங்களாக அவரது நடவடிக்கை பொது அமைதிக்குக் குந்தகம் விளைவிக்கும் வகையில் இருந்ததாலும், அரசுக்கு எதிரான செயல்பாடுகளைத் தூண்டிவிடுவதாக இருந்ததாலும்" அவர் நாடு கடத்தப்பட்டார் என்றார். இப்போது அவர் இங்கிலாந்தில்

இருப்பதால், இந்தப் பிரச்சினை இந்திய அரசின் கையில் இல்லை என்றார். இது லண்டனிலுள்ள கடவுச்சீட்டு அதிகாரிகள், இந்தியச் செயலரின் அறிவுரையுடன், முடிவு செய்ய வேண்டியது என்றார்.

பிரச்சினையை எதிர்கொள்ளாமல் உண்மைக்குப் புறம்பாகப்பேசினார். இதைக்கேட்டு ஜின்னா வெகுண்டெழுந்து பதிலளித்தார். "இந்த விஷயத்தில் இந்திய அரசிற்கு எதிராக இந்தியச் செயலர் நிலைப்பாடு எடுக்க மாட்டார். இந்திய அரசு ஹார்னிமன் திரும்பி வர அனுமதித்தால், லண்டனின் எந்த அதிகாரியும் மறுக்க மாட்டார்" என்றார். ஜின்னா தொடர்ந்து பேசினார்:

அவருக்கு நீதிமன்ற விசாரணையை மறுத்தீர்கள். அவர் மேல் பழிகள் சுமத்தினீர்கள். அவரை நாடு கடத்தினீர்கள். இது ஒரு கொடூரமான நடவடிக்கை. எந்த நாட்டிலும் எந்த ஒரு நாகரிகமான அரசும் இம்மாதிரியான செயலைச் செய்யாது. அவரது வாழ்வாதாரத்தைச் சிதைத்துவிட்டீர்கள். இங்கிலாந்தை விட்டு வெளியே எங்கும் போக முடியாமல் செய்துவிட்டீர்கள். இதை நீங்கள் நான்கு ஆண்டுகளாகச் செய்துவருகிறீர்கள். இவற்றை எப்படி நியாயப்படுத்த முடியும்? இதற்கான பதிலைத்தான் நான் உங்களிடம் எதிர்பார்க்கிறேன். ஹெய்லி அவர்களின் பதிலைக் கேட்டு நான் அதிர்ச்சி அடைந்தேன். இது ஒரு பொறுப்பான அரசு எடுக்கும் நிலைப்பாடு அல்ல.

ஹெய்லியை ஆதரித்து நியமன ஐரோப்பிய உறுப்பினரான டபிள்யூ. எஸ்.ஜே. வில்சன் (W.S.J. Wilson) பேசினார். இவர் வணிக அமைப்பைச் சார்ந்தவர். (Associated Chamber of Commerce) "ஹார்னிமன் எந்த கிளப்பிலும் சேர்த்துக்கொள்ளப்பட வில்லை. அவர் இந்த நாட்டிலிருப்பதில் எங்களுக்கொன்றும் பெருமை இல்லை. அவர் இங்கில்லாமலிருப்பதையே நாங்கள் விரும்புகிறோம்." மிகவும் எரிச்சலூட்டக்கூடிய இந்த வார்த்தைகளுக்கு சி.எஸ். ரங்கா அய்யர் பதில் கொடுத்தார்: "ஆங்கிலேயர்கள் அஞ்சும் தேசிய இயக்கத்தில் ஹார்னிமன் தன்னை இணைத்துக்கொண்டபோது, அவரை எந்த ஆங்கிலேய கிளப்பும் அனுமதிக்காது என்பது அறிந்ததுதானே."[50]

ஒரு மாதம் கழித்து பம்பாய் சட்டசபையில் இதே பிரச்சினை விவாதிக்கப்பட்டபோது, பிரபல வக்கீல், நாட்டுப்பற்றாளர் கே.ஃப். நாரிமன் இந்தியாவிற்கு வர ஹார்னிமன் மீது விதிக்கப்பட்டுள்ள கட்டுப்பாடுகள் நீக்கப்பட

வேண்டும் என்ற தீர்மானத்தை மாகாண கவுன்சிலில் கொண்டு வந்தார்.

> ஹார்னிமனின் பிரச்சினை நம் நாட்டில் ஒரு பெரிய முரண்பாடு. இந்தியாவில் உள்ள யாவரும், எந்த ஜாதி, மதமாக இருந்தாலும், எந்த அரசியல் கொள்கையைச் சார்ந்திருந்தாலும் இன்று ஒரு ஆங்கிலேயரின் உரிமைக்காக வும் சலுகைகளுக்காகவும் ஒன்று திரண்டு நிற்கிறார்கள். இது மட்டுமல்ல இந்த முரண்பாடு. அவரது உரிமைகளை எதிர்ப்பவர்களில் சிலர் அவரது நாட்டவரே.

நாரிமன் தனது உரையை முடித்த பின், அரசின் பிரதிநிதிகள் பதிலளித்தனர். பம்பாய் அரசின் உள்துறை உறுப்பினர் சர் மாரிஸ் ஹேவர்டு (Sir Maurice Hayward) ஹார்னிமன் மீது தனிப்பட்ட முறையில் அநாகரிகமான தாக்குதலைத் தொடங்கினார். அவர் "கடன்பட்டவர், தனது சம்பளத்தை வைத்து வாழத் தெரியாதவர், பல இன்னல்களால் கசப்புற்றவர். மிதவாதத் தலைவர் சர். ஃபெரோசா மேத்தா மறைந்த பிறகு, ஹார்னிமன் வன்முறை அரசியலில் ஈடுபட ஆரம்பித்தார். அவரது எழுத்துக்கள் ஆபத்தானவையாக இருந்தன."

ஹேவர்டு தனது உரையை 19 மார்ச் அன்று தொடங்கி, அடுத்த நாளும் தொடர்ந்தார். "இந்த மனிதரைப் பற்றிக் கூறியாக வேண்டும். எப்போதும் பணப்பிரச்சினை, தனது சமூகத்தினரையே ஒதுக்கினார், எழுத்தறிவற்ற மக்களின் உணர்வைத் தூண்டிவிட வதந்திகளைப் பரப்பினார். தனது உயர் அதிகாரிகளிடம் தகராறு செய்தார்." இந்தத் தீர்மானத்தின் மேல் வாக்கெடுப்பு நடந்தது. 38–43 என்று தோல்வியடைந்தது. நியமிக்கப்பட்ட 18 ஐரோப்பிய உறுப்பினர்களும், அத்துடன் சில இந்திய அரசு ஆதரவாளர்களும் தீர்மானத்திற்கு எதிராக ஓட்டளித்தனர். இந்தியர்களின் ஓட்டுக்களை மட்டும் கணக்கிலெடுத்துக் கொண்டால் அது 38–25ஆக இருந்தது. எல்லா இந்தியர்களும் என்னை ஆதரிக்கிறார்கள் என்று ஹார்னிமன் சொன்னது தவறாக இருந்தது.[51]

இங்கிலாந்தில் ஹார்னிமன் தனது நாட்களை வாசிப்பதில் செலவிட்டார். *பாம்பே கிரானிக்கிள்* இதழ், ஒரு மாதம் கழித்து இவருக்குக் கிடைக்கும். பம்பாய் சட்ட சபையில் நடந்த விவாதம் பற்றி படித்த பின், ஹேவர்டின் வாதங்களுக்குப் பதில் எழுதத் தீர்மானித்தார். அந்தப் பத்திரிகைக்குத் தந்தி மூலம் அவர் எழுதிய மறுப்பு வெளிடப்பட்டது. இந்தியப் பாதுகாப்புச் சட்டத்தின் காலம் முடிந்த பின்பும் அவரை இந்தியாவிற்குள் வரவிடாததற்கு எந்த முகாந்திரமும் இல்லை என்றார்.

வேண்டுமென்றே, வஞ்சகத்துடன அவர்கள் எல்லா நீதி முறைகளையும் புறக்கணித்துவிட்டுக் கண்ணியக் குறைவாகத் திட்டி, சேறை வாரி இரைத்தார்கள். தங்களது வாதத்தில் உண்மையில்லை என்றறிந்தவர்கள்தாம் இவ்வாறு செய்வார்கள். எனக்கிருக்கும் பொருளாதார இன்னல்களை, ஹேவர்டுக்கும் அரசுக்கும் காட்டுகிறேன். அந்த விவரங்களை வைத்து அவர்கள் என்ன வேண்டுமானாலும் செய்துகொள்ளட்டும். என்னை இந்தியாவை விட்டு விரட்டக் காரணமேயில்லை." என்று எழுதினார்.[52]

இந்தியாவிலிருந்த ஆங்கிலேயர்கள் – அரசு சார்ந்தவர்களும் சாராதவர்களும் – இவர் இந்தியாவை விட்டு வெளியே இருக்க வேண்டும் என்றுதான் விரும்பினார்கள். இங்கிலாந்திலிருந்த சில சுதந்திரத்தைப் போற்றும் ஆங்கிலேயர்கள் சிலர் ஹார்னிமனை ஆதரித்தனர். காலனீய அரசு சார்ந்த ஆவணக் காப்பகத்தில் இவரை இந்தியாவிற்குச் செல்ல அனுமதிக்க வேண்டும் என்று கேட்டுக்கொண்டு 1924 மார்ச்சில் அனுப்பிய மனுக்கள் பல உள்ளன. பர்மிங்ஹாம், டடுல்ஸ்டன் போன்ற நகரங்களிலிருந்த தொழிற்சங்க அமைப்புகள் இவைகளை அனுப்பியிருந்தன.

சுதந்திரத்தைப் போற்றுவதாகச் சொல்லிக்கொள்ளும் லேபர் கட்சி ராம்சே மக்டொனால்டைப் (Ramsay Macdonald) பிரதமராகக் கொண்டு ஒரு கூட்டணி அப்போது பதவியிலிருந்தது. ஹார்னிமன் தனது ஒரு இதழியலாளர் நண்பரிடம் பிரதமருக்கு மனு கொடுக்க யோசனை கூறினார். அதில் லேபர் கட்சியைச் சேர்ந்த பிரமுகர்களும் பத்திரிகையாளர்களும் கையெழுத்திட்டு பிரதமருக்கு அனுப்பலாம் என்றார். சில லிபரல் கட்சி பார்லிமெண்ட் அங்கத்தினர்களில் கையொப்பத்தைத் தன்னால் பெற முடியும் என்றார். இதற்கும் பலனில்லை என்றால் மறுபடியும் பார்லிமெண்டிற்குப் போக வேண்டும். "எனக்குக் கடவுச்சீட்டு பெற உரிமை இருக்கிறது. நான் எதற்கு இந்தியா ஆபீஸ் போய் அலைய வேண்டும் என்று புரியவில்லை" என்றார்.[53]

1924ஆம் ஆண்டு ஜூலை மூன்றாவது வாரம் ஹார்னிமன் சார்பாக ஒரு மனு பிரதமர் ராம்சே மக்டொனால்டுக்கு அனுப்பப்பட்டது. இந்த மனுவில் பிரபல வரலாற்றாசிரியர் ஹெச்.ஜி. வெல்ஸ் (H.G. Wells) முதல் கையெழுத்திட்டிருந்தார். அதில் பத்தொன்பது பார்லிமெண்ட் உறுப்பினர்களும் பல பிரபல பத்திரிகையாளர்களும் கையெழுத்திட்டனர். ஹார்னிமன் இந்தியாவைப் பற்றி எழுதியவற்றை விமர்சிக்காமல், விசாரணையின்றி அளிக்கப்பட்ட தண்டனையைப் பற்றிப் பேசினர். " இது சுதந்திரத்திற்கு எதிரானது. பத்திரிகை சுதந்திரத்தை

மீறியது மட்டுமல்லாமல், அரசியல் சாசனத்திற்கும் எதிரானது” என்றனர். “ஹார்னிமன் ஏதாவது குற்றம் இழைத்திருந்தால் அவருக்கு எதிராக, இந்தியாவிலோ, இங்கிலாந்திலோ வழக்கு போட வேண்டியதுதானே. எப்படியிருந்தாலும் அவரை இந்தியாவிற்குள் அனுமதிக்காதது ஏன் என்று ஒரு அறிக்கை வெளியிட வேண்டும். அதற்கான சாட்சியங்களும், அதை எதிர்த்து ஒரு பொது விசாரணையில் வாதாட அவருக்கு வாய்ப்பும் அளிக்கப்பட வேண்டும்.”

ஆவணக்களரியில் இந்த மனு உள்ள கோப்பில் எந்தப் பதிலும் இல்லை. பதில் வந்திருந்தாலும் அது அவருக்கு அனுகூலமானதாக இருந்திருக்காது. ஏனென்றால் 1924இல் அவருக்குக் கடவுச்சீட்டு அளிக்கப்படவில்லை.

VIII

இந்தியாவிலிருந்து வலுக்கட்டாயமாக ஹார்னிமன் வெளியேற்றப்பட்டு ஐந்து வருடங்கள் ஆகிவிட்டன. எண்ணற்ற மனுக்களும் கடிதங்களும் அவர் சார்பாக எழுதப்பட்டு நிராகரிக்கப்பட்டன. காத்திருத்தலில் சோர்வுற்று, வெறுப்புற்று, தனிமையில் உழன்றுகொண்டிருந்த ஹார்னிமன் தனக்குப் பிடித்த பம்பாய்க்குத் திரும்பக் குறுக்கு வழியைப் பற்றிச் சிந்திக்க ஆரம்பித்தார்.

1925 செப்டம்பரில். ஹார்னிமன் பிரான்ஸிற்கும் இத்தாலிக்கும் “உடல் நலம்” தொடர்பாகச் செல்லக் கடவுச்சீட்டிற்கு விண்ணப்பித்தார். அக்டோபர் 13இல் இந்த இரு நாடுகளுக்கும் செல்ல அவருக்குக் கடவுச்சீட்டு அளிக்கப்பட்டது. இந்தியாவிற்கு அல்ல. பிரான்ஸில் சில மாதங்கள் தங்கிய பின், ஹார்னிமன் ஒரு பிரஞ்சுக் கப்பலில் கிழக்கு நோக்கிப் பயணித்தார். இந்தச் செய்தி லண்டனிலுள்ள இந்தியச் செயலகத்திற்கு எட்டியவுடன், அவர் பாண்டிச்சேரி போன்ற பிரஞ்சு காலனியில் இறங்கி இந்தியாவிற்குள் நுழைந்துவிடுவார் என்று அஞ்சினர்.

சட்டத்திலுள்ள ஓட்டையைப் பயன்படுத்தி ஹார்னிமன் இந்தியாவிற்குள் புகுந்துவிடுவார் என்று பிரிட்டீஷ் அரசு நினைத்தனர். பிரிட்டீஷ் சட்டத்தின்படி ஆப்கானிஸ்தானிலிருந்து இந்தியாவிற்குள் வரும் ஒருவரின் நடவடிக்கை சரியில்லை என்றால், அவரைப் பிடித்து வெளியேற்ற முடியும். ஆனால் பிரஞ்சு காலனிகளிலிருந்து வருபவர்களை ஒன்றும் செய்ய முடியாது.

பிரான்ஸிலிருந்து ஹார்னிமன் பாண்டிச்சேரி போகவில்லை. அவர் இலங்கைக்குச் சென்றார். மார்சே நகரிலிருந்து கொழும்பு செல்லும் எஸ்.எஸ். அர்ட்டக்னான் (S.S. Artegnan)

என்ற கப்பலில் இரண்டாம் வகுப்பு பெர்த்தில் பதிவுசெய்தார். அந்தக் கப்பலின் பயணிகள் பட்டியலில் பி.ஜி. ஹார்னிமன், பணி ஏதும் இல்லை. ஆங்கிலேயக் குடிமகன் என்றிருந்தது.[54]

அந்தக் கப்பலின் பெயரும் ஹார்னிமன் செய்ய முயன்று கொண்டிருந்த காரியத்திற்குப் பொருத்தமாயிருந்தது (Three Muskateers என்ற நாவலில் வரும் ஒரு பாத்திரத்தின் பெயரைக் கொண்டது அந்தக் கப்பல்). ஜனவரி முதல் வாரத்தில் அந்தக் கப்பல் கொழும்பு வந்தடைந்தது. இந்தச் செய்தி, பிரிட்டீஷ் இந்தியாவின் புதிய தலைநகரான தில்லியை அடைந்தபோது அங்கிருந்த அதிகாரிகள் அதிர்ச்சியடைந்தனர். ஹார்னிமன் இலங்கையிலிருந்து இந்தியாவிற்குள் வர முயற்சித்தால் "இவரைத் தடுப்பதற்கு இந்தியக் கடவுச்சீட்டு விதிகளில் இடமில்லை" என்று வைஸ்ராய்க்கு அதிகாரிகள் தெரிவித்தனர். "காலமிருந்தால் விதிகளைத் திருத்த முயற்சி செய்கிறேன்" என்று வைஸ்ராய் லண்டன் செயலகத்திற்கு ஜனவரி 7ஆம் தேதி எழுதினார்.

அடுத்த நாள் ஹார்னிமன் பாக் ஜலசந்தியைக் கடந்து ராமேஸ்வரத்தில் இறங்கினார். அங்கிருந்து மதராஸ் சென்று, பின்னர் தொடர்வண்டி மூலம் பம்பாய் போய்ச்சேர்ந்தார்.

அவர் ராமேஸ்வரத்தில் இறங்கியதை மதராஸ் அரசால் தடுக்க முடியவில்லை. ஏனென்றால் அவரைத் தடுப்பதற்குக் கடவுச்சீட்டின் விதிகள் இடம் கொடுக்கவில்லை. ஏமாற்றப்பட்டு விட்டோம் என்பதை உணர்ந்த வைஸ்ராய், "அவர் சட்டத்திற்கு எதிராக வேறெதுவும் செய்யாவிட்டால் இனிமேல் விதிகளை மாற்றி அவரைச் சிக்க வைக்க இயலாது" என்று எழுதினார்.[55]

இந்தப் புரட்சியாளர் இந்தியாவிற்குள் புகுந்துவிட்டாரே என்று வைஸ்ராயிற்குப் படுகோபம். அதே போல் பம்பாய் ஆளுநரும் எரிச்சலுற்றார். இந்திய உள்துறை மதராஸிலுள்ள அதிகாரிகளுக்கு ஹார்னிமனை உள்ளே வர அனுமதிக்கக் கூடாது என்று உத்தரவிட்டிருக்க வேண்டும் என்றார். இப்பொழுது அவர் பம்பாய்க்கு உள்ளே வந்துவிட்டதால், அவர் மேல் வழக்குப் போட்டால் நிலைமை இன்னும் மோசமாகும்.

ஹார்னிமன் பம்பாய்க்கு வந்தது ஆளுநரைக் கோபமடையச் செய்தது. "இந்தப் பத்திரிகையாளர் என்னை தர்மசங்கடத்திற்கு உள்ளாக்குவார். அதுவும் சட்டசபையில் பட்ஜெட் அமர்வு தொடங்கும் சமயம். அது மட்டுமல்ல. மிதவாதத் தலைவர் எம்.ஆர். ஜெயகரின் ராஜினாமாவால் இடைத்தேர்தல் நடக்கும் சமயம். நான் ஒரு மிதவாதியை நிறுத்தி இந்தத் தேர்தலில் வெற்றி பெற எதிர்பார்த்திருந்தேன். இவரைப் பற்றி நான் கோப்புகளிலிருந்து படித்து அறிந்ததி

லிருந்தும், இவர் முந்தைய ஆளுநர்கள், அரசாங்கங்கள் இவற்றுடன் கொண்ட தொடர்பிலிருந்தும், இவர் நிச்சயம் பெரும் பிரச்சினைகளை உருவாக்குவார் என்று எதிர்பார்க்கிறேன்" என்று எழுதினார்.

ஆளுநர் தனது கடிதத்தைக் கோபத்துடன் முடித்தார். "ஹார்னிமனின் ஒவ்வொரு, செயல்களும் கூர்ந்து கவனிக்கப்படும். ஒவ்வொரு சொற்களும் பதிவு செய்யப்படும். அவர் வெகு திறமையுடன் சட்டத்தை மீறாமல் செயல்படுவார். என்றாலும் தனது பேச்சாலும் எழுத்தாலும் அமைதிக்குப் பங்கம் விளைவிப்பார்."[56]

ஹார்னிமன் ராமேஸ்வரத்தில் வந்திறங்கியது 1926ஆம் ஆண்டு ஜனவரி 8ஆம் தேதி. அடுத்த நாளே காந்தி *பாம்பே கிரானிக்கில்* இதழுக்குக் கீழ்க்கண்டவாறு எழுதினார். "திரு. ஹார்னிமனுக்கு எனது வாழ்த்துக்கள். இந்தத் துணிச்சலான ஆங்கிலேயருக்குச் செய்த அநீதியை மாற்றிய அரசுக்கு நன்றி. அவரது பணி தழைக்கட்டும்! இந்தியாவுக்கு அவரை நேசிப்பவர்கள் அளிக்கக்கூடிய அனைத்து உதவிகளும் இன்று தேவைப்படுகின்றன. தனது நண்பர்கள் கொடுக்கும் எல்லா உதவியும் இன்று தேவை."[57]

ஹார்னிமன் பம்பாய் வந்து சேர்ந்தது அவரது துணிச்சலான திட்டத்தினால்தான் என்பதை காந்தி அறிய வில்லை. அரசு முடிந்தவரை அவர் இங்கு வருவதைத் தடுக்க முயன்றது. அவர் அங்கு வந்து சேர்ந்தது அரசாங்கத்தில் கடுங்கோபத்தை உண்டு பண்ணியது. கடவுச்சீட்டு விதிகளை மாற்றாததற்கு பம்பாய் அரசு டில்லி அரசைக் குற்றம் சாட்டியது. ஹார்னிமனை அங்கு வர அனுமதித்ததற்கு தில்லி அரசு இலங்கை அரசு மேல் பழியைப் போட்டது. அவரது கடவுச்சீட்டில் இலங்கை வர அனுமதி இல்லை என்றும் இதற்கு முன்னமே ஹார்னிமனைப் பற்றியும் அவரது கடவுச்சீட்டு பற்றியும் இலங்கை அரசை எச்சரித்ததையும் தில்லி சுட்டிக்காட்டியது. இந்தக் கடிதத்திற்கு இலங்கை அரசு பதில் எழுதியது. "எங்களுக்கும் ஹார்னிமனுக்கும் எந்தப் பிரச்சினையும் இல்லை. மேலும் இலங்கையிலிருந்து இந்தியாவிற்குள் அவர் நுழையாமல் இந்திய அரசு பார்த்துக்கொள்ளும் என்று நாங்கள் நினைத்தோம்."[58]

இதைப்பற்றி இப்போது எதுவும் செய்ய இயலாதென்ற நிலை. ஆறரை ஆண்டுகளுக்கு முன் ஹார்னிமனை இந்தியாவிலிருந்து நாடு கடத்தியது பிரிட்டீஷ் அரசு. ஆனால் அவர் மறுபடியும் இந்தியா வந்து சேர்ந்துவிட்டார்.

4

காலனித்துவத்தை எதிர்த்த அமெரிக்கர்

ஸ்டோக்ஸ் (சத்யானந்தா)

நமது மூன்றாவது புரட்சியாளர், சாமுவேல் இவான்ஸ் ஸ்டோக்ஸ், (Samuel Evans Stokes) 1882ஆம் ஆண்டு வட அமெரிக்கச் சமூகத்தில் உயர்ந்த ஒரு குவேக்கர் (கிறிஸ்தவத்தில் ஒரு உட்பிரிவு)

ராமசந்திர குஹா

குடும்பத்தில் பிறந்தார். அவருடைய மூதாதையர் தாமஸ் ஸ்டோக்ஸ், 17ஆம் நூற்றாண்டில் துவங்கப்பட்ட சொசைட்டி ஆஃப் ஃப்ரண்ட்ஸ் (Society of Friends) என்ற இயக்கத்தைச் சேர்ந்தவர். குவேக்கர் இயக்க முன்னோடி ஜார்ஜ் ஃபாக்ஸ் அவருக்குத் தெரிந்தவர். அமெரிக்காவிற்கு வந்த பிறகு, நியூ ஜெர்சியில் ஹார்மனி ஹால் என்று பெயர் கொண்ட வீட்டில் வசித்தார்கள். தனது வரலாற்றைப் பதிவு செய்த சாமுவேல் ஸ்டோக்ஸ் பின்வருமாறு எழுதினார்.

"விருந்தோம்பல் நிறைந்த, எளிமையான, ஆரோக்கியமான வாழ்க்கையை, நடத்திய தந்தை வழிக் குடும்பம். அமெரிக்க இந்தியர்களுடன் எங்களுக்குப் பாரம்பரிய உறவு இருந்தது. எங்கள் மூதாதையர் வீட்டில் காலையில் விழிக்கும்போது பல அமெரிக்க இந்தியர்கள் எங்கள் வீட்டருகே கம்பளி போர்த்தி உறங்கிக்கொண்டிருப்பதைக் காண்பார்கள்."[1]

ஸ்டோக்ஸ் வளர்ந்தது ஃபிலடெல்ஃபியா நகரில். அவரது தந்தை மின்தூக்கிகளை வடிவமைப்பவர். அவரது மகனோ, சிறுவயதிலேயே, ஆன்மிகத்தில் ஈடுபாடு கொண்டிருந்தார். பின்னர் கார்னல் பல்கலைக்கழகத்தில் சேர்ந்தார். ஆனால் பட்டப்படிப்பு முடிக்காமலேயே விலகி யங்மென் கிறிஸ்டியன் அஸோசியேஷனில் (Young Men's Christian Association) சேர்ந்தார்.

ஸ்டோக்ஸ் இருபது வயதைத் தாண்டியபோது, இமயமலைப் பகுதியில் சிம்லா நகருக்கு அருகே தொழுநோயாளிகளுக்கு மருத்துவச்சாலை நடத்திக்கொண்டிருந்த கார்லட்டன் (Carleton) என்ற அமெரிக்க டாக்டரைச் சந்தித்தார். இந்தியாவில் வாழ்வதைப் பற்றி அவர் சொன்ன கதைகளைக் கேட்டு அவருடைய பணியில் சேர்ந்துகொள்ள விரும்பினார். பெற்றோர்களின் கடுமையான எதிர்ப்பையும் பாராமல் ஸ்டோக்ஸ் ஜனவரி 1904இல் இந்தியாவிற்குக் கப்பலேறினார்.[2]

இந்தியாவிற்கு வந்த பின், இமயமலைப் பகுதியில் அம்மை நோய் பீடித்தவர்களுக்குப் பணி செய்தார். பின்னர் 1905இல் கங்ரா மாவட்டத்தில் ஏற்பட்ட பூகம்பத்தில் நிவாரணப் பணியில் ஈடுபட்டார். ஒவ்வொரு கிராமமாகச் சென்று அங்கு மக்கள் அடைந்த இழப்பையும், அவர்களுக்குத் தேவையான உணவு, துணிமணி, வாழ்க்கையை மீட்டுக்கொள்வதற்குத் தேவையான பணம் இவற்றைப் பதிவு செய்தார். தனது தாயாருக்கு இதைப் பற்றி கடிதம் எழுதினார். (அவர் தன் தாயாரின் மேல் மிகுந்த பாசம் கொண்டவர்.)

ஏழு போராளிகள்!

இந்த வேலையில் அரசாங்கத்தைத் தவிர வேறு யாரையும் திருப்தி செய்ய முடியாது. மக்கள் தாங்கள் கேட்ட பணத்தைக் கொடுக்கவில்லை என்றும் அவர்கள் தேவைகளை நாம் உணரவில்லை என்றும் நம்மைத் திட்டுவார்கள். இந்தப் பணிக்கு நன்கொடையளித்தவர்கள் ஒரு லட்சத்திற்கு மேல் கொடுத்திருந்தால் நான் இன்னும் நன்றாக உதவியிருக்க முடியும். என்றாலும் நான் உதவி செய்த இடங்களில் மக்கள் திருப்தி அடைந்ததுபோல்தான் இருக்கிறது.[3]

அவரது பெற்றோர்களோ தூரதேசத்திலிருக்கும் தங்கள் மகனைப் பற்றிக் கவலைகொண்டார்கள். இந்தியா வந்தடைந்த இரண்டு ஆண்டுகளுக்குப் பின் தன் தாயருக்கு ஸ்டோக்ஸ் ஒரு கடிதம் எழுதினார்.

நான் சொன்ன பேச்சைக் கேட்காதவன், குறிக்கோள் எதுவும் இல்லாதவன், புரட்சிகரமான கொள்கைகளை உடையவன் என்று நீங்கள் (அதிலும் அப்பா முக்கியமாக) நினைக்கிறீர்கள் என்று நான் அறிவேன். அப்படியே இருக்கட்டும். நான் எந்த ஒரு மனிதனின் பேச்சைக் கேட்டும் நடப்பதாக இல்லை. நான் என் மனத்தில் எந்த நோக்கமும் இல்லாமல் 'அவர்' (இறைவன்) தனது சித்தத்தை எனக்கு வெளிப்படுத்துவார் என்று காத்திருக்கிறேன். அதன் பின் என்னால் முடிந்தவரை அதை நிறைவேற்றுவேன்.[4]

ஸ்டோக்ஸ் சிம்லா பகுதியில் மருத்துவப் பணியிலும் கல்வியிலும் கவனம் செலுத்தினார். கிராமப்புறச் சிறுவர்களுக்கு ஒரு பள்ளிக்கூடம் தொடங்கினார். மேற்கத்திய உடைகளைத் துறந்து, இந்திய சாமியார் போல அங்கியை உடுத்திக்கொண்டார். ஆனால் பிரம்மச்சரியத்தை அவர் கடைப்பிடிக்கவில்லை. 1907இல், அவர் கோட்கார் என்ற ஊரில் வசித்தபோது, கிறிஸ்தவ மறைபணியாளர் சி.எஃப். ஆண்ட்ரூஸ் (C F Andrews) அவரைப் பார்க்க வந்தார். இவர் ரவீந்திரநாத் தாகூருக்கும் பின்னர் காந்திக்கும் நல்ல நண்பராக இருந்தார். ஸ்டோக்ஸைப் பற்றியும் பள்ளிச் சிறார்களைப் பற்றியும் ஆண்ட்ரூஸ் மிகவும் பாராட்டி எழுதினார். "அவர்கள் ஆதரவில்லாக் குழந்தைகள். ஸ்டோக்ஸ் அவர்களுக்குப் பெற்றோர் போலிருந்து, கோழி தன் குஞ்சுகளை அணைத்துச் சேர்ப்பது போலக் கவனித்துவருகிறார். துயரம் என்பது என்னவென்று தெரியாததுபோல ஆனந்தமாக இருக்கிறார்கள்."[5]

சி எம் எஸ் (C M S. Christian Missionary Society) என்ற அமைப்பில் அவர் சேர்ந்திருந்தாலும் ஸ்டோக்ஸ் வெகு

சிலரையே மதமாற்றத்திற்கு இட்டுச்சென்றார். அதுவும் எந்த விதமான பொருளும் கொடுத்தல்ல, தனது வாழ்வின் எடுத்துக்காட்டால் அவரால் அதைச் செய்ய முடிந்தது. இந்தியாவில் ஐரோப்பிய மறையியலாளர்களின் பகட்டான வாழ்க்கை முறையை அவர் வெறுத்தார். "நாம் துறவிபோல் வாழ்ந்து சேவை செய்தால் மக்களால் நேசிக்கப்படுவோம். நாம் சீராக நிர்வகித்தால் பலருடைய நன்றியையும் மதிப்பையும் பெறுவோம். இந்தியர்கள் நம்மைத் தங்களில் ஒருவராக ஏற்றுக்கொள்ள, நாம் அவர்களோடு ஒன்றாக வேண்டும்"[6] என்றெழுதினார்.

இந்தியாவில் தனது ஆரம்ப ஆண்டுகளைப் பற்றி அவர் பின்னர் எழுதிய ஒரு கட்டுரையில், எவ்வாறு ஐரோப்பிய மறையாளர்கள் இந்தியர்களையும் இந்திய கலாச்சாரத்தையும் அவமதிப்புடன் நோக்கினார்கள் என்று எழுதினார். அவர் உபநிஷத்துகளையும் புராணங்களையும் வாசித்தார். "வாழ்வின் நோக்கம் என்ன, பொருள் என்ன என்ற ஆழ்ந்த கேள்விகளை எதிர்கொண்டவர்களின் அறிவார்ந்த முயற்சிகளே இந்தப் படைப்புகள்" என்றார். நான் இவைகளைப் படித்தால் "ஏசு கிறிஸ்துவின்பால் நான் கொண்ட விசுவாசம் குறைந்திட வில்லை. மாறாக இந்து நூல்களிலிருந்து எனக்குக் கிடைத்த ஒளி, நானறிந்த கிறிஸ்தவத்தில் உள்ள சில வெற்றிடங்களை நிரப்பி, அதை எனக்கு முழுமையாக்கியது" என்றார்.

"நான் கற்றுக்கொடுக்க வந்தேன் ஆனால் இங்கு கற்றுக் கொள்ளத் தங்கிவிட்டேன்" என்று தன்னைப் பற்றி ஸ்டோக்ஸ் கூறினார். தனது சொந்த அனுபவத்திலிருந்து சில பரந்த முடிவுகளைக் கண்டறிந்தார்.

கிறிஸ்தவமும் இந்து மதமும் ஒன்றுக்கொன்று தேவைப்படுகின்றன. ஒன்றின் சிறப்பு மற்றொன்று இல்லாமல் முழுமையடைவதில்லை. ஒன்றையொன்று புரிந்துகொள்ள உதவ முடியும். தங்களைக் கட்டிப்போட்டு, பல ஊழிக் காலமாகத் தங்கள் கண்களை மறைத்திருந்த தப்பெண்ணங்களை மனிதர்கள் இன்று விட்டுவிட்டார்கள். இரு சமயங்களுக்கும் இருக்கும் ஒற்றுமையை அவர்கள் சீக்கிரமே கண்டடைவார்கள். உண்மையான கிறிஸ்தவர் தன்னை ஒரு இந்துவாகக் காண முடியும். அதே போல் ஒரு நல்ல இந்து 'நான் ஒரு கிறிஸ்தவன்' என்றும் கூற முடியும்.[7]

II

1910ஆம் ஆண்டு தன் தந்தை காலமானபோது ஸ்டோக்ஸ், தன் தாயுடன் சிறிது காலம் இருக்க அமெரிக்கா சென்றார்.

திரும்பி இந்தியா வந்த பிறகு, தனது துறவி வாழ்க்கையை விட்டுத் திருமணம் செய்துகொள்ள முடிவுசெய்தார். 1912, செப்டம்பர் மாதம் ஆக்னிஸ் பெஞ்சமின் (Agnes Benjamin) என்ற ஒரு ராஜபுத்திர, கிறிஸ்தவப் பெண்ணைத் திருமணம் செய்துகொண்டார். சட்லஜ் நதி ஓடும் ஒரு பள்ளத்தாக்கை நோக்கிய ஒரு இடத்தில் ஓட்டுக்கூரையுடன் கூடிய, மரத்தாலான ஒரு வீடு கட்டினார். அந்த வீடு கட்டிக்கொண்டிருக்கும்போது தனது தாயாருக்கு வீடு கட்டும் பணி பற்றிப் பெருமையுடன் பல கடிதங்கள் எழுதினார். தான் கட்டும் கற்சுவர்கள் பற்றியும், தாழ்வான கூரை அமைக்கப் பயன்படுத்தப்பட்ட அங்கு கிடைக்கும் மரத்தின் (இமாலய தேவதாரு மரம்) உறுதி பற்றியும், வீட்டின் நுழைவு இடத்தில் தனது அமெரிக்க மூதாதையரைப் பற்றிப் பதிவுசெய்து வைத்திருப்பது பற்றியும் கடிதங்கள் எழுதினார். அந்த வீட்டிற்கு நல்லிணக்க இல்லம் (Harmony Hall) என்ற தனது அமெரிக்க வீட்டின் பெயரையே வைத்தார்.

அவர் தனது இந்திய மனைவியை எவ்வளவு நேசித்தார் என்பது அவரது கடிதங்களில் புலப்படுகிறது. "அவர் எப்போதும் என் மனதில் இருக்கிறார் என்று மட்டும் சொல்ல முடியும். அவர் வேலை செய்வதையும் அல்லது உடன்பிறந்தார் குழந்தை ஒன்றுடன் விளையாடுவதையும் பார்த்துக்கொண்டிருப்பதுபோல எனக்கு மகிழ்வு தருவது வேறொன்றும் இல்லை" என்று ஒரு கடிதத்தில் எழுதினார். இன்னொரு கடிதத்தில்,

ஆரம்பத்தில் தயங்கினாலும் தனது அன்பையும் என்னிடத்தில் உள்ள நம்பிக்கையையும் காட்டுகிறார். அவர் தன்னை எனக்குத் தந்த அந்த எளிமையான முறை, இந்த மனைவியை எனக்கு அளித்தற்காக, இறைவனுக்கு நன்றி சொல்லத் தூண்டுகிறது.[8]

ஸ்டோக்ஸ் தன்னை ஒரு கிறிஸ்தவராகக் கருதிக் கொண்டாலும், திருச்சபையிலிருந்து எல்லா உறவையும் முறித்துக்கொண்டார். தனது புதிய வீட்டில் ஆக்னஸுடன் ஒரு குடும்பத்தை உருவாக்கினார். தான் வாங்கியிருந்த நிலத்தையும் கவனித்துக்கொண்டார். தனது நிலத்தில் பட்டாணி, பூசணி, முட்டைகோஸ் போன்றவற்றைப் பயிரிட்டார். தோட்டத்தில் வேலை செய்வது அவருக்கு மிகவும் பிடித்திருந்தது.

"இந்த இனிய நிலத்தில் வேலை செய்வது நன்றாக இருக்கிறது. புதிதாக முளைக்கும் இலைகள், பட்டாணி, இவை மண்ணூடே தோன்றுவது குழந்தைகள் வளருவது போலிருக்கிறது. அவைகளைப் பாதுகாக்கத் தூண்டுகிறது. நாங்கள் இங்கு வந்துவிட்டோம்.

இப்போது நீங்கள் எங்களைக் கவனித்துக்கொள்ளுங்கள் என்று சொல்வது போலிருக்கிறது."⁹

அவர் வாழ்ந்த கோட்கார் என்ற இடத்தில் இருந்த விவசாயிகள் தங்களது சிறு சிறு நிலங்களில் சிம்லா நகரில் வாழும் மக்களுக்காக உருளைக்கிழங்கு பயிரிட்டுக்கொண்டிருந்தார்கள். இதைவிட வருமானம் ஈட்டும் பயிருக்கு அவர்களை மாற்ற ஸ்டோக்ஸ் விரும்பினார். நல்ல விளைச்சலைக் கொடுக்கும் கோதுமை விதைகளை வாங்கித் தனது நிலத்தில் பரிசோதனையாக விதைத்தார். அது மட்டுமல்ல. இந்த இடத்திலுள்ள மிதமான காலநிலைக்கு ஆப்பிள் பயிரிடலாம் என்று எண்ணினார்.

1914ஆம் ஆண்டு பிப்ரவரி மாதம் அவர் தனது குழந்தைகளையும் மனைவியையும் கூட்டிக்கொண்டு அமெரிக்காவிற்கு ஓராண்டுக்குச் சென்றார். அவரது தாயார், பேரக்குழந்தைகளுடனும், மருமகளுடனும் நாட்களைக் கழித்தபோது, ஸ்டோக்ஸ், பென்சில்வேனியாவிலிருந்த ஆப்பிள் பழத்தோட்டங்களைச் சுற்றிப் பார்த்தார். செழுமையா யிருந்த அந்தத் தோட்டங்களில் விவசாயிகள் எவ்வாறு மரங்களை நட்டுப் பேணுகிறார்கள் என்று கவனித்தறிந்தார். இந்த ஆப்பிள் இமாலய விவசாயிகளுக்குப் பலன் அளிக்கும் என்றெண்ணி, விதைகளையும் மரக்கன்றுகளையும் இந்தியாவிற்குக் கொண்டுவந்தார். அவற்றைத் தனது வீட்டுத் தோட்டத்தில் நட்டார். அவை நன்றாகச் செழித்து வளர்ந்ததைக் கண்டு, அமெரிக்காவிலிருந்து நிறைய விதைகளை வரவைத்து அங்குள்ள விவசாயிகளிடம் கொடுத்துப் பயிரிடச் சொன்னார்.¹⁰

1913இல் இந்தியா வந்து எட்டு ஆண்டுகள் ஆன பின்பு, ஸ்டோக்ஸ் இந்தியாவின் எதிர்காலம் என்ற ஒரு கட்டுரையை எழுதினார். இதில் அவர் "இந்த நாடு தனது தொன்மையான கலாச்சாரத்தைப் போற்றி, மேம்பாடு செய்து, வளர்த்தால் உன்னதமான நிலைக்கு வரலாம்". "இந்தியா பொருளாதார வளர்ச்சி அடைய வேண்டும். ஆனால் மேற்கத்தியச் சந்தையுடன் போட்டியிடத் தேவையில்லை. ஆனால் சிறு நகரங்களிலும் கிராமங்களிலும் வாழும் குழந்தைகள் வளமாக இருக்க வேண்டும்"¹¹ என்று எழுதினார்.

தனது பண்ணையில் வேலை செய்துகொண்டும், குழந்தைகளைப் பராமரித்துக்கொண்டும் இருந்த ஸ்டோக்ஸ், அப்போதுதான் நோபல் பரிசு பெற்றிருந்த ரவீந்திரநாத் தாகூரின் கவிதைகளை (மொழிபெயர்ப்பில்தான்) வாசித்துக் கொண்டிருந்தார். தாகூரின் கவிதைத் தொகுப்பான பிறை நிலாவைப் (Cresccent Moon) படித்துவிட்டுத் தனது தாயாருக்கு ஒரு

நீண்ட, ஆழ்ந்த கடிதத்தை எழுதினார். "தாகூரின் கவிதைகளை ஆங்கிலத்தில் படிக்கும் மேற்கத்திய மக்கள், கீழை தேசங்களில் வாழ்வோரைவிடத் தங்களை உயர்ந்தவர்களாகக் கருதுவது தவறு என்பதை உணர்வார்கள். மேலைநாடுகளில் இல்லாத பல விஷயங்கள் இங்குள்ளன. அதனால்தான் நான் தெரிந்து கொண்ட இந்த நாட்டை நேசிக்கிறேன்."

தாகூரைப் புகழ்ந்து எழுதிய பின், தென்னாப்பிரிக்காவில், வெள்ளையர் ஆட்சி நிராகரித்த தங்களது சொத்துரிமை, வாழ்வாதாரம், நடமாடும் சுதந்திரம் ஆகியவற்றுக்காக இந்தியர்கள் வன்முறையின்றிப் போராடிக்கொண்டிருப்பதைப் பற்றி எழுதினார். இந்த எதிர்ப்பை இந்திய வழக்குரைஞர் ஒருவர், மோகன்தாஸ் கரம்சந்த் காந்தி, தலைமை தாங்கி நடத்திக் கொண்டிருந்தார். தனது கடிதங்களில் ஸ்டோக்ஸ் காந்தியைப் பற்றி எழுதவில்லை. ஆனால் அங்கு நடக்கும் எழுச்சியைப் பற்றிப் புரிந்துகொண்டிருந்தார். தன் தாயாருக்கு எழுதிய கடிதத்தில் அதை விளக்கிய பின், "வெள்ளைக்காரர்கள் எல்லா இடங்களிலும் வரவேற்கப்படுகிறார்கள். காலனி நாடுகளில் அவர்களை ஈர்க்கப் பல வித சலுகைகளை அறிவிக்கிறார்கள். ஆனால் இவை இந்தியர்களுக்குத் தரப்படுவதில்லை. எங்கு சென்றாலும் வெள்ளையர்கள் அவர்களை அவமதிப்புடன்தான் நடத்துகிறார்கள்."[12]

III

1914ஆம் ஆண்டு இங்கிலாந்திற்கும் ஜெர்மனிக்கும் இடையில் போர் மூண்டது. தான் அமைதி விரும்பும் குவேக்கராக இருந்தாலும் ஸ்டோக்ஸ் இங்கிலாந்தின் சார்பில் போரிட விரும்பினார். இந்தியாவின் அக்கறையும் இங்கிலாந்தினுடையதும் ஒன்றே என அவர் அப்போது நம்பினார். "நான் தேர்ந்தெடுத்துக் கொண்ட இந்த நாட்டின் விழிப்பும் வளர்ச்சியும், நேச நாடுகளின் வெற்றியைச் சார்ந்திருக்கிறது. பரந்த பிரிட்டனின் கீழிருப்பதின் நன்மைகளை நாம் அனுபவித்ததால், போர்க்காலத்தில் அவர்களை ஆதரிக்க வேண்டும்."[13]

ஆனால் பிரிட்டீஷ் ராணுவம் ஒரு அமெரிக்கனைப் போர்க்களப் பணிக்குச் சேர்ப்பதில் ஆர்வம் காட்டவில்லை. ஜூன் 1916இல் ஸ்டோக்ஸ் ராணுவத்தில் சேர சிம்லா நகர் சென்றார். ஆனால் அவரது விண்ணப்பம் நிராகரிக்கப்பட்டது. அமெரிக்காவிலிருந்து சில ஜெர்மன் உளவாளிகள் இயங்கியதும் அமெரிக்கர்களைச் சந்தேகிப்பதற்குக் காரணமாயிருக்கலாம் என்று ஸ்டோக்ஸ் நினைத்தார்.[14] ஆனால் அவர் விட்டு விடுவதாயில்லை. பல விண்ணப்பங்களை அனுப்பினார்.

என்றாலும் அவரை ராணுவத்தில் சேர்க்க பிரிட்டிஷார் விரும்ப வில்லை. ஆனால் பட்டாளத்திற்கு ஆள் சேர்க்கும் வேலையை அவருக்குக் கொடுத்தார்கள். அவருக்கு இந்தி மொழியிலும், மலைவாழ்மக்களின் வட்டார மொழியிலும் சரளமாகப் பேசத் தெரிந்தது வசதியாய்ப் போயிற்று.

1917ஆம் ஆண்டு ஏப்ரல் மாதம் அமெரிக்கா நேசநாடுகள் சார்பில் போரில் குதித்தது. இது ஸ்டோக்ஸுக்கு மகிழ்ச்சியையே தந்தது. தனது தாயாருக்கு எழுதினார் "இதைப்பற்றி வெகுநாட்களாக யோசித்துக்கொண்டிருந்தோம். கடைசியில் நமது கடமையைச்செய்கிறோம் என்பதற்குக் கடவுளுக்கு நன்றி தெரிவித்துக்கொள்கிறேன். எனக்கு ஜெர்மனி மீதோ, ஜெர்மானியர்கள் மீதோ எந்தப் பகைமையும் கிடையாது. ஆனால் ஜெர்மனி அரசாங்கத்தை அழிக்க நாம் உதவி செய்திரா விட்டால் நாம் தனிமனிதர் சுதந்திரத்திற்கும், சொந்தப் பொறுப்பிற்கும் துரோகம் இழைத்தவர்களாய் ஆகியிருப்போம். நமது தலையை நிமிர்த்தி நடப்பது மகிழ்ச்சியாயிருக்கிறது."[15]

சில வாரங்கள் கழித்து அவர் எழுதிய ஒரு கடிதத்தில் ஜெர்மனி எவ்வாறு தனது உன்னதமான கலாச்சார மேம்பாட்டு வரலாற்றைப் பேராசையாலும் ராணுவ நோக்கங்களாலும் சீரழித்துவிட்டது என்று எழுதினார்.

> ஒரு நாட்டின் உண்மையான சாதனை கலை, இலக்கியம், சமயம், அறிவியல், தொழில் மேம்பாடு போன்றவையால் உயர்ந்த நிலையை அடைவதுதான். அதை ஆயுதங்களால் அடைய முடியாது. நான் இன்று வருவதுரைப்பது என்னவென்றால் ஜெர்மனி இன்று வேற்று மக்களை அடக்கி ஆள விரும்புவது, இன்னும் சில நூற்றாண்டுகள் கழித்து ஒரு நாகரிக முதிர்ச்சியற்ற ஆசையாகப் பார்க்கப்படும்.

போர் முடிந்தவுடன் பிரிட்டன் தனது காலனி ஆதிக்கங்களை விட்டுவிடும் என்று ஸ்டோக்ஸ் நம்பினார். பல சிறிய நாடுகளுக்குத் தன்னாட்சி அளிக்கப்பட வேண்டும் என்று அமெரிக்க ஜனாதிபதி வுட்ரோ வில்சன் சொன்னது ஸ்டோக்ஸுக்கு நம்பிக்கையை ஊட்டியது. அவர் தன் தாயாருக்கு எழுதினார்: "முழுமையாக நாகரிகமடையாமல் இருந்தால்தான், ஒரு நாடு இன்னொன்றைப் பிடித்து ஆள உரிமை இருக்கிறது என்று நினைக்கும்."[16]

1917, 1918 ஆண்டுகளில் ஸ்டோக்ஸ், ராணுவத்திற்கு ஆள் சேர்ப்பதற்காக இமயமலைப் பிரதேசத்தில் பயணித்தார். சில சமயம் மலைவாழ் மக்களின் தலைவர்களின் அரண்மனைகளில் தங்கினார். சில சமயங்களில் அரசு விடுதிகளில் இரவைக்

கழித்தார். அல்லது வெட்ட வெளியில் கூடாரம் போட்டுத் தங்கினார். இந்தப் பணியை அவர் விரும்பிச் செய்தாலும் அவர் மனைவி, குழந்தைகளை நினைத்து ஏங்கினார். (அவர்களுக்கு இந்தச் சமயம் இரண்டு மகன்களும் ஒரு மகளும் இருந்தனர்.) நவம்பர் 1918இல் ஒருவழியாக ஜெர்மனியின் தோல்வியுடன் ஐரோப்பாவில் போர் முடிந்தது. நிம்மதியுடனும் எதிர்பார்ப்புடனும் ஸ்டோக்ஸ் தன் தாயாருக்கு எழுதினார்:

> நாம் நன்றாகப் போரிட்டு வெற்றி பெற்றுள்ளோம். அதே போல் சமாதானத்தையும் இனப்பெருமையன்றி, சுயநலமின்றி பெரிய மனதோடு ஏற்றுக்கொள்ள இறைவன் அருள் புரியட்டும். நாம் நமது விசுவாசத்தைத் தக்கவைத்து, மனித குலத்தின் நன்மையை மனதில்கொள்ள வேண்டும். போரின் வெற்றியிலிருந்து எதைக் கவரலாம் என்று பார்க்கக் கூடாது. வெற்றியடைந்த நாடுகளில் இறைவன், அரசுகள் தமது பொறுப்பை உணர வைப்பாராக.[17]

IV

1918–19 கோடைகாலத்தை ஸ்டோக்ஸ் தனது ஹார்மனி ஹால் என்ற வீட்டில், இல்லத்தாருடனும் தோட்டத்தில் வேலை செய்துகொண்டும் கழித்தார். பனி உருகி, வசந்த காலம் தொடங்கியபோது ஒரு புத்துணர்ச்சியையும் நம்பிக்கையையும் உணர்ந்தார். தனது அழகிய மனைவியுடனும் குறும்பு நிறைந்த மகன்களுடனும் அவர் வாழ்க்கையை அனுபவித்தார். "இதுதான் நான் விரும்பும் வாழ்க்கை. மேற்கத்திய போட்டிபோடும் வாழ்வு எனக்கு வேண்டாம். இயற்கையுடன் இயைந்த எளிமையான வாழ்க்கை நடத்தத்தான் இறைவன் நம்மைப் படைத்தார் என்று நம்புகிறேன். நமக்குத் தேவையான எல்லாவற்றையும் தரும் இவரை நாம் தினமும் சேவிக்க வேண்டும்."[18]

கோடை நீண்டபோது அவரது மனநிலையும் சற்று சோர்வுற்றது. குடும்பத்தளவில் மிக்க மகிழ்ச்சி கொண்டவராக இருந்தாலும் உலக நடப்பு அவருக்கு உகந்ததாயில்லை. லீக் ஆஃப் நேஷன்ஸ் (League of Nations) திமிர் கொண்ட மேலை நாடுகளின் ஒரு கூட்டமைப்புபோல் செயல்பட்டது. தொன்மை மிக்க கலாச்சாரம் கொண்ட சீனா, இந்தியா போன்ற நாடுகள் தங்களது வரலாற்றையும் பண்பாட்டையும் உதறிவிட்டு ஐரோப்பாவைப் பிரதிபலிக்க வேண்டும் என்று எதிர்பார்த்தது. இனத் துவேஷத்தில் அமெரிக்கர்களும் ஆங்கிலேயர்களும் ஜெர்மானியர்களுக்குச் சளைத்தவர்கள் இல்லை என்பதை நிரூபித்துவிட்டார்கள். "ஜெர்மானியர்கள் தங்கள் (கலாச்சாரம், பண்பாடு) மூலம் மற்ற நாடுகளை அடக்கி ஆளுவதே

தங்கள் நோக்கம் என்று எண்ணியதுபோல நாமும் மேலைக் கலாச்சாரத்தை உயர்த்திப் பிடிக்கிறோம். அவர்களுக்குப் பிடிக்கிறதோ இல்லையோ உலகம் இதை ஏற்றுக்கொள்ள வேண்டும்."[19]

இமயமலைப் பகுதியிலிருந்த பல இந்திய ராணுவ வீரர்கள் முதலாம் உலகப் போரில் சண்டையிட்டு வெற்றிக்கு வழிவகுத்தார்கள். அவர்கள் நன்றியை எதிர்பார்த்தார்கள். ஆனால் கிடைத்ததோ ரௌலட் சட்டம் போன்ற கொடுமையான சட்டங்கள். இந்தச் சட்டம் ஒரு பெரும் நம்பிக்கைத் துரோகம் என்றும் இந்திய தேசிய உணர்வுகளைத் தூண்டிவிடும் என்றும் ஸ்டோக்ஸ் கருதினார். 1919 ஜூனில் அவர் தனது தாயாருக்கு தீர்க்கதரிசனம் போல் ஒரு கடிதம் எழுதினார்:

> ஒரு காலத்தில் – அது என் காலத்திலிருக்காது – கீழை நாடுகளில் தீப்பிழம்பாய்க் கனன்றுகொண்டிருக்கும் அதிருப்தி பெருந்தீயாகப் பரவும். எங்கள் பிரச்சினைகளில் நீங்கள் தலையிடுவதையோ, எங்களைச் சுரண்டுவதையோ நாங்கள் அனுமதிக்க மாட்டோம்" என்பார்கள். மேலை நாட்டவர் தங்கள் தவறுகளை ஒப்புக்கொள்ளவில்லை என்றால் உலக அளவில் ஒரு கொந்தளிப்பு எழும். அந்த எழுச்சியுடன் ஒப்பிட்டால் இந்த உலகப் போர் குழந்தைகளின் விளையாட்டு போன்றிருக்கும். அந்தப் பழி மேலை நாடுகள் மீதுதான் சுமத்தப்படும். அதற்கு முன்னரே அமெரிக்காவும் ஐரோப்பாவும் தங்களது நிலைப்பாட்டை மாற்றிக்கொள்ள இறைவன் அருள்புரிய வேண்டும். எனது மகன்கள் மேலைநாடுகளுக்கு எதிராக அணிவகுத்து நிற்பாற்கள் என்ற எண்ணம் என்னை வருத்துகிறது. எனினும் இதற்காக ஒரு போர் மூண்டால் அவர்கள் கீழ்த்தேசங்களுடன்தான் இருக்க வேண்டும் என்பது என் விருப்பம்.[20]

ஸ்டோக்ஸின் மனத்தில் ரௌலட் சட்டம் ஒரு எண்ண ஓட்டத்தை ஆரம்பித்தது. "ஐரோப்பியரல்லாத மக்கள், மேற்கத்திய நாடுகளின் பிடிகளிலிருந்து விடுபட வேண்டும்" என்ற முடிவிற்கு அவரைக் கொண்டுசென்றது."[21]

இந்தக் காலகட்டத்தில், சிம்லாவிற்கு வெகு அருகில் உள்ள பஞ்சாப் மாகாணத்தில் கடுங்கோபமும் அதிருப்தியும் நிறைந்திருந்தது. நிலவுரிமைகள் சார்ந்த எதிர்ப்புகள் இரக்கமின்றி நசுக்கப்பட்டுவிட்டன. பின்னர் ஏப்ரலில் 1919 ஜாலியன்வாலா பாக் படுகொலை நிகழ்த்தப்பட்டது. பிரிட்டீஷ்

அரசு அதைப்பற்றிக் கிஞ்சித்தேனும் வருத்தப்படவில்லை. 1920இல் ஸ்டோக்ஸ் பிரிட்டீஷ் அரசிடம் இருந்த நம்பிக்கையை இழந்து விட்டிருந்தார். இந்திய மக்களின் தேசிய எதிர்பார்ப்புகளை அவர் ஆதரித்திருந்தபோது மிதவாதிகளின் நிலைப்பாட்டை அவர் சார்ந்திருந்தார். ஆனால் இப்போது, ரௌலட் சட்டத்திற்குப் பின், ஜாலியன்வாலா பாக் படுகொலைக்குப்பின் தீவிரவாதிகளை ஆதரிக்கத் தொடங்கினார். இப்போது மிதவாதி நிலைப்பாடு எடுப்பது சிரமம் என்று தன் தாயாருக்கு ஒரு கடிதத்தில் எழுதினார்.[22]

அரசியல் நிலைப்பாட்டில் தீவிரமான கொள்கையை ஆதரிக்கத் தொடங்கிய பின் காந்திக்கும் இந்திய தேசிய இயக்கத்திற்கும் நெருக்கமானார். இதைத் தனது பாரம்பரிய சமய நம்பிக்கையுடன் அவர் இணைத்துப் பார்த்தார். "நாம் குவேக்கர் வழியில் வந்தவர் என்பதில் பெருமை கொள்ள வேண்டியவர்கள். நமது மூதாதையர் மனிதருள்ளும் இனங்களிலும் சமத்துவம் என்பதில் நம்பிக்கை கொண்டிருந்தார்கள். அமெரிக்கச் சமூகத்தை உருவாக்கியவர்களுள் நாம் (குவேக்கர்கள்) மட்டுமே வெள்ளையர் அல்லாதவர்களைச் சமமாக நடத்தினோம். இந்த ஆன்மிகப் பாரம்பரியத்தின் உண்மையை உலகிற்கு நாம் உணர்த்திவிட வேண்டும்" என்று தனது தாயாருக்கு எழுதிய ஒரு கடிதத்தில் பதிவுசெய்தார்.[23]

இந்தியாவில் வெள்ளையர் அல்லாதவரை பிரிட்டீஷார் கேவலமாக நடத்தினர். பிரிட்டீஷ் அரசு அதிகாரிகள் இந்திய குடிமக்களைத் திமிரோடு மோசமாக நடத்தியதைக் கண்டு ஸ்டோக்ஸ் குமுறினார். தன்னுடைய பணியில் இந்தியர்களைத் தனக்குச் சமமாக நடத்த அவர் முன்னமே உறுதிகொண்டிருந்தார். என்றாலும் மற்ற வெள்ளைக்காரர்கள் அவ்வாறு செய்ய வில்லையே என்று வேதனைப்பட்டார். அவர் வாழ்ந்த மலைப்பிரதேசத்தில் நிலவிய இனரீதியான கொடுமையான பழக்கம் அங்கு அலுவல் பணியில் வரும் பிரிட்டீஷ் அரசு அதிகாரிகளுக்கு மலைவாழ் மக்கள் இலவச சேவை செய்ய வேண்டும் என்பது. உண்மையில் இந்தப் பழக்கம் பிரிட்டீஷார் அறிமுகப்படுத்தியது அல்ல. பாரம்பரியமாக ராஜபுத்திரப் பிரபுக்கள் இந்தக் குடிமக்களை எந்த வேலையைச் செய்ய வேண்டுமானாலும் கட்டளையிடலாம். ஒரு ராஜா வேட்டைக்குச் சென்றால் அந்த இடத்து மக்கள், அவரது உடைமைகளைத் தூக்கிவருவது மட்டுமல்லாமல், கூட வரும் உதவியாளர்களுக்கு உணவும் பாலும் தர வேண்டும்.[24]

இம்மாதிரியான கட்டாய வேலை 'பேகர்' என்று குறிப்பிடப்பட்டது. பிரிட்டீஷ் அதிகாரிகள் இந்தப் பழக்கத்தைத்

தொடர்ந்தது மட்டுமல்லாமல் விரிவாக்கவும் செய்தார்கள். கோடைகாலத் தலைநகரமாக சிம்லா இருந்ததால் பல உயர் அதிகாரிகள் தங்கள் குடும்பத்துடன் வந்து மலைகளில் நடைப்பயணம் செய்து, இந்த மக்களைத் தங்களது உடமை களைச் சுமக்க வைத்ததுமல்லாமல் உணவுப் பொருட்களையும் கொடுக்க வற்புறுத்தினார்கள். வெகு சொற்பமான கூலியே அவர்களுக்குக் கொடுக்கப்பட்டது. பல சமயங்களில் அதுவும் கொடுக்கப்படவில்லை. மலைவாழ் மக்களுடனேயே அவர்களில் ஒருவராக வாழ்ந்த ஸ்டோக்ஸ் இந்தப் பழக்கம் இன்னும் வழக்கில் இருப்பதைக் கண்டு வெகுண்டார். அந்த மாவட்ட கலெக்டருக்கு "மலையில் உள்ள பணியாளர்கள் மிகவும் குறைந்த கூலி கொடுக்கப்படுவதால் அடையும் இன்னல்கள்" பற்றி 1919 ஏப்ரலில் ஒரு கடிதம் எழுதினார். இதற்கு ஒரு நடவடிக்கையும் எடுக்கப்படவில்லை. " உண்மையாகப் பார்த்தால் அவர்களைச் சுமைதூக்க யாரும் வற்புறுத்த முடியாது. இது ஒரு வகையான அடிமை முறையே. எந்த நியாயமும் இல்லாத இந்தப் பழக்கம் பிரிட்டீஷ் இந்தியாவிலிருந்து ஒழிக்கப்பட வேண்டும்" என்று மறுபடியும் எழுதினார்.[25]

தனிப்பட்ட முயற்சிகள் தோல்வியடைந்த பின், அவர் கூட்டு முயற்சியைக் கையாண்டார். ஒரு மனு தயாரித்தார். அரசு அதிகாரிகளின் பயனுக்காக மட்டும் இந்தப் பழக்கம் இருக்க வேண்டும் என்றும் அதற்கும் கிராம உழைப்பாளி களுக்கு நியாயமான சம்பளம் அளிக்கப்பட வேண்டும் என்றும் எழுதினார். கோட்கார் பகுதியிலுள்ள இருநூறுக்கும் மேற்பட்ட விவசாயிகள் இதற்குக் கையெழுத்து மூலமும் கைநாட்டு மூலமும், ஒப்புதல் அளித்தார்கள். இந்த மனு அம்பாலா டிவிஷன் கமிஷனருக்கு அனுப்பப்பட்டது. அதற்கும் எந்த விதமான பதிலும் இல்லை.[26]

தனது அக்கறைகளைப் பொதுவெளிக்கு எடுத்துச் செல்ல ஸ்டோக்ஸ் முடிவு செய்தார். 1920ஆம் ஆண்டு கோடைகாலத்தில் வைஸ்ராய் சிம்லாவிற்கு இடம்பெயர்ந்தார். நகருக்கு முப்பது மைல் தொலைவில் அவர் வேட்டைக்குச் சென்றார். அவருடன் நிறைய அதிகாரிகளும் அவர்களது மனைவிகளும் சென்றனர். அவர்களது சுமைகளைத் தூக்கவும், குதிரைகளுக்குப் புல் வெட்டி கொடுக்கவும், சமைக்க விறகு வெட்டித் தரவும், அவர்கள் தேநீர் குடிக்கப் பால் கொண்டு தரவும் அங்குள்ள நூற்றுக்கணக்கான கிராமவாசிகளைக் கட்டாயப்படுத்திக் கூட்டிச்சென்றனர். கோடைப்பயிருக்கு வயலை உழுவது போன்ற விவசாய வேலையை விட்டு அந்த மக்கள் போக வேண்டியிருந்தது.

ஸ்டோக்ஸ் இந்தக் கொடுமையான பேகர் பழக்கத்தைப் பற்றிப் பத்திரிகைகளுக்கு இரண்டு கட்டுரைகள் எழுதினார். ஒன்று காந்தியின் *யங் இண்டியா* (Young India) 13 அக்டோபர் 1920 இதழில் வெளியானது. மற்ற கட்டுரை தில்லி இதழ் ஒன்றில் பிரசுரமாகிப் பல அரசு அதிகாரிகள் படித்தார்கள். இந்திய தேசிய இயக்கத்தாரையும், ஏகாதிபத்திய ஆங்கிலேயர்களையும் அவர் தன் எழுத்துக்களால் ஈர்த்தார். இந்த இரண்டு கட்டுரைகளிலும் வைஸ்ராய்மீது பழி சுமத்துவதைக் கவனமாகத் தவிர்த்தார். இந்தியாவிலேயே அதிகார பலமிக்க வெள்ளைக்காரரான அவருக்குத் தன் பெயரில் விவசாயிகளை இன்னல்பட வைத்தது தெரியாமலிருந்திருக்கலாம். ஆனால் அவர் கூட வந்த அதிகாரிகளுக்கு நிச்சயம் தெரிந்திருக்கும். ஸ்டோக்ஸ் உடன்பேசிய ஒரு குடியானவர் "நாங்கள் என்னதான் செய்ய முடியும்? அரசாங்கத்திற்கு நியாயமும் கிடையாது. அறமும் கிடையாது" என்றார்.

"கல்வியறிவற்ற, பேச முடியாத, மலைவாழ் மக்கள் இந்த பேகர் பழக்கத்தின் மூலம் எல்லா வழிகளிலும் சுரண்டப்படு கிறார்கள். அவர்களுக்கு அநீதி இழைக்கப்படுகிறது" என்று மூன்று கட்டுரைகளில் ஸ்டோக்ஸ் எழுதினார். "இந்தப் பழக்கம் உடனடியாக ஒழிக்கப்பட வேண்டும். ஆயிரக்கணக்கான மக்கள் தங்களுக்குச் சேவை செய்ய வேண்டிய அரசு அதிகாரிகளுக்காக உழைக்கக் கட்டாயப்படுத்தப்படுகிறார்கள் என்று பதிவு செய்தார்.[27]

V

1920 அக்டோபர் 22ஆம் நாள் ஸ்டோக்ஸ் காந்தியை முதன்முதலாகச் சந்தித்தார். பஞ்சாபில் மகாத்மா சுற்றுப்பயணம் செய்துகொண்டிருந்தபோது அவரைப் பார்க்க ஸ்டோக்ஸ் பிவானிக்குச் சென்றார். பின்னர் அவர் காந்தியின் அகமதாபத் ஆசிரமத்தில் பல நாட்கள் தங்கியிருந்தார். அதே சமயம் அங்கு ராஜகோபாலாச்சாரியும் தங்கியிருந்தார். அவர்கள் இருவரும் அகிம்சைபற்றி நீண்ட நேரம் பேசினர்.[28]

1920 டிசம்பரில் நாக்பூர் நகரில் நடந்த காங்கிரஸ் மாநாட்டில் பங்கெடுக்க ஸ்டோக்ஸ் நீண்ட பயணத்தை மேற்கொண்டார். தனக்குத் திருமணமான ஆண்டிலிருந்து கிறிஸ்மஸ் பண்டிகையின்போது ஒரு முறைகூட அவர் தனது மனைவியைப் பிரிந்து இருந்ததில்லை. ஆனால் இந்த மாநாடு மிகவும் முக்கியமானதாக இருந்தது. காந்தி தனது ஒத்துழையாமை இயக்கத்தைப் பற்றி அறிவிக்க இருந்தார். தனது சொந்த நாடாகத் தெரிந்தெடுத்துக்கொண்ட தேசத்துடன் தன்னை இணைத்துக்கொள்ள விரும்பி, அந்த நிகழ்வில் தான் கட்டாயம்

பங்கெடுக்க வேண்டும் என்று ஸ்டோக்ஸ் எண்ணினார். "இங்கு தேசிய உணர்ச்சிகள் பெருகி நிற்கின்றன. என்றாலும் இந்தியர் அல்லாத நான், சி.எஃப். ஆண்ட்ரூஸ் பேசுவதைக் கேட்கப் பல இந்தியர்கள் தயாராக இருக்கிறார்கள். இந்த மாதிரியான (வெள்ளைக்காரர்) வேறு யாரும் இருப்பதாகத் தெரியவில்லை. நாங்கள் இந்தியர் பக்கம்தான் என்பது அவர்களுக்கு நன்றாகத் தெரியும் என்று தன் தாயாருக்கு எழுதினார்."[29]

1921ஆம் ஆண்டு துவக்கத்தில் ஸ்டோக்ஸ் உலகப் பண்பாடு உருவாக்கத்தில் ஐரோப்பிய நாகரிகத்தின் தோல்வி என்ற தலைப்பில் 56 – பக்கக் கையேடு ஒன்றைப் பதிப்பித்தார். சி.எஃப். ஆண்ட்ரூஸ் இதற்கு எழுதியிருந்த முன்னுரையில் அவரது முன்னோர் வழியைப் பற்றிப் பேசும்போது "ஸ்டோக்ஸ் உடலில் உறுதியான குவேக்கர் ரத்தம் ஓடுகிறது. அதனால் அவர் ஒரு நாட்டிற்கு மட்டும் அல்ல; மனித குலத்திற்கே நண்பராக இருக்கிறார்" என்று அவரது மரபுவழியைப் புகழ்ந்திருந்தார். அவரும் ஸ்டோக்ஸூம் ஒரே காலகட்டத்தில் இந்தியா வந்தது, வந்ததுமே ஒருவர் சிம்லாவின் விவசாயிகளுக்காகப் பணிசெய்ய, மற்றவர் காலனியில் வேலை செய்யும் குத்தகை தொழிலாளர்களின் நலனில் நாட்டம் செலுத்தினார் என்பதையெல்லாம் ஆண்ட்ரூஸ் எழுதினார். ஆட்சிபுரியும் வெள்ளையினம் இந்தியர்களுக்கு இழைக்கும் கொடுமையை எதிர்த்தபோது இருவரும் அவமானப்படுத்தப்பட்டனர்.

ஆரம்ப வருடங்களில் பல முறை ஸ்டோக்ஸ் இல்லத்திற்குச் சென்று அங்கு தங்கியிருந்ததைப்பற்றி ஆண்ட்ரூஸ் எழுதினார். இருவரது வாழ்வையும் பற்றி எழுதிய ஆண்ட்ரூஸ், ஒருவரை ஒருவர் நீண்ட நாட்கள் சந்திக்காமல் இருந்தாலும் "இத்தனை ஆண்டுகள் கழித்து நாங்கள் இருவருமே பிரிட்டிஷ் பேரரசிற்குள் இந்தியா தன்மானத்துடன் இருக்க முடியாது என்ற ஒரே முடிவுக்கு வந்திருப்பதை உணர்கிறோம்."[30]

ஸ்டோக்ஸ் எழுதிய கையேடு மேற்கத்திய நாகரித்தைப் பற்றிய ஒரு அறிமுகத்துடன் தொடங்கியது. "கிரேக்கச் சிந்தனையாளர்கள் மனித சமுதாயத்தின் ஒற்றுமையைப் போற்றினார்கள். அதே போல ஆரம்பகாலக் கிறிஸ்தவர்கள், இனவேறுபாட்டை எதிர்த்தார்கள். நவீனகால ஐரோப்பியர்களோ ஆசியாவிலும் ஆப்பிரிக்காவிலும் நாடுகளைக் காலனிகளாக ஆக்கிரமித்து மனித இனங்களுக்குள் வேறுபாட்டைப் புகுத்தினார்கள்." இதனால் பொருளாதார, அரசியல், கலாச்சாரத்தில் உயர்ந்ததாகக் கருதப்பட்ட வெள்ளையர் களுக்கும் மற்றவர்களுக்கும் ஒரு நிறப்பிரிவு உருவாக்கப்பட்டது.[31]

மேலைநாட்டு வரலாற்றாசிரியர்களும் அரசியல் தலைவர்களும் இனவாதம் கொண்டிருந்தார்கள் என்பதற்கு *கேம்ரிட்ஜ் மாடர்ன் ஹிஸ்டரி* (Cambridge Modern History) என்ற நூலிலிருந்து பல மேற்கோள்களை ஸ்டோக்ஸ் காட்டியிருந்தார். கறுப்பர்களும் மாநிறத்தவரும் தாழ்ந்தவர்கள் என்று அவர்கள் நம்பியது மட்டுமல்ல, தாங்கள் வன்முறை மூலம் பிடித்திருந்த காலனிகளில் அவர்கள் மேலே வராமல் தடுத்தார்கள். பூமியின் வெவ்வேறு இடங்களில் ஐரோப்பியர் பரவியதையும், அமெரிக்காவில் குடியேறியதையும் பற்றி எழுதினார். "பிரிட்டீஷ் பேரரசும் அமெரிக்க ஐக்கிய நாடுகளும் ஆசிய, ஆப்பிரிக்க மக்களைப் பரவவிடாமல், கிடைக்கும் இடங்களிலெல்லாம் தங்கள் மக்களைக் குடியேறச்செய்கிறார்கள்" என்றார்.[32]

"மனிதப் பண்பாட்டை உயர்த்திய கிரேக்கத் தத்துவங்களையும் நாசரேத் தூரரானாகிய ஏசு கிறிஸ்துவின் ஆன்மிகக் கொள்கைகளையும் பாரம்பரியமாகக் கொண்ட ஐரோப்பிய காலனித்துவம் ஒரு துயரமிக்க கதை. தன்னலத்திற்காக மானுடத்தை அது காட்டிக்கொடுத்துவிட்டது" என்று எழுதினார். இன்று இந்தியா தன்னை உணர்ந்துகொள்ளும் நேரத்தில் இந்தியர்கள் தாங்கள் யாரை எதிர்த்துப் போராடுகிறார்களோ அவர்களுக்கு, தாம் உயர்ந்தவர்கள் என்ற எதிர்மறை இனவாதம் உருவாகலாம் என்றார். காந்தி, தாகூர் ஆகியோரது கருத்துக்களை ஸ்டோக்ஸ் உள்வாங்கினார். "தன்னலத்தில் ஊன்றியிருக்கும் எந்தப் பண்பாட்டையும் நாம் பின்பற்ற வேண்டியதில்லை. தன் இனத்தின் நலனைத் தாண்டி, மக்கள் சமுதாயத்தின் நலனைக் கருத்தில் கொள்ளாத எந்த தேசியவாதத்தையும் நாம் ஆதரிக்க வேண்டியதில்லை என்றார்"[33]

1921ஆம் ஆண்டு மே மாதம் காந்தி வைஸ்ராயைச் சந்திக்க சிம்லா சென்றார். அங்கு பல நாட்கள் தங்கினார். அவர் நிச்சயம் ஸ்டோக்ஸையும் சந்தித்திருப்பார். ஆனால் இதைப் பற்றிய பதிவு ஏதும் இல்லையென்றாலும் ஒரு பொதுக்கூட்டத்தில் காந்தி ஸ்டோக்ஸைக் குறிப்பிட்டுப் பேசினார்.

> "நாம் மனத்தளவில் ஒன்றாயிருக்க வேண்டும் எல்லா மதங்களுக்கும் நான் உறுதி கூறுகிறேன். கிறிஸ்தவர்களோடு நாம் ஒன்றாயிருக்கவில்லையா? ஆண்ட்ரூஸ், ஸ்டோக்ஸ் போன்றவர்களை நாம் ஏற்றுக்கொள்ளவில்லையா? யாரையும் நாம் பகைவராகப் பார்க்கக் கூடாது. ஆங்கிலேயர் இங்கே தங்கி இந்தியர்களுக்கு அண்ணன் தம்பிபோல், தனது கர்வமான நடவடிக்கையை விட்டுவிட்டுச் சேவை செய்ய விரும்பினால் அவர்களை வரவேற்போம்

இல்லையெனில் அவர்கள் மூட்டையைக் கட்டிக்கொண்டு போக வேண்டியதுதான்" என்றார் காந்தி.[34]

ஆகஸ்டு மாதம், காந்தியும் ஸ்டோக்ஸும், ஒன்றாக, அலகாபாத்தில் ஒரு காங்கிரஸ் கூட்டத்தில் கலந்துகொண்டார்கள். கங்கையும் யமுனையும் சங்கமமாகும் இந்த ஊர் நேரு இல்லத்தாரின் சொந்த ஊர் என்பது மட்டுமல்ல, தேசியப் போராட்டத்தில் முக்கியமான இடமும் கூட. அந்தப் பொதுக்கூட்டத்தில் காந்தி பேசுவதற்கு முன்பாக ஸ்டோக்ஸ் உரையாற்றினார். காந்தியின் ஆசிரமத்தைச் சேர்ந்த ஒருவர் இந்தப் பேச்சைக் கேட்டுவிட்டு எழுதினார்; "மிகவும் எளிதாக, அருமையான இந்தியில் அவர் சொற்பொழிவு செய்ததைக் கேட்டு வியப்படைந்தேன்."[35]

அலகாபாத்திலிருந்து பஞ்சாப் காங்கிரஸ் தலைவர்கள் சிலரைச் சந்திக்க ஸ்டோக்ஸ் லாகூருக்குச் சென்றார். முதலில் பிரிட்டீஷ் அரசை ஆதரித்த ஸ்டோக்ஸ், மிதவாத தேசியத்திற்கு மாறி, பின்னர் முழு தேசியவாதி ஆகிவிட்டார். தான் சேர்ந்திருக்கும் தேசிய இயக்கத்தைப் பற்றியும் அதன் தலைவர் காந்தியைப் பற்றியும் தனது தாயாருக்குக் கடிதம் எழுதினார்.

காந்திக்கும் அவருடைய வழியில் நடப்பவர்களுக்கும் இது ஒரு அரசியல் இயக்கம் அல்ல; ஆன்மிக, அறம் சார்ந்த இயக்கம். செத்துக்கொண்டிருக்கும் இந்திய மக்களைத் தூக்கி நிறுத்தும் இயக்கம். தம்மைத் தூய்மைப்படுத்திக் கொண்டு, துன்பங்களைத் தாங்கிக்கொண்டு இந்தியாவை விடுவிப்பது அதன் நோக்கம். நாங்கள் பயமின்றி நிற்கவும், யாரையும் காயப்படுத்தாமல், யாரையும் கொல்லாமல் சாவை எதிர்கொள்ள வேண்டும்; எவருக்கு எதிராகவும் கோபம் கொள்ளாமல் தீமையையும் அநீதியையும் மரணம் வந்தாலும் எதிர்க்க வேண்டும்.

காந்தியை முதன்முதலாகச் சந்தித்து ஒரு வருடம் சென்று விட்டது. இதற்குள் காந்தியை ஸ்டோக்ஸ் பலமுறை பார்த்து நீண்ட உரையாடல் நிகழ்த்தியிருக்கிறார். பொது மேடையிலும், கட்சிக் கூடுகைகளிலும் தனியாகவும் அவருடன் பேசியிருக்கிறார். அவர் காந்தியின் செயல்பாடுகளைக் கவனித்திருந்தார். அவரது கட்டுரைகளை ஊன்றிக் கவனித்துப் படித்தார். காந்தி உன்னதமான மனிதர் என்ற முடிவுக்கு வந்தார்.

மனித குணத்தின் உயர் நிலை அவருடையது. எழுதுபவர் களும் பரிசேயர்களும் ஏரோதியர்களும் வியப்படைகிறார்கள். அதைக் கண்டு நான் ஆச்சரியப்படவில்லை. அவருடைய

ஏழு போராளிகள்!

நடவடிக்கைகள் மயிர்க் கூச்செரியச் செய்கின்றன. கிறிஸ்துவும் அப்படித்தானே செயல்பட்டார். சொந்த வாழ்விலும் சமூக வாழ்விலும் காணும் சுயநலத்தையும் பாவத்தையும் கிறிஸ்து தாக்கினார். அதேபோன்றுதான் நம் இனத்தின் பொருளாதார, தேசிய, பன்னாட்டு வாழ்க்கை அளவில் காந்தி இயங்கிக்கொண்டிருக்கிறார்.[36]

தன் அம்மாவிற்கு எழுதிய கடிதத்தில், தனிப்பட்ட முறையில் காந்தியை ஸ்டோக்ஸ் போற்றினார். காந்தி இவரைப் பற்றிப் பொதுவெளியில் புகழ்ந்து பேசினார். 1921 ஜூலையில் தனது *யங் இண்டியா* பத்திரிகையில் காந்தி ஒரு கட்டுரை எழுதினார்.

> ஒத்துழையாமை இயக்கம் பிரிட்டிஷாருக்கோ, கிறிஸ்தவத்திற்கோ எதிரானது அல்ல என்பதற்கு ஆதாரம் தேவை என்றால் இங்கே திரு ஸ்டோக்ஸ் இருக்கிறார். ஒரு பிரிட்டிஷ் குடிமகன், தீவிர கிறிஸ்தவர், பேகர் என்ற இந்தத்தீயவழக்கத்தைஒழிக்கப்போராடிக்கொண்டிருக்கிறார். அவர் ஒத்துழையாமை இயக்கத்தை ஆதரிக்கும் காங்கிரஸ்காரர். அவர் மெல்ல மெல்லத்தான் இந்த நிலைப்பாட்டுக்கு வந்து சேர்ந்திருக்கிறார். அவரைப் போல எந்த இந்தியனும் அரசை எதிர்த்துப் போராடவில்லை. மலைவாழ் மக்களுக்கு அவர் ஒரு வழிகாட்டி, நண்பர், தத்துவவாதி.

“பேகர் என்ற வழக்கத்தை ஏன் இன்னும் வைத்திருக்க வேண்டும்? தங்கள் வசதிக்காகவும், மக்களை அடக்கியாளவும் அதிகாரிகள் இந்தப் பழக்கத்தைப் பயன்படுத்திக்கொள்கிறார்கள்” என்று குறிப்பிட்ட காந்தி, வேட்டையின்போது மலைவாசிகளைக் கூலிகளாகப் பயன்படுத்துவதையும் அவர்களிடமிருந்து உணவுப்பொருட்களைப் பெறுவதையும் கண்டித்தார். “வேங்கைகளைச் சுட்டுக் கொல்லும் மகிழ்ச்சிக்காகக் காட்டில் ஆயிரக்கணக்கான ஆட்களைக் கொண்டு பாதை போட்டுக் கொடுக்கப்பட வேண்டும். விலங்குகளுக்கு மட்டும் பேசும் திறன் இருந்தால் அவை மனிதருக்கு எதிராகத் தொடுக்கும் வழக்கு அவர்களை அதிர வைக்கும்” என்று எழுதினார் காந்தி.

சிம்லாவிலிருந்து தனக்கு வந்த ஒரு கடிதத்தைப் பற்றி காந்தி பேசினார். பேகர் வழக்கத்தை எதிர்த்த கபூர் சிங் என்ற விவசாயிகள் தலைவர் கைது செய்யப்பட்டதுமல்லாமல் அவரது ஆதரவாளர்களும் தொல்லைக்கு ஆளானார்கள். “மக்கள் பயங்கரவாதத்தால் அச்சுறுத்தப்பட்டனர். சிம்லா போலீசார் வரவழைக்கப்பட்டனர். துப்பாக்கி முனையாலும், நாடு

கடத்தப்படுவார்கள் என்றும் அவர்கள் அச்சுறுத்தப்பட்டனர். இந்தச் சூழலில்தான் சாட்சியங்கள் திரட்டப்பட்டன."

இந்த விவரிப்பு "எனக்கு பஞ்சாப் ராணுவச் சட்ட நாட்களை நினைவூட்டியது" என்றார் காந்தி. ஆகவே,

> இந்த மலைவாழ் மக்கள் தங்களது நம்பிக்கைக்குப் பாத்திரமான தலைவர் கபூர் சிங் மீது வழக்கு தொடுப்பதை எதிர்த்தார்கள். தங்கள் தலைவரை விடுதலை செய்யும்வரை அவர்கள் ஸ்டோக்ஸின் தலைமையில் பேகர் வழக்கப்படி எந்த வேலையையும் செய்ய மறுப்பார்கள் என்று நம்புகிறேன். அவர்கள் எதற்கும் மசிந்துவிடக் கூடாது. அதிகாரிகள் அவர்களைச் சிறைக்குள் அடைத்தாலும் பின்வாங்கக் கூடாது" என்றார் காந்தி.[37]

ஆகஸ்டு முதல் வாரம் வட இந்தியாவில் வெளிநாட்டுத் துணிமணிகளுக்கு எதிராக காந்தி போராட்டம் நடத்திக் கொண்டிருந்தார். ஸ்டோக்ஸ் சிம்லாவிலிருந்து அவரைச் சந்திக்க வந்தார். ஐக்கிய மாகாணத்தில் பயணித்து அவருடன் பல நாட்கள் கழித்தார். தனது பயணத்தைப் பற்றி *யங் இண்டியா*வில் எழுதிய காந்தி, இந்த அமெரிக்கப் புரட்சியாளர் பற்றி தனது வாசகர்களுக்கு ஒரு விரிவான அறிமுகம் செய்தார்.

> திரு. ஸ்டோக்ஸ் இந்தியக் கிறிஸ்தவப் பெண்ணைத் திருமணம் செய்து கொண்டார். அவர்களுக்கு ஆறு குழந்தைகள் உள்ளனர். இன்றுவரை அவர் தனது குழந்தைகளுக்கு ஒரு ஆங்கில வார்த்தைகூடக் கற்றுக்கொடுக்கவில்லை. அவர்களுக்கு இரண்டு மொழிகள்தான் தெரியும். மலைவாழ் மக்கள் மொழி (பஹாடி) இந்தியும். அவர் தனது உடைகளை ஜூலை 31ஆம் தேதி தீக்கி இரையாக்கிவிட்டு இன்று கதராலான வேட்டியும், சட்டையும் தொப்பியும் அணிகிறார். அவர் இப்போது என்னுடன் இந்த அனுபவத்திற்காகப் பயணம் செய்கிறார். பல ஆண்டுகளாகவே ஸ்டோக்ஸ் இந்திய வாழ்க்கை முறையைப் பின்பற்றிவருகிறார்.[38]

ஆகஸ்டு 15ஆம் தேதி காந்தி சிம்லா மலைப்பகுதியில் வாழும் மக்களுக்கு, அவர்களுடைய தலைவர் கபூர் சிங்கும் அவரது ஆதரவாளர்களும் சிறையிலிருக்கும்வரையில் அரசுக்கு எதிர்ப்புத் தெரிவிக்க வேண்டும் என்று ஒரு வேண்டுகோள் அறிக்கை விடுவித்தார்.

> நீங்கள் பிரிட்டீஷ் அதிகாரிகளுக்குப் பேகர்கள் பணி செய்யக் கூடாது என்று ஸ்டோக்ஸ் அறிவுரை கூறியுள்ளார். அவர்களுக்கு இடம் கொடுக்காதீர்கள். உங்களைச்

சார்ந்தவர்கள் கைது செய்யப்பட்டால், கோபப்பட வேண்டாம். உங்கள் மனசாட்சிக்குக் கட்டுப்பட்டு சிறைக்குப் போவது எந்த அதிகாரிக்கும் பேகர்கள் வேலை செய்வதைவிட மேல். இந்தப் போராட்டத்தில் நான் உளமார உங்களுடன் இருக்கிறேன்.[39]

VI

1921 முழுவதும் ஸ்டோக்ஸ் பத்திரிகைகளில் ஏராளமாக எழுதினார். பஞ்சாப் வாசகர்களுக்காக லாகூரிலிருந்து வரும் *ட்ரிப்யூன்* (Tribune) இதழிலும், மற்ற இந்திய வாசகர்களுக்காக *பாம்பே கிரானிக்கிளி*லும் எழுதினார். பேகர் வழக்கத்தைப் பற்றி *ட்ரிப்யூனில்* எழுதினார். எவ்வாறு ராணுவ அதிகாரிகள் இந்தியா – திபெத் பாதையில் கோவேறு கழுதைகளை ஓட்டியவர்கள் கூலி கேட்டதற்காக அவர்களை அடித்து நொறுக்கியதைப்பற்றியும், இந்திய குட்டி ராஜாக்கள் விவசாயிகள்மீது கடுமையான வரிகளைச் சுமத்தி, பிரிட்டீஷ் அதிகாரிகளைவிட மோசமாக நடந்துகொண்டதைப் பற்றியும் எழுதினார்.[40] இந்திய தேசிய இயக்கத்திற்கு ஆதரவு தந்த, முன்னணி இதழ்களில் ஒன்றான *பாம்பே கிரானிக்கிளி*ல் ஸ்டோக்ஸ் இந்தியர்களின் லட்சியத்துடன் தன்னை இணைத்துக்கொண்டு விடுதலை இயக்கத்தை ஆதரித்து எழுதினார். காந்தியையும் ஒத்துழையாமை இயக்கத்தையும் எதிர்த்த மிதவாதிகளுக்கு எதிராக ஒரு கட்டுரை எழுதினார். மனு போடுவதன் மூலம் சுதந்திரம் அடையலாம் என அவர்கள் நினைக்கிறார்கள்; அதற்குத் தேவையான போராட்டத்தையும் தியாகத்தையும் அவர்கள் கணக்கில் எடுத்துக்கொள்ளவில்லை என்று எழுதினார்.

ஒருமுறை ஸ்டோக்ஸ் எழுதினார்: "ஒரு சுதந்திர மனிதனின் பார்வையைக் கொண்ட காந்தியைப்போன்ற இந்தியர்களைக் காலனியத்துவ அதிகாரிகளுக்குப் பிடிக்கவில்லை. காந்தி மாதிரியான படித்த, பண்பாடுடையவர்களைப் பிடிக்கவில்லை என்றால் அது ஒரு நல்ல அடையாளம் அல்ல."

"காந்தியை விமர்சிக்கும் நற்பண்புடைய மிதவாதிகள், சுயமரியாதை கொண்ட நாடுகள் மத்தியில் வழக்குரைஞர்கள் மூலமும் சட்டங்கள் மூலமும் இந்தியா இடம் பிடிக்கும் என்று நம்பினார்கள். அவர்களுக்கு சுயராஜ்யம் வேண்டும். ஆனால் மிகுந்த இன்னல் ஏதும் இல்லாமல் அது வர வேண்டும். உலகில் எந்த நாடும் அம்மாதிரியான பாதையின் மூலம் சுதந்திரத்தை அடையவில்லை" என்று எழுதினார்.

ஒரு சுதந்திர நாட்டின் மாண்பு என்னவென்றால் விடுதலையை அடைய அவர்கள் கடந்து வந்த ஆன்மிக அனுபவமே.

மிதவாதிகளான நீங்கள் அடிமைகளுக்கு விடுதலை வாங்கிக் கொடுத்து, கட்டற்று இருக்கக் கற்றுக்கொடுக்க வேண்டும். ஆனால் சுதந்திரம் இவ்வாறு வருவதல்ல. அது வெளியிலிருந்து தரப்படுவதல்ல. அது ஒரு குழந்தைப் பேறு மாதிரி. இந்திய மாதா அதை ஒரு சேய்போல் பெற்றெடுக்க வேண்டும், ஒரு தாய் அடையும் அதே வேதனைகளுடன். இந்திய குடிமக்கள் இன்னல்களை அனுபவித்து, நாட்டுக்காகத் தியாகம் செய்ய வேண்டும். வேறு வழி இல்லை என்று இந்தியனாக மாறிய இந்த அமெரிக்கர் எழுதினார்.[41]

பாம்பே கிரானிக்கிளில் அவர் எழுதிய இன்னொரு கட்டுரை இந்த இயக்கத்தின் தலைவர்பால் அவர் வைத்திருந்த அபிமானத்தைக் காட்டியது. சிம்லாவில் வங்காள தேசியத் தலைவர் பிபின் சந்திர பாலை ஸ்டோக்ஸ் சந்தித்திருந்தார். 1905–1907இல் நடந்த சுதேசி இயக்கத்தை முன்னின்று நடத்திய லால்/பால்/பால் என்றறியப்பட்ட மூவரில் ஒருவர் இவர் (மற்ற இருவர் லாலா லஜபதி ராய், மற்றும் பால கங்காதர திலகர்). பதினைந்து ஆண்டுகள் நாட்டின் அரசியலில் இயங்கிய பிறகு பிபின் சந்திர பால் "சில பெரிய தலைவர்களின் கருத்துடன் ஒத்துப்போவதற்காக மக்களாட்சிக் கொள்கைகள் கைவிடப்படுகின்றன" என்று அதிருப்தியடைந்தார். இந்தக் கருத்துடன் ஸ்டோக்ஸ் வேறுபட்டார். "ஆபத்தான காலங்களில் தனியொரு தலைவனின் வழிகாட்டலில் நம்பிக்கை வைப்பது தேவை. முதல் உலகப் போரில் பல ஆண்டுகள் நாசத்திற்குப் பின்னர், மேற்கத்தியக் களத்தில் ஒரு ஒப்பற்ற தலைவனின் கீழ் வந்த பின்னரே நேசநாடுகள் வெற்றி பெற்றன. அதேபோல் இந்தியாவிலும் ஒரு அற்புதமான ஒரு சிறந்த தலைவர், நாட்டின் இலட்சியங்களை முழுமையாகப் பிரதிபலிக்கக்கூடிய ஒரு உன்னத ஆளுமை தோன்றியிருக்கிறார். சில மனிதர்கள் பலரை ஈர்ப்பார்கள். வேறு சிலர் சிலரை மட்டும் ஈர்ப்பார்கள். ஆனால் மகாத்மா காந்தி இந்திய நாட்டின் இதயத்தைக் கவர்ந்துவிட்டார். இந்தியாவின் லட்சியங்களின் அவதாரம் போன்றவர் அவர். அவரது தீர்க்கமான நேர்மை, துளியும் அச்சமின்மை, எளிமை, இந்தியர்களின் விருப்பங்களை ஆதரிக்கும் தன்மை, இவை அவரை மக்களின் தலைவனாகக் காட்டுகின்றன. தேவையுள்ள நேரத்தில் சாமானியர்களும் மேட்டுக்குடியினரும் தங்கள் பற்றுறுதியை வெளிப்படுத்துவார்கள்."

சில வேளைகளில் தானும் காந்தியின் நடவடிக்கைகளுடன் ஒத்துப்போவதில்லை என்று ஸ்டோக்ஸ் பாம்பே கிரானிக்கிள் மூலம் தனது வாசகர்களுக்குத் தெரிவித்தார்.

ஆனால் இப்போதிருப்பது போன்ற சிக்கலான சமயத்தில் எல்லா காங்கிரஸ்காரர்களும் "நமது பற்றுறுதியை அவருக்கு அளித்து, சுயராஜ்யம் வரும்வரையில் அவரது கரங்களை உறுதிப்படுத்த வேண்டும். அவர் நம்மை வழிநடத்தும் பாதையில் நாம் அரை மனதோடு நடக்க முடியாது. முழுமையாக, இல்லையென்றால் ஒன்றும் இல்லாமல். இந்தியாதான் இதைத் தேர்ந்தெடுக்க வேண்டும்."[42]

சிம்லா மலைப்பகுதியில் பேகர் வழக்கத்திற்கெதிரான போராட்டம் தொடர்ந்தது. விவசாயிகளின் தலைவர் கபூர் சிங் சிறையில் அடைபட்டிருந்த இந்தக் காலகட்டத்தில் ஸ்டோக்ஸ் தான் ஒரு வேலை நிறுத்தத்தை நடத்தி, "நண்பர் கபூர் சிங்கின் தனிமையைப்போக்க இன்னும் பல தோழர்களைச் சிறைக்கு அனுப்பினால் என்ன?" என்று எண்ணினார். ஆனால் அவர் தலைவர் மதன் மோகன் மாளவியாவைக் ("காந்திக்கு அடுத்து நான் இவரை மதிக்கிறேன்") கேட்டபோது, இப்போது சிறைக்குப் போக வேண்டாம். அரசு அதிகாரிகளுக்கு இன்னும் கொஞ்சம் அவகாசம் கொடுங்கள் என்று அறிவுரை கூறினார். இதற்கேற்ப ஸ்டோக்ஸ் அதிகாரிகளைச் சந்தித்துப் பேசினார். பஞ்சாப் ஆளுநரைக்கூடப் பார்த்து இந்தப் பிரச்சினையைப் பற்றிச் சொன்னார். "அவர் நாங்கள் கூறியதைப் பொறுமையாகக் கேட்டார். இந்த விஷயத்தைக் கவனிப்பதாகக் கூறினார்."[43]

1921 செப்டம்பரில் சிம்லா மலைப்பகுதியில் பேகர் வழக்கம் நிறுத்தப்படும் என்று அரசு அறிவித்தது. "நீதியின் அடிப்படையில் இருந்தால் ஒரு தனி மனிதனின் போராட்டம், அரசைக்கூடப் பணிய வைத்துவிடும்" என்று எழுதினார் ஸ்டோக்ஸ்.[44] இந்தப் பெருமைக்கு அவர் தகுதியானவர்தான் என்றாலும் அரசின் இந்த முடிவிற்கு இன்னொரு காரணமும் இருந்தது. இமயமலைப் பகுதியிலும், குமாவுன் போன்ற இடங்களிலும் பேகர் வழக்கத்தை மக்கள் எதிர்த்தனர். அந்தப் பகுதியிலிருந்து பலர் பிரிட்டிஷ் ராணுவத்தில் சேர்ந்திருந்தனர்.[45]

அக்டோபர் மாதம் காந்தி காங்கிரஸ் செயற்குழுவின் கூட்டமொன்றை பம்பாயில் கூட்டினார். இந்தக் கூட்டத்திற்குக் காந்தி தனது நெருங்கிய சகாக்களான ஜவஹர்லால் நேரு, வல்லபாய் படேல், மௌலான ஆசாத், ராஜேந்திர பிரசாத் ஆகியோரையும் நல்ல யோசனைகள் வழங்கக்கூடிய இன்னும் சிலரையும் அழைத்திருந்தார். ஸ்டோக்ஸ்ஸும் அவர்களில் ஒருவர். அந்தக் கூட்டம், "ஒவ்வொரு இந்திய ராணுவ வீரரும் அரசுப்பணியாளரும் இந்த அரசாங்கத்துடன் உள்ள

தொடர்பை முறித்துக்கொண்டு வேறு வாழ்வாதாரத்தைத் தேட வேண்டும்" என்ற கொள்கை விளக்க அறிக்கையுடன் முடிவுற்றது. முதல் கையெழுத்தைக் காந்தி இட, மொத்தம் 47 பேர் கையெழுத்து போட்டனர். அவர்களில் ஸ்டோக்ஸ் ஒருவர்தான் வெளிநாட்டவர்.[46]

நவம்பர் மாதம் முழுதும் ஸ்டோக்ஸ் பஞ்சாப் மாகாணத்தில் ஒத்துழையாமை இயக்கத்தைப் பரப்பப் பயணித்தார். கை கால் ஓய்ந்து, குரல் வற்றியிருந்தாலும் அவர் உற்சாகமாகவே இருந்தார். அவரது மனைவியின் அன்பும் ஆதரவும் தளராமல் இருந்தன. சுதந்திரப் போராட்டத்திற்குத் தான் ஆதரவு அளிப்பதால் உள்ள ஆபத்துகளை ஸ்டோக்ஸ் அறிந்திருந்தார். அவர் பின்வருமாறு எழுதினார்:

> இந்தியாவை ஆதரிக்கும் என் முயற்சிகளில் நான் இடர்பாடுகளுக்குள் சிக்கிக்கொள்ள மாட்டேன். அதே சமயம் நீதிக்குட்பட்டுத் தியாகம் செய்ய வேண்டுமென்றால் நான் அதற்குத் தயங்கமாட்டேன். நான் ஆங்கிலேயர்களை வெறுக்கவில்லை. நான் யாருக்கு எதிராகப் போராடிக்கொண்டிருக்கின்றேனோ அவர்களில் பலர் என் பழைய நண்பர்கள். பண்பாட்டுக்கு உட்பட்டு, அவர்களுடன் நான் போராட வேண்டும்.[47]

1921ஆம் ஆண்டு அக்டோபர் மாதம் ஸ்டோக்ஸ் *சுதேசி உணர்வு* (The Spirit of Swadeshi) என்று தலைப்பிட்ட ஒரு கையேட்டை, காந்தியின் சிறிய முன்னுரை ஒன்றுடன் வெளியிட்டார். அந்தக் கையேடு நூல் நூற்பதைப் பற்றி இருந்ததால் இந்த முன்னுரை பொருத்தமானதாக இருந்தது. கதர் இயக்கத்தின் நோக்கம் இரண்டு என்றார் ஸ்டோக்ஸ். "முதலாவது இந்தியா வெளிநாட்டிலிருந்து துணி வாங்கும் செலவைக் குறைப்பது; இரண்டாவது இந்தியாவில் நெய்யப்படும் துணியை மலிவான விலைக்கு விற்றால் எல்லா இந்தியர்களும் உடைகள் வாங்க முடியும்."[48]

VII

டிசம்பர் கடைசி வாரத்தில், லாகூரிலிருந்து வெளியாகும் *ட்ரிப்யூன்* இதழ் ஸ்டோக்ஸ் எழுதிய விசுவாசத்தின் *அக்னிப் பரீட்சை* (The Acid test of Loyalty) என்ற மூன்று பாகங்கள் கொண்ட கட்டுரையை வெளியிட்டது. "லக்னோவிலிருந்து வெளியான, ஏகாதிபத்தியத்தை ஆதரிக்கும் *பயனீர்* (Pioneer) பத்திரிகையில் வந்த ஒரு கட்டுரைக்கான எதிர்வினையாக இதை எழுதினார். வேல்ஸ் இளவரசர் இந்தியாவிற்கு வரவிருந்தார். காந்திய தேசியவாதிகள், ஒத்துழையாமை இயக்கத்தின் ஒரு பரிமாணமாக

அவரது வரவைப் புறக்கணிக்க அறிக்கை விட்டனர். பயனீர் இதழ் இந்த வேண்டுகோளுக்குச் செவிசாய்க்க வேண்டாமென்றும், மாறாக இளவரசருக்கு நல்ல வரவேற்பு அளிக்க வேண்டுமென்றும் இந்தியர்களைக் கேட்டுக்கொண்டது. அதுதான் விசுவாசத்தின் சோதனை என்று எழுதியது. இங்கிலாந்தின் அரச குடும்பத்திற்கு ஆங்கிலேயர் ஒவ்வொருவரும் மரியாதை தருவதைப் புரிந்து கொள்ள முடிகிறது. ஆனால் இந்தியர் நிலை வேறு விதமாக இருக்கிறது. அரசரும் இளவரசரும் இந்திய மக்களும் நலனை மனத்தில் கொண்ட நல்லவர்கள்தான் என்றாலும், அகில உலக பிரிட்டீஷ் ஏகாதிபத்தியத்தின் அடையாளமாக இருக்கும் இங்கிலாந்தின் அரசருக்கு இந்தியர்களின் விசுவாசத்தைக் கேட்டு வாங்க முடியாது என்றார்.

இந்தியாவில் ஆங்கிலேய ஆட்சியின் பொருளாதார விளைவுகளைக் கட்டுரையின் இரண்டாம் பாகம் விளக்கியது. வங்காளத்தைக் கிழக்கிந்தியக் கம்பெனி சூறையாடியது பற்றியும், உள்ளூர் தொழில்களைக் காலனி அரசு சீரழித்தது பற்றியும் ஸ்டோக்ஸ் எழுதினார். பின்னர், தான் வாழும் பஞ்சாப் மாகாணத்தைப் பற்றி எழுதியவர், பிரிட்டீஷ் அரசின் நிலம் சார்ந்த கொள்கை எப்படி வறுமையையும் கடனையும் தோற்றுவித்தது என்றார். "பிரிட்டிஷார் இந்தியாவை ஆள ஆரம்பித்த காலத்திலிருந்து, பொருளாதார வரலாற்றை நோக்கினால், இந்த அரசுக்கு விசுவாசமாயிருக்க வேண்டிய எந்தக் காரணமும் இல்லை" என்றார்.

மூன்றாவது கட்டுரையில், கடந்த காலத்தில் யாராவது யாருக்காவது நன்றிக்கடன் பட்டிருக்க வேண்டும் என்றால் பிரிட்டீஷார் இந்தியருக்குப் பட்டிருக்க வேண்டும் என்றார். ஏனென்றால் இங்கிருந்து கொள்ளையடித்த லட்சக்கணக்கான பணத்தின் அடிப்படையில்தான் இங்கிலாந்தில் தொழிற்புரட்சி தோன்றியது. இந்தப் புரட்சி பிரிட்டனை சக்தி வாய்ந்த நாடாக உருவாக்கியது. எதன் அடிப்படையில் இந்தியர்கள் தங்கள் விசுவாசத்தைப் பிரிட்டனுக்கு அளிப்பார்கள் என்பது ஒரு அடிப்படைக் கேள்வி என்றார் ஸ்டோக்ஸ். பொருளாதார அடக்குமுறையும் இனப்பாகுபாடும் நிலவும் இந்நிலையில் எப்படி இந்தியர்கள் பிரிட்டீஷ் அரசரைக் குருட்டுத்தனமாகப் போற்றுவார்கள்? "பிரிட்டீஷ் பேரரசு தங்கள் குடிமக்களுக்கு, இனம், நிறம் இவற்றிற்கு அப்பாற்பட்டு, சம வாய்ப்பு அளிக்க வேண்டும் என்றார்."[49]

இரண்டாவது கட்டுரை வெளிவந்த நாள், டிசம்பர் 2ஆம் தேதி. ஸ்டோக்ஸ், பஞ்சாப் மாகாண காங்கிரஸ் கமிட்டி கூட்டத்திற்காக லாகூருக்குப் பயணித்தார். "இந்த மாதத்தில்

என்னென்ன நடக்குமோ, ஒருவருக்கும் தெரியாது. நாங்கள் எங்களால் முடிந்தவரை செய்துவிட்டோம், மீதி கடவுள் கையில்தான். தலைவர்கள் சீக்கிரமே கைது செய்யப்படுவார்கள் என்று நான் நினைக்கிறேன். நானும் மற்ற தலைவர்களும் அதற்குத் தயாராக இருக்கிறோம்" என்று தாயாருக்கு எழுதினார்.[50] அவர் நினைத்தபடியே அடுத்த நாள் காலை அவர் கைது செய்யப்பட்டுத் தொடர்வண்டி மூலம் நேராக லாகூர் மத்திய சிறைக்குக் கொண்டு செல்லப்பட்டார். சிறையிலிருந்து அவர் தாயாருக்கு எழுதிய முதல் கடிதத்தில் "இந்தியா தன் உரிமைகளைப் பெற வேண்டும் என்பதற்காக மற்ற தேசியவாதிகள் அடையும் இன்னல்களில் நானும் பங்கெடுப்பது பற்றி மகிழ்ச்சியும் பெருமையும் அடைகிறேன். நாங்கள் எல்லோரும் சந்தோஷமாகவே போகிறோம். எங்கள் வீட்டுப் பெண்களும் இந்த லட்சியத்திற்காக எங்களை அனுப்புகிறார்கள்" என்று அவர் தன் தாயாருக்கு எழுதினார்.[51]

சிம்லா மலைப்பகுதி விவசாயிகள் நசுக்கப்படுவதை எதிர்த்தும் காங்கிரஸின் கொள்கைகளை ஆதரித்தும் அவர் எழுதிய கட்டுரை மூலம் ஸ்டோக்ஸ் "அமைதியைக் குலைத்த"தாகக் குற்றம்சாட்டப்பட்டார். அந்த வழக்கில் அவரது விசுவாசத்தின் சோதனை என்ற கட்டுரை நீதிமன்றத்தில் சாட்சியமாக வைக்கப்பட்டது. இதற்குப் பதிலாக ஸ்டோக்ஸ் நீண்ட, அருமையான மறுப்புரை எழுதினார். "சிறைத்தண்டனையிலிருந்து தப்ப இதை நான் எழுதவில்லை. ஒத்துழையாமை இயக்கப் போராளியான நான் சிறை புக அஞ்சவில்லை. நான் வெறுப்பை வளர்க்க எதையும் எழுதவோ பேசவோ இல்லை என்பதைக் கூறவே இதை எழுதுகிறேன்" என்று பதிவு செய்தார்.

நான் உண்மையை உணர்ந்தபடி சொல்லத் தவறவில்லை. இந்தியாவிற்கு இந்த நெருக்கடியான தருணத்தில் கிடைத்துள்ள தலைவரை இந்த நாட்டு மக்கள் பின்பற்றுமாறு செய்ய நான் முயற்சிகளை மேற்கொண்டேன். அதே சமயம் அவர்கள் இதயத்திலிருந்து வெறுப்பு, வன்முறை இவற்றைக் களைந்துவிட அறிவுறுத்தினேன் என்றார்.

நீதிமன்றத்தில் ஸ்டோக்ஸ் தான் முதல் உலகப் போரில் பிரிட்டீஷ் பேரரசின் சார்பில் பணியாற்றியது பற்றிக் கூறினார். இதே போன்று இப்போது தேசியப் போராட்டத்தில் ஈடுபட்டிருக்கும் பலரும் அந்தப் போரில் பணியாற்றியிருக்கிறார்கள். முந்தைய விசுவாசிகள் இப்போது ஒத்துழையாமை இயக்கத்தில் இருக்கிறார்கள். "இது ஏனென்றால், ஒத்துழைப்பு என்றால் அவர்கள் சொல்லுவதையெல்லாம் கேட்டு அடிபணிய வேண்டும் என்று அரசு நினைப்பதால்தான். அதிகாரிகள்

இந்த இயக்கத்தாரைச் சந்தித்து, இந்தியா எவ்வாறு தனது தன்மானத்தையும் தனது நலனையும் காப்பாற்றிக்கொண்டு பேரரசில் இருக்கலாம் என்று பேசியிருந்தால் இன்று ஒத்துழையாமை இயக்கம் தோன்றியிருக்காது."[52]

ஸ்டோக்ஸின் அறிக்கை காந்தியக் கொள்கைகளுக்கும், அகிம்சைக்கும் சமூக மேம்பாட்டிற்கும், இவற்றிற்கு அடிப்படையாக இருக்கும் தேசப்பற்றிற்கும், ஒரு நல்ல விளக்கமாக இருந்தது. ஆனால் பிரிட்டீஷ் நீதிபதி இந்த விளக்கத்தை ஒத்துக்கொள்ளாமல் ஸ்டோக்ஸிற்கு ஆறு மாதச் சிறைத் தண்டனையை அளித்தார். எங்கு வேண்டுமானாலும் கட்டுப்பாடின்றிப் பயணித்த இவருக்குச் சிறை முதலில் சிரமமாகத்தான் இருந்தது. தனது சொந்த வீட்டிலிருந்து அனுதினமும் கண்ட பனி படர்ந்த மலைகளும், பள்ளத்தாக்கின் கீழே சட்லட்ஜ் நதியும் தெரியும் காட்சியைப் பார்த்துக்கொண்டிருந்த அவரை இன்று கம்பிகளுடைய ஜன்னல்களுக்குள், அடைபட்டிருப்பது வாட்டியது. ஆனாலும் சில நாட்களில் புதிய சூழ்நிலைக்குப் பழகி, நாட்குறிப்பு எழுதுவதிலும் இந்திய வரலாறு பற்றிப் படிப்பதிலும் நேரத்தைச் செலவிட்டார்.

சிறையின் தனிமையில் அவர் தனது குடும்பத்தை எண்ணி ஏங்கினாலும், குவேக்கர் பாரம்பரியத்திற்கேற்ப, தன் மூதாதையர்போல, தன் மனசாட்சியின்படி நடந்துகொள்வதில் பெருமைகொண்டார். "எனது மூதாதையர் ஸ்டோக்ஸும் ஸ்பென்சரும் தங்களது திடநம்பிக்கைகளில் உறுதியாயிருந்தது போல நானும் இருக்கிறேன், தாமஸ் ஸ்டோக்ஸ், சர்ரே எனுமிடத்திலுள்ள சிறையில் ஜார்ஜ் ஃபாக்ஸுடன் நீண்ட காலம் இருந்தார் (ஜார்ஜ் ஃபாக்ஸ், 1624–1691, குவேக்கர் சமயப் பிரிவை நிறுவியவர்). நிச்சயமாக அந்த உறுதியை நாம் இன்னும் இழந்துவிடவில்லை" என்று தன் தாயாருக்கு எழுதினார்.[54]

லாகூர் சிறையிலிருந்த ஸ்டோக்ஸைப் பார்க்க சி.எஃப் ஆண்ட்ரூஸ் சென்றார். பின்னர் அந்தச் சந்திப்பு பற்றி கோட்காரிலிருந்த ஸ்டோக்ஸின் மனைவிக்கும் அமெரிக்காவிலிருந்த அவரது தாயாருக்கும் ஆண்ட்ரூஸ் கடிதங்கள் எழுதினார். அவர்களிடமிருந்து வந்த பதில்களில் சில வரிகளை மேற்கோள்களாகக் காட்டி அவர் காந்தியின் *யங் இண்டியா* பத்திரிகையில் வெளியிட்டார். ஸ்டோக்ஸின் மனைவி தனது பதிலில் இவ்வாறு எழுதியிருந்தார் "எனது கணவர், இந்தியாவின் மற்ற பல குடிமக்களோடு சிறையில் நல்லறத்தின் சார்பில் சிறையில் அடைக்கப்பட்டிருக்கிறார். ஆகவே அவர் நிச்சயம் மகிழ்ச்சியோடுதான் இருப்பார்". அவரது தாயாரும்

எழுதினார்: “இங்கே, அமெரிக்காவில், படித்த மக்களிடையே இந்தியாவின் விடுதலைப் போராட்டத்திற்கு ஆதரவு தருகிறார்கள். ஆனால் வெகு சிலரே காந்தியின் லட்சியத்தைப் புரிந்துகொள்கிறார்கள். அந்த நாடு அவ்வளவு பரந்தது; பல இனங்களும் சமயங்களும் கொண்டது. அங்கே அகிம்சை அவ்வளவு எடுபடுமா என்று தெரியவில்லை.”

ஸ்டோக்ஸ் கைது செய்யப்பட்ட செய்தியை அவரது தாயார் பென்சில்வேனியாவிலுள்ள தங்கள் உறவினர்களுக்கும் நண்பர்களுக்கும் தெரிவிக்கவில்லை. எதற்காக ஒரு வெள்ளைக்காரர் இந்தியாவிற்காகச் சிறை புக வேண்டும் என்பதை அவர்கள் புரிந்துகொள்ள மாட்டார்கள் என்று கருதினார். என்றாலும் உள்ளூர் பத்திரிகைகளில் இது செய்தியாக வெளியாகி விட்டது. அவரது தாயார் நினைத்ததற்கு மாறாக அந்தச் செய்தி வரவேற்கப்பட்டது. ஒரு உறவினர், இத்தகைய மகனைப் பெற்றிருக்கப் பெருமைகொள்ள வேண்டும் என்றார். இன்னொருவர் “சாமுவேல் (ஸ்டோக்ஸ்) வாழ்க; நமது நம்பிக்கைகளுக்காக நம்மில் பலர் சிறை சென்றால் இவ்வுலகம் இன்னும் நல்ல இடமாயிருக்கும்” என்று எழுதினார்.[56]

நண்பர்களால் இவ்வாறு உற்சாகப்படுத்தப்பட்ட ஃபிளோரன்ஸ், *நியூயார்க் டைம்ஸ்* பத்திரிகைக்கு நேர்காணல் அளிக்க ஒப்புக்கொண்டார். அந்த இதழ் “பிரிட்டிஷாரால் ஒரு பாதிரி கைது . ஃபிலடெல்பிய ஆள் ஒருவர் காந்தி ஆதரவாளர் என்று குற்றம் சாட்டப்பட்டார்” என்று செய்தி வெளியிட்டது. செய்தி சரியானதுதான். ஒரே ஒரு தவறு. ஸ்டோக்ஸ் ஒரு மறையாளராக ஏற்றுக்கொள்ளப்பட்டிருந்தாலும், இந்தியாவில் அவர் எந்தத் திருச்சபையிலும் பணிசெய்யவில்லை. அவரது தாயார் “எனது மகன் காந்தியை மிகவும் மதிக்கிறார். தனது ஆதரவை அவருக்கு அளித்திருக்கிறார். இது ஒரு பொதுவான ஆதரவு. ஆனால் அரசு அவர் தேசவிரோதக் கருத்துக்களைப் பேசியதாகக் குற்றம்சாட்ட முயல்கின்றனர்” என்று பத்திரிகையிடம் கூறினார்.[57]

லாகூர் சிறையில் வெய்யிலின் கடுமையும் கொசுத் தொல்லையும் ஸ்டோக்ஸை வாட்டி எடுத்தன. அவரது சிறை தண்டனை முடியும் காலமும் நெருங்கிக்கொண்டிருந்தது. தனது குடும்பத்தாருடன் ஒன்று சேருவதை அவர் எதிர்பார்த்திருந்தார். மே மாதம் கடைசி வாரத்தில் “சிறையின் கொடுமை அங்கு கொட்டடிக்குள் அடைபட்டு வாழ்வதல்ல. நமக்கு நெருக்கமாயிருப்பவர்களிடமிருந்து பிரிந்திருக்கும்போது தோன்றும் இனம்புரியா அச்சங்கள், எண்ணங்கள் நம்மை

அலைக்கழிக்கின்றன. நான் அவர்களைப் பார்க்காமலேயே இங்கே இறந்துவிட்டால்? இம்மாதிரியான பயம்தான் சிறை வாழ்க்கையைக் கொடுமையாக்குகிறது" என்று தன் தாயாருக்கு எழுதினார்.[58]

மூன்று நாட்கள் கழித்து ஸ்டோக்ஸ் விடுதலையானார். அவர் வெளியில் வந்தாலும், அவரது தலைவர் காந்தி சிறையில் இருந்தார். ஸ்டோக்ஸ் கோட்காருக்குத் திரும்பி, தனது பண்ணையில் விவசாய வேலை செய்யத் தொடங்கினார். ஸ்டோக்ஸ் காங்கிரஸைத் தொடர்ந்து ஆதரித்தார். ஆனால் அரசுடன் நேருக்கு நேர் போராடாமல், சட்டசபைக்குள், காலனி அரசின் விதிகளுக்குட்பட்டு இயங்க வேண்டும் என்று நினைத்தார்.[59]

1922, 1923ஆம் ஆண்டுகளில் ஸ்டோக்ஸ் கோட்கார் பகுதியிலேயே இருந்தார். தனது குழந்தைகள் வளர்வதையும் தான் நட்ட ஆப்பிள் மரங்கள் வளர்ந்து காய்ப்பதையும் பார்த்தார். ஒரு பள்ளிக்கூடத்தை நிறுவி, அங்கு சிறுவர்களுக்கும் எழுதப் படிக்கக் கற்றுக்கொடுப்பதுடன் தச்சு வேலை, கட்டட வேலை முதலிய திறன்களையும் பயிற்றுவித்தார். பள்ளி முடித்தவுடன் சிம்லா போன்ற நகரங்களில் அவர்களுக்கு வேலை கிடைக்குமே.[60]

1924 பிப்ரவரியில் சிறையிலிருந்த காந்தியின் உடல்நிலை மிகவும் மோசமானது. தங்களிடம் இருக்கும்போது அவர் இறந்துவிடக் கூடாது என்று நினைத்த பிரிட்டீஷார் அவரை விடுதலை செய்தனர். காந்தி பம்பாய் கடற்கரையில் ஓரிடத்தில் போய்த் தங்கினார். தன் தலைவனுக்கு எது பிடிக்கும் என்றறிந்திருந்த ஸ்டோக்ஸ் அவருக்கு ஐந்து பவுண்ட் இமாலயத் தேனை அனுப்பி வைத்தார்.[61] நன்றாக ஓய்வெடுக்கும்படியும் சீக்கிரமே பணிக்குத் திரும்ப வேண்டாம் என்றும் வாஞ்சை நிறைந்த ஒரு கடிதத்தைக் காந்திக்கு எழுதினார்.

> நாடு எதிர்நோக்கும் பிரச்சினைகளை நீங்கள் எதிர்கொண்டிருந்தீர்கள். இதனால் நீங்கள் பலவீனமாகவோ அல்லது நரம்புத் தளர்ச்சியுற்றோ இருந்தால் தயவுசெய்து ஓய்வு எடுத்துக்கொள்ளுங்கள். நான் தாழ்மையுடனும் அன்புடனும் உங்களுக்குச் சொல்லிக்கொள்வது என்னவென்றால் உடம்பைக் கவனித்துக்கொள்ளுங்கள். நமக்குக் கொடுக்கப்பட்ட வேலையைச் செவ்வனே செய்ய வேண்டுமானால், தூய. ஃபிரான்சிஸ் சொன்னது போல, 'உடல் எனும் சகோதரர்' கவனிக்கப்பட வேண்டும்.[62]

மகாத்மாவின் சீடர்கள் அவரைக் கண்ணும் கருத்துமாகக் கடற்கரை விடுதியில் பேணுவார்கள் என்று ஸ்டோக்ஸ் அறிந்திருந்தார். என்றாலும் அவர் காந்தியிடம் சொன்னார்: "ஒரு நாள் எனது அழகிய மலை வீட்டிற்கு நீங்கள் வருவீர்கள் என நம்புகிறேன். இது நிச்சயம் நடக்குமென்று நம்புகிறேன்."[63]

காந்தி சிறையிலிருந்தபோது காங்கிரஸ்காரர்களுக்குள் ஒரு விவாதம் தோன்றியது. அகிம்சை, ஒத்துழையாமை போன்ற உத்திகளால் சுதந்திரம் அடைய வேண்டும் என்பவர்கள் ஒரு புறமும், பிரிட்டிஷார் உருவாக்கிய சட்டசபைகளில் நுழைந்து தேசியவாதிகள் மெல்ல மெல்ல அரசின் கொள்கை களைப் பாதிக்க வேண்டும் என்பவர்கள் மறுபுறமும் இந்த விவாதத்தில் ஈடுபட்டனர். 1922ஆம் ஆண்டு ஜுன் மாதம் சிறை மீண்ட பின், ஸ்டோக்ஸ் சட்டசபைகளுக்குள் சென்று இயங்குவதே நல்லது என்ற முடிவிற்கு வந்தார். மலைப்பகுதி விவசாயிகளுக்குக் கல்வி, வேலைவாய்ப்பு முதலியவைகளுக்காகச் சட்டசபையில் பரிந்து பேசலாம் என்று நினைத்தார். 1924 மார்ச்சில் காந்தி சிறையிலிருந்து வெளிவந்தார். அப்போது ஸ்டோக்ஸ் அவருக்கு சட்டசபை நுழைவை ஆதரித்து ஒரு கடிதம் எழுதினார். காலனிய நிறுவனங்களுடன் முழு ஒத்துழையாமைதான் தன் கொள்கை என்று காந்தி பதிலளித்தார்.[64]

காந்தி கையால் நூல் நூற்பதை ஆதரித்தவர். ஸ்டோக்ஸும் தேசியவாதிகள் கையால் வேலை செய்ய வேண்டும் என்ற கொள்கையை ஆதரித்தது மட்டுமல்லாமல் அவரே நூல் நூற்கவும் செய்தார்.[65] ஆனால் காங்கிரஸ் அங்கத்தினர்கள் கட்டாயம் நூல் நூற்க வேண்டும் என்று காந்தி சொன்னதை அவர் ஏற்றுக்கொள்ளவில்லை. நவம்பர் 1924இல் ஸ்டோக்ஸ் அந்தக் கருத்தை ஒப்புக்கொள்ளாமல் காந்திக்கு ஒரு நீண்ட கடிதம் எழுதினார். ஒரு பழக்கத்தைக் கட்சியின் உறுப்பினர்கள் மேல் கட்டாயமாகச் சுமத்துவது தவறு என்று கூறினார். இந்தியா சுதந்திரமடைந்த பின் இந்தக் கருத்து ஆபத்தான ஒரு முன்மாதிரியாக இருக்காதா என்று கேட்டார். சோவியத் ரஷ்யாவில் போல்ஷிவிக்குகள் எல்லா அதிகாரங்களையும் தங்கள் கையில் எடுத்துக்கொண்டதையும், எல்லா முடிவுகளையும் எடுப்பதை ஒரு கட்சி தன்வசம் வைத்துக்கொண்டால் தனிநபர் சுதந்திரம் நசுக்கப்படும் என்பதையும் அவர் சுட்டிக்காட்டினார். இதை ஸ்டோக்ஸ் பின்வருமாறு விவரித்தார்:

> இதில் முதல் படி, "நாட்டு நடப்பில் உன் பேச்சு கேட்கப்பட வேண்டுமென்றால், நீ வேலை செய்ய வேண்டும். அடுத்தது என்ன வேலை என்பதை அரசு முடிவு செய்யும்.

கடைசியாக, பதவியிலிருக்கும் கட்சிக்குப் பிடித்தமான வேலையை செய்யாவிட்டால், குடியுரிமைகளை நீ இழந்துவிடுவாய்."

தனது மாற்றுக் கருத்தை ஸ்டோக்ஸ் மிகவும் பணிவுடனும் மரியாதையுடனும் தெரிவித்தார்: "அன்புடைய மகாத்மாஜி, இந்த நீளமான கடிதத்தை எழுதுவதற்கு மன்னிக்கவும். உண்மையைச் சொல்ல வேண்டுமென்றால், இப்படி என் மனத்தைத் திறந்து உங்களுக்கு எழுதுவது எனக்கு உவப்பளிக்கிறது. உங்கள் அச்சமின்மையும் உண்மையும் கண்டு நான் உங்களை நேசிக்கிறேன். அதே சமயம் சில பிரச்சினைகளால் நான் உங்களிடமிருந்து வேறுபடுகிறேன். என் அன்பை ஏற்றுக் கொண்டு, மற்றவைகளை மன்னித்துவிடுங்கள்."[66]

இந்த மாதிரி தன்னைச் சார்ந்தவர்கள் யாராவது அடிப்படையான விஷயத்தில் வேறுபட்டால், அதைப் பற்றிப் பொதுவெளியில் பேசுவது காந்தியின் வழக்கம். ஆகவே, அவரது வாதங்களை *யங் இண்டியா* இதழில் வெளியிட்டு அதை ஒவ்வொன்றாக மறுத்தார். தனிநபர் சுதந்திரத்திற்கு ஸ்டோக்ஸ் தரும் மதிப்பால், தானாக ஒன்றை ஒருவர் ஏற்றுக்கொள்வதற்கும், அது அவர்மீது திணிக்கப்படுவதற்கும் உள்ள வேறுபாட்டை அவரால் உணர முடியவில்லை.

> காங்கிரஸ் போன்ற தன்னார்வ அமைப்பில் ஒருவர் சேர்ந்தால் அவர் அதன் விதிகளுக்குக் கட்டுப்பட்டு நடக்க ஒப்புக்கொள்கிறார். அதில் ஒன்று நிறுவனத்தில் உள்ள பெரும்பான்மையோரின் கருத்துக்களுடன் சிறுபான்மையினர் ஒத்துப்போவது. பெரும்பான்மையினரின் விதிக்கும் நியதிக்கும் ஒருவர் உடன்படவில்லையெனின், அவர் அமைப்பை விட்டு வெளியேறுவதை யாரும் தடுக்க மாட்டர்கள்.[67]

பொதுவெளியிலும் தனிப்பட்ட முறையிலும் நடத்தப்பட்ட இந்தக் கருத்துப் பரிமாறல் மிகுந்த நயத்துடனும் பணிவன்புடனும் இருந்தது. ஸ்டோக்ஸ் தனது தலைவர் சொன்னதை ஏற்றுக் கொண்டு காங்கிரஸை விட்டு விலகினார். குடும்பம், தான் நிறுவிய கல்விச்சாலை, விவசாயம் இவற்றில் கவனத்தைத் திருப்பினார்.

1924 டிசம்பர் மாதம் இந்திய தேசிய காங்கிரஸின் வருடாந்தர மாநாடு பெல்காம் நகரில் நடந்தது. அதன் தலைவராக மகாத்மா காந்தி தெரிந்தெடுக்கப்பட்டார். வந்திருந்த ஆயிரக்கணக்கான பிரதிநிதிகள் அவரை

உற்சாகமாய் வரவேற்றார்கள். ஆனால் ஸ்டோக்ஸ் அங்கில்லை. வருடக் கடைசியில் அவர் கிறிஸ்மஸ் பண்டிகையைத் தனது மனைவி மக்களுடன் கொண்டாடத் தீர்மானித்திருந்தார். தன் தாயாருக்கு எழுதிய கடிதத்தில் அந்தச் சூழலை வர்ணித்தார். பனிப்பொழிவு, குழந்தைகள் படங்கள் வரைவது, சமயம், தத்துவம் பற்றிய புத்தகங்களைப் படிப்பது ஆகியவற்றைக் கொண்ட சூழல் அது. "நான் மறுபடியும் எனது 'கீழைத்தேய மெய்யுணர்வில் ஈடுபாடு கொண்டேன்" என்றார்.[68] ஐந்து ஆண்டுக்காலத் தீவிரமான அரசியல் வாழ்வு முடிவுக்கு வந்தது.

5

காந்திக்கு ஒரு மகள்

மீரா பென்னின் ஆசிரமத்தில் ராஜேந்திர பிரசாத் 1950

மே 28ஆம் தேதி 1923ஆம் ஆண்டு, லண்டனில் டைம்ஸ் நாளிதழில் மேடலின் ஸ்லேட் என்ற பெண்மணியின் ஒரு பியானோ கச்சேரி பற்றிய ஒரு சிறிய குறிப்பு வெளியானது. வெஸ்ட்மினிஸ்டரில் உள்ள க்வீன்ஸ் அரங்கத்தில் இந்த நிகழ்வு நடக்க இருந்தது. பிதோவனின் ஐந்து சொனாடாக்களை அந்தக் பியானோ கலைஞர் இசைப்பார் என்றது அந்தக் குறிப்பு.

1923 மே மாதம், முப்பது வயதான மேடலின் ஸ்லேட் இங்கிலாந்தில் ஒரு மேல்தட்டுக் குடும்பத்தில்

ஒரு சாதாரண வாழ்க்கை வாழ்ந்துகொண்டிருந்தார். *1892*இல் ஒரு கடற்படை அதிகாரிக்கும் அவர் மனைவிக்கும் பிறந்தார். தந்தை பணி நிமித்தம் அடிக்கடி வெளிநாடு களுக்கு மாற்றப்பட்டார். ஆகவே சர்ரே என்ற இடத்தில் ஒரு பண்ணை வீட்டில் வசித்துவந்த தாய் வழித் தாத்தா மேடலினை வளர்த்தார். இளம்பெண் மேடலினுக்குக் குதிரைகள் மேலும், சவாரி செய்வதிலும் மிகுந்த விருப்பம். சவாரிக்குக் காலநிலை சரியில்லை என்றால் வீட்டினுள் பியானோ வாசித்துக் கொண்டிருப்பார். தனது பதினைந்தாவது வயதில் அவர் முதன்முறையாக பிதோவானின் இசையைக் கேட்டார். "எனது ஆன்மா ஒரு தெய்வீக சக்தியை உணர்ந்தது"[1] என்று பின்னர் கூறினார்.

மேடலின் பதின்வயதுகளிலிருந்தபோது அவரது தந்தை பம்பாய்க்குப் பணி தொடர்பாக மாற்றப்பட்டபோது, குடும்பத்தையும் அழைத்துச் சென்றார். இங்கு மேடலின் குதிரை சவாரி பயிற்சியும், பியானோ வாசிப்பையும் தீவிரமாக மேற்கொண்டார். இந்தியர்களைச் சமையற்காரர்களாகவும் தோட்டக்காரர்களாகவும், சிப்பாய்களாகவுமே எதிர்கொண்டார். குடும்பம் இங்கிலாந்திற்குத் திரும்பிய பிறகு, பல இளைஞர்கள் மேடலின்பால் ஈர்க்கப்பட்டு அவரைத் திருமணம் செய்ய விரும்பினர். ஆனால் இந்தப் பெண் அவர்களில் யாரையும் விரும்பவில்லை. பியானோ இசைப்பதில் கவனம் செலுத்திக் கச்சேரி செய்யும் அளவிற்கு – அவ்வளவு பிரமாதமாக இல்லையென்றாலும் – வளர்ந்தார். முதல் உலகப் போருக்குப் பின் ஜெர்மன் நாட்டு இசைக்கு இங்கிலாந்தில் எதிர்ப்பு இருந்தாலும் அவர் பிதோவானின் படைப்புகளை மட்டுமே இசைத்தார்.

இந்த இசை மேதையைப் பற்றி பிரஞ்சு எழுத்தாளர் ரொமைன் ரோலந்த் (Romain Rolland) எழுதிய புத்தகங்களைப் படித்து தன் இசை அறிவை வளர்த்துக்கொண்டார். *ஜீன் கிரிஸ்டொபி* (Jean Christophe) என்ற நாவலை எழுதிய ரோலந்த், *1915*இல் நோபல் பரிசு பெற்றவர். செவ்வியல் இசையிலும், சிறப்பாக பிதோவானின் வாழ்க்கை வரலாற்றிலும் புலமை பெற்றவர். பாரிசிலுள்ள சோர்போன் பல்கலைக்கழகத்தில் பிதோவானின் இசை பற்றி போதித்தார்.

*1923*ஆம் ஆண்டு மே மாதம் லண்டனின் கச்சேரி செய்யும் காலத்தில், ரொமைன் ரோலந்தைச் சந்திப்பதற்குத் தன்னை தயார்படுத்திக் கொள்ள மேடலின் பிரஞ்சு மொழி கற்றுக் கொண்டிருந்தார். சிறிது காலத்தில் அவருக்குப் பிரஞ்சு மொழியில் கடிதம் எழுதுமளவிற்கு அம்மொழியைக் கற்று,

சுவிட்சர்லாந்து நகரில் இருந்த அவரைச் சந்திக்க வேண்டி அவருக்கு எழுதினார். அவரும் வரச் சொன்னார். அவருடன் பல நீண்ட உரையாடல்கள் நடத்தினார். பின்னர் இந்த அனுபவம் பற்றி எழுதினார்:

மேசையின் மறுபுறம் அவர் அமர்ந்திருக்க, நாங்கள் இருவரும் ஒருவரையொருவர் முன்னரே அறிந்ததுபோல வெகு நேரம் பேசினோம். உரக்கச் சிந்திப்பதுபோல அவரது எண்ணங்கள் வெள்ளமென வந்தன. ஆஸ்திரியாபோன்ற நாடுகளைப் பற்றிப் பேசிய அவர் என்னைப் பயணிக்கச் சொன்னார். பின்னர் இந்தியாவைப் பற்றிப் பேசினார். நான் அங்கு போக வேண்டும் என்பதற்காக அல்ல. அவர் இந்தியா சார்ந்த ஒரு சிறு நூல் எழுதியிருப்பதாகவும், அது அச்சில் இருப்பதாகவும் சொன்னார். நூலின் தலைப்பு *மகாத்மா காந்தி*.

நான் விழித்தேன்.

"அவரைப் பற்றிக் கேள்விப்பட்டதில்லையா" என்று கேட்டார்.

"இல்லை" என்றேன்.

காந்தியைப் பற்றிக் கூறிவிட்டு, "அவர் இன்னொரு கிறிஸ்து" என்றார்.[2]

அந்தக் காலகட்டத்தில் ரோலந்து காந்தியைச் சந்தித்திருக்கவில்லை. ஆனால் இந்திய நண்பர்கள் மூலம் அவரைப் பற்றிக் கேள்விப்பட்டிருந்தார்; அவர் எழுதியவற்றையும் அவரைப் பற்றி மற்றவர்கள் எழுதியிருந்ததையும் படித்திருந்தார்.[3] இந்த சீர்திருத்த அரசியல்வாதியின் மீதும் அவரது கொள்கைகள் மீதும் ரோலந்து பெருமதிப்புக் கொண்டிருந்தார். காந்தியின் சித்தாந்தத்தைப் போற்றி பிரஞ்சு மொழியில் செப்டம்பர் *1924*இல் ஒரு புத்தகம் எழுதினார். அந்த நூல் வெளியான சமயம் பாரிஸில் இருந்த மேடலின்அந்த நூலை வாங்கி, தான் தங்கியிருந்த விடுதிக்குத் திரும்பிப் படிக்க ஆரம்பித்தார்.

புத்தகத்தைக் கீழே வைக்க முடியவில்லை. படித்தேன். படித்தேன். எனது உள்ளத்தில் வெளிச்சம் பரவலாயிற்று. நூலை முடித்த பின் என் ஆன்மா முழுவதும் உண்மையில் ஒளியின் கதிர்கள் ஊடுருவியிருந்தன. அந்த நேரத்திலிருந்து எனது வாழ்க்கை காந்திக்கு அர்ப்பணிக்கப்பட்டு விட்டது என்பதை உணர்ந்தேன். நான் காத்துக்கொண்டிருந்த நேரம் வந்துவிட்டது. இதுதான் அது.[4]

உடனே கப்பலேறி இந்தியாவிற்குச் சென்றுவிட வேண்டுமென்று விரும்பினார். பம்பாய்க்குப் பயணச்சீட்டு முன்பதிவு செய்யக் கப்பல் கம்பனிக்குச் சென்றார். பின்னர், இந்த மாதிரியான காலநிலை, நாடு, பணி போன்ற மாற்றத்திற்குத் தன்னை இன்னும் ஆயத்தப்படுத்திக்கொள்ள வேண்டும் என்று நினைத்தார். சபர்மதி ஆசிரமத்தைப் பற்றிப் படித்தார். சம்மணம் போட்டுத் தரையில் உட்காருவதற்குப் பழகிக்கொண்டார். மரக்கறி உணவிற்கு மாறினார்.

இந்தியாவில் இந்து–முஸ்லிம் ஒற்றுமைக்காக நீண்ட உண்ணாவிரதத்தை காந்தி தொடங்கியிருந்தார். செப்டம்பர் 1924இல் தொடங்கிய இந்த விரதத்தைப் பற்றிப் படித்த பின் காந்தி மேல் அவர் கொண்ட மதிப்பு இன்னும் கூடியது. தானும் அவரது இயக்கத்தில் இணைந்துகொள்ள விரும்புவதாகக் காந்திக்கு ஒரு கடிதம் எழுதி, அத்துடன் தனது அன்பிற்கு அடையாளமாக இருபது பவுண்டுகளை (அன்று அது கணிசமான தொகை) அவரது பணிக்காக அனுப்பி வைத்தார். காந்தி அவருக்கு நன்றி தெரிவித்து எழுதினார். "உடனே இங்கு வந்துவிடாமல் தயாராவதற்கு அவகாசம் எடுத்துக் கொண்டது பற்றி மகிழ்ச்சி. ஒரு வருட காலத்திற்குப் பின்னரும் நீங்கள் இந்தியாவிற்கு வர விரும்பினால், வருவது சரியாகத்தான் இருக்கும்."[5]

மேடலின் இதற்குப் பதில் எழுதினார்:

> அங்கு வர வேண்டும் என்ற என் முதல் வேட்கை மங்கவேயில்லை. மாறாக அது வளர்ந்துகொண்டேதான் இருக்கிறது. இந்த உத்வேகத்தை என்னால் வார்த்தைகளால் விவரிக்க முடியவில்லை. ஆனால் என் வாழ்க்கையை இந்தப் பணியில் செலவிட வேண்டுமென்று இறைவனைக் கேட்டுக் கொள்கிறேன். அந்தப் பங்களிப்பு சிறியதாயிருந்தாலும் நேர்மையானதாயிருக்கும்.

காந்தியிடம் அவர் தனது "மனமார்ந்த வேண்டுகோளை" முன் வைத்தார். "நூல் நூற்கவும், நெய்யக் கற்றுக்கொள்ளவும் உங்களது லட்சியங்களையும் கொள்கைகளையும் வாழ்க்கையில் கடைப்பிடிக்கக் கற்றுக்கொள்ளவும் நான் எந்த வழிகளில் உங்களுக்குப் பணி செய்ய முடியும் என்று தெரிந்துகொள்ளவும், நான் உங்கள் ஆசிரமத்திற்கு வரலாமா?"[6]

மேடலின் தன்னை ஆயத்தப்படுத்திக்கொண்டிருப்பதாகக் காந்திக்கு எழுதினார். "நான் வைன், பீர் வகைகளைக் குடிப்பதை நிறுத்திவிட்டேன்". அவர் இறைச்சி உண்பதையும் நிறுத்திவிட்டார். நூல் நூற்கவும் நெய்யவும் கற்றுக்கொள்ள ஆரம்பித்தார். ஆனால் பஞ்சு பற்றி அறிந்தவர்கள் ஃபிரான்சிலோ

இங்கிலாந்திலோ இல்லாததால் கம்பளியைப் பயன்படுத்தினார். சில இந்திய நண்பர்கள் மூலம் இந்தி கற்றுக்கொண்டார். இந்த நாட்டின் வரலாறு, பண்பாடு பற்றிச் சில புத்தகங்களைப் படித்தார். “இந்தியாவைப் பற்றிப் படிக்கப் படிக்க, தொலைந்து போன எனது வீட்டை அடைவதுபோல் உணர்கிறேன்” என்றார்.

மேடலின் தன் உள்ளம் மிகுந்த பூரிப்பினாலும், அதே சமயம் வேதனையினாலும் நிரம்புவதாகக் காந்திக்குக் கடிதம் எழுதினார். “என்னிடம் இருப்பது எல்லாவற்றையும் உங்களுக்கும் உங்கள் மக்களுக்கும் அளிக்கப்போவதால் மகிழ்ச்சியும், இவ்வளவு குறைவாகக் கொடுக்கிறேனே என்பதினால் வேதனையும்” என்று எழுதினார். 1925 நவம்பரில் அவர் பம்பாய் வந்து, பின்னர் தொடர்வண்டி மூலம் அகமதாபாத் செல்ல உத்தேசம். “அன்புள்ள ஆசான். . . நான் வரலாமா? உங்கள் பணியாள்”[6] என்று எழுதினார்.

மேடலினின் கடிதம் தன் உள்ளத்தை ஆழமாகத் தொட்டது என்று காந்தி பதிலளித்தார். அவர் அனுப்பியிருந்த கம்பளியின் தரமும் உயர்ந்ததாக இருந்தது என்றார். ஆசிரமத்திற்கு அவரைக் காந்தி வரவேற்றார். பம்பாயில் கப்பல் வரும் தேதியைச் சொன்னால், அவரைச் சந்தித்துக் கூட்டிவர ஆள் அனுப்புவதாகச் சொன்னார். காந்தி எழுதினார்” ஒன்றை மறந்துவிட வேண்டாம். ஆசிரம வாழ்வு அவ்வளவு எளிதானதல்ல. கடுமையாக இருக்கும். ஒவ்வொரு ஆசிரமவாசியும் உடல் உழைப்பைத் தர வேண்டும். இந்த நாட்டின் காலநிலையையும் நினைவில் வைத்துக்கொள்ள வேண்டும். உன்னை அச்சுறுத்த நான் இதை எழுதவில்லை. எச்சரிப்பதற்காகவே எழுதுகிறேன்.”[7]

ஆசிரமத்திற்கு வர அனுமதித்ததற்கு நன்றி கூறி மேடலின் பதில் எழுதினார். அக்டோபரில் ஃபிரான்ஸின் மார்சே (Marseilles) துறைமுகத்திலிருந்து புறப்படுவதாக எழுதினார். “ஆசிரம அன்றாட வாழ்க்கை பற்றியும் காலநிலை பற்றியும் நீங்கள் எச்சரித்ததற்கு நன்றி. எளிமையான, கடுமையான வாழ்க்கைக்கு நான் முழுமையாகத் தயாராக இருக்கிறேன். உடல் உழைப்பிற்கு நான் பழக்கப்பட்டவள். சொல்லப்போனால் அது இல்லாமல் என்னால் இருக்க முடியாது.”[8]

II

இங்கிலாந்தை விட்டு இந்தியாவிற்கு வரும் அந்த முக்கியமான முடிவை மேடலின் எடுத்தபோது, அவருக்கு வயது முப்பத்து மூன்று. அவர் பயணித்த கப்பல் பம்பாய் துறைமுகத்தை 1925ஆம் ஆண்டு நவம்பர் 6ஆம் தேதி அடைந்தது. காந்தியின்

ஆதரவாளர்கள் சிலர் அவரைக் கூட்டிச்சென்றார்கள். அன்று மாலை, காந்தியின் மகன் தேவதாஸ், மேடலினை வந்து சந்தித்தார். பம்பாயில் சில நாட்கள் தங்கி ஊரைச் சுற்றிப் பார்க்க விருப்பமா என்று கேட்டதற்கு, அவர் நேராக அகமதாபாத் செல்லவே விருப்பம் என்றார்.[9]

பம்பாய் – அகமதாபத் இரவு தொடர்வண்டியில் தேவதாஸ் அவருக்கு இடம் பதிவுசெய்து கொடுத்தார். அடுத்த நாள் காலை அகமதாபாத் ரயில் நிலையத்தில் காந்திக்கு நெருங்கியவரான வல்லபாய் படேலும், மகாதேவ் தேசாயும் அவரை வரவேற்றனர். பட்டேலும் மேடலினும் காரில் புறப்பட, தேசாய் மேடலினின் பெட்டி படுக்கையை எடுத்துக்கொண்டுவரச் சென்றார். பின்னர் ஒருநாள் தான் ஆசிரமத்திற்கு வந்ததையும் காந்தியை முதன்முதலாகச் சந்தித்ததையும் நினைவுகூர்ந்தார்.

> கூட வந்த படேல், "அதோ நீங்கள் பார்க்கும் அந்த மரங்கள், சில கட்டடங்கள். . . அதுதான் ஆசிரமம்" என்றார். சில நொடிகளில் கார் ஒரு புளியமரத்தின் அடியில் நின்றது. நான் ஒரு சிறு பாதை வழியே நடந்து சென்றேன். ஒரு சிறிய தட்டிக் கதவைத் திறந்து, இரண்டு படிக்கட்டு ஏறி, வராந்தாவைக் கடந்து ஒரு அறைக்குள் நுழைந்தோம். ஒரு சிறிய, மெலிந்த உருவம் ஒரு வெள்ளை மெத்தையிலிருந்து என்னை நோக்கி வருவதை உணர்ந்தேன். அது பாபு என்று தெரியும். நான் அடைந்த பெருமகிழ்ச்சியில், ஒரு வெளிச்சத்தை மட்டும் பார்த்தேன். பாபுவின் கால்களில் வீழ்ந்தேன். என்னைத்தூக்கி அணைத்துக்கொண்டு, "நீ என் மகளாயிருப்பாய்" என்றார்.[10]

அவர் தனது வளர்ப்பு மகளுக்கு மீரா என்று பெயரிட்டார். அது உச்சரிப்பதற்கு எளிது மட்டுமல்ல: அரச வாழ்வைத் துறந்து, கிருஷ்ணனைப் பாட்டாலும் கவிதைகளாலும் துதித்து வாழ முடிவெடுத்த ஒரு பக்தையின் பெயர். இந்த இருபதாம் நூற்றாண்டு மீரா சீக்கிரமே ஆசிரம வாழ்க்கைக்குப் பழகிவிட்டார். லண்டனில் அவர் மேற்கொண்ட ஆயத்தங்கள் இதற்கு உதவின. உணவும் உடல் உழைப்பும் சிரமமாக இல்லை. கூட இருந்தவர்களும் கனிவுடனும் அன்புடனும் பழகினர். பேசும் மொழி ஒரு பெரும் பிரச்சினையாக இருந்தது. எழுதுவது சிரமமாக இருந்தது. இந்துஸ்தானி பேசக் கூச்சப்பட்டார், மற்றபடி அவர் ஆசிரமத்தில் மகிழ்ச்சியாகவே இருந்தார். தனது மனநிலையை அவர் சுவிட்சர்லாந்தில் இருந்த ரொமைன் ரோலந்துக்கு எழுதிய கடிதங்களில் விவரித்திருந்தார். அந்தக் கடிதங்கள் தொலைந்துபோய்விட்டன. ஆனால்

அவருக்கு ரோலந்து எழுதிய பதில் கடிதம் ஒன்றில் ஆசிரமத்தில் மேடலின் மகிழ்ச்சியாய் இருப்பது பற்றித் தனது திருப்தியைத் தெரிவித்திருந்தார்: "உன் ஆசானின் அன்பை, நல்லெண்ணத்தை, உண்மையைத் தெரிந்துகொண்டதை அறிந்து மகிழ்ச்சி. நீ இவ்வளவு நாள், உனது ஆற்றலைப் பயன்படுத்தத் தேடிய பாதையை நீ கண்டடைந்தது எனக்கு ஆனந்தமா யிருக்கிறது." ஆனாலும் இந்தப் பிரஞ்சு எழுத்தாளர், தனது முன்னாள் சீடரை, தனது வேர்களை மறந்துவிட வேண்டா மென்று எச்சரித்தார். "ஆசியாவின் பாதைகளில் வீசும் ஐரோப்பிய ஒளியை மறந்துவிட வேண்டாம். உன்னுடன் இருப்பவர்களை அதை அனுபவிக்கச் சொல். எடுத்துக் கொடு"[11] என்றார்.

டிசம்பர் மாதத் தொடக்கத்தில் மேடலின், இப்போது மீரா, காந்தியுடன், மத்திய இந்தியாவிலிருந்த துறவி வினோபா பாவேயின் ஆசிரமத்திற்குச் சென்றார். இப்போது அவருக்குச் சகோதரன்போல் ஆகிவிட்ட தேவதாஸுக்கு அங்கிருந்து ஒரு கடிதம் எழுதினார். "இந்த அருமையான, அமைதியான சிறு ஆசிரமம் பாபு ஓய்வெடுக்கச் சிறந்த இடமாக உள்ளது. அவர் எவ்வளவு சீக்கிரமாக நலமடைகிறார் என்பதைக் காண மகிழ்ச்சியாயிருக்கிறது." (அவர் உண்ணாநோன்பால் உடல் நலம் குன்றியிருந்தார்.) "நான் இரண்டு வேலைகளைக் கற்றுக்கொண்டேன் – சோளம் அரைப்பது (சீரிய உடற்பயிற்சி), பஞ்சு சேகரிப்பது."[12]

அந்த ஆண்டு, இந்திய தேசிய காங்கிரஸின் வருடாந்திரக் கூட்டம் தொழில்நகரமான கான்பூரில் நடந்தது. காந்தி மீராவைத் தன்னுடன் அழைத்துச் சென்றார். காந்தியை இதுவரை மீரா ஆசிரமத்தில் அவருடைய சீடர்களுடன் பழகுவதைத்தான் பார்த்திருக்கிறார். தொடர்வண்டியில் அவருடன் பயணித்தது பற்றி அவர் எழுதினார்:

> பாபுவிற்கு வெகுமக்களுடன் இருந்த பிணைப்பை அறிந்தது எனக்கு வியப்பான அனுபவமாக இருந்தது. ஒவ்வொரு ரயில் நிலையத்திலும் கட்டுக்கடங்காக் கூட்டம் நடைபாதையில் இருந்தது. "மகாத்மா காந்திக்கு ஜே" என்ற சத்தம் விண்ணைப் பிளந்தது. அந்தக் கூட்டத்தினர் முகத்தில் புகழ்பெற்ற ஒருவரைக் காணும் ஆர்வம் இல்லை. பக்தர்கள், தங்களை உய்விக்கத் தோன்றியிருக்கும் ஒரு புனிதரை, ரட்சகரைக் காணும் ஏக்கம் இருந்தது. அவர்மீது விசுவாசம் வைத்திருந்த மக்கள் அவரால் ஈர்க்கப்பட்டனர்.[13]

மீரா காங்கிரஸ் கூட்டத்திலிருந்து தேவதாஸுக்குக் கடிதம் எழுதினார். "இங்குள்ள வேலைப்பளு, தூசி, இரைச்சல், மக்கள்

கூட்டம் இவை பாபுவைப் பாதித்துள்ளன. அவர் மிகவும் மெலிந்து, உண்ணாவிரத சமயத்தில் இருந்ததுபோல் காணப்படுகிறார். மிகவும் பலவீனமாக இருக்கிறார்."[14] கான்பூரில் பிரபல மருத்துவர் (தேசியவாதியும்கூட) எம்.ஏ. அன்சாரி காந்தியைச் சோதித்துப் பார்த்து, சபர்மதி ஆசிரமத்திற்குத் திரும்பிப் பல வாரங்கள் ஓய்வு எடுக்க வேண்டும் என்றார். உணவையும் மாற்ற வேண்டுமென்றார். வெள்ளை ரொட்டி சாப்பிட வேண்டும் என்றார். மீரா எழுதினார்: "சபர்மதிக்கு நாங்கள் திரும்பி வருவது எங்களுக்கு மகிழ்ச்சி. நீங்கள் அறிந்திருப்பீர்கள்...பாபு ஆசிரமத்தில் முழுதாக ஒரு வருடம் தங்குவதாக முடிவு செய்துவிட்டார். நமக்குக் கிடைத்ததிலேயே நல்ல செய்தி இதுவல்லவா?"[15]

1926ஆம் ஆண்டு முழுவதும், காந்தி பயணங்களிலிருந்தும் அரசியல் பணிகளிலிருந்தும் ஓய்வு பெற்றிருந்த போது, மீராவும் சபர்மதியில் இருந்தார். மீரா நூல் நூற்றார், நெய்தார், சமையல் செய்தார். டிசம்பர் மாதம் தனியாக தில்லிக்குச் சென்று அங்கே பெண்கள் விடுதியொன்றில் தங்கினார். காந்தி அவருக்குக் கடிதம் எழுதி, ஒரு நாளில் செய்ய வேண்டிய பணிகளைச் செவ்வனே செய்கிறாரா என்று கேட்டார். "நீ தினமும் என்ன செய்கிறாய் என்று எனக்கு எழுத வேண்டும்" என்றார்.

உனது பிரார்த்தனை, வாசிப்பு, உணவு இவைகளைப் பற்றிச் சொல். என்ன சாப்பிடுகிறாய்? வயிறு நன்றாக இருக்கிறதா? அன்றாடம் எவ்வளவு பால் குடிக்கிறாய்? நீ சாப்பிடும் நேரங்கள் என்ன? அங்கு கொசுத்தொல்லை உண்டா? தினமும் நடைப்பயிற்சி செய்கிறாயா? இந்தி எழுதிப் பழகுகிறாயா? அங்கு சொல்லித்தர யாராவது இருக்கிறார்களா? என்னென்ன பழங்கள் சாப்பிடுகிறாய்?[16]

1926–27 குளிர்காலத்தில் மீரா வட இந்தியாவிலுள்ள ஆசிரமங்களுக்குச் சென்று, தான் பார்த்தவற்றைப் பற்றியும் செய்தவற்றைப் பற்றியும் காந்திக்கு அவ்வப்போது எழுதிக் கொண்டிருந்தார். அவர் பதில் எழுதினார். பணக் கணக்கு பற்றியும் உணவைப் பற்றியும் எச்சரிக்கையாக இருக்கும்படி சொன்னார். (இது அவர் எப்போதும் எழுதுவதுதான்). அவர் மீராவிற்கு ஒரு வேலை கொடுத்திருந்தார். காந்தி எழுதியிருந்த தன்வரலாற்றை குஜராத்தியிலிருந்து ஆங்கிலத்தில் அவரது உதவியாளர் மகாதேவ் தேசாய் மொழிபெயர்த்துக்கொண் டிருந்தார். காந்தி ஒவ்வொரு இயலாக இந்த மொழிபெயர்ப்பை மீராவிற்கு அனுப்பினார். அதை அவர் திருத்தி அகமதாபாத்திற்கு அஞ்சலில் அனுப்பினார்.[17]

சபர்மதிக்குத் திரும்பி வந்த பின் மீரா தனது ஐரோப்பிய உடைகளை விட்டு இந்திய உடைக்கு மாற முடிவு செய்தார். புடவை கட்டுவது அவருக்குச் சிரமாக இருந்ததால், குஜராத்தி கிராமப் பெண்கள் உடையான காக்ராவும் பாவாடையும் அணியத் தொடங்கினார். தனது கூந்தலை வெட்டி, மணத்துறவு உறுதியும் எடுக்க வேண்டும் என்ற முடிவிற்கு வந்தார். ஆசிரமத்துப் பெண்கள் நீண்ட முடியை வெட்ட வேண்டாம் என்று தடுக்க முயன்றார்கள். ஆனால் மீரா உறுதியாக இருந்தார். இறுதியாக, காந்தியே தன் கைகளால் அவரது முடியை வெட்டிவிட்டார்.[18]

ஒரு வருட ஓய்விற்குப் பிறகு காந்தி இந்தியாவைச் சுற்றிலும் தனது பயணங்களைத் தொடர்ந்தார். பல இடங்களுக்கு மீராவைக் கூட்டிச்செல்ல முடியவில்லை. காந்தி ஆசிரமத்தில் இல்லாததைத் தீர்க்கமாக உணர்ந்த மீரா, அவருக்கு அடிக்கடி கடிதங்கள் எழுதினார். சில நாட்களில் நான்கு, ஐந்து கடிதங்கள் எழுதினார். காந்தி இல்லாதபோது மீரா மனச்சோர்வடைந்தார். அவரது மனநிலை வேறுபட்டது. இதை அவரது கடிதங்களிலிருந்து அறியலாம். 1927ஆம் ஆண்டு மே மாதம் காந்தி தென்னிந்தியாவிலிருந்து எழுதினார்:

நீ போன கடிதத்தில் மன அமைதியுடன் இருக்கிறேன் என்று எழுதியிருந்தாலும், உன்னிடமிருந்து வந்த தந்தி மறுபடியும் நீ குழம்பி இருக்கிறாய் என்று காட்டுகிறது. நான் வியப்படையவில்லை. நமது மனம் ஒரு சமநிலையில் தொடர்ந்து இருந்தால் பிரச்சினை இல்லை. ஆனால் நாம் நிம்மதி அடைவதற்கு முன் பல ஏறுமுகங்களையும் இறங்குமுகங்களையும் எதிர்கொள்ள வேண்டியிருக்கிறது.[19]

காந்தி சபர்மதியில் இருக்கும்போது மீரா சதாகாலமும் அவர் அருகிலேயே இருக்க வேண்டும் என்று விரும்புவார். ராட்டையை எடுத்துக் கொடுப்பது, பழங்களை உரித்துக் கொடுப்பது, ஆட்டுப்பாலைத் தம்ளரில் ஊற்றிக் கொடுப்பது, அவரது ரத்த அழுத்தத்தைச் சோதிப்பது, வயிறு இயக்கம் சரியாக இருக்கின்றதா என்று கவனிப்பது போன்ற எல்லாப் பணிகளையும் அவர் செய்தார். இது காந்திக்குப் பிடிக்கவில்லை. ஒருமுறை காந்தியின் சீடரான ஜம்னாலால் பஜாஜுக்கு மீரா எழுதினார்: "காந்தி என்னிடம் கடுமையாக இருக்கிறார். ராட்டையை எடுத்துக்கொடுப்பது தவிர அவருக்கு எந்தப் பணிவிடையையும் செய்யவிடுவதில்லை. என்னுடைய வேலைகளை சீக்கிரமே முடிக்க வேண்டுமென்கிறார். இந்தி கற்பது, நூற்பது, சமையல் செய்வது இவைகளைக்

கற்றுக்கொள்ளாமல், எனக்குப் பணி செய்யத் தேவையில்லை என்கிறார்."[20]

III

1928ஆம் ஆண்டு மார்ச் மாதம் காந்தி தான் ஐரோப்பாவிற்குப் போக எண்ணுவதாக மீராவிடம் சொன்னார். அங்கு போவதன் முக்கிய நோக்கம் ரொமைன் ரோலந்தைச் சந்திப்பதுதான் என்றார். தனக்கு ஒரு கடவுச்சீட்டு வாங்க மோதிலால் நேருவைக் கேட்டுக்கொண்டார். அப்படிப் போவதானால் மூன்று பேரைத் தன்னுடன் அழைத்துச்செல்ல விரும்பினார் – தனது உதவியாளர்கள் மகாதேவ் தேசாய், பியாரெலால் நய்யார், மீரா.[21] எந்த நாட்கள் ரோலந்திற்கு வசதியாக இருக்கும் என்று கேட்டு மீரா கடிதம் எழுதினார். அதற்குப் பதில் வராதது கண்டு அவர் வருத்தப்பட்டார். ஏனென்றால் தனது இரண்டு ஆசான்களும் சந்திப்பதை அவர் மிகவும் எதிர்நோக்கினார்.[22] ஆனால் அந்த ஐரோப்பிய பயணம் கைகூடவில்லை.

1928, ஜூன் மாதம் தேவதாஸ் காந்தி மீராவிற்கு ஒரு கடிதம் எழுதினார். காந்தியின் 'தென்னிந்தியத் தளபதி' ராஜாஜியின் மகள் லக்ஷ்மியை பெங்களூரில் சந்தித்த பிறகு அவரைக் காதலிப்பதாகவும் அவரைத் திருமணம் செய்துகொள்ளப்போவதாகவும் தேவதாஸ் காந்தி தெரிவித்தார். மணத்துறவு உறுதியைப் பூண்டிருந்த மீராவிற்கு இந்தச் செய்தி ஒரு அதிர்ச்சியாக இருந்தது.

> இந்தச் செய்தி என் இதயத்தைத் தாக்குகிறது. இந்த ஆசிரமத்தில் நீயும் ஒரு பிரம்மச்சாரியாக இருப்பாய் என்று நினைத்தேன். இப்போதுகூட நீ இதைத் தாண்டி வர வேண்டும். நாம் எல்லோருமே இந்த நிலைமையை ஒரு முறை கடக்க வேண்டி வரும். எனது இருண்டகால நாட்களில் இதை நான் கடந்து வந்தேன். இப்போதும் நான் இந்த வலையில் சிக்காமல் மீண்டதற்கு இறைவனுக்கு நன்றி செலுத்துவதை நிறுத்தவில்லை. இதுதான் நான் நினைப்பது. கடவுள் உன்னை இந்த நிலையிலிருந்து மீட்பார் என்று நம்புகிறேன்.[23]

செப்டம்பர் 1928இல் காந்தி ஒரு 'அகில இந்திய காதி பிரயாணத்திற்கு' மீராவை அனுப்பினார். பஞ்சடிக்கும் வில்லை எடுத்துக்கொண்டு அவர் தனியாகத் தெற்கு, வடக்கு, கிழக்கு இந்தியாவிற்குப் பயணிக்க வேண்டியிருந்தது. இந்தப் பயணத்தின் அனுபவம் நூற்பதற்கும் நெய்வதற்கும்

மாணவர்களுக்கு ஒரு பயிற்சி நிலையத்தை சபர்மதியில் நடத்த உதவும் என்று காந்தி நினைத்தார்.

இந்தப் பயணத்தின்போதுதான் மீரா முதன்முதலாக இமயமலைப் பகுதிகளுக்குச் சென்றார். முன்பு ஒரு ராஜாவின் தலைநகராக இருந்த அல்மோராவிலிருந்து தன் நண்பர் ஒருவருக்கு மீரா கடிதம் எழுதினார்: "என் கற்பனைக்கெட்டாத இந்த அற்புத மலைகளில் இருப்பது மிக்க மகிழ்ச்சியாக இருக்கிறது. நூற்றுக்கணக்கான மைல்கள் தூரம் பனிபடர்ந்த மலைகள்தான்."[24]

மலையில் ஒரு வாரம் தங்கியிருந்த பிறகு மீரா கீழிறங்கி வந்து ஐக்கிய மாகாணத்தின் கிராமங்கள், நகரங்களில் நூல் நூற்கும், நெய்யும் முறைகளைக் கவனித்தவாறே தனது பயணத்தைத் தொடர்ந்தார். நவம்பர் மாதம் நாட்டார் ஓவியத்திற்குப் பெயர் பெற்ற மதுபானி என்ற ஊருக்கு வந்தார். அங்கிருந்து தேவதாஸ் காந்திக்குத் தான் கற்ற பாடங்கள் பற்றிக் கவிதையாக ஒரு கடிதம் எழுதினார். நூல் நூற்பதற்கும், நெய்வதற்கும் தேவையான உபகரணங்களை எவ்வாறு பாதுகாக்க வேண்டும் என்பதைத் தான் கற்றுக்கொண்டதாக எழுதினார்.

மீரா பின்னர், கந்தக் நதிக்கரையிலிருக்கும் முசஃபர்பூருக்குச் சென்றார். லிச்சி பழத்திற்குப் பேர் பெற்ற இடம் அது. இந்தப் பயணங்கள் எவ்வாறு உற்சாகமூட்டுவதாக இருக்கின்றன என்று தேவதாஸுக்கு ஒரு நீண்ட கடிதம் எழுதினார். "நான் இந்த கிராமங்களில் இருக்கும்போதும், அல்லது சேவாசிரமம் போன்ற சிறு நிறுவனங்களில் இருக்கும்போதும் பாபுவின் ஆன்மாவிற்கு அருகில் இருப்பதுபோல் உணருகிறேன்." ஒப்பீட்டளவில் சபர்மதி ஆசிரமம் பெரிதாகவும், ஆட்கள் வருவதும் போவதுமாகச் சந்தடி நிறைந்ததாகவும் இருந்தது. "நமக்கு ஒரு சிறிய, உண்மையான ஆசிரமம் தேவை. அங்கு பாபுவின் லட்சியங்களை நிறைவேற்றும் வகையில் நம் வாழ்க்கையை நடத்த முடியும்" என்று தேவதாஸுக்குக் கடிதம் எழுதினார்.[26]

டிசம்பர் மாதம் மீரா வார்தாவிற்குச் சென்றார். காந்தி காங்கிரஸ் கூட்டத்திற்கு முன் ஓய்வெடுப்பதற்காக அங்கு வந்திருந்தார். அவர் உடல்நலம் நன்றாக இருந்தது. தினசரி நடைப்பயிற்சியைத் தொடர்ந்தார். ஆனால் உணவில் பல சோதனைகளில் ஈடுபட்டிருந்தார். பால், பழம், பாதாம்பருப்பு இவற்றை அறவே தவிர்த்துவிட்டார். கோதுமைக் கஞ்சி, பாலுக்குப் பதில் எண்ணெய்யும் சில காய்கறிகளும் சாப்பிட்டார். மீரா அவரைப் பழமும் பாதம்பருப்பும் சாப்பிடவைத்தார்.[27]

புதிய வருடத்தில் மீரா தனது பயணங்களைத் தொடர்ந்தார். கவி ரவீந்திரநாத் தாகூர் நிறுவிய சாந்திநிகேதன் பல்கலைக்கழகத்திற்குச் சென்று மாணவர்களுக்கு உரை யாற்றினார். காந்திக்குத் தனது உரைபற்றி எழுதினார். "உங்கள்மேல் நான் வைத்திருக்கும் மரியாதை, விசுவாசம் பற்றி அவர்களிடம் கூறினேன். ராட்டினத்தின் மேல் நான் கொண்டுள்ள நம்பிக்கை பற்றியும், எவ்வாறு அந்த நம்பிக்கை என்னை எனது முந்திய வாழ்விலிருந்து மீட்டு புதிய பிறப்பை அளித்தது என்றும் சொன்னேன்."[28]

தாகூருடனும் மீரா நீண்ட உரையாடல்கள் நடத்தினார். "அவரது எளிமையும் அகத்தின் அழகும் என்னை வெகுவாகக் கவர்ந்தன" என்று தேவதாஸுக்குக் கடிதம் எழுதினார். காந்திக்கும் எழுதினார். "அவரைப் பார்த்த கணத்திலேயே அவரது முகத்தெளிவாலும், அவரது தலையின் அழகாலும், அதைவிட அவரது கண்களின் ஒளியாலும் நான் ஈர்க்கப்பட்டேன்."[30] பின்னர், தாகூர், தனக்கும் காந்திக்கும் உள்ள ஒற்றுமை, வேற்றுமைகளைப் பற்றி மீராவிற்கு எழுதினார்: "உபநிஷத்துக்கள் கூறுவது என்னவென்றால் துறவறத்திற்கும், மகிழ்ச்சிக்கும் உள்ள முரண்பாடுகளை நீக்குதல், சிருஷ்டிப்பின் வேர்களில் இருக்கிறது. மகாத்மா கடுந்தவங்களைப் பற்றிப் பேசுபவர். நானோ ஆனந்தத்தின் கவிஞன்"[31] என்று எழுதினார்.

சாந்தி நிகேதனிலிருந்து மீரா பிஹாருக்குச் சென்றார். அங்கே அவருக்குக் கடுமையான வயிற்று உபாதை உண்டாயிற்று. அதிலிருந்து மீளச் சில வாரங்கள் பிடித்தன. நலமான பின், தர்பங்கா மாவட்டத்திலுள்ள சத்வான் என்ற கிராமத்தில் ஒரு காதி நிறுவனத்தை ஆரம்பித்தார். "மிகுந்த உற்சாகத்துடன் பெண்கள் நூற்கக் கற்றுக்கொண்டார்கள். தினமும் பல மணி நேரங்களைக் கற்றுக் கொடுப்பதிலும் மேற்பார்வை பார்ப்பதிலும் மீரா அவர்களுடன் கழித்தார். "இவர்களுடன் வேலை செய்வது எனக்குப் பிடித்திருக்கிறது. அந்த மகிழ்ச்சியை விவரிக்க இயலாது." பிஹாரில் இருந்த காந்தியவாதி ராஜேந்திர பிரசாத் அவரைச் சந்திக்க வந்தது உற்சாகத்தைக் கொடுத்தது.[32]

இதன் பின்னர் சிறிது நாளில் மீராவிற்கு மறுபடியும் உடல்நிலை குன்றியது. இந்த முறை மலேரியா. எப்போதும் கொசு வலைக்குள்தான் தூங்க வேண்டும் என்ற காந்தியின் அறிவுரையை அவர் மறந்ததன் விளைவு. உடல் எடையும் வெகுவாகக் குறைந்துவிட்டது. இவரது வியாதியைப் பற்றிக் கேள்விப்பட்டு காந்தி எழுதினார். "நான் உன்னைப் பற்றி அடிக்கடி நினைத்துக்கொள்கிறேன். உடல் ஒல்லியாக இருக்கக்கூடாது. உனது பெரிய சரீரத்திற்கேற்ற உடல்

எடையும் இருக்க வேண்டும்."³³ காலநிலை நன்றாக இருக்கும் அகமதாபாத்திற்கு மீராவைத் திரும்பி வரும்படி காந்தி சொன்னார். அவரும் வந்தார். என்றாலும் சீக்கிரமே அவர் தர்பங்காவிலுள்ள கிராமத்திற்குப் போக விரும்பினார். "பிஹாரில் நான் கழித்த நாட்கள் எனக்குக் கிடைத்த அளப்பரிய அனுபவம். எனக்கு மிகுந்த தன்னம்பிக்கையையும் உத்வேகத்தையும் அது தந்தது. விவசாயிகளின் அன்பைப் பெறுவது எப்படி என்றும், அவர்களுக்கு உதவி செய்து காப்பாற்றுவது எப்படி என்றும் எனக்கு இப்போது தெரியும்" என்று எழுதினார். ³⁴

சபர்மதிக்கு வந்த பிறகு காதி இயக்கத்திற்கும் அரசியல் விடுதலைக்கும் உள்ள தொடர்பைப் பற்றி ஒரு கையேடு எழுதினார். ஆங்கிலேயர் வருவதற்கு முன் இந்தியப் பொருளாதாரம் சீராக இருந்தது என்பதுடன், காலனிய ஆட்சி உள்ளூர் உற்பத்தித் தொழில்களை அழித்துவிட்டது என்ற வாதத்தை அடிப்படையாகக் கொண்டது இந்தக் கையேடு. கதர் பயனைப் பரப்பினால் மக்களுக்கு வேலையும் வருமானமும் கிடைக்கும். இதனால் வறுமையும் ஒழியும் என்றார் மீரா. மக்கள் சொந்தக் கால்களில் நிற்க காதி உதவும் என்றார். அந்தக் கையேடு கீழ்க்கண்ட சொற்களுடன் முடிந்தது.

காதி உடுத்தினால் லட்சக்கணக்கானவரைப் பசியில் இருந்து மீட்க முடியும்.

காதி உடுத்தினால் இங்கிலாந்தின் பொருளாதாரச் சுரண்டலை ஒழிக்க முடியும்

காதி உடுத்தினால் நம் நாட்டின் ஆற்றலையும் சுதந்திரத்தையும் மீட்க முடியும்.³⁵

சபர்மதியில் அவருக்குப் பணிவிடை செய்ய அனுமதிக்குமாறு காந்தியை மீரா கேட்டுக்கொண்டார். தனது மலஜலப் பழக்கங்களை உன்னிப்பாகக் கவனிக்குமாறு காந்தி பணித்தார். தான் செய்த வேலையை மீரா பதிவு செய்தார். ஆகஸ்டு 1929இல் அவர் எழுதினார்:

பாபு நேற்றை விட இன்று நன்றாயிருக்கிறார். நேற்றிருந்த பலவீனம் இன்று இல்லை. அவரது குடலசைவும் அமைதியாயிருக்கிறது. காலை 5 மணி, 6.40 பின் மதியம் 2.40, 3.40க்கு வெளிக்குச் சென்றார். இன்னும் சிறிது ரத்தம் தெரிகிறது ஆனால் வலி இல்லை. கடைசியாக வெளிக்குப் போனபோது பிரச்சினை ஏதும் இல்லை. ஒன்றரை மணிநேரத்திற்கு ஒரு முறை அவர் அரை தோலா வெல்லத்தை நீரில் கரைத்துக் குடிக்கிறார்.³⁶

நவம்பர் மாதம் காந்தியுடன் அவர் ஐக்கிய மாகாணத்தில் சுற்றுப் பிரயாணம் செய்தார். அப்போது அங்கே பேரரசர் அக்பர் 16ஆம் நூற்றாண்டில் கட்டிய ஃபதேபுர் சிக்ரி கோட்டையைப் பார்வையிட்டனர். அப்போது ஒரு பெரிய கூட்டமாக கிராமத்து மக்கள் அவர்களைத் தொடர்ந்து உள்ளே வந்தனர். பல மணிநேரம் அந்த எழிலார்ந்த அரண்மனையையும், வராந்தாக்களையும் சுற்றிவிட்டு காந்தி ஓரிடத்தில் ஓய்வெடுக்க அமர்ந்தார். கதிரவன் மறையும் நேரம். அந்தக் காட்சியை மீரா பதிவு செய்தார்.

> ஆற்றல் மிக்க மொகலாயர்கள் தங்கள் அரச போகத்துடன் அமர்ந்திருந்த இடத்தில் மாலை வெயிலில் பளபளத்த ஒரு வெள்ளைத் துண்டு இருந்தது. அதன் மேல் சிறிது கருத்த, கபில நிறம் கொண்ட, இடுப்பில் ஒரு வேட்டி மட்டும் கட்டிய உருவம், அமைதியாக, சிந்தனையுடன் அமர்ந்திருந்தது. சுற்றிலும் கிராமத்து மக்கள் கதவுகளிலும் ஜன்னல்களிலும் எட்டிப் பார்த்துக்கொண்டிருந்தார்கள். அதிகாரிகளால் அவர்களை அடக்க முடியவில்லை.

பழமைக்கும் புதியதற்கும் உள்ள வேறுபாடு மறக்க முடியாதது.[37]

IV

1929, டிசம்பரில் காங்கிரஸ் தனது வருடாந்திரக் கூட்டத்தை லாகூரில் நடத்தியது. பிரிட்டீஷாருக்கு அரசியல், ராணுவ சிறப்பு வாய்ந்த இடம். அவர்களுக்கு முன் சீக்கியர்களுக்கும் மொகலாயர்களுக்கும் கூட அது முக்கியமான இடமாக இருந்தது. இந்த நகரில் ராவி நதிக்கரையில் ஒரு பெரிய கூடாரத்தில் நடந்த இம்மாநாட்டில்தான் ஜவகர்லால் நேரு காங்கிரஸின் தலைவராக முதன்முறையாகத் தேர்ந்தெடுக்கப்பட்டார். ‘முழுச் சுதந்திரம்’தான் (பூர்ணஸ்வரஜ்) தனது குறிக்கோள் என்று காங்கிரஸ் அறிவித்தது, மறுபடியும் நாடு முழுவதும் ஒத்துழையாமை இயக்கம் செயல்பட வேண்டுமென்ற ஒருமித்த குரல் எழுந்தது.

புது வருடத்தில் அகமதாபாத்திற்குத் திரும்பி வந்து சேர்ந்த காந்தி, தேசிய இயக்கம் இனி எப்படி இயங்க வேண்டும் என்பதைப் பற்றித் தீவிரமாகச் சிந்தித்துக்கொண்டிருந்தார். முடிவில் உப்பு சார்ந்த சட்டங்களை மீற வேண்டும் என்று தீர்மானித்தார். 1930 ஆரம்ப மாதங்களில் காந்தி சபர்மதி ஆசிரமத்திலிருந்து உப்பு நடையைத் துவங்குவதென்று முடிவு செய்தார். “காந்தியின் உடல் நலமும் அறம் சார்ந்த ஆற்றலும் சீராக இருந்த சமயம். ஒவ்வொரு காலையும் மாலையும்

இறை வணக்கத்தின்போது காந்தி இதைப் பற்றிப் பேசுவார். உற்சாகப்படுத்தும் லட்சிய சூழலால் அந்த இடம் நிறைந்தது." இந்த நடையைத் துவங்க மார்ச் 12ஆம் தேதி நிர்ணயிக்கப் பட்டது. ஆசிரமமே மனக்கிளர்ச்சியினாலும் பதற்றத்தாலும் நிரம்பியிருந்தாலும் தூக்கப் பிரச்சினையே இல்லாத காந்தி மட்டும் நன்றாக உறங்கினார்.[38]

கடற்கரை நோக்கிய இந்த நடைப்பயணத்தில் ஆண்கள் மட்டுமே இருந்தனர்; காந்தி மூன்று வாரங்கள் தண்டியை நோக்கி நடந்து, அங்கு ஒவ்வொரு இந்தியனின் உணவிலும் கட்டாயம் சேர்க்கப்பட வேண்டிய உப்பை ஒரு கை அள்ளி, அதன் மீது இருந்த காலனி ஆதிக்கத்தின் ஏகபோக உரிமையை எதிர்த்துக் கேள்வி கேட்டபோதெல்லாம் மீரா ஆசிரமத்திலேயே இருந்தார். காந்தி கைது செய்யப்பட்டு புனா நகருக்கு வெளியே உள்ள எரவாதா சிறையில் அடைக்கப்பட்டார். இந்தக் காலகட்டத்தில்தான் மீராவும் காந்தியும் ஒருவரை விட்டு ஒருவர் நீண்ட நாட்கள் பிரிந்திருந்தனர். சிறையிலிருந்து காந்தி நெய்தல், உணவுப் பழக்கம் இவைபோன்ற அரசியல் சாராத விஷயங்களைப் பற்றி மீராவிற்கு ஒரு கடிதம் எழுதினார்.

1930ஆம் வருடத்தில் மீரா கொஞ்சகாலம் ஆசிரமத்திலும் மீதிக் காலத்தை கிராமங்களில் காதி பயன்பாட்டைப் பரப்புவதிலும் கழித்தார். 1931ஆம் ஆண்டு ஜனவரி மாதம் கடைசி வாரத்தில் காந்தி சிறையிலிருந்து விடுவிக்கப்பட்டார். மார்ச் மாதம் வைஸ்ராயுடன் பல சந்திப்புகள் நடத்திய போது மீரா காந்தியுடன் டில்லியில் இருந்தார். ஒவ்வொரு சந்திப்பிற்குப் பின்னும் மதிய உணவு இடைவேளையின்போது மற்றவர்கள் ஒரு பெரும் விருந்து சாப்பிடச் சென்ற போது, மீரா அந்த வைஸ்ராயின் அரண்மனைக்குப் பேரீச்சம் பழம், ஆட்டுப்பால் அடங்கிய எளிய உணவைக் காந்திக்கு எடுத்து வந்து கொடுத்தார்.

அந்த வருடம், காந்தி இந்தியாவின் எதிர்கால அரசியலைப் பற்றிப் பேச லண்டன் வட்டமேஜை மாநாட்டிற்குச் சென்றார். அவர் நான்கு பேரைத் தன்னுடன் கூட்டிச்சென்றார். அதில் மீராவும் ஒருவர். ஆகஸ்டு மாதம் அவர்கள் புறப்பட்ட போது மீரா எழுதினார்:

"இன்று காலை மிகுந்த மனக்கிளர்ச்சியுடனும் உற்சாகத்துடனும் பம்பாய் நகரம் பாபுவிற்கு விடை கொடுத்தனுப்பியது. கப்பல் துறைமுகத்தை விட்டு அரபிக்கடலுக்குள் வந்த பின்னர் எங்களுக்கு (பாபு, மகாதேவ்

தேசாய், தேவதாஸ், பியாரெலால், நான்) ஓய்வு கிடைத்தது. எவ்வளவு பயணப்பெட்டிகள் எடுத்துக்கொண்டு வருகிறோம் என்று பாபு கேட்டார். இது சற்று எக்கச்சக்கமான கேள்வி. எத்தனை பெட்டிகள், கைப்பெட்டிகள் என்று சொல்லிவிட்டு ஏன் அவை தேவை என்றும் விளக்கினோம். பாபு ஒப்புக்கொள்ளவில்லை. எல்லாப் பெட்டிகளையும் திறந்து, சகல சாமான்களையும் பிரித்து, அவசியமில்லாதவைகளை ஏடன் துறைமுகத்தில் இறக்கித் திருப்பி அனுப்பி விட வேண்டும் என்றார்."[39]

லண்டனில் ஈஸ்ட் எண்ட் (East End) பகுதியில் இருந்த குவேக்கர் (Quaker Home) விடுதியில் காந்தியும் அவரது சகாக்களும் தங்கினார்கள். அங்கு அவர்கள் இரண்டரை மாதம் தங்க வேண்டியிருந்தது. வேலை நாட்களை மாநாட்டிலும், வாரக் கடைசி நாட்களை லண்டனுக்கு வெளியே போவதிலும் காந்தி கழித்தார். காந்தி துணி ஆலைகள் உள்ள லங்காஷையர் (Lancashire) நகருக்குச் சென்றபோது மீரா அவருடன் சென்றது ஒளிப்படமாகப் பிடிக்கப்பட்டு வரலாற்றில் இடம் பெற்றது.

காந்தியின் பரிவாரத்தில் ஒரு மேட்டுக்குடி ஆங்கிலேயப் பெண்மணி இருந்ததை *நியூயார்க் டைம்ஸ்* (NewYork Times) பத்திரிகை கவனித்தது. **மீராபாய்: காந்தியின் ஆங்கிலேயச் சீடர். கப்பற்படை தளபதியின் மகள் மிஸ். ஸ்லேட் காந்தியின் கடுமையான ஒழுக்கங்களைக் கடைப்பிடிக்கிறார்:** என்று பெரிய எழுத்து தலைப்பில் அரைப் பக்கச் செய்தியை வெளியிட்டது. இந்தக் கட்டுரை மீராவின் பிறப்பு, வசதியான வளர்ப்பு, அவர் ரொமைன் ரோலந்தைக் கண்டறிந்தது, பின்னர் அவர் மூலம் காந்தியைக் கண்டறிந்தது பற்றிக் கூறியது. அந்த நாளிதழ் மீராவின் உறவினர் சொன்னதை மேற்கோள் காட்டி எழுதியது. "மீராவிற்கு எப்போதுமே ஒன்றை முதலில் அறிந்தவுடன் அது மிகவும் பிடிக்கும்; பின் வேறு ஒன்று பிடிக்கும். அவர் வனப்பு மிக்கவர். பார்ப்பதற்கு அழகாயிருப்பார். பலர் அவரைப் போற்றினார்கள். ஒன்றைக் கையிலெடுப்பார். சீக்கிரமே அதை விட்டும் விடுவார்"

காந்திக்கு இந்த ஆங்கிலேயப் பெண் உணவு தயார் செய்வது, துணிமணிகளைத் துவைப்பது, போன்ற பணிகள் பற்றி இந்த நாளிதழ் எழுதியது. "மீரா இந்தப் புதிய சூழ்நிலையைத் தழுவியது பற்றி" அந்த இதழில் நிருபர் புகழ்ந்துரைத்தார். இன, வர்க்க, சமய, தேசிய வேறுபாடுகளை இவர் கடந்ததைப் பற்றிக் கடைசிப் பத்தி பின்வருமாறு பதிவுசெய்திருந்தது.

ஒரு மரம் முற்றிலும் புதிய மண்ணில் வெற்றிகரமாக மாற்றி நடப்படுவது அரிது. இங்கே எழும் கேள்வி

"இப்போது மரத்தின் வேர்கள் ஊன்றிவிட்டனவா" என்பது. மீராபாயிடம் இந்தக் கேள்வி கேட்பது சிரமம். ஆனால் காந்தியிடம் பதினான்கு ஆண்டுகள் தனி உதவியாளராயிருந்த மகாதேவ் தேசாய் சொன்னார்: "மீராபாய் ஆசிரமத்தில் ஒரு உறுப்பினராகவே இருப்பார் என்பதில் எனக்குச் சந்தேகமேயில்லை. மகாத்மாவின் கொள்கையில் எனக்குப் பிடிப்பு மிக இருந்தாலும் எனது பலவீனங்களை நான் அறிவேன். ஆனால் மீராபாய் என்னைவிட மேலான சுயக்கட்டுப்பாடு கொண்டவர்."[40]

V

லண்டனில் நடந்த வட்டமேஜை மகாநாடு தோல்வியில் முடிந்தது. காந்தி தன் பரிவாரத்துடன் ஐரோப்பா வழியாக இந்தியா திரும்பினார். அங்கு அவர் ரொமைன் ரோலந்தைச் சந்தித்தார். மொழிபெயர்ப்பாளராக மீரா உதவினார். இந்தியாவில் வெல்லிங்டன் பிரபு புதிய வைஸ்ராயாகப் பதவி ஏற்றிருந்தார். முந்தைய வைஸ்ராய் முற்போக்குவாதியான இர்வின் பிரபுவுடன் ஒப்பிடும்போது இவர் சர்வாதிகாரப் போக்கு உடையவர்.

காந்தி பம்பாய்த் துறைமுகத்தில் வந்திறங்கியவுடன் கைது செய்யப்பட்டு புனா எரவாதா சிறையில் அடைக்கப்பட்டார். ஒத்துழையாமை இயக்கம் மறுபடியும் தலைதூக்கியது. யார் யார் கைது செய்யப்பட்டார்கள், எங்கே, ஏன் என்ற விவரங்களை வாராந்தர அறிக்கையாக மீரா தயாரித்தார். இதனால் எரிச்சலடைந்த அதிகாரிகள் அவரைக் கைது செய்து, மூன்று மாதச் சிறை தண்டனை வாங்கித்தந்தனர்.

பம்பாயில் ஆர்தர் ரோடு சிறையில் மீரா அடைக்கப்பட்டார். அதே சிறையில் காந்தியின் இரண்டு பெண் ஆதரவாளர்களும் இருந்தார்கள்: சரோஜினி நாயுடு, கமலாதேவி சட்டோ பாத்தியாயா. சரோஜினி இவர்களுக்குக் குட்டிக் கதைகளும் கவிதைகளும் சொல்லி மீரா உற்சாகமூட்டினார். கமலாதேவி மீராவிற்கு ஸ்கிப்பிங் சொல்லிக்கொடுத்தார். பஜனைகள் பாடவும் கற்றுக் கொடுத்தார்.

மே மாதம் மீரா விடுதலை செய்யப்பட்டார். உடனேயே அவர் பிரிட்டீஷ் இந்தியச் சிறைகளில் பெண் கைதிகள் எவ்வாறு படுமோசமாக நடத்தப்படுகின்றனர் என்பது பற்றி ஒரு குறிப்பு எழுதினார். "தொடர்ந்து அவமதிப்புகள், தொந்தரவுகளுக்கு அவர்கள் ஆளாகின்றனர். இது அவர்களது ஆன்மாவைச் சிதைக்கும் நோக்கத்துடன் செய்யப்படுவதுபோலிருக்கிறது."

"பெண் கைதிகளுக்கு வசதியான ஆடை தரப்படுவ தில்லை. முரட்டுத் துணியில் புடவையும் உள்ளாடையும் கொடுக்கிறார்கள். பாவாடைகள் தரப்படுவதில்லை. படுக்கையாக ஒரு புல் மெத்தையும் முரட்டுக் கம்பளியுமே உண்டு. கடிதம் எழுதுவதிலும் சந்திப்புகளிலும் கடுமையான கட்டுப்பாடுகள் இருக்கின்றன. மூன்று மாதங்களுக்கு ஒரு சந்திப்புதான் அனுமதிக்கப்படுகிறது. அதிலும் அவை கம்பிகளுக்கு அப்பால்தான் நடக்கின்றன. குழந்தைகளோ, சிறுவர்களோ தங்கள் அம்மாவின் அருகில்கூடச் செல்ல முடியாது."

"கடுமையான கொள்கையால் எங்கள் ஆர்வத்தை நசுக்கி விடலாம் என்று அரசு நினைக்கலாம். ஆனால் அவர்கள் நடவடிக்கையால் மக்களிடையே பெரும் எரிச்சல் உருவாகி, அவர்களிடமிருந்து மக்கள் விலக்கப்படுகிறார்கள்" என்று மீரா எழுதினார்.[41]

காந்தி இந்தச் சமயம் சிறையிலிருந்தார். வெளியிலிருந்த மீரா அவரைச் சந்திக்க அனுமதி கேட்டபோது அது மறுக்கப் பட்டது. ஏமாற்றமடைந்தாலும் அந்த மறுப்பை அவர் ஒரு தியாகச் சின்னமாகக் கருதினார். காந்தியை யாரெல்லாம் சந்திக்கலாம் என்று கண்டிப்பான விதிமுறைகளை வைஸ்ராய் வெல்லிங்டன் வைத்தார். காங்கிரஸ்காரர் யாரும் அவரைப் பார்க்க முடியாது. நேரு, படேல் சரோஜினி நாயுடு, கமலாதேவி போலவே தானும் தடுக்கப்படுவது கண்டு மீரா மகிழ்ச்சி யடைந்தார். "நான் வருத்தப்படவில்லை. ஒரு இந்தியராக எனது முழுப் பங்கு கிடைத்துவிட்டதென மகிழ்ச்சியடைகிறேன்" என்று ஒரு நண்பருக்கு எழுதினார்.[42]

மீரா அகமதாபாத்திற்குத் திரும்பினார். ஆனால் அனுமதி யின்றி பம்பாய்க்குள் நுழைந்ததற்காகக் கைது செய்யப்பட்டார். இந்த முறை அவரது சிறைவாசம் நீண்ட ஒன்றாக இருந்தது. சிறையில் உப்பில்லாத உணவு சாப்பிட்டார். வளாகத்திற்குள் நடைப்பயிற்சி செய்தார். இந்தப் பயிற்சி இல்லாமல் நான் எனது உடல் நலத்தைப் பேணியிருக்க முடியாது என்று காந்திக்கு எழுதினார். சிறையில் குரானைப் படித்தார். அடுத்து மகாபாரதம் படிக்க எண்ணியிருந்தார். உபநிஷத்துகளைப் படித்திருந்தார். அத்துடன் காந்தி படிக்கச் சொல்லியிருந்த ஆன்மிகம் சார்ந்த நூல்களைப் படித்து முடித்தார்.

சிறையிலிருக்கும்போதும் மீரா இயற்கை மீது தனக்கிருந்த ஆர்வத்தை வளர்த்துக்கொண்டார்.

மென்மையாக்கும் வசந்தத்தின் உணர்வு காக்கைகளைக் கூடத் தொட்டது. இப்போதுகூட ஒரு காகம் பப்பாளி மரமொன்றில் லிருந்து மெலிதாகக் கரைந்துகொண்டிருக்கிறது. பாடும் சிறிய குருவிகள் சில இங்கு வருகின்றன, இங்கு அமர்ந்து வசந்தம் வருவதை அறிவிக்கின்றன. இதைக் கண்டு எனது நினைவுகள் ஆசிரமத்திலுள்ள நதிக்கரைக்குப் போகின்றன. சிறிய பறவைகளும் அணில்களும் அங்கே புல்தரையிலும் மரங்களிலும் சுறுசுறுப்பாக இருக்கும். மாலையில் குரலெழுப்பிய வண்ணம் கூடடையச் செல்லும் நீர்ப்பறவைகள். இரவு கவிந்ததும் நதியின் மேல் எழும் முழு நிலவு, நதி நீரில் ஆசிரமத்துக் கரைவரை தங்க நிறப் பாலத்தை உருவாக்கும் என்று காந்திக்குக் கடிதம் எழுதினார்.[43]

பின்னர், மீரா சபர்மதி சிறைக்கு மாற்றப்பட்டார். அங்கு அவர் கஸ்தூரிபாயுடன் ஒரே கொட்டடியில் இருந்தார். மீராவின் உடல் நலம் சீராக இருந்தது. இந்தப் புதிய சூழலில் இருந்த புள்ளினங்களையும், மற்ற விலங்குகளையும் கவனித்து மகிழ்ந்தார். சிறை வளாகத்திலிருந்து, ஆசிரமத்திற்குச் செல்லும் சாலையிலுள்ள மரங்களை அவர் காண முடிந்தது. தண்டி யாத்திரை போவதற்கு முன் காந்தி அகமதாபாத்திற்குத் திரும்பி வர மாட்டேன் என்று கூறியிருந்தார். இந்த முடிவை மீரா ஆதரித்தார். நதிக்கரையில் அந்த ஆசிரமத்தின் அழகும், அங்கு நடந்த நிகழ்வுகளில் நினைவும் மனத்தில் பதிந்திருந்தாலும் காந்தியும் அவரது பரிவாரமும் நகரத்திலிருந்து வேறு ஒரு புதிய இடத்திற்குச் செல்ல வேண்டும் என்று அவர் எண்ணினார். “மக்களுடன் இன்னும் நெருக்கமான உறவு இருக்க வேண்டுமென்று நான் உறுதியாக நம்புகிறேன்” என்று காந்திக்கு எழுதினார்.[44]

ஓராண்டு சிறைத் தண்டனை முடிந்து ஆகஸ்டு 22ஆம் தேதி 1933ஆம் ஆண்டு மீரா சபர்மதி சிறையிலிருந்து விடுதலை செய்யப்பட்டார். சிறையிலிருந்து அவர் நேராக அகமதாபாத் ரயில் நிலையத்திற்குச் சென்று மாலை 7 மணிக்கு பம்பாய் செல்லும் ரயிலில் ஏறினார். அங்கிருந்து புனாவிற்குச் சென்று அவரது ஆசான் காந்தியைச் சந்திக்கத் திட்டம். வட்டமேஜை மாநாட்டிலிருந்து திரும்பிய பின் காந்தி தீண்டாமை ஒழிப்பில் தீவிரமாக ஈடுபட எண்ணியிருந்தார். அந்தக் காலகட்டத்தில், ஒடுக்கப்பட்ட மக்களின் திறமைமிகு தலைவரான கூர்மதி படைத்த பி.ஆர். அம்பேத்கர் தனது ஆளுமையை எதிர்த்துச் சவால் விட்டு இயங்கியது காந்தியை வெகுவாகப் பாதித்தது. புனாவில் சிறையில் இருந்தபோது, தீண்டாமை பற்றி இந்துக்களிடையே விழிப்புணர்வு உண்டாக்க, அந்தத் தீய பழக்கத்தை ஒழிக்க காந்தி பல முறை நீண்ட உண்ணாவிரதம் மேற்கொண்டார்.[45]

மீரா விடுதலைசெய்யப்பட்டபோது காந்தி அப்படிப்பட்ட ஒரு உண்ணாநோன்பைத் தொடங்கியிருந்தார். அகமதாபாத்திலிருந்து பம்பாய்க்குத் தொடர்வண்டியில் பயணித்துக் கொண்டிருந்தபோது, காந்தி எரவாதா சிறையிலிருந்து சஸ்ஸூன் மருத்துவமனைக்கு மாற்றப்பட்டுவிட்டார் என்ற செய்தி கிடைத்தது. மருத்துவமனை என்றாலும் காந்தி ஒரு கைதிதான். உடன் பயணம் செய்த ஒரு பெண் மீராவை அடையாளம் கண்டுகொண்டு பேச ஆரம்பித்தார். "என்ன கொடுமை இது? மகாத்மா சாகும் தறுவாயில் உள்ளார். அரசு தன் புத்தியை இழந்துவிட்டதா?" ரயில் மிகவும் மெதுவாகச் செல்வதுபோல் மீரா உணர்ந்தார்.

பம்பாய் சென்றதும் மீரா ஒரு நண்பர் வீட்டிற்குச் சென்று, குளித்துவிட்டு, இரவு புனா ரயிலைப் பிடித்தார். காந்தியை மருத்துவமனையில் சந்திக்க முயற்சித்தார். ஆனால் அனுமதி கிடைக்கவில்லை. காந்தியின் அபிமானி தாக்கர்சியின் 'பர்னகுடி' பங்களாவில், சி.எஃப் ஆண்ட்ரூஸுடன் காத்திருந்தார். கஸ்தூரிபாய் காந்தியுடன் மருத்துவமனையில் இருந்தார். மதியம் 2 மணிக்குத் திரும்பிய அவர், "காந்தி நேற்று இரவு வாந்தி எடுத்தார். தண்ணீர்கூடக் குடிக்க முடியவில்லை. மரணத்திற்குத் தயாராகிவிட்டார் போலிருக்கிறது" என்றார்.

நிலைமையை உணர்ந்த அரசு, காந்தியை விடுதலை செய்தது. அவரை பர்னகுடிக்கு ஒரு ஆம்புலன்ஸில் கொண்டு வந்தார்கள். "அவரது கண்கள் குழி விழுந்து கன்னங்கள் ஒடுங்கி இருந்தன. ஆனால் அவரது முகம் பொறுமையாலும் அன்பாலும் நிரம்பியிருந்தது. அசைக்க முடியாத மன உறுதி தெரிந்தது."[46]

VI

அவரது உடல் நலம் நன்றாகத் தேறியதும், நவம்பர் 1933இல் காந்தி தீண்டாமையை எதிர்த்து அகில இந்தியப் பயணத்தை மேற்கொண்டார். கூடவே மீராவையும் கூட்டிச்சென்றார். அவர்கள் வார்தாவை விட்டுப் புறப்படும் முன் தேவதாஸுக்கு மீரா ஒரு கடிதம் எழுதினார்: "இந்தப் பயணத்தில் பாபு தன் உடலை வருத்திக்கொள்ளாமல் இருக்கும்படி நாங்கள் நன்கு கவனித்துக்கொள்வோம். ஆனால் உங்களுக்குத் தெரியும் அது எவ்வளவு சிரமம் என்று."[47]

காந்தி ஐக்கிய மாகாணத்தில் தன் பயணத்தைத் தொடங்கினார். ஒரு கிராமத்திலிருந்து இன்னொரு கிராமத்திற்கு நடந்தே சென்று கூட்டங்களில் பேசினார். காந்தி உரை நிகழ்த்தியபோது குழு தங்கிய இடத்தில் இருந்துகொண்டு

மீரா மற்ற வேலைகளைக் கவனித்துக்கொண்டார். மக்கள் காந்தியை எவ்வாறு வரவேற்றார்கள் என்பது போன்ற செய்திகள் அவரை வந்தடைந்தன. "மக்கள் திரளின் உற்சாகம் முன்னைவிட அதிகமாயிருக்கிறது. இந்தப் பயணம் நாட்டினூடே செல்லும் ஊர்வலம் போலிருக்கிறது. நான் இந்தக் கூட்டங்களுக்குப் போக முடியவில்லை. அவை மிகச் சிறப்பாக இருக்கின்றனவென்று அறிகிறேன். முப்பது – ஐம்பதாயிரம் மக்கள், சில வேளைகளில் லட்சம் பேர் கூடுகிறார்கள். நிதியும் நன்றாக வருகிறது. இது பாபுவிற்கு மகிழ்ச்சியைக் கொடுக்கிறது" என்று எழுதினார்.[48]

1933-34ஆம் ஆண்டு கோடையில் இந்தத் தீண்டாமை எதிர்ப்புப் பயணம் தென்னிந்தியாவினூடே சென்றது. பெரும் நில அதிர்ச்சியால் பாதிக்கப்பட்ட பிஹார் மாகாணத்தை 1934, மார்ச் மாதம் இது சென்றடைந்தது. "நான் நன்றாக அறிந்திருந்த பிஹார் நாசமாக்கப்பட்டிருந்ததைக் கண்டு மனம் வருந்தினேன்" என்று எழுதினார்.[49] ஆனால் அங்கிருந்து தீண்டாமை யாத்திரை அடுத்திருந்த ஒரிஸாவிற்குச் சென்றபோது அவருக்கு உற்சாகம் திரும்பியது. "காந்தி உற்சாகமாயிருந்தார். இந்த யாத்திரை இதே மாதிரி சென்றால் இது மேலும் பயனளிப்பதாயிருக்கும்" என்று எழுதினார்.[50]

1934ஆம் ஆண்டு இந்திய சுதந்திரப் போராட்டத்தைப் பற்றி எடுத்துக் கூற மேலை நாடுகளுக்குச் சுற்றுப்பயணம் செய்ய விரும்புவதாகக் காந்தியிடம் சொன்னார். காந்தியும் அதற்கு ஒப்புக்கொண்டு வல்லபாய் படேலுக்கு எழுதினார் "என்னோடு இருந்ததால் மீராவின் ஆளுமை நசுக்கப்பட்டுவிட்டதென்று நினைக்கிறேன். அவர் தனது சுதந்திரத்தை மீட்டெடுப்பார் என்று நம்புகிறேன்"[51] என்று எழுதினார்.

காந்தியின் நண்பரும் அகமதாபாத் மில் முதலாளியுமான அம்பாலால் சாராபாய், மீராபாயின் முழுப் பயணச்செலவை யும் ஏற்றுக்கொள்வதாகச் சொன்னார். கப்பலில் மீரா இரண்டாம் வகுப்பு இடத்தைப் பதிவுசெய்தார். ஃபிரான்ஸில் மார்சே துறைமுகத்தில் இறங்கிய பிறகு மீரா, ரொமைன் ரோலந்தைச் சந்தித்தார். பின்னர் இங்கிலாந்திற்குப் புறப்பட்டார்.[52]

லண்டனில் மீரா முதலாவதாக குவேக்கர்கள் குழு ஒன்றிற்கு Friends Home என்ற இடத்தில் பேசினார். அங்கிருந்த ஒரு நிருபர் அவரது பேச்சைப் பற்றி எழுதினார்.

மனத்தைத் தொடும் தன் உரையில், பிரிட்டீஷார் வருவதற்கு முன் வளமான கிராமங்களைக் கொண்டிருந்த இந்தியா, இன்று வறுமையின் பிடியில் இருக்கிறது என்றார். உலகின் ஐந்தில் ஒரு பங்கு மக்கள் இந்தியாவில்

பசிக்கொடுமைக்கு ஆளாகியிருக்கிறார்கள் என்று அவர் சொன்னதைக் கேட்டு அவையோர் அசந்துவிட்டார்கள். இங்கு இந்த நிலைமை இருக்க, பிரிட்டீஷ் பேரரசோ தங்கள் மக்களுக்குச் செல்வக் கொழிப்பு இன்னும் வளர வேண்டும் என்று முயன்று கொண்டிருக்கிறது என்பதை உணரும்போது எனக்கு அவமானமாக இருக்கிறது என்றார்.[53]

லண்டனில் இந்தியர்களின் போராட்டத்திற்கு சிறப்பாகத் தொழிலாளர்களிடமிருந்து ஆதரவு கிடைப்பதைக் கண்டு, மீரா நெகிழ்ந்துபோனார். காந்தியின் கொள்கையைப் பற்றியும், இந்திய போராட்டத்தைப் பற்றியும் வேல்ஸ் பகுதி சுரங்கத்தில் வேலை செய்பவர்களிடமும், லங்காஷையர் ஆலைத் தொழிலாளிகளிடமும் பேச எண்ணியிருந்தார்.[54]

முதலில் வேல்ஸ் பகுதிக்குப் போனார். போகும் வழியில் சோமெர்செட்டில் வசித்த தனது சகோதரியின் வீட்டிற்குச் சென்றார். அவர், தனது கணவர், இரு குழந்தைகளுடன் ஒரு ஆடம்பரமான வீட்டில் இருந்தார். அந்த வீடு அருமையான சுற்றுச்சூழலில் அமைந்திருந்த முந்தைய அரச குடும்பம் ஒன்றின் வேட்டை விடுதி. அதை அவரது சகோதரி கண்ணும் கருத்துமாகக் பராமரித்து வந்தார். “இந்த வீடு சரியான ஆங்கில பாணியில் இருந்தது. என் தாயாரும் இப்படித்தான் இதை வைத்திருந்திருப்பார். அங்கிருந்த படங்கள், புத்தகங்கள், நகைகள் வெள்ளிப் பாத்திரங்கள் எல்லாமே அந்தத் தொன்மையான வீட்டிற்கு ஏற்றவையாக இருந்தன.”

பின்னர் வேல்ஸ்ஸில் ஒரு தேவாலயத்திலும், லேபர் கட்சியின் கூட்டத்திலும் பேசினார். “இந்த சோஷலிசவாதிகளுக்கு ஆன்மிகப் பாதையைக் காட்ட முற்பட்டேன். அவர்களிடம் கடவுளைப் பற்றிப் பேசினேன். அவருக்கு என்ன பெயர் வேண்டுமானாலும் கொடுங்கள், மானுடம், சகோதரத்துவம் என.”[55]

மீரா அங்கிருந்து லங்காஷையருக்குச் சென்றார். இதற்கு முன்னர் 1931இல் காந்தியுடன் அவர் இங்கு சென்றிருக்கிறார். இங்கு ஒவ்வொரு மாலையும் அரங்கு நிறைந்த கூட்டம். ஒவ்வொரு கூடுகையும் இரண்டு மணிநேரம் நீண்டது. ஆலை நகரமான டார்வனில் காந்தி பேசிய அதே அரங்கத்தில் மீரா பேசினார்.

பயணத்தின்போது ஒரு பிரிட்டீஷ் நண்பருக்கு மீரா எழுதினார்:

லங்காஷையர் பயணம் நல்ல இனிமையான அனுபவமாக இருக்கிறது. நான் எதற்காக ஏங்கியிருந்தேனோ அது நடக்கிறது. மக்களின் இதயத்துடன் நான் ஒன்றியிருக்கிறேன்.

> நேற்று ஒரு கூட்டத்திற்கு ஒரு நெசவாளி தலைவராக இருந்தார். பின்னர் ஒரு நெசவாளி, அவரது தையல்கார மனைவி இவரும் ஒரு கூடுகைக்கு ஏற்பாடு செய்திருந் தார்கள். ஓல்ட்ஹாம், விகான் போன்ற இடங்களிலும் தொழிலாளர்கள்தான் தலைமை தாங்கினார்கள். அவர்கள் காந்தியைப் போற்றிப் பேசினார்கள்.[56]

காந்தியின் செயலரான, அறிவார்ந்த மகாதேவ் தேசாய் மீராவிடம், உங்கள் கூட்டங்களில் காந்தியைப் பற்றிப் பேசுவதோடு நிறுத்திக்கொள்ள வேண்டாம் என்று கேட்டுக்கொண்டார். பிரிட்டீஷார் இந்தியாவை விட்டு வெளியேறினால், இந்தியர்களுக்கு நாட்டைப் பரிபாலிக்கும் திறமை இருக்கிறது என்பதைச் சுட்டிக்காட்ட வேண்டும். பிரிட்டீஷ் அரசின் கீழும் இந்தியர்கள் நகராட்சி போன்றவற்றை நிர்வகித்து, சிறப்பாகப் பணி செய்து அரசின் பாராட்டையும் பெற்றிருக்கிறார்கள் என்பதையும் கூற வேண்டும் என்றார்.

> அதிலும் சிறப்பாக பம்பாய் நகராட்சிமன்றத் தலைவராயிருந்து நிர்வகித்த வித்தல்பாய் படேலைப் பற்றிக் கூற வேண்டும். அவர் ஐரோப்பிய ஐ.சி.எஸ். (I C S) அதிகாரிகளைவிடவும் சிறப்பாகச் செயல்பட்டார். ஒரு எந்திரம் போல் இயங்கினார். மக்களின் அன்பைப் பெற்றார். அதேபோல்தான் அகமதாபாத் முனிசிபாலிடியின் தலைவராக இருந்த வல்லபாய் படேலும் புகழ் பெற்றார். ஜவஹர்லால் நேரு, அலகாபாத் முனிசிபாலிடியின் தலைவராக இருந்து இதுவரை யாரும் செய்திராத வேலைகள் பலவற்றைச் செய்து முடித்தார்.[57]

நெல்சன், நியூகாசில், நாட்டிங்ஹாம், வாரிக், மெய்ட்ஸ்டோன், ஆக்ஸ்ஃபோர்டு போன்ற இடங்களில் மீரா உரையாற்றினார். வாரிக் நகரில் யூனிடேரியன் தேவாலயத்தில் மீரா பேசினார். அங்கே இருந்த ஒரு நிருபர், "செல்வி ஸ்லேட் பார்ப்பதற்கு அசத்தும் இந்தியத் தோற்றத்தில் இருந்தார். கண்களில் கிழக்கு நாட்டில் ஒளி மிளிர்ந்தது. புருவங்கள் கருமையாக இருந்தன. தோல் கபில நிறத்தில் இருந்தது. வெள்ளை நிற ஆடையும், பாதம்வரை நீண்ட கபில நிற மேலங்கியும் அணிந்திருந்தார். இரண்டு உடைகளுமே இந்தியப் பருத்தியில் ஆனவை. அவரே அதை உருவாக்கியிருந்தார்" என்று பதிவு செய்தார்.

இந்திய கிராமத்துத் தொழில்களைப் பிரிட்டீஷ் காலனி ஆட்சி சீரழித்ததைப் பற்றியும், இந்திய விவசாயிகள்மேல் கடும் வரிகளைச் சுமத்தியது பற்றியும் மீரா பேசினார். "போலீசார், வரி வசூலிப்பவர் இவர்கள் மூலமே மக்கள் அரசாங்கத்தை

அறிய முடிந்தது" என்றார் மீரா. இந்த வரிகளை, அகிம்சை வழியில் எதிர்ப்பதன் மூலம், காந்தியின் இயக்கம் இந்தியாவை, அடங்கிப்போகும் ஒரு நாடாக அல்லாமல் ஒரு உறுதி மிக்க ஆன்மீக நாடாக முன்னிறுத்தியுள்ளது" என்றார். இந்தியா பற்றி இந்த உண்மையை விஷயம் தெரியாத பிரிட்டீஷ் மக்களுக்குச் சொல்லவே தான் இங்கு வந்திருப்பதாகச் சொன்னார். இதை உணரும் பிரிட்டீஷ் மக்கள் ரத்தம் சிந்தப்படுவதன் மூலம் கிடைக்கும் தங்கள் வசதிகளைத் தியாகம் செய்வார்கள்" என நம்புவதாகச் சொன்னார்.[58]

நாடு முழுவதும் சுற்றிய பின், மீரா மறுபடியும் லண்டனுக்கு வந்தார். சின்ன சின்ன ஊர்களில் சாமானிய மக்களைச் சந்தித்த அவர் லண்டனில் அரசியல்வாதிகளைப் பார்க்க விளைந்தார். முந்தைய பிரிட்டீஷ் பிரதமர் டேவிட் லாயிட் ஜார்ஜை (David Lloyd George) சந்தித்தபோது அவர் காந்தியைப் பற்றி அன்புடன் விசாரித்தார்.[59] தனக்குச் சிறிது நேரம் ஒதுக்க வேண்டுமென்று வின்ஸ்டன் சர்ச்சிலுக்கு (Winston Churchill) மீரா கடிதம் எழுதினார். தான் அவரைச் சந்தித்துப் பேச விரும்பினாலும் ஒரு மாதத்திற்கு வெளிநாடு போவதால் நேரம் இல்லை என்று சர்ச்சிலே பதில் எழுதினார். "உங்களுக்குத் தெரியும். நான் காந்தியின் அரசியலை எதிர்க்கிறேன். ஆனால் இந்தியாவிலுள்ள தாழ்த்தப்பட்டவர்களின் நிலைமையை மாற்ற அவர் செய்யும் முயற்சிகளை நான் போற்றுகிறேன்" என்றும் எழுதினார்.[60]

VII

நியூயார்க்கில் இருந்த ஜான் ஹேன்ஸ் ஹோம்ஸ் (John Haynes Holmes) என்ற புரட்சி சிந்தனையுடைய கிறிஸ்தவப் பாதிரியாருடன் மீரா தொடர்புகொண்டிருந்தார். காந்தியை மிகவும் போற்றும் இந்த அமெரிக்கர், அவரைக் காண 1931இல் லண்டனுக்கு வந்தபோது மீரா அவரைச் சந்தித்திருக்கிறார். மீராவை இங்கிலாந்திலிருந்து அமெரிக்கா வர ஹோம்ஸ் கேட்டுக் கொண்டார். அவருக்கு ஒரு உதவியாளரையும், தட்டச்சு செய்பவரையும் தருவதாகவும், நியூயார்க் நகரில், பொதுவெளியில் மேடைப்பேச்சுகளை ஒழுங்கு செய்து தரும் நிறுவனம் ஒன்றுடன் தொடர்பு ஏற்படுத்தித் தருவதாகவும் கூறினார்.[61] காந்தி இந்த ஏற்பாட்டிற்கு ஒப்புக்கொண்டார். அவர் அமெரிக்கா விற்குப் போனதில்லை என்றாலும், மீராவிற்கு அந்த அனுபவம் தேவை என்றார்.[62]

மீராவின் அமெரிக்கச் சுற்றுப்பயணத்தைப் பற்றி அறிந்த லண்டனில் உள்ள இந்திய அலுவலகம் சற்றுப் பதற்றமடைந்தது.

ஏழு போராளிகள்!

பிரிட்டீஷ் அரசு அதிகாரி ஒருவர் நியூயார்க்கிலுள்ள தனது சக அதிகாரி ஒருவருக்குப் பின்வருமாறு எழுதினார்.

> அங்கு வருபவர் காந்தியாக இருந்திருந்தால் நான் கவலைப்பட்டிருக்க மாட்டேன். ஆனால் வருபவரோ கண்ணுக்கினியவர். மக்களை ஈர்ப்பவர் . . . கீழைத்தேச துறவி மாதிரி வாழும் மேட்டுக்குடி ஆங்கிலப் பெண்மணி. அமெரிக்கரில் சிலர் இரண்டாம் கிறிஸ்துவாகக் காணும் (காந்தி) ஒருவரின் சீடர். உங்கள் பெண்களை எளிதில் அவர் ஈர்த்து விடுவார்.[63]

1934ஆம் ஆண்டு அக்டோபர் முதல் வாரம் மீரா அமெரிக்காவிற்குப் புறப்பட்டார். அவர் பயணித்த **மெஜெஸ்டிக்** என்ற கப்பலில் அன்றைய டென்னிஸ் வீரர் பில் டில்டனும் பிலிப்பைன்ஸ் நாட்டு நாடாளுமன்றத் தலைவரும் இருந்தாலும் அவர்கள் ஒருவரை ஒருவர் சந்தித்துக்கொள்ள வில்லை.[64] கப்பல் நியூயார்க்கை அடைந்தபோது ஒரு பெரிய பத்திரிகையாளர் கூட்டமே அங்கு மீராவிற்காகக் காத்திருந்தது. இது ஹோம்ஸின் ஏற்பாடுதான். அவர்களில் பன்னிரண்டு பேர், ஆண்களும் பெண்களுமாக, கப்பலுக்குள் வந்தனர். இந்தச் சந்திப்பு முடிந்ததும் கப்பலின் மேல்தளத்தில் புகைப்படக் கலைஞர்கள் காத்திருந்தார்கள். "நியூயார்க் புகைப்படக் கலைஞர்கள் வேகத்திலும் பிடிவாதத்திலும் மற்ற எல்லோரையும் மிஞ்சி விடுவார்கள். இங்கே பாருங்கள்... இப்படித் திரும்புங்கள் என்று சத்தம் போட்டார்கள்."

இந்தப் புகைப்பட வேலை முடிந்ததும் ஹோம்ஸ் அவரைக் கப்பலின் சந்திப்பு அறைக்குக் கூட்டிச்சென்றார். அங்கு ஒரு திரைப்பட காமிரா வைக்கப்பட்டிருந்தது. வரவேற்புரைகளுடன் ஒரு நிகழ்வு இருந்தது. அந்த வாரம் நகரின் டவுன் ஹாலில் 1500 பேர் கொண்ட ஒரு கூட்டத்திலும், இன்டர்னேஷனல் ஹவுஸில் பதினைந்து நாடுகளைச் சேர்ந்த 600 மாணவரிடையேயும் அவர் பேசினார். அங்கே ஒரு யூத வழிபாட்டுத் தலத்தில் (synagogue) பேசினார். நண்பர் ஹோம்ஸுடன் இணைந்து பல முறை உணவு உண்டார்.

ஒரு கடிதத்தில் மீரா நியூயார்க் நகரைப் பற்றிய தனது எண்ணங்களை நண்பர்களுக்கு எழுதினார். நீல வானம், நல்ல வெயில் இவற்றுடன் காலநிலையும் சூழலும் நன்றாக இருந்தன. மக்கள் "அன்பாகவும், நல்ல இதயத்துடனும், இயல்பாக வெளிப்படையாக" இருந்தார்கள்.

> எனினும் ஒரு விஷயம் எனக்கு மிகுந்த வியப்பை அளித்தது. நான் பார்த்த மேலை நாடுகளுக்குள் இங்குதான் தெருக்கள்

மிகவும் மாசுபட்டிருந்தன. இங்கு தெருக்கள் அப்பழுக்கற்று இருக்கும் என்றே எதிர்பார்த்தேன். ஆடம்பர ஓட்டல்களும் கடைகளும் உள்ளே சுத்தமாக இருக்கின்றன. ஆனால் தெருக்கள், நடைபாதைகள், பேருந்துகள், வாடகைக் கார்கள், இவை எல்லாமே வெகு மோசமாக, அழுக்காக இருக்கின்றன. வாகனப் போக்குவரத்தும் படுமோசம். மோட்டார் கார்கள் வெட்டியிழுப்பதுபோல் திடீரென்று புறப்பட்டு முப்பது நாற்பது மைல் வேகத்தில் போகின்றன. சடுதியில் நிற்கின்றன. பெரிய சாலையில்கூட நடுவில் தடுப்பு எதுவும் கிடையாது. சாலையைக் கடக்கும் பாதசாரிகள் இந்த வெகுவேகப் போக்குவரத்தில் உயிரைப் பணயம் வைக்கிறார்கள்.[65]

நியூயார்க்கில் இரண்டு வாரத்தில் மீரா இருபத்திரண்டு கூட்டங்களில் பேசினார். ஐந்து ரேடியோ உரைகளையும் நிகழ்த்தினார்.

கூட்டங்கள் இங்கிலாந்திலிருப்பதைவிடப் பெரிதாக இருந்தன. எங்கு சென்றாலும் மக்கள் பாபுவைப் பற்றி அறிந்து கொள்ள மிகுந்த ஆர்வம் காட்டினார்கள். அவரைப் பற்றிப் பலவிதமாகக் கேள்விகள் கேட்கப்பட்டன. ஆனால் இங்கிலாந்தில் கேட்கப்படுவதுபோல இங்கு அரசியல் பற்றிய கேள்விகள் அதிகமாக எழுப்பப்படவில்லை. காந்தி என்ற ஆளுமை, ஆசான், உண்மையின் தூதுவன் இவை பற்றித்தான் வெகு முனைப்புடன் கேள்விகள் கேட்கப்பட்டன.[66]

ஹோம்ஸின் தேவாலயத்தில் மீரா பேசியதைக் கேட்ட ஒரு அமெரிக்கப் பெண்மணி ஒரு நீண்ட கடிதம் எழுதினாள். "உங்கள் உரை, நமது நாகரிகங்களுக்கு மேல் எனது சிந்தனையை உயர்த்தி, உத்வேகமூட்டியது. உங்களுக்கு நான் நன்றியுடையவளாய் இருக்கிறேன். இன்றைய குழப்பத்திலும் இருளிலும் மிகவும் தேவையான ஒளியை நீங்கள் கொண்டு வந்துள்ளீர்கள். உங்களையும் மகாத்மாவையும் இறைவன் காக்கட்டும். காந்தியின் ஒளிமிக்க கொள்கைகள் நமது சிந்தனைக்கு வழிகாட்டட்டும்." காந்தியைப் போற்றும் இந்தக் கடிதத்துடன் ஒரு உணர்ச்சி மிக்க கவிதையையும் அவர் இணைத்திருந்தார்.[67]

1931இல், மீரா லண்டனில் காந்தியுடன் இருந்தபோது, நியூயார்க் டைம்ஸ் இதழ் அவரைப் பற்றி ஒரு கட்டுரை வெளியிட்டிருந்தது. இப்போது, மூன்று ஆண்டுகள் கழித்து இந்தியராகிவிட்ட இந்த ஆங்கிலேயப் பெண்மணி பற்றி அதை விட நீளமான செய்திக் கட்டுரை ஒன்றை வெளியிட்டது. "பத்து வருடங்களுக்கு முன் ஒரு ஆங்கிலப் பெண், வாழ்க்கையில்

நிறைவு தேடிக் கிழக்கு திசைக்குத் திரும்பினார். அண்மையில், காந்தியின் தீவிர சீடராக மேற்கு நாடுகளின் வாழ்க்கை முறை தவறானது என்ற உறுதியான நம்பிக்கையுடன் அவர் இங்கு வந்தார்."

லோயர் ஈஸ்ட் சைட் என்ற இடத்தில் சமூக நல நிறுவனம் ஒன்று நடத்திய விடுதி ஒன்றில் தங்கியிருந்தார். மேலே குறிப்பிட்ட கட்டுரையை எழுதிய நிருபர் இங்குதான் மீராவைச் சந்தித்தார். அங்கே அவர் தரையில் சம்மணங்காலிட்டு அமர்ந்திருந்தார். மொட்டையடித்திருந்த அவர் ஒரு கன்னியாஸ்திரி மாதிரி காட்சியளித்தார். மீரா ரொமைன் ரோலந்த் மூலம் காந்தியைக் கண்டடைந்தது பற்றியும், சபர்மதி ஆசிரம வாழ்க்கை பற்றியும் இந்தியாவைச் சுற்றிப் பயணித்த அனுபவம் பற்றியும் விவரித்தார். தியான மனப்பான்மை கொண்ட கிழக்கு நாகரிகத்தையும் மேலை நாட்டு அணுகுமுறையை யும் ஒப்பிட்டுப் பேசினார். அப்போது அந்த நிருபர் இந்த இரு மரபுகளும் – கிழக்கும் மேற்கும் – ஒன்று சேர முடியுமா என்று கேட்டார். முடியும் என்றார் மீரா. சேர்ந்திருக்கிறது என்று கூறி, கிழக்கில் உருவாகி மேற்கில் தழைத்திருக்கும் கிறிஸ்தவ சமயத்தைச் சுட்டிக்காட்டினார்.[68]

வாஷிங்டன் நகரில் அவர் **மே ஃபிளவர்** (May Flower) என்ற ஆடம்பர ஓட்டலில் தங்கினார். அங்கிருந்த மற்ற பெண்களின் ஆடம்பர உடைகள், காலணிகள் இவர் அணிந்திருந்த கதராடை, சாதாரண செருப்புடன் வேறுபட்டன. மீரா ஹோவர்டு பல்கலைக்கழகத்தில் "காந்தியும் அவரது ஆன்மிகச் செய்தியும்" என்ற தலைப்பில் ஆப்பிரிக்க–அமெரிக்கக் கூட்டம் ஒன்றில் பேசினார்.[69] அந்த நகரில் இருந்தபோது அமெரிக்க ஜனாதிபதியின் மனைவி எலியனார் ரூஸ்வெல்ட்டைச் சந்தித்தார். சற்றும் பகட்டுத் தன்மையற்ற அவரது வீட்டின் எளிமை மீராவைக் கவர்ந்தது. "அந்த வீட்டின் ஜனநாயகச் சூழல் என்னை ஈர்த்தது. எந்தப் படாடோபமோ சடங்கோ கிடையாது. ஒரு சாமானியர் வீட்டில் இருப்பது போல்தான் வெள்ளை மாளிகையில் உணர்ந்தேன். திருமதி ரூஸ்வெல்ட் கனிவோடு பழகினார். ஒரு நல்ல நண்பரிடம் பேசுவதுபோல்தான் இருந்தது"[70] என்று பின்னர் ஒரு நிருபரிடம் மீரா கூறினார்.

இந்தியா திரும்பும் வழியில் மீரா லண்டனில் சிறிது நாள் தங்கினார். அங்கு இந்தியாவின் செயலாளர் (Secretary of State for India) சாமுவேல் ஹோரையும் (Samuel Hoare) கன்சர்வேடிவ் கட்சி அரசியல்வாதிகளையும் சந்தித்தார். பிரிட்டீஷ் பார்லிமெண்ட் அந்தச் சமயம் இந்தியர்களுக்கு நாட்டின் நிர்வாகத்தில் பங்களிக்கும் 'இந்திய அரசு சட்டத்தை' (Government of India

Act) விவாதித்துக்கொண்டிருந்தது. மீரா இந்தச் சட்டத்தைப் பற்றி நேருக்கு நேர் பேசக் காந்தியை லண்டனுக்கு அழைக்க வேண்டும் என்று சொன்னார். அதற்கு அவர் சொன்ன பதில்: "நீங்கள் ஏதோ காந்தி ஒருவர்தான் இதைப் பற்றிப் பேச வேண்டிய இந்தியர் என்று சொல்வது போலிருக்கிறது. காந்தியின் பெயரைச் சொன்னாலே எரிச்சலடையும் பல இந்தியர்களை எனக்குத் தெரியும்."[71]

மீரா சர்ச்சிலையும் சந்தித்தார். அவர் இந்தச் சட்டம் இந்தியருக்கு நிர்வாகத்தில் அளிக்கும் சிறிய பங்கைக்கூட எதிர்த்தார். அவர் மீராவிடம் தீர்மானமாகக் கூறினார்: "இந்திய தேசம் என்று ஒன்றில்லை."[72], மீரா அவருடன் உடன்படாமல், அவர் கூறியது உண்மைக்குப் புறம்பானது என்று நிறுவ இந்தியாவிற்குத் திரும்பினார். அவரது கப்பல் பம்பாயை அடைந்தபோது அங்கு காங்கிரஸ் தலைவர்களான வல்லபாய் படேல், புலாபாய் தேசாய், கே.எஃப். நாரிமன் ஆகியோர் அவரை வரவேற்றனர். அவர்கள் அவரை அன்புடன் வரவேற்ற நிலையிலேயே அவரது பயணப் பெட்டிகள் கடும் சுங்கச் சோதனைக்கு உட்படுத்தப்பட்டு, பல கடிதங்களும், ஆவணங்களும், நாளிதழ்களும் கத்தரிப்புத் துண்டுகளும் கைப்பற்றப்பட்டன.

இந்திய பத்திரிகை நிருபர்களும் துறைமுகத்திலிருந்தனர், அவரது பயணத்தைப் பற்றிக் கேட்டபோது, இங்கிலாந்தில் மட்டும் அறுபத்தேழு கூட்டங்களில் பேசியதாகச் சொன்னார். "ஒவ்வொரு கூட்டத்தின் முடிவிலும் கேள்விகள் எழுப்பப்பட்டன. இதன் மூலம் நான் மக்களுக்கு அருகில் செல்ல முடிந்தது." தனது அமெரிக்கப் பயணம் பற்றிக் கூறும்போது அங்கு சந்தித்த ஒருவரைப் பற்றிச் சிலாகித்துப் பேசினார். அமெரிக்காவின் முதன்மைப் பெண்மனி எலியனார் ரூஸ்வெல்ட். "அவர் மிகவும் அன்புடன் பழகினார். காந்தியைப் பற்றியும் இந்தியாவைப் பற்றியும் பல கேள்விகள் கேட்டார்."[73]

அந்த மாலையே மீரா தனது ஆசான் காந்தியைப் பார்க்கவும் அவருடன் சேர்ந்து தொடர்ந்து பணிசெய்யவும் அகமதாபாத்திற்குச் செல்ல ரயிலேறினார்.

6

இந்தியாவை வெடிவைத்துத் தகர்த்தல்

ஸ்ப்ராட்டு வானொலியில் பேசுகின்றார்.

ஜனவரி 1927இல், வைஸ்ராய் லண்டனில் தனது உயரதிகாரியான இந்தியச் செயலருக்கு (Seceretary of State for India) ஒரு கடிதம் எழுதினார். கடந்த ஆண்டு கடைசி நாள் பி. ஸ்ப்ராட் (P. Spratt)

என்ற பெயருடைய ஒரு ஆங்கிலேயர் பம்பாயில் இறங்கி யுள்ளார். இவர் தன்னை ஒரு புத்தகப் பதிப்பாளரின் பிரதிநிதி என்று கூறிக்கொண்டாலும், பம்பாயில் முதல் சில வாரங்களை உள்ளூர் பொதுவுடமைவாதிகளுடன்தான் தன் நேரத்தைக் கழித்திருக்கிறார். இதனால் பதற்றமடைந்த வைஸ்ராய், ஸ்ப்ராட் பற்றிய தகவல்களை அனுப்பும்படி லண்டனுக்கு எழுதினார். "சற்று உயரமான, தடித்த உடல் கொண்டவர், சாம்பல் நிறக் கண்கள், தங்க பிரேம் போட்ட கண்ணாடி அணிபவர்" என்ற விவரம் கிடைத்தது.

லண்டனில் பிரிட்டீஷ் அரசு உளவுத்துறையான ஸ்காட்லண்ட் யார்டைக் (Sotland Yard)கேட்டது. பதில் கிடைத்தது. கேம்ரிட்ஜ் டவுனிங் கல்லூரியில் படித்துப் பட்டம் பெற்றவர் ஸ்ப்ராட். அவரது விலாசம் 8, வாலிஸ் சாலை, நியூ கிராஸ், லண்டன். 1925முதல் அவர் பிரிட்டனின் தீவிர இடதுசாரி இயக்கத்தில் ஈடுபாடு உடையவர். அவர் லண்டனிலுள்ள பிரல் அண்ட் கார்னெட் (Birrell and Garnett) என்ற புத்தகம் விற்கும் நிறுவனத்தின் சார்பில் இந்தியாவிற்குச் சென்றிருக்கிறார். இந்த நிறுவனம் ஒரு அறிவுஜீவிக் குழுவால் நடத்தப்படுவது. அதில் ஒருவரான கிரஹாம் போலார்டு (Graham Pollard) நன்கு அறியப்பட்ட கம்யூனிஸ்டு.[1]

டவினிங் கல்லூரி முதல்வரிடமிருந்த இந்தியா அலுவலகம் ஸ்ப்ராட் பற்றி ஒரு அறிக்கை கேட்டது. அவரது பதில்:

> ஃபிலிப் ஸ்ப்ராட் பற்றி எனது நினைவிலிருந்து நான் ஒன்றும் கூற முடியவில்லை. அவர் ஒரு ஆய்வாளர். ஆனால் கணக்கு டிரைபாஸ் தேர்வில் மூன்றாம் பிரிவில்தான் வந்தார். மோசமான செயற்பாடு. உயிரியல் ட்ரைபாசில் இவருக்கு பி.ஏ. பட்டம்தான் அளிக்கப்பட்டது. அவருக்கு போதித்தவர்கள பட்டப்படிப்பின் பிற்பகுதில் அவரது நடவடிக்கை சமநிலையற்று, இயல்பற்று இருந்ததென்று சொன்னார்கள். தேர்வின் முடிவு அவர் ஒரு ஆய்வாளரின் தரத்திற்குச் செயல்படவில்லை என்றே காட்டுகிறது.[2]

இந்த விஷயம் பற்றிய விவரங்களை அவருடைய எழுத்துகள் மூலமே அறியலாம். இந்தியா வந்து பல ஆண்டுகள் கழித்து அவர் எழுதிய (சுருக்கமான, முடிக்கப் படாத) சுயசரிதையில் தன் கதையைச் சொல்கிறார். அவரது தந்தை இங்கிலாந்தில் ஒரு பள்ளி ஆசிரியர். வெவ்வேறு ஊர்களிலுள்ள கல்விச்சாலைகளுக்கு மாற்றப்பட்டார். பாப்டிஸ்ட் கிறிஸ்தவராக வளர்க்கப்பட்ட அவரது தந்தையின் வீட்டில் யாருக்கும் கலைகளிலோ அல்லது அரசியலிலோ ஆர்வம் கிடையாது.

ஆனால் இளம் வயது ஃபிலிப் நிறைய வாசித்தார். வெகுதூரம் நடைப்பயிற்சி மேற்கொண்ட இவர் தனக்குள்ளேயே சமயம், அறிவியல் பற்றி விவாதித்துக்கொள்வது வழக்கம். அப்பொழுதே மதக்கோட்பாடுகள் ஆதாரமற்றவை என்ற முடிவிற்கு வந்தார்.³

1921இல் அவருக்கு கேம்ப்ரிட்ஜ் பல்கலைக்கழகத்தில் ஒரு ஆய்வுக்கான நல்கைகிடைத்தது. அவருக்குஇடம்கிடைத்தகல்லூரி – டவுனிங் கல்லூரி – தரத்தில் உயர்ந்தது இல்லையென்றாலும் பல்கலைக்கழகத்தில் அறிவுசார் சூழல் பரவியிருந்தது. அவர் டி.எஸ் எலியட், ஒய்.பி. ஈட்ஸ் இவர்களின் கவிதைகளையும் பெர்ட்ராண்ட் ரசல், ஜி.இ. மூர் இவர்களின் தத்துவங்களையும் படித்தார். அங்கு அவர் லேபர் கிளப்பில் சேர்ந்த பின் மெல்ல மெல்லப் பொதுவுடைமைக் கொள்கையை நோக்கி நகர்ந்தார். ரஷ்யப் புரட்சி நடந்து சில ஆண்டுகளே ஆகியிருந்த அந்த சமயத்தில் பல ஆங்கில லட்சியவாத இளைஞர்களை ஒரு புதிய சித்தாந்த உதயம்போல இந்தக் கொள்கை ஈர்த்தது.

ஸ்ப்ராட் தனது மனமாற்றத்தைப் பற்றிப் பின்னர் எழுதினார்: "ஒரு இளைஞனைப் பல சிந்தனை மரபுகள் சமூகப் புரட்சிக்கு இட்டுச் செல்லக்கூடும். நான் சமூகத்தில் சமத்துவமின்மையை வெறுத்தேன். லெனின் யாவரையும் சமமாகப் பார்த்ததுதான் அவரது சிறப்பு குணம்." அண்மையில் மொழிபெயர்க்கப்பட்ட லெனினின் கட்டுரைகளை வாசித்த ஸ்ப்ராட்."எனக்குள் திடீரென ஒரு உள்ளொளி பிறந்தது. கட்சியின் சிறப்பை உணர்ந்தேன்: சதா ஒரே பாதை , ஒழுக்க நெறி, ஒரே நோக்கம் – அதிகாரம் என்று குறிப்பிட்டார்."⁴

1924இல் ஃபிலிப் ஸ்ப்ராட் கேம்ப்ரிட்ஜ்ஜை விட்டுப்போன சமயம் பிரிட்டனின் கம்யூனிஸ்ட் கட்சியின் முழு நேரச் செயற்பாட்டாளராக இருந்தார். தொழிலாளர் வசித்த பகுதிகளுக்குச் சென்று கட்சி இதழை விற்றார்: அங்கு கூட்டங்களுக்கு ஏற்பாடு செய்தார். அரசியல் பட்டறைகள் நடத்தினார். கட்சியின் மீது இவர் காட்டிய ஆர்வம் தலைவர்களின் கவனத்திற்குச் சென்றது. க்ளெமென்ஸ் பாம் டட் (Clements Palme Dutt) கட்சியின் சிந்தனாவாதியான ரஜனி பாம் டட்டின் (Rajni Palme Dutt) அண்ணன். இவர்கள் இருவரின் தந்தை வங்காளத்தவர், தாய் ஸ்வீடன் நாட்டுப் பெண். அவர்கள் இருவருக்குமே இந்தியாவில் புரட்சியை உருவாக்க வேண்டும் என்ற ஆசை இருந்தது. இந்தியாவிற்குக் கட்சி சார்பில் தூதுவராகச் செல்ல முடியுமா என்று க்ளெமென்ஸ் ஸ்ப்ராட்டைக் கேட்டார். ஆறு மாதம் இந்தியாவில் தங்கி கம்யூனிஸ்ட் கட்சிக்கு (அவர்களது மேலாளர்களான சோவியத்

ரஷ்யாவிற்கும்) என்ன நடவடிக்கை எடுக்க வேண்டும் என்று காட்டும் ஒரு அறிக்கையை அவர் கொடுக்க வேண்டும் என்பதுதான் திட்டம்.

அவசரத்தில் இந்த யோசனைக்கு உடனே ஒப்புக் கொள்ளத் தேவையில்லை என்று க்ளெமென்ஸ் ஸ்ப்ராட்டிடம் சொன்னார். கைது செய்யப்படும் ஆபத்து இருக்கிறது என்பதை ஸ்ப்ராட்டிற்குச் சுட்டிக்காட்டினார். அப்படி நடக்கா விட்டாலும் இந்தியாவில் பொதுச் சுகாதாரம் படுமோசமாக இருக்கிறது என்றார். சில நாட்கள் கழித்துத் தன் முடிவைச் சொல்லச் சொன்னார். பல ஆண்டுகளுக்குப் பின் ஸ்ப்ராட் இதை நினைவுகூர்ந்தார்: "எனக்கு முடிவு செய்ய வெகு நாட்கள் ஆகவில்லை. அப்போது எனக்கு வயது 24. தனி ஆளாக இருந்தேன். ஆகவே உற்சாகத்துடன் அந்த வாய்ப்பை ஏற்றுக்கொண்டேன்."[5]

II

இந்தியாவிலிருக்கும்போது அரசியல் நிலைமையை அவதானித்து, அதைப் பதிவு செய்யத்தான் ஸ்ப்ராட் அனுப்பப்பட்டிருந்தார். ஆனால் அவர் வந்திறங்கிய சில நாட்களிலேயே பத்திரிகைகளுக்கு எழுத ஆரம்பித்துவிட்டார். இந்தியத் துருப்புகளைச் சீனாவிற்கு அனுப்புவதைக் கண்டித்து, பம்பாயில் ஒரு நாளிதழுக்குப் பல கட்டுரைகள் எழுதினார். 1919–21இல் நடத்திய பெரும் இயக்கம் போல ஒன்றை அரசிற்கு எதிராக நடத்த வேண்டும் என்று எழுதினார்.[6] பின்னர் சீன அரசியல்பற்றிப் பல கட்டுரைகள் எழுதினார். "வன்முறை பற்றி சீனா எச்சரிக்கையுடன் இருக்கிறது" என்றார். அரசு அதிகாரிகளின் கவனத்திற்கு வராமலிருக்கவே இதைச் சொன்னார். இந்தக் கட்டுரைகள் அவர் பெயரில் வெளிவராமல் 'தனி நிருபர்' என்ற அறிவுப்புடன் வெளிவந்தன.

இந்திய மண்ணில் ஸ்ப்ராட் 1927ஆம் ஆண்டு ஏப்ரல் 24இல் தனது முதல் உரையை நிகழ்த்தினார். பம்பாயில் ஒரு மாணவர் கூட்டத்தில் "இந்தியாவை முதலாளித்துவத் தலைமையிலிருந்து மீட்க முதலில் புரட்சிக்கு வழிசெய்ய வேண்டும். காங்கிரஸ் சரியான முறையில் நிர்வகிக்கப்பட வில்லை. பன்னாட்டளவில் மக்களின் அமைப்பு உருவானால் தான் ஏதாவது விளைவு இருக்கும்" என்று பேசினார். ஸ்ப்ராட் பேசிய கூட்டத்தைக் கண்காணித்த உளவுத்துறை காவலர். அவரது பேச்சு "மிக கண்டிக்கத்தக்கதாக இருந்தது என்று பதிவு செய்தார்.[8]

இதற்கு அடுத்த வாரம், மே தினத்தன்று ஸ்ப்ராட் தொழிலாளர்கள், அவர்கள் தலைவர்களுடன் ஒரு அணிவகுப்பில் கலந்துகொண்டார்கள். முனிசிபல் தோட்டத்திலிருந்து மதியம் 3 மணிக்கு இது புறப்பட்டது. "இந்துக்கள், முஸ்லிம்கள், பார்சிகள், கிறிஸ்தவர்கள் என வேறுபாடின்றி மக்கள் கலந்துகொண்டது இந்த ஊர்வலத்தின் சிறப்பம்சம். அதில் ஒரு ஆங்கிலேயரும் (ஸ்ப்ராட்) இருந்தார். எல்லோரும் ஒன்றாக இணைந்திருந்தனர்" என்று *பாம்பே க்ரானிக்கிள்* பத்திரிகை எழுதியது.

நகரினூடே சென்ற அணிவகுப்பு, டி லிஸ்லே சாலையிலுள்ள மைதானத்தில் முடிந்தது. உரைகள் துவங்கின. முதலில் மிதவாதிகளான டி.ஆர். தேங்டி, என்.எம். ஜோஷி ஆகியோர் பேசினார்கள். பின்னர் கம்யூனிஸ்டுகளான எஸ்.எஸ். மிரஜ்கார், எஸ்.எச். ஜப்வாலா ஆயியோர் பேசினார்கள்.

ஸ்ப்ராட் தனது உரையில் இந்த மே தின அணிவகுப்பை வெற்றிகரமாக ஏற்பாடு செய்து நடத்திய தொழிலாளர் தலைவர்களுக்குப் பாராட்டுகளைத் தெரிவித்தார். உலக உழைப்பாளர்கள் செய்ய வேண்டிய வேலை நிறைய இருக்கிறது. நெஞ்சுரத்துடனும் விடாமுயற்சியுடனும் அதைச் செய்து முடிக்க வேண்டும். தொழிற்சங்கத்தில் சேர்ந்து அதைப் பலப்படுத்த வேண்டியது ஒவ்வொரு தொழிலாளியின் கடமை. பல சிறுசிறு சங்கங்களுக்குப் பதிலாக எல்லாத் தொழிலாளர்களுக்காகவும் ஒரு பெரிய சங்கம் இயங்க வேண்டும். பம்பாய் நகரிலுள்ள 1,50,000 ஆலைத் தொழிலாளர்கள் ஒன்றுபட்டால், எந்த சக்தியும் அவர்களை எதிர்கொள்ள முடியாது. இதுதான் மே தினம் நமக்கு அளிக்கும் முதன்மையான பாடம்" என்றார்.[9]

III

1927ஆம் ஆண்டு ஜூன் மாதம் ஸ்ப்ராட், கம்யூனிஸ்டுகள் ஒரு தளம் உருவாக்க முயன்றுகொண்டிருந்த பஞ்சாபிற்குச் சென்றார். லாகூரில் சில இடதுசாரி ஆட்களைச் சந்தித்து அங்கு ஏன் தொழிற்சங்கங்களை உருவாக்கவில்லை என்று கேட்டபோது, போதுமான பணம் இல்லை என்ற பதில் கிடைத்தது. பஞ்சாபிலிருந்து ஸ்ப்ராட் கான்பூருக்குச் சென்றார். அங்கே தொழிற்சங்க இயக்கம் நன்கு செயல்பட்டுக்கொண்டிருந்தது. அங்கிருந்து பம்பாய்க்குத் திரும்பினார்.[10]

ஆகஸ்டு மாதம் ஸ்ப்ராட் "இந்தியாவும் சீனாவும்" என்ற கையேட்டை வெளியிட்டார். அது உளவுத்துறையின் கையில்

கிடைத்து, அவர்கள் அதன் சுருக்கத்தைப் பின்வருமாறு பதிவு செய்தார்கள்:

> இந்தியாவும் சீனாவும் ஒரே எதிரியிடம் ஏறக்குறைய ஒரே மாதிரியான போராட்டத்தில் ஈடுபட்டிருக்கிறார்கள். இருவரின் நோக்கமும் சீனா, இந்தியா மேலுள்ள பிரிட்டீஷ் பிடியை அழிப்பதுதான். சீனா தன் நோக்கத்தை நிறைவேற்றிக்கொள்ளும் தறுவாயில் உள்ளது. இந்தியாவும் அந்தப் பாதையைப் பின்பற்ற வேண்டும். தேவையானால் வன்முறையையும் பயன்படுத்த வேண்டும்.

பம்பாய் அரசு ஸ்ப்ராட்டுக்கு எதிராக நடவடிக்கை எடுக்க ஆரம்பித்தது. பம்பாய் அட்வகேட் ஜெனரல் ஜே.பி. காங்கா, இந்தக் கையேடு "அடிப்படையான எந்தச் சமூக மாற்றமும் வன்முறையில்லாமல் வராது" என்ற வாதத்தை முன் வைத்து காந்தியின் அகிம்சை வழியைப் பழித்துரைக்கிறது என்றார். அவரது ஆலோசனையின் பேரில் அந்தக் கையேடு தடை செய்யப்பட்டதும் அல்லாமல் அரசுக்கு எதிராகப் பேசியதற்காக ஸ்ப்ராட்டின் பேரில் வழக்கும் தொடுக்கப்பட்டது. செப்டம்பர் 15ஆம் தேதி அவர் ஐபிசி 124ஆம் பிரிவின் கீழ் கைது செய்யப்பட்டார்.

பம்பாயில் இருந்த ஸ்ப்ராட்டின் நண்பர்கள் அவரது வழக்கைச் சந்திக்க நிதி திரட்டினார்கள். பம்பாயின் இரண்டு புகழ் பெற்ற வழக்கறிஞர்கள் – ஃஎப். எஸ். தலியார் கான், பாகிஸ்தானை நிறுவ இருக்கும் எம்.ஏ. ஜின்னா – இவர்களுடன் சேர்ந்துகொண்டனர். தனது சம்பளமான நாளொன்றுக்கு ₹1500 கொடுக்கப்படும் என்று உறுதிசெய்துகொண்ட பிறகே இந்த வழக்கில் சேருவதாக ஜின்னா ஒப்புக்கொண்டார் என்று ஒரு குறிப்பு கூறுகிறது. சுதந்திர இந்தியாவின் முதல் சட்ட அமைச்சராகவும், இந்திய அரசியல் சாசனத்தை எழுதும் குழுவின் தலைவராகவும் பின்னர் செயல்பட்ட பி.ஆர். அம்பேத்கர் இவர்களுக்கு ஜூனியராக இருந்தார்.

நீதிமன்றத்தில் கொடுத்த தந்திரமான அறிக்கையில் ஸ்ப்ராட், தான் ஒரு கம்யூனிஸ்ட் என்று கூறாமல் லேபர் கட்சி உறுப்பினர் என்று தெரிவித்தார். அந்தக் கட்சியின் ஆய்வுக் கிளை, இந்தியாவின் உழைக்கும் வர்க்கம் பற்றிய விவரங்களைத் திரட்ட இங்கு தன்னை அனுப்பியது என்றார். அவர் இந்தியா – சீன கையேடு பற்றிப் பின்வருமாறு எழுதினார்.

> இது இந்தியாவில் இருக்கும் அரசுக்கு எதிராக அதிருப்தியையோ, அவிசுவாசத்தையோ தூண்டுவதற்காக

எழுதப்படவில்லை. இந்திய சுதந்திரத்தை வேண்டுவோர் இந்த இரு நாடுகளில் இருக்கும் நிலைமையைப் பற்றிப் பேசவும், தேசியத் தலைவர்களின் நடத்தையை விமர்சிக்கவும், முடிந்தவரை பொருளாதார நிலைமையை அலசி, தொழிலாளர்களையும் விவசாயிகளையும் ஒரு அணியாகச் சேர்க்கவும் இந்தக் கையேடு உதவும். பிரிட்டீஷ் அரசின் ஏகாதிபத்தியத்தை விமர்சிப்பதுதான் இதன் நோக்கமே தவிர, இந்தியாவில் அவர்களது ஆட்சியைக் குற்றம்சாட்டுவது அல்ல.

அக்டோபரிலிருந்து நவம்பர் மாதம்வரை நீதிமன்றம் பல முறை இந்த வழக்கை விசாரித்தது. நவம்பர் 23ஆம் தேதி, நீதிபதி ஜூரிகளுக்கான தனது இறுதி உரையில் இந்தக் கையேட்டின் குவிமையம் சீனாதான் என்றார். பிரிட்டீஷ் காலனி அரசைப் பொறுத்தவரை, அது புதுதில்லியிலுள்ள வைஸ்ராயைப் பற்றி ஒன்றும் கூறவில்லை. ஆனால் லண்டனில் உள்ள ராணியின் அரசை விமர்சித்தது. இந்தக் கையேடு, பிரிட்டீஷ் அரசை விட காங்கிரஸ் தலைவர்களையும், முதலாளித்துவ வர்க்கத்தைப் பற்றியும் விமர்சிக்கிறது என்று குறிப்பிட்ட நீதிபதி, "குற்றம் சாட்டப்பட்டவரின் முக்கிய நோக்கம் இந்திய அரசின் மீது வெறுப்பைத் தூண்டுவது அல்ல" என்றார். ஜூரி உறுப்பினர்களை அந்தக் கையேட்டைத் தாராள மனத்துடன் படிக்கும்படி நீதிபதி அறிவுறுத்தினார். இந்த அறிவுரையின் பின் ஜூரிகள் (8–1) ஸ்ப்ராட்டை விடுவிக்க வாக்களித்தனர்.[11]

ஸ்ப்ராட் சிறையில் இரண்டு மாதங்கள் கழித்திருந்தார். நீதிபதி அவரைக் குற்றமற்றவர் என்று அறிவித்தவுடன் நீதிமன்றத்தில் பலத்த ஆரவாரம் எழுந்தது. தொழிலாளர்களின் பிரதிநிதிகளும் விவசாயிகள் கட்சி (தடைசெய்யப்பட்டிருந்த கம்யூனிஸ்டு கட்சியின் மறு அவதாரம்) ஆட்களும் ஸ்ப்ராட்டுக்கு ஒரு பெரிய பூச்செண்டு கொடுத்து வரவேற்றார்கள்.[12]

அவரைக் கைதுசெய்தது, நீதிமன்ற வழக்கு, பின்னர் விடுதலையானது இவை ஸ்ப்ராட்டை பம்பாயில் பிரபலமானவராக்கியது. அவர் புரட்சியை ஆதரித்தாலும், தனிமை விரும்பியான அவர் இம்மாதிரியான புகழை விரும்பவில்லை. அவர் கூட்டங்களில் பேச ஒப்புக்கொண்டாலும், படித்துக் கொண்டும் எழுதிக்கொண்டும் தனியாக இருப்பதையே விரும்பினார். இந்தப் புதிய புகழ் அவருக்குச் சற்று சிரமமாக இருந்தது. தனது ஆசானான க்ளெமென்ஸ் பாம் டட்டுக்குக் கடிதம் எழுதினார்:

இன்று எல்லோராலும் அறியப்பட்ட மனிதனாகி விட்டேன். சாலையில் செல்லும்போது சிலர் வந்து "உங்களிடம் நீண்ட நேரம் பேச வேண்டும்" என்கிறார்கள். தனியாக இருந்தால் ஏதாவது சொல்லித் தப்பித்துவிடலாம். ஆனால் நண்பர்களுடன் இருக்கும்போது சிரமம்."[13]

புதிதாக உருவாகியிருந்த இந்தப் புரட்சியாளரின் ஒரு வேலை மற்ற புரட்சியாளர்களைக் கவனிப்பது டிசம்பர் 1927இல் ஷௌகத் உஸ்மானி என்ற கம்யூனிஸ்ட் ஒருவரின் சுயசரிதைக்கு ஸ்ப்ராட் முன்னுரை எழுதினார். உஸ்மானி இந்தியாவிலிருந்து சோவியத் யூனியன் சென்று, அங்கிருந்து ஆஃப்கானிஸ்தான் வழியாகத் தாயகம் திரும்பி ஏகாதிபத்தியத்திற்கு எதிரான போராட்டத்தில் ஈடுபட்டிருந்தார். "அரசு செய்தித்துறை கொடுத்த செய்திகள் தவிர, சோவியத் ரஷ்யாவைப் பற்றி வெகு குறைவான செய்திகளே வெளி வருகின்றன. அதிலும் நம் நாட்டில் வெகு குறைவு. ஆனால் உஸ்மானி கூறியது போல், நிலைமை இங்கிருப்பதைப் போலவே இருக்கும் ரஷ்யாவிடமிருந்து இந்தியா கற்றுக்கொள்ள வேண்டியது நிறைய இருக்கிறது" என்று ஸ்ப்ராட் சொன்னார்.

IV

க்ளெமென்ஸ் டட் இந்தியாவிற்கு ஸ்ப்ராட்டை ஆறு மாதத்திற்குத்தான் அனுப்பியிருந்தார். ஆனால் இங்கிலாந்து கம்யூனிஸ்ட் கட்சி அவரை மேலும் சில காலம் இருக்கச் சொன்னது. அவர் தொழிற்சங்கக் கூட்டங்களுக்காக கான்பூருக்குச் சென்றபோது அவரது கண் கண்ணாடி உடைந்துவிட்டது. புதுக் கண்ணாடி வாங்க அவரிடம் பணமில்லை. உள்ளூர் காங்கிரஸ் தலைவர் கணேஷ் ஷங்கர் வித்யார்த்தி பணம் தந்து உதவினார். இன்னொரு விதமாகச் சொல்ல வேண்டுமானால், ஒரு முதலாளித்துவ சீர்திருத்தவாதி, ஒரு கம்யூனிஸ்ட் புரட்சியாளரின் பார்வையைத் தெளிவாக்க உதவினார்.[15]

1927ஆம் ஆண்டு டிசம்பர் கடைசி வாரம், மதராஸில் நடந்த இந்திய தேசிய காங்கிரஸின் வருடாந்தரக் கூட்டத்திற்கு ஸ்ப்ராட் சென்றார். தென்னிந்தியாவில் கம்யூனிஸ்ட் கட்சியின் ஒரு முன்னோடியான வழக்குரைஞர், தொழிற்சங்கவாதி சிங்காரவேலு செட்டியாரின் வீட்டில் அவர் தங்கினார்.[16] சிங்காரவேலுடன் கணவனை இழந்த அவர் உறவினர் சிவகாமியும் அவரது மகள் சீதாவும் இருந்தனர். அந்தப் பதின்ம வயதுப் பெண் இலக்கியத்திலும் இயற்கையிலும் மிகுந்த ஈடுபாடு கொண்டவர். இந்த இளம் தமிழ்ப்பெண்ணும் புரட்சியாளரான

ஆங்கிலேயரும் விவாதத்தில் ஈடுபட்டனர். ஸ்ப்ராட் தனது பயணத்தைத் தொடர்ந்த பின் இந்த இருவரும் தீவிர கடிதத் தொடர்பு வைத்துக்கொண்டார்கள். இந்தக் கடிதங்களில் நம் ஆய்விற்கு ஸ்ப்ராட்டின் கடிதங்கள் மட்டுமே கிடைக்கின்றன என்றாலும் அவை மிகவும் பயனுள்ளதாக இருக்கின்றன. ஜனவரி 1928இல் எழுதிய முதல் கடிதத்தில் ஸ்ப்ராட் சில நாவல்களையும் ஆக்ஸ்ஃபோர்டு பல்கலைக்கழக அச்சகம் வெளியிட்ட கவிதைகளடங்கிய ஒரு நூலையும் சீதாவிற்குப் பரிந்துரைக்கிறார். "ஆங்கில மொழி 19ஆம் நூற்றாண்டின் பாதியிலேயே தீர்ந்து விட்டது என்று நினைக்கிறேன். அதற்கப்புறம் கவிதை சீரழிந்துவிட்டது" என்று எழுதினார். "சில அமெரிக்கக் கவிஞர்கள் புதிய கவிதைகளைப் படைத்திருக்கிறார்கள். அவை சிறப்பாக இருக்கின்றன. இதனால் புதிய இலக்கியத் தளம் உருவாகலாம்" என்றும் எழுதினார்.

அந்தக் கடிதம் இலக்கியத்திலிருந்து அரசியல் விவகாரங் களுக்குச் சென்றது. "ஆலைத் தொழிலாளர்களின் வேலை நிறுத்தம் இங்கு (பம்பாய்) நன்றாக நடந்துகொண்டிருக்கிறது. அதில் நான் ஈடுபட்டிருப்பதால் கல்கத்தாவிற்கு இப்போது நான் செல்ல முடியாது. சைமன் கமிஷன் இங்கு வரும்போது முனிசிபல் பணியாளர்களின் ஒரு நாள் வேலை நிறுத்தத்தை ஏற்பாடு செய்ய நிறுவப்பட்டுள்ள குழுவில் நான் சேர்க்கப்பட்டிருக்கிறேன். அது இனிமையான வேலையாக இருக்குமென்று நினைக்கிறேன்."[17] "நான் இந்தியாவை விட்டுப் போகுமுன் உன்னைப் பார்க்க முடியும் என்று நினைக்கிறேன். நீ என்னிடம் சொன்னபடி எனக்கு 'வந்தேமாதரம்' சொல்லிக்கொடுக்க வேண்டும்" என்று அந்தக் கடிதத்தை முடித்திருந்தார்.[18]

மூன்று வாரம் கழித்து சீதாவிற்கு ஒரு கடிதம் எழுதினார்.

> இந்தத் தொழிலாளர் போராட்டத்தால் எனக்கு வேலைப்பளு அதிகம். தினமும் ஊரைச் சுற்றிப் பொதுக்கூட்டங்கள், தொழிற்சங்கக் கூடுகைகள், கல்லூரி மாணவர்களுடன் பேச்சு, சுவரொட்டிகளையும் துண்டறிக்கைகளையும் தயாரித்தல் எனப் பல பணிகள். ஆனால் போராட்டம் நல்ல வெற்றியடைந்தது. ஒரு மாலை கூட்டத்தில், சரோஜினி நாயுடுவின் உத்திகளால், முதலாளித்துவப் பேச்சாளர்கள் கூடியிருந்த ஒரு லட்சத்திற்கும் மேற்பட்ட கூட்டத்தில் பேசினார்கள். தொழிலாளிகளின் பேரணி நன்றாக இருந்தது. 30,000 ஊழியர்கள் வேலைநிறுத்தத்தில் ஈடுபட்டிருந்தனர். மாணவர்களும் பெருமளவில் ஆர்ப்பாட்டத்தில் கலந்து கொண்டார்கள் என்று கேள்விப்பட்டேன். நாங்கள் கோஷங்கள் கொண்ட பதாகைகள் வைத்திருந்தோம்

"ஏகாதிபத்தியம் ஒழிக. யாவருக்கும் ஓட்டுரிமை. 8 மணிநேர வேலை" என.

பாட்டாளி மக்களின் புரட்சியில் நம்பிக்கை கொண்டிருந்த வராயிருந்தாலும் ஸ்ப்ராட் சொந்த நடவடிக்கையில் அமைதி யானவர். சீதாவிற்குப் பின்வருமாறு எழுதினார்.

ரத்தத்தைக் கண்டால் எனக்குத் தலை சுற்றும் என்பதை யறிந்து நீ வியப்படைகிறாய். இது பலவீனத்தின் அடையாள மல்ல. ஒரு உளவியல் பிரச்சினை. எல்லாருக்கும் ஓரளவிற்கு இந்தப் பிரச்சினை உண்டு. எனக்குக் கொஞ்சம் அதிகம். அவ்வளவே. நான் பலவீனன்தான். எனக்கு அண்மையில் லண்டனிலிருக்கும் ஒரு தோழியிடமிருந்து ஒரு கடிதம் வந்தது. நான் கைதுசெய்யப்பட்டதைக் கேள்விப்பட்ட சிலர் "ஏன் அந்த வாயில்லாப் பூச்சியைப் பிடித்தார்கள்?" என்று கேட்டார்களாம். இதுதான் பொதுப்புத்தியில் என்னைப் பற்றிய கருத்து. அது சரியா தவறா என்று கூற மாட்டேன்

பின்னர் கடிதம் கலாச்சாரத் தளத்திற்குச் சென்றது,

"நான் ஒரு திரைப்படம் பார்த்தேன். அது ஒரு நகைச்சுவைப் படம். பணிப் பளுவால், நான் மதராஸை விட்டு வந்ததிலிருந்து எந்தப் படமும் பார்க்கவில்லை. வயலின் மேதை சிம்பலிஸ்ட் (Zimbalist) பம்பாயில் ஒரு வாரம் கச்சேரி நிகழ்த்தியபோதும் நான் போக முடியவில்லை. உலகிலேயே சிறந்த சில வயலின் பண்டிதர்களில் ஒருவர் என்ற புகழ் பெற்றவர் அவர். எனக்கு இசையில் ஆர்வம் உண்டு. குறிப்பாக, இசைக்கருவிகள் வாசிப்பில். அது ஐரோப்பிய இசைக்கருவிகள் போலில்லாவிட்டாலும். நீ வாசிக்கும் வீணை எனக்கு மிகவும் பிடிக்கும். நீ சொன்னபடி லண்டன் வந்தால் அந்த வீணையையும் எடுத்து வந்து எங்களுக்காக இசைக்க வேண்டும். நான் இங்கிலாந்திற்குத் திரும்பிச் செல்ல விரும்புவதற்கு ஒரு காரணம் நான் வேண்டும்போ தெல்லாம் இசையைக் கேட்க முடியும்."[19]

இந்தக் காலகட்டத்தில் தான் எவ்வளவு காலம் இந்தியாவில் இருக்க வேண்டும் என்று அவருக்குத் தெரிந்திருக்கவில்லை. 1928, வசந்த காலத்தில் அவர் கல்கத்தா சென்றார். அங்கே, இந்தியாவின் தீவிர கம்யூனிஸ்ட் முசாஃபர் அஹமத், அவருக்கு வழிகாட்டியாகவும் ஆசானாகவும் இருந்தார்.[20] அங்கே ஸ்ப்ராட்டிற்குக் காலநிலை ஒத்துக்கொள்ளவில்லை. அடிக்கடி காய்ச்சலால் அவதிப்பட்டார். இவரைக் கவனித்துக்கொண்ட அஹமத், உடல் நலமானவுடன் அவரை ஹூக்ளி நதிக்கரையி லிருந்த சணல் தொழிற்சாலைகளுக்கு அழைத்துச் சென்றார்.

உளவுத்துறை குறிப்பு ஒன்றின்படி, அஹமதால் வழிநடத்தப் பட்ட ஸ்ப்ராட், "தன்னை இந்திய கம்யூனிஸ்டுகளுடன் முழுமை யாக அடையாளப்படுத்திக்கொண்டது மட்டுமல்லாமல் அவர்களது சமூகப் பழக்கவழக்கங்களிலும் பங்கெடுத்தார். அவரது உணவு பருப்பும் சாதமுமே. இது அவரது விருப்பத்தாலா அல்லது அவரது கையில் காசில்லாததாலா என்று தெரியவில்லை."

அந்தக் குறிப்பு மேலும் கூறியது: "ஃபிலிப் ஸ்ப்ராட்டால் உந்தப்பட்ட வங்காள கம்யூனிஸ்டுகள் கல்கத்தாவிலும் வங்காளத்தின் மற்ற இடங்களிலும் தொழிலாளர் போராட்டத்தை உருவாக்கிக்கொண்டிருக்கிறார்கள்." ஹௌராவில் துப்புரவுத் தொழிலாளர்களை ஒன்றிணைத்து சங்கம் உருவாக்க ஸ்ப்ராட் முயன்றார். அங்கேயுள்ள ரயில்வே நிலையங்களுக்கும் என்ஜின் களைப் பழுதுபார்க்கும் இடங்களுக்கும் சென்று வேலை நிறுத்தத்திற்கு அங்குள்ள உழைப்பாளிகளின் ஆதரவைத் திரட்டினார்.

கோடையையும் மழைக்காலத்தையும் அவர் கல்கத்தாவிலும் அண்மை இடங்களிலும் கழித்தார். அவருடைய ஷூக்கள் தேய்ந்துபோய்விட்டன. "இப்போது ரப்பர் செருப்புகளைப் பயன்படுத்திக்கொண்டிருக்கிறேன்" என்று பம்பாயிலிருந்த ஒரு கம்யூனிஸ்ட் தோழருக்கு எழுதியபோதே ஒரு சட்டை இருந்தால் அனுப்பும்படி கேட்டுக்கொண்டார்.[21] ஆடைகள் போதுமானவை இல்லாவிட்டாலும் உடல் நலம் குறைந்திருந் தாலும் அவர் கடும் உழைப்பை மேற்கொண்டிருந்தார். "ஃபிலிப் ஸ்ப்ராட் ரயில்வே, ஆலைத் தொழிலாளர்களை வேலை நிறுத்தத்திற்கு தூண்டிவிட்டுக்கொண்டிருந்தபோது, இந்திய, வெளிநாட்டுப் பத்திரிகைகளுக்கு கம்யூனிஸம் சார்ந்த கட்டுரைகளை எழுதி வெளியிட்டுக்கொண்டிருந்தார்" என்று உளவுத்துறை குறிப்பு ஒன்று கூறுகிறது. அவர் புனாவிலிருந்து வெளியான ஒரு இதழுக்கு 'ரஷ்யாவும் இந்தியாவும்' என்ற தலைப்பில் எழுதி அனுப்பிய கட்டுரையை உளவுத் துறை கைப்பற்றியது. அதன் உள்ளடக்கம் பற்றிய குறிப்பு பின்வருமாறு;

> கட்டுரையின் சிறந்த நடை, அவருடைய வாதங்களின் கூர்மை, அவரைத் தலைவராக ஏற்றுக்கொண்ட இந்திய கம்யூனிஸ்டுகளின் மீது அவருக்கு இருக்கும் பிடிப்பை விளக்குகிறது. ஸ்ப்ராட் இந்தியாவின் ஒரே வழி சோவியத் ரஷ்யாவின் பாதையைப் பின்பற்றுவதுதான் என்கிறார். இந்தியாவின் தற்போதைய நிலைமை ரஷ்யாவில் புரட்சிக்கு முன் இருந்த நிலை மாதிரியே இருக்கிறது. ஆகவே

சுயராஜ்யத்தை அடைய ரஷ்ய மாதிரியை நாம் பின்பற்ற வேண்டும் என்கிறார்.

ஸ்ப்ராட் வங்காளத்தில் ஆற்றிய பல உரைகளின் முழு வடிவமும் உளவுத் துறையின் வாயிலாக நமக்குக் கிடைக்கிறது, அவர் ஆங்கிலத்தில் பேசும்போது கட்சித்தோழர் ஒருவர் மொழிபெயர்ப்பார். கல்கத்தாவிலிருந்து ஸ்ப்ராட் கிழக்கே நோக்கிப் பயணித்து, டாக்கா நகரின் பருத்தி ஆலைகளை முசாஃபர் அஹமதுடன் பார்வையிட்டார். அங்கிருந்து மைமன்சிங் நகருக்குச் சென்று அங்கு சிறுவர்கள் அடங்கிய ஒரு கூட்டத்தில் பேசினார். ஆனால் அவர் தீவிர கொள்கைப் பிடிப்புடன் பேசும் பாணியால், 300ஆக இருந்த கூட்டம் சீக்கிரமே 40 ஆனது. அதற்கப்புறம் அவர் ஆற்றிய உரைகளும் கூட்டத்தை ஈர்க்கவில்லை. அவர் உரைகளுக்கு வரவேற்பு சரியாக இல்லாததாலும், காலநிலை அவருக்கு ஒத்துக்கொள்ளாததாலும் அவர் தனது பயணத்தை முடித்துக்கொண்டார். மைமன்சிங் நகரில் தனது பேச்சில் பொருளாதாரக் கருதுகோள்களை ஒவ்வொன்றாக அவர் விளக்கியது பெருவாரியானவர்களுக்குப் புரியவில்லை."[22]

> உளவுத்துறை ஆவணங்கள்படி ஏப்ரல் 1928, 24ஆம் தேதி சாங்காயில் என்ற ஊரில் வேலைநிறுத்தத்தில் ஈடுபட்டிருந்த சணல் ஆலைத் தொழிலாளர்களை அமைதியான முறையில் போராட்டத்தை நடத்த ஸ்ப்ராட் கேட்டுக்கொண்டார். ஒப்பந்தக்காரர்களை ஆலைக்குள் போகாதபடி தடுக்கச் சொன்னார். தொழிலாளர்களையும் பெண்களையும் உள்ளடக்கிய வேலைநிறுத்தக் குழு ஒன்றை அமைத்துப் போராட்டத்தை வெற்றிபெறச் செய்யுமாறு கேட்டுக்கொண்டார்.

ஒரு வாரத்திற்குப் பின்னர் மே தினத்தன்று ஸ்ப்ராட் கல்கத்தா மைதானத்தில் நடந்த ஒரு பெரிய கூட்டத்தில் பேசினார். கோழைத்தனமான பிரிட்டிஷ் தொழிற்கட்சியை, தீவிர கொள்கை மிகுந்த ரஷ்ய போல்ஷிவிக்களுடன் ஒப்பிட்டுப் பேசினார். இன்னொரு இடத்தில் பேசும்போது லெனினைப் புகழ்ந்தார். லெனின் மார்க்சிஸத்தை மேம்படுத்தி, உழைக்கும் வர்க்கம் அதிகாரத்தைக் கைப்பற்றவைத்தார் என்றார். இன்னொரு உரையில் போல்ஷிவிக் தத்துவம் காந்தியத்தைவிட உயர்ந்தது. ஏனென்றால் அகிம்சைக் கொள்கை சுயநிர்ணயிப்பின் வலிமையைக் குறைக்கும். ஆகவே இந்தியா பிரிட்டீஷ் ஆட்சியிலிருந்த விடுபட வன்முறை தத்துவம் தேவை" என்றார் ஸ்ப்ராட்.[23]

அக்டோபர் 1928இல் ஸ்ப்ராட் சீதாவிற்கு எழுதிய ஒரு கடிதத்தில் இந்தியாவை விட்டுப் போகுமுன் ஒரு முறை மதராஸுக்கு வரத் திட்டமிட்டிருப்பதாகக் கூறினார். தென்னிந்தியாவிற்குச் சென்று பார்க்க வேண்டிய இடங்களைப் பார்க்க வேண்டும் என்று விரும்புவதாகச் சொன்னார். அவர் எழுதினார்: "நான் வந்தேமாதரம் கற்றுக்கொள்ள வேண்டும். நீ பாடும் விதம்தான் நான் கேட்டதிலேயே சிறந்தது. வீணை அல்லது கிதார் பயிற்சியை விட்டுவிடவில்லை என்று நம்புகிறேன்."

மார்ச் மாதத்தில் இங்கிலாந்திற்குத் திரும்புவதாக சீதாவிடம் சொன்னார். "பலர் என்னிடம் நான் அங்கு திரும்பிச் செல்வதில் மகிழ்ச்சியா என்று கேட்கிறார்கள். பதில் சொல்ல முடியவில்லை. நல்ல குளிரான காலநிலை போன்ற சில விஷயங்களில் மகிழ்ச்சிதான். ஆனால் இந்தியாவை விட்டுப் போவதும் வருத்தம் தருகிறது. எனது அனுபவத்தைப் பற்றி ஒரு புத்தகம் எழுதச் சொல்வார்கள். எனக்கு எழுதுவதில் விருப்பம் இல்லையென்றாலும் அதற்குத் தேவையான விவரங்களைத் திரட்டிக்கொண்டிருக்கிறேன். நான் எழுதினால் அது ஒரு மோசமான நூலாகத்தானிருக்கும். முடிந்தால் எழுதுவதை நான் தவிர்ப்பேன். எல்லா சோம்பேறிகளைப் போலவே எனக்கும் எழுதப் பிடிக்காது."

சீதாவின் சகோதரிகளுக்கும் அவரது கம்யூனிஸ்டு தாத்தா சிங்காரவேலு செட்டியாருக்கும் வணக்கங்களுடன் கடிதம் முடிகிறது.[24]

V

1929ஆம் ஆண்டு ஆரம்பத்தில் பம்பாய் ஆளுநர், நகரத்திலுள்ள ஆலைத் தொழிலாளர்களிடையே பொதுவுடைமைச் சித்தாந்தம் பரவியிருப்பதைப் பற்றி வைஸ்ராய்க்கு ஒரு கடிதம் எழுதினார். இப்போது இருக்கும் சட்டம் கம்யூனிஸ்டுகளை ஒடுக்குவதற்குத் தேவையான அதிகாரமற்றது என்பதைச் சுட்டிக்காட்டினார். அது மட்டுமல்ல. அது பிரிட்டீஷ் குடிகளுக்கு விலக்கு அளித்தது. ஒரு பொதுப் பாதுகாப்புச் சட்டம் உருவாக்கப்பட்டுக்கொண்டிருக்கிறது என்றும், அதில் யாருக்கும் விலக்கு இருக்காது என்றும் எழுதினார். அது சட்டமாக்கப்பட்டு அமல் செய்யப்பட்டால் இங்கிலாந்திலிருந்து எந்த கம்யூனிஸ்டும் இந்தியா வரத் தயங்குவார் என்று எழுதினார் வைஸ்ராய். பின்னர் அவர்கள் மீது போட்ட வழக்கால் கம்யூனிஸ்டு இயக்கத்திற்குப் பேரிடி கொடுக்க முடியும் என்றார்.[25]

1929ஆம் ஆண்டு மார்ச் மாதம், கம்யூனிஸ்டுகளுக்கு எதிரான கெடுபிடி நடவடிக்கையில் சுமார் முப்பது பேர் இந்தியாவின் பல இடங்களிலுமிருந்து கைது செய்யப்பட்டு மீரட் சிறைக்கு அனுப்பப்பட்டார்கள். கல்கத்தாவிலிருந்த ஸ்ப்ராட்டும் அவர்களில் ஒருவர்.[26] அவர் தனிக் கொட்டடியில் அடைக்கப்பட்டார். அந்த அனுபவத்தை அவர் பதிவுசெய்தார்:" சில வாரங்கள் என்னால் எழுதவோ படிக்கவோ இயலவில்லை. இதைத் தவிர இருந்த பெரும் தொல்லை சீலைப்பேன். ஜெயில் வார்டர் தனது சட்டையையும் எனது சட்டைக்கருகில் தொங்கவிட்டிருந்தார். அவரது சட்டையிலிருந்து என் சட்டைக்குப் பேன் தொத்திவிட்டது, இதற்கு முன் நான் இதைப் பார்த்ததேயில்லை. பல நாள் அரிப்புக்குப் பின்தான் காரணத்தை அறிந்துகொண்டேன்." பல வாரங்களுக்குப் பின் தனிச்சிறையிலிருந்து பலர் இருக்கும் ஒரு அறையில் ஸ்ப்ராட் அடைக்கப்பட்டார். அங்கே அவர் படிக்க முடிந்தது. மற்ற தோழர்களுடன் விவாதிக்க முடிந்தது. சதுரங்கமும் கைப்பந்தும் விளையாடினார்.[27]

மீரட் சிறையில் அடைக்கப்பட்டிருந்த கம்யூனிஸ்டுகள் "பிரிட்டீஷ் இந்தியாவின் மேல் இங்கிலாந்து அரசருக்கு இருந்த மேலாண்மையை நீக்கத் திட்டம் தீட்டி"யதாகக் குற்றம் சாட்டப்பட்டனர். இந்தத் திட்டம் தீட்டியவர்களில் ஸ்ப்ராட்தான் முக்கியமானவர்" என்றார் அரசரின் வழக்குரைஞர்.[28] "பேரரசர் எதிர் பி. ஸ்ப்ராட்டும் மற்றவர்களும்" என்ற தலைப்பில் வழக்கு பதிவு செய்யப்பட்டது. இவர்களுள் முக்கிய கம்யூனிஸ்டான வங்காளத்தைச் சேர்ந்த முசாபர் அஹமது, ஐக்கிய மாகாணத்தைச் சேர்ந்த பி.சி.ஜோஷி, பஞ்சாப்பைச் சேர்ந்த சோஹன்சிங் ஜோஷ், பம்பாயைச் சேர்ந்த எஸ்.ஏ. டாங்கே ஆகியோரும் அடக்கம். இவர்களுடன் இங்கிலாந்து கம்யூனிஸ்ட் கட்சியால் இந்தியாவில் புரட்சியை முடுக்கிவிட அனுப்பப் பட்ட இரு ஆங்கிலேயர்கள், பெஞ்சமின் பிராட்லியும் லெஸ்டர் ஹட்சிசனும் குற்றம் சாட்டப்பட்டனர்.

இவர்களுக்காக வழக்குரைக்க முன்வந்தவர்களில் ஒருவர் தீவிர காங்கிரஸ்வாதியான ரஞ்சித் பண்டிட். இவர் ஒரு படிப்பாளி. துணிவும் இரக்கமும் கொண்ட இவர், அன்றைய வடஇந்தியாவில் புகழின் உச்சியில் இருந்த வக்கீல் மோதிலால் நேருவின் மருமகன். பண்டிட் இந்த வழக்கில் குற்றம் சாட்டப்பட்டிருப்பவர்களுக்காக நிதி திரட்ட மோதிலாலின் ஒத்துழைப்பைக் கேட்டது மட்டுமல்லாமல் அவரையே 500 ரூபாய்க்கு ஒரு காசோலை அளிக்கவைத்தார். அத்துடன் அன்று

தேசிய இயக்கத்தின் நட்சத்திரமாக விளங்கிய ஜவஹர்லால் நேருவின் ஆதரவையும் பெற்றார்.

இந்த வழக்கில் சம்பந்தப்பட்ட முப்பத்தாரு பேரும் தொழிற்சங்க நடவடிக்கைகளுக்காகக் கைது செய்யப்பட்டவர்கள்; இளைஞர்கள். ஆகையால் நேரு, பண்டிட் போன்றோர் இதற்கு ஆதரவு தந்தனர். இவர்கள் இருவரும் கம்யூனிஸ்டுகள் இல்லையென்றாலும் இந்த வழக்கில் சிக்கியவர்கள் தொழிற்சங்கங்களுக்காகவும் உழைப்பாளிகளின் உரிமைகளுக்காகவும் போராடுவதால் அவர்களுக்குத் தங்கள் ஆதரவைத் தந்தார்கள். ரஞ்சித் பண்டிட் எழுதிய ஒரு அறைகூவல் இதோ:

இந்த வேண்டுகோள் கம்யூனிசத்திற்காகவோ அல்லது சில கம்யூனிஸ்டுகளுக்காகவோ விடுக்கப்படவில்லை. நாங்கள் பன்னாட்டு கம்யூனிசக் கருத்தை ஆதரிப்பவர்கள் இல்லை. இந்த நிதிக்குப் பணம் அளிப்போர் எந்த விதத்திலும் அந்தக் கருத்தையோ அல்லது எந்தச் சமூக, அரசியல் கொள்கையையோ ஆதரிக்க வேண்டியதில்லை. இந்த அறைகூவல் சிக்கலில் இருக்கும் சில இளைஞர்களைப் பாதுகாக்க, நாங்கள் மானுடத்தின்பால், நீதியின் மேல் கொண்ட கரிசனமே.[29]

சிறையில் பி.சி. ஜோஷி ஸ்ப்ராட்டுக்கு நெருங்கிய நண்பரானார். குமாவுன் மலைப்பகுதியிருந்து வந்த இவர் சிறந்த ஆய்வாளர். பழகுவதற்கும் பேசுவதற்கும் இனிமையானவர். ஸ்ப்ராட்போலவே இவரும் ஏழைகளிடம் கொண்டிருந்த அக்கறையாலும் லட்சியத்தின் உந்தலாலும் கம்யூனிஸ்ட் கட்சியின்பால் ஈர்க்கப்பட்டவர். சிறையில் அவர் இந்த ஆங்கிலேயருக்கு இந்தியச் செவ்வியல் தத்துவத்தை அறிமுகம் செய்ததோடு சிறிது இந்தியும் சொல்லிக்கொடுத்தார்.[30]

வெயில் தகிக்கும் ஜூன் மாதம், நீதிமன்றத்தில் அரசு தரப்பு வக்கீல் லாங்ஃபோர்டு ஜேம்ஸ் (Langford James) இந்த வழக்கின் முக்கிய அம்சம் ஸ்ப்ராட்தான் என்று வாதிட்டதை அவர் பல மணிநேரம் கேட்க வேண்டியிருந்தது. வழக்கறிஞர் ஜேம்ஸ் தனது வாதத்தை நகைச்சுவையுடன் முன்வைத்தார்; மார்க்ஸின் கம்யூனிஸத்தை விவிலிய நூலில் உள்ள பழைய ஏற்பாட்டிற்கும், லெனினின் இடதுசாரி சித்தாந்தத்தைப் புதிய ஏற்பாட்டிற்கும் ஒப்பிட்டு, ஸ்ப்ராட் இரண்டாவது பிரிவைச் சேர்ந்தவர் என்றார். பம்பாயில் தான் நடத்திய இளைஞர்களுக்கான பயிற்சி முகாம்களில் லெனினின் *நாடும் புரட்சியும்* என்ற கையேட்டை ஸ்ப்ராட் பயன்படுத்தினார். இந்தக் கையேடு, இன்றைய ஆட்சியை மாற்றிப் பாட்டாளி வர்க்க ஆட்சியை வன்முறையிலான

புரட்சி அல்லாமல் உருவாக்க முடியாது என்று கூறியது, நீதிமன்றத்தில் அந்தக் கையேடு தாக்கல் செய்யப்பட்டது. அடுத்து உழைப்பாளிகள், விவசாயிகள் கட்சிக்காக ஸ்ப்ராட் தயாரித்திருந்த அரசியல் ஒரு வர்க்கப்போராட்டமே என்று சொன்ன பாடத்திட்டம் நீதிமன்றத்தில் வைக்கப்பட்டது. மூன்றாவது ஆவணமாக நீதிமன்றத்தில் 1927ஆம் ஆண்டு மே முதல் தேதி ஸ்ப்ராட் செய்த ஒரு உரையின் பிரதி வைக்கப் பட்டது. ஸ்ப்ராட் மே தினத்தை ரஷ்யப் புரட்சியைக் கொண்டாடும் ஒரு விழா என்றும், அந்தக் காலகட்டத்தில் புரட்சியில் ஈடுபட்டிருந்த சீனாவைச் சுட்டிக்காட்டி, இந்தியாவும் அதே பாதையில் செல்ல வேண்டும் என்றும் பேசியிருந்தார்.[31]

முசாஃபர் அகமதின் வழிகாட்டலின்படி, ஸ்ப்ராட் இந்த வழக்கைத் தங்களது புரட்சிகரமான சித்தாந்தத்தை மக்களிடம் கொண்டு சேர்க்கப் பயன்படுத்தத் திட்டமிட்டார். வக்கீல் வைக்காமலே தங்கள்மீது சாட்டப்பட்ட குற்றங்களுக்குத் தாங்களே எதிர்வாதம் அளிக்கத் தீர்மானித்தனர். மொத்தம் 300 அச்சிட்ட பக்கங்கள் கொண்ட நீண்ட அறிக்கைகள், கொள்கை விளக்கங்கள் நீதிமன்றத்தில் சமர்ப்பிக்கப்பட்டன. இது மார்க்ஸின் முதலாளித்துவ அலசலில் ஆரம்பித்து, ரஷ்யப் புரட்சியின் வெற்றி பற்றியும், உலகின் முதல் சோஷலிச நாடு உருவானது பற்றியும் பேசியது. இந்தியாவைப் பற்றிய பதிவில் காந்தியின் முதலாளித்துவ சீர்திருத்தங்கள் பயனற்றவை என்றும், ரஷ்யாவில் உருவான புரட்சி போலவே இங்கும் ஏற்படும் என்று கூறியது.

> நாங்கள் வன்முறையை, அதாவது மக்களின் புரட்சி இயக்கத்தின் வன்முறையைப் பயன்படுத்துவோம் என்று பகிரங்கமாகக் கூறுகிறோம். ஆனால் உலகையே ஒரு சமுத்திரம் போல் ஆட்கொண்டுவிட்ட ஏகாதிபத்திய வன்முறையுடன் ஒப்பிட்டால் எங்கள் வன்முறை ஒரு சொட்டுதான். அந்த வன்முறை ஏகாதிபத்தியம் இருக்கும்வரை நிலைக்கும். ஆனால் எங்கள் வன்முறையோ தற்காலிகமானது. ஏகாதிபத்திய வன்முறை காலம் கடந்த, , நாகரிகமற்ற, சுரண்டல் முறையை நிலைநிறுத்தப் பயன்படுகிறது. ஆனால் எங்கள் முற்போக்கான வன்முறையோ மானுடம் முன்னேறப் பயன்படுத்தப்படும்.[32]

இந்த அறிக்கையைத் தயாரிப்பதில் ஸ்ப்ராட் உதவி யிருந்தாலும் இதில் பெரும் பகுதி அவருடன் குற்றம் சாட்டப் பட்டிருந்த ஜி. அதிகாரி எழுதியது. ஜெர்மனியில் மார்க்ஸியச் சித்தாந்தத்தில் முனைவர் பட்டம் பெற்றிருந்த அவர் இந்த அறிக்கையை எழுதுவதற்குப் பொருத்தமானவர்.

இந்த வழக்கு நீண்டுகொண்டே போக, ஸ்ப்ராட் இங்கிலாந்தில் இருக்கும், நான்கு வருடங்களாகப் பிரிந்திருக்கும் தனது குடும்பத்தை நினைத்துக் கொண்டார். "அவர்கள் என்னைப்பற்றி மிகவும் கவலைப்படுகிறார்கள். என்றாலும் பிரிவிற்கு அவர்கள் பழகிவிட்டார்கள் என்று எண்ணுகிறேன். எங்களைக் கைது செய்தே ஒன்பது மாதங்கள் ஆகிவிட்டனவே" என்று அவர் சீதாவிற்கு எழுதினார்.

"இன்னும் ஒன்று அல்லது இரண்டு நாட்களில் எங்களுக்கு நீதிபதியின் ஆணை கிடைத்துவிடும். அதைப் பற்றிப் பத்திரிகைகளில் நீங்கள் படிப்பீர்கள். நான் தண்டிக்கப்பட்டாலும் வழக்கு முடிந்தால் எனக்குத் திருப்தியாக இருக்கும். இந்த வழக்கு மிகவும் அயர்ச்சியைத் தருகிறது."

"எந்தப் புத்தகங்கள் படித்துக்கொண்டிருக்கிறீர்கள்" என்று சீதா அவரைக் கேட்டிருந்தார். சிறையிலிருந்த எல்லா ஆங்கிலப் புத்தகங்களையும் படித்துவிட்டதாகவும் இப்போது மற்ற மொழி நூல்களின் மீது கவனம் திரும்பியிருப்பதாகவும் அவர் பதில் அளித்திருந்தார். "நான் ஜெர்மன் மொழியைச் சிரமப்பட்டு வாசிக்கிறேன். அதைப் படிப்பதும் சுவாரஸ்யமாக இல்லை. ஆனால் இது நல்ல பயிற்சி" என்று எழுதினார். "முன்னரே உனக்குக் கடிதம் எழுதாததற்கு மன்னிக்கவும். உண்மையைச் சொல்லப்போனால் சிறை வாழ்வு மனதளவில் அயர்வைக் கொடுக்கிறது" என்று எழுதினார்.³³

1929ஆம் ஆண்டு, அக்டோபர் மாதக் கடைசியில் மீரட் சதி வழக்கில் குற்றம்சாட்டப்பட்டவர்களைக் காண எதிர்பாராத ஒரு பார்வையாளர் வந்தார் – மகாத்மா காந்தி. ஐக்கிய மாகாணத்தில் கதர் பயன்பாட்டைப் பரப்பச் சுற்றுப்பிரயாணம் செய்துகொண்டிருந்த காந்தி, மீரட்டை அடைந்தபோது அங்கு சிறையிலிருக்கும் இடதுசாரி நண்பர்களைப் பார்க்க நினைத்தார். இவரது வரவை எதிர்பார்க்கவில்லை என்று அவர்கள் கூறியபோது, "ஆனால் வெறுக்கவில்லையே" என்று கேட்டார் காந்தி. அங்கே தீவிர தொழிற்சங்கவாதி எஸ்.ஏ. டாங்கே, உத்தரப் பிரதேசத்தில் பல நிலச்சுவான்தார்கள், விவசாயிகளை மிரட்டி காந்தி நிதிக்குப் பணம் வசூலித்ததாகத் தனக்குச் செய்தி வந்தது என்றார். அப்படிப் பணம் திரட்டியவர்களின் பெயர்களைத் தரச் சொன்னார் காந்தி. ஆனால் டாங்கே மறுத்துவிட்டார்.

காந்தியடிகளுக்கும் கம்யூனிஸ்டுகளுக்கும் நடந்த உரையாடல் சுமுகமாகவே இருந்தது. டொமினியன் அந்தஸ்து என்ற குறிக்கோளுக்கு மேலே நம் பார்வை இருக்க வேண்டுமென்று அவர்கள் கூறினார்கள். இந்தியாவிற்கு முழுச்

சுதந்திரம் என்ற இலக்கை நாம் வைத்திருக்க வேண்டும் என்றனர். காந்தி அவர்களிடம் வன்முறையைக் கைவிட்டு அகிம்சை வழி நடக்க வேண்டும் என்றார். அதுதான் சிறப்பான அரசியல் உத்தி என்றும், அந்தப்பாதை தவறென்று நிரூபிக்கப்பட்டால் தான் அரசியலை விட்டே விலகுவதாகவும் காந்தி கூறினார்.

VI

சிறையில் ஸ்ப்ராட் இந்தியாவைப் பற்றி இதுவரை படிக்காத நூல்களை எல்லாம் வாசித்தார். அது அவருக்குச் சிறிது வியப்பைத் தந்தது. "இந்திய வரலாறு ஐரோப்பிய வரலாற்றைவிடப் பல அம்சங்களில் வேறுபட்டிருந்தது. இந்தியாவில் அடிமை முறையும் நிலப்பிரபுத்துவ அமைப்பும் இல்லாதிருந்தது. ஆயிரம் ஆண்டுகளுக்கு முன் வணிகர்கள் குழு, ஐரோப்பாவில் நடந்தது போலவே, தங்கள் இடத்தைச் சிரமப்பட்டுத் தக்க வைத்துக் கொண்டார்கள்." இப்படி அவர் படித்தது அவரைச் சிறிது குழப்பியது. மார்க்ஸியச் சித்தாந்தம் "எல்லா நாகரிகங்களுமே ஒரே தகவமைப்புப் பாதையில் செல்கின்றன" என்று கூறுகிறது. அவர் மனதில் கம்யூனிசக் கொள்கையைப் பற்றிய முதல் சந்தேகங்கள் ஊன்றப்பட்டன.[35]

1930ஆம் ஆண்டு ஏப்ரல் மாதம் ஸ்ப்ராட் "நீதிமன்றம் ஒரு பேய்த்தனமான நிறுவனம். வாரத்தின் ஒவ்வொரு நாளும் நாங்கள் அங்கே போக வேண்டியிருக்கிறது. மற்ற சமயங்களில் நீதிமன்றத்திற்குச் செல்ல ஆயத்தமாகிக்கொண்டிருப்போம் அல்லது போய் வந்து களைப்பாறிக்கொண்டிருப்போம்."[36] வழக்கு இழுத்துக்கொண்டே சென்றது. இந்தச் சமயம் சென்னையில் சீதா மெட்ரிகுலேஷன் படிப்பு முடித்துவிட்டு, வேதியியல், உயிரியல், பூகோளம் ஆகிய பாடங்களைத் தெரிந்தெடுத்துப் பல்கலைக்கழகத்தில் சேர்ந்துவிட்டார். தனக்கு இந்தப் பாடங்களைப் பற்றி ஒன்றும் தெரியாது என்று கூறிய ஸ்ப்ராட், உயிரியலும் பூகோளமும், சூழலியலையும் தொல்லுயிரியலையும் கற்க உதவும் என்றார். உயிரியலைப் படிக்காததற்காகத் தான் வருந்துவதாக ஸ்ப்ராட் எழுதினார். தினமும் தேவையற்ற வேலையாக நீதிமன்றத்திற்குப் போவதைத் தவிர கிடைக்கும் மற்ற நேரங்களில் கணிதத்தையும் தர்க்க சாஸ்திரத்தையும் படிப்பதாகக் கூறினார்.

1931ஆம் ஆண்டு டிசம்பர் மாதம் எழுதிய ஒரு கடிதத்தில் சிறையிலும் வெளியிலும் அன்றாட வாழ்க்கையை ஒப்பிட்டு எழுதினார். "வெளியில் நூலகப் புத்தகங்களையும் சஞ்சிகைகளையும் வாசிக்க முடிவதால், நமக்கு வேண்டியதை எடுத்துக்கொள்ள முடிகிறது. இங்கே கெஞ்சிக் கூத்தாடி

வேண்டியதை வாங்க வேண்டியிருக்கிறது. ஏதாவது தவறு செய்துவிட்டால் ஆபத்துதான்." இதனால் நவீன இலக்கியத்துடன் தொடர்பு வைத்துக்கொள்ள முடியவில்லை. வெளிவரும் விமர்சனங்களைப் பார்த்தால் முதல்தரமான நாவல்கள் பல கிடைப்பது தெரிகிறது. அப்படிப் பார்க்கப்போனால் வர்ஜினியா வுல்ஃபின் 'அலைகள்' (Virginia Woolf' Waves) சிறப்பாக இருக்கும் என்று நினைக்கிறேன்." தான் இதற்கு முன் படித்த வர்ஜினியா வுல்ஃப், இ. எம். ஃபாரஸ்டர், (E. M. Forster) ரெபெக்கா வெஸ்ட், (Rebecca West) சேக்வில் –வெஸ்ட் (Sackville-West) இவர்களுடைய படைப்புகள் பிடித்திருந்தன என்றார்.

> ரஷ்யர்கள் இந்த நாவல்களைத் தரம் நலிந்தவை என்கின்றனர். ஆனால் இம்மாதிரி படைப்புகளைத் தரம் பிரிக்கும் அவர்களது முயற்சிகள் பலனளிப்பதில்லை. எனக்கு ரஷ்ய இலக்கியம் அவ்வளவு பிடிப்பதில்லை, செக்காவைத் தவிர. ரஷ்யப் புரட்சிக்குப் பின்னர் வந்த படைப்புகளும் எனக்குப் பிடித்தமானவை அல்ல. அவை அடுத்த முனைக்குச் சென்று, பிரச்சாரத்தில் ஈடுபட்டு தரமிழக்கின்றன. இதைத்தான் முதலாளித்துவ விமர்சகர்களும் சுட்டிக்காட்டுகிறார்கள். நானும் அந்த வர்க்கத்தைச் சேர்ந்தவனாதலால், அந்த விமர்சனத்துடன் உடன்படுகிறேன். பிரச்சாரம் உறுத்தாமல் இருக்க வேண்டுமானால் வெளியில் தெரியாமல் அடக்கிவாசிக்கப்பட வேண்டும்.

இதே கடிதத்தில் ஸ்ப்ராட் கலைகளைப் பற்றித் தனது கருத்தைத் தெரிவித்திருந்தார். "கலை என்பது எளிமையாகவும் தன்னியல்பாகவும் சலனமடையாமலும் இருக்க வேண்டும். பிரச்சாரத்தில் ஈடுபட வேண்டுமானால், அது ஒளிவு மறைவாக இருக்க வேண்டும்." இந்த முறையில் அவர் கலைஞர்களையும் கலைகளையும் வகைப்படுத்தியுள்ளார். எடுத்துக்காட்டாக ஜார்ஜ் பெர்னார்ட் ஷா பிரச்சாரக் கலைஞர் என்றார். என்றாலும் "என் கோட்பாடுகள் எனக்கு மிகவும் பிடித்த டி.எஸ். எலியட்டின் படைப்புக்களால் பொய்ப்பிக்கப்பட்டன" என்கிறார்.

இந்த ரீதியில் எட்டுப் பக்கக் கடிதம் எழுதிய பின்னர் அவர் சிறிது குற்றவுணர்ச்சி கொண்டார். "இந்தக் கடிதம் சுய பரிசோதனை? மிகவும் நீளமாகவும் அலுப்புத்தட்டும் வகையிலும் உள்ளது. சிறையிலிருப்பதால் இப்படி ஆகிவிடுகிறது. சீக்கிரமே எங்கள் யாவருக்கும் பைத்தியம் பிடித்துவிடும்." வழக்கைப் பற்றிக் கூறிக் கடிதத்தை ஸ்ப்ராட் முடித்தார்: "வழக்கு சீராக நடந்துகொண்டிருக்கிறது. பத்திரிகைகள் இதைப் பற்றி இப்போது எழுதுவதில்லை. அவர்களும் அலுத்துப்போய்

விட்டார்கள் என்று எண்ணுகிறேன். என்றாலும் குற்றம் சாட்டப்பட்டிருப்பவர்கள் அளவுக்கு அலுத்துவிடவில்லை. வரும் ஜூன் மாத அளவில் வழக்கு முடியும் என்று நினைக்கிறேன்."[37]

மீரட் சதி வழக்கை அமர்வு நீதிமன்றத் துணை நீதிபதி ஆர்.எல் யார்க் (R.L.Yorke ICS) விசாரித்தார். வழக்கு மூன்றரை வருடங்கள் இழுத்தடிக்கப்பட்டது. 320 சாட்சிகள் விசாரிக்கப்பட்டனர் 5000 சான்றாவணங்கள் – கடிதங்கள், புத்தகங்கள், கையேடுகள் – அரசு தரப்பில் வைக்கப்பட்டன.[38] 1933இல், நான்கு வருடங்கள் கழித்து நீதிபதி தனது தீர்ப்பைச் சொன்னார். 12 அச்சிட்ட பக்கங்கள் கொண்ட இந்தத் தீர்ப்பு குற்றம் சாட்டப்பட்டவர்களின் நடவடிக்கைகளை விவரித்தது. "ஸ்ப்ராட், இந்தியாவில் புரட்சியை உருவாக்க வேண்டும் என்ற நோக்கத்துடன்தான் இங்கிலாந்திலிருந்து அனுப்பப்பட்டார். உழைப்பாளிகள், விவசாயிகள் கட்சிகளை உருவாக்குவதில் இவர் முக்கியப் பங்காற்றினார். இம்மாதிரியான எல்லா முக்கியச் செயல்பாடுகளிலும் அவரது கைவண்ணம் தெரிகிறது."[39]

இந்த விஷயத்தில் நீதிபதி ஸ்ப்ராட்டின் செயல்பாட்டைச் சற்று மிகைப்படுத்தியே காட்டிவிட்டார். ஏனென்றால் இம்மக்களின் மொழி பேசும் உள்நாட்டு கம்யூனிஸ்டுகளான எஸ்.ஏ. டாங்கே, முசாபர் அகமது போன்றோரது அரசியல் நடவடிக்கைகள் புரட்சி இயக்கத்திற்கு மிகவும் முக்கியமானதாயிருந்தன. சொல்லப்போனால் யார்க்கின் தீர்ப்பும் முசாபர்தான் குழுத்தலைவர் என்பதைச் சுட்டிக்காட்டியது. முசாபருக்கு ஆயுள் தண்டனையும், ஸ்ப்ராட் டாங்கே உள்ளிட்ட இதர ஐவருக்கும் ஆளுக்கு பன்னிரண்டு ஆண்டுகள் சிறைத் தண்டனையும் விதிக்கப்பட்டது.

VII

அமர்வு நீதிமன்றத்தில் கம்யூனிஸ்டுகள் தங்களுக்காகத் தாங்களே வாதாடினார்கள். ஆனால் அவர்களுக்குக் கடுமையான தண்டனை அளிக்கப்பட்ட பின் அவர்கள் ஒரு வழக்குரைஞர் மூலம் அலகாபாத் உயர்நீதிமன்றத்தில் மேல் முறையீடு செய்யத் தீர்மானித்தார்கள். "பெரிய மனதும் கருணை உள்ளமும் கொண்டவர்" என்று ரஞ்சித் பண்டிட் கருதிய பாரிஸ்டர் கைலாசநாத் கட்ஜூவைத் தங்களுக்காக வாதாட அமர்த்தினர். அவர் வாதாடி கீழ்க்கோர்ட்டில் அளிக்கப்பட்ட தண்டனையை வெகுவாகக் குறைக்க உதவினார். அகமதுக்கு ஆயுள் தண்டனை மூன்றாண்டுகளாகவும், ஸ்ப்ராட் மற்றும் மற்றவர்களுக்குப் பன்னிரண்டு ஆண்டிலிருந்து இரண்டு ஆண்டுகளாகவும் குறைக்கப்பட்டன.[40]

உயர் நீதிமன்றத்தில் இந்த வழக்கு நடந்துகொண்டிருந்த போது குற்றம் சாட்டப்பட்டவர்கள் மீரட்டிலிருந்து அலகாபாத் நகருக்கு வெளியேயிருந்த நைனி சிறைக்கு மாற்றப்பட்டனர். இங்கிருந்து ஜூன் 1934இல் சீதாவிற்குத் தான் ஏன் இவ்வளவு நாட்களாகக் கடிதமே எழுதவில்லை என்று ஸ்ப்ராட் விளக்கி எழுதினார். (சீதா இதைப் பற்றிக் குறைப்பட்டுக் கொண்டார் போலிருக்கிறது.) "உன் கேள்வி சிறிது சிக்கலான ஒன்று" எனத் தொடங்கினார்.

> மீரட்டில் சிலர் என்னைப் பழமைவாதியென்றனர். நான் எரிச்சலடைந்தாலும். ஒத்துக்கொள்ள வேண்டியிருந்தது. நான் பல முறை உனக்குக் கடிதம் எழுத நினைத்தேன். ஆனால் நீ இன்னும் நான் 1927இல் பார்த்த பள்ளிச் சிறுமி அல்ல என்ற எண்ணத்தால் தயங்கினேன். நான் கடிதம் எழுதாததற்குக் காரணங்கள் 1. மேற்கூறிய காரணம். 2. எனது வீட்டார் மாதத்திற்கு ஒரு முறையாவது நான் கடிதம் எழுத வேண்டும் என்று எதிர்பார்க்கிறார்கள். நான் கடமை உணர்ச்சியால் உந்தப்பட்டு எழுதுகிறேன். 3. நான் சிறைக் கைதியின் மனோபாவத்தில் எழுதும் என் நீண்ட கட்டுரைகளை நீ விரும்பாமல் இருக்கலாம். ஆகவே நான் தீர்ப்பு வந்த பின் யாருக்குமே எழுதவில்லை.

சீதா வீட்டாரின் நலத்தை விசாரித்த பின் ஸ்ப்ராட் அவரிடம் ஒரு உதவி கேட்டார். சிறையிலிருந்து தான் இத்தனை கடிதங்கள்தான் எழுத முடியும் என்று உச்ச வரம்பு இருப்பதால், சீதாவைத் தனக்குத் தெரிந்த கல்கத்தாவிலிருக்கும் ஒரு புத்தக வணிகருக்கு எழுதச் சொன்னார். காளி ப்ரசன்னா சின்ஹா எழுதிய வங்காள மகாபாரதத்தின் மொழிபெயர்ப்பை (3 தொகுதிகள்) தனது சிறை விலாசத்திற்கு அனுப்பக் கேட்டுக்கொள்ள வேண்டும் என்றார். செப்டம்பர் அல்லது அக்டோபர் மாதம் தனக்கு விடுத்லை கிடைத்துவிடும் என்று நம்பினார். "அதன் பின் நான் சீக்கிரமே வீடு திரும்புவேன். ஆனால் அதற்கு முன் உன்னைச் சந்திக்க முடியும் என்று நம்புகிறேன்."

ஸ்ப்ராட் இங்கிலாந்துக்குப் புறப்படுமுன் சீதாவைக் காண வேண்டும் என்று விரும்பினார். அதற்கு முன் மொகலாயர்களின் தலைநகரான ஃபதேபுர் சிக்ரியையும், புத்த ஸ்தலங்களான அஜந்தாவையும், மதராஸ் மாகாணத்திலுள்ள சில இந்து ஆலயங்களையும் பார்க்க ஆவல் கொண்டார். "ஆனால் இந்த இடங்களுக்கெல்லாம் செல்லப் பணம் செலவாகும். காலமும் அதிகமாகும்" என்று எழுதினார்.

தண்டனைக் காலம் முடியும் தறுவாயில் அவர் இந்தியத் தத்துவத்தைப் பற்றி நிறைய படித்தார். கத்தோலிக்க மதத்தைத் தழுவிய அவருடைய சகோதரர் ஒருவர் அவருக்கு கிறிஸ்தவச் சிந்தனையாளர்கள் தாமஸ் அக்வினாஸ் (Thomas Aquinas), அகஸ்டைன் (St. Augustine) இவர்களின் நூல்களை அனுப்பினார். "என்னுடைய கடிதங்களைப் படித்துவிட்டு இந்த நூல்கள் எனக்குப் பிடிக்கும் என்று நினைத்தார் போலும்" என்று ஸ்ப்ராட் சீதாவிற்கு எழுதினார். "என்னையறியாமலே என்னுடைய ஒரு கட்டுரையின் சிறு பகுதியை உனக்கு எழுதிவிட்டேன். சிறை வாழ்க்கை ஒருவரைத் தன்னைப் பற்றி மட்டுமே நினைக்க வைக்கிறது. நான் வெளியில் வரும்போது அலுப்புத் தட்டும் ஆளாகியிருப்பேன்."[41]

1934 செப்டம்பர் முதல் வாரத்தில் ஸ்ப்ராட் விடுதலை செய்யப்பட்டார். அலகாபாத்தில் ரஞ்சித் பண்டிட் வீட்டில் சுதந்திர மனிதனாக முதல் சில நாட்கள் தங்கினார். அவர் சீதாவிற்கு எழுதினார்: "நான் வெளியில் ஓரிரு முறை உணவருந்தச் சென்றேன். மற்றபடி வேறு எதுவும் செய்யவில்லை. பாதி நினைவுடன் இருக்கிறேன்." தான் மதராஸுக்கு வர விரும்புவதாக எழுதினார். பின்னர் இந்தச் சுருக்கமான கடிதத்திற்கு மன்னிக்கவும். நீண்ட கடிதங்களைச் சிறையில்தான் எழுத முடியும் என்று முடித்தார்.[42]

அலகாபாதிலிருந்து ஸ்ப்ராட் கல்கத்தாவிற்குச் சென்று தோழர்களைச் சந்தித்தார். அவர்களது பேச்சை ஒட்டுக்கேட்ட ஒரு உளவுத்துறை அலுவலர் "ஏகாதிபத்தியம் உழைப்பாளி வர்க்கத்திற்கு எதிரான நிலைப்பாட்டை எடுத்துவிட்டது" என்று அவர் சொன்னதாகப் பதிவுசெய்தார். காங்கிரஸில் இடதுசாரித் தலைவரான ராம் மனோகர் லோகியாவையும் அவர் சந்தித்துப் பேசியதாக ஒரு குறிப்பு உள்ளது. கல்கத்தாவிலிருந்து ஸ்ப்ராட் ஜான்சிக்குச் சென்றார். அங்கே ரயில்வே தொழிலாளர்களிடையே பேசிய அவர், "இந்தியாவில் முதலாளித்துவம் சீக்கிரமே புதைக்கப்பட வேண்டும்" என்றார். அக்டோபர் மாதம் பம்பாயில் புதிதாகத் துவக்கப்பட்ட காங்கிரஸில் சோஷலிச அமைப்பின் அமர்வு ஒன்றில் அவர் கலந்துகொண்டார்.

அக்டோபர் இரண்டாம் வாரம் சீதாவிற்கு எழுதிய ஒரு கடிதத்தில் தான் கல்கத்தாவிலும் பம்பாயிலும் பொதுக்கூட்டங்களில் தொழிலாளர்கள் அமைப்புகளால் ஒரு நாயகன் போல் வரவேற்கப்பட்டதைப் பற்றி எழுதினார். இனிமேல் எனக்குத் தெரியாத பல விஷயங்கள் குறித்து எனது 'கருத்தை'க் கேட்பார்கள். பல காரியங்கள் குறித்து எனது

அறிவுரையைக் கேட்பார்கள் என்றார். தன்னைச் சுற்றிலும் இருந்த இடதுசாரிகளின் உற்சாகத்தை அவர் இவ்வாறு விவரித்தார்.

> "சிறையின் அமைதிக்கும் இதற்கும் என்ன வேறுபாடு? துறவறத்தில் உண்மை இருக்கிறது. எனது நண்பன் ஒருவன் நான் இன்னும் ஐந்து ஆண்டுகளில் சந்நியாசி ஆகிவிடுவேன் என்கிறார், எனக்கும் அது சரியென்றே படுகிறது. உலகினின்று முற்றும் விலகிவிடுதல் சிறந்தது. டிராப்பிஸ்ட் (Trappist) துறவிகள் போல நானும் பேசாவிரதம் பூண்டுவிடுவேன். அதற்குப் பின் உனக்குக் கோபமான கடிதங்கள் எதுவும் என்னிடமிருந்து வராது."

பம்பாயிலிருந்து நேராக மதராஸ் வந்துவிடுமாறு சீதா அவரைக் கேட்டுக்கொண்டார். அது இயலாத காரியம் என்றும் ஆனால் இந்தியாவை விட்டுப் போகுமுன் அவரைப் பார்க்க வருவதாகவும் யார் என்ன சொன்னாலும் அதில் தான் உறுதியாயிருப்பதாகவும் சொன்னார்.[43] அவரது தோழர்கள் சிலர் கட்சிப் பணிக்கு இடைஞ்சலாக மற்ற உறவுகள் வந்துவிடக் கூடாது என்று கூறினார்கள்.

அவர் சிறையிலிருந்து வெளிவந்த பின் செய்த பயணத்தின் போது அவரைக் கண்காணித்த உளவுத்துறை, அவர் இந்தியாவில் புரட்சி ஏற்படும் சாத்தியக்கூறுகளைப்பற்றி விவரம் திரட்டியதாகக் கூறியது. "வரும் ஆண்டின் ஆரம்பத்தில் மாஸ்கோவில் நடக்கவிருக்கும் 7ஆவது பன்னாட்டு கோமிண்டர்ன் மாநாட்டில் அவரது தலைவர்களுக்காக இந்த விவரங்கள் திரட்டப்பட்டன."[44] ஆனால் இந்த விஷயத்தில் உளவுத் துறையின் கணிப்பு தவறாக இருந்தது. சிறையில் அவர் படித்த நூல்களும் அடைந்த அனுபவமும் கம்யூனிசத்திலிருந்து அவரை விலகச்செய்தன. இடதுசாரிப் புரட்சிகரக் கருத்துக்களிலிருந்து அவர் மாறுபட ஆரம்பித்திருந்தார். மக்களாட்சி சோஷலிசத்தால் அவர் ஈர்க்கப்பட்டார். ஆகவே ரஞ்சித் பண்டிட், ராம் மனோகர் லோகியா போன்ற சிந்தனையாளர்களை நாடினார். அதே போல மகாத்மா காந்தியைச் சந்திக்கவும் வெகுவாக விரும்பினார்.

பம்பாயில் ஏறக்குறைய ஒரு மாதம் ஸ்ப்ராட் இருந்தார். முன்னரே ஏற்பாடு செய்தபடி, நவம்பர் இரண்டாவது வாரம் வார்தாவிற்குச் சென்று காந்தியைச் சந்தித்தார். அவருடன் பலமுறை பேசினார்.

> நான் மகாத்மாவிற்குக் கடிதம் எழுதப்போகிறேன் என்றதுமே எனது நண்பர்கள் பலர் வியப்படைந்தார்கள்.

முதலில் நானும் தயங்கினேன். ஆனால் பல காங்கிரஸ் நண்பர்கள் என்னை அங்கு வரச் சொன்னார்கள். மகாத்மா என்னை அன்புடன் வரவேற்று எனது கேள்விகளுக்கு அயராது பதிலளித்தார் மனதில் பதியத்தகும் ஆளுமை அவர்." அவர் என்னிடம் என்ன பேசினார் என்று இப்போது சொல்ல இயலாது. எனது சகோதரனுக்கு நான் எழுத வேண்டும். இதைப் பற்றி இரண்டு கடிதங்கள் எழுதுவது சிரமம். நான் உன்னைச் சந்திக்கும்போது இதைப் பற்றிச் சொல்லுகிறேன்" என்று சீதாவிற்கு எழுதினார்.[45]

வார்தாவிலிருந்து ஸ்ப்ராட் மதராஸுக்கு ரயிலில் சென்றார். அவர் சீதாவுடன் பல நாட்கள் இருந்தார். மறைத்து வைத்திருந்த உணர்வுகள் வெளிப்படுத்தப்பட்டன. அவர்கள் இருவரும் திருமணம் செய்துகொள்ள முடிவு செய்தனர். ஆனால் அதன் பின்னர் வசிப்பது இந்தியாவிலா அல்லது இங்கிலாந்திலா என்று முடிவு செய்யவில்லை.

ஸ்ப்ராட் மதராஸிலிருந்து பம்பாய்க்குத் திரும்பினார். அங்கு சில கூட்டங்களில் கலந்துகொண்டு உரையாற்றினார். 1934ஆம் ஆண்டு டிசம்பர் 18 அன்று 'பொது அமைதிக்குப் பாதகமாக நடந்துகொண்டார்' என்று குற்றம் சுமத்தி காவல்துறை அவரைக் கைதுசெய்தது. அவர் முதலில் புனாவிற்கு அருகிலுள்ள எரவாதா சிறைக்கு அனுப்பப்பட்டு அங்கு இரண்டு மாதம் இருந்தார். பின்னர் அவர் இங்கிலாந்திற்குப் போகலாம் அல்லது சிறப்பு அதிகாரச் சட்டத்தின் கீழ் பல நிபந்தனைகளுடன் இந்தியாவில் இருக்கலாம் என்று அவரிடம் சொல்லப்பட்டது. ஸ்ப்ராட் இந்தியாவில் இருக்கவே விரும்பினார். அவர் பெல்காமில் இருக்கும் ஒரு பழைய கோட்டையில் ஒரு வீட்டில் வைக்கப்பட்டார். நாளில் இரு முறை, ஒரு மணிநேரம் கோட்டையினுள்ளேயே அவர் நடைப்பயிற்சி செய்ய அனுமதி கிடைத்தது. நகருக்குள் காவலருடன் சென்றுவர அனுமதி கிடைத்தது. ஆனால் எந்தத் தருணத்திலும் 'மாணவர் விடுதி, தொழிற்சாலைகள், ரயில்வே அல்லது நகராட்சி ஊழியர் வசிக்கும் பகுதிகள்' போன்ற இடங்களுக்குச் செல்லக் கூடாது. அவர் எழுதும் எல்லாக் கடிதங்களும், அவருக்கு வரும் கடிதங்களும் மாவட்ட மாஜிஸ்ட்ரேட் மூலம்தான் வர வேண்டும். அவர் "ஒரு ஆபத்தான கம்யூனிஸ்டு அமைப்பாளர்' என்று உள்துறை நம்பியதால் வீட்டுச் சிறையடைப்பு ஏற்பாடு செய்யப்பட்டது.[46]

மீரட், நைனி சிறைகளுடன் ஒப்பிட்டால் ஸ்ப்ராட்டின் புதிய 'சிறை' பெரிதாகவும் வசதியாகவும் இருந்தது. பெல்காம் கோட்டையில், ஒரு படுக்கையறை, வரவேற்பறை, சமையல் அறை கொண்ட ஒரு வீட்டை அவருக்கு ஒதுக்கியிருந்தார்கள்.

இந்த வீட்டிலிருந்து 1935ஆம் ஆண்டு பிப்ரவரி மாதம் ஸ்ப்ராட் தங்களது எதிர்காலம் பற்றி சீதாவிற்குக் கடிதம் எழுதினார்.

> எதைத் தேர்ந்தெடுப்பது என்பதுதான் என் முன் உள்ள கேள்வி. அரசு என்னை விடுதலை செய்யும் வரை, அல்லது இந்தச் சட்டம் காலாவதியாகும் வரை இங்கேயே இருக்கலாம். அல்லது நான் இங்கிலாந்து செல்லலாம். இந்தத் தேர்ந்தெடுப்பை நான் எப்போது வேண்டுமானாலும் செய்யலாம் என்று நினைக்கிறேன். நான் மதராஸ் செல்லும் முன்னரே இங்கிலாந்திற்குப் போகாமல் இருப்பதற்குக் காரணங்கள் இருந்தன. நான் இங்கிருப்பது எனக்கு நல்லது என்று உணருகிறேன். (இந்தியாவில் நிலைமை ஒன்றும் பிரமாதமாக இல்லை. ஆனால் இங்கிலாந்தில் இதைவிட மோசமாக இருக்கிறது.) ஆனால் உன்னைச் சந்தித்துவிட்டு வந்த பின், எப்படியாவது இங்கேயே தங்கிவிட வேண்டுமென்றிருக்கிறது.

தனது தாய்தந்தையரிடமிருந்தும் சகோதரனிடமிருந்தும் கடிதங்கள் வந்துள்ளதாக சீதாவிற்கு எழுதினார். "அவர்கள் திரும்பி வந்துவிட என்னை வற்புறுத்துகிறார்கள். நான் அரசியல் காரணங்களுக்காக இங்கே இருந்துவிட விரும்புகிறேன் என்று நினைக்கிறார்கள். அவர்களுக்கு உண்மை நிலைமை என்னவென்று சொன்னேன், முக்கியமான காரணத்தையும் கூறினேன்." (அதாவது சீதாவைத் திருமணம் செய்துகொள்ள தீர்மானித்ததையும்.)

பின்னர் அவர் சீதாவிற்கு இலக்கியம் பற்றி எழுதினார். பைரனை வாசித்துக்கொண்டிருப்பதாக எழுதினார். "அவை எல்லாமே பள்ளிச்சிறார்கள் படிக்க வேண்டியவை. அவரது வெறுப்பின் வலிமையை நான் உணருகிறேன். மகாத்மாவின் சிந்தனை மனத்தில் இருந்தாலும் சில சமயம் வெறுப்பு தேவை என்று நான் எண்ணுகிறேன். ஆனால் என்னால் வெறுக்க முடியவில்லை."[47]

கடிதத்தின் முடிவில், "உன்னுடைய ஃபில்: என்று கையெழுத்திட்டிருந்தார். முன்னர் "பி எஸ்" என்று மட்டுமே எழுதினார். 1934 நவம்பர் மாதம் அவர்கள் மதராஸில் சந்தித்த பின்னர், அவர்கள் உறவு நண்பர்கள் நிலையிலிருந்து வளர்ந்து விட்டது.

VIII

பெல்காம் கோட்டைக்கு ஸ்ப்ராட் அனுப்பப்பட்ட பின்னர், திருமணத்திற்குப் பின் இங்கிலாந்து சென்றுவிடலாம்

என்று சீதா ஆலோசனை கூறினார். ஆனால் ஸ்ப்ராட் இணங்கவில்லை. "நாம் பேசியபோது உனக்கு இங்கிலாந்து செல்வது பிடிக்கவில்லை என்றே நான் புரிந்துகொண்டேன். வேறு வழியில்லையென்றால்தான் அங்கு போக வேண்டும் என்று நினைத்தேன். இங்கே இருந்தாலும் பிரச்சினை இருக்கும் என்றாலும் (இந்தியர் – ஆங்கிலேயர் திருமணம்) அங்கு போய் வாழும் சிரமத்தை உனக்குக் கொடுக்க நான் விரும்பவில்லை."[48]

தங்களது எதிர்காலத்தைப் பற்றிப் பேச சீதாவை பெல்காம் வரும்படி ஸ்ப்ராட் அழைத்தார். சீதாவை சிறையில் சந்திக்க சிறை அதிகாரிகளிடம் அனுமதி கேட்டிருந்தார். "நீ இங்கு அதிக நாள் தங்க வேண்டாம். ஓரிரு நாட்கள் போதும். தேவையான பணத்தை நான் தருகிறேன்" என்றெழுதினார். சீக்கிரமே சந்திப்பது அவசியம் என்று அவர் கருதினார். "சில நுணுக்கமான விஷயங்களைக் கடிதத்தின் மூலம் கலந்தாய்வு செய்வது சிரமம்" என்றார்.[49]

பெல்காமில் ஸ்ப்ராட்டை சீதா சந்திக்கச் சிறை அதிகாரிகள் அனுமதி அளித்தார்கள். ஆனால் ஸ்ப்ராட்டிற்கு இந்தத் திட்டத்தைப் பற்றிச் சிறிது சந்தேகம் எழுந்துவிட்டது. அவர் இதைப் பற்றி சீதாவிற்கு எழுதினார். "முதலில் உனது பயணம் பற்றி நான் உற்சாகமாகத்தான் இருந்தேன். பிறகுதான் இந்த ரயில் பயணம் நீண்டது என்பதோடு, இது வெப்பமான காலம் என்பது உறைத்தது. ரயிலும் வசதியான ஒன்றில்லை. உங்கள் குடும்பத்தார் என்ன நினைப்பார்களோ? அப்படிச் சிக்கல் இருந்தால் வர வேண்டாம். இந்தச் சமயத்தில் நாம் எதிர்ப்பை உருவாக்கக் கூடாது."[50]

சீதா மதராஸிலிருந்து பெல்காமிற்கு அந்த வெப்பமும் தூசியும் நிறைந்த பயணத்தை மேற்கொள்ளவில்லை. ஒருவேளை அவரது இல்லத்தாரும் அதற்கு இணங்கியிருக்க மாட்டார்கள். வெளியில் வந்த உடனே அவர் இங்கிலாந்திற்குக் கப்பல் ஏறுவதற்கு உடன்பட்டால் அவரை விடுதலை செய்ய முடியும் என்று அரசு 1935ஆம் ஆண்டு ஏப்ரல் மாதம் கூறியது. மூன்று காரணங்களுக்காக இதை தான் ஏற்றுக்கொள்ள முடியாதென்று ஒரு கடிதம் மூலம் ஸ்ப்ராட் பதிலளித்தார். முதலாவது அவருக்கு ஒரு இந்தியப் பெண்ணுடன் திருமண ஒப்பந்தம் நிச்சயதார்த்தம் நடந்துவிட்டது என்றும், "தன் வாழ்நாள் முழுவதும் மதராஸில் இருந்த அப்பெண்ணுக்கு இங்கிலாந்தில் உறவினர்கள் யாரும் கிடையாது. அது மட்டுமல்ல; அவருக்கு ஐரோப்பிய வாழ்வு முறையில் அறிமுகம் கிடையாது. அவரை வற்புறுத்தி அங்கே தங்கவைத்தால், அந்தக் குளிர் மிகுந்த நாட்டில் அவரது உடல் நலம் பாதிக்கப்படலாம்.

இதனால்தான் நான் இங்கிலாந்திற்குத் திரும்ப முடியாது என்று கருதுகிறேன்" என்றார்.

இரண்டாவதாக: "நான் இங்கிலாந்தை விட்டு வந்து எட்டு ஆண்டுகளாகின்றன. இப்போது வயது முப்பத்திரண்டு. அந்த நாட்டில் வேலை வாய்ப்பு மோசமாக இருக்கும் நிலையில் எனக்கு அங்கு வேலை கிடைப்பது அரிது."

மூன்றாவதாக: "இவ்வளவு ஆண்டுகள் இந்தியாவில் வசித்து, இந்த நாட்டின் காலநிலைக்கும் வாழ்வு முறைக்கும் நான் பழகிப்போய்விட்டேன். இங்கிலாந்தில் இப்போது வாழ்வது சிரமமாக இருக்கும்." அரசு எனக்குத் தருவது "நாடு கடத்தல் போல்தான். இது பெருங்குற்றம் செய்த ஒருவருக்கு மட்டுமே தரப்படுவது."

ஆகவே தான் விடுவிக்கப்பட்டு இந்தியாவிலேயே தங்க அனுமதிக்கப்பட வேண்டும் என்று கேட்டுக்கொண்டார். அவரது வேண்டுகோள் நிராகரிக்கப்பட்டது. பம்பாய் அரசு, "ஸ்ப்ராட் தனது கம்யூனிசச் சார்பை விட்டுவிட்டார் என்பதற்கு ஆதாரம் ஏதும் இல்லை" என்று இந்திய அரசிற்கு எழுதியது. "அது மட்டுமல்ல. அவர் திருமணம் செய்யத் தீர்மானித்திருக்கும் பெண்ணும் கம்யூனிசச் சூழலைச் சார்ந்தவர். அவர் மைலாப்பூர் சிங்காரவேலு செட்டியாரின் நெருங்கிய உறவினர். (காண்க: Madras. Page 12. Vol.1. 1923. Of the Madras Political 'Who's who'). அந்தப் பெண்ணும் கம்யூனிசச் சித்தாந்தம் கொண்டவர் என்றும் மதராஸ் மாகாணத்திற்கு வெளியே உள்ள கம்யூனிஸ்ட் தலைவர்களுடன் கடிதப் போக்குவரத்து வைத்துள்ளார் என்றும் "நல்லெண்ணத்தில் அவரை விடுதலை செய்தாலும், பம்பாய் சென்றவுடன் அங்கு கட்சிப் பணிகளில் ஈடுபட அவர் நிர்ப்பந்திக்கப்படுவார்" என்றும் அரசு கருதியது. ஆகவே, அவர் இங்கிலாந்திற்குப் போய்விடுவதாக ஒத்துக்கொண்டால்தான் அவரை விடுதலை செய்ய முடியும் என்று அரசு தீர்மானித்தது.[52]

சிறையில் இன்னும் காலம் கழிக்க வேண்டும் என்றறிந்த ஸ்ப்ராட், தனக்குச் சில புத்தகங்கள் வாங்கி அனுப்பும்படி சீதாவைக் கேட்டுக்கொண்டார். Raja Ram Mohan Roy: His life, Writings and Speeches, Mahathma Gandhi's ideas by C F Andrews இவற்றுடன் பெண்கள், உடல் நலம், சம்யம் பற்றி காந்தி எழுதிய கையேடுகள் (நீதி தர்மம்). . .

> மகாத்மாவை வார்தாவில் சந்தித்த காலத்திலிருந்து நான் இப்போது அவர் கருத்துகளில் ஈடுபாடுகொண்டுள்ளேன். அவர் ஒரு அறத்திட்டம் வைத்திருக்கிறாரா இல்லையா என்றறிய நான் விரும்புகிறேன். இல்லாமலிருக்கலாம்.

ஆனால் பொதுவாக அவரது அறிவுத்திறமையைக் குறைத்து மதிப்பிடுகிறார்கள். இப்போது உணவு பற்றிய அவரது அறிவுரையை ஏற்றுக்கொள்ளவில்லை.[53]

அவர் கேட்ட நூல்களை சீதா அனுப்பிவைத்தார். அதற்கு ஸ்ப்ராட் பதில் எழுதினார்.

நீதி தர்மம் நூல் ஏமாற்றத்தையே தந்தது. அவர் தனது கருத்துக்களைச் சீரமைத்துக்கொடுப்பதில்லை. அறநூல்களில் ஆங்காங்கே முரண்பாடுகள் உள்ளன. ஒப்பீட்டளவில் "உடல் நலக் கையேடு (A Guide to Health) இதைவிட நன்றாக இருக்கிறது. இந்தப் பொருளைப் பற்றி அவருக்கு விஷயம் தெரிந்திருக்கிறது என்று நினைக்கிறேன். அல்லது அதைப் பற்றி அவர் உறுதியாக இருப்பதால் அவ்வாறு தோன்றுகிறதோ? அவருடைய சில கருத்துகள் பற்றி மருத்துவர்களிடம் கேட்க வேண்டும்... ஆனால் அவர் என்னவோ இவை குறித்துப் பிடிவாதமாக இருக்கிறார்.

காந்தி எதைச் சாப்பிடலாம் எதைச் சாப்பிடக் கூடாது என்று கூறியவற்றை ஒரு பட்டியலிட்டு ஸ்ப்ராட் சீதாவிற்கு எழுதினார். 'சாப்பாட்டைப் பற்றி நான் கொண்டிருக்கும் பல நம்பிக்கைகளை அவரும் கொண்டிருக்கிறார்." ஸ்ப்ராட் தேநீர் அருந்துவதை விட்டுவிட வேண்டுமென்றும் பழங்களை நிறைய சாப்பிட வேண்டுமென்றும் எண்ணிக்கொண்டிருந்தார். காந்தியின் உடல் நலக் கையேடு நல்ல நூலென்றும் அது காந்தியின் மனத்தைப் பிரதிபலிக்கிறது என்றும் ஸ்ப்ராட் கருதினார்.[54]

காந்தியை நேரில் சந்தித்த பின் அவருடைய நூல்களைச் சிறையிலிருந்தபோது படித்த ஸ்ப்ராட், "தூயநெறி சார்ந்த அவருடைய கருத்துக்களும் ஆளுமையும் என்னை ஈர்த்தன. இந்தியாவின் பல உள்நாட்டுப் பிரச்சினைகளைப் பற்றிய அவரது அணுகுமுறை சரியே என்று எனக்குப் பட்டது."[55] காந்தியின் சிந்தனை, வாழ்க்கை இவை பற்றி ஸ்ப்ராட் மார்க்ஸிய நோக்கில் ஒரு நூல் எழுதத் தொடங்கியிருந்தார்.

1935ஆம் ஆண்டு ஜூலை மாதம், ஸ்ப்ராட் இங்கிலாந்திற்குச் சென்றுவிட ஒத்துக்கொண்டால் அவரை விடுதலை செய்வதாக இந்திய அரசு மறுபடியும் கூறியது. இதைப் பற்றி அவர் சீதாவிற்கு எழுதினார்.

நான் இங்கேயே இருக்கத் தீர்மானித்துவிட்டேன்... என்னைச் சிறையில் அவர்கள் வெகு நாட்கள் வைத்திருக்க இயலாது. நான் குற்றமற்றவன். இதை அவர்கள் அறியவில்லை. பொது அமைதியைக் குலைக்க எனக்கு விருப்பமில்லை.

ஏழு போராளிகள்! 191

நான் விரும்பினாலும் அது என்னால் இயலாத காரியம். இதை நினைத்தால் சிரிப்புத்தான் வருகிறது. அதே சமயம் எரிச்சலூட்டுவதாயும் இருக்கிறது. என்றாவது ஒருநாள் நான் எனது சுயசரிதையை எழுதுவேன். அது சோகமானதாயும் கேலிக்கூத்தாகவும் இருக்கும். ஒரு புது இலக்கிய வகையாக இருக்கும்.[56]

சிறிது நாட்கள் கழித்து அவர் எழுதிய இன்னொரு கடிதத்தில் இனவேறுபாடு பற்றிச் சில அருமையான கருத்துக்களைக் கூறியிருந்தார்.

இன வெறுப்புப் பற்றி நீ கூறிய கருத்துக்கள் சரியானவை. இனம் சார்ந்து பெருமை, தப்பெண்ணம் என இரு உணர்வுகள் இருக்கின்றன. இனம் பற்றிய தப்பெண்ணம் எல்லாரிடமும் உள்ளது. யாரும் மற்ற இனங்களை விரும்புவதில்லை. எல்லாரும் தங்கள் இனம் உயர்ந்தது என்று எண்ணுகிறார்கள். என்னுடைய எண்ணம் மற்ற ஆங்கிலேயர்போலவேதான். எல்லோருமே நம்மைவிடத் தாழ்ந்தவர்கள்தான், ஒருவேளை ஜெர்மானியர்களைத் தவிர. பிரெஞ்சுக்காரர்கள் நம்மைவிட மிகத் தாழ்ந்தவர்களே. அவர்கள் உணர்ச்சிவசப்படுபவர்கள், உணவுப் பிரியர்கள். அமெரிக்கர்களையும் நாம் நம்மைவிடக் கீழானவர்கள் என்றே நினைக்கிறோம். அவர்கள் நம் மொழியைச் சரியானபடி உச்சரிப்பதில்லை; பல புதிய சொற்களைப் பயன்படுத்துகிறார்கள், அது மட்டுமல்ல தொழிலுக்காக எதையும் செய்வார்கள். ஜெர்மானியர்களை நாம் ஏற்றுக்கொள்கிறோம், ஏன் புறக்கணிப்பதில்லை என்று புரியவில்லை. அவர்கள் பீர் குடிப்பதாலா? தோல் நிறம் நிலைமையை மிக மோசமாக்குகிறது. நிறத் துவேஷம் தான் எல்லாவற்றிலும் கீழானது என்று நினைக்கிறேன். நீ கொஞ்ச காலத்திற்காவது இங்கிலாந்து செல்ல வேண்டும். இந்தக் காரணத்தினால் நீ மிகவும் எரிச்சலடையலாம். ஏனென்றால் நாங்கள் பொதுவாகப் பணிவுடன் இருப்போம். ஏறக்குறைய எல்லாருமே உன்னிடத்தில் மிகவும் செயற்கையாகப் பழகுவார்கள். இதை உன்னால் சகிக்க முடியாது.[57]

சீதா ஸ்ப்ராட்டை உற்சாகப்படுத்த, பறவைகள், தாவரங்களின் படங்களை வரைந்து அனுப்பினார். வேதிவால் குருவியின் படமொன்று அந்த எழிலார்ந்த பறவையைக் காண வேண்டும் என்ற ஆவலைத் தூண்டியது. அவரும் சில தமிழ் எழுத்துக்களைச் சித்திரங்களாக வரைந்து அனுப்பினார். சிறையில் நேரத்திற்குப் பஞ்சமில்லையாதலால், அவர் சீதாவின் மொழியான தமிழைக் கற்றுக்கொள்ள முயன்றார்.

அம்மொழியில் சிக்கலான இலக்கணத்தைக் கற்றுக்கொள்வது சிரமமாயிருக்கிறது என்றார். "நான் சட்டம்தான் இருப்பதிலேயே கடினமான, அலுப்புத்தட்டும் பாடம் என்று நினைத்திருந்தேன். ஆனால் இலக்கணத்துடன் ஒப்பிடும்போது அது சுவையான பாடமாக இருக்கும்."[58] தமிழ் கற்பதில் உள்ள சிரமங்களைப் பற்றி அவர் குறிப்பிட்டார் "நீ ஆங்கிலம் கற்க ஆரம்பித்தபோது எப்படிச் சமாளித்தாய்? அந்த மொழி வெகு மர்மமானது என்று நினைத்திருப்பாய்."[59]

சீதாவிற்கு வாரம் ஒரு முறை ஸ்ப்ராட் கடிதம் எழுதினார். அதுதான் சிறை விதிகளின் கட்டுப்பாடு. அவர் சீதாவைப் பார்க்க வெகுவாக விரும்பினார். சிறைக் கண்காணிப்பாளர்களிடம் அனுமதி கேட்டு விண்ணப்பித்தார். அது கிடைத்தபோது வியப்பும் மகிழ்ச்சியும் அடைந்தார்.[60] ஒரு வாரத்திற்குள் சென்று வரும்படி அவரிடம் சொன்னார்கள். அந்த நீண்ட பயணத்திற்கே பாதி நாட்கள் போக, அவர் சீதாவுடன் மதராஸில் 1935, டிசம்பரில் நான்கு நாட்கள் இருக்க முடிந்தது. அவர்கள் என்ன பேசியிருப்பார்கள் என்று நம்மால் யூகிக்கத்தான் முடியும். ஆனால் அவர் பெல்காம் கோட்டைக்குத் திரும்பிய பின் எழுதிய கடிதம் ஒன்றை நாம் காண முடிகிறது. "நான் இங்கு திரும்பியவுடன் என்னைச் சூழ்ந்த சோகம் போய்விட்டது. மதராஸ் சென்று வந்த பின் உடலளவில் இல்லாவிட்டாலும் மனத்தளவில் நன்றாகவே இருக்கிறேன். நான் வருத்தப்பட்டுக் கொண்டோ, என்ன செய்வதென்றறியாமலோ இல்லை. நான் கண்ட கெட்ட கனவுகளும் இப்போது வருவதில்லை. இதனால் என் உடல் நலமும் முன்னேறும். ஆகவே நீ என்னைப் பற்றிக் கவலைப்பட வேண்டியதில்லை."[61]

IX

1930களில் பெல்காம் பின்தங்கிய ஊர், தக்காணத்தின் மத்தியில் வணிகத்திற்கோ அரசியலுக்கோ பெயர் பெறாத ஒரு நகரம். அங்கு பணி செய்துகொண்டிருந்த ஆங்கிலேய அதிகாரிகளுக்குப் பொழுது போவது ஒரு பிரச்சினை. வீட்டுக் கைதியாக இருந்த தம் நாட்டவரான இன்னொரு ஆங்கிலேயருடன் பேசுவதில் சிலர் நேரத்தைச் செலவிட்டனர். 1936ஆம் ஆண்டு மே மாதம், பெல்காம் கமிஷனர் தன் உயர் அதிகாரியான பம்பாய் மாகாணத்தின் உள்துறைச் செயலருக்கு ஒரு கடிதம் எழுதினார். "ஸ்ப்ராட்டின் அரசியல் சிந்தனை மிகவும் மாறிவிட்டது. அது மட்டுமல்ல; அவர் இப்போது அரசியலில் ஈடுபட விரும்பவில்லை. அவரிடம் பேசியதன் மூலமும், ஸ்ப்ராட் வீட்டிலிருந்து 25 கஜம் தூரத்தில் வசிக்கும் உதவிக் காவல்துறைக் கண்காணிப்பாளர் திரு. மில்ஸ்

போன்றவர்கள் கூறியதை வைத்தும் தான் இதை நான் அறிந்து கொண்டேன்.” ஸ்ப்ராட்டை விடுதலை செய்து, இந்தியாவில் வசிக்க அனுமதிக்க வேண்டும் என்று கமிஷனர் பரிந்துரைத்தார். “தவறாக நடந்துகொண்டால் உடனே சிறையிலடைக்கப்படுவார்” என்ற புரிதலுடன் அவரை விடுவிக்கலாம் என்றார்.

இந்தக் கடிதத்துடன், தான் ஸ்ப்ராட்டுடன் நடத்திய உரையாடல்களின் குறிப்பையும் இணைத்து அனுப்பினார். ஸ்ப்ராட் தான் விடுதலை செய்யப்பட்டால் மதராஸில் ஏதாவது வேலை பார்த்துக்கொள்வதாக ஏப்ரல் 27ஆம் தேதி கமிஷனரிடம் கூறினார். தான் அரசியலில் ஈடுபட மாட்டேன் என்று ஒரு கடிதம் எழுதிக்கொடுக்க முடியுமா என்று கமிஷனர் கேட்டார். இப்போது அரசியலில் ஈடுபடும் எண்ணம் ஏதும் கிடையாது என்றாலும், அதைப் பற்றி எழுதிக்கொடுக்க விரும்பவில்லை என்றார் ஸ்ப்ராட். இரண்டு நாட்கள் கழித்து அவர்கள் மறுபடியும் சந்தித்துப் பேசினார்கள். இங்கிலாந்திற்குச் சென்றுவிட கமிஷனர் ஸ்ப்ராட்டிற்கு ஆலோசனை கூறினார். அது இயலாத காரியம் என்று ஸ்ப்ராட் பதிலளித்தார். “நான் காந்தியிடம் இது பற்றிப் பேச வேண்டும். அவருக்குக் கடிதம் எழுதிக் கேட்கும் அளவிற்குப் பழக்கம் இல்லை” என்றார் ஸ்ப்ராட்.

மே மாதம் முதலாம் தேதி ஸ்ப்ராட் ஒரு அறிக்கையை எழுதி கமிஷனரிடம் கொடுத்தார். அரசு ஏற்கெனவே தன்னைக் ‘கொடூரமாக’ நடத்தியிருக்கிறது. இந்நிலையில் விடுதலைக்காக ஒப்புதல் கடிதம் எழுதிக் கொடுப்பது சரியானதல்ல என்று எழுதினார். “நான் வாக்குறுதி அளித்தால், அவமானப்பட்டதாக உணர்வேன். என்னை மதிப்பவர் கண்களில் நான் தாழ்மைபட்டுவிடுவேன்” என்றவர், மேலும் சொன்னார்: “சுதந்திர மனிதனாக நான் கம்யூனிஸக் கொள்கைகளைப் பரப்ப ஆரம்பித்துவிடுவேன் என்று அரசு அஞ்சுவதை நான் புரிந்துகொள்கிறேன். ஆனால் விடுதலை கோருவதில் என் நோக்கம் பரப்புரை செய்வதற்காக அல்ல. ஒரு வேலை தேடிக்கொண்டு, என் சொந்தக்காலிலே நின்று, திருமணம் செய்துகொள்ளவே நான் வெளியே செல்ல விரும்புகிறேன்.” அது மட்டுமல்ல. “அரசியல் விவகாரங்களில் எனது கருத்து ஏழு ஆண்டுகளுக்கு முன் இருந்தவை அல்ல. ஏன்? பதினெட்டு மாதங்களுக்கு முன் இருந்தவைகூட அல்ல. ஆனால் வருங்காலத்தில் எப்படி இருக்கும் என்று என்னால் சொல்ல இயலாது. ஆகவே அதைப் பற்றிய உறுதிமொழி எதையும் என்னால் தர இயலாது. விடுதலை செய்யப்பட்டால் நான் அரசியல் செயல்பாடுகளில் ஈடுபட மாட்டேன். ஆனால் பத்திரிகைகளுக்கு எழுதுவேன். அதில்

அரசியல் வாடை இருக்கலாம். அதற்கான சட்டத்திற்கு நான் உட்படுவேன்" என்று எழுதினார்.[62]

1936ஆம் ஆண்டு கோடையில் ஸ்ப்ராட்டின் விடுதலைக்குக் காலம் கனிந்திருந்தது. அப்போது அமலுக்கு வந்திருந்த இந்திய அரசு சட்டத்தின்படி பொதுத்தேர்தல்கள் நடத்தப்படும் என்றும் அதில் காங்கிரஸும் மற்ற கட்சிகளும் பங்கெடுக்கும் என்றும் அறிவிக்கப்பட்டது. இந்தப் பின்புலத்தில் காலம் கழித்த ஒரு கம்யூனிஸ்டை சிறையில் இன்னும் வைத்திருக்கத் தேவையில்லை என்ற பெல்காம் கமிஷனரின் பரிந்துரையை ஏற்று பம்பாய் அரசு ஸ்ப்ராட்டை விடுதலை செய்தது. அவர் இங்கிலாந்து செல்லவோ அல்லது அரசியலில் ஈடுபட மாட்டேன் என்று உறுதியளிக்கவோ அரசு கேட்கவில்லை.

1936ஆம் ஆண்டு ஜூன் இரண்டாவது வாரம் சீதாவிற்கு ஒரு சிறிய கடிதம் எழுதினார். "இந்தக் கடிதத்தில் ஒரே ஒரு முக்கியமான விஷயம் மட்டும் சொல்ல விரும்புகிறேன். என் விடுதலை ஆணை கிடைத்துவிட்டது". சீக்கிரமே மதராஸ் வருவேன் ஆனால் எப்போது என்று சொல்ல முடியவில்லை என்று எழுதினார். "என்னை வரவேற்பதற்கு ரயில் நிலையத்திற்கு வர வேண்டாம். ஏனென்றால் ஒருவேளை நீ ஏமாந்துவிடலாம், நான் வரும்போது உன்னைக் கண்டுபிடித்துவிடுவேன். நீ எங்கிருந்தாலும். ஒரு வாரத்திற்குள் உன்னைப் பார்ப்பேன். அதன் பிறகு பேசுவோம்."[63]

சிறையிலிருந்து வெளியில் வந்த பிறகு ஸ்ப்ராட்டின் வாழ்க்கையைப் பற்றி வேறு ஒரு அதிகாரத்தில் பார்க்கலாம். இந்த அதிகாரத்தில் அவர் வெளியில் வந்த பிறகு எழுதிய சில கட்டுரைகளைப் பார்க்கலாம். கல்கத்தாவிலிருந்து வெளிவந்த *மாடர்ன் ரிவ்யூ* என்ற இதழில் இவர் எழுதினார். தாகூர், காந்தி, நேரு போன்றோர் எழுதிய பத்திரிகை இது. ஸ்ப்ராட் எழுதிய கட்டுரைகள் சிறைவாச உளவியல் சார்ந்தவை. ஜெயிலில் அடைத்து வைப்பதால், உணர்வுகளை அடக்கிவைக்கும் ஆண் கைதிகளுக்குப் பாலியல் பிரச்சினைகள் ஏற்படுகின்றன என்றும் வரும் பெண் பார்வையாளர்களால் ஈர்க்கப்படுவார்கள் என்றும் எழுதினார். தனிக் கைதிகள் பேசுவதற்கு ஆள் இல்லாமல் ஏங்குவதையும், பின்னர் நிறைய பேசிய பின் தங்கள் தனிக் கொட்டடிக்குச் செல்ல விரும்பியது பற்றியும் எழுதினார். ஆறு ஆண்டுகள் சிறையில் கிடைத்த தீவிர அனுபவத்தில் அவர் சிறைக்கு உள்ளேயும் வெளியேயும் மனத்தில் கொள்ள வேண்டிய கருத்து ஒன்றைச் சொன்னார்: " நம் நேரத்தை ஆட்களுடன்

இருப்பதிலும் தனிமையில் இருப்பதிலும் அளவறிந்து செலவிடுவது சிறந்தது.”

ஸ்ப்ராட், தனது, தன் சக கைதிகளின் மனநிலை ஒரு உச்சத்திலிருந்து அடுத்ததற்கு ஊஞ்சலாடுவதைப் பற்றிப் பேசினார், கோபமிக்க நிலையிலிருந்து மகிழ்ச்சி புரண்டோடும் மனநிலைக்குச் சென்று, பின் அழுகை மிக்க நிலைக்கு வருவார்கள். சிறையில் சிலருக்கு மதம் ஆறுதல் அளித்தது. அதேபோல் பலருக்குப் புகையிலை அதைக் கொடுத்தது.” “ஒரு கைதியின் ஆழ்ந்த ஆசை விடுதலை அடைவதுதான்” என்று குறிப்பிட்டார். தன்னுடைய விடுதலையைப் பற்றிப் பேசும்போது, அது கிடைத்தவுடன் உடல் உபாதைகள் மறைந்தன என்றார்.

> சில உளவியல் பாதிப்புக்கள் இன்னும் எஞ்சி இருக்கின்றன. வெட்கமும் இயலாமை உணர்வும் வெளிப்படுகின்றன. நான் அகவயப்பட்டவன், தனிமை விரும்பி. எந்த விஷயத்துடனும் பற்று வைக்க மாட்டேன். நான் துணிவில்லாதவன். தன்னம்பிக்கையற்றவன். எனக்குக் கெட்ட கனவுகள் அடிக்கடி வருவதுண்டு. சிறைக்குச் செல்லும் முன்பு இருந்ததை விட இப்போது எனது திறமை குறைந்துவிட்டது. வாழ்வின் பிரச்சினைகளை எதிர்கொண்டு அதற்கேற்றபடி என்னைத் தகவமைத்துக்கொள்வது சிரமமாகப்படுகிறது. மனமாற்றத்திற்குத் தயாராக இருக்கும் மனிதனுக்குத் தேவையான திடநம்பிக்கை எனக்கு இல்லாததை உணர்கிறேன்.[64]

ஒருகாலத்தில் உறுதியான கம்யூனிஸ்டாக இருந்து பிறகு சித்தாந்த ரீதியாக ஊசலாடிக்கொண்டிருந்த இவருடைய புதிய நம்பிக்கைகளைப் பற்றி நாம் பின்னர் பார்க்கலாம்.

7

பின்வாங்கிய அம்மையார்

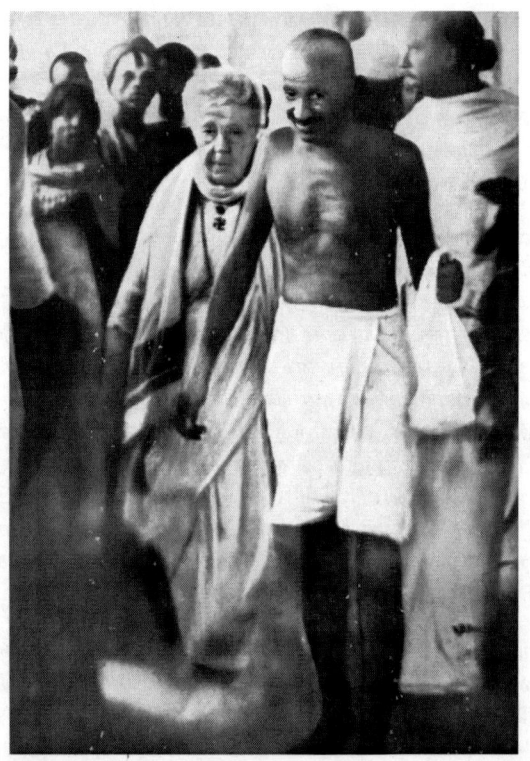

நமது முதல் புரட்சியாளரை இப்போது மறுபடியும் பார்க்க வேண்டும். 1919ஆம் ஆண்டு இந்திய அரசியலில் முக்கியத் தலைவராக அன்னி பெசன்டின் இடத்தை மோகன்தாஸ் கரம்சந்த் காந்தி கைப்பற்றிய காலகட்டம்.

ரௌலட் சட்டத்திற்கு எதிராகத் தொடங்கப்பட்ட சத்தியாக்கிரகம் முழுவதும் அமைதியாக நடக்க வேண்டுமென்று காந்தி விரும்பினார். அது வேறு விதமாக நடந்துவிட்டது. அதற்கு ஒரு காரணம் காந்தியை ஏப்ரல் மாதம் பஞ்சாபிற்குச் செல்லவிடாமல் அரசு தடுத்ததால் இந்தச் செய்தி வேகமாகப் பரவி, எதிர்ப்பை எழுப்பியது. பொதுச்சொத்துகள் தாக்கப்பட்டன, சிம்லாவிலிருந்த அன்னி பெசன்ட் இதைக் கேள்வியுற்று அதிர்ச்சி அடைந்தார். தான் எதிர்பார்த்தது நடந்துவிட்டதாக நினைத்தார். நடந்த வன்முறைச் செயல்களுக்குக் காந்தியின் செயல்பாடுதான் காரணம் என்று டைம்ஸ் ஆஃப் இண்டியா நாளிதழில் எழுதினார். தான் "சட்டங்களுக்கு மதிப்பு கொடுப்பதன் முக்கியத்துவத்தைப் பற்றி "அடிக்கடி எழுதி யிருப்பதைச் சுட்டிக்காட்டினார். "வருந்தத்தக்க பிரச்சினை என்னவென்றால் மதராஸில் ஒருவர்கூட காந்தியின் சத்தியாக்கிரகத்திற்கு எதிர்ப்பு தெரிவிக்கவில்லை. காந்தியின் பெயருக்கு அத்தகைய மாயை இருந்தது. பெருந்திரள் கூட்டம் அவரால் ஈர்க்கப்பட்டது."[1]

அன்னி பெசன்ட் ஒரு போராளியாக இருந்து பின் மிதவாதியாக மாறியது தேசிய அச்சு ஊடகத்தில் கேலியாகக் கவனிக்கப்பட்டது. கள்ளிக்கோட்டையிலிருந்தது வந்த ஒரு நாளிதழ், "திருமதி. பெசன்டின் அந்தர் பல்டி" என்ற தலைப்பில் எழுதியது " திருமதி பெசன்ட் தனது அரசியல் கொள்கையை முழுவதுமாகமாற்றிக்கொண்டுவிட்டார். காந்தியை உதறிவிட்டார். திலகருக்குத் தான் அளித்த பட்டத்தை விலக்கிவிட்டார். தனது பீரங்கியை அரசு செயலகத்திலிருந்து தன் முந்தைய நண்பர்கள், தொண்டர்கள் மீது திருப்பிவிட்டார். இப்போது தனது அரசியல் பகைவர்களின் மீது சேற்றை வாரி வீசும் வேலையைச் செய்துவருகிறார். இன்று அவர் மிதவாதிகளைவிட மிதவாதியாயிருக்கிறார்."[2]

காந்தியின் 1919ஆம் ஆண்டு ரௌலட் சத்தியாக்கிரகம், ஒரு வகையில் திருமதி பெசன்டின் 1916-17 கால ஹோம் ரூல் இயக்கத்தின் நீட்டிப்பாகவே அமைந்திருந்தது. அதுபோலவே காந்தியின் இயக்கத்திற்கும் பிரச்சாரத்திற்கென ஒரு நாளிதழ் செயல்பட்டது. பிரிட்டிஷார் அவர்கள் போற்றிப் பேசிய நீதியைப் பேணவில்லை என்று இந்த இதழ் குற்றம் சாட்டியது. காந்தி இளம் வயதினராயிருந்தபடியால், நாடு முழுவதும் குறுக்கும் மறுக்குமாக, சிற்றூர்களுக்குப் பயணம் செய்து தனது கருத்தைப் பரப்பினார். அன்னி பெசன்டோ, நகரங்களில் மட்டும் செயல்பட்டார். அது மட்டுமல்ல, உள்ளூர் மொழிகளில் பேச முடிந்ததால், வெளிநாட்டில் பிறந்த, ஆங்கிலம் பேசும் இந்தியரான

அன்னி பெசன்டைவிட அசல் இந்தியரான காந்தியால் பெரும் மக்கள் திரளை ஈர்க்க முடிந்தது.

தங்களது ஹோம் ரூல் இயக்கத்தால் அன்னி பெசன்டும் திலகரும் தேசியத்திற்கு மக்களிடையே அமைத்த நல்லதோர் அடித்தளத்தின் மேல் காந்தி பல சீரிய தளங்களைக் கட்டினார். இந்தியாவிற்குள் தான் ஓரங்கட்டப்படுவதை உணர்ந்த அன்னி பெசன்ட் வெளிநாடுகளின் பேரில் கவனம் செலுத்த ஆரம்பித்தார். 1919இல் ஒரு அறைகூவலைக் கையேடாக அச்சடித்து இங்கிலாந்தில் பலருக்கு அனுப்பினார். "எனது அன்பார்ந்த சக ஊழியரே" என்று ஆரம்பித்து தான் லண்டனில் *யுனைட்டட் இண்டியா* என்ற பத்திரிகை ஒன்றைத் தொடங்க இருப்ப தாகவும் அது கூறியது "பிரிட்டீஷ் மக்களிடையே இந்தியாவைப் பற்றிய அறியாமையை அது போக்கும்" என்றார். இந்தப் பத்திரிகைக்கு அளிக்கும் சந்தாவும் ஆதரவும் "இந்தியாவின் மேம்பாட்டிற்கும் சுதந்திரத்திற்கும்" உதவும் என்றார்.[3,4]

1919 அக்டோபர் முதல் தேதி பெசன்ட் அம்மையாருக்கு எழுபத்தி இரண்டு வயதானது. அவரது நாளிதழ் *நியூ இன்டியா* காந்தியை ஒரு வாழ்த்துச்செய்தி எழுதித்தரத் கேட்ட போது அவரும் உடனடியாகத் தந்தார். முதலில் அவரை மிகவும் மதித்தது பற்றியும், தான் மாணவராக லண்டனில் இருந்தபோது அவரது உரைகளைக் கேட்டு மகிழ்ந்தது பற்றியும் எழுதிய காந்தி, அண்மையில் தனக்கும் அவருக்கும் ஆழ்ந்த அபிப்பிராய பேதம் உருவாகியிருப்பதாக எழுதினார். என்றாலும் "என்ன கருத்து வேறுபாடு இருந்தாலும், இந்தியாவின் பேரில் அவர் கொண்ட விசுவாசம் பற்றி எனக்கு உறுதியான நம்பிக்கை இருந்தது" என்றார். "ஹோம் ரூல் இயக்கத்தை அவர் வேறு எந்தத் தலைவரும் செய்யாத அளவிற்குப் பரப்பினார். இன்னும் பல ஆண்டுகள் வாழ்ந்து தான் சொந்தமாக ஏற்றுக்கொண்ட நாட்டுக்கு அவர் சேவை செய்வாராக" என்று தனது செய்தியை காந்தி முடித்தார்.[5]

இந்தக் காலகட்டத்தில் ஹோம் ரூல் இயக்கம் அன்னி பெசன்டின் முக்கியச் செயல்பாடாக ஆகிவிட்டிருந்தது. அவர் எழுதிய கையேடுகள்கூட "பெசன்ட் அச்சகம், செகண்ட் லைன் பீச், மதராஸ்" என்ற முகவரியில்தான் அச்சிடப்பட்டன. ஆனால் அவரது தொண்டர்களின் எண்ணிக்கை வேகமாகச் சரியத் தொடங்கியது; ஆங்கிலம் படித்த பார்ப்பனர்கள் சிலர் மட்டுமே அவருடன் இருந்தார்கள். என்றாலும் அவர் பேசும்போது அவர்தான் இந்தியாவின் (இந்தியர்களின்) குரல் என்பது போல் பேசினார். ஹோம் ரூல் இயக்கத்தின் இன்னொரு ஸ்தாபகரான புனாவில் இருந்த பால கங்காதர திலகருக்கு இது எரிச்சலை

மூட்டியது. 1920ஆம் ஆண்டு ஏப்ரல் மாதம் பெசன்ட் தனக்குத்தானே கொடுத்துக்கொள்ளும் முக்கியத்துவத்தைக் கண்டித்து வெளிப்படையாகப் பேசினார். அவருடைய அறிவுக்கூர்மை, கடின உழைப்பு , ஆழ்ந்த படிப்பு, பேச்சுத்திறன் ஆகியவற்றைத் தான் மதித்தாலும் அவர் 'பேராசை கொண்ட, பெண்மணி' என்றார். அவருக்குத் தான் முன்னிருக்க வேண்டும், எந்த இயக்கத்திலிருந்தாலும் தான்தான் அதை வழி நடத்த வேண்டும் என்ற ஆசை உண்டு என்றார். அன்னி பெசன்ட் ஒரு முறை கோபத்தில், தனது தொண்டர்கள் சிலருடன் தன்னுடைய ஹோம் ரூல் இயக்கம் ஒன்றைத் தொடங்கினார் என்பதை திலகர் நினைவுகூர்ந்தார். "இன்று காங்கிரஸின் முன்னாள் தலைவர் என்ற அடையாளத்தில், ஒன்றும் அறியாத இங்கிலாந்து மக்களை ஏமாற்ற முற்படுகிறார்." 1920இல் இங்கிலாந்திற்கு காங்கிரஸ் தூதுக் குழு சென்றபோது, தான் மட் டுமே இந்தியாவில் அரசியல் விழிப்பை ஏற்படுத்தியதாகத் தெரிவிக்க அதைப் பயன்படுத்திக் கொண்டார் என்றும் திலகர் சொன்னார்.

ஒருமுறை திலகர் நையாண்டியாகச் சொன்னார்: "தன் செயல்கள், எண்ணங்கள் எல்லாமே இமயத்திலுள்ள மகாத்மாக்களால் இயக்கப்படுகிறது என்று அன்னி பெசன்ட் நம்பினார். அது மட்டுமல்ல. அவர் தனக்கு இயற்கைக்கு அப்பாற்பட்ட, எந்த எதிர்ப்பையும் தாளாத, ஒரு தலைமையை நாடினார்" என்றார். "மக்களாட்சி அரசியலில் பெருவாரியானவர்களில் முடிவுகள்படியே நடக்க வேண்டும், நமக்கு அது பிடிக்காவிட்டாலும்கூட." அன்னி பெசன்ட் 1918ஆம் ஆண்டு தில்லியில் நடந்த காங்கிரஸ் மாநாட்டில் பெரும்பான்மையினருடன் மோதினார். அன்றிலிருந்து காங்கிரஸில், தவறான முறைகளின் மூலம் தனது முக்கியத்துவத்தை நிறுவ முயன்றுவருகிறார் என்றும் திலகர் கூறினார்.[6]

இந்தச் சமயம் திலகர் உடல்நலம் குன்றியிருந்தார். 1920ஆம் ஆண்டு ஆகஸ்டு முதல் நாள் அவர் காலமானார். காந்தி சுதந்திரப் போராட்டத்தின் நிகரற்ற தலைவரானார். நீதிமன்றங்களையும், கல்லூரிகளையும் புறக்கணித்து, வெளிநாட்டுத் துணிமணிகளை எரித்து பிரிட்டீஷ் அரசுக்கு எதிராக ஒத்துழையாமை இயக்கத்தை நடத்த காந்தி திட்டமிட்டுக் கொண்டிருந்தார். இதைக்கேட்டு வெகுண்ட அன்னி பெசன்ட், தனது தி தியாசஃபிஸ்ட் (The Theosophis t) இதழில் இவ்வாறு எழுதினார்:

> காந்தி, மற்ற மனிதர்களின் உலகினின்று முற்றிலும் வேறுபட்ட உலகத்தில் வாழ்கிறார். பிற்போக்குக் கருத்துக்களுடன், சீக்கிரமே உணர்ச்சி வசப்படும் இவர்கள் திடீரென்று செயல்பாட்டில் ஈடுபடுவார்கள். நல்லெண்ணம்

கொண்டவராயிருந்தாலும் காந்தி ஆபத்தானவர். ஏனென்றால் அவருடைய ஆட்கள் இந்த உலகில் வாழ்பவர்கள் அல்ல. அதே தருணத்தில் அவர் சொல்படி ஆடவும் மாட்டார்கள்.[7]

இந்த வாக்கியங்கள் ஆகஸ்டு 1920இல் அச்சேறின. அடுத்த மாதம் அன்னி பெசன்ட் கல்கத்தாவில் நடந்த காங்கிரஸின் சிறப்பு அமர்வொன்றில் பங்கெடுத்தார். ஒத்துழையாமை பற்றிய ஒரு விவாதத்தில் பங்கெடுத்த அவர், இந்திய அரசாங்கம் என்பது வைஸ்ராய், அவரது எக்சிக்யூடிவ் கவுன்சில் மட்டுமே அல்ல, பல நூற்றாண்டுகளாய்த் தகவமைத்துக்கொண்ட சமூக நிறுவனங்களையும் அடக்கியது. காந்தியின் ஒத்துழையாமை இயக்கத்தின்படி எல்லா அரசு அலுவலகங்களில் உள்ளவர்கள் பணியை விட்டுவிட்டால் "உங்களை யாராவது தெருவில் அடித்துவிட்டாலோ அல்லது உங்களைக் கொள்ளையடித்து விட்டாலோ, முறையிடுவதற்கு ஆளிருக்க மாட்டார்கள்" என்றார் அன்னி பெசன்ட். தந்தி அடிக்கவோ, ஒரு கடிதத்தை அனுப்பவோ முடியாது. பயணம் செல்ல ரயில் இருக்காது. "ஒத்துழையாமை என்பது அரசுக்கு எதிரான ஒரு போருக்கான அறைகூவல். சமூகத்திற்கு எதிரான ஒரு போருக்கு அழைப்பு. ஆனால் காந்தியோ இதை ஒரு போருக்கான அறைகூவல் என்றெண்ணாமல் இதை ஆன்மிக சக்தியாகப் பார்க்கிறார். ஆயிரமாயிரம் மக்களைக் கூட்டி அரசு எந்திரத்தைச் செயலிழக்க செய்வதா ஆன்மீக சக்தி? இது வேறு உருவிலான வன்முறை சக்தி என்று நான் கூறுகிறேன். காந்தியின் இயக்கம் சமூகத்தைப் பெருங்குழப்பத்திற்கு இட்டுச்செல்லும். சமூக உறவினால் ஒன்றுபடுத்தப்படாத ஒரு பெரிய கூட்டத்தை உருவாக்கும்" என்றார் அன்னி பெசன்ட்.[8]

பெசன்ட் அம்மையாரின் உரையின்போது காந்தி ஆதரவாளர்கள் கத்திக் கூச்சலிட்டு எதிர்ப்பு தெரிவித்தனர். காந்தி தலையிட்டு அவர்களை அமைதிப்படுத்தி, அம்மையாரின் பேச்சைக்கேட்கச்சொன்னார். தான் அவருடைய கருத்துக்களுடன் உடன்படாவிட்டாலும், அவர் இந்தியாவிற்குச் செய்திருக்கும் சேவைக்காக மதிக்கப்பட வேண்டியர் என்றார். ஒரு இதழ் இந்நிகழ்வைப் பற்றி எழுதியது: "இந்த நாட்டின் பெயரிலும், நாம் துவக்க இருக்கும் இப்பெரும் பணியின் பேரிலும் கூட்டத்தினரை அம்மையாரின் உரையைக் கேட்கும்படி காந்தி சொன்னார். அது மட்டுமல்ல. நாம் யாரை எதிரி என்று கருதுகிறோமோ அவர்கள் பேசுவதையும் நாம் கேட்க வேண்டும்" என்றார்.[9] இது 1916இல் வாராணசியில் நடந்ததற்கு எதிராக இருந்தது. அங்கே காந்தி பேசுவதைக் கேட்கப் பொறுக்காமல்

பெசன்ட் அவர் பேசுவதைத் தடுத்து நிறுத்தினார். காந்தியோ தன்னைப் பற்றிய விமர்சனத்தைத் தொடரும்படி பெசன்ட் அம்மையாரைக் கேட்டுக்கொண்டார்.

1920ஆம் ஆண்டின் கடைசிப் பகுதியில் ஒத்துழையாமை இயக்கம் வளர்வதைக் கண்டு அன்னி பெசன்ட் அதன் மையமாகத் திகழ்ந்த பம்பாய் மாகாணத்திற்குச் சென்று காந்திக்கும் அவரது அரசியல் உத்திகளுக்கும் எதிராகப் பரப்புரை செய்தார். அடுத்த ஆண்டு அவர் காங்கிரஸில் காந்தியின் தலைமையை எதிர்த்த மிதவாதக் குழுவை மதராஸில் உருவாக்கினார். "1921 கிளப்" என்று பெயரிடப்பட்ட இந்தக் குழுவில் சி.பி. ராமசாமி அய்யரும் வி.எஸ். சீனிவாச சாஸ்திரியும் இடம்பெற்றனர். இந்தக் குழுவின் நோக்கம், "இந்தியாவை பிரிட்டீஷ் காமன்வெல்த்தில் கட்டற்ற ஒரு தனி நாடாக ஆக்குவது. எல்லாத் துறையிலும் ஒன்றிணைந்து மேம்பாடடைவதற்குப் பாடுபடுவது." அடையாறு பிரம்மஞான சபையில் வாரம் ஒரு முறை இந்த குழு கூடிப் பேசியதுடன், மற்ற மாகாணங்களிலுள்ள மிதவாதிகளுடனும் தொடர்புகொண்டது.[10]

1921ஆம் ஆண்டு ஏப்ரல் மாதம், ரெடிங் பிரபு (Lord Reading) இந்தியாவின் வைஸ்ராயாகப் பொறுப்பேற்றுக் கொண்டார். இந்த நிகழ்விற்கு அன்னி பெசன்ட் சென்றார். பின்னர் மலபாரில் ஒரு பொதுக்கூட்டத்தில் பேசியபோது எக்சிக்யூடிவ் கவுன்சிலை மாற்றியமைத்ததற்காகவும் மாகாண ஆளுநர்களிடையே முன்னேற்ற நோக்கை ஏற்படுத்தியதற்காவும் வைஸ்ராயைப் புகழ்ந்து பேசினார். "மேலிருந்து வரும் இந்த மாற்றங்கள் பிரிட்டனின் அரசியல் சாசனம் சார்ந்த மாற்றங்களைக் காட்டுகின்றன." இப்போது சர்வாதிகாரிகள் போய்விட்டார்கள் . நம்மை ஆட்சி செய்பவர் அரசியல் சாசனம் சார்ந்தவர்கள்."

இப்படிப் புதிதாக வந்த ஆட்சியாளர்களைப் போற்றிய பின் காந்தியையும் அவரது ஒத்துழையாமை இயக்கத்தையும் தாக்கிப் பேசினார். தான் முன்பு தலைவராயிருந்த காங்கிரஸ் கட்சி இப்போது காந்திக்குச் சிரம் தாழ்ந்துபோய்விட்டது என்றார். மாணவர்கள்மேல் காந்தியின் பாதிப்பு கேடு விளைவிப்பதாயிருக்கிறது. ஒழுக்கம் குலைகிறது. மாணவர்கள் கை மீறிப்போனால், காந்தி எவ்வளவு கேட்டுக்கொண்டாலும் அவர்கள் வன்முறையில் ஈடுபடுகிறார்கள். கூட்டங்களைக் கலைப்பது போன்றவற்றில் ஈடுபடுகிறார்கள். ஒத்துழையாமை இயக்கம் பற்றிய பிரச்சாரம் இந்தியாவிற்குச் சொல்லவொண்ணாக் கெடுதல்களை உருவாக்கியிருக்கிறது" என்றார்.[11]

1921ஆம் ஆண்டில் காந்தியின் ஒத்துழையாமை இயக்கம் வேகமாகப் பரவ ஆரம்பித்தபோது அன்னி பெசன்ட் அவர்மீது

தனது தாக்குதலைத் தொடர்ந்தார். பம்பாயில் ஒரு கூட்டத்தில் பேசிய அவர், "காந்தியின் ஒழுக்கமற்ற தொண்டர்கள், தங்களது சர்வாதிகாரத் தலைவரின் பேச்சைக் கேட்டுக் கூட்டமாகக் குழப்பத்தில் ஈடுபடுகிறார்கள். அவரை ஒரு அவதாரமாகக் காண்கிறார்கள்" என்றார்.[12] காங்கிரஸின் தலைமையில் தானிருந்த இடத்தைப் பிடித்துக்கொண்டு, இந்திய சுதந்திரப் போராட்டத்தை முன்னின்று நடத்திக்கொண்டிருக்கும் காந்தியைத் தாக்கி இவர் எழுதியதையெல்லாம் தொகுத்து, ஒரு நூலாக மதராஸ் பிரம்மஞான சபையால் வெளியிடப்பட்டது. இங்கிலாந்திலும் இந்தியாவிலும் விநியோகிப்பதற்காக இரு மொழிகளிலும் பதிப்பிக்கப்பட்டது.

> காந்தியின் ராஜ்யத்தில் பேச்சுச் சுதந்திரம் கிடையாது. ஒத்துழையாமையைப் பற்றி அல்லாது மற்ற கூட்டங்கள் எதுவும் கூடாது. சமூக, சமய ஒடுக்குதல், வன்முறை மிரட்டல்கள், துப்புதல், தெருவில் செல்லும்போது அவமதித்தல், இவைதான் இவர்களின் அடக்குமுறை உத்திகள். சுயராஜ்யம் சீக்கிரமே வந்துவிடும் என்றும், பின் வாடகை கூடக் கொடுக்கத் தேவையில்லை என்றும் வாக்களித்து மக்களின் ஆதரவைப் பெறுகிறார்கள். காந்திக்கு மகாத்மா என்றும், அவதார புருஷன் என்றும் மதம் சார்ந்த பெயர்களைக் கொடுத்தும், அவர் இயற்கைக்கு அப்பாற்பட்ட ஆற்றல் படைத்தவர் என்று கூறியும் ஆதரவு திரட்டுகிறார்கள்.[13]

திருமதி பெசன்ட் தனது அச்சத்தைப் பொதுக்கூட்டங்களிலும், தனிப்பட்ட உரையாடல்களிலும் வெளிப்படுத்தினார். 1922ஆம் ஆண்டில் பிப்ரவரி மாதம் லண்டனிலிருந்த அவருடைய வழக்குரைஞர் டேவிட் கிரகாம் போலுக்கு எழுதினார்: "காந்தி இப்போது ஒரு வெளிப்படையான புரட்சிக்குத் திட்டமிட்டுக்கொண்டிருக்கிறார்." மார்ச் 9இல் எழுதிய இன்னொரு கடிதத்தில் "சட்டம், ஒழுங்கு சீரழிந்து கொண்டிருக்கிறது. இதன் விளைவுகளை நாம் சீக்கிரமே சந்திக்க நேரிடும். அது காலம் செல்லச் செல்ல இன்னும் மோசமாகும்" என்று எழுதினார்.[14] அடுத்த நாள் அகமதாபாத்தில் காந்தி கைதுசெய்யப்பட்டு, ஆறாண்டுகள் சிறைத் தண்டனை விதிக்கப்பட்டார்.

II

காந்தி சிறையிலடைக்கப்பட்ட பின், ஒத்துழையாமை இயக்கம் கைவிடப்பட்ட பின், அன்னி பெசன்ட் தனது ஹோம் ரூல் இயக்கத்திற்கு உயிரூட்டத் தொடங்கினார். இந்த

முயற்சிக்கு ஐக்கிய மாகாணத்தில் தேஜ் பகதூர் சப்ரூ, மத்திய மாகாணத்தில் ஹரிசிங் கௌர், பம்பாய் மாகாணத்தில் ஆர். ஜெயகர், என்.எம். ஜோஷி, புலபாய் தேசாய் போன்றவர்களிடம் ஆதரவு வேண்டினார். காந்தியுடன் கருத்து வேறுபாடு கொண்டிருந்த இம்மாதிரியான தேசியவாதிகள் தில்லி, பம்பாய், மதராஸ் நகரங்களில் கூடி மாகாண சுயாட்சி, ராணுவத்திலும் அரசுப் பணிகளிலும் உயர் மட்டத்தில் இந்தியர்களை அமர்த்துவது போன்ற பிரச்சினைகளைப் பற்றிப் பேசினார்கள்.[15]

1923ஆம் ஆண்டு தொடக்கத்தில் அன்னி பெசன்ட் ஒரு ஜோசியரிடம் தனது அரசியல் வாழ்வின் எதிர்காலத்தைப் பற்றியும் 1924இல் தான் தில்லியில் நடத்த எண்ணியிருக்கும் அகில இந்திய மாநாட்டைப் பற்றியும் கேட்டார். அம்மையாரின் சொந்தத் தரவுகளின் அடிப்படையில் அந்த மாநாடு வெற்றிகரமாக நடைபெறும் என்று அந்த ஜோசியர் கணித்தார். அன்னி பெசன்டின் ஜாதகத்தைப் பற்றி அவர் கூறியதாவது:

> இது வலிமையான ஜாதகம். முதலில் எதிர்ப்புகளைச் சந்திக்க நேர்ந்தாலும், ஆரம்பத்தில் சிறிது தாமதமானாலும், பின்னர் துரித வளர்ச்சிக்கு சாத்தியக்கூறு உள்ளது. ஆனால் ஒன்று மட்டும் நிச்சயம்; வெளிப்படையான, ரகசியமான எதிரிகள் தங்களை அடையாளம் காட்டிக்கொள்ள வேண்டிவரும். மதில்மேல் பூனைபோலிருப்பவர்கள் சிலர் (ஒத்துழையாமை கருத்துக்கு ஒத்துப்போகும் ஆட்கள்) மிதவாதிகளுடன் சேரும் வாய்ப்பு உள்ளது (கிரகங்கள் வீடு மாறிவிட்டதால்).[16]

ஜோசியர் சொன்னது பலிக்கவில்லை. 1924 பிப்ரவரியில் நடந்த தில்லி மாநாடு சிறப்பாக நடந்தது. ஆனால் அந்த மாதம் முடிவதற்குள் காந்தி முன்னதாகவே விடுதலை செய்யப்பட்டார். எல்லா இந்தியர்களின் கவனமும் காந்தியின் பால் திரும்பியது. திருமதி பெசன்ட் லண்டனுக்குச் சென்று பிரிட்டீஷ் மக்களின் முன் தனது வாதத்தை வைக்க முற்பட்டார். மற்ற மாகாணங்களிலிருந்த மிதவாதிகள், காற்று எந்தப் பக்கமாக வீசுகிறது என்பதை உணர்ந்து அவருடன் லண்டன் செல்லவில்லை. ஆனால் மதராஸில் இருந்த இரு விசுவாசிகள் – ஸ்ரீனிவாச சாஸ்திரி, ஆர்.கே. ஷண்முகம் செட்டி – அவருடன் சென்றார்கள். அப்போதுதான் லேபர் கட்சி முதன்முறையாக பிரிட்டனில் பதவிக்கு வந்திருந்தது. அவர்களிடமிருந்து இந்தியாவிற்குச் சில சலுகைகளைப் பெறலாம் என்று மிதவாதிகள் எண்ணினர்.

1924ஆம் ஆண்டு ஜூன் 17ஆம் தேதி இந்தக் குழு இந்தியாவிற்கான செயலரைச் சந்தித்துப் பேசியது. முதலில்

அன்னி பெசன்ட் நீண்ட நேரம் பேசினார். அவரும் அவரது சகாக்களும் டொமினியன் அந்தஸ்திற்காக ஒரு திட்டம் வகுத்திருப்பதாகவும் அதை பிரிட்டிஷ் பிரதமரிடம் கொடுக்க விரும்புவதாகவும் தெரிவித்தார். மத்திய அரசிற்கும் மாகாணங்களுக்குமான உறவு, வரிகள், நிதி, சட்டசபை அமைப்பு, சிறுபான்மையினருக்குப் பாதுகாப்பு போன்றவை அந்தத் திட்டத்தில் இருந்தன. "டொமினியன் அந்தஸ்திற்காக இந்தியா இன்னும் காத்துக்கொண்டிருக்காது" என்றார் அன்னி பெசன்ட். ஆனால் பிரிட்டனுடன் தொடர்பு இருக்க வேண்டும். ஏனென்றால் "இந்திய மக்கள் அதை விரும்புகிறார்கள்."[17]

இதைச் செவிமடுத்த இந்தியாவிற்கான செயலர் வாக்குறுதி எதுவும் தரவில்லை. இந்தச் சந்திப்பிற்குப் பிறகு பத்திரிகையாளர்கள் அம்மையாரிடம் இந்த முயற்சியினால் ஏதாவது கிடைக்குமா என்று கேட்டபோது அவர் சொன்னார்:

எனக்கு நம்பிக்கை இருக்கிறது என்று சொல்ல முடியாது. ஆனால் வெற்றியை நான் எதிர்பார்க்கிறேன். பிரிட்டீஷ் பாரம்பரியத்திலும் சுதந்திரத்திலும் ஈடுபாடு உடையவர்கள் மக்களவையில் பெருவாரியாக இருக்கும் போது இந்தியாவின் லட்சியங்கள் நிறைவேற்றப்படும் என்று நம்புகிறேன். சீராகச் சிந்திக்கும் ஆண்களும் பெண்களும் சுதந்திரத்திற்காகப் போராடும்போது வெற்றியடைவார்கள் என்பது நிச்சயம். எல்லாவற்றிற்கும் மேலாக நன்னெறியில் செல்லும் நாடுகளைக் காக்கும் சக்தியில் எனக்கு நம்பிக்கை உண்டு. ஒரு நாட்டின் பிறப்புரிமையான சுதந்திரத்தை நிராகரித்தால் ஆளும் நாடு உடைபடும் என்றார்.[18]

1924ஆம் ஆண்டு ஜூலை மாதம் அம்மையாரின் நண்பர்களும் அபிமானிகளும் அவரது பொது வாழ்வில் ஐம்பது ஆண்டு நிறைவைக் கொண்டாட லண்டனில் ஒரு நிகழ்வை ஏற்பாடு செய்தார்கள். முன்னர் 1874ஆம் ஆண்டுதான் "பெண்களின் நிலை" என்கின்ற தலைப்பில் அவரது முதல் பொதுமேடை உரையை நிகழ்த்தியிருந்தார், லண்டனில் க்வீன்ஸ் ஹால் என்றறியப்பட்ட மண்டபத்தில் இந்த வெள்ளி விழா நடக்கவிருந்தது. மேடையில் கழுத்தில் மாலையுடன் அன்னி பெசன்ட் அமர்ந்திருக்க, பிரிட்டிஷ் பிரதமர், எழுத்தாளர் பெர்னார்ட் ஷா, அரசியல்வாதி ஜார்ஜ் லேன்ஸ்பரி (George Lansbury) முதலியோர் அவரைப் புகழ்ந்து வாழ்த்துச் செய்திகள் அனுப்பியிருந்தார்கள். காந்தியிடமிருந்தும் ஒரு செய்தி வந்திருந்தது. "உங்கள் நீண்ட கால சேவையைப் பாராட்டுகிறேன். உங்கள் உத்வேகத்தையும் துணிச்சலையும் கண்டு நான் வியக்கிறேன். பல ஆண்டுகளுக்கு

ஏழு போராளிகள்! 205

முன், சிறுவனாக இருந்தபோதும், பின்னர் எனது அரசியல் வெளிப்பாட்டிலும் உங்களது எழுச்சியூட்டும் கருத்துகள் எனக்கு அகத்தூண்டுதலாக அமைந்தன."[19]

காந்தி சிறுவனாயிருந்தபோது அம்மையாரைப் போற்றிய தாகவும் பின்னர் அவரது அரசியல் பாணியிலிருந்து விலகிப் போய்விட்டதாகவும் இச்செய்தி கூறியது. இருந்தாலும் அவர் ஒரு வாழ்த்துச் செய்தி அனுப்பியது அம்மையாருக்கு மகிழ்வைத் தந்தது. இந்தியா திரும்பி வந்ததும் மீண்டும் நட்புறவு கொள்ள காந்தியைத் தொடர்புகொண்டார். ஆகஸ்ட் மாதம் கடைசி வாரம் இருவரும் பம்பாயில் சந்தித்துக் கொண்டார்கள். அரசு குழுக்களைப் புறக்கணிப்பது பற்றியும், காங்கிரஸ் தொண்டர்களைக் கதர் நூற்கச் சொல்வது பற்றியும் விவாதித்தனர். இரண்டையும் அம்மையார் எதிர்த்தார். கருத்து ஒற்றுமை ஏற்படவில்லை. அடுத்த நாள் ஒரு கூட்டத்தில் பேசிய காந்தி, "அவரது முதிர்ந்த வயதையும் அனுபவத்தையும் கருதி, ஒரு மகன் கெஞ்சுவதுபோல எனது கருத்துக்களை அவர் முன் வைத்தேன்" என்றார்.[20]

அடுத்த மாதம் காந்தியை "அன்புள்ள காந்திஜி" என்று விளித்து ஒரு கடிதம் எழுதினார். முன்னர் அவர் "டியர் மிஸ்டர் காந்தி" என்று எழுதியதிலிருந்து வேறுபட்டிருந்த இந்தக் கடிதம் அவரது அணுகுமுறையிலிருந்த மாற்றத்தைக் காட்டியது. நவம்பர் மாதத்தில், வெவ்வேறு அரசியல் கட்சிகளைக் கூட்டி "இந்தியாவிற்காக சுயராஜ்ஜிய அரசியல் சாசனம்" பற்றிப் பேசத் திட்டமிட்டார். காந்தியை இந்தக் கூட்டத்திற்கு அழைத்தார். முஸ்லிம் லீக் போன்ற அமைப்புகளையும் அழைத்து, அரசியல் சாசனத்திற்குப் பொது வரைவைத் தயாரிக்க வேண்டும் என்றார். பின்னர் "மொத்த இந்தியாவின் கோரிக்கையாக இதை பிரிட்டீஷ் பார்லிமெண்டில் முன்வைக்க வேண்டும். ஆஸ்திரேலிய, தென்னாப்பிரிக்காவின் சாசனங்கள் போன்று இந்த சாசனம் ஒப்புக்கொள்ளப்பட வேண்டும் அல்லது திருத்தத்துடன் ஏற்றுக் கொள்ளப்பட வேண்டும். அதன் பின்னர் எதற்கும் இந்தியா பிரிட்டீஷ் பார்லிமெண்ட்டுக்குச் செல்லத் தேவையிருக்காது. மாற்றங்களை இங்கேயே செய்துகொள்ளலாம்."

தனது திட்டத்தை காந்தியிடம் விளக்கிய பின், அன்னி பெசன்ட் சொன்னதாவது: "மொத்த இந்தியாவின் ஆதரவுடன் நீங்கள் தலைமை தாங்கும் காங்கிரஸ், இதைச் செய்து முடித்தால் அது சிறப்பாக இருக்கும்."

இந்த நீண்ட கடிதத்திற்கு, பிடி கொடுக்காமல் காந்தி ஒரு பதிலை அனுப்பினார். "அம்மையார் யோசனையின்படி, இந்த

வரைவு அரசியல் சாசனத்தை காங்கிரஸ் ஆமோதிப்பதில் சிரமம் இருக்கிறது. ஆனால் நான் திறந்த மனதுடன் இதை அணுகுகிறேன். நாம் சந்திக்கும்போது இதைப் பற்றிப் பேசலாம்."[21]

காங்கிரஸ் கட்சி உறுப்பினராயிருக்க ஒவ்வொருவரும் ராட்டையில் குறிப்பிட்ட அளவு நூல் நூற்க வேண்டும் என்று காந்தி முடிவு செய்திருந்தார். அன்னி பெசன்ட் தானும் நூல் நூற்றுக் கொடுப்பதாகத் துணிச்சலுடன் ஒப்புக்கொண்டார். இவருக்கு ராட்டையில் நூற்கக் கற்றுக் கொடுக்கத் தன் மகன் தேவதாஸை மதராஸுக்கு அனுப்பினார். அவர் எழுபது வயதான அம்மையாருக்கும் சில பிரம்மஞான சபைத் தொண்டர்களுக்கும் நூற்புப் பயிற்சி அளித்தார். அம்மையார் கடுமையாக முயன்றும், கண்பார்வைக் குறைவினாலும் நடுங்கும் கைகளாலும் அவரால் நூற்க முடியவில்லை என்று தேவதாஸ் யங் இண்டியா இதழில் எழுதினார்.[22]

காங்கிரஸில் மறுபடியும் சேர்ந்து உள்ளிருந்து செயல்படலாம் என்று எண்ணிய அன்னி பெசன்ட், டிசம்பர் மாதம் பெல்காமில் நடந்த அக்கட்சியின் வருடாந்தரக் கூட்டத்தில் பங்கெடுத்தார். காந்தி தலைவராகத் தெரிந்தெடுக்கப்பட்டார். அந்தப் பட்டம் இல்லையென்றாலும் காந்திதான் அக்கூட்டத்தின் முக்கிய ஆளுமையாக இருந்திருப்பார். திருமதி பெசன்ட் மறுபடியும் காந்தியிடமிருந்து விலகிப்போனார். பெல்காமிலிருந்து திரும்பியவுடன் தனது நிலைப்பாட்டிற்கு ஆதரவு தருபவர்கள் என்று அவர் கணித்த சிலருக்குக் கடிதம் எழுதினார். காந்தியின் 'புதிய காங்கிரஸி'லிருந்து வேறுபட்டு, தனித்து இருக்கும்படியான 'பழைய காங்கிரஸை' புதுப்பிக்க அவர்களது ஆதரவை நாடினார். காந்தியைப் பின்பற்றுவோர்க்கு எதிரான இந்த அமைப்பிற்கு அவர் ஒரு பெயரையும் தயாராக வைத்திருந்தார் 'அகில இந்திய அரசியல் காங்கிரஸ்'.[23]

அம்மையாரின் இந்தக் கருத்துருவிற்கு ஆதரவு ஒன்றும் பெரிதாக இல்லை. அலகாபாத்திலிருந்த மிதவாதி பத்திரிகையாளர் சி.ஒய். சிந்தாமணி, தேசிய விடுதலை அமைப்பு பழைய காங்கிரஸின் தொடர்ச்சியாக இயங்கி வருவதைச் சுட்டிக்காட்டினார். அரசியல் சாசனம் மூலம் அரசியல் மாற்றங்களை ஆதரிப்பவர்கள் இந்த அமைப்பிற்குள் வரலாம். அது மட்டுமல்ல; "ஒரு புதிய பெயரில் செயல்படுவதால் மட்டுமே நீங்கள் கூறும் அமைப்பு உறுதியாக இருக்கும் என்றோ அல்லது மேலும் பல புதிய உறுப்பினர்களை ஈர்க்கும் என்றோ நான் நினைக்கவில்லை" என்று எழுதினார்.[24]

புதிய கட்சி இல்லையென்றாலும் அம்மையார் புதிய யோசனைகளை வரைவுகள் மூலம் கொடுத்துக் கொண்டிருந்தார். 1925ஆம் ஆண்டு ஜூன் மாதம் பிரிட்டீஷ் பார்லிமெண்டிற்கு நான்கு பக்கக் கோரிக்கை ஒன்றை அனுப்பினார். இதில் கையெழுத்திட்ட மற்ற ஆதரவாளர்கள் வி.எஸ். ஸ்ரீனிவாச சாஸ்திரி, எம்.ஆர். ஜெயகர், எம்.சி. ராஜா, என்.சி. கேல்கர். இவர்கள் எல்லோருமே காந்தியையும் அவரது புதிய காங்கிரஸையும் எதிர்த்தவர்கள். இந்தக் கோரிக்கை, கனடாவிற்கு அளித்தது போன்ற டொமினியன் அந்தஸ்தை இந்தியாவிற்கும் தர மக்களவையில் ஒரு சட்டம் இயற்றப்பட வேண்டும் என்று கேட்டுக்கொண்டது. 1918இல் காந்திக்கு முந்தைய காங்கிரஸ், இந்தியாவிற்குத் தன்னாட்சி உரிமை தர வேண்டுமென்று ஒரு தீர்மானம் இயற்றியது. இதை பிரிட்டீஷ் பிரதமர் டேவிட் லாயிட் ஜார்ஜ் ஏற்றுக்கொண்டார் என்பதை அம்மையாரும் அவரது ஆதரவாளர்களும் சுட்டிக்காட்டினார்கள். ஏழாண்டுகள் கடந்த பின்பும் பிரிட்டீஷ் பார்லிமெண்ட் எந்த நடவடிக்கையும் எடுக்கவில்லை. எனவேதான் இந்தப் புதிய கோரிக்கை.

"இந்தியாவிற்குச் சுதந்திரம் என்பது வாழ்வா, சாவா என்ற பிரச்சினை; வெகுமக்களின் தாங்கொணா வறுமை, பள்ளிகளில் மிகக் குறைவான மாணவர்கள் வருவது, கல்வியறிவு கிட்டாமை, மக்களின் குறைந்த ஆயுசு, இவை மட்டுமன்றி மரண விகிதம் பிறப்பைவிட இரண்டு பங்காக இருப்பதுபோன்ற மற்ற அம்சங்களும் பிரிட்டீஷ் ஆட்சியில் இந்தியா தாழ்ந்து கொண்டே போவதைக் காட்டுகின்றன."

இந்தக் கோரிக்கை மேலும் கூறியதாவது:

> இந்தியாவில் இப்போது நிலவும் அமைதியின்மைக்கு ஒரே தீர்வு சுதந்திரம்தான். நாடு தனது உணர்வுகள் வெளிப்படுத்துவது தடுக்கப்படுவதால், மக்களின் எரிச்சல் இங்கு ஏற்படும் சண்டையில் பிரதிபலிகிறது. இந்த நிலை நீடித்தால், டொமினியன் அந்தஸ்தை பிரிட்டீஷ் அரசு தர மறுத்தால், இந்த நாட்டை ஆள்வதே சிரமமாகிவிடும். மிரட்டுவதற்காக நாங்கள் இதைச் சொல்லவில்லை. நேர்மையான உடன்படிக்கையைக் கோருகிறோம். பிரிட்டன் தனது காலனிகளில் சிலவற்றுடன் – அமெரிக்காவுடன் அல்ல – அமைதியுடனும் இணக்கத்துடனும் செய்த ஒப்பந்தங்கள்போல. இதை விரைவில் செய்ய வேண்டும். ஏனென்றால் ஆபத்தை எதிர்நோக்கியிருக்கிறோம்.[25]

பிரிட்டீஷ் அரசு முன்பு மாதிரியே மசியவில்லை. தான் ஏற்றுக்கொண்ட நாட்டிற்காக அன்னி பெசன்ட் விடாப்பிடியாக எடுத்த முயற்சிகளுக்காக நாம் அவரைப் போற்ற வேண்டும். 1916–18 ஆண்டுகளின் இந்திய சுதந்திரப் போராட்டத்தைத் தான் முன்னின்று நடத்தி அந்த இடத்தை மறுபடியும் பிடிக்க முடியும் என்று அவர் நம்பினார்.

III

அன்னி பெசன்ட் சம்பந்தப்பட்ட ஆவணங்கள் சென்னை அடையாரிலுள்ள பிரம்மஞான சபையில் உள்ளன. அவற்றில் 1924இல் அவருக்கு வழங்கப்பட்ட கடவுச்சீட்டும் உள்ளது. இந்த 'பிரிட்டீஷ் இந்திய கடவுச்சீட்டு' அதற்கு உரியவர் ஐந்து அடி இரண்டு அங்குல உயரமும், கபில நிறக் கண்களும் வெள்ளை முடியும் கொண்டவர் என்று வர்ணிக்கிறது. அதில் 1924, 1925ஆம் ஆண்டுகளில் அவர் சென்ற பதின்மூன்று நாடுகள் – சுவிட்சர்லாந்து, போலந்து, போர்ச்சுகல், ஹங்கேரி, அமெரிக்கா உட்பட – அதில் பட்டியலிடப்பட்டுள்ளன.

காந்தியாலும், காங்கிரஸாலும், இந்திய அரசியலாலும் ஓரங்கட்டப்பட்ட அன்னி பெசன்ட் பிரம்மஞான சபையின் நடவடிக்கைகளில் ஈடுபட்டுத் தன்னைத் தேற்றிக்கொண்டார். பழுப்பு நிற அங்கிபோலப் புதிய ஆடைகளைத் தேர்ந்தெடுக்க ஆரம்பித்தார். பல நாடுகளுக்குப் பயணம் செய்து இந்த இயக்கத்திற்குப் புதிய ஆதரவாளர்களைச் சேர்த்தார்.[26] லண்டனில் உரைகள் நிகழ்த்தியபோது அவருடைய முந்தைய சோஷலிசத் தோழர் ஜார்ஜ் லேன்ஸ்பரி தனது மனைவியுடன் வந்திருந்தார். பின்னர் அவர் அம்மையாருக்கு எழுதினார்: "எங்களிருவருக்கும் பிரம்மஞான இயக்கத்தைப் பற்றித் தெரியாமலிருந்தாலும், உங்கள் பேச்சைக் கேட்ட பிறகு அதைப் பற்றி நிறைய அறிந்துகொண்டோம்."[27]

அம்மையாருக்குப் போட்டி மனப்பான்மை இருந்ததால் அவரால் அரசியலிலிருந்து ஒதுங்கி இருக்க முடியவில்லை. 1926இல் அவரும் தெஜ் பகதூர் சப்ருவும் சேர்ந்து டொமினியன் அந்தஸ்து வேண்டுவோரின் தேசியக் கூட்டமைப்பு ஒன்றிற்காக பம்பாயில் ஒரு மாநாட்டைக் கூட்டினார்கள். இவர்கள் பிரிட்டீஷ் அரசுடன் பொறுப்புள்ள ஒத்துழைப்பை ஆதரித்தார்கள். மிதவாதிகளான ஸ்ரீனிவாச சாஸ்திரி, ஆர்.பி. பரஞ்சிப்பே, எம்.ஆர். ஜெயகர், ஹிருதயநாத் குன்ஸ்ரூ, சி.ஒய். சிந்தாமணி ஆகியோர் மாநாட்டிற்கு வந்திருந்தனர். முந்தைய காங்கிரஸ் தலைவர்களான பி.சி. பாலும் எம்.எம். மாளவியாவும் வந்தனர்.[28]

அரசியல் கோணத்தில் பார்த்தால் 1927ஆம் ஆண்டு இந்தியாவிற்கும் அன்னி பெசன்டிற்கும் அமைதியானதொன்றாக இருந்தது. ஆனால் 1928இல் சைமன் கமிஷனின் புறக்கணிப்பின் பின்புலத்தில் அம்மையார் நவம்பரின் டில்லியில் நடந்த சகல கட்சியினரின் மாநாட்டிற்குச் சென்றார். அதில் மோதிலால் நேரு, மௌலானா ஆசாத், லாலா லஜபதிராய் ஆகியோர் பங்கெடுத்தனர். இவர்களில் 'நேரு அறிக்கை' என்றறியப்பட்ட இந்தியர்களின் லட்சியங்கள், நோக்கங்கள் பற்றி அறிக்கை ஒன்றைத் தயாரித்த ஒரு செயற்குழுவின் தலைவராக மோதிலால் நேரு இருந்து தன் பணியை முடித்திருந்தார். இந்தியா, எல்லோருக்கும் ஓட்டுரிமையுள்ள தனி மக்களாட்சியாகவும் சிறுபான்மையோருக்குப் பாதுகாப்பு அளிக்கும் நாடாகவும் இருக்க வேண்டும் என்று இந்த அறிக்கை கேட்டுக்கொண்டது, அம்மையாரும் இந்த அறிக்கையை ஏற்றுக் கொண்டார். காந்திக்கும் அன்னி பெசன்டின் ஆதரவு மகிழ்ச்சி அளித்தது. அவருக்கு நன்றி கூறினார். "எல்லாக் கட்சிகளும் ஒப்புக்கொண்ட இம்மாதிரியான ஆவணத்திற்கு மக்கள் ஆதரவு அளிக்காமல் இருந்தால் அது பெரும் சோகமாக இருக்கும்" என்றார் காந்தி.[29]

1928ஆம் ஆண்டு டிசம்பர் மாதம் இன்னொரு ஒத்திசைவின் விளைவாக அன்னி பெசன்ட் பெனாரஸ் இந்து பல்கலைக்கழகப் பட்டமளிப்பு உரை நிகழ்த்த அழைக்கப்பட்டார். அம்மையாரால் துவங்கப்பட்ட இந்தப் பல்கலைக்கழகத்தின் செயல்பாடுகளிலிருந்து இவர் சிறிது காலமாக ஒதுக்கி வைக்கப்பட்டிருந்தார். தனது உரையில் அவர் இவ்வாறு குறிப்பிட்டார்.

> தோட்டக்காரர் ஒருவர் பூஞ்செடிக்கு விதை ஒன்றை விதைக்கும்போது, பூ எப்படி இருக்கும் என்று தெரிந்திருந்தாலும், செடியை எவ்வாறு பராமரிக்க வேண்டும் என்று தெரிந்திருக்காது. அதே போல நாமும் நாம் விதைக்கும் விதை செழிக்க என்ன மாதிரியான மண் இருக்க வேண்டும் என்பதை அறிந்திருக்க வேண்டும். இதே ஒப்புவமை மனித குலத்திற்கும் பொருந்தும். நமது முன்னோர்கள் ஊன்றிய விதைகளை முளைக்க வைப்பது நம் பொறுப்பு. ஆனால் இங்கு நாம் கூறும் மண் தோட்டத்து மண் அல்ல. 'அன்பு, தியாகம்' என்ற இரு சொற்களால் விவரிக்கக்கூடியது. ஆகவே இன்று இந்தக் கல்விக்கூடத்திலிருந்து வெளியே சென்று நம் தாயகத்தை நிரப்பும் மாணவ, மாணவியரை மனத்தில் கொள்வோம்.

இங்கு அம்மையார் தன்னை முன்னிலைப்படுத்திப் பேசுகிறார். அன்பும் தியாகமுமே இந்தியாவிற்கான தனது

உந்துதல் என்று எண்ணிய இவர் தன்னை இந்துப் பல்கலைக் கழகம் என்னும் தோட்டத்தின் காவலராகப் பார்க்கிறார்.[30]

IV

1929ஆம் ஆண்டு கோடைகாலத்தை அம்மையார் இங்கிலாந்தில் கழித்தார். மே மாதம் கடைசி நாள், லண்டனிலுள்ள காக்ஸ்டன் ஹாலில் "நேரு அறிக்கை: இந்தியாவின் கடைசி நடவடிக்கை" என்ற தலைப்பில் ஒரு உரை நிகழ்த்தினார். 16ஆம் நூற்றாண்டில் உலகின் செல்வம் கொழித்த நாடாக இருந்த இந்தியா, இன்று ஏழை நாடாக இருக்கிறது என்று தனது உரையைத் தொடங்கினார். "நீங்கள்தான் இந்தியாவின் இந்த நிலைக்குக் காரணம். அந்த நாட்டைப் பற்றி ஒன்றும் தெரியாத உங்களுக்கு அதன் மேல் உங்கள் சிறிய நாட்டின் ஆட்சியாளர்களைத் திணிக்க எந்த உரிமையும் கிடையாது" என்றார்.

1917இல் தான் காங்கிரஸின் தலைவராகச் செயல்பட்டபோது, இந்தியாவின் மூன்று பெரும் விழிப்புகளைப் பற்றிப் – பெண்கள், வெகுமக்கள், வணிகர்கள் – பேசியதை நினைவு கூர்ந்தார். விழித்துக்கொண்ட இந்தியா, அடக்கியாளப்படுவதை இன்னமும் ஏற்காது. தனது சுதந்திரத்தை அந்நாடு கேட்கிறது என்றார்" அடுத்து அவர் 'மோதிலால் நேரு அறிக்கை' பற்றிப் பேசினார். அதை எல்லாக் கட்சிகளும் ஏற்றுக்கொண்டிருப்பதைச் சுட்டிக் காட்டினார். அரசியல் சாசனப்படி சுயாட்சிக்கு இந்த அறிக்கை வழிகாட்டுகிறது. அம்மையார் ஒன்றரை மணிநேரம் பேசினார். கடைசியில் "இந்த அறிக்கைதான் இந்தியாவின் கடைசி கோரிக்கை. இதை நீங்கள் ஏற்றுக்கொள்ள மறுத்தால், இந்தியா இறைவனிடம் முறையிட்டுத் தனது உரிமையை நிலைநாட்டி வெற்றிபெறும்" என்றார்.[31]

நேரு அறிக்கை எதிர்பார்த்த விளைவுகளை ஏற்படுத்த வில்லை. ஆனால் இந்த அறிக்கையை ஏற்றுக்கொள்ளும்படி பிரிட்டீஷாரைக் கேட்டுக்கொண்ட இந்த உரைதான் அம்மையாரின் கடைசி வேண்டுகோளாக இருந்தது.

V

அம்மையார் இங்கிலாந்திலிருந்து திரும்பிய சில நாட்களிலேயே, 1929, ஆகஸ்டில் ஜே. கிருஷ்ணமூர்த்தி, அன்னி பெசன்டையும் பிரம்மஞான சபையையும் விட்டு விலகினார். அம்மையாரின் பிடியிலிருந்து தப்பிப் போகவே அவர் விரும்பினார். கிருஷ்ணமூர்த்தி தன்னை "தெரிந்தெடுக்கப்பட்ட ஒருவராகவோ" அல்லது ஒரு ரட்சகராகவோ பார்க்கவில்லை. தன்னை ஒரு

சாமானிய ஆசிரியராகவே வர்ணித்துக்கொண்டார். ஆனால் அவரது உரைகள் அவர் அப்போது வசித்த கலிஃபோர்னியாவில் பெரும் கூட்டங்களை ஈர்த்தன.

அன்னி பெசன்ட் தனது ஆன்மிக வாரிசாகக் கருதிக் கொண்டிருந்தவர் அவரிடமிருந்து விலகிப் போனார். அது மட்டுமல்ல; இந்திய அரசியலிலும் பெசன்ட் புறக்கணிக்கப் பட்டார். தேசிய இயக்கத்தில் இளைஞர்கள் பிரிட்டீஷாருடன் நேரடியாக மோத விரும்பினர். 1929, நவம்பரில் சில இளைஞர்கள் மதராஸில் அம்மையார் பேசிய ஒரு இடத்தில் குழப்பம் விளைவித்தனர். இந்த நிகழ்விற்கு மன்னிப்புக் கேட்டு ஜவஹர்லால் நேரு ஒரு கடிதம் எழுதினார். அன்னி பெசன்ட் அதற்குப் பதில் எழுதினார்.

அன்புள்ள பண்டிட்ஜி, எனது கூட்டத்தில் துண்டுப் பிரசுரங்கள் விநியோகிக்கப்பட்டது பற்றி வருத்தம் தெரிவித்து நீங்கள் எழுதிய கடிதத்திற்கு நன்றி. இது என்னைப் பாதிக்கவில்லை. இதை நம்புங்கள். என் கருத்துடன் உடன்படுகிறார்களோ இல்லையோ, நமது இளைஞர்கள் பொதுவாழ்வில் ஈடுபாட்டுடன் செயல்படுவதை நான் வரவேற்கிறேன். அரசியலில் நான் வெகுகாலம் இருந்திருக்கிறேன். ஆகையால் இம்மாதிரி நடத்தைகளை நான் பொருட்படுத்துவதில்லை – அன்னி பெசன்ட்.[32]

அடுத்த மாதம் ஜவஹர்லால் நேரு, லாகூரில் நடந்த மாநாட்டில் காங்கிரஸ் தலைவராகத் தேர்ந்தெடுக்கப்பட்டார். அந்த அமர்வு இந்தியாவிற்கு முழுச் சுதந்திரம் (பூர்ண ஸ்வராஜ்), அதாவது பிரிட்டீஷார் தொடர்பை முழுமையாகத் துண்டித்துவிட வேண்டுமென்ற கோரிக்கையை முன்வைத்தது. அம்மையார் கேட்டுக்கொண்டிருந்த டொமினியன் அந்தஸ்திலிருந்து இது வெகுவாக வேறுபட்ட கோரிக்கை. 1930 துவக்கத்தில் காந்தி மறுபடியும் ஒத்துழையாமை இயக்கத்தை அறிவித்தார். இது வருந்தத்தக்க முடிவு என்று சொன்ன அன்னி பெசன்ட், இதனால் வன்முறை வெடிக்கும் என்று எச்சரித்தார். சைமன் கமிஷனைப் புறக்கணித்ததன் மூலம் பல்வேறு கட்சிகளும் ஒன்றுபட்டிருந்த நிலையை இந்த முடிவு குலைக்கிறது என்றார். "இன்னல்பட்டு உருவாக்கிய அத்தகைய ஒற்றுமையில் காந்தி இன்று எந்தப் பயனையும் காண மறுக்கிறார்" என்று எழுதினார்.[33]

மார்ச் மாதத் தொடக்கத்தில் உப்புச் சட்டத்தை மீற காந்தி கடற்கரை நோக்கிப் புறப்பட்டார். இந்தியாவிலும் உலகெங்கிலும் இந்த நிகழ்வு கவனிக்கப்பட்டது. பலர் இதைப் புகழ்ந்தாலும், அம்மையார் இதை மதிக்கவில்லை. மகாத்மா

தண்டிக்குச் சென்று உப்புச் சட்டத்தை மீறிய பின், அன்னி பெசன்ட் எழுதினார்:

> தனது கருத்தை எல்லோரும் ஏற்றுக்கொள்ள வேண்டும் விரும்பும் காந்தியைப் பலர் சர்வாதிகாரி என்று வர்ணிப்பார்கள். அவரைத் தளபதி என்றும் சேனாதிபதி என்றும் புகழ்கிறார்கள். அவர் பேச்சைக் கேட்காவிட்டால் நாம் நாட்டுப்பற்று இல்லாதவர்கள், தாய்நாட்டுக்குப் பகைவர்கள் என்று ஒதுக்கப்படுவோம். அவருடைய கருத்துக்கள் கவைக்குதவாதவையாக இருந்தாலும், சில கருத்துக்கள் விஷமத்தனமாக இருந்தாலும், அவரைத் தொடர்ந்து அடிமை மனத்துடன் பின்பற்றப் பெருங்கூட்டம் இருக்கிறது. அவரை எதிர்ப்பவர் புறக்கணிக்கப்படுகின்றனர்.[34]

மே மாதம் காந்தி கைது செய்யப்பட்டு, புனாவிற்கு அருகிலுள்ள எரவாதா சிறையில் அடைக்கப்பட்டார். ஆனாலும் உப்பு சத்தியாகிரகம் நாடு முழுவதும் தொடர்ந்தது. ஆண்களும் பெண்களும் உப்புச் சட்டத்தை மீறினர். காந்தியைச் சிறையில் சந்திக்க அனுமதி கேட்டு அக்டோபர் மாதம் அன்னி பெசன்ட் அரசுக்குக் கடிதம் எழுதினார். இவருக்கு அனுமதி அளித்தால் பத்திரிகையாளர்களும் பார்க்க விரும்புவார்கள் என்று அரசு கருதியது. கோப்பில் செயலர் எழுதினார்: "காந்தி சொந்த முறையில் பார்வையாளர்களைச் சிறையில் சந்தித்திருக்கிறார், இதுபோல நண்பர் என்ற முறையில் அவர் அன்னி பெசன்டைச் சந்திக்க விரும்பினால் அனுமதிக்கலாம். ஆனால் இது பத்திரிகைகளில் வரக் கூடாது."[35]

இந்தச் சந்திப்பு நடைபெறவேயில்லை. ஒருவேளை காந்திக்கு அம்மையாரைச் சந்திப்பதில் ஆர்வம் இல்லாமல் இருந்திருக்கலாம். அது மட்டுமல்ல. அன்னி பெசன்ட் காந்திக்கு நெருங்கிய நண்பரல்ல. அம்மையாருக்கும் விளம்பரம் ஏதுமில்லாமல் அண்ணலைச் சந்திப்பதில் விருப்பமில்லை. இந்தச் சமயம் அம்மையார் தெளிவில்லாத ஒரு அறிக்கையை வெளியிட்டார்: "காங்கிரஸ் செயற்குழுவின் உறுப்பினர்கள் கைது செய்யப் பட்ட செய்தி எனக்கு மிகுந்த மன வருத்தத்தைத் தருகிறது. இவர்களில் பலர் இந்திய அரசியலில் பிரபலமானவர்கள். இதைப் பற்றி மிகக் கடுமையாக நான் இங்கிலாந்தில் பேசியிருக்கிறேன்." என்றார். அவர் மேலும் கூறியதாவது:

> நான் எப்போதும் ஒத்துழையாமை இயக்கத்திற்கு எதிராக இருக்கிறேன். சில சட்டங்கள் தங்களது மனச்சாட்சிக்கு ஒவ்வாமல் இருக்கின்றன என்று சிலர் அவற்றை ஏற்க மறுப்பதையும் அதனால் வரும் விளைவுகளை

ஏற்றுக் கொள்வதையும் என்னால் புரிந்துகொள்ள முடிகிறது. ஆனால் முழுமையாகச் சட்டங்களையே வெறுத்து ஒதுக்குவது முற்றிலும் வேறு விஷயம். சட்டத்தை மீற என்னால் இளைஞர்களைத் தூண்ட முடியாது அதனால் சிலர் உயிரிழக்கவும் கூடும். இந்த உத்தியை அரசியல் பிரச்சாரத்திற்காகப் பயன்படுத்துவதை நான் ஏற்கவில்லை. அதில் நான் ஈடுபட முடியாது.[36]

இதுதான் அன்னி பெசன்டின் கடைசி பொது அறிக்கை. அவர் முதுமையடைந்து உடல் நலமின்றி அடையார் பிரம்மஞான சபையில் தனது அறையில் இருந்தார். 1931, 1932ஆம் ஆண்டுகளில் காந்தி பலமுறை சிறை சென்று மீண்டார்; வட்ட மேசை மாநாட்டிற்காக லண்டனுக்குப் பயணித்தார். தீண்டாமை ஒழிப்புப் பிரச்சாரத்தில் ஈடுபட்டார். அன்னி பெசன்ட் வெளியே எங்கும் செல்லவில்லை. தனது அறையின் திண்ணையில் அமைதியாக உட்கார்ந்திருந்தார். வாசிக்க முயற்சி செய்தார். ஆனால் கவனம் செலுத்த முடியவில்லை. நாளிதழ்களில் வெளிநாட்டுச் செய்திகளை வாசிப்பதைத் தவிர்த்தார்.[37]

1933ஆம் ஆண்டில் அம்மையாரின் உடல்நலம் தொடர்ந்து குன்றியது. ஆரிய சமாஜத்தின் நிறுவனர் சுவாமி தயானந்த சரஸ்வதியின் நினைவு மலருக்காக ஒரு கட்டுரை எழுதக் கேட்டு ஒரு கடிதம் ஆகஸ்டு மாதத்தில் அம்மையாருக்கு வந்தது. அவர் நலமாக இருந்திருந்தால் இந்தியாவிற்கும் உலகிற்கும் இருக்கும் தொடர்பு, இந்து சமயத்திற்கும் பிரம்மஞானத்திற்கும் இருக்கும் இணைப்பு, இவை பற்றியும் தனது மரியாதையைச் செலுத்தியும் அவர் நிச்சயம் எழுதியிருப்பார். ஆனால் அவரது உதவியாளர் "அம்மையார் மிகவும் நலிந்த நிலையில் உள்ளார். அவர் நலமாயிருந்திருந்தால், சுவாமிஜியின் சிறப்பையும் அவர் இந்தியாவிற்கு ஆற்றிய தொண்டு பற்றியும் ஆர்வத்துடன் எழுதியிருப்பார்" என்று பதில் அனுப்பினார்.[38]

இந்தியாவிற்கு வந்து நாற்பது ஆண்டுகள் கழித்து, 1933ஆம் ஆண்டு செப்டம்பர் 20 அன்று அன்னி பெசன்ட் தனது மதராஸ் வீட்டில் காலமானார். மறுநாள் பிரம்மஞான சபையின் பிரதான அரங்கில் அவரது சடலம் பொதுமக்கள் பார்வைக்கு வைக்கப்பட்டது. பிரம்மஞான சபையின் கிளைகளுள்ள ஐம்பத்து நான்கு நாடுகளின் கொடிகள் அங்கு இருந்தன. பல சமயப் பிரார்த்தனைக்குப் பின், அவரது சடலம் அடையாறு நதிக்கரையில் எரியூட்டப்பட்டது. மறுநாள் ஒரு கலத்தில் சேகரிக்கப்பட்ட சாம்பலை கங்கையில் கரைக்க அம்மையாரின் சீடரான பகவன் தாஸ் எடுத்துச்சென்றார்.

அன்னி பெசன்டின் கடைசி நாட்களைப் பற்றி அவரது வாழ்க்கை வரலாற்றை எழுதிய ஆர்தர் நெதர்கோட் (Arthur Nethercot) பதிவு செய்திருக்கிறார். பிரம்மஞான சபைக்கு வந்த இரங்கல் கடிதங்கள் பற்றி அவர் எழுதியிருக்கிறார்.

> நகரசபை வாரியங்கள், வக்கீல்களின் குழுக்கள், இதழாளர்களின் குழுக்கள், பள்ளிகள், கல்லூரிகள், ஸ்கௌட் அமைப்பு, யங் மென்ஸ் இண்டியன் அசோசியேஷன் முஸ்லிம் குழுக்கள், பௌத்த அமைப்புகள், பெண்கள் குழுக்கள், சமூக சேவை அமைப்பு, தொழிற்சங்கங்கள், மேசனரி அமைப்பு (Co-Masonary). பிரம்மஞான சபை கிளைகள் எனப் பல இடங்களிலிருந்து தந்திகளும் கடிதங்களும் வந்தன. பி.எஸ். சிவசாமி அய்யர், ரங்கசாமி அய்யங்கார், வைஸ்ராய் வெல்லிங்டன், ஜெனிவாவிலிருந்து நேதாஜி சுபாஷ் சந்திர போஸ், வெட்ஜ்வுட்டிலிருந்து எஸ்தர் பிரைட், திருமதி. ஜோசஃபின் ரேன்சம், பென் டில்லர், கிரஹாம் போல், ஜார்ஜ் லேன்ஸ்பரி, கிருஷ்ண மேனன், லண்டனிலிருந்து கிருஷ்ணமூர்த்தி ஆகியோருக்கும் கடிதம் அனுப்பியிருந்தார்கள். என்றும் மன்னிக்கத் தயாராயிருந்த மகாத்மா காந்தி, துயரமும் புகழ்ச்சியும் கலந்த ஒரு கடிதத்தை உடனே அனுப்பினார்.[39]

காந்தி என்ன எழுதினார் என்பதை நெதர்கோட் தரவில்லை. ஆனால் நான் தருகிறேன்:

"நீண்டநாள் நோயிலிருந்து பெசன்ட் அவர்களுக்கு விடுதலை கொடுத்ததற்கு ஆயிரக்கணக்கானோர் இறைவனுக்கு நன்றி செலுத்தினாலும் அவரது மரணத்தினால் துயருற்றார்கள். இந்தியா இருக்கும்வரை அவர் செய்த சேவையும் வாழும். இந்த நாட்டை அவர் தன் சொந்த நாடாக ஏற்றுக்கொண்டு தன்னை முழுவதுமாக அதற்கு அர்ப்பணித்தார்."[40]

8
வடக்கிலும் தெற்கிலும் தேடுபவர்கள்

கைத்தானும் அவரது மனைவியும்

I

1934இல் காந்தி தன் தலைமையிடத்தை அகமதாபாத்திலிருந்து மத்திய மாகாணத்திற்கு மாற்றிக்கொண்டார். அவரது நண்பரும் சீடருமான தொழிலதிபர் ஜமன்லால் பஜாஜுக்கு அங்கு வார்தா நகர் அருகே பல நிலங்கள் இருந்தன. அதை மகிழ்ச்சியுடன் காந்திக்குக் கொடுத்துவிட்டார். இதில் சேகான் (பின்னர் சேவாகிராம் என்று பெயர் மாற்றப்பட்டது) என்ற கிராமத்திலிருந்த ஒரு பகுதியைக் காந்தி தெரிந்தெடுத்துக்கொண்டார்.

காந்தி மத்திய இந்தியாவிற்கு இடம் மாறிய பின், சேவாகிராம், சபர்மதிபோல இந்திய சுதந்திரப் போராட்டத்திற்குத் தலைமை ஆசிரமமாக ஆனது. காந்தியைத் தேடி வரும் அரசியல்வாதிகள், செயல்பாட்டாளர்கள் அகமதாபாத்திற்குச் செல்லாமல் வார்தாவிற்குச் செல்லும் ரயிலைப் பிடித்தார்கள். வார்தா இந்தியாவின் மத்தியில் அமைந்திருந்தது. தில்லியிலிருந்தோ, மதராஸிலிருந்தோ, கல்கத்தாவிலிருந்தோ அல்லது பம்பாயிலிருந்தோ எங்கிருந்து பயணித்தாலும், வார்தா வருவதற்கு அந்தக் காலத்தில் இருபத்துநான்கு மணி நேரம் ஆகும்.

முப்பதுகளில் ஒரு முறை காந்தியைச் சந்திக்க இரு வெளிநாட்டு அபிமானிகள் தனித்தனியாக வந்தார்கள். ஒருவர் மின்னசோட்டாவைச் சேர்ந்த அமெரிக்க ஆண், இப்போது தென்னிந்தியாவிலிருந்து வந்திருந்தார். அடுத்தவர் வட இந்தியாவிலிருந்து வந்த லண்டனைச் சேர்ந்த ஒரு பிரிட்டீஷ் பெண்மணி. ஆசிரமத்தில் இரவு உணவு உண்ணும்போது அவர்கள் எதிரெதிரே அமர்ந்திருந்தனர். இந்தியா போன்ற வெப்ப நாடுகளில் உள்ள வீடுகளின் அமைப்பை மேற்குலகிலுள்ள வீடுகளுடன் ஒப்பிட்டுப் பேசினார்கள். “இந்திய வீட்டின் முற்றங்கள் எனக்கு மிகவும் பிடிக்கும்” என்றார் அந்த அமெரிக்கர். தனக்கும் அவை பிடிக்கும் என்றார் அந்த ஆங்கிலேய மாது.[1]

II

தெற்கிலிருந்து வந்த காந்தி அபிமானியின் பெயர் ரால்ஃப் ரிச்சர்ட் கைத்தான் (Ralph Richard Keithan) அவருடைய பாட்டனாரும் பாட்டியும் ஜெர்மனியிலிருந்து அமெரிக்காவிற்குக் குடிபெயர்ந்தவர்கள். அவரது தாயாரின் குடும்பம் அயோவா மாநிலத்திலுள்ள நியூ ஹேம்ப்டன் அருகேயும் அவரது தந்தையின் குடும்பம் மின்னசோட்டா மாநிலத்திலுள்ள ஃபேர்மான்ட்டிலும் குடியேறினார்கள். ஏழு குழந்தைகளில் ஒன்றாகப் பிறந்த கைத்தான் தனது இல்லத்தாரின் பண்ணையில்

வளர்ந்தார். அவர்கள் கிறிஸ்தவச் சபையில் லுத்திரன் பிரிவைச் சேர்ந்தவர்கள். அவர் கிராமத்துப் பள்ளியில் படிப்பை முடித்து கார்லட்டன் கல்லூரியில் சேர்ந்தார். அங்கு கல்லூரி மாட்டுப் பண்ணையில் பால் கறந்து தனது கல்விக் கட்டணத்திற்குப் பணம் ஈட்டினார். பின்னர் சிகாகோவிலும் யேல் பல்கலைக்கழகத்திலும் இறையியல் படித்தார். இவ்விரு இடங்களிலும் சமையலறையில் வேலை செய்து கல்விக் கட்டணத்திற்குச் சம்பாதித்தார்.

கல்லூரியில் சில பேராசிரியர்களின் சிந்தனையால் பெரிதும் கவரப்பட்டார். கார்லட்டன் கல்லூரியில் டாக்டர் டொனால்டு கவ்லிங் (Dr.Donald G. Cowling) போதித்த 'வாழ்வின் தத்துவம்' சிகாகோ தெய்வீகக் கல்லூரியில் (Chicago School of Divinity) பேராசிரியர் ஜே.எம்.பி. ஸ்மித் (J.M.P.Smith) இவரைப் பழைய ஏற்பாட்டின் தீர்க்கதரிசிகளுக்கு அறிமுகப்படுத்தினார். அவரிடம் பாடம் கற்றதனால் "கிறிஸ்தவ சமயத்திலுள்ள என் நம்பிக்கையை நான் தீர்க்கதரிசனமாக உருவாக்க முற்பட்டேன்" என்று பின்னர் ஒருநாள் கைத்தான் சொன்னார்.[2]

இவர் தனது இறையியல் படிப்பை முடித்த பின், உள்ளூரில் பாதிரியாராகப் பணியாற்றாமல், பின்தங்கிய நாடுகளில் ஒன்றில் வேலை செய்ய விரும்பினார். சீனாவிற்கு அல்லது இந்தியாவிற்குச் செல்லலாம் என்று எண்ணிய இவர் கடைசியில் இந்தியாவைத் தெரிந்தெடுத்தார். 1925ஆம் ஆண்டு கோடை யில் அட்லாண்டிக் சமுத்திரத்தைக் கடக்கக் கப்பல் ஏறினார். பிரான்சை அடைந்து அங்கே மார்சே (Marseilless) நகரில் கொழும்பு செல்லும் கப்பலில் பயணித்து அங்கிருந்து ஒரு சிறு படகில் இந்தியாவை அடைந்தார். அமெரிக்கன் மிஷன் இருந்த மதுரைக்கு ரயில் மூலம் பயணித்தார். அப்போதுதான் பருவமழைக்காலம் ஓய்ந்திருந்தது. ரயிலில் செல்லும்போது ஏரிகளில் நீர் நிரம்பியிருப்பதைப் பார்த்தார். நிலப்பரப்பில் பனைமரங்கள் நெடிது வளர்ந்திருக்கும் அழகான காட்சியைக் கண்டார். இந்தப் பகுதி மழையில்லாத காலத்தில் பாலைவனம் போல் வறண்டிருக்கும் என்றும் வருடத்தில் பெரும்பகுதியில் ஏரிகளில் நீர் இருக்காது என்றும் பின்னர் அவர் அறிந்துகொண்டார்.[3]

மதுரையில் இருந்த அமெரிக்கன் மிஷனில் எண்பது பேர் இருந்தனர். அவர்கள் தங்களுக்கு வேலை செய்யும் ஆட்களிடமிருந்தும், யாருக்கு சுவிசேஷத்தைப் போதித்தார்களோ அந்த மக்களிடமிருந்தும் விலகியிருந்த ஒரு பரந்த வளாகத்தில் வசித்தார்கள். அங்கிருந்த மற்ற மறையாளர்கள் கைத்தானுக்கு எச்சரிக்கை விடுத்தவண்ணம் இருந்தனர் – பெரிய தொப்பி

இல்லாமல் வெளியே போக வேண்டாம், பாம்புகள் கவனம், கொதிக்க வைத்த நீரையே குடிக்க வேண்டும் என்று பல எச்சரிக்கைகள்.

சக ஊழியர்கள் காட்டிய இனபேதம் அவருக்குப் பெரிய அதிர்ச்சியாக இருந்தது. எடுத்துக்காட்டாக அலுவலகத்திற்குள் இந்தியர்கள் வந்தால் அவர்கள் நின்றுகொண்டேதான் இருந்தனர். மிஷனரி பங்களாவில் எந்த இந்தியரும் உணவருந்த அழைக்கப்படவில்லை.[4] கிராமத்திற்குப் போனால் குதிரை வண்டியில் போக வேண்டும் அல்லது மாட்டு வண்டியையாவது பயன்படுத்த வேண்டும். எக்காரணம் கொண்டும் இந்தியர்கள் வசிக்கும் இடத்தில் ஒரு வெள்ளை மிஷனரி அவர்களைப்போல நடந்து போகக் கூடாது என்று கைத்தானை எச்சரித்தார்கள். அங்கு ஜாதி வேறுபாடு ஏற்றுக்கொள்ளப்படுவதைக் கண்டு கைத்தான் அருவருப்படைந்தார். ஆராதனையின்போது மேல்தட்டு ஜாதிக் கிறிஸ்தவர்கள் தேவாலயத்திற்குள் அமர்ந்து இருக்கலாம். ஆனால் தாழ்ந்த சாதியினர் ஆலயத்திற்கு வெளியே வராந்தாவில்தான் நிற்க வேண்டும்.

உள்ளூர் கலாச்சாரத்தில் காலூன்ற ஒரு ஆசிரியர் மூலம் கைத்தான் தமிழ் கற்றுக்கொள்ள ஆரம்பித்தார். பின்னர் கொடைக்கானலிலுள்ள மொழிப்பள்ளிக்குச் சென்று ஓராண்டு பயின்றார். அந்த மலைவாசஸ்தலம் அவருக்கு மிகவும் பிடித்து விட்டது. அடிக்கடி அங்கு செல்ல ஆரம்பித்தார். என்றாலும் சமயப் பரப்பாளர்களான மிஷனரிகளின் படாடோபமான வாழ்க்கை அவருக்குப் பிடிக்கவில்லை. காந்தியின் கருத்துக்களை உள்வாங்கியதும் இதற்கு ஒரு காரணமாக இருக்கலாம். ஐம்பது ஆண்டுகள் கழித்து இதை கைத்தான் நினைவுகூர்ந்தார். "அந்த நாட்களில் ஒரு முறை *யங் இண்டியா* இதழில் காந்தியின் சொற்களைப் படித்தது ஞாபகம் வருகிறது. 'உனது அண்டை வீட்டானிடம், ஒரு நாற்காலியும் இல்லாதபோது உன்னிடம் இரண்டு நாற்காலிகள் இருக்கின்றனவென்றால் நீ ஒரு திருடன்.' இந்துக்களை மதம் மாற்றம் செய்ய இங்கு வந்த இந்த இளம் சமயப் பரப்பாளர் ஒரு ஒப்பற்ற இந்துத் தலைவரின் தாக்கத்திற்கு உட்பட்டார். "தலை சாய்க்க இடம் கிடைக்காத ஏசுவை நினைக்கும்போது, காந்தி சொல்வது எவ்வளவு உண்மை என்று எனக்குப் பட்டது. எனது வாழ்க்கையை எளிமையாக்கிக் கொள்ள ஆரம்பித்தேன்."[5]

மிஷனரிகளின் தலைமை அமைப்பு அவர்கள் கோட்டு போன்ற உடையணிய வேண்டும் என்று எதிர்பார்த்தது. கைத்தான் பேண்டும் சட்டையும் அணிந்துகொண்டார். (பின்னர் அவர் கதராடை மட்டுமே உடுத்திக்கொண்டார்.) தென்னிந்தியாவில்

தனது கருத்துகளுடன் ஒத்துப்போகும் சில கிறிஸ்தவர்களைச் சந்தித்தார். ஜோலார்பேட்டை அருகே உள்ள திருப்பத்தூரில், ஏர்னெஸ்ட் பேட்டன் என்ற ஆங்கிலேயரும் சவரிராயன் ஏசுதாசன் என்ற இந்தியரும் சேர்ந்து தங்கள் சமயத்தை இந்திய வழியில் கொண்டுவர நடத்திய ஒரு ஆசிரமத்திற்குச் சென்றார். பின்னர் அங்கிருந்து மதராஸ் சென்றார். அங்கு மாணவர் கிறிஸ்தவ இயக்கத்தின் செயல்பாடுகளைப் பார்த்து மகிழ்ச்சியடைந்தார். இந்த இரண்டு நிறுவனங்களுமே இன சமத்துவத்தை மதிக்கின்றன என்பதையும் மேற்கத்திய கிறிஸ்தவர்களும் இந்தியர்களும் ஒன்றாகப் பணி செய்வதையும் அவர் கவனித்தார்.

1929ஆம் வருடம் கைத்தான் சபர்மதி ஆசிரமத்தில் காந்தியையும் பின்னர் சாந்திநிகேதனில் ரவீந்திரநாத் தாகூரையும் சந்தித்தார். அவர்கள் இருவருடன் நடத்திய உரையாடல்கள் மூலம், தான் இந்தியாவில் வாழ வேண்டுமென்றால் "இந்தியர்களுடன் தன்னை அடையாளப்படுத்திக்கொள்ள வேண்டும் என்று உணர்ந்தார். இது மிஷன் நிறுவனத்தில் முடியாத ஒன்று எனவும் தெரிந்துகொண்டார்."[6]

சபர்மதிக்கும் சாந்திநிகேதனுக்கும் சென்று வந்த பிறகு அருகிலுள்ள வேறோரு யாத்திரை ஸ்தலத்திற்கு கைத்தான் சென்றார். திருவண்ணாமலையில் அமைந்திருந்த ரமண மகரிஷியின் ஆசிரமத்திற்குச் சென்ற அந்தப் பயணம் அவர்மீது மிகுந்த தாக்கத்தை ஏற்படுத்தியது.

> எனது இந்து, கிறிஸ்தவ நண்பர்களுடன் நான் அனுபவித்த தோழமையை விட நெருக்கமான உறவை ரமணரிடம் உணர்ந்தேன். ரமணர் சுமார் நாற்பது பேருடன் இருந்த அந்த தியான மண்டபத்தில் நுழைந்தவுடன் நான் வேறெங்கும் அனுபவித்திராத ஒரு ஆன்மிக உறவை உணர்ந்தேன். அவர்களுடன் ஒரு கருத்துத் தொடர்பு இருப்பதை உணர்ந்தேன்.[7]

சமூக சேவை செய்ய முற்படுபவரின் முதல் எதிரி, அவர் அழிக்க விரும்பும் வறுமை அல்ல, நான் எனும் அகங்காரம்தான் அவரது சேவைக்குத் தடையாக இருக்கும் என்ற உண்மையை ரமணரிடமிருந்து கைத்தான் கற்றுக்கொண்டார்.[7]

1930ஆம் ஆண்டு கைத்தானைச் சந்திக்க இவர்போலவே சிந்தனையுடைய ஆங்கிலேயர் ஒருவர் வந்தார். அவர் குவேக்கர் குழுவைச் சேர்ந்த ரெஜினால்ட் ரேனால்ட்ஸ் (Reginald Reynolds). உப்புச் சத்தியாக்கிரகத்திற்கு முன்பு இவர் மூலம்

தான் காந்தி வைஸ்ராய்க்குக் கடிதங்களைக் கொடுத்தனுப்பிக் கொண்டிருந்தார்.'

கைத்தான் ஒரு குவேக்கரைத் தன்னுடன் தங்கவைத்தது மதுரையிலிருந்த மற்ற மிஷனரிகளுக்குப் பிடிக்கவில்லை. மாவட்ட ஆட்சியராயிருந்த ஹால் (Hall) என்ற ஆங்கிலேயரும் கொதித்தெழுந்தார். கைத்தானின் தலைமை அலுவலகம். ரேனால்ட்ஸ் இவருடன் தங்கினால் நிறுவனத்திலிருந்து இவருக்கு நிதி வருவது நிறுத்தப்படலாம் என்று எச்சரித்தது.

அவரது நடவடிக்கைகள் அரசியலுக்கு அப்பாற்பட்டு இருக்காவிட்டால், நாட்டை விட்டு வெளியேற வேண்டிவரும் என்று அரசு கூறியது. கைத்தான் இரண்டாவது வழியைத் தெரிந்தெடுத்தார். இந்தியாவில் கிறிஸ்தவப் பணி நடத்தப்படும் முறையில் அவருக்கு உடன்பாடு இல்லை.

1930ஆம் ஆண்டு ஜூலை 16இல் கைத்தான் சீனா வழியாகத் தனது சொந்த நாட்டுக்குத் திரும்பினார். அவர் நாடுகடத்தப்பட்டதை அமெரிக்கப் பத்திரிகைகள் கவனித்தன. "காந்தியின் புரட்சியில் தொடர்புகொண்டிருந்ததால், அமெரிக்கப் பாதிரியை பிரிட்டன் நாடு கடத்தியது" என்று ஒரு சிகாகோ இதழ் எழுதியது.[8]

III

அமெரிக்கா திரும்பியவுடன் கைத்தான் நியூயார்க் நகரிலுள்ள யுனைட்டட் தியலாஜிகல் செமினரியில். சில மாதங்கள் வகுப்பு நடத்தினார். பிப்ரவரி 1931இல் மில்ரெட் மக்கீ (Milred McKie) என்ற பெண்ணைத் திருமணம் செய்துகொண்டார். அவர் அயோவா என்ற ஊரைச் சேர்ந்த ஒரு இளம் மருத்துவர். கைத்தான் சிகாகோவில் இருந்தபோது அவரை அறிந்திருந்தார். அவர்கள் தெற்கு டக்கோட்டாவில் இருந்த ஒரு கிறிஸ்தவ நிலையத்தில் பணியாற்றச் சென்றனர். கைத்தான் சமயப் பிரசங்கம் செய்தார். மில்ரெட் மருத்துவம் பார்த்தார். வெட்டுக்கிளியும் தூசியும் நிறைந்த அந்தப் பகுதியில் அவர் ஒருவர்தான் பாதிரி. அவர் மனைவி ஒருவர்தான் மருத்துவர். "கைத்தான் பிரசங்கிக்கிறார். அவர் மனைவி மருத்துவம் பார்க்கிறார்" என்றனர் மக்கள்.[9]

தங்களது பணியை வெளிநாட்டில்தான் செய்ய வேண்டும் என்று கைத்தான் தன் மனைவியிடம் கூறினார். ஆனால் The Great Depression என்றறியப்பட்ட பெரும் பஞ்சம் பயணத்தைத் தடுத்தது. 1934இல் நிலைமை உலகிலும் இந்தியாவிலும் மாறியது. எல்லா காங்கிரஸ்காரர்களும் சிறை மீண்டிருந்தார்கள். புதிய சட்டத்தின்படி மாகாண சுயாட்சிக்கான தேர்தல்கள்

நடக்க இருந்தன. முன்பு தமிழ்நாட்டில் இருந்தபோது கைத்தானுக்கு, ராஜாஜியின் பரிச்சயம் ஏற்பட்டிருந்தது. ராஜாஜி பிரிட்டிஷ் அதிகாரிகளுடன் கைத்தானுக்காகப் பரிந்து பேசி இந்தியாவிற்கு வர அனுமதி வாங்கித் தந்தார். ஆனால் ஒரு நிபந்தனையுடன். அது கைத்தான் எந்தப் பொதுக்காரியத்திலும் ஈடுபடக் கூடாது.

1934ஆம் ஆண்டு டிசம்பர் மாதம், கைத்தானும் அவரது மனைவி மில்ரெட்டும், இரண்டு குழந்தைகளுடன் இந்தியாவிற்குக் கடல்வழிப் பயணத்தை மேற்கொண்டனர். திரும்பி வருவதில் மகிழ்ச்சியடைந்தாலும் தனது பழைய மிஷனரி சகாக்களுடன் தொடர்பு வைத்துக்கொள்ள அவர் விரும்பவில்லை. முதலில் கைத்தான் தேவகோட்டையில் வசித்து, அங்குள்ள கூலித்தொழிலாளர்கள், கைவினைஞர்களிடையே வேலை செய்தார். இங்கு இரண்டாண்டிற்குப் பின் பெங்களூருக்கு மாற்றல் கிடைத்தது. அந்த ஊரின் தட்பவெப்பம் மில்ரெட்டிற்குப் பிடித்திருந்தது.[10] பெங்களூர் வந்த சிறிது காலத்தில் கைத்தான் காந்தியை சேவாக்கிரமம் சென்று சந்தித்தார். அந்தச் சந்திப்பின்போது ஒரு உரையாடலில் காந்தி கூறினார்: "நிர்வாண நிலையில், நாம் எல்லோருமே அடிப்படையில் சமம்தான். இறைவன் என்னை காந்தியென்றோ உங்களை கைத்தான் என்றோ எண்ண மாட்டார். இனம், தோல் நிற வேறுபாடு, உள்ளம், உடல், தட்பவெப்பம், நாடு இவற்றில் இருக்கும் வேறுபாடு நிலையற்றது. அதேபோல் எல்லாச் சமயங்களும் சமமே" என்றார்.[11]

கைத்தானும் மில்ரெட்டும் பெங்களூரில் தொழிலாளர் வசிக்கும் ஸ்ரீராம்புர் எனும் ஒரு பகுதியில் வாழ்ந்தார்கள். இந்த இடத்தில் முன்னோடி சமூக சேவையாளர் ஆர். கோபாலசாமி அய்யர், ஹரிஜன மாணவர்களுக்காக ('தீண்டப்படாதவர்கள்') விடுதியொன்றை நடத்திவந்தார். இவர்களுக்கான விடுதியில் கைத்தான் குடும்பம் தங்கியது. கைத்தான் தொழிலாளர் மத்தியில் பணி செய்தார். மில்ரெட் ஒரு இலவச மருத்துவமனை நடத்தினார்.

சமயம் வாய்க்கும்போது கைத்தான் திருவண்ணாமலைக்கு ரமணமகரிஷியைக் காணச் சென்றார். ஒருமுறை இவர் மகரிஷியுடன் இருந்தபோது, ஒரு மனிதர் உள்ளே வந்து கோபத்துடன் மகரிஷியைத் தன்னை ஆசீர்வதிக்கச் சொன்னார். இந்த நிகழ்வை மதராஸிலிருந்து அங்கு சென்றிருந்த ஆங்கிலம் போதிக்கும் பேராசிரியர் ஒருவர் பதிவுசெய்திருந்தார்.

ஆந்திராவிலிருந்து ஒரு வாலிபன் அரங்கத்தில் கூப்பிய கைகளுடன் வந்து, தனது ஊரில் தான் தொடங்க இருக்கும்

ஒரு சமூக சேவை மையத்திற்கு ரமணர் அனுக்கிரகம் (ஆசீர்வாதம்) வழங்க வேண்டும் என்று கேட்டுக்கொண்டான். அமைதிதான் நிலவியது. அந்த வாலிபனுக்கோ ஏமாற்றம். ரமணர் தலையசைக்க, கைத்தான் ஏன் அந்த அனுக்கிரகம் வெளிப்படவில்லை என்பதை விளக்க முற்பட்டார். அந்த வாலிபனைக் கேட்டார் "நீ உன் உடன்பிறந்தாருடன் அன்பு காட்டுவதைப்போல ஏழைகளிடம் காட்டுகிறாயா? உன் சகோதரிக்கு உடல் நலமில்லாவிட்டால் மருத்துவரிடம் கூட்டிச்செல்வாயா அல்லது சங்கம் ஆரம்பிப்பாயா? அதில் ஒரு பொறுப்பான பதவி ஏற்று, அறிக்கை களைப் படித்துக்கொண்டு பெருமை கொள்வாயா? உன்னருகே இருக்கும் எளியவர்களின் நிலையைக் கண்டு மனமிரங்குவாயா?". கைத்தான் அந்த இளைஞனுக்கு நம்மைச் சூழ்ந்திருக்கும் மக்களுடன் அடையாளப்படுத்தி அவர்களை நேசிப்பதின் சிறப்பை எடுத்துச் சொன்னார், சேவை செய்யும்போது நமது அகங்காரம் முன்னால் வரும் ஆபத்தைப் பற்றியும் சொன்னார். ரமணர் இதையெல்லாம் ஒரு புன்னகையுடன் கேட்டுக்கொண்டிருந்தார்.[12]

1940இல் கைத்தானும் அவரது மனைவியும் தங்களுக்கென்று ஒரு ஆசிரமத்தை பெங்களூர் நகரின் மேற்கு ஓரத்தில் உள்ள கெங்கேரி என்ற கிராமத்தில் அமைத்துக்கொண்டனர். அவர்களுக்கு இப்போது மூன்று குழந்தைகள். அமெரிக்காவில் பிறந்த இரு குழந்தைகளுக்குப் பின் – ஒரு மகன், ஒரு மகளுடன் – இந்தியாவில் ஒரு மகள் பிறந்தாள்.

இந்த கிறிஸ்தவ ஆசிரமத்தில் முதலில் சேர்ந்தது கேரளாவிலிருந்து இரு இளைஞர்கள், எம்.எம். தாமஸ், ஏ.கே. தம்பி. பின்னர் இந்தியாவின் முக்கிய கிறிஸ்தவ ஆளுமைகளாக வளர்ந்த இவர்களுக்கு கைத்தான் ஆசானாக இருந்தார். கிறிஸ்தவ மாணவர் இயக்கம் (Student Christian Movement) மூலம் கைத்தான் சந்தித்த ஏ.கே. குரியன் மூன்றாவது நபராகச் சேர்ந்தார். அவர் ஏழை மக்களுக்கான குறைந்த செலவு மருத்துவத்தில் முன்னோடியானார்.

தான் கைத்தானுடன் இருந்த நாட்களைப் பற்றி எம்.எம். தாமஸ் எழுதினார். "நான் பெங்களூரில் இருந்த அந்த ஒரு வருடம் எனது வாழ்வில் மிகவும் பயனுள்ள காலமாக இருந்தது. அந்த வாழ்க்கை எளிதாக இருக்கவில்லை. ஒரு ஆளுக்கு மாதம் பத்து ரூபாய்தான் செலவு. சொந்த செலவிற்குக் கொடுக்கப்பட்ட ஒரு ரூபாய்க்கும் கணக்கு கொடுக்க வேண்டும். காந்தியப் பாரம்பரியத்தில் கைத்தான் இம்மாதிரி விஷயங்களில் மிகவும்

கண்டிப்பானவர். அவரது இல்லத்தாரிடமும், அதைவிடத் தன்னிடமும் இதே கண்டிப்புத்தான்."[13]

ஐரோப்பாவில் இரண்டாம் உலகப்போர் மூண்டது. பிரிட்டீஷ் இந்திய ராணுவத்தின் நடவடிக்கை பெங்களூரில் மிகுந்திருந்தது. ராணுவ வீரர்களின் நடமாட்டமும், தணிக்கை முறை அமுல்படுத்தப்பட்டதும் உணவுத் தட்டுப்பாடும் மூன்று குழந்தைகள் கொண்ட கைத்தான் குடும்பத்தைப் பாதித்திருக்க வேண்டும்.

என்றாலும் அவர்களது பணியைத் தொடர்ந்து செய்தார்கள். 1941ஆம் ஆண்டு ஆகஸ்ட் மாதம் கைத்தான் காந்திக்கு டிசம்பரில் குண்டூர் மாவட்டத்திலுள்ள வினய ஆசிரமத்தில் நடக்க இருக்கும் தென்னிந்திய கிராமப்புறத் தொழிலாளர்கள் மாநாட்டைப் பற்றி (South India Rural Workers Conference) ஒரு கடிதம் எழுதினார். இது நான்காவது மாநாடு. முந்தைய மூன்று மாநாடுகளுக்கும் காந்தி வாழ்த்துரை அனுப்பியிருந்தார். இந்த மாநாட்டுக்கும் ஒரு செய்தி வேண்டுமென்று கைத்தான் எழுதினார்.

ஆக்கப்பூர்வமான பணிக்கு முக்கியமான நாட்கள் இவை. நமது மக்கள் மத்தியில் ஒன்றுபட்டு வேலை செய்வதுதான் உலக நல்லிணக்கத்திற்கு வழிவகுக்கும். அம்மாதிரியான இணக்கமும், இந்த மாநாடும் இந்தக் காலத்திற்கு மிகவும் தேவை. அதற்கு உங்கள் ஆசீர்வாதம் தேவை. தலைமை பற்றியும், விவாதிக்க வேண்டிய பொருள் பற்றியும், மத்திய, வட இந்தியாவிலிருந்து தொழிலாளர்களை அழைக்க வேண்டுமா என்பது பற்றியும் நீங்கள் அறிவுரை கூற வேண்டும்.

இங்கு பெங்களூரில் தொழிலாளர் பிரச்சினை இருந்தாலும் நாங்கள் சரியான பாதையில் சென்றுகொண்டிருக்கிறோம். தொழிலாளர்களுக்கும் அவர்களுக்காகப் பேசுவோர்களுக்கும் பொறுமை குறைவு. அதே சமயம் தொழில்களை நடத்துவோர் உழைப்பாளிகள் படும் சிரமங்களைப் புரிந்துகொள்வதில்லை. இங்கு மாற்றங்கள் தேவைப்படு கின்றன என்று அவர்கள் புரிந்துகொள்வதில்லை. நாங்கள் முன்னேறும்போது உங்கள் நல்லெண்ணம் எங்களுக்கு உண்டு என்று நான் அறிவேன்.

கைத்தானின் இந்தக் கடிதத்திற்கு சேவாக்கிரமத்தி லிருந்து காந்தியின் உதவியாளர் ஒருவர் பதில் எழுதினார். "இந்தியாவின் வேறு பகுதிகளிலிருந்து செயல்பாட்டாளர்களை

அழைப்பதில் காந்திஜிக்கு ஆட்சேபணை ஏதும் இல்லை. ஆனால் தேர்ந்தெடுத்த சிலரை மட்டும் அழைக்க வேண்டும். பெங்களூரில் இருக்கும் தொழிலாளர் பிரச்சினைப்பற்றி காந்தி அறிவார். திருமதி கைத்தான் உடல் நலம் தேறிவிட்டதா? நீங்களும் உங்கள் இல்லத்தாரும் நலமே என்று நம்புகிறார். அடுத்த வாரம் அகிம்சை பற்றிய சில துண்டுப் பிரசுரங்களை அனுப்புகிறோம்."[14]

ஐரோப்பாவில் சுதந்திரத்தைக் காப்பாற்றப் போர் நடக்கும் போது, இந்தியாவில் பிரிட்டீஷார் தங்களது குடிமக்களுக்கு எந்த விதமான சுதந்திரத்தையும் தர மறுத்தார்கள். 1939 செப்டம்பர் மாதத்திலிருந்து காங்கிரஸும் காந்தியும் இந்த முரணை, பாசாங்கைச் சுட்டிக்காட்டி வந்துள்ளனர். போர் முடிந்ததும் இந்தியாவிற்குச் சுதந்திரம் அளிக்கப்படும் என்ற உறுதிமொழி கொடுத்தால், நேச நாடுகளை முழுமனதாக ஆதரிப்பதாக வைஸ்ராயிடம் கூறினார்கள். இதற்காகத் தனது அகிம்சை சித்தாந்தத்தை ஒத்திவைப்பதாகக்கூட காந்தி சொன்னார். ஆனால் அப்போது வைஸ்ராயாக இருந்த ஏகாதிபத்திய வெறியர் லின்லித்கோ பிரபி கொஞ்சமும் மசியவில்லை.

பிரிட்டீஷ் அரசின் நிலைப்பாட்டைக் கண்டு சலிப்படைந்த காந்தி, 'வெள்ளையனே வெளியேறு' இயக்கத்தை பம்பாயில் தொடங்கினார். அவர் உடனடியாகக் கைதுசெய்யப்பட்டு சிறையில் அடைக்கப்பட்டார். மற்ற பல காங்கிரஸ் தலைவர்களும் கைதுசெய்யப்பட்டார்கள். என்றாலும் இயக்கம், மாணவர்களின் முன்னெடுப்பினால் தொடர்ந்தது. 1942ஆம் ஆண்டின் பின் பாதியிலும் 1943ஆம் ஆண்டு முழுவதும் நாடு முழுவதும், தடையுத்தரவை மீறி, எதிர்ப்புக் கூட்டங்கள் நடத்தப்பட்டன. பத்தாயிரக் கணக்கில் தொண்டர்கள் கைது செய்யப்பட்டார்கள் என்றாலும் எதிர்ப்பு தொடர்ந்தது.

காந்தி துவக்கிய மற்ற எதிர்ப்புப் போராட்டங்கள் போல இது பிரிட்டீஷ் இந்தியாவிற்குள் அடங்கிவிடவில்லை. சிற்றரசுகளின் பகுதிகளுக்கும் பரவியது. மைசூரில் தேசியவாதிகள் தீவிரமாக இயங்கிக்கொண்டிருந்தார்கள். இங்கேயும் மற்ற இடங்கள் போலவே மாணவர்கள் இயக்கத்தை நடத்தினார்கள். மாணவர் தலைவர்கள் சிலருடன் கைத்தான் தொடர்பு வைத்திருந்தார். "நீங்கள் பாலங்களைத் தகர்ப்பதையும், ரயில்களைக் கவிழ்ப்பதையும் விட்டுவிட்டு ஆக்கப்பூர்வமாக வேலை செய்ய வேண்டும்" என்று கேட்டுக்கொண்டார். இருந்தாலும் மைசூரிலிருந்த பிரிட்டீஷ் அதிகாரி (Resident) கைத்தானை ஒரு சந்திப்பிற்கு அழைத்தார். அதைப் பற்றிப் பின்னர் கைத்தான் பதிவுசெய்தார்: "என்னை ஏன் நாடு கடத்தக் கூடாது என்று

அந்த அதிகாரி கேட்டபோது மாணவர்களை ஆக்கப்பூர்வமான வழியில் நடத்த முயல்கிறேன்" என்றேன். அவர் என் பேச்சைக் கேட்கவில்லை."[15]

இந்தக் காலகட்டத்தில் காந்தி புனாவில் சிறையிலிருந்தார், 1944 அக்டோபரில் அவரது எழுபத்தைந்தாவது பிறந்த நாள் வரவிருந்தது. பம்பாயிலிருந்த அவரது அபிமானிகள் சிலர் ஒரு பிறந்த நாள் மலரைக் கொண்டுவர எண்ணினர். கைத்தானை இதற்கு எழுதும்படி கேட்டுக்கொண்டார்கள். அவரும் எதிர்கால நம்பிக்கையான மாணவர்கள், காந்தியின் வாழ்க்கையிலிருந்து கற்றுக்கொள்ள வேண்டியது என்ன என்பது பற்றி ஒரு கட்டுரை எழுதினார். நாட்டுக்குச் சேவை செய்ய விரும்பும் இளைஞர்கள் காந்தியைப் பார்த்து, கிராமத்தை மையமாகக் கொண்டு வேலைசெய்ய வேண்டும். அவர்கள் "உண்மையாகவும் வெளிப்படையாகவும் பணியாற்ற வேண்டும். எளிமையையும், மரியாதையையும் கற்றுக்கொள்ள வேண்டும். சாதி, வகுப்பு பேதங்களிலிருந்து விடுவித்துக்கொள்ள வேண்டும், உழைப்பின் மகத்துவத்தை உணர வேண்டும். எல்லாப் பெண்களையும் சமமாகக் காண வேண்டும். நெருக்கடியின்போது இந்தியத் தாய்க்கு நாம் தர முடிந்ததை எல்லாம் தர வேண்டும்" என்று எழுதினார்.[16]

அவரது மனைவி மில்ரெட்டும் எழுதினார்கள். நோயாளிகளைப் பார்த்துக்கொண்டும், மூன்று குழந்தைகளை வளர்த்துக்கொண்டும், கிடைத்த நேரத்தில் அவர் 'இந்திய உணவும் ஊட்டச்சத்தும்' (Indian Food and Nutrition) என்ற நூலை எழுதி முடித்தார். இந்தப் புத்தகம் இப்போது கிடைப்பதில்லை. ஆனால் அதிலிருந்த கருத்துகளின் அடிப்படையில், மில்ரெட்டும் கைத்தானும் எழுதிய 'நமது கிராமத்தின் உடல் நலம்' கட்டுரை The Indian Journal of Social Work சஞ்சிகையில் 1944ஆம் ஆண்டு வெளியானது.

இக்கட்டுரையில் 'மக்களை அடிமைப்படுத்தக் கூடிய' நவீன மருந்துகளில் அதிகம் நம்பிக்கை வைக்க வேண்டாம் என்றார்கள். "மருந்துகளுக்கும், வேண்டாத நேரங்களில் உண்பது உறங்குவது போன்ற தவறான பழக்கங்களுக்கும், அன்றாட வாழ்வில் ஆதாரமற்ற கருத்துகளுக்கும், ஆட்படக் கூடாது" என்றனர். நாட்டு மருந்துகளில் அவர்களுக்கு நம்பிக்கை உண்டு. நவீன மருந்துகளை அவர்கள் ஒதுக்கவும் சொல்லவில்லை. ஆனால் அவை இந்திய வாழ்வுடன் இணைய வேண்டும் என்றனர். வீட்டில் காய்கறித் தோட்டம் வைப்பது பற்றியும், பழங்களுக்காக மரம் நடுவது பற்றியும் சர்க்கரைக்குப் பதிலாக வெல்லம் பயன்படுத்துதல் பற்றியும் எழுதினார்கள்.[17]

கைத்தானும் அவரது மனைவியும் இந்தியாவுடன் மிகுந்த ஈடுபாடுகொண்டிருந்தனர் என்றும் தங்களது எஞ்சியிருக்கும் வாழ்நாளை இங்கேயே கழிக்க வேண்டும் எனவும் நினைத்திருந்ததை இந்தக் கட்டுரைகள் காட்டுகின்றன. ஆனால் பிரிட்டீஷ் அரசின் எண்ணமோ வேறுமாதிரி இருந்தது. 1943இல் அவர் பல மாணவர் மாநாடுகளில் பேசியதையும் அங்கு தேசிய கோஷங்கள் எழுப்பட்டதையும் சுட்டிக்காட்டியது. அந்தக் கூட்டங்களில் கைத்தான் காந்தியை உலகிலேயே ஒப்பற்ற தலைவர் என்று புகழ்ந்ததையும், இந்திய மாணவர்கள் சிந்தனைச் சுதந்திரத்துடன், கட்டுப்பாடற்ற மனிதராக வாழ வேண்டும் என்று கைத்தான் கூறியதையும் எடுத்துக்காட்டி அவரை நாடு கடத்த வேண்டுமென்று சொன்னது. ஆனால் முடிவெடுக்கும் முன் அவர் ஏதாவது சொல்ல வேண்டுமா என்று கேட்டனர். கைத்தான் பிரிட்டீஷ் அரசிற்கு ஒரு நீண்ட கடிதம் எழுதினார். தான் கொடுத்த உறுதிமொழியை மீறவில்லை என்றும், கிறிஸ்தவர், இஸ்லாமியர், இந்துக்கள் ஆகியோரிடையேயும் இந்தியர்கள், ஆங்கிலேயகளிடையிலும் கருத்து வேறுபாடுகள் எழுந்தால் தான் ஒப்புரவாக்கம் செய்ய முயன்றதாகவும் விளக்கம் தந்து எழுதினார். "இந்தியர்களும் பிரிட்டீஷாரும் தங்களுடைய பிரச்சினைகளை ஒன்றாக முயன்று தீர்க்க வேண்டும். கிழக்கும் மேற்கும் எவ்வாறு ஆக்கப்பூர்வமாக ஒத்துழைக்க முடியும் என்று உலகிற்குக் காட்ட வேண்டும்" என்றார்.

1944ஆம் ஆண்டு மே மாதம், பிரிட்டீஷ் அரசு, இந்த அமெரிக்கப் புரட்சியாளரை நாடு கடத்த எண்ணிக்கொண்டிருந்த போது காந்தி சிறையிலிருந்து விடுதலை செய்யப்பட்டார். ஜூலை மாதம் கைத்தான் காந்திக்கு ஒரு கடிதம் எழுதினார். தென்னிந்தியாவில் சமூகச் சேவை செய்பவர்களுக்காக ஒரு மாநாடு கூட்டப்போவதாகவும் அதற்கு காந்தி ஒரு செய்தி தர வேண்டும் என்றும் கேட்டுக்கொண்டார். காந்தி எழுதினார்: "உங்கள் கூடுகை வெற்றி பெறும் என்று நம்புகிறேன். உண்மை யிலும் அன்பிலும் நம்பிக்கை உடைய இருபது பேர் வேறுபட்ட கருத்துக்கள் கொண்ட எண்ணற்றவர்களைவிட வலுக்கொண்டவர்கள்."[18]

இந்த மாநாடு நடந்ததா இல்லையா என்று தெரியவில்லை. ஏனென்றால் ஆக்ஸ்டு முதல் வாரத்தில் பிரிட்டீஷ் அரசு கைத்தானை இந்தியாவிலிருந்து நாடுகடத்தி ஆணை பிறப்பித்தது. அவர் வேலைகளை முடித்துக்கொண்டு பயணப்பட மூன்று மாதகால அவகாசம் அளித்தது. அவருக்கும் அவரது குடும்பத்துக்கும் அமெரிக்கா செல்லும் பயணச்செலவை அரசாங்கமே ஏற்றுக்கொண்டது.[19]

ஏழு போராளிகள்! 227

மதராஸிலிருந்து வெளியான இண்டியன் எக்ஸ்ப்ரஸ் நாளிதழ் அரசின் இந்த நடவடிக்கையை எதிர்த்து ஒரு நீண்ட தலையங்கம் தீட்டியது. "இந்தியாவின் கிராமங்களில் அர்ப்பணிப்புடன் இத்தனை ஆண்டுகள் பணிசெய்த இந்த அமெரிக்கரைத் திடீரென்று உடனடியாக நாடு கடத்த வேண்டியதன் அவசியம் என்ன?" என்று கேட்டது. இந்தத் தலையங்கம் மதுரை, பெங்களூர், கெங்கேரி போன்ற இடங்களில் கைத்தான் செய்த சமூக சேவை பற்றிச் சுருக்கமாகப் பதிவு செய்தது. எவ்வாறு கைத்தான் சமய பரப்புதல் பணியை விட்டுவிட்டுக் கிராமத்து மக்களுக்குப் பணிபுரிந்தார். என்று சொன்னது. பல ஆண்டுகள் இந்த வேலையில் கைத்தானும் அவரது மனைவியும் முழுகிப் போயிருந்தார்கள் என்று விளக்கியது.

"ஒரு அமெரிக்கர், இந்தியாவின் எளிய மக்களின் தோழர், கிராம ஊழியத்தில் ஆர்வம் மிக்கவர். இம்மாதிரியானவரை பிரிட்டீஷார் அவசர கதியில் நாடு கடத்துகின்றனர். கைத்தானுக்கு மதராஸில் இருக்கும் அமெரிக்கத் துணைத் தூதரகமோ, தில்லியிலிருக்கும் தூதரகமோ எந்த விதமான ஆதரவும் அளிக்கவில்லை என்பது வியப்பாக உள்ளது. ஒரு அப்பாவியான அமெரிக்கக் குடிமகன் ஒருவரை பிரிட்டீஷ் அரசின் கோபத்தி லிருந்து அமெரிக்கத் தூதர்களால் காப்பாற்ற முடியவில்லை. அவர் இந்திய மக்களுக்கு நெருங்கிய நண்பராகிவிட்டார் என்பதுதான் அவர் செய்த குற்றம்" என அந்த நாளிதழ் எழுதியது.

எந்த விதமான உள்நோக்கமும் இல்லாமல் இந்தியர் களுக்குத் சேவை செய்வதே தங்கள் பணி என்று இந்தியா வந்த சி.எஃப்.ஆண்ட்ரூஸ் மாதிரியான ஒரு அரிய வெளிநாட்டுக்காரர் கைத்தான்" என்று இண்டியன் எக்ஸ்ப்ரஸ் எழுதியது." சாமானிய மக்களுடன் தன்னை இணைத்துக்கொள்வதில் ஆண்ட்ரூஸை கைத்தான் மிஞ்சிவிட்டார். அண்மைக் காலத்தில் அவர் இந்தியக் குடியானவரைப் போலவே உடை உடுத்தி, கிராமத்தில் கிடைக்கும் எளிமையான உணவையே உட்கொள்ளுகிறார். அவர் தனது அன்றாட வாழ்க்கையை வெகு எளிமையாக ஆக்கிக்கொண்டுவிட்டார். அவரைக் காணச் செல்லும் அவரது நண்பர்களுக்கு இது சிறிது சிரமமாயிருக்கிறது. இப்போது அவரை அமெரிக்காவிற்குத் திருப்பி அனுப்பும்போது, அவர் சுமந்த சிலுவை, பிரிட்டீஷ் ஆதிக்கத்தில் இந்தியா சுமந்த சிலுவைதான் என்பதை மக்கள் என்றும் மறக்க மாட்டார்கள்" என்றது அந்த நாளிதழ்.[20]

ஆனால் பத்திரிகைத் தலையங்கங்களுக்கு பிரிட்டீஷ் அரசு அசைந்து கொடுக்கவில்லை, அதுவும் போர்க் காலத்தில். நாடுகடத்தல் ஆணை மாற்றப்படவில்லை. செப்டம்பர் மாதம் மைசூர் போலீசார், கைத்தானின் குடும்பத்தாரை பம்பாய் மாகாண எல்லைவரை கொண்டுசென்றனர். இங்கே அந்த மாகாண போலீசார், அவரை இன்னொரு ரயிலில் ஏற்றி பம்பாய்க்குக் கொண்டுசென்றனர். அங்கிருந்து அவர்கள் அமெரிக்கா செல்லும் கப்பலேற வேண்டும். அப்போது காந்தி பம்பாயில் இருந்தார். முஸ்லிம் லீக் தலைவர் ஜின்னாவுடன் பலமுறை உரையாடி முடித்திருந்தார். கைத்தான் காந்தியைச் சந்தித்தார். காந்தி சொன்னார்: “கைத்தான். நீ புத்திசாலி. உங்கள் நாட்டுக்குப் போக வேண்டுமென்றால் என்ன செய்ய வேண்டுமென்று உனக்குத் தெரியும்.”[21] (கைத்தானின் பயணச் செலவை பிரிட்டீஷ் அரசு ஏற்றுக்கொண்டதைப் பற்றித்தான் காந்தி இப்படிக் கிண்டல் செய்தார்.)

IV

1944ஆம் ஆண்டு இறுதியில் கைத்தான் குடும்பம் அமெரிக்கா போய்ச் சேர்ந்தது. ஓராண்டு கழித்து இந்தியாவிலிருந்த நண்பர்களுக்கு ஒரு சுற்றுக் கடிதம் எழுதினார்கள். “கைத்தான் குடும்பத்தாரின் வாழ்த்துக்கள்” என்று தலைப்பிடப்பட்ட இக்கடிதத்தில், கைத்தான், மில்ரெட் அவர்களது மூன்று குழந்தைகள் ஆகியோர் கையெழுத்திட்டிருந்தனர். அவர்கள் வசித்த இண்டியானா மாநிலத்திலுள்ள மெரோம் நகரிலிருந்து இதை எழுதியிருந்தார்கள். அந்த ஊரில் ‘கிறிஸ்தவச் செல்வாக்கிற்கான வட்டார மையம்’ (Regional Cenre for Christian Influence) என்ற ஒரு நிறுவனம் இருந்தது.

அந்தக் கடிதம் முதலில் குழந்தைகள் பற்றிய விவரங்களைக் கூறியது. 8ஆவது வகுப்பில் படிக்கும் மகன் ரிச்சர்டு கூடைப்பந்து விளையாட்டில் சிறந்து விளங்குவதைப் பற்றிக் கூறியது. “இந்தியச் சமையலை நன்கு கற்றறிந்த மூத்தமகள் மேர்ள் மாரி (Mearle Marie) இப்போது அமெரிக்கச் சமையல் செய்கிறாள். நன்றியறிதல் பண்டிகைக்கு (Thanksgiving Festival) அவள் ஒரு பழ கேக் செய்தாள். மூன்று குழந்தைகளும் பியானோ கற்றுக்கொள்கிறார்கள். இவர்கள் யாவருமே ஒரு சிறிய பண்ணையில் வேலை செய்தார்கள். அங்கு மூன்று கறவை பசுக்கள் இருக்கின்றன. கெங்கேரி பண்ணைக்கு இம்மாதிரி மாடுகள் கிடைத்தால் அவர்கள் கொண்டாடுவார்கள்.”

இந்தக் கடிதத்திலிருந்து பல விவரங்கள் நமக்குக் கிடைக்கின்றன. அமெரிக்காவிற்குத் திரும்பி வந்த பின், அவர்

மனைவியும் குழந்தைகளும் மெரோம் நகரில் தங்கியிருக்க, கைத்தான் 26000 மைல் பயணித்தார். 150 இடங்களில் உரையாற்றினார். கணவர் இப்படி ஊர் ஊராய்ப் பயணிப்பதால் மில்ரெட் படும் சிரமங்களைப் பற்றியும் கடிதம் குறிப்பிட்டிருந்தது. "கணவர் மாதக்கணக்கில் விட்டுவிட்டுப் போவது அவருக்கு இன்னலாக இருந்தது. இந்தியாவில் அப்படி அவர் பயணிக்கும் போது ஆசிரமத்தில் இருக்கும் பாதுகாப்பு இங்கு இல்லை. இங்கு உதவி செய்வார் யாரும் இல்லை. இந்தியாவின் எளிய வாழ்க்கைக்கு நாங்கள் எல்லாருமே ஏங்குகிறோம்."

இந்தக் கடிதத்தின் கடைசிப் பகுதி – நிச்சயமாக கைத்தானால் எழுதப்பட்டது – கீழ்வருமாறு:

அமெரிக்காவில் இருந்த இந்த ஒரு வருடம் எங்களைக் கீழ்க்கண்ட முடிவுகளுக்கு இட்டுச்செல்கிறது.

1. அமெரிக்க திருச்சபை ஒரு காட்டுமிராண்டி நாகரிகத்திற்குத் தலைமை தாங்குகிறது.

2. கடந்த 10 ஆண்டுகளில் அமெரிக்காவில் ஒழுக்க, ஆன்மிக வாழ்வு சீரழிந்துள்ளது.

3. சீரிய வாழ்வுக்கு நம்பிக்கை தரும் அறிகுறிகள் பல உண்டு.

4. கிறிஸ்தவர்கள் சிறிது விவரம் தெரிந்தவர்களாக இருக்கின்றனர். ஆனால் செயல்பாடு ஒன்றும் இல்லை.

5. உடனடியாக ஆக்கப்பூர்வமான சக்திகள் ஒன்றுபட்டு நாடு முழுவதும் செயல்படாவிட்டால், அமெரிக்கா பொருளாதார ஏகாதிபத்தியமாக மாறி உலகிற்கே ஒரு பெரிய கேடாக வரும்.

6. அமெரிக்க இளைஞர்கள், ஆற்றல் வளம் உடையவர்களாக இருந்தாலும் அமெரிக்க அரசின் கட்டுப்பாட்டில் சிக்கியுள்ளார்கள்.

7. பள்ளிக்கூடங்கள், ஆக்கப்பூர்வமான சமூக கரிசனங்களுக் கில்லாமல், வணிக அக்கறைகளுக்கே துணைபோகின்றன.

8. கடந்த 10 ஆண்டுகளில் நீக்ரோக்களுக்குப் பல நன்மைகள் செய்யப்பட்டுள்ளன. ஆனால் யூத வெறுப்பு அதிகமாகி இருக்கிறது.

9. அமெரிக்காவில் குடிபோதை ஏறிக்கொண்டிருப்பது பற்றித் திருச்சபை கவலைப்படவில்லை.

10. இன்றும் அமெரிக்கா நம்பிக்கை தரும் நாடுதான். ஆனால் தீமை வளர்வது வருங்காலத்தைப் பற்றிய அச்சத்தைக் கொடுக்கிறது.[22]

காந்தியைச் சந்திக்க சேவாகிராமத்திற்குச் சென்ற போது கைத்தான் அங்கே காந்தியப் பொருளாதார நிபுணர் ஜே.சி. குமரப்பாவிற்கு நண்பரானார். குமரப்பா ஒரு தமிழர், கிறிஸ்தவர், கிராமச் சீரமைப்புப் பணிகளில் ஒரு முன்னோடி. அவர்கள் இருவரின் அக்கறைகள் அவர்களை இணைத்தன. அமெரிக்காவில் இருந்தபோது குமரப்பாவின் நூலை – ஒரு *இந்தியனின் பார்வையில் ஏசு கிறிஸ்து* – வெளியிட முயற்சிகள் மேற்கொண்டார். இதற்கு மனித உரிமைப் போராளியும், சமாதானவாதியுமான ஏ.ஜே.மஸ்ட்டின் (A.J.Muste) உதவியை நாடினார். "அருமையான படைப்பாயிருந்தாலும், அமெரிக்காவில் வெளியிட அதில் புதிதாக எதுவும் இல்லை. அதை காந்தி எழுதியிருந்தால் வரவேற்பு வேறு விதமாக இருக்கும். ஆனால் ஜே.சி. குமரப்பா அவ்வளவு பிரபலமானவர் அல்லவே" என்று பதிலளித்தார். இந்தக் கடிதத்தைக் குமரப்பாவிற்கு அனுப்பிய கைத்தான், தான் வேறு முயற்சிகளை மேற்கொண்டதாகவும், எதுவும் பலனளிக்கவில்லை என்றும் எழுதினார்.[23]

இந்தக் காலகட்டத்தில் இந்தியாவில் சில முக்கியமான அரசியல் மாற்றங்கள் நிகழ்ந்தன. போர் முடிந்து, பிரிட்டனின் ஆட்சியைப் பிடித்த லேபர் கட்சி இந்தியாவிற்குச் சுதந்திரம் அளிக்க ஒப்புக்கொண்டது. 1946இல் இந்தியாவில் தேர்தல் நடந்து, ஜவஹர்லால் நேரு தலைமையில் ஓர் இடைக்கால அரசு பதவியேற்றது. அந்த அரசில் சிறப்பு இடம் பெற்ற ராஜகோபாலச்சாரி, கைத்தானின் உற்ற நண்பர். கைத்தான் அவருக்குக் கடிதம் எழுதினார். ராஜகோபாலாச்சாரி, தன் கடைசிக் காலத்தில் இருந்த பிரிட்டீஷ் அரசுக்கு எழுதி, கைத்தானின் நாடுகடத்தல் உத்தரவை நீக்கினார்.

1947ஆம் ஆண்டு கோடையில், கைத்தான் பெட்டி, படுக்கையை எடுத்துக்கொண்டு மெரோம் நகரை விட்டு மறுபடியும் தென்னிந்தியா செல்லத் தயாரானார். கப்பலிலிருந்து கைத்தான், தான் என்ன பணிசெய்ய வேண்டும் என்று கேட்டு ஜே.சி. குமரப்பாவிற்குக் கடிதம் எழுதினார். "நீங்கள் இன்றும் மகன்வாடியில் அனைத்திந்திய கிராமியத் தொழில் கழகத்தின் செயலராக இருக்கிறீர்கள் என்று நம்புகிறேன். இப்போது நிலைமை எப்படியிருக்கிறது? நான் கிராமப்புறத் தொழில் தளத்தில் பணியாற்ற விரும்புகிறேன். எனக்குக் கொடைக்கானலுக்குப் பதில் எழுதுங்கள். ஒரு கிராமத்தில் இடம் கிடைக்கும்வரை நான் அங்கேதான் இருப்பேன்.

"இந்தக் கடிதத்தை ஏடன் வளைகுடாவில் செல்லும்போது எழுதுகிறேன்.

> வெள்ளிக்கிழமை கராச்சியை அடைவோம். பின்னர் திங்கள் அல்லது செவ்வாய் அன்று பம்பாய் போய்ச் சேருவோம். என் குடும்பத்தார் ரயிலில் கொடைக்கானல் செல்வார்கள். நான் ஜீப்பில் செல்வேன். இதுவரை எங்கள் பயணம் நன்றாகவே இருந்தது. இந்தியாவில் ஒரு புது அத்தியாயத்தை நான் எதிர்நோக்குகிறேன்.

அவர் பின்குறிப்பாக ஒரு வாக்கியத்தைச் சேர்த்தார்: "இந்தியாவில் நாங்கள் என்ன பணிகள் செய்ய வேண்டும் என்று யோசனை கூற முடியுமா? எது நல்லதோ அதைச் செய்ய நாங்கள் தயாராக உள்ளோம்."

குமரப்பாவின் பதில் உற்சாகம் ஊட்டும்படியாக இருந்தது: "நீங்கள் இந்தியாவிற்குத் திரும்பியிருப்பது மகிழ்ச்சி யூட்டுகிறது. ஆம்... நான் இன்னும் அதே வேலையில்தான் இருக்கிறேன், சிரமமாக இருந்தாலும். நீங்கள் ஓரிடத்தில் தங்கிய பிறகு, உங்களை எப்படிப் பயன்படுத்திக்கொள்ள முடியும் என்று பார்க்கலாம்."[24]

இந்தியா சீக்கிரமே விடுதலை பெறும் சமயம். இந்தியனாகிவிட்ட இந்த அமெரிக்கன் தான் தெரிந்தெடுத்துக் கொண்ட நாட்டுக்குச் சேவை செய்ய மறுபடியும் வந்துவிட்டார்.

V

1930இல் கைத்தான் காந்தியை அவரது ஆசிரமத்தில் சந்தித்தபோது அவருடன் ஒரு பெண் புரட்சியாளரும் இருந்தார் என்று பார்த்தோம் அல்லவா. அவர் பெயர் காதரின் மேரி ஹீலமன். (Catharine Mary Heilemann) லண்டனில் 1901ஆம் ஆண்டு பிறந்த இவர் பள்ளிக்கூடத்தில் வரலாறு, ஆங்கிலம், புவியியல், பிரெஞ்சு, ஜெர்மன் மொழிகளைப் படித்தார். ஆனால் தனது பதினைந்தாவது வயதில் படிப்பை விட்டு ஒரு வணிக நிறுவனத்தில் வேலை செய்யத் தொடங்கினார். ஆஸ்திரேலியாவி லிருந்து சரக்குகளை இறக்குமதி செய்த இந்த நிறுவனத்தின் பெயர் டெர்ரி அண்ட் கோ.[25]

காந்தியின் சீடரான, அதே நாட்டிலிருந்து வந்த மேடலின் ஸ்லேட் எனும் மீரா பெண்ணின் சமூகப் பின்புலத்திலிருந்து வேறுபட்டிருந்தது. இந்தப் பெண்ணின் பின்புலம் காதரினின் தந்தை பொன், ஆசாரி. ஆனால் மீராவின் தந்தை

கடற்படையில் உயர் அதிகாரி அட்மிரல். காதரினின் தந்தை ஜெர்மானியராயிருந்ததால் முதல் உலகப் போரின்போது சிறிது காலம் சிறையிலடைக்கப்பட்டார். எனவே, பிரிட்டீஷார் தாங்கள் அறவழி நடப்போர் என்று சொல்வதை காதரின் நம்பவில்லை.[26]

வேலைக்குப் போக ஆரம்பித்த பின் காதரின் ஒரு தனி வாடகை வீடு பார்த்துக் குடியேறினார். அந்த வீட்டுக்காரர் சில இந்திய மாணவர்களுக்கும் இடம் கொடுத்திருந்தார். அவர்கள் காந்தியைப் பற்றியும் அவரது இயக்கம் பற்றியும் காதரினிடம் பேசினார்கள். 1927இல் மோகன் சிங் மேத்தா என்ற இந்தியரைச் சந்தித்த பின் காதரின் இந்தியா பற்றி அறிய மேலும் ஆர்வம் கொண்டார். உதய்ப்பூர் சமஸ்தானத்தில் மோகன்சிங் அதிகாரியாகப் பணிசெய்து கொண்டிருந்தார். அவர் இங்கிலாந்தில் படித்திருந்தது மட்டுமல்லாமல் பல இந்திய தேசியத் தலைவர்களையும் சமூக சேவகர்களையும் சந்தித்திருந்தார். அதிலும் கோகலேயால் துவங்கப்பட்ட இந்திய சேவகர்கள் அமைப்பின் (Servants of India Society) தாக்கம் அவர் மீது இருந்தது.

காதரினை சந்தித்த மோகன் அவரது அறிவுக்கூர்மையையும் திடமனத்தையும் உணர்ந்து வியந்தார். லண்டனில் ஒரு வணிக நிறுவனத்தில் எழுத்தராக இருப்பதைவிட, அவரது திறமைகளை வெளிப்படுத்தக்கூடிய பணிசெய்ய வேண்டும் என்று காதரினிடம் கூறினார் அவர் முன்னரே இந்தியாவில் ஆர்வம் கொண்டிருந்ததால், அந்த நாட்டுக்குச் செல்லும் எண்ணத்தை அவர் மனத்தில் மோகன் சிங் விதைத்தார்.[27] ஐரோப்பாவில் பயணம் செய்யும்போது மோகன் சிங், ஸ்கௌட் இயக்கத்தின் நடவடிக்கைகளால் ஈர்க்கப்பட்டு உதய்ப்பூரில் ஒரு பள்ளி தொடங்க விருப்பம் கொண்டார். “அது மாணவர்களிடையே பேடென் பவல் (Baden Powell) விவரித்த தன்னம்பிக்கை, அறிவுத்திறன், முன்னெடுப்பு, உடல் திறன், சமூகப் பார்வை போன்றவைகளை ஊன்ற முயலும்.”

1930ஆம் ஆண்டு தன் கருத்துடன் ஒத்துப்போகும் சில சகாக்களுடன் சேர்ந்து மோகன் சிங் மேத்தா உதய்பூருக்கு அருகில் வித்யா பவன் என்ற பெயர் கொண்ட ஒரு பள்ளியை நிறுவினார். ஆரம்பம் முதலே அது இருபாலாருக்குமான பள்ளி. நிலப்பிரபுத்துவ மனப்பான்மை கொண்ட ராஜஸ்தானில் இது ஒரு “துணிச்சலான, புரட்சிகரமான செயல்” என்று கூறப்பட்டது. வகுப்பிற்கு வெளியே, விளையாட்டுகள், கவின் கலைகள் பயிற்றுவிக்கப்பட்டன. அங்கே இருந்த ஒரு சிறிய பண்ணையில் சிறுவர்கள் உடல் உழைப்பைத் தரும் பணிகளில் ஈடுபடுத்தப்பட்டார்கள்.[28]

பள்ளிக்கூடம் சிறிது நிலைபெற்றவுடன், காதரினைப் பள்ளியில் வந்து பணி செய்யுமாறு மோகன் சிங் அழைத்தார். 1932ஆம் ஆண்டு ஜனவரியில் காதரின் லிவர்பூல் நகரில் கப்பலேறினார். பம்பாயில் வந்திறங்கி பின் அங்கிருந்து நேராக உதய்பூர் சென்றார். வித்யாபவன் பள்ளியில் அவரது முதல் வேலை பணக் கணக்கைச் சீர்படுத்துவது. இதைச் செய்து முடித்த அவர், மாணவர்களுக்கு ஆங்கிலம் சொல்லிக்கொடுக்க ஆரம்பித்தார். காதரினுக்கு அந்தச் சிறுவர்களையும் சக ஆசிரியர்களையும் பிடித்திருந்தது. மோகன் சிங் செய்யும் பணியையும் அவர் மதித்தார். என்றாலும் உதய்பூரின் சமூகச் சூழல் அவருக்கு மன உளைச்சலை உண்டுபண்ணியது. மகாராஜாவையும் அவரது சகாக்களையும் மக்கள் கடவுளராகவே பார்த்தனர். பெண்கள் எப்போதும் பர்தா அணிந்திருந்தார்கள். கிடைத்த சமயத்தில் காதரின், காந்தி பற்றி வாசித்தார். கல்வி, தீண்டாமை ஒழிப்பு பற்றிய அவருடைய கருத்துக்களைத் தெரிந்துகொண்டார். பள்ளி விடுமுறையின்போது ஐக்கிய மாகாணத்தில் அலகாபாத், வாராணசி போன்ற நகரங்களில் சுற்றுப்பயணம் செய்தார்.

"அந்த சமஸ்தானத்தின் குறுகிய சூழலிலிருந்து விடுபட்டு, வட இந்தியாவில் மற்ற பகுதிகளில் பயணித்தது புதிய காற்றைச் சுவாசித்தது போலிருந்தது. சுதந்திரத்திற்கான ஆதங்கம் இருப்பதை நன்றாக உணர முடிந்தது" என்று அவர் எழுதினார்.[29]

VI

1935இல், வித்யா பவனில் மூன்றாண்டுகள் பணியாற்றிய பின், காந்தியின் புதிய தலைமையிடமான வார்தாவிற்குக் காதரின் பயணித்தார். அங்கு ஒரு வாரம் தங்கியிருந்து காந்தியுடனும் அவரது மற்ற சகாக்கள், சந்நியாசி போலிருந்த வினோபா பாவே, பொருளாதார நிபுணரான ஜே.ஸி. குமரப்பா இவர்களுடனும் பலமுறை உரையாடினார். அவர் கண்டதும் அறிந்து கொண்டதும் உதய்பூரை விட்டு விலகி மகாத்மாவின் உலகிற்குள் செல்ல வேண்டும் என்று அவரை உந்தின. மோகன் சிங் மேத்தா அவர் விருப்பத்திற்குக் குறுக்கே வரவில்லை.

உதய்பூரில் இருந்த நாட்கள் காதரினுக்கு இந்திய வாழ்க்கை பற்றிய நல்ல அனுபவத்தைக் கொடுத்தது. அங்கிருந்தபோது சரளா என்ற பெயரைத் தேர்ந்தெடுத்துக்கொண்டார். இந்த இந்திச் சொல்லுக்குத் திடமானவர், உறுதியானவர் என்று பொருள். 1936இல் இனிமேல்தான் இந்த இந்தியப் பெயரால் தான் அறியப்பட வேண்டும் என்று முடிவு செய்தார். இந்தியில் நன்றாகப் பேசவும் வாசிக்கவும் அவர் கற்றுக்கொண்டிருந்தார்.

வார்தாவில் இருந்த அரியநாயகம், அவர் மனைவி ஆஷா தேவி ஆகியோருடன் சரளா பணி செய்தார். அரியநாயகம், இலங்கைத் தமிழர், தாகூர் நடத்திய சாந்தி நிகேதனுக்குச் சென்றிருந்தபோது அங்கிருந்த ஒரு வங்காளித் தத்துவப் பேராசிரியரின் மகள் ஆஷா தேவியிடம் இதயத்தைப் பறிகொடுத்தார். அவர்கள் இருவரும் வார்தாவுக்குப் புலம்பெயர்ந்தபோது, காந்தி கல்விப் பொறுப்பை அவர்களுக்குத் தந்தார். அவர்களுடன் சேர்ந்து ஆசிரமத்திலிருந்த பள்ளியை நடத்தும் வேலை சரளாவிற்குக் (காதரினுக்கு) கொடுக்கப்பட்டது.

சரளாவிற்கு இந்த வேலை மிகவும் பிடித்திருந்தது. அரியநாயகம், அவரது மனைவியுடன் இவரும் தங்கியிருந்தார். ஆனால் மத்திய இந்தியாவின் வெப்பம் அவருக்கு ஒத்துக் கொள்ளவில்லை. அடிக்கடி மலேரியாவும் சீதபேதியும் அவரை வாட்டின. காந்தி புனாவில் ஒரு மருந்தகம் நடத்திக்கொண்டிருந்த தன்னுடைய நண்பரான இயற்கை வைத்தியத்தில் கைதேர்ந்த தின்ஷா மேத்தாவிடம் சரளாவை அனுப்பினார். அவரது சீதபேதியை மேத்தாவால் குணப்படுத்த முடிந்தது. ஆனால் மலேரியா அடிக்கடி தொல்லை கொடுத்தது. வேண்டுமானால் உதய்பூருக்குத் திரும்பிச் செல்லலாம் என்று காந்தி ஆலோசனை சொன்னார். ஆனால் சரளாவிற்கு அங்கு மறுபடியும் போக விருப்பமில்லை.

அரியநாயகத்தின் மனைவி ஆஷா தேவி, சரளாவை ஒரு ஆண்டு வேலை செய்யாமல் சேவாகிராமத்தில் ஓய்வெடுக்கச் சொன்னார். பள்ளிக்குப் போகாமல் வீட்டிலேயே இருக்கலாம். "உங்களுக்கு நிறைய பாலும், வெண்ணெய், காய்கறிகள், ஆரஞ்சு இவைகளைக் கொடுக்க முடியும். உனது உடல்நலத்திற்காக ஒரு சமையற்காரரையும் பத்து ரூபாய் மாதச் சம்பளத்தில் அமர்த்திக் கொள்ளலாம். உங்களுக்கு எந்தவித சிரமமும் இல்லாமல் பார்த்துக்கொள்கிறோம்" என்று எழுதினார்.[30]

1939, செப்டம்பரில் ஐரோப்பாவில் போர் மூண்டது. இங்கிலாந்திலிருந்து சரளாவின் தந்தை இந்தியாவில் நிலைமை எப்படி இருக்கிறது என்றும், அது சரளாவின் வேலையை எவ்வாறு பாதிக்கிறது என்றும் கேட்டு எழுதினார். ரஷ்யாவிற்கு இந்தியா மேல் ஒரு கண் இருக்குமோ என்று அவர் அஞ்சினார். ஆனால் இந்தியாவின் அடிப்படைச் சித்தாந்தம் மக்களாட்சியின் பக்கம் இருப்பதை உணர்வதாக எழுதினார். வான்வழித் தாக்குதல் எவ்வாறு லண்டனைப் பாதிக்கிறது என்றும் எழுதினார். அவர் மேலும் எழுதினார்:

இப்போது நவம்பர். இங்கிலாந்தில் இந்த மாதத்தில் காலநிலை நினைவிலிருக்கிறதா? மூடுபனியும் இருளும் நம் மனநிலையைப் பாதிக்கிறது. இருந்தாலும் சில நாட்கள் அருமையாயிருக்கின்றன. கடல் அழகு மிகுந்து காணப்படுகிறது.

நீ இங்கிலாந்திற்குத் திரும்பி வந்துவிட்டதாக ஒளிர்வு மிக்க கனவு ஒன்று கண்டேன். எப்படி இம்மாதிரியான கனவைக் கண்டேன் என்று சொல்ல முடியவில்லை ஆனால் நீ வந்தது எனக்கு மிகுந்த மகிழ்ச்சியையும் உற்சாகத்தையும் கொடுத்தது. அது நிஜம்போலவே இருந்தது. ஒரு வாரமாக அந்தக் கனவை என் மனத்தில் தேக்கி வைத்திருந்தேன். உன்னை மறுபடியும் பார்க்க ஏங்குகிறேன். எங்கே? எப்போது?[31]

இந்தக் கடிதத்திற்கு சரளா எழுதிய பதில் நமக்குக் கிடைக்கவில்லை. தன் தந்தையை இனி பார்க்கமுடியாது என்று அறிதிருந்தாலும் இவரும் தனது அன்பையும் பாசத்தையும் வெளிப்படுத்தி எழுதியிருக்கலாம். அவரது தந்தை 'கேட்டி' என்றே அவரை விளித்தார். சரளா தனது இல்லத்தாருக்காக ஏங்கினாலும், தான் பிறந்து வளர்ந்த நாட்டுக்காக ஏங்க வில்லை. அவர் இந்தியராக மாறிவிட்டிருந்தார், முழு இந்தியராக.

1941ஆம் ஆண்டு. சரளா வார்தாவிற்கு வந்து ஐந்து ஆண்டுகள் முடிந்திருந்தன. அவரும் காந்தியும் அரியநாயகமும் சரளாவின் உடல்நலத்தைக் கருதி அவர் வேலைசெய்யவும், வாழவும் இந்தியாவில் வேறு ஒரு இடத்திற்குச் செல்ல வேண்டும் என்பதை உணர்ந்தனர். ஆனால் எங்கு செல்வது? மகாத்மாவின் நெருங்கிய தோழரான ஆச்சாரிய கிருபளானியிடம் சரளா ஆலோசனை கேட்டார். வரலாற்றுப் பேராசிரியராகப் பணி செய்து கொண்டிருந்த கிருபளானி தேசிய இயக்கத்தில் சேர்ந்து வட இந்தியாவில் காதியைப் பரப்பினார். மீரட் நகரில் வசித்துக்கொண்டு ஐக்கிய மாகாணத்தில் நூல் நூற்கும், நெசவு நெய்யும் நிலையங்களை ஆரம்பித்தார். குமாவுன் மலைப்பிரதேசத்தில் சானௌடா என்ற கிராமத்தில் அம்மாதிரியான ஒரு ஆசிரமம் இயங்கிக்கொண்டிருந்தது.

கிருபளானி இந்தக் கிராமத்திற்குப் போனதில்லை என்றாலும் அந்த ஆசிரமத்தை நிறுவி நடத்திவந்த குஜராத்தைச் சேர்ந்த சாந்திலால் திரிவேதியை நன்கு அறிந்திருந்தார். இந்த இமயமலைப் பகுதியில் உள்ள உன்னதமான காலநிலை சரளாவின் உடல்நிலை சீரடைய உதவும் என்று எண்ணினார். காந்தியும் இதற்கு ஒப்புக்கொண்டார். சரளா ஒரு வருட விடுப்பு பெற்று மலைக் கிராமத்திற்கு வந்தார்.[32]

1941, செப்டம்பர் மாதம் சாஸௌடா கிராமத்திற்கு சரளா வந்துசேர்ந்தார். முதலில் அங்கு மற்றவர்கள் என்னென்ன வேலைகளைச் செய்கிறார்கள் என்று கவனித்தார். பின்னர் உடல்நிலை முன்னேறிய பின் இவரும் நூல் நூற்பது, நெய்வது போன்ற ஆசிரம வேலைகளில் ஈடுபட்டார். முழுமையாக உடல்நலம் பெற்ற பின், சாந்திலாலுடன் இவரும் மலைப்பிரதேசத்தில் பயணித்தார். உள்ளூர் கைவினைப் பொருள்களை ஆராய்ந்தார். கம்பளி நூல் வாங்க ஏற்பாடுகள் செய்தார். மலைவாழ் மக்கள் அவருக்கு நெருக்கமானார்கள். இமயமலையின் எழில் அவருக்கு மிகவும் பிடித்திருந்தது. கடைசிவரை இங்கேயே தங்க வேண்டும் என்று முடிவு செய்தார்.[33]

சரளாவிற்கு சாந்திலாலையும் அவரது சக ஊழியர்களை யும் மிகவும் பிடித்திருந்தது என்றாலும் தனக்கென்று ஒரு ஆசிரமம் நிறுவ அவர் விரும்பினார். குமாவுன் பகுதியில் பயணித்தபோது, பனி படந்த மலைகள் தெரியும் கௌசானி என்ற கிராமத்திற்குச் சென்றார். 1929ஆம் ஆண்டில் காந்தி பகவத் கீதையைப் பற்றி எழுத இங்கு பதினைந்து நாட்கள் தங்கியிருந்தார். அந்த நிலப்பரப்பின் காட்சியும் காந்தியின் தொடர்பும் சேர்ந்து சரளாவை அந்தக் கிராமத்தைத் தெரிந்தெடுக்கச் செய்தன. அங்கிருந்த பூர்ணானந்த் சான்வால் என்ற அரசு அதிகாரியின் நட்பு சரளாவிற்குக் கிடைத்தது. அவர் தேசிய இயக்கத்தை ஆதரித்தவர். கௌசானி கிராமத்திற்கு வெளியே சான்வாலுக்கு ஒரு வீடு இருந்தது. அங்கு அண்மையில் காலமான தனது மனைவியின் பேரில் ஒரு பள்ளிக்கூடம் தொடங்க அவர் எண்ணியிருந்தார். அவர் அந்தக் கட்டடத்திற்குத் தனது மனைவியின் நினைவாக லட்சுமி ஆசிரமம் என்று பெயர் வைத்தார் அந்தச் சொத்தை சரளாவிற்குக் கொடுத்து அவர் அதை எப்படி வேண்டுமானாலும் பயன்படுத்திக்கொள்ளலாம் என்றார்.

1942ஆம் ஆண்டு ஆகஸ்டு 5ஆம் தேதி சரளா, சான்வாலுக்கு ஆங்கிலத்தில் ஒரு நீண்ட கடிதம் ஒன்றை எழுதினார்.

"நீங்கள் இவ்வளவு தாராளமாக உங்கள் வீட்டை நான் பயன்படுத்திக்கொள்ள அனுமதித்துள்ளீர்கள். ஆகவே, எனது வாழ்க்கையைப் பற்றியும் நான் செய்யும் வேலையைப் பற்றியும் உங்களுக்குத் தெரிவிக்கக் கடமைப்பட்டுள்ளேன்."

சரளா தனது உதய்பூர், வார்தா அனுபவங்களைப் பற்றியும், உடல் நலக்குறைவினால் மலையில் வாழத் தெரிந்தெடுத்ததைப்

பற்றியும் எழுதினார். அண்மையில் அவர் சாந்திலால் திரிவேதியுடன் குமாவுன் பிரதேசத்தில் பயணித்தது பற்றியும், எவ்வாறு அந்த அனுபவம் அவர் ஓரிடத்தில் தங்கிப் பணிசெய்தால் தான் ஓரளவு தாக்கம் ஏற்படுத்த முடியும் என்று உணர்ந்ததாகச் சொன்னார்.

> அவர் மேலும் எழுதினார்: "இளைஞர்கள் மத்தியில் வேலை செய்தால் நல்ல பயன் கிடைக்கும். நமது கருத்துக்களை அவர்களால் எளிதாக உள்வாங்க முடியும். ஆகவே இங்கே அருகிலுள்ள கிராமத்துச் சிறுவர்கள் என்னிடம் வரவும் பழகவும் தேவையான சூழலை ஏற்படுத்த விரும்புகிறேன். முன்னர் சானௌடா கிராமத்தில் ஒரு ஆரம்பப்பள்ளி மூலம் சிறுவர்களிடம் பழகி, விளையாடி அவர்களுக்கு அறிவுரையும் கூறிவந்தேன். பின்னல் வேலை கற்றுக்கொடுத்து அதன் மூலம் வருமானம் ஈட்ட முடியும் என்று காட்டினேன். அதைப் போலவே இங்கேயும் செய்ய எண்ணியுள்ளேன். உள்ளூர் மக்கள் பெண்களுக்கான பள்ளியை நடத்த என்னை வற்புறுத்துகிறார்கள். ஆனால் நானறிந்த இந்தி மிகவும் குறைவு. இந்தியக் கலாச்சாரம் பற்றியும் எனக்குப் போதுமான அறிவு இல்லை. அது மட்டுமல்ல. அது முழுநேர வேலையாயிருக்கும். நான் செய்ய விரும்பும் மற்ற காரியங்களுக்கு நேரம் இருக்காது. நான் ஒரு யோசனை கூறினேன். ஆறு பெண்கள் தயாராக இருந்தால், அவர்கள் என்னுடன் வசித்து, அருகிலுள்ள உயர்நிலைப் பள்ளிக்குச் செல்லலாம். அவர்கள் படிப்புக்கு நான் உதவி செய்ய முடியும். இந்த விடுதியின் வேலைகளை அந்தப் பெண்களே செய்ய வேண்டும். ஒத்துழைத்து வேலைசெய்து தங்களது நேரத்தை ஒழுங்குபடுத்த முடியும். இந்த முயற்சிகளுக்குப் பண உதவி செய்ய முடியாவிட்டாலும் சில பொருட்களைக் கொடுக்க முடியும். இவர்களில் ஓரிரண்டு பேர் ஏழாம் வகுப்பிற்குப் போன பின் இங்கே விவசாயம், மனையியல் சார்ந்த ஒரு ஆரம்பப் பள்ளியை நடத்தலாம்."

சரளா மேலும் தொடர்ந்தார்:

"உங்களது தோட்டத்தில் பரிசோதனை விவசாயம் செய்ய முடியும் என்று நினைக்கிறேன். முதலில் ஆரஞ்சுப்பழத்திலிருந்து ஜாம், மார்மலேடு செய்து, அத்துடன் உலர்ந்த பழத்தையும் விற்க முடியுமா என்று பார்க்க வேண்டும். இதில் லாபம் கிடைத்தால், கூட்டுறவு முறையில் இதைச் செய்யலாம். இந்த முயற்சி நன்றாக நடந்தால், மற்ற விவசாயப் பொருட்களையும்

இம்முறையில் விற்கலாம். இதனால் நடுத்தரகர் தொல்லையை நீக்கி விவசாயிக்கும் பயனாளிக்கும் நன்மை கிடைக்கச் செய்யலாம்.

தோட்டத்தில் வேலை செய்வதும், சிறுவர்களிடையே பணி செய்வதும் என்னை உள்ளூர்ப் பெண்களிடம் இட்டுச் செல்லும். அவர்கள் நிலையைப் பார்க்கும்போது அதை மாற்ற ஏதாவது செய்ய வேண்டுமென்ற ஆர்வம் என்னுள் கொழுந்து விட்டு எரிகிறது. நான் இந்தக் கிராமங்களில் சில இரவுகள் கழித்திருக்கிறேன். அவர்கள் நிலை பரிதாபமாக இருக்கிறது.

இந்தப் பணிக்குத் தேவையான செலவைப் பற்றிப் பேசினால், எனக்கு வருடம் 14 பவுண்டுகள் வருமானம் உண்டு. என் செலவிற்கு இது போதும். எனக்கு, பழம் பதப்படுத்தும் உபகரணம் வாங்கவும், சிறு மருந்தகம் நடத்தவும், சிறுவர்களுக்கு ஒரு நூலகம் வைக்கவும், இதர செலவுகளுக்கும் இந்த ஆண்டுக்கு காந்தி ஆசிரமம் 100 ரூபாய் கொடுக்க இருக்கிறார்கள். நாளடைவில் இந்த ஆசிரமம் சொந்தக் காலில் நிற்க வேண்டும் அல்லது உள்ளூர் ஆதரவில் இயங்க வேண்டும் என்று நான் நினைக்கிறேன். இந்தக் குறிக்கோளுடன் முன்னேற வேண்டும்.

மேற்கூறிய பணிகள் எதிலும் அரசு அதிகாரிகள் தவறுகளைக் கண்டுபிடிக்க முடியாது. அல்லது இந்த வீட்டின் சொந்தக்காரர் என்ற முறையில் இந்த வேலைகளால் உங்களுக்கு எந்தப் பிரச்சினையும் ஏற்படாது. ஆக்கப்பூர்வப் பணிகளில் ஈடுபட்டிருப்போர், அதிலும் ஐரோப்பியர்கள் அரசியலுக்குள் வரக் கூடாது என்று காந்திஜி சொன்னதுண்டு. ஆகவே, அவரது அறிவுரைக்கேற்ப அமைதியாக எனது ஆக்கப்பூர்வமான வேலையை நான் செய்யப்போகிறேன். அதாவது எனது சுயமரியாதைக்கு ஆபத்து வராதவரையில். நிலைமை தாங்க முடியாமல் போய்விட்டால், மீரா பென்னுக்கு நேர்ந்த மாதிரி அல்லது என்னைப் போர் முயற்சிக்கு ஆதரவு தரச் சொன்னால், நான் சிறைக்குப் போகக்கூடத் தயங்க மாட்டேன்."[34]

மூன்று நாட்கள் கழித்துத் தொலைதூரத்திலிருந்த பம்பாயில் காந்தி 'வெள்ளையனே வெளியேறு' இயக்கத்தைத் தொடங்கி வைத்தார். சரளா எழுதிய கடிதத்தின் கடைசி வரிகள் தீர்க்கதரிசனம் போல் அமைந்துவிட்டன.

VII

முன்பே நாம் பார்த்தபடி, காந்தியையும் மற்ற தேசியத் தலைவர்களையும் அரசு கைது செய்தது நாடு முழுவதும் பல இடங்களில் எதிர்ப்பை உருவாக்கியது. அல்மோரா மாவட்டத்தில்

தேசியப் போராளிகள் வனத்துறை அலுவலகத்தைத் தாக்கினார்கள். ஒரு பாலத்தை நாசம் செய்தனர். குமாவுன் மாவட்ட கலெக்டர், சானௌடா கிராமத்திலிருந்த காந்தி ஆசிரமம்தான் இதற்கெல்லாம் காரணம் என்று எண்ணினார். ஆகஸ்ட் 20ஆம் தேதி, கலெக்டர் அறுபது ஐரோப்பியச் சிப்பாய்களுடன் ஆசிரமத்திற்கு வந்து அதை மூட வேண்டும் என்றார். காந்தியவாதி சாந்திலால் திரிவேதியுடன் கதர் வேலை செய்துகொண்டிருந்த ஆறு பேரும் கைதுசெய்யப்பட்டனர். ஆனால் எதிர்ப்பு தொடர்ந்து எழுந்துகொண்டிருந்தது. 30ஆம் தேதி இரவு, டோடஷிலிங் (Totashiling) இருந்த ஒரு குங்கிலியக் கிடங்கு எரிக்கப்பட்டது. செப்டம்பர் மாதத் தொடக்கத்தில் இரு வனத்துறை விடுதிகள் அழிக்கப்பட்டன. அதன் பின்னர் போலீசார் இன்னும் கடுமையாகச் செயல்பட ஆரம்பித்து, யாருக்காவது காங்கிரஸுடன் சிறிது தொடர்பிருந்தாலும் அவர்களைக் கைதுசெய்தது.[35]

நூற்றுக்கணக்கான ஆண்கள் சிறை சென்றபின், அல்மோரா பகுதியிலுள்ள கிராமங்களில் பொருளாதாரம் சிதைந்தது. சரளா இந்த எதிர்ப்புகளில் பங்கெடுக்காமல், பாதிக்கப்பட்ட குடும்பங்களுக்கு உதவி செய்தார். உணவு, மருந்து கொடுப்பதுடன், வழக்குப் போடவும் உதவி செய்தது மட்டுமில்லாமல், கைது செய்யப்பட்டவர்களைச் சிறைக்குச் சென்று பார்த்தார். மாவட்ட கலெக்டர் அவரைக் கைதுசெய்யவில்லை. தனியான ஆங்கிலப் பெண்மணி என்று பார்த்தாரோ என்னவோ. ஆனால் சரளாவின் நடவடிக்கையைக் கண்காணிக்கும்படி ஒரு அதிகாரியைப் பணித்தார். அந்த அதிகாரி நாள் முழுவதும் லட்சுமி ஆசிரமத்திற்கு அருகிலுள்ள ஒரு கடையில் உட்கார்ந்திருந்தார். ஆனால் சரளா இரவில் அந்த ஆளின் கண்களுக்குப்படாமல் நடமாடி, ஒவ்வொரு கிராமமாகச் சென்று பணத்தையும், செய்திகளையும் கொடுத்துவிட்டு விடிவதற்கு முன் வீட்டிற்குத் திரும்பிவிடுவார்.[36]

இதையறிந்து எரிச்சலடைந்த கலெக்டர், டிசம்பர் 1943இல் "செல்வி. சி.எம். ஹீலமனு"க்கு ஒரு அறிக்கை விட்டார். அவர் எங்கிருந்தாலும் உடனே லட்சுமி ஆசிரமத்திற்குத் திரும்பி வர வேண்டும் என்று ஆணையிட்டார். அது மட்டுமல்ல. ஆசிரமத்தின் இரண்டு மைல் சுற்றளவைத் தாண்டி செல்லக் கூடாது என்றும், சிறையிலிருப்பவர் எவருடனும், சிறை சென்று வந்தவர் எவருடனும் எவ்விதமான தொடர்பும் வைத்துக்கொள்ளக் கூடாது என்றும் அந்த ஆணை கூறியது. நடமாட்டத்தைக் கட்டுப்படுத்தும் இந்த ஆணைக்குச் சரளா ஒரு தீர்க்கமான பதிலை எழுதினார்.

அன்புள்ள நண்பருக்கு,

இந்திய பாதுகாப்புச் சட்டத்தின் 26ஆம் பிரிவின் கீழ் என் நடமாட்டத்தைக் கட்டுப்படுத்த நீங்கள் எழுதிய கடிதம் கிடைத்தது.

நண்பரே, என்னைப் பொறுத்தவரை மனிதச் சமுதாயம் ஒன்றே. நிறம், நம்பிக்கை அல்லது அரசியல் போன்ற வேறுபாடுகளை நான் பொருட்படுத்துவதில்லை. புரட்சியில் ஈடுபட்டவர்களை நீங்கள் தண்டிக்க வேண்டுமென்றால், கடுமையாகத் தண்டிக்க வேண்டுமென்றால் நான் ஒன்றும் சொல்லுவதற்கில்லை. புரட்சி செய்பவர்கள் அதன் பலனை அனுபவிக்க வேண்டும். ஆனால் வறுமையும் நோயும் துன்பமும் என்னைச் சூழ்ந்திருக்கும்போது நான் மட்டும் லட்சுமி ஆசிரமத்தில் வசதியாக இருக்க முடியாது. நான் என் மனசாட்சி சொல்லுவதைத்தான் கேட்க வேண்டும். பிரிட்டீஷ் அரசு சொல்லுவதையல்ல.

நீங்கள் சொன்னபடி நேற்று நான் கௌசானிக்கு வந்து விட்டேன். வரும் சில நாட்களில் நான் நோயுற்றவர்கள், துயர்ப்படுபவர்கள், ஆதரவற்றோர், இவர்களிடமிருந்து எனக்கு வரும் அழைப்புகளை ஏற்று லட்சுமி ஆசிரமத்திலிருந்து எவ்வளவு தொலைவானாலும் செல்வேன். நீங்கள் என்ன வேண்டுமானாலும் செய்துகொள்ளுங்கள். துயரம் மிகுந்த சூழலில் நடமாட்டத்தைக் கட்டுப்படுத்துவதில் ஏதாவது பயன் உண்டா? அதற்குச் சிறையிலிருப்பதே மேல். ஒன்று மட்டும் சொல்லுவேன். நீங்கள் என்ன தண்டனை அளித்தாலும் உங்கள்மேல் நான் எவ்வித உட்பகையும் கொள்ளமாட்டேன். நாம் எல்லோருமே நமது மனசாட்சியின் சொல்படி, உண்மையாகவும், விசுவாசத்துடனும் நடக்க வேண்டும்."[37]

மூன்று வாரங்கள் கழித்து சரளா மறுபடியும் கலெக்டருக்கு ஒரு கடிதம் எழுதினார்.

இப்போதிருக்கும் நிலையில் நான் இங்கு லட்சுமி ஆசிரமத்திற்குள் எனது பொருட்களுடனும், பணியாளர்களுடனும், ஒரு வேலையும் செய்யாமல் இருப்பது சரியில்லை என்று உணர்கிறேன். ஆகவே நான் எனது குளிர்காலப் பயணத்திட்டப்படி இந்தப் பகுதியில் பயணிக்கப் போகிறேன். ஒருவர் தனது கடமை என்று கருதுவதைச் செய்ய விடாமல் தடுப்பது சரியல்ல என்று நான் எண்ணுகிறேன். ராயனுக்குக் கொடுக்க வேண்டியதை ராயனுக்கும் கடவுளுக்குக் கொடுக்க வேண்டியதைக் கடவுளுக்கும் கொடுக்க வேண்டும்

காந்திய வழியில், தான் சட்டத்தை மீறப்போவதை முன்கூட்டியே கலெக்டருக்கு சரளா தெரிவித்தார். "இந்தத் துரோகம் மிக்க நாட்களில் உங்களுக்கு நல்வழி காட்டப்படுவதாக. மேலும் அநியாயங்களையும், நம்பிக்கையின்மையும் மனக்கசப்பையும் உண்டு பண்ண வேண்டாம்" என்று அவருக்கு எழுதினார். இந்தக் கடைசி வேண்டுகோள் அவரைப் பற்றியதல்ல. மலைவாழ் மக்களைப் பற்றியது. ஒரு பிரிட்டீஷ் காந்தியவாதி, பிரிட்டீஷ் அரசைத் தனது குடிமக்களைக் கருணையுடனும் சேவை மனப்பான்மையுடனும் நடத்த வற்புறுத்தினார்.[38]

எரிச்சலடைந்த கலெக்டர், சரளாவைக் கைது செய்து அல்மோரா சிறையிலடைத்தார். அமைதியைக் குலைப்பதாக அவர் மீது குற்றம் சாட்டப்பட்டது. நீதிமன்றத்தில் நிறுத்தப்பட்டபோது சரளா தனது கடந்த கால வாழ்வைப் பற்றி – இந்தியாவிற்கு வந்தது, உதய்பூரிலும் வார்தாவிலும் பணிசெய்தது, பின்னர் குமானுக்கு வந்தது – ஒரு அறிக்கை தந்தார். "வெளிநாட்டிலிருந்து வந்திருக்கும் தனது சகாக்களுக்கு மகாத்மா காந்தி தரும் அறிவுரையை, அதாவது அரசியலில் ஈடுபடாமல், சமூகச் சேவைகளாகக் கிராமப் பணி, காதி வேலை போன்றவற்றில் ஈடுபட வேண்டும் என்பதை நான் எப்போதும் மனத்தில் கொண்டு பணிந்து நடப்பவள்" என்றும் விளக்கினார்.

ஆனால் 1942 செப்டம்பர் மாதம் சானௌடாவில் ஆசிரமத்திலிருந்த யாவரும் கைதுசெய்யப்பட்டனர். வேறு பலரும் பிடிக்கப்பட்டார்கள். சரளா அப்போது கிராமம் கிராமமாகப் போய்க்கொண்டிருந்தார்.

> சிறை சென்றிருக்கும் ஆட்களின் வீடுகளைப் பார்க்க மிகப் பரிதாபமாக இருந்தது. பல இல்லங்களில் வருமானம் இல்லாமல் நிலங்களை விற்றுவிட்டார்கள். பெண்களும் குழந்தைகளும் பீதியால் உறைந்து இருந்தார்கள். அரை வயிற்று உணவாலும் பயத்தாலும் அவர்கள் உடல்நலம் பாதிக்கப்பட்டது. அவர்களுக்கு உதவவோ, மருந்துகள் வாங்கித் தரவோ, மருந்தகத்திற்குக் கூட்டிச்செல்லவோ ஆட்கள் யாரும் இல்லை. அந்த ஆண்கள் குற்றவாளிகளோ இல்லையோ, தண்டனையைப் பெண்களும் சிறார்களும்தான் உண்மையாக அனுபவித்துக் கொண்டிருந்தார்கள்.

இந்தத் தருணத்தில்தான், உணவிற்கும் மருந்திற்கும் தான் நிதி திரட்டிக்கொண்டிருந்ததாகச் சரளா சொன்னார். கைது செய்யப்பட்ட ஊழியர்களுக்கு மேல்முறையீடு எழுதிக் கொடுத்தார். மேற்கூறிய பணிகள் எதுவும் "சட்டத்திற்குப் புறம்பானதோ அல்லது அரசிற்கு விரோதமானதோ இல்லை.

அடிப்படையான, எளிமையான மருந்துகளைக் கிராம மக்களுக்குக் கொடுப்பது சட்டத்திற்கு முரணானது என்று கேள்விப்பட்டதில்லை" என்றார். ஆகவே, அவர் ஆசிரமத்திற்குள் இருக்க வேண்டும் என்று ஆணை பிறப்பிக்கப்பட்டபோது அதை அவர் மீறத் துணிந்தார். "மனிதர்களின் உரிமைகளுக்காகவும் சுதந்திரத்திற்காகவும் கொடுங்கோலுக்கு எதிராகப் போரில் ஈடுபட்டிருக்கும் ஒரு நாட்டின் சுயமரியாதையுடைய குடிமகள் என்ற தகுதியில் நான் செய்யக்கூடியது அரசுடன் ஒத்துழைக்காமல் இந்த ஆணையை மீறுவதுதான்" என்றார்.

"இந்த நாட்டில் இப்போது ஆன்மீகச் சுதந்திரத்திற்கு விலை சிறைதான். நான் சிறையைத் தெரிந்தெடுக்கிறேன். ஆகவே எனது குற்றத்திற்கான உச்ச தண்டனையை அளிக்குமாறு நீதிமன்றத்தைக் கேட்டுக்கொள்கிறேன்" என்று அவரது அறிக்கையை முடித்தார்.[39]

இந்த வழக்கை விசாரித்த நீதிபதி இளகிய மனதுடைய ஒரு மலைவாசி. குறைந்தபட்சத் தண்டனையாக மூன்று மாதம் சிறைவாசத்தை அளித்தார்.

VIII

சரளா சிறையிலிருந்தபோது, அரசுக்கு எதிராகச் செயல்படும் இந்த ஆங்கிலப் பெண்மணியை அவரது கட்டடத்தில் தங்க இனியும் அனுமதித்தால், கடுமையான விளைவுகளைச் சந்திக்க நேரிடும் என்று பூர்ணானந்த சான்வாலை மாவட்ட அதிகாரிகள் எச்சரித்தனர். சிறையிலிருந்து வெளிவந்த பின், இதை அறிந்த சரளா மாவட்ட கலெக்டருக்குக் கடுமையான தொனியில் ஒரு கடிதம் எழுதினார். "தனது மனைவியின் நினைவைப் போற்றும் வகையில் மக்களுக்குச் சேவை செய்யும் ஒரு நல்ல மனிதருக்கு அழுத்தம் கொடுத்து துன்பம் இழைக்கிறீர்கள். உங்களது தவறான நடவடிக்கைகளால் என்னை இந்த மலைப்பிரதேசத்தில் வீடின்றி அலையும் நாடோடியாக்கிவிடலாம். ஆனால் எனது மனசாட்சி சொல்படி நான் செயல்படுவதைத் தடுக்க முடியாது."[40]

சரளா சிறையிலிருந்து வெளிவந்த அதே சமயம் காந்தியும் விடுதலையாகியிருந்தார். அவருக்கு அப்போது உடல்நலம் குன்றியிருந்தது மட்டுமல்லாமல் அண்மையில் மனைவி கஸ்தூரிபாய் மரணமடைந்ததும் அவரை உலுக்கியிருந்தது. புதிதாகத் தொடங்கப்பட்டிருந்த கஸ்தூரிபா காந்தி நினைவு நிதிக்குப் பணம் திரட்ட சரளா முடிவுசெய்தார். அதிகாரிகளிடமிருந்து தொந்தரவுகள் வராதிருக்க, அவர் சான்வால் ஊரான கௌசானியைத் தவிர்த்து குமானில் மற்ற இடங்களுக்கெல்லாம் பயணித்தார்.

1944ஆம் ஆண்டு ஆகஸ்டில் சரளா காந்திக்கு ஒரு கடிதம் எழுதினார். அதில் "தங்களது தலைவர் சிறைப்பட்டதாலும், அரசு அதிகாரிகளின் மிரட்டல்களாலும், இந்த மாவட்டத்தில் காங்கிரஸ் ஊழியர்கள் மிகவும் மனம் தளர்ந்து போயிருக்கிறார்கள்" என்று எழுதினார்.

> இந்த மலை மாவட்டங்களின் உட்பகுதிகளில் பயணித்தால் அங்கு நிலவும் விரக்தியையும் இயலாமையையும் உணர முடியும். இந்த மனநிலை மக்களிடம் மட்டுமல்ல; காங்கிரஸ் ஊழியர்கள், தலைவர்களிடமும் நிலவுகிறது. இதை எதிர்கொள்வதற்கு ஒரே வழி எவ்வளவு சிறிதாயிருந்தாலும், ஆக்கப்பூர்வமான சீர்திருத்தங்களை நமது அன்றாட வாழ்வில் கொண்டுவருவதுதான். ஆனால் என் பேச்சை யார் கேட்கப்போகிறார்கள்? நான் சாந்திலால் திரிவேதியின் ஆதரவையும் அன்பையும் நினைத்துக் கொள்கிறேன். இப்போது தேவையானது அகிம்சையிலும் ஆக்கப்பூர்வமான பணியிலும் அசையாத நம்பிக்கை கொண்ட, கொள்கையில் ஈடுபாடுடைய, விசுவாசம் கொண்ட ஊழியர்கள். இத்தருணத்தில், திரிவேதி, தான் களப்பணி செய்த இந்த மாவட்டத்திற்குத் திரும்பி வருவதற்கு சந்தர்ப்பம் ஏதுவாக இல்லை. அவருடைய நேர்மையும் பெரிய மனதும் மக்களின் அபிமானத்தைப் பெற்றுத்தந்துள்ளன. மக்களிடையே அவருக்கு இங்கு பெரும் மரியாதை உண்டு.

அவருக்குக் குறைந்தபட்ச தண்டனை அளித்த இந்திய நீதிபதியைப் பழிவாங்க, பிரிட்டீஷ் அதிகாரிகள் வெப்பம் மிகுந்த பிரதேசமான லக்னோவிற்கு அவரைப் பணிமாற்றம் செய்தனர். சரளாவிற்குத் தனது வீட்டை வாடகைக்குக் கொடுத்திருந்த பூர்ணானந்த் சான்வாலை பிரிட்டீஷ் அதிகாரிகள் அழைத்து, சரளாவை வெளியேற்ற வேண்டும் என்று கூறினார்கள். சான்வால், பெண்களுக்கென்று ஒரு பள்ளியை நடத்த கஸ்தூரிபா மஹிலா சேவா மண்டல் (கஸ்தூரிபா மகளிர் சேவை நிறுவனம்) என்ற அறக்கட்டளை அமைத்து அதற்குச் சரளாவைச் செயலராக நியமிக்க எண்ணம் கொண்டிருந்தார். அரசின் இந்த மிரட்டல்களால் அவருடைய திட்டம் நிறைவேறவில்லை.

சிறை மீண்ட பின், தனது வருங்காலச் செயல்பாடு குறித்து சரளா காந்தியிடம் பேசினார்:

> தடுத்து நிறுத்தப்படும்வரை கிராமப்புறங்களில் எனது பொதியைச் சுமந்துகொண்டு சுற்றுவேன். அரசுப் பணியாளர்கள், தங்களது அதிகாரத்தைப் பயன்படுத்தி,

அப்பாவி மக்களைத் துன்புறுத்த என்ன வேண்டுமானாலும் செய்வார்கள். நான் சிறைக்குச் செல்லுமுன் கௌசானி பகுதியில் பயணித்தபோது எனது அனுபவம் துயரமிக்கதாயிருந்தது. இப்போது இரண்டாவது முறையாக நான் இந்தப் பகுதியில் செல்லும்போது சுயமரியாதையுள்ள ஒரு குடிமகளாகத் தலை நிமிர்ந்து நடக்க முடிகிறது.[41]

ஒரு ஆண்டு முழுவதும் சரளா, தனக்கு மிகவும் தேவையான பொருட்களைப் பொதியில் சுமந்து கொண்டு. ஏழை விவசாயிகள் வீட்டிலும் வசதி படைத்த வணிகர்களுடனும் தங்கினார். எல்லோரும் அவரை அன்புடன் உபசரித்தனர். கஸ்தூரிபா காந்தி நினைவு நிதிக்கு நன்கொடை கேட்டபோது, சில அணாக்களிலிருந்து சில ஆயிரம் ரூபாய்கள் வரை பலர் தாராள மனத்துடன் கொடுத்தனர்.

IX

கஸ்தூரிபா நிதிக்குப் பணம் திரட்டுவதில் குமானிலிருந்த தேசப்பற்று மிக்க மோகன் லால் ஷா என்ற வியாபாரி ஒருவர் ஆதரவு தந்தார். அவர் தன் பணத்தைக் கொடுத்ததுமில்லாமல் மற்ற நன்கொடையாளர்களுக்குச் சரளாவை அறிமுகப்படுத்தினார். 1944ஆம் ஆண்டு செப்டம்பர் மாதத்தில் சரளா அந்த நிதிக்குப் பெருந்தொகையான 45,000 ரூபாய் சேகரித்திருந்தார். ஆனால் மறுபடியும் அவருக்கு அரசு அதிகாரிகளுடன் மோதல் உண்டானது. அவருக்குத் தெரிந்த வயதான துறவி ஒருவர் சொன்னார்: “இந்த மாவட்டத்திலுள்ள எல்லாரும் இந்த பிரிட்டீஷ் கலெக்டர் சொல்படி கேட்கிறார்கள், இந்த ஒரு ஆங்கிலேயப் பெண்மணி தவிர. அவருக்கு எப்படி இருக்கும்?”[42] கலெக்டர் அவரைக் கைது செய்ய உத்தரவிட்டார். இந்த முறை அவர் ஒரு பிரிட்டீஷ் நீதிபதி முன் நிறுத்தப்பட்டபோது அவருக்கு ஒரு ஆண்டு தண்டனை அளிக்கப்பட்டது. அல்மோரா சிறையில் அவரைப் பார்க்க வந்த மாவட்ட கலெக்டர், வெளியில் பயணிக்க மாட்டேன் என்று உறுதியளித்தால் அவரை கௌசானியிலுள்ள, சான்வாலின் எழிலார்ந்த வீட்டுக்கு அனுப்பவதாகச் சொன்னார். இதற்கு சரளா ஒப்புக்கொள்ளவில்லை. இதனால் கோபமடைந்த கலெக்டர், அவரை வெயில் கொளுத்தும் லக்னோவிலுள்ள சிறைக்கு மாற்றம் செய்தார்.

இரண்டாவது சிறைவாசத்தில், இந்தி இலக்கியத்தை அங்குள்ள படிப்பறிவு இல்லாத மற்ற கைதிகளுக்காக சரளா வாசித்தார். அதே சிறையிலிருந்த சுசேத்தா (ஆசார்ய

கிருபளானியின் மனைவி) சரளாவிற்கு அறிவு சார்ந்த தோழமையைத் தந்தார். சுசேத்தா, தான் போலீசாரின் பிடிக்குச் சிக்காமல் இருந்த நாட்களைப் பற்றிப் பேசுவார். இந்தப் போலீசாரை ஏமாற்றுவது வெகு எளிது என்பார்.[43]

1945ஆம் ஆண்டு செப்டம்பரில் விடுதலை செய்யப் பட்டபோது, முதலில் காந்தியைச் சந்தித்து அடுத்த கட்டமாக என்ன செய்ய வேண்டும் என்பது பற்றிப் பேச விரும்பினார் சரளா. புனா நகருக்கு வெளியே இருந்த தின்ஷா மேத்தாவின் இயற்கை வைத்திய நிலையத்தில் காந்தி இருந்தார். பல ரயில்கள் மாறி புனா சேர்ந்த சரளா, காந்தியடிகளைக் கண்டதும் அவர் காலைத்தொட்டுச் சேவித்தார். பாசத்துடன் அண்ணல் அவரது முதுகைத் தட்டிக்கொடுத்தார். காந்தியடிகளுடன் அவர் நடைப்பயிற்சி சென்றார். அவருக்கு நேரம் கிடைத்த போதெல்லாம் தனது வருங்காலத் திட்டம் பற்றி அவரிடம் பேசினார்.[44]

இந்தச் சமயம் புனாவில் காந்தியுடன் கிருபளானியும் அவரது மனைவி சுசேத்தாவும் தங்கியிருந்தார்கள். கௌசானியில் தான் ஒரு பள்ளிக்கூடம் தொடங்கவிருப்பதாக சுசேத்தாவிடம் சரளா சொன்னபோது, அதற்குத் தேவையான பணம் எவ்வளவு என்று கேட்டார். ரூபாய் 3000 என்றார் சரளா. இவர்கள் உரையாடலில் கலந்துகொண்ட கிருபளானி, தனக்குத் தெரிந்த ஒரு பார்சி நண்பர், மறைந்த தனது சகோதரியின் நினைவாக ஒரு நிதி தொடங்கியிருப்பதாகவும் அதிலிருந்து தனக்கு ரூ. 10,000 ஒதுக்கியிருப்பதாகவும் சொன்னார். கிருபளானியும் அவர் மனைவியும் "சரளாதான் இந்தத் தொகையை நல்ல பணிகளுக்குச் செலவிடுவார்" என்றனர்.[45]

புனாவிலிருந்து காந்தியடிகள் சேவாகிராமிற்குச் சென்றார். அவருடனே சென்ற சரளா அந்த ஆசிரமத்திலுள்ள பள்ளியில் பாடம் சொல்லித்தரும் முறையை ஆர்வமாகக் கவனித்தறிந்தார். அங்கிருந்து புறப்படும் சமயத்தில் காந்தியிடம் சரளா ஓர் புகைப்படத்தைக் கொடுத்து அதில் கையெழுத்திட கேட்டுக்கொண்டார். காந்தி கஸ்தூரிபாவுடன் இருக்கும் படம். தான் ஆரம்பிக்கவிருக்கும் பள்ளியில் அதை வைக்கப்போவதாகச் சொன்னார். கையெழுத்திட ஒப்புக்கொண்ட காந்தி, அதை "ஒரு எச்சரிக்கையாகவே பார்க்க வேண்டும்; ஏனென்றால் நான் இளைஞனாக இருக்கும்போது பல தவறுகள் செய்துள்ளேன்" என்றார். தனது காலைத் தொட்டு வணங்கிய சரளாவின் முதுகை காந்தி அன்பாகத் தட்டிக்கொடுத்தார்.[46]

கிருபளானி புனாவில் சரளாவைச் சந்தித்தபோது, சிறையிலிருந்து விடுதலையானதும் ஏன் சேவாகிராமிற்கு, இரண்டு நாள் கடினமான பயணம் செய்து செல்ல வேண்டும்; லக்னோவிலிருந்துசில மணிநேர ரயில் பயணத்தில் அடையக்கூடிய மீரட்டுக்கு வந்து தன்னைச் சந்தித்திருக்கலாமே என்றார். கிருபளானி இதைக் கோபத்தில் சொல்லவில்லை. கேலியாகத்தான் கேட்டார் என்றாலும் சரளா வருத்தமடைந்தார். ஏனென்றால் கிருபளானிதான் சரளாவை குமானுக்கு அனுப்பியவர். அது மட்டுமல்ல. சரளா தொடங்கவிருக்கும் பள்ளிக்கூடத்திற்கு அவர் பணம் திரட்டியிருந்தார். சரளா கௌசானி சென்றதும் மனம் வருந்தி கிருபளானிக்கு ஒரு கடிதம் எழுதினார். அந்தக் கடிதம் நம்மிடம் இல்லை. ஆனால் கிருபளானியின் பதில் நம்மிடம் உள்ளது.

அன்புள்ள சரளா,

உங்கள் கடிதம் கிடைத்தது. மகிழ்ச்சி. சிறை மீண்டதும் என்னைப் பார்க்க வராதது எனக்கு ஏமாற்றம்தான். ஏனென்றால் நான் உன்னைச் சிறையில் பார்த்தபோது என்னைப் பார்க்க வருவாய் என்பதாகப் புரிந்து கொண்டேன். சுசேத்தாவும் அப்படித்தான் நினைத்திருந்தார். ஆனால் நான் இவ்வாறு குறைபட்டுக்கொள்வதைப் பெரிதாக எடுத்துக்கொள்ள வேண்டாம். உங்களைப் போன்றோர் இப்படி நடந்துகொள்வது எனக்குப் பழக்கமாகிவிட்டது. இது ஒவ்வொரு தலைவர்களுக்கும் நடந்திருக்கிறது. அவருடன் (காந்தி) யாரும் போட்டி போட முடியாது. நடந்தது நடந்து போனதுதான். நீங்கள் என்னைச் சந்திக்க வேண்டுமென்றால் உடனே வர வேண்டும். ஆசிரமத்தில் செயற்குழுவினர் யாவரும் 21ஆம் தேதியிலிருந்து 23ஆம் தேதிவரை இங்கு இருப்பார்கள். அப்போது வர முடிந்தால் நலமாயிருக்கும். கம்பளி பற்றிய வேலைகளையும் கவனிக்கலாம். எல்லோரையும் சந்திக்கலாம். எனது ஆசிரமத்தில் முக்கியமானவர்களை எல்லாம் நீங்கள் முன்னரே சந்தித்திருக்கிறீர்கள்.

எந்த இடத்தில் இருக்க வேண்டும் என்று சொல்லுவதைவிட என்னால் வேறு எந்த அறிவுரையும் கூற முடியாது. மற்றதையெல்லாம் அவர்களே செய்ய வேண்டும். நீங்கள் மலைவாழ் மக்களின் இதயத்தில் இடம்பிடித்துவிட்டீர்கள் இதைவிடச் சிறப்பான பணி எதுவும் நீங்கள் செய்திருக்க முடியாது.[47]

X

கைத்தானும் சரளாவும் முதன்முதலாக வார்தாவில் சந்தித்துப் பத்தாண்டுகளுக்குப் பின்னர், 1947ஆம் ஆண்டு, டில்லியில் அறிந்திருந்த ஒரு நண்பர் வீட்டில் விருந்துண்ணச் சென்றிருந்தனர். சரளா அதைப் பற்றிப் பின்னர் எழுதினார்: "அண்மையில் அமெரிக்காவிலிருந்து திரும்பியிருக்கும் கைத்தான் மூப்படைந்து காணப்படுகிறார். நரை முடியுடன், ஒல்லியாக, உயரமாக, கதர் வேட்டியணிந்திருந்த இந்த நண்பரை அடையாளம் கண்டுகொள்வதே சிரமமாக இருந்தது." "எப்படி உன்னை நாடு கடத்தவில்லை?" என்று கைத்தான் கேட்டார். அதற்கு நான் சொன்ன பதிலைக் கேட்டு அவர் சிரித்தார். "என்னைத்தான் உள்ளே தள்ளிவிட்டார்களே."[48]

இரண்டாம் பாகம்

பிரிட்டிஷ் அரசை
வெளியேற்றுவது

9

ஹார்னிமனின் இரண்டாவது இன்னிங்ஸ்

பி.ஜி. ஹார்னிமன், வேண்டா வெறுப்பாக இங்கிலாந்தில் ஏழு ஆண்டுகள் இருந்த பிறகு, 1926ஆம் ஆண்டு இந்தியாவிற்குத் திரும்பி வந்தார். அவருடைய நண்பர்களும் விசுவாசிகளும் அவருக்குப் பெரும் வரவேற்பு தரத் திட்டமிட்டிருந்தார்கள். விக்டோரியா ரயில் நிலையத்திலிருந்து, நகரின் காங்கிரஸ் தலைமையகம் இருந்த கிர்காம் என்ற இடத்திற்கு கிராபர்டு மார்கட், புலேஷ்வர் வழியாக அவர் ஊர்வலமாக அழைத்துச் செல்லப்பட்டார். அங்கே காங்கிரஸ் அரங்கத்தில், எழுத்தாளரும் தேசப்பற்றாளருமான சரோஜினி நாயுடு தலைமையில் பிரம்மாண்டமான பொதுக்கூட்டம் நடந்தது.[1]

ஹார்னிமன் இங்கிலாந்து சென்ற பின், அவர் ஆசிரியராக இருந்து நடத்திக்கொண்டிருந்த பாம்பே கிரானிக்கிள் நாளிதழுக்கு, இன்னொரு ஆங்கிலேயர், மர்மடியூக் பிக்ஹால் (Marmaduke Pickthall) என்பர் ஆசிரியராக இருந்தார். ஆனால் அவர் இதழியலைவிடவும் சமயத்திலேயே ஆர்வம் கொண்டிருந்தார். அரபுமொழிப் புலவரான அவர் இஸ்லாமில் ஈடுபாடு கொண்ட பின்னர், அந்த மதத்திற்கு மாறி, இந்த இதழ்ப் பணியை விட்டுவிட்டு துறவியாகப் போய்விட்டார். அவரது இடத்தில் எஸ்.ஏ. பிரல்வி என்றும் கூர்மதி படைத்த ஒரு இந்திய இளைஞன், என்றும் அமர்த்தப்பட்டார்,

ஆனால், ஹார்னிமன் வந்த பிறகு, மேலாண்மைக் குழு அவரையே மறுபடியும் நாளிதழுக்கு ஆசிரியராக நியமித்தது. பிரல்வியும் ஹார்னிமனுக்குக் கீழ் வேலை செய்ய ஒப்புக் கொண்டார்.

ஆசிரியர் பணியை ஏற்றுக்கொண்ட பின் ஹார்னிமன், "நான் மாறிவிடவில்லை. எனக்கொன்றும் வயதாகிவிடவில்லை" என்று சொன்னார். அவர் எழுதிய முதல் தலையங்கத்தில், "இந்த நாளிதழ் இந்திய தேசிய உணர்வின் குரலாக ஒலிக்கும்"[2] என்றார். காங்கிரஸ் பேரில் இருந்த தன்னுடைய விசுவாசத்தைக் காட்ட, பம்பாய் மாநகராட்சித் தேர்தலில் போட்டியிட ஒத்துக்கொண்டார். ஒரு பிரச்சாரக் கூட்டத்தில் அவர் "எனக்குக் குறைகள் உண்டு. ஆனால் எனது நல்ல குணங்களை மனத்தில் கொள்ளுங்கள்" என்றார். அதைப்போலவே மக்கள் அவரைத் தேர்ந்தெடுத்தார்கள்.[3]

மார்ச் 2ஆம் தேதி, ஹார்னிமன் மத்திய பம்பாயில், மாதுங்கா பகுதியில் ஒரு காங்கிரஸ் கூட்டத்திற்குத் தலைமை தாங்க வருவதாகச் சொல்லியிருந்தார். கூட்டம் காத்திருந்தாலும் ஹார்னிமன் வரவில்லை. இன்னொரு பேச்சாளர் ஹார்னிமன் பாம்பே கிரானிக்கிள் ஆசிரியர் பதவியிலிருந்து நீக்கப்பட்டு விட்டதாக அறிவித்தார். கூடியிருந்தவர்கள் "வெட்கம், வெட்கம்" என்று குரலெழுப்பினார்கள். இரண்டு நாட்கள் கழித்து அசோசியேட் பிரஸ்ஸுக்கு ஹார்னிமன் ஒரு நேர்காணல் அளித்தார். தான் ஏழு ஆண்டுகளுக்கு முன் விட்டுச்சென்ற இந்த ஆசிரியர் பணி தனக்குத் தரப்பட்டபோது இரண்டு நிபந்தனைகள் விதித்தார். ஒன்று, ஆசிரியர் குழுவில் இருப்பவர்களை நியமிக்கவும், நீக்கவும் தனக்கு அதிகாரம் வேண்டும். இரண்டாவது நிபந்தனை, இயக்குநர் குழுவில் தனக்கு இடம் வேண்டும். தனக்கு ஆசிரியப் பணியிலும் பத்திரிகை மேலாண்மையிலும் போதிய அனுபவம் இருப்பதால் இயக்குநராகத் தனக்கு ஒரு இடம் கொடுக்கப்பட வேண்டும் என்று வாதிட்டார். தான் முன்னர் ஆசிரியராக வேலை செய்தபோதுதான் இந்த நாளிதழை "நாட்டின் முக்கிய தேசிய இதழாக வேரூன்றச் செய்தேன்."

இந்த இரண்டு வேண்டுகோள்களையும் பரிசீலிப்பதாக நிர்வாகிகள் கூறினர். ஆனால் ஹார்னிமன் அதைப்பற்றிக் கடிதம் எழுதிக் கேட்டபோது, அவரைப் பணியிலிருந்து நீக்கி விட்டார்கள். இப்போது என்ன செய்யப்போகிறீர்கள் என்று கேட்டதற்கு, "நாட்டின் வேறு இடங்களிலுள்ள பத்திரிகைகள் என்னை அழைக்கின்றன. ஆனால் நான் தெரிந்தெடுத்துக்கொண்ட இந்த நகரை விட்டுப் போக எனக்கு மனசில்லை" என்றார்.

"பம்பாய் மக்களுக்கு என்மீது நம்பிக்கை உண்டு என்று நினைக்கிறேன். இந்த நகரிலேயே இன்னொரு பத்திரிகை தொடங்கி அவர்களுடன் தொடர்பு வைத்துக்கொள்ளவில்லை என்றால், அவர்களுக்கு நம்பிக்கைத் துரோகம் செய்தவனாவேன்" என்றும் சொன்னார்.[4]

மார்ச் மாதம் 11ஆம் தேதி, ஹார்னிமனை *பாம்பே கிரானிக்கிள்* ஆசிரியர் பதவியிலிருந்து நீக்கியதற்கு எதிர்ப்பு தெரிவிக்க கெயிட்டி தியேட்டரில் ஒரு கூட்டம் நடத்தப்பட்டது. கூட்டத்திற்குத் தலைமை வகித்த பி. டி. தேசாய் சுருக்கமாகப் பேசி அமர்ந்ததும், ஹார்னிமன் பேசத் தொடங்கினார். "இந்த இதழ் ஒரு பத்திரிகை மட்டுமல்ல. அதன் தொடக்க காலத்தில் மக்கள் அதை ஆர்வத்துடன் வரவேற்றதும் பல வருடங்களாக ஆதரித்ததும் அதை ஒரு பொது நிறுவனமாகக் காட்டுகிறது. நான் இந்தியாவை விட்டுப் போகும்வரை அவர்களின் ஆதரவு தொடர்ந்தது. ஆனால் நான் திரும்பி வந்து உடனேயே பத்திரிகையை விட்டு விலக வேண்டி வந்தது."

"ஒரு மாதத்திற்கு முன் நான் இங்கு திரும்பி வந்தபோது மிகவும் அன்புடனும் பாசத்துடனும் வரவேற்கப்பட்டேன். இவ்வளவு சீக்கிரத்தில் ஒரு பொது மேடையில் நான் வளர்த்த இந்த நாளிதழிலிருந்து விலகியது பற்றி விளக்க வேண்டிவரும் என்று நான் எதிர்பார்க்கவேயில்லை."

ஹார்னிமன் மேலும் தொடர்ந்தார்.

> நான் இந்தியாவை விட்டு வெளியேற்றப்பட்டபோது *பாம்பே கிரானிக்கிள்* நாளிதழை நாட்டின் பத்திரிகைகளிடையே ஒரு தலையாய இடத்தில் விட்டுச்சென்றேன். இந்தியர்களின் நலனைப் பேணும் இதழ் என்று அதன் பெயர் இந்தியாவில் மட்டுமல்ல உலகின் பல நாடுகளிலும் அது அவ்வாறு அறியப்பட்டது.

1919ஆம் வருடம் இந்த நாளிதழ் 60,000 ரூபாய் லாபம் ஈட்டியது என்றும் அவர் குறிப்பிட்டார்.

1926ஆம் ஆண்டு ஜனவரி 16ஆம் தேதி, இரண்டாவது முறையாக *பாம்பே கிரானிக்கிள்* ஆசிரியராகப் பொறுப்பேற்ற பிறகு ஒரு முறை ஹார்னிமன் பத்திரிகையின் இயக்குநர் குழுவைச் சந்தித்தார். நகரத்தின் பிரம்மாண்டமான விடுதியான தாஜ் மஹால் ஓட்டலில் அந்தச் சந்திப்பு நடந்தது. அப்போது இந்தப் பத்திரிகை இந்திய தேசிய காங்கிரசின் தீர்மானத்தின்படி தீவிர தேசியக் கொள்கையை முன்னிறுத்துவது என்றும், ஆசிரியருக்கு ஆண்டுக்கு 18,000 ரூபாய் சம்பளம் என்றும்,

ஆசிரியர் குழுவில் பணியாளரைச் சேர்ப்பதும் விலக்குவதும் ஆசிரியர் கையில் தானிருக்கும் என்றும் கடைசியாக இயக்குநர் குழுவில் ஆசிரியரும் இருப்பார் என்றும் முடிவு செய்யப்பட்டது.

ஆனால் எழுத்துப்பூர்வமாக எவ்வித ஒப்பந்தமும் இல்லாமல் ஹார்னிமன் பணியில் சேர்ந்தார். அவர் ஆசிரியராகச் சேர்ந்தவுடன், இதழை நடத்தும் இண்டியன் நியூஸ்பேப்பர்ஸ் கம்பெனியின் மேலாண்மை இயக்குநர் என்.எச். பெல்காம்வாலா இவரிடம் ஓரிரு மாதங்கள் நாம் எப்படி ஒன்றாகச் செயல்படுகிறோம் என்பதைப் பார்த்து நீங்கள் இயக்குநர் குழுவில் சேர்வதை முடிவு செய்யலாம் என்றார். அவர் இயக்குநர் குழுவில் இடம்பெறுவதைத் தவிர்த்து மற்ற முடிவுகளை ஏற்றுக்கொள்ளுமாறு ஒரு கடிதம் அனுப்பினார். ஹார்னிமனும் பெல்காம்வாலாவும் இதுபற்றிப் பல கடிதங்களைப் பரிமாறிக்கொண்டாலும், இருவரும் இம்மியளவும் விட்டுக்கொடுக்கவில்லை.

> தனது ஆதரவாளர்களின் இந்தக் கூட்டத்தில் பெல்காம்வாலா தன்னிடம் மிகவும் மரியாதையின்றி நடந்துகொண்டதாக ஹார்னிமன் குற்றம்சாட்டினார். பின்னர் தனது வருங்காலத் திட்டம் பற்றிப் பேசினார். தான் இந்த நகரத்துடன் பிணைக்கப்பட்டிருப்பதாகச் சொன்னார். பம்பாய் நகர மக்கள் தனக்கு ஆதரவு கொடுத்துப் பாசத்தைப் பொழிந்திருப்பதாகச் சொன்னார். "ஆகவே, அவர்களுக்குக் கடமைப்பட்ட நான் இங்கேயே இன்னொரு நாளிதழ் தொடங்க எண்ணியுள்ளேன். அது மக்களுடைய நாளிதழாக இருக்கும். அவர்களுடைய நலனுக்காகவே அந்த தினசரி செயல்படும்" என்றார்.

கோபமும் கசப்புணர்வும் ஹார்னிமனை ஆட்கொண்டிருந்தன. ஆகவே, புதிதாகத் தான் ஆரம்பிக்கப்போகும் தினசரி பற்றிப் பேசிவிட்டு, தான் *பாம்பே கிரானிக்கிளை* விட்டு விலகியதைப் பற்றிப் பேச ஆரம்பித்தார்.

"இந்த மனிதர்களுக்கு, ஒருவரைத் தவிர மற்ற யாவருக்கும் நாளிதழ் நடத்துவது பற்றியோ அதை உருவாக்கும் எந்திரங்கள் பற்றியோ எதுவும் தெரியாது. இந்தத் தளத்தில் முப்பது வருடம் அனுபவம் கொண்ட ஒருவரைப் பற்றி இவர்கள் ஏன் பயப்பட வேண்டும்? அந்த மனிதர் இயக்குநர் குழுவில் இடம் பெற்று, எதைச் செய்ய வேண்டும், செய்யக் கூடாது எனத் தனது கருத்தை வெளியிடுவதைப் பற்றி ஏன் இவர்கள் அஞ்ச வேண்டும்?"

இந்தக் கேள்விகளுக்கு ஹார்னிமன் அங்கு பதில் சொல்ல வில்லை. ஆனால் இயக்குநர் குழுவில் இருப்போரைப் பற்றிவெறுப்புடன் பேசினார். அவர்கள் "முதலாளித்துவத்தின் பிரதிநிதிகள்" என்றார். "நான் துவங்க இருக்கும் நாளிதழ் இந்திய மக்களுக்காக, பம்பாய் மக்களுக்காக, அவர்களது குறைகளைக் களைய இயங்கும். ஏழை மக்கள், அதிலும் இந்த நகரில் இருப்பவர்கள் தங்களது துயரமிக்க வாழ்விலிருந்து மீண்டும், உடல்நலத்தோடு, மகிழ்ச்சியான வாழ்க்கை நடத்த எனது நாளிதழ் பாடுபடும்."[5]

கெயிட்டி தியேட்டரில் அன்று நடந்த கூட்டத்தில், இயக்குநர் குழுவின் கதையைக் கூற யாருமில்லை. காந்தியடிகளின் ஒத்துழையாமை இயக்கம் முடிந்த பின், பம்பாயிலிருந்த மிதவாதிகள் பலர் *பாம்பே கிரானிக்கிள்* தினசரி சார்ந்து செயல்படத் தொடங்கியிருந்தனர். அந்த நாளிதழ் மிதவாதிகளால்தான், குறிப்பாக சர் ஃபெரோஷா மேத்தாவாலால், ஆரம்பிக்கப்பட்டது. காந்தியின் வரவும், தலைவராக அவரது வளர்ச்சியும், அத்துடன் அதன் ஆசிரியரின் சித்தாந்தமும், இந்த தினசரியைத் தேசிய இயக்கத்தின் தீவிர தளத்திற்கு இட்டுச் சென்றது. காந்தி சிறையிலிருந்து வெளிவந்ததும் சபர்மதி ஆசிரமத்திற்குச் சென்றுவிட்டார். ஒரு ஆண்டில் கிடைத்துவிடுமென்று அவர் குறிப்பிட்ட சுதந்திரம் கண்ணிற்குத் தெரியவேயில்லை. சிறிது சிறிதாக அரசிடமிருந்து அதிகாரத்தைக் கேட்டுப்பெற வேண்டும் என்ற கொள்கையில் நம்பிக்கை வைத்த மிதவாதிகள் முன்னிலை பெற ஆரம்பித்தனர். அவர்களில் முக்கியமானவர் எம்.ஆர்.ஜெயகர். இவர் *பாம்பே கிரானிக்கிள்* இயக்குநர் குழுமத்தில் ஒரு உறுப்பினர். இவர்கள் அரசுடன் மோதாமல் இயங்க வேண்டுமென்ற கொள்கை உடையவர்கள். காந்தியின் தலைமைக்கு முன் இந்த நாளிதழ் அப்படித்தான் இயங்கிக்கொண்டிருந்தது. இந்த முயற்சிக்கு ஹார்னிமன் முட்டுக்கட்டையாக இருந்தார். நாடுகடத்தப்பட்டு, அமெரிக்காவில் இருந்த வருடங்களில் அவரது தீவிரவாதம் அதிகரித்திருந்தது. அவர் ஆசிரியராக இருக்க வேண்டுமென்று மக்கள் அழுத்தம் கொடுத்தனர். அவர் புகழ்பெற்ற இதழாளர் என்றாலும் அவருக்கு இயக்குநர் குழுமத்தில் இடம் தரக் கூடாது என்று மேலாளர்கள் கருதினர்.

II

1926ஆம் ஆண்டு ஏப்ரல் மாதம் தி நேஷனல் நியூஸ் பேப்பர்ஸ் இண்டியா கம்பனி லிமிட்டட் என்ற நிறுவனம், பம்பாயிலிருந்து ஒரு புதிய தேசிய நாளிதழை நடத்தத் துவங்கப்பட்டிருக்கிறது

என்று ஹார்னிமன் அறிவித்தார். மூன்று லட்சம் ரூபாய் முதலுடன் அது துவங்கப்பட்டது. அதன் இயக்குநர் குழுவில் ஹார்னிமனுடன் அன்றைய பிரபல தேசியவாதிகளான சரோஜினி நாயுடு, கே.எஃப்.நாரிமன், உமர் சொபானி இவர்களுடன் இளம் இதழாளரான போத்தன் ஜோசப்பும் இடம்பெற்றிருந்தனர். முன்னர் *பாம்பே கிரானிக்கிள்* இதழில் பணி செய்த இவர், ஹார்னிமனுடன் வெளியேறியவர்.[6]

இந்தப் புதிய நாளிதழின் பெயர் *இண்டியன் நேஷனல் ஹெரால்ட்*. 1926 அக்டோபர் மாதம் முதல் இதழுக்கு வாழ்த்துச் செய்தி தர வேண்டும் என்று காந்தியிடம் ஹார்னிமன் கேட்டு எழுதினார். "இந்த நாளிதழ் தீவிர தேசிய இதழாக, இந்திய தேசிய காங்கிரஸை ஆதரிக்கும்" என்று எழுதினார். காந்தி தன்னால் வாழ்த்துச் செய்தி எதுவும் அனுப்ப இயலவில்லை என்றும், தேசியவாதிகளின் வெவ்வேறு குழுக்களிடையே உள்ள வெறுப்பு தனக்கு மனவருத்தத்தை அளிக்கிறது என்றும் கூறினார்." புதிய புதிய நாளிதழ்கள் தோன்றி வெறுப்பைத்தான் அதிகமாக்குகின்றன. ஆகவே நாளிதழ்களுக்கு வாழ்த்துச் செய்தி அனுப்புவதைத் தவிர்க்கிறேன், அதிலும் புதிய நாளிதழ்களுக்கு அனுப்புவதேயில்லை. அண்மையில் பஞ்சாப், ஐக்கிய மாகாணங்களில் தொடங்கப்பட்ட நாளிதழ்களுக்கும் செய்தி அனுப்பவில்லை. என்னால் முடிந்தால் உன்னை இந்த முயற்சியிலிருந்து தடுத்திருப்பேன். நல்ல ஒரு நண்பருக்குச் செய்த கடமை என்று உணர்ந்திருப்பேன்" என்று எழுதினார்.[7]

மகாத்மா செய்தி அனுப்பினாலும் அனுப்பாவிட்டாலும், பத்திரிகை தொடங்குவது என்று ஹார்னிமன் முடிவு செய்திருந்தார். அக்டோபர் 23ஆம் தேதி சனிக்கிழமை *இண்டியன் நேஷனல் ஹெரால்டின்* முதல் இதழ் வெளியானது. "இந்திய சுதந்திரத்திற்காகப் போராடுவதுடன், நாட்டில் செல்வத்தை அதை உருவாக்கும் மக்களிடையே சமமாகப் பங்கிட வேண்டும் என்றும்" இந்த நாழிதழ் கேட்குமென்று அறிவித்தார். நாட்டின் தேசிய நோக்கத்தைத் தீவிரமாக ஆதரிக்கும் அதே சமயம் இந்த இதழ், *பாம்பே கிரானிக்கிளைவிட* இடது சாரியாகச் செயல்பட்டது. ஃபிலிப் ஸ்ப்ராட் போன்ற கம்யூனிஸ்டுகள் இதில் பல கட்டுரைகள் எழுதினார்கள்.

நவம்பர் மாதம் பம்பாய் சட்டசபைக்குத் தேர்தல் நடந்தது. ஹார்னிமன் காங்கிரஸுக்காகத் தீவிர பிரச்சாரம் செய்தார். அவரது கூட்டத்திற்கு வந்திருந்த ஒரு பத்திரிகை நிருபர் சொன்னார் "காங்கிரஸ் வேட்பாளர் விளக்குக் கம்பமாக இருந்தாலும் அவருக்கு வாக்களியுங்கள். மிகவும்

படித்து, பண்புள்ளவராக இருந்தாலும் மிதவாதிகளுக்கு வாக்களிக்க வேண்டாம்.ஏனென்றால் அவர் நிச்சயம் நாட்டைக் காட்டிக்கொடுத்துவிடுவார். பின்னர் மிதவாதிகளின் தலைவரும் அவர் கிரானிக்கிள் இதழிலிருந்து விலகக் காரணமா யிருந்தவருமான எம்.ஆர். ஜெயகரைக் கடுமையாகத் தாக்கிப் பேசினார்.[8]

இங்கிலாந்தில் பரபரப்புச் செய்திகளை வெளியிடும் சில பத்திரிகைகளின் உத்திகளை ஹார்னிமன் இண்டியன் நேஷனல் ஹெரால்டில் பயன்படுத்தினார். 1926ஆம் ஆண்டு கடைசிப் பகுதியில், அவர் தனது இதழின் வாசகர்களைப் பத்து சிறப்பான இந்தியர்களைத் தெரிந்தெடுக்குமாறு கேட்டுக்கொண்டார். அஞ்சல் அட்டைகளில் தங்களுக்குப் பிடித்த பத்துத் தலைவர்களின் பெயர்களை வாசகர்கள் எழுதி அனுப்பினார்கள். டிசம்பர் 11ஆம் தேதி ஹார்னிமன் இந்தப் போட்டியின் முடிவை வெளியிட்டார். அதிக ஓட்டுகள் பெற்றவர் காந்தி (19,308). அடுத்த இடத்தில் 7,391 ஓட்டுகள் பெற்று ரவீந்திரநாத் தாகூர் இருந்தார், ஜகதீஷ் சந்திர போஸ் (5,954), மோதிலால் நேரு (4,035) அரவிந்தர் (3,907), பி.சி.ரே (3524), சரோஜினி நாயுடு (3,519), மதன் மோகன் மாளவியா (2,618), லாலா லஜ்பத் ராய் (2,568), கடைசியாக வி.எஸ். ஸ்ரீனிவாச சாஸ்திரி (1,516).

இந்த முடிவுகளுடன் ஒரு கட்டுரையும் (ஹார்னிமனோ அல்லது போதன் ஜோசப்போ எழுதியது) வெளியானது. இதில் இந்தச் "சிறந்த பத்து இந்தியர்களின்" வாழ்க்கைச் சுருக்கமும் இருந்தது. ரவீந்திரநாத் தாகூர் ஒரு கவி, தத்துவஞானி, கிழக்கியல் நிபுணர்; அரவிந்தர், தேசப்பற்றாளர், வேதாந்தி; சரோஜினி நாயுடு கவிக்குயில்; போஸ், ரே இருவரும் நாட்டின் பிரபல அறிவியலாளர்கள்; மற்றவர்கள் வெவ்வேறு சித்தாந்தத்தைப் பின்பற்றும் காங்கிரஸ், சுயராஜ்யர்கள், போன்ற தேசியவாதிகள். "சமூகத்தின் எல்லாப் பரிமாணங்களும் கவனிக்கப்பட்டிருந்தன," என்று கட்டுரை முடிக்கப்பட்டிருந்தது.

எழுதியவர்களையே புகழ்வது போலிருந்தது கட்டுரையின் கடைசி வரி. கவனித்துப் பார்த்தால் இந்தப் பத்து "சிறப்பான இந்தியர்கள்" எல்லோருமே உயர்ஜாதி இந்துக்கள். அதில் ஐந்து பேர் பிராமணர்கள். அந்தப் பட்டியலில் ஒரே ஒரு பெண் மட்டுமே. ஒரு முஸ்லிமோ, கிறிஸ்தவரோ, பார்சியோ, சீக்கியரோ கிடையாது. அது மட்டுமல்ல. பத்துப் பேரில் ஐந்து பேர் வங்காளத்தவர். அந்த மாகாணம் தேசிய தளத்தில் சிறப்பான இடம்பிடித்திருந்ததன் பிரதிபலிப்புத்தான் இது. தேசிய வாழ்விலிருந்து விலகி, பாண்டிச்சேரியில் பத்து வருடங்களாக இருந்தாலும், அரவிந்தர்

இந்தப் பட்டியலில் உச்ச இடம்பெற்றிருந்தது கவனிக்கத்தக்கது. மத்தியதர இந்தியர்கள் பலர் அவர் வேதாந்த வாழ்விலிருந்து விலகி அரசியலுக்கு வர வேண்டும் என்று விரும்பினார்கள்.⁹

இன்று சாதாரணமாக நிகழ்த்தப்படும் இம்மாதிரியான ஓட்டெடுப்பு அன்று இந்தியாவில் முதல்முதலாக நடத்தப் பட்டது ஆசிரியரின் புதுமையான எண்ணங்களைக் காட்டியது. ஆனால் அன்று அவரது நாளிதழுக்கு ஆதரவு அவ்வளவாக இல்லை. டைம்ஸ் ஆஃப் இண்டியாவும், பாம்பே கிரானிக்கிளும் பிரபலமாக இருந்தன. ஆங்கிலம் அறிந்தவர்கள் சிறுபான்மையினராக இருந்த பம்பாய் நகரத்தில் மூன்றாவது ஆங்கில நாளிதழுக்கு இடமில்லாதிருந்தது.

தொடக்கத்திலிருந்தே இண்டியன் நேஷனல் ஹெரால்ட்டுக்கு வாசகர்கள் குறைவாகவே இருந்தனர். *பாம்பே கிரானிக்கிள்* மாதிரி அல்லாது, இங்கே ஹார்னிமன் வரவு செலவுக் கணக்கையும் கவனிக்க வேண்டியிருந்தது. இந்தத் துறையில் அவருக்குத் திறமை குறைவு. 1928ஆம் ஆண்டு அந்த நாளிதழ் நிறுத்தப் பட்டது¹⁰. பின்னர் ஹார்னிமன் வீக்லி ஹெரால்ட் என்ற வார இதழைத் தொடங்கினார். திவான் சிங் மாஃப்டோன் என்ற பஞ்சாபி ஒருவர் இதற்குத் தேவையான பணத்தைக் கொடுத்தார். சமஸ்தானங்களில் உள்ள மக்களின் நலனுக்காக காங்கிரஸ் ஆரம்பித்திருந்த *ஆல் இண்டியா ஸ்டேட்ஸ் பீபிள் கான்ஃபரன்ஸ்* (All India States Peoples Conferene) என்ற அமைப்பில் அவர் இயங்கிக்கொண்டிருந்தார். இந்த வார இதழின் தலைமை அலுவலகம் டில்லியில் இருந்தது. பம்பாயை விட்டுப் போக மனமில்லாத ஹார்னிமன், இந்த இரு நகரங்களுக்கிடையே பயணித்து இதழை நடத்தினார்.

இந்த அமைப்பின் குழு ஒன்றின் அறிக்கையின் சாராம்சத்தை வீக்லி ஹெரால்ட் 1930ஆம் ஆண்டு ஆகஸ்டில் வெளியிட்டது. இந்தக் குழுவிற்கு சி.ஒய். சிந்தாமணி தலைமை தாங்கினார். தொழிலதிபர் எல்.ஆர். டெய்சிரியும், சமூக சேவகர் ஏ.வி.தாக்கரும் குழுவில் உறுப்பினர்கள். இந்த அறிக்கை பாட்டியாலா மகாராஜாவின் கொடுங்கோல் ஆட்சியைப் பற்றியும், அதில் நடக்கும் சித்ரவதைகளைப் பற்றியும். சட்ட விரோதமான கைதுகளைப் பற்றியும், சொத்துக்களைப் பறிமுதல் செய்வது பற்றியும் பேசியது. மகாராஜாவின் வேட்டைகளின் நாச விளைவுகள், கட்டாய உழைப்பு போன்ற அநீதிகளைப் பற்றியும் அறிக்கை கூறியது. பஞ்சாபிற்கு கவர்னர் ஜெனரலின் முகவரான ஜெ.ஏ.ஓ ஃபிட்ச்பாட்ரிக் (J.A.O. FitzPatrick) மகாராஜாவின் அட்டூழியங்களைக் கண்டுகொள்ளாமல் அரசுக்கு ஒரு அறிக்கையைக் கொடுத்தார்.

சமஸ்தான மன்னர்களின் அமைப்பிற்கு (Chamber of Princes) பாட்டியாலா மகாராஜாதான் தலைவர். அந்தத் தகுதியில் அவர் முதல் வட்டமேஜை மகாநாட்டிற்கு லண்டனுக்குப் போக இருந்தார். தனது ஆகஸ்ட் 16ஆம் தேதி இதழில் ஆல் இண்டியா ஸ்டேட்ஸ் பீபிள் கான்ஃபரன்ஸ் அறிக்கையுடன் *வீக்லி ஹெரால்ட்* இதழ் "லண்டன் போவதற்கு;ப பாட்டியாலா ஒரு புதிய கோட் வாங்கியுள்ளது" என்று தலைப்பிட்ட ஒரு கேலிச் சித்திரத்தையும் வெளியிட்டிருந்தது. தனது ஆட்சியின் தவறுகளைக் கண்டுகொள்ளாமல் அரசிற்கு அறிக்கை கொடுத்ததற்காக பாட்டியாலா மகாராஜா ஃபிட்ச்பாட்ரிக்கு ரூபாய் 25 லட்சம் நன்றிக்கடனாகக் கொடுத்ததாக சூசகமாக இந்தக் கட்டுரை தெரிவித்தது. இதனால் கோபமடைந்த முகவர் ஃபிட்ச்பாட்ரிக், ஹார்னிமன், திவான் சிங் மாஃப்டூன்மீது சட்டப்பூர்வமாக நடவடிக்கை எடுக்க வேண்டுமென்று அரசிற்குக் கடிதம் எழுதினார். ஆனால் அரசு இதற்கு இணங்கவில்லை. இதே சமயம் *வீக்லி ஹெரால்ட்* இதழ் மூடப்பட்டது.[11]

மறுபடியும் வேலை இல்லாதிருந்த ஹார்னிமன் சீக்கிரமே ஒரு பணியைக் கண்டடைந்தார். அவர் புகழ்பெற்ற இதழாளராக இருந்ததால், அவரைப் பணியிலமர்த்தப் பல பத்திரிகை முதலாளிகள் ஆர்வமாயிருந்தர்கள். அவருக்கு வேலை கொடுத்தவர் பெயர் நம்மிடம் இல்லை. அவர் பஞ்சாபின் தலைநகரான லாகூரில் இருந்தார். அவர் ஹார்னிமனுடன் சேர்ந்து *டெய்லி ஹெரால்ட்* (Daily Herald) என்ற நாளிதழைத் தொடங்கினார். ஹார்னிமன் பம்பாயிலிருந்து லாகூருக்கு வந்து போய்க்கொண்டிருந்தார்.

1931ஆம் ஆண்டு ஜூலை மாதம் ஹார்னிமன் பம்பாயிலிருந்து லாகூர் செல்ல டில்லிக்குப் பயணிக்க வேண்டியிருந்தது. உரிய பயணச்சீட்டுடன் இரண்டாவது வகுப்பில் ஏறியபோது, அது பர்தா அணிந்த பெண்களால் நிரம்பியிருந்தது. ஓரிடம்கூட இல்லை. ஹார்னிமன் அடுத்திருந்த முதலாம் வகுப்பில் ஏறிக்கொண்டார். அதில் ஏறிய பயணச்சீட்டுக் கண்காணிப்பாளர், அபராதமாக ரூபாய் 48 கேட்டார். இரண்டாம் வகுப்பிற்கும் முதலாம் வகுப்பிற்கும் பயணக் கட்டணத்தில் அதிகமாகத் தர வேண்டிய பணத்தைத் தருவதாக ஹார்னிமன் சொன்னார். அதிகாரி கேட்கவில்லை. பிரச்சினை நீதிமன்றம்வரை சென்றது. அங்கிருந்த ஒரு பிரிட்டீஷ் நீதிபதி கண்காணிப்பாளர் நிலைப்பாட்டை ஆதரித்தார். "விதிகளில் எங்கேயும் அவர் இரண்டாவது வகுப்புப் பயணச்சீட்டை வைத்து முதலாம் வகுப்பில் பயணிக்கலாம் என்று சொல்லவில்லை" என்றார். கேட்ட பணத்தை ஹார்னிமன் கொடுக்க வேண்டியிருந்தது.[12]

III

ஹார்னிமன், ஹெரால்ட் என்ற சொல்லுடன் முடியும் பெயர்கள் கொண்ட பல பத்திரிகைகளை நடத்திக்கொண்டிருந்த காலகட்டத்தில், *பாம்பே கிரானிக்கிள்* தனது மிதவாத நிலைப்பாட்டைக் கைவிட்டு பிரிட்டீஷ் அரசைக் கடுமையாக எதிர்க்க ஆரம்பித்தது. காந்தியும் ஆசிரமத்திலிருந்து வெளிவந்து அரசியலில் தீவிரமாக இயங்க ஆரம்பித்தார். 1928இல் காங்கிரஸ், சைமன் கமிஷனுக்கு எதிராகப் போராட்டம் நடத்தியது. 1929இல் இந்தியர்களுக்கு முழு சுதந்திரத்தை (பூர்ண ஸ்வராஜ்) வாங்கித் தருவதாக வாக்களித்தது. 1930இல் நாடெங்கிலும் சட்டத்தை மீறி காந்தி உப்பு சத்தியாக்கிரகத்தை நடத்தினார்.

1928லிருந்தே *பாம்பே கிரானிக்கிள்* காந்தியை முழுமையாக ஆதரித்துவந்தது. காந்தி என்ன செய்தாலும், என்ன சொன்னாலும் அதை இந்தச் இதழ் ஆமோதித்தது. ஹார்னிமன் விட்டுச் சென்ற பிறகு சையத் அப்துல்லா ப்ரெல்வி இந்த இதழின் ஆசிரியராகப் பணியாற்றினார். அவர் காங்கிரஸின் தீவிர ஆதரவாளர்.[13] "அக்பருக்குப் பின்னர் நாட்டைக் கட்டிக்காத்தவர் காந்திதான். இந்த இருவருள் காந்தியே உன்னதமானவர்" என்றார் ப்ரெல்வி.[14]

சிறந்த தேசியவாதியான ப்ரெல்வி, இந்து–முஸ்லிம் ஒற்றுமைக்காகப் பாடுபட்டவர். காந்தியையும் காங்கிரஸையும் தலையில் வைத்துக் கொண்டாடிய அவர், அவர்களுக்காகச் சிறை செல்லவும் தயாராக இருந்தார். 1932ஆம் ஆண்டு ஒத்துழையாமை இயக்கத்தின்போது அவர் கைதுசெய்யப்பட்டு நீண்ட நாள் தண்டனை கொடுக்கப்பட்டு சிறையில் அடைக்கப் பட்டார். இந்த சமயத்தில் லாகூரில் *டெய்லி ஹெரால்ட்* நிறுத்தப்பட்டது. ஹார்னிமன் மறுபடியும் வேலையில்லாமல் இருந்தார். *பாம்பே கிரானிக்கிள்* இதழின் மேலாளர்கள் நடந்தவைகளை மறந்து, ஹார்னிமனை மறுபடியும் ஆசிரியராக இருக்கும்படி அழைத்தார்கள். இந்தத் தருணத்தில் இந்த இதழுக்கு அனுபவத்தில் தேர்ந்த ஒரு ஆசிரியர் தேவைப்பட்டார். ஹார்னிமனைவிட யார் இந்தப் பணிகளுக்குப் பொருத்தமானவர்?

இந்தியாவிற்கு சுதந்திரம் கிடைப்பது பற்றி இந்த இதழில் ஹார்னிமன் 1932ஆம் ஆண்டு ஜூலை மாதம் ஒரு நீண்ட கட்டுரை எழுதினார். இந்தியாவிற்கான அரசுச் செயலர் சர் சாமுவேல் ஹோர் (Sir Samuel Hoare) மீது கடுமையான தாக்குதல்கள் தொடுத்தார். அவர் 'அரசியல் நேர்மையற்றவர்' என்றும் 'கொள்கையற்றவர்' என்றும், 'வாக்குறுதிகளைக்

கைவிடுபவர்', 'நாட்டின் மிகப்பெரிய அரசியல் நிறுவனமான காங்கிரஸை நசுக்கி அழிப்பதையே நோக்கமாகக் கொண்டவர்' என்றும் அவரைச் சாடினார். "இந்தியா தனக்குள் இருக்கும் வேறுபாடுகளைக் களைய வேண்டும். தேசியவாதிகளுக்கும் சில முஸ்லிம்களுக்கும் இருக்கும் அபிப்ராயபேதம் நீக்கப்பட வேண்டும்" என்றும் எழுதினார். இந்துக்களுக்கும் முஸ்லிம்களுக்கும் ஒரு நல்லிணக்கப் பிணைப்பு ஏற்படுத்தப்பட வேண்டும். இதுதான் இன்று நாட்டை எதிர்நோக்கியிருக்கும் முக்கியப் பிரச்சினை என்றார் ஹார்னிமன்.[15]

1932, 1933ஆம் ஆண்டுகளில், பெரும்பகுதியை எஸ்.ஏ. ப்ரெல்வி சிறையில் கழித்தார். காந்தியடிகளும் அந்தக் காலகட்டத்தில் சிறையில் இருந்தார். ப்ரெல்வி சிறையில் என்ன செய்துகொண்டிருந்தார் என்று நமக்குத் தெரியாது. ஒருவேளை மற்ற கைதிகளுக்கு வாசித்துக்காட்டி, பாடம் சொல்லிக்கொடுத்துக் கொண்டு இருந்திருக்கலாம். ஆனால் சிறையில் காந்தியின் செயல்பாடுகள் தெளிவாகவும் விரிவாகவும் பதிவு செய்யப்பட்டுள்ளன. இந்த இரண்டு ஆண்டுகளில், காந்தி தீண்டாமை பிரச்சினை பற்றித் தீவிரமாகச் சிந்தித்துக் கொண்டிருந்தார். 1931இல் லண்டனில் இரண்டாம் வட்ட மேஜை மாநாடு நடந்தபோது, ஒடுக்கப்பட்டோரின் தலைவராக வளர்ந்து கொண்டிருந்த பி.ஆர். அம்பேத்கரின் கருத்துக்களை காந்தி எதிர்கொண்டார். ஒடுக்கப்பட்டோருக்கு இந்து சமுதாயத்திற்குள் ஒதுக்கீடு அளிக்கப்பட வேண்டும் என்றார். அவர்களுக்குத் தனி வாக்குரிமை தரப்பட வேண்டும் என்றார் அம்பேத்கார்.

பிரிட்டீஷ் அரசு அம்பேத்கரின் நிலைப்பாட்டை ஆதரித்தது. இந்திய சட்டசபைத் தேர்தலில், ஒடுக்கப்பட்டவர்களுக்குச் சில இடங்கள் ஒதுக்கப்படும் என்றும் இந்த இடங்களுக்கு உயர்ஜாதி இந்துக்கள் ஓட்டளிக்க முடியாது என்றும் அரசு அறிவித்தது. இந்துக்களுக்குள் ஒரு பகுதியினரைத் தனியாகப் பிரிக்கும் முயற்சி இது என்று எண்ணிய காந்தி சிறையில் சாகும் வரை உண்ணாவிரதம் தொடங்கினார். இதற்கு அம்பேத்கர் பணிந்து, 'புனா ஒப்பந்தம்' கையெழுத்தானது. அதன்படி, ஒடுக்கப்பட்டோருக்கு மேலும் சில இடங்கள் அளிக்கப்பட்டன. எல்லா இந்துக்களும் இந்த இடங்களுக்கும் ஓட்டுப்போடலாம் என்று முடிவு செய்யப்பட்டது.

காந்திக்கும் அம்பேத்கருக்கும் ஏற்பட்ட தனி வாக்காளர் தொகுதி, ஒன்றிணைந்த வாக்காளர் தொகுதி என்ற வாதம் பற்றிய நிறைய கட்டுரைகள் எழுதப்பட்டுள்ளன. இந்நூலின் ஆசிரியராகிய நானே எனது பங்கிற்கு எழுதியுள்ளேன்.[16]

இந்த நூலில் நாம் பார்க்க வேண்டியது அந்தத் தருணத்தில் ஹார்னிமனின் கருத்துக்கள் என்னவாயிருந்தன என்பதுதான். அவர் அம்பேத்கரின் நிலைப்பாட்டைப் புரிந்துகொண்டாலும், இந்த விஷயத்தில் காந்தியையே ஆதரித்தார். 1932ஆம் ஆண்டு ஜூலை மாதம் சிறையிலிருந்த காந்தி தனது உதவியாளர் மகாதேவ் தேசாயிடம் "இந்த நாட்களில் ஹார்னிமன் மிக நன்றாக எழுதுகிறார்" என்று சொன்னதாகத் தெரிகிறது.[17]

வாக்காளர் தொகுதிப் பிரச்சினையில் பிரிட்டீஷ் பிரதமரின் முடிவு, தீண்டப்படாதோர் மனதில் மற்ற ஜாதி இந்துக்கள்மேல் குரோதத்தையும் வெறுப்பையும் உருவாக்கும் என்று 1932ஆம் ஆண்டு செப்டம்பர் மாதம், காந்தி உண்ணாவிரதத்தைத் தொடங்கும் முன்னர், ஹார்னிமன் எழுதினார். எதிர்கால இந்தியாவில் சமூக வேறுபாடுகள் இந்த முடிவால் உறைந்து விடலாம் என்றார்.[18] பத்து நாட்களுக்குப் பின்னர், இந்த ஒப்பந்தம் கையெழுத்தானதால் பிரச்சினை தீர்ந்துவிடவில்லை; ஜாதி பேதத்திற்கு எதிரான போராட்டமும் ஓய்ந்து விடவில்லை என்றார். மாறாக, ஒப்பந்தம் ஏற்றுக்கொள்ளப் பட்டது என்றாலும் இப்போதுதான் ஆரம்பித்திருக்கிறது என்றார்.

> தீண்டப்படாதோரைப் பிறப்பு முதல் இறப்புவரை அவர்கள் சிக்கியிருக்கும் ஜாதிய நிலைப்பாட்டிலிருந்து அவர்களை மீட்க "சமூக, சமய சீர்திருத்தத் தளத்தில் வேலை செய்வோருக்கு முன் பெரும் பொறுப்பு இருக்கிறது. பொதுக் கிணறுகளிலிருந்து நீரை இறைக்கவும், ஆலயங்களில் நுழையவும், அவர்களது குழந்தைகள் மற்ற ஜாதிச் சிறுவர்களுடன் சேர்ந்து, ஒன்றாக அமர்ந்து பள்ளியில் படிக்கவும், மற்ற மக்களுடன் சமமாகப் பழகவும், வாழவும் அவர்களுக்கு உரிமை பெற்றுத்தர வேண்டும். இது ஒரு நாளிலோ அல்லது ஒரு ஆண்டிலோ நடக்கக்கூடிய காரியமல்ல. பழமைவாதத்திற்கு எதிரான யுத்தம் கடினமானதும் நீண்டதுமாக இருக்கும்" என்று ஹார்னிமன் எழுதினார்.[19]

அதே மாதத்தில், 1932ஆம் ஆண்டு செப்டம்பர், வேறொரு பொருள் பற்றி, பத்திரிகைச் சுதந்திரம் பற்றி ஒரு மாணவர் கூட்டமொன்றில், ஹார்னிமன் நுண்ணறிவுடனும் மனவுறுதி யுடனும் பேசினார். "ஒரு லட்சிய நாளிதழ், விளம்பரங்கள் போன்ற வணிக நோக்கங்களைத் தாண்டி சுதந்திரமாக இயங்க வேண்டும். மேலை நாடுகளில் விளம்பரங்கள் முக்கியத்துவம் பெற்று விட்டன. நாளிதழ்கள் அவர்கள் தயவில்தான்

செயல்படுகின்றன, இந்தியாவில் அந்த நிலை வராது என்று நம்புகிறேன்" என்றார்.

"தனது வாழ்க்கையில் பொருளாதார ரீதியில் முன்னேற விரும்பும் யாருக்கும் நான் இதழியலை ஒரு பணியாகப் பரிந்துரைக்க மாட்டேன். அம்மாதிரியான இலக்குகளில்லாத ஒருவருக்கு, தேச சேவை செய்ய விரும்பும் இந்திய இளைஞர்களுக்கு இந்தத் துறையை நான் பரிந்துரைப்பேன். ஏனென்றால் பத்திரிகைகள் மூலமாகத்தான் இந்தியாவின் நலன் பாதுகாக்கப் பட்டது. இந்தியாவின் தேசிய இலக்குகளை நோக்கி நகர பத்திரிகைகள் உதவின" என்றார்.[20]

IV

1933ஆம் ஆண்டு அக்டோபர் மாதம் எஸ்.ஏ. ப்ரெல்வி சிறையிலிருந்து விடுதலை ஆனார். ஹார்னிமன் ஆசிரியர் பணியிலிருந்து விலகி, அவருக்கு *பாம்பே கிரானிக்கிளில்* தன் இடத்தை விட்டுக் கொடுத்தார். அந்தப் பத்திரிகையின் மேலாளர்கள், ஹார்னிமனை ஆசிரியராகக் கொண்டு ஒரு மாலை இதழ் தொடங்க எண்ணினர். பம்பாய் நகரம் வடக்குப் பகுதியில் வெகுவாக வளர்ந்துவிட்டிருந்தது. தினமும் ஆயிரக்கணக்கான பணியாளர்கள் நகரின் மத்தியிலுள்ள அலுவலகங்களுக்குப் பயணித்தனர். லண்டன் போன்ற ஐரோப்பிய நகரங்களில் உள்ளது போல பம்பாயிலும் ஒரு மாலை நேர இதழின் தேவை உணரப்பட்டது. இந்த இதழுக்கு *பாம்பே செண்டினெல்* (Bombay Sentinel) என்ற பெயரும் சூட்டப்பட்டது.

1934இல் இந்த நாளிதழ் தொடங்கப்பட்டது. இதழின் முன் பக்கத்தில் 'எல்லாச் செய்திகளும்' (All the News) என்ற சொற்களும் அதன் கீழே பெரிய எழுத்துருக்களில் *பாம்பே செண்டினெல்* என்ற பெயர் இருந்தது.

இந்த இரு சொற்களுக்கும் நடுவே இதழின் சின்னமான தலைப்பாகையுடன் ஒரு குதிரை வீரன் இருந்தது. அதற்கும் கீழ், பி.ஜி. ஹார்னிமன் ஆசிரியர் (Edited by B.G. Harniman) என்ற அறிவிப்பு காணப்பட்டது.

இந்த இதழின் வடிவமைப்பும் புதுமையாகத்தான் இருந்தது. முகப்புப் பக்கத்தில் தலையங்கம் இடம்பெற்றது. எழுதியது யார் என்று அங்கு சொல்லப்படாவிட்டாலும் பெருவாரியான நாட்களில் அதை ஹார்னிமன் தான் எழுதினார். அதைத் தொடர்ந்து, முன்பக்கத்திலேயே சில சுவையான செய்திகள் இருந்தன. வைஸ்ராய் சார்ந்த அல்லது ஆளுநர் சார்ந்த செய்திகளும் இடம்பெற்றன. இங்கிலாந்துச்

செய்திகளும் இருந்தன. எடுத்துக்காட்டு; "சொந்தத் துப்பாக்கி வைத்திருந்ததற்காக சார்ஜெண்ட்டுக்கு அபராதம்" என்று ஒரு செய்தி. சர்ரே என்ற ஊரில் ஒரு சார்ஜெண்டு ஒரு துப்பாக்கி வாங்கிக்கொண்டார் ஆனால் உரிமம் வாங்கவில்லை. (ராணுவ வீரனாயிருப்பதால் உரிமம் தேவையில்லை என்று எண்ணிக் கொண்டார்.)

இரண்டாம், மூன்றாம் பக்கங்களில் விளையாட்டுச் செய்திகளும், வானொலி நிகழ்ச்சிகளும் சினிமா செய்திகளும் இடம் பெற்றன. மற்ற பக்கங்களில் அரசியல் செய்திகளும் (ஜவஹர்லால் நேரு போன்ற பிரபல அரசியல் தலைவர்களின் நேர்காணல்களும்) "நகரத்திற்கு நிறைய மாம்பழங்கள் வந்துள்ளன" போன்ற செய்திகள் உட்பட அரசியல் சம்பந்தமில்லாத செய்திகளும் இடம்பெற்றன. மற்ற பக்கங்களில் புத்தக மதிப்புரைகள், வணிகம் சார்ந்த, சந்தை பற்றிய செய்திகள். அத்துடன் அறிவியல் பற்றிய செய்திகளும் இருந்தன. இவை தவிர, ஆசிரியருக்கு வரும் கடிதங்களுக்கு அரைப்பக்கம் ஒதுக்கப்பட்டது, பம்பாய், பூனாவில் நடந்த குதிரைப் பந்தயங்களுக்கும் இடம் ஒதுக்கப்பட்டது.

இந்த இதழ் பலதரமான வாசகர்களுக்கானது. பம்பாயில் வாழும் ஐரோப்பியர்களுக்கும் ஆங்கிலம் வாசிக்கும் இந்திய தேசியவாதிகளுக்குமான இதழ். தினசரி பத்துப் பக்கங்களுடன் வந்தது. ஞாயிறு அன்று இதழுக்கு விடுமுறை. "உரிமையாளர்கள் தி பாம்பே அசோசியேட்டெட் நியூஸ் பேப்பர்ஸ் லிமிட்டட். அவர்களுக்காக பெஞ்சமின் கை ஹார்னிமன்னால் வெளி யிடப்படுகிறது. பாம்பே கிரானிக்கிள் அச்சகம். பாம்பே" என்று கடைசிப் பக்கத்தின் கீழ் அச்சடிக்கப்பட்டிருந்தது.

பிரசித்தி பெற்ற அமெரிக்க இதழாசிரியர் ஹெச்.எல். மென்கென் (H.L. Mencken) ஒரு முறை 'பத்திரிகை என்பதே ஒரு சர்வாதிகாரம்தான். அது இல்லையென்றால் வேறெதுவும் இல்லை" என்றார். கூட்டு முயற்சியால் ஒரு இதழை வெற்றிகரமாக நடத்திவிட முடியாது. உறுதியான மனம் படைத்த ஒருவர் ஆசிரியராக இருக்க வேண்டும். பாம்பே செண்டினெல் இதழ் இந்தக் கருத்தை அடிப்படையாகக் கொண்டிருந்தது எனலாம். ஹார்னிமனின் முத்திரையை இதழின் சகல பரிமாணங்களிலும் காண முடிந்தது. ஆசிரியரின் பெயர் முதல் பக்கத்திலும் கடைசிப் பக்கத்திலும் பிரதானமாகக் காட்டப்பட்டிருந்தது. ஆனால் அது இரக்கமுள்ள சர்வாதிகாரம்தான். அவருடைய சக ஊழியர் ஒருவர் ஹார்னிமனுக்கு நல்ல உடைகள் அணிவது பிடிக்கும் என்றார். வேலையில் மும்முரமாக ஈடுபட்டுக்கொண்டிருக்கும் சமயத்திலும் ஒருவர் அணிந்திருக்கும் உடையைப் பாராட்டுவார்.

அவருக்கு ஆப்பரா (Opera) இசை மிகவும் பிடிக்கும். அவ்வப்போது மெல்லிய குரலில் பாடிக்கொண்டிருப்பார். குதிரைப் பந்தயங்களுக்குச் செல்வார். மற்ற இந்தியப் பத்திரிகை ஆசிரியர்களைப் போலல்லாமல், சக ஊழியர்களிடம், கடைநிலையில் வேலை செய்பவர்களிடம், கனிவுடனும் அன்புடனும் பழகுவார்" என்றார்.[21]

அவருடன் பணியாற்றிய மற்றொரு இந்திய இளைஞர் ஹார்னிமனைப் பற்றி ஒரு கதை சொன்னார். தினமும், மதிய உணவு நேரத்தின்போது ஹார்னிமன், பத்திரிகை அலுவலகத்திலிருந்து நடந்து ஆசியாட்டிக் சொசைட்டிக்கு முன் அமைந்திருந்த பூங்காவிற்குச் செல்லுவார். கையில் இரண்டு காகிதப் பொட்டலங்கள் இருக்கும். ஒன்றில் பறவைகளுக்குத் தீனியும், மற்றதில் அங்குள்ள சிறுவர்களுக்குச் சில்லறைக் காசுகளும் இருக்கும்.[22]

பல இந்திய இதழாளர்களுக்கு அவர் ஆசானாக இருந்தார். அவர்களில் ஒருவர் எழுதினார்: "அவர் சிறந்த தலைவர். ஓரிரு சொற்களில் ஒரு நிருபருக்கு அல்லது உதவி ஆசிரியருக்குச் செய்ய வேண்டியதைத் தெளிவாகச் சொல்லிவிடுவார். தனது அறையிலிருந்துகொண்டே பம்பாய் நகரின் அரசியல் நடப்புகளை, நல்லது, கெட்டது எல்லாவற்றையும் அறிந்திருப்பார்."[23]

சில சமயங்களில் அவர் அறிந்துகொண்ட செய்திகளால் உந்தப்பட்டு அவரே களத்திற்குச் சென்று ஒரு நிருபராகச் செயல்படுவார். அவர் பாம்பே செண்டினெல் இதழுக்கு ஆசிரியராகச் சில நாட்களில், உள்ளூரில் சாட்ட கேல் என்றறியப்பட்ட சூதாட்டத்திற்கு எதிராகச் செயல்பட்டார். 1934ஆம் ஆண்டு ஏப்ரல் மாதம் 28ஆம் நாள், தனது உதவியாளருடன் இந்தச் சூதாட்டம் நடக்குமிடத்திற்குச் சூதாட்டத்தைப் பற்றி எழுதச் சென்றிருந்தபோது, ஒரு போலீஸ் படை அங்கு வந்து, இந்த இருவரைச் சூதாட்டத்தில் ஈடுபட்டிருக்கின்றவர் என்று குற்றம் சாட்டினர். அன்று 124 பேர் அவ்வாறு பிடிபட்டனர். அவர்களில் மிகவும் பிரபலமானவர் ஹார்னிமன்தான்.

சூதாட்டம் நடக்கும் ஷம்ஷெட் தெருவிற்கு தானும் தனது உதவியாளரும் சென்றிருந்ததாகவும் அங்கு சூதாட்டம் மறைவின்றி நடந்துகொண்டிருந்ததாகவும் நீதிமன்றத்தில் ஹார்னிமன் சொன்னார். அங்கிருந்த ஒருவர் "நாங்கள் பயப்படுவதற்கு ஒன்றுமில்லை. போலீசார் எங்கள் நண்பர்கள் தான்" என்றார். இங்கிருந்து இன்னொரு சூதாட்ட இடத்திற்குப் போனபோது அங்கு மூன்று சீருடையணியாத

போலீசார் இவரைப் பிடித்தார்கள். 'எங்களை ஏன் சிறைப்பிடிக்கிறீர்கள்?' என்று கேட்டபோது, சூதாடும் ஆட்களுடன் நீங்கள் இருந்ததால் கைது செய்யப்படுகிறீர்கள் என்று பதில் கிடைத்தது.

ஹார்னிமனும் அவரது உதவியாளரும் காவல் நிலையத்திற்குக் கூட்டிச் செல்லப்பட்டார்கள். அவரது வழக்கறிஞருடன் தொலைபேசியில் பேச அனுமதிக்கவில்லை. அது மட்டுமல்ல. உணவோ, குடிக்கத் தண்ணீரோகூடக் கொடுக்கவில்லை. என்றாலும் அவர்கள் கைதுசெய்யப்பட்ட செய்தி, நாளிதழின் அலுவலகத்தை எட்டியது. உடனே அங்கிருந்து சக ஊழியர்கள் சிலர் காவல் நிலையத்திற்கு வந்தனர். காலை 2.30 மணிக்கு ரூபாய் 500 கட்டிய பின் அவர்களுக்கு ஜாமீன் கிடைத்தது.

இந்த வழக்கு நீதிமன்றத்திற்கு வந்தபோது, ஹார்னிமன் தானே வாதம் செய்ய முடிவுசெய்தார். அவர் போலீசார் கொண்டு வந்த சாட்சிகளை இறுக்கமாகக் குறுக்கு விசாரணை செய்து, தான் பணியின் நிமித்தம். அந்த இடத்திற்கு ஒரு பத்திரிகை ஆசிரியராகச் சென்றதாகக் கூறினார். கடந்த இரண்டு மாதங்களாகத் தான் இந்தச் சூதாட்டத் தீமைகளைப் பற்றி எழுதி வந்ததாகவும், போலீசார் சூதாட்டத்தை ஒழிக்க நடவடிக்கை எடுக்க வற்புறுத்தி எழுதியதாகவும் கூறினார். தனது பத்திரிகைப் பணியில் அவர் பல முறை இந்தச் சூதாட்டம் நடக்கும் இடங்களுக்குச் சென்றதாகவும் அங்கே சூதாட்டம் எவ்வித பயமுமின்றி, போலிஸார் தலையீடு ஏதுமின்றி நடக்கிறது என்று சொன்னார்.

இழுத்தடிக்கப்பட்ட இந்த வழக்கு, மூன்று மாதங்களுக்குப் பின் ஹார்னிமன், அவரது உதவியாளர் விடுதலையில் முடிந்தது. நீதிபதி சர் ஹோர்மஸ்தியார் தஸ்தூர் (Sir. Hormuzdiar Dastur) ஹார்னிமனைக் கைதுசெய்த விதத்திற்காகவும், இம்மாதிரியான வழக்கில் ரூபாய் ஐந்து போதுமானபோது ஐநூறைப் பிணையாகக் கேட்டதற்காகவும் போலீசாரைக் கடிந்துகொண்டார். புகழ் பெற்ற ஒரு பத்திரிகையாளரை இம்மாதிரி நடத்தியிருக்கக் கூடாது என்றார். அது மட்டுமல்ல; ஆவணங்களைப் பரிசீலித்துவிட்டு, ஹார்னிமன் தகுந்த நியாயத்தோடுதான் சூதாடும் இடத்திற்குச் சென்றிருந்தார் என்பதில் சந்தேகமே இல்லை என்றார்.[24]

இந்தச் சூதாட்ட வழக்கு போன்று பல வழக்குகளுக்காக ஹார்னிமன் பம்பாய் நீதிமன்றத்திற்குச் சென்றிருக்கிறார். கடந்த இருபது ஆண்டுகளில், அவர் பாம்பே கிரானிக்கிள், ஹெரால்ட், செண்டினல் போன்ற இதழ்களில் ஆசிரியராக

இருந்தபோது அவரது எழுத்துக்களால் பாதிக்கப்பட்டோரால் அவர் மீது பல சிவில், கிரிமினல் வழக்குகள் தொடரப்பட்டன. அவருக்காக வாதாடிய ஒரு வழக்கறிஞர் இவ்வாறு கூறினார்:

> சட்டத்திலிருக்கும் ஏதாவது ஓட்டையைச் சாக்காகக் காட்டி வழக்கிலிருந்து ஹார்னிமன் ஓட மாட்டார். தீரமாக நின்று தனது வாதத்தை முன்வைப்பார். அவரது தலையங்கங்களைச் சாடி அவருக்கு எதிராகத் தொடுக்கப்பட்ட கிரிமினல் வழக்குகள் போல் வேறெங்கும் காண்பதரிது. அவரது வழக்கறிஞர்கள் பயந்து போய்ப் பின்னடைந்தாலும் ஹார்னிமன் அசராமல் பேசுவார். ஒரு முறை பம்பாயின் ஆறு பத்திரிகைகளுக்கு எதிராக வழக்கு தொடுக்கப்பட்டபோது, மற்ற ஆசிரியர்கள் அவசர அவசரமாக ஒரு 'விளக்கம்' எழுதிக் கொடுத்தனர். அது உண்மையில் மன்னிப்புக் கடிதம்தான். ஆனால் ஹார்னிமன் மசியவில்லை. நீதிபதிக்குச் சட்ட நுணுக்கத்தைச் சொல்லித்தர முற்பட்டார். வக்கீலுக்கு அவர் நல்ல கட்சிக்காரர்தான். ஆனால் அவருக்காக வேலை செய்வது சிரமமான காரியம்.[25]

V

இந்தக் காலகட்டத்தில் ஹார்னிமன் அரசியல் ரீதியாக காங்கிரஸுடன்தான் இருந்தார். அதிலும், ஜவஹர்லால் நேரு, மினு மசானி, கமலாதேவி சட்டோபத்யாயா வழி நடத்திய சோஷலிசக் குழுவால் ஈர்க்கப்பட்டிருந்தார். ஜவஹர்லால் மோதிக்கொண்டிருந்த கட்சியிலுள்ள பழமைவாதிகளை ஹார்னிமன் தாக்குவதுண்டு. 1935ஆம் ஆண்டு ஒரு பொதுக் கூட்டத்தில், "நாட்டு மக்கள் யாவரையும் காங்கிரஸ் பிரதிநிதித்துவப்படுத்தாவிட்டால், அதனுடைய திட்டங்களும், கொள்கைகளும் வெகு மக்களால் முடிவு செய்யப்படாவிட்டால், சுதந்திரத்தை நாம் அடையவே முடியாது. ஏன்... டொமினியன் அந்தஸ்து கூடக் கிட்டாது. முக்கியமாக விவசாயிகளின் ஆதரவை காங்கிரஸ் பெற வேண்டும்."[26]

இம்மாதிரி கொள்கையுடைய ஆசிரியரைக் கொண்ட பாம்பே செண்டினல் இதழ், பம்பாயில் பிரம்மாண்டமான வீடுகள் வைத்திருந்த பல இந்திய சமஸ்தான மன்னர்களின் டாம்பீக வாழ்வு முறை பற்றிக் கண்டித்து எழுதியது. 1938ஆம் ஆண்டு கோடையில் தான் பட்டத்திற்கு வந்து 50ஆவது ஆண்டு விழாவை விமரிசையாகக் கொண்டாட ஏற்பாடுகள் செய்துகொண்டிருந்த பிக்கானீர் மகாராஜா கங்கா சிங்கைத் தாக்கி எழுதியது. இந்தியாவிலிருந்த சுமார் 500 ராஜாக்களில் கங்கா சிங் முக்கியமான ஒருவர். 1919இல் அவர் இந்தியாவின்

சார்பாக வெர்சே ஒப்பந்தத்தில் (Treaty of Versailles) கையெழுத்திட்டவர். (ஜெர்மனிக்கும் நேசநாடுகளுக்குமான போரை நிறுத்தியது இந்த ஒப்பந்தம்.) இந்திய மகாராஜாக்கள் குழுவின் தலைவராகப் பலமுறை பணியாற்றியிருக்கிறார். இவ்வளவு பெரிய பொறுப்புகளில் இருந்திருந்தாலும் அவரது கொள்கைகள் மிகவும் பிற்போக்குத்தனமாக இருந்தன. ஹார்னிமன் ஒரு தலையங்கத்தில் இவரைப் பற்றி எழுதினார். "இவர் மிகவும் பிற்போக்குத்தனமான, பாசிச மகாராஜாவாக ஆகிவிட்டார். சமஸ்தானத்தின் ஒன்றில் ஐந்து பங்கு நிதி, மகாராஜாவிற்கும் அரண்மனைச் செலவிற்கும் போகிறது., விவசாயிகள் கடன் சுமை, சமூக நிவாரணம், கிராமப் புனருத்தாரணம் போன்றவை எவ்விதக் கவனிப்பும் பெறுவதில்லை" இப்போது புதிதாக 50ஆவது ஆண்டு விழாவிற்கென ஒவ்வொரு குடிமகன் மேலும் ஒரு வரியைப் போடுகிறார்கள். மகாராஜாவின் ஆடம்பர வாழ்விற்கான செலவை ஏற்கெனவே இந்த வரி. சிறையிலிருக்கும் கைதிகள் வதைக்கப்படுவதாகச் செய்திகள் வருகின்றன. சிலர் அடிபட்டே சாகிறார்கள்."

தலையங்கம் பின்வருமாறு முடிந்தது: "இந்த விழாவை காங்கிரஸ் புறக்கணிக்க வேண்டும். இந்த நிகழ்விற்கு எதிராகப் பிரச்சாரம் செய்து போராட வேண்டும். அப்படிச் செய்து இந்த ராஜா தன் சுரண்டலை நிறுத்தச் செய்ய வேண்டும். அல்லது இந்திய அரசு இந்த சமஸ்தானத்தின் நிர்வாகத்தில் தலையிட்டு அம்மக்களைக் கொடுங்கோல் ஆட்சியிலிருந்து காப்பாற்ற வேண்டும்."[27]

இந்தத் தலையங்கம் முகப்புப் பக்கத்திலிருந்தது. உள்ளே மற்ற பக்கங்களில் சமஸ்தானத்தில் நடக்கும் அடக்குமுறை ஆட்சி பற்றி நிருபர் ஒருவர் அங்கிருந்து அனுப்பியிருந்த விவரமான அறிக்கை வெளியாகியிருந்தது. தொடர்ந்து வந்த வாரங்களில் பிக்கானிரில் நடக்கும் அநியாய ஆட்சி பற்றிய செய்திகள் வெளியிடப்பட்டன. காங்கிரஸ் தலைவர் ஜவஹர்லால் நேரு இதில் தலையிடுமாறு இந்த இதழ் கேட்டுக்கொண்டது.

பாம்பே செண்டினல் இதழில் கட்டுரைகள் உரையாடல் போல் எளிமையாக எழுதப்பட்டிருந்தன. தீவிரமான தலையங்கங்களுடன், அந்த இதழில் ஹார்னிமன் Twilight Twitters என்ற தலைப்பில் எழுதிய பகடை செய்யும் கட்டுரைகளும் இருந்தன. இந்தப் பத்திரிகையின் உள்ளடக்கத்தில் அரசியல் நிறையவே இருந்தது. அன்றைய பொதுவாழ்வில் இருக்கும் சிலரைத் தாக்கியும் அவர் எழுதினார்.

*1938*இல், சரியாக ஹார்னிமன் இந்தியா வந்து *பாம்பே கிரானிக்கிள்* நாளிதழுக்கு ஆசிரியராகப் பொறுப்பேற்று முப்பத்தைந்து ஆண்டுகள் கழித்து, ஜவஹர்லால் நேரு ஒரு நாளிதழ் துவங்க முடிவு செய்தார். நேரு அப்போது இந்திய அரசியலில் காந்திக்கு அடுத்த சிறப்பிடத்தைப் பெற்றிருந்தார். இந்த இதழ் நேருவின் சொந்த மாநிலமான ஐக்கிய மாகாணத்தின் தலைநகரான லக்னோவில் அச்சிடப்பட்டது. நேரு தனது நாளிதழுக்கு *நேஷனல் ஹெரால்ட்* (National Herald) என்று பெயர் வைத்தார். அப்பொழுது நின்றுபோயிருந்த *இண்டியன் நேஷனல் ஹெரால்ட்* இதழை நினைவூட்டிய இந்தப் பெயரை வைத்தது ஹார்னிமன் மேல் கொண்டிருந்த நல்ல அபிப்ராயத்தைக் காட்டியது.

VI

*1939*ஆம் ஆண்டு செப்டம்பர் *33*ஆம் தேதி, இங்கிலாந்து ஜெர்மனி மேல் போர் தொடுத்தது. அடுத்த நாள் மாலை ஹார்னிமன் தன் இதழில் எழுதினார்:

நீங்கள் நம்ப மாட்டீர்கள்.

சேம்பர்லின் போரை முடிக்க விரும்புகிறார். அவருடைய பழைய நண்பர் ஹிட்லரையும் தீர்த்துக்கட்டுவார். மிருகபலம், நம்பிக்கையின்மை, அநீதி, ஒடுக்குமுறை போன்றவை மற்றவரிடம் காணப்படும்போது பிரிட்டீஷார் இவற்றை எதிர்த்துப்போராடுவர்.

அதே நாள், ஹார்னிமன் எழுதிய தலையங்கம் “நாசிசம் ஒழிக்கப்பட வேண்டும்; இந்தப் போராட்டத்தில் உலகின் பல நாடுகளின் ஆதரவு இங்கிலாந்திற்கும் ஃபிரான்ஸிற்கும் இருக்கும். ஐரோப்பாவை ஹிட்லரின் இந்த மிருகத்தனமான சர்வாதிகாரத்திலிருந்து மீட்டுவிட வேண்டும்.” அதே சமயம், தனது கசப்பான அனுபவத்தை மனத்தில் வைத்து, “சென்ற உலகப் போரின் முடிவில் மக்களாட்சிக்குத் துரோகமிழைத்ததுபோல மறுபடியும் நடந்து விடக்கூடாது” என்று எழுதினார். லின்லித்கோ பிரபுவின் ஒப்புதல் இன்றி இந்தியாவைப் போரில் ஈடுபடுத்தியதைத்தான் ஹார்னிமன் இவ்வாறு குறிப்பிட்டார். தலையங்கம் பின்வருமாறு தொடர்ந்தது;

> இரண்டாவது முறையாக ஐரோப்பாவைப் பாதுகாக்க இந்தியர்கள் போரிட்டு உயிர்த் தியாகம் செய்ய வேண்டுமென்று எதிர்பார்க்கும் பிரிட்டீஷ் அரசு, அவர்களது நெடுநாள் கோரிக்கையான முழுச் சுதந்திரத்தைத் தர

> எவ்வித முயற்சியும் எடுக்காமல் இருக்கிறது. பிரிட்டனின் இந்த முக்கியமான வரலாற்றுத் தருணத்தில் அவர்கள் இந்தியர்களின் நல்லெண்ணத்தைப் பெற எதுவும் செய்யாதது வியப்பளிக்கிறது.[28]

போர் முடிந்தவுடன் இந்தியாவிற்குச் சுதந்திரம் அளிக்க உறுதியளித்தால், போர் முயற்சிகளை ஆதரிப்பதாக காந்தியும் காங்கிரஸாரும் வைஸ்ராயிடம் கூறினார்கள். ஹார்னிமன் இந்த நிலைப்பாட்டை முழுமையாக ஆதரித்தார். "ஜெர்மானியப் படையெடுப்பால் பாதிக்கப்பட்டோரை இந்தியா முழுமையாக ஆதரிக்கிறது. இதற்காக பிரிட்டீஷ் அரசிற்கு உதவத் தயாராக இருக்கிறது" என்று எழுதினார். அதே சமயம்,

> முதலில் தங்களது சுதந்திரத்தை அடைய வேண்டிய கடமை இந்தியர்களுக்கு இருக்கிறது. நாட்டுப் பற்றுடைய ஒவ்வொரு இந்தியனின் முதல் கடமையான இதைப் புறந்தள்ளிவிட முடியாது. தெளிவற்ற உறுதிமொழிகளை நம்ப முடியாது. டோரி கட்சி அரசியல்வாதிகள் எந்தக் கொள்கைகளுக்காகப் போரிடுகிறார்களோ அதில் இந்தியாவின் விடுதலையும் இருக்கிறதா என்று இந்தியர்கள் தெரிந்துகொள்ள வேண்டும்.[29]

அக்டோபர் 17ஆம் தேதி போர் முடிந்த பின் இந்தியாவிற்கு என்ன நடக்கும் என்பது பற்றித் தெளிவில்லாத அறிக்கை ஒன்றை வெளியிட்டார். "இந்தப் போரில் ஜெர்மனி தோற்றால், பிரிட்டீஷ் அரசு இந்தியாவின் கட்சிகளுடனும் மக்களுடனும் மகாராஜாக்களுடனும் 1935 இந்திய அரசு சட்டத்தில் (The Government of India Act of 1935) தேவையான மாற்றங்கள் நடத்தப் பேச்சு நடத்தும்" என்று அறிக்கை கூறியது.

லின்லித்கோவின் அறிக்கைக்கு எதிர்வினையாக ஹார்னிமன் ஒரு கட்டுரை எழுதினார். "வெகுகாலம் அடைகாத்து, வைஸ்ராய் ஒரு சுண்டெலியை உருவாக்கியிருக்கிறார். இந்த அறிக்கையில் சரக்கொன்றும் இல்லை என்பதை நீண்ட வாக்கியங்களால் மறைக்க முடியவில்லை. 1935இல் இருந்ததிலிருந்து பிரிட்டீஷ் அரசின் நிலைப்பாடு மாறவில்லை என்பதையே இந்த அறிக்கை காட்டுகிறது."

> இது சுயாட்சி மறுப்பேயன்றி வேறில்லை. பிரிட்டீஷ் அரசிடமிருந்து தெளிவான நிலைப்பாடு பற்றிய அறிக்கையை காங்கிரஸ் கேட்டுக்கொண்டதற்கு இந்த அவமானப்படுத்தும் பதில் கிடைத்துள்ளது. ஐரோப்பாவில் ஜனநாயகத்தைப் பாதுகாக்க நடக்கும் ஒரு போருக்காகத்

தனது பணம், வேறு மூலதனங்கள் இவற்றை இந்தியா தானமாகக் கொடுத்தால், இந்தியாவிலும் ஜனநாயகம் தழைக்க உறுதியளிக்க வேண்டாமா?

“எந்த விதமான குறைபாடும் இல்லாத சுயாட்சிக் கோரிக்கையை ஒட்டுமொத்த நாடும் ஆதரிக்கிறது. ஆனால் இந்த வைஸ்ராயின் அறிக்கை மறுபடியும் பிரிட்டீஷார் கடந்த ஐம்பது ஆண்டுகளாகப் பேசிவரும் சிறுபான்மையினரின் கோரிக்கைகள், அவர்களுக்குப் பாதுகாப்பு போன்றவற்றை மறுபடியும் எழுப்புகிறார்கள். இந்த உத்தி மூலம் தங்கள் அதிகாரத்தை இந்திய மக்கள்மீது நிலைநாட்டுகிறார்கள்.”[30]

பெருவாரியான காங்கிரஸ் தலைவர்கள், குறிப்பாக ஜவஹர்லால் நேரு, நாசிசத்தைத் தீவிரமாக எதிர்த்தார்கள். பிரிட்டீஷார் போரில் வெல்ல வேண்டுமென்று அவர்கள் விரும்பினார்கள். அதே சமயத்தில் பிரிட்டீஷாரின் இரட்டை நிலைப்பாட்டையும் வெறுத்தனர். மக்களாட்சியைக் காப்பாற்ற யதேச்சதிகாரத்திற்கு எதிராகப் போரிடுகிறோம் என்று சொல்லும் பிரிட்டீஷார், தங்களுக்குக் கீழே இருக்கும் காலனி களுக்கு சுயாட்சி தர வேண்டும் என்பதை உணரவில்லை.

1939ஆம் ஆண்டுமுதல் 1942வரை, காங்கிரஸும் பிரிட்டீஷ் அரசும் அரசியல் கண்ணாமூச்சி விளையாட்டில் ஈடுபட்டிருந்தார்கள்.

வைஸ்ராய்க்கும் அவரது ஆலோசகர்களுக்கும் அழுத்தம் கொடுக்க காங்கிரஸ் ‘தனிப்பட்டோர் சத்தியாக்கிரக’த்தைத் துவக்கியது. காந்தியின் உதவியாளர் மகாதேவ் தேசாய் தில்லிக்குச் சென்று வைஸ்ராயின் செயலரான கில்பர்ட் லெயித்வெயிட்டைச் (Gilbert Laithwaite) சந்தித்து பல நீண்ட உரையாடல்கள் நடத்தினார். ஆனால் வைஸ்ராய் அசைந்துகொடுக்கவில்லை. பிரிட்டனின் பிரதமராயிருந்த, ஏகாதிபத்திய வெறியரான வின்ஸ்டன் சர்ச்சில் வைஸ்ராயின் நிலைப்பாட்டிற்கு முட்டுக்கொடுத்தார்.

சர்ச்சில் அரசின் லேபர் கட்சியிலிருந்து பல முக்கியமான மந்திரிகள் இருந்தனர். இந்தியச் சுதந்திரத்திற்கு லேபர் கட்சி கருத்தளவில் முன்னரே ஒப்புக்கொண்டிருந்தது. 1942ஆம் ஆண்டு, இந்த மந்திரிகளில் ஒருவரான சர் ஸ்டாஃபோர்டு கிரிப்ஸ் (Sir Stafford Cripps) இந்தப் பிரச்சினையைத் தீர்த்துவைக்க இந்தியா வந்தார். காந்தி அவரைச் சந்திக்க வார்தாவிலிருந்து தில்லிக்குப் பயணித்தார். காந்தியைப் போலவே கிரிப்ஸும் இறை நம்பிக்கை கொண்டவர். துறவு வாழ்க்கை வாழ்பவர். மரக்கறி

உணவு உண்பவர். அவர்களுடைய சந்திப்பு பற்றி ஹார்னிமன் கிண்டலாக எழுதினார்.

சொன்னால் நம்ப மாட்டீர்கள்

காந்திஜி சர் ஸ்டாஃபோர்டுடன் அரசியல் பேசவில்லை ஆனால் தனது சாப்பாட்டு நம்பிக்கைகளைப் பற்றிப் பேசினார் காந்தி வாயைத் திறக்கவேயில்லை. தான் மௌன விரதமிருப்பதாகச் சொன்னார். செயலர் மகாதேவ் தேசாய், காந்தி தில்லியில் என்ன பேசினார், என்ன செய்தார் என்பதைப் பற்றி விலாவாரியாக எழுத பென்சிலைத் தீட்டிக்கொண்டிருப்பார்.[31]

அதே சமயம், ஹார்னிமன் ஒரு தலையங்கத்தில் கிரிப்ஸ் திட்டத்தைப் பற்றி எழுதினார். அரசியல் முட்டுக்கட்டையை நீக்க அது ஒரு "நேர்மையான, மனமார்ந்த முயற்சி" என்றார். ஆனால் "இந்தியர்களிடம் தங்களது நாட்டின் பாதுகாப்பை ஒப்படைக்க மறுப்பது அதன் ஒரு குறை."[32]

இந்தக் குறை நீக்கப்படும் என்று ஹார்னிமன் நம்பினார். ஆனால் அது நடக்கவில்லை, அரசின் குழுவில் பாதுகாப்புத் துறை உறுப்பினராக பிரிட்டீஷ் அரசைச் சார்ந்த ஒரு வெள்ளைக்கார அதிகாரிதான் இருக்க வேண்டும் என்று வைஸ்ராய் உறுதியாகக் கூறினார். கிரிப்ஸின் வரவு தோல்வி யுற்றது என்று மனம் நொந்து ஹார்னிமன் எழுதினார். பிரிட்டன், இந்தியா ஆகிய இரு நாடுகளையும் தான் நேசிப்பதாக எழுதினார். "வேற்று நாட்டுப் படையெடுப்பைப் பற்றி இந்தியர்களன்றி வேறு யார் கவலைப்படுவார்கள்? என்றாலும் சர் ஸ்டாஃபோர்டு இந்தியர்கள் கையில் கொடுத்தால் இந்தியாவின் பாதுகாப்பு பலவீனமாகிவிடும் என்கிறார். ஆகவே இந்த முயற்சி பிரிட்டீஷ் அரசினால்தான் தோல்வியுற்றது" என்று எழுதினார்;

> பிரிட்டன் பல இழப்புகளுக்கு ஆளாகியிருக்கிறது. அவர்களில் எல்லாவற்றிலும் கொடுமையானது இந்தியர்களின், ஒருமித்த, உற்சாகமான ஒத்துழைப்பை நழுவவிட்டதுதான். இதுவரைக்கும் பிரிட்டன் சந்தித்திராத தீர்க்கமான இழப்பு. இதை எளிதாகச் சமாளித்திருக்கலாம் என்று எழுதினார்.[33]

கூட்டாகச் சேர்ந்து சத்தியாக்கிரகம் செய்து பிரிட்டீஷாரை "வெள்ளையனே வெளியேறு" என்று சொல்வதைத்தவிர வேறு வழியில்லாமல் போய்விட்டது. 1942ஆம் ஆண்டு ஆகஸ்டு முதல் வாரம் காங்கிரஸ் தலைவர்கள் அகில இந்திய காங்கிரஸ் கமிட்டியின் ஒரு முக்கியமான கூட்டத்திற்காக பம்பாய் வந்தார்கள். கடைசி நிமிட ஒப்பந்தம் ஏதாவது ஏற்படலாம்

என்று ஹார்னிமன் எதிர்பார்த்தார். "ஐரோப்பிய நாடுகள் எப்படியாவது ஹிட்லரையும் அவரது நாசிக்களையும் வென்று தங்கள் சுதந்திரத்தைக் காப்பாற்ற விழையும்போது, இந்தியர்கள் அமைதியான முறையிலும் ஒத்துழையாமை இயக்கத்தின் மூலமும் கேட்கும் கோரிக்கைகள் முற்றிலுமாக நிராகரிக்கப்படுகிறது. காங்கிரஸ் அதிகாரத்தைக் கைப்பற்ற விரும்பவில்லை. காங்கிரஸ் தலைவர்கள், அதிகாரத்தை அரசு முஸ்லிம் லீகிற்குக் கொடுத்தாலும் நாங்கள் ஏற்றுக்கொள்கிறோம் என்கிறார்கள்" என்று ஒரு தலையங்கத்தில் எழுதினார். இது சுதந்திரப் போராட்டத்தில் முன்னிலையில் இருப்பவர்களின் நல்லெண்ணத்தையே காட்டுகிறது. இதேபோல பிரிட்டீஷ் அரசும் தங்களது நல்லெண்ணத்திற்கு அடையாளமாக இந்தியா மேலுள்ள பிடியைத் தளர்த்துமா?" என்று கேட்டார்.[34]

ஹார்னிமன் எழுதியவற்றைத் தில்லியிலிருந்த வைஸ்ராய் படித்திருக்க மாட்டார். படித்திருந்தாலும் அவற்றை ஏற்றுக்கொள்ளும் நிலையில் அவர் இல்லை. காந்தியும் அவரது சகாக்களும் கைது செய்யப்பட்டுச் சிறையில் அடைக்கப் பட்டார்கள். ஹார்னிமன் இதைக் கண்டு மனம் வருந்தினார். வைஸ்ராய்க்கு எழுதிய கடிதத்தில் காந்தி,"அமைதியான முறையில் பிரச்சினையைத் தீர்க்க எல்லா வழிகளையும் பரிசோதியுங்கள்" என்று கேட்டிருந்தார். அரசு அவரது வேண்டுகோளை ஏற்காமல் காந்தியையும் மற்ற தலைவர்களையும் கைதுசெய்தது. ஹார்னிமன் இந்தச் செயலின் விளைவுகளை நினைத்துக் கவலைப்பட்டார். அவர் தனது பத்திரிகையில் எழுதினார்.

> "இப்போதைய கேள்வி – எங்கே போகிறோம்?
>
> தங்களது சாத்வீகப்போராளி கைதுசெய்யப்பட்டதால் மக்கள் வன்முறையில் ஈடுபடலாம். அவர்கள் போராட்டத்தில் ஈடுபட்டு, அடக்க முடியாமல் போகலாம். அவர்களை அடக்கும் திறமை பெற்றவர் சிறையில் இருப்பதால், மக்கள் அச்சத்தின் தாக்கத்தால் எது வேண்டுமானாலும் செய்யலாம். மாணவர்கள் கல்வியைக் கைவிட்டுவிடலாம். பத்திரிகைகள் நிறுத்தப்படலாம். அரசு அதிகாரிகள் வேலையை நிறுத்தலாம். போர் முயற்சிகள் மோசமாகலாம். போலீஸ் எரிச்சலடையலாம்."[35]

என்ன நடந்திருக்கிறது என்பதை ஹார்னிமன் அறிந்திருந்தார். அவரது இளம் ஆதரவாளர்கள் காந்தியின் கைதால் கோபமடைந்தனர். காந்தியின் கைதைத் தொடர்ந்து பம்பாயில் ஏற்பட்ட கலவரம், தீ வைத்தல் இவற்றைக் கண்டித்தார். இதை எந்த காங்கிரஸாரும் கண்டிக்கவில்லை என்பதைக் கண்டு

வருந்தினார். வெடித்த வன்முறையும், தலைவர்கள் அதைக் கண்டிக்காததும் சுயராஜ்யம் அடைவதைப் பாதிக்கும் என்றார்.[36]

காகிதம், அச்சு மை இவற்றின் பற்றாக்குறை, அரசின் தணிக்கைக் கெடுபிடி போன்ற பல பிரச்சினைகளை இந்தியாவில் பத்திரிகையாளருக்குப் போர் ஏற்படுத்தியது. 1942, அக்டோபர் மூன்றாம் வாரம் பம்பாயில் ஒரு கூட்டத்தில் பத்திரிகைச் சுதந்திரம் பற்றிப் பேசிய ஹார்னிமன் தணிக்கை பற்றிக் குறிப்பிட்டார். போர்க் காலத்தில் ராணுவம் சார்ந்த செய்திகளைத் தணிக்கை செய்ய வேண்டியதுதான். எதிரிக்குத் தேவையான தகவல்களை யாரும் கொடுக்கக் கூடாது. ஆனால் அத்தகைய தணிக்கை முறையை அரசியல் தளத்தில் கொண்டுவரக் கூடாது. அது மக்களுக்கு ஒரு சாராரின் செய்தியை மட்டும் கொடுக்கும். இந்த வேறுபாட்டைக் கண்டுகொள்ளாத அரசையும் தணிக்கை அதிகாரிகளையும் ஹார்னிமன் சாடினார்.[37]

காந்தியும் மற்ற தலைவர்களும் சிறையிலிருக்க, அரசியல் முனை அமைதியாக இருந்தது. ஆனால் ஹார்னிமன் சும்மாயிருக்க வில்லை. 1943 மே மாதம், தனது பத்திரிகையில் அலகாபாத் உயர் நீதிமன்றத்தின் தீர்ப்பு ஒன்றில் குற்றம்கண்டு எழுதினார். இதனால் வெகுண்ட அலகாபாத் நீதிபதிகள், ஐக்கிய மாகாண போலீசாரை, பம்பாய்க்குச் சென்று நீதிமன்ற அவமதிப்புக் குற்றத்திற்காக ஹார்னிமனைக் கைதுசெய்ய உத்தரவிட்டனர். போலீசார் பம்பாய் சென்று அவருக்கு அழைப்பாணை அனுப்பியபோது, ஹார்னிமன் பம்பாய் உயர் நீதிமன்றத்தை அணுகினார். அவருக்காகப் பிரபல வழக்கறிஞர் கே.எம். முன்ஷி வழக்காடினார். பம்பாய் நீதிபதிகள் பத்திரிகை ஆசிரியரைக் கைதுசெய்ய இவ்வளவு அவசரமாகச் செயல்பட்டதற்குத் தங்களது அலகாபாத் சகாக்களைக் கடிந்துக்கொண்டார்கள். அவர்கள் ஹார்னிமன் எழுதிய கட்டுரையைப் படித்துவிட்டு அதில் நீதிமன்ற அவமதிப்பு எதுவும் இல்லையென்று முடிவு செய்து, போலீசாரிடமிருந்து அவரை விடுவித்தனர். இந்த நிகழ்வு ஹார்னிமனுக்கு மக்களிடையே மேலும் மதிப்பைப் பெற்றுத் தந்தது.[38]

VII

ஹார்னிமன் இதழியல் உலகில் நுழைந்து ஐம்பது ஆண்டுகள் நிறைந்ததை ஒட்டி 1944ஆம் ஆண்டு ஜூலை மாதம், ஹார்னிமன் பொன்விழா நிதி துவக்கப்பட்டது. பொது மக்களிடமிருந்தும் இசை, நடன நிகழ்ச்சிகள் மூலமும் நிதி திரட்டப்பட்டது. பிரபல நடனக் கலைஞர் ராம் கோபால் ஒரு கச்சேரி நடத்திக் கொடுத்தார். இந்த நிதியின் தலைவர் பிரசித்தி பெற்ற

வழக்கறிஞர் சர் சிமன்லால் செதல்வாட். "ஹார்னிமன் இந்த நாட்டிலிருந்த ஆண்டுகளில் பத்திரிகைச் சுதந்திரத்திற்காகவும் மக்களின் சுதந்திரத்திற்காகவும் பல போராட்டங்களை நடத்தி யிருக்கிறார். நாட்டின் சகல சமூக மக்களும் ஒன்றிணைந்து நிதியைத் திரட்ட வேண்டும்" என்று செதல்வாட் வேண்டுகோள் விடுத்தார்.[39]

1944ஆம் ஆண்டு முடிவில் ஹார்னிமன் *பாம்பே செண்டினல்* இதழின் ஆசிரியர் பதவியிலிருந்து மூன்று மாதக் காலக் கெடு கொடுக்கப்பட்டு நீக்கப்பட்டார். அவருக்கு வயது எழுபதுக்கும் மேல் ஆகியிருந்தது; அது மட்டுமல்ல. இந்திய சுதந்திரம் பற்றிய பேச்சுகள் சீரிய முறையில் நடந்துகொண்டிருந்த இந்தத் தருணத்தில் அந்த இதழின் மேலாளர்கள் இளைஞர் ஒருவரிடம் பொறுப்பை ஒப்படைக்க விரும்பினர். ஹார்னிமனின் நண்பர்கள் சிலர் அவரை நீதிமன்றத்தை நாட ஆலோசனை கூறினர். அவரும் பம்பாய் உயர் நீதிமன்றத்தை நாடினார். தான் ஒரு மாதம்கூடத் தனக்கு உரிய சம்பளத்துடன் கூடிய விடுப்பில் சென்றதில்லை. ஒப்பந்தத்தின்படி வருடத்திற்கு ஒரு மாதம் அவருக்கு விடுப்பு உண்டு. ஆகவே பணியிலிருந்து நீக்கப்படும்போது குறைந்தபட்சம் தனக்குப் பன்னிரண்டு மாதச் சம்பளம் கொடுக்கப்பட வேண்டும் என்று விண்ணப்பம் கொடுத்தார். ஆனால் பத்திரிகை நிர்வாகம் இதை மறுத்தது. அவர் ஒப்புக்கொண்டபடி அவருக்குத் தொகை கொடுக்கப்பட்டுவிட்டது என்றனர்.[40]

ஹார்னிமனுக்கு வேலையுமில்லை. ஓய்வூதியமும் இல்லை. ஆனால் ஆதரவாளர்கள் அவரது பொன்விழாவிற்காகத் திரட்டிய நிதி 35,000 ரூபாய் அவரிடம் இருந்தது. அவர் வாழ்வில் முதன்முறையாக அவருக்குச் செல்வதற்குப் பணியிடம் ஏதுமில்லை. அவர் *பாம்பே செண்டினல்* இதழை விட்டுப் பிரிந்த பிறகு, 1945, 1946ஆம் ஆண்டுகளில் அவர் வாழ்வில் என்ன நடந்தது என்று தெரியவில்லை. ஆகஸ்டு 1947இல் இந்திய சுதந்திரத்தை அவர் எவ்வாறு வரவேற்றார் என்ற விவரமும் நம்மிடம் இல்லை. ஆனால் அவர் முன்னர் நடத்திய *பாம்பே கிரானிக்கிள்*, *பாம்பே செண்டினல்* இரு இதழ்களும் அவர் 1948ஆம் ஆண்டு அக்டோபர் 11ஆம் தேதி கடும் வயிற்றுப்போக்குடன் மரினா சானடோரியம் மருத்துவமனையில் சேர்க்கப்பட்டதைப் பதிவு செய்தன. 14ஆம் தேதி அவருக்கு மாரடைப்பு ஏற்பட்டு நினைவிழந்தார். 16ஆம் தேதி காலை 4.30 மணிக்குக் காலமானார்.

அவர் அதிகாலையில் இறந்ததால், அன்றைய *பாம்பே கிரானிக்கிள்*, அதன் நிறுவனர், முந்தைய ஆசிரியர் ஹார்னிமனைப் பற்றிச் செய்தி அளிக்க முடியவில்லை. ஆனால் மாலை

வெளிவந்த *பாம்பே செண்டினல்* முகப்புப் பக்கம் முழுவதும் ஹார்னிமனைப் பற்றிய செய்திகள் நிரம்பியிருந்தன.

"ஹார்னிமன் மறைந்தார். இந்தியா மறக்க முடியாத சுதந்திரப் போராட்ட வீரர் அவர். அநீதிக்கும் சர்வாதிகாரத்திற்கும் எதிராக வாழ்நாள் முழுதும் போராட்டம் நடத்தினார். அவரது மறைவுச் செய்தி பம்பாய் நகரத்தின் இதயத்தை நொறுக்குகிறது."

பம்பாய் நகர மேயர், காங்கிரஸ் தலைவர் எஸ்.கே. பாடீல் உட்பட பலர் அனுப்பிய முகப்புப் பக்கத்தில் புகழுரைகளும் அஞ்சலிகளும் இருந்தன. இதழின் உள்ளே தலையங்கம் ஹார்னிமன் இனபேதத்தை எதிர்த்ததைப் பற்றிக் கூறியது. அவர் தன்னை இந்தியர்களோடு இணைத்துக்கொண்டு அவர்களுடன் சுயராஜ்யத்திற்காகப் போராடினார். அவரது சமரசம் செய்து கொள்ளாத மனப்பான்மை, பொன்னால் ஆன இதயம், சட்டத்தில் அவரது நிபுணத்துவம், விலங்குகள் பற்றிய அக்கறை, அவரது ஈர்க்கும் ஆளுமை இவை பற்றியும் அந்தத் தலையங்கம் கூறியது.[41]

அக்டோபர் 16ஆம் தேதி மாலை, ஹார்னிமனின் கடைசி ஊர்வலம் சேவ்ரி கல்லறைத் தோட்டத்திற்குச் சென்று கொண்டிருந்தபோது இந்தத் தலையங்கம் கொண்ட நாளிதழ் வழியில் வினியோகிக்கப்பட்டது. ஹார்னிமனுக்குப் பின் நாளிதழ் ஆசிரியராகப் பணியாற்றிய சையத் அப்துல்லா ப்ரெல்வி சவப்பெட்டி அருகே நடந்துவந்தார். சவப்பெட்டிக் குழிக்குள் இறக்கப்பட்ட பின், ப்ரெல்வி ஒரு உரையாற்றினார். "எந்த நாட்டின் விடுதலைக்காகப் பாடுபட்டாரோ, அந்த நாட்டின் மண்ணிலேயே புதைக்கப்படுவது ஹார்னிமனை மிகவும் மகிழ்வடையச் செய்திருக்கும். பல இந்தியர்கள் இந்நாட்டை நேசித்ததை விட ஹார்னிமன் நேசித்தார்."[42]

அடுத்த நாள் *பாம்பே கிரானிக்கிள்* ஹார்னிமனின் "அரிய, கதராடையணிந்த , காந்தித் தொப்பியுடன், வெள்ளைக் கதர் சால்வை போர்த்திய உருவப்படத்தை வெளியிட்டது. பல அஞ்சலிகளையும் வெளியிட்டது. மூத்த இதழாளர் ஜம்னாதாஸ் துவாரகாதாஸ், இந்தியாவிற்காகப் பாடுபட்டதில் மேலை நாட்டவரான அன்னி பெசன்ட், சி. எஃப். ஆண்ட்ரூஸ் இருவரின் சேவைக்கு ஈடானது ஹார்னிமனின் பணி என்றார். அடுத்த நாள் அந்த நாளிதழ் 'ஒரு மாபெரும் இதழாளர்' என்ற தலைப்பிட்டு இன்னொரு தலையங்கம் எழுதியது. அதை ப்ரெல்விதான் எழுதியிருப்பார். ஹார்னிமன் முதல் முதலாக, 1913முதல் 1919வரை அந்த இதழின் ஆசிரியராக இருந்த

காலத்தை நினைவுகூர்ந்தார். "அவரது ஒப்பற்ற திறமைகளாலும், மனவுறுதியாலும், ஒரு பிரிட்டீஷ்காரராக அவர் மற்ற பிரிட்டீஷ்காரர்களுடன் இந்தியா அவர்களது பொருளாதார, அரசியல் பிடியிலிருந்து விடுதலை பெறப் போராடினார். அவர் இந்தியர்களை மனமார நேசித்தார். இந்தியாவிற்கும் அதன் மக்களுக்கும் அவர் பல இந்தியத் தலைவர்களைவிடத் தீவிர அர்ப்பணிப்புடனும் திறமையுடனும் சேவை செய்தார்."[43]

ஹார்னிமனுக்காக மதராஸின் *ஹிந்து*, கல்கத்தாவில் *ஹிந்துஸ்தான் ஸ்டாண்டர்ட்*, *அம்ரித பசார் பத்ரிக்கா* போன்ற இதழ்கள் இரங்கல் செய்திகளை வெளியிட்டன. டில்லியிலிருந்து வெளியாகும் *ஹிந்துஸ்தான் டைம்ஸ்* ஒரு தலையங்கம் எழுதியது. "75ஆவது வயதில் காலமான ஹார்னிமன் இந்தியாவைத் தம் நாடாக ஏற்றுக்கொண்ட வெகு சில பிரிட்டீஷ்காரர்களில் ஒருவர். பம்பாயின் கண்மூடாக் காவலாளி. இந்திய இதழாளர்களில் உன்னதமானவர்." அவர் முதலில் பிரிட்டீஷ் அரசை ஆதரித்த *ஸ்டேட்ஸ்மன்* நாளிதழில் பணிசெய்ய வந்தாலும், அவர் இந்திய அரசியலில் ஈடுபாடு கொண்டது, பின்னர் பம்பாய்க்குச் சென்றது, அவர் நாடு கடத்தப்பட்டதும் திரும்பி வந்தது, அவர் சந்தித்த எண்ணற்ற வழக்குகள் இவற்றைப் பற்றித் தலையங்கம் பேசியது. அவரிடம் பணம் இல்லாமல் இருந்தாலும் அவர் யாருக்கும் தலைவணங்கவில்லை. காந்தியின் மகனான தேவதாஸ் தான் ஆசிரியராக இருந்த *ஹிந்துஸ்தான் டைம்ஸ்* இதழில் ஹார்னிமன் பற்றி ஒரு இரங்கல் கட்டுரை எழுதினார்.

> ஹார்னிமன் தீவிர எழுத்தாளர். அவரது கையில் பேனா செயற்பாட்டுக்கான உபகரணம். அழகான எழுத்துக்களை எழுதுவதற்கானதல்ல. அவரது எழுத்தின் தீர்க்கமான தொனியிலும் மன உறுதியிலும் அவர் டபிள்யூ. டி. ஸ்டெட் (W.T. Stead) போலிருந்தார். அவர் ஒரு உன்னதமான இதழாளர் மட்டுமல்ல. தன்னைச் சுற்றி இளைஞர் கூட்டத்தை ஈர்த்து அவர்களிடம் தனது சிந்தனைகளை விதைப்பதில் வல்லவர். பம்பாய் நகரத்தின் நினைவில் அவர் எப்போதும் இருப்பார். இந்தியாவின் விடுதலைக்கும், பத்திரிகைச் சுதந்திரத்திற்கும் தனது திறமைகளை அர்ப்பணித்ததற்கு நாடு அவருக்கு எப்போதும் கடமைப்பட்டிருக்கும்.[44]

ஒரு ஆசிரியரின் மறைவைப் பத்திரிகைகள் இந்த அளவு கவனித்து, அதிலும் அவர் பணி செய்திராத இதழ்கள்கூட, அவரது பங்களிப்பைப் போற்றியது இதுவே முதல் தடவை. அதற்குப் பின்னரும் அம்மாதிரியான நிகழ்வு நடக்கவில்லை.

VIII

ஹார்னிமனின் சொந்த வாழ்க்கை பற்றி ஒன்றும் சொல்லாமல் அவர் கதையை என்னால் முடிக்க முடியாது. அவரது பொது வாழ்வு போலவே தனி வாழ்வும் வழக்கத்திற்கு மாறானதாக இருந்தது. அவர் ஒரு தன்பாலின ஈர்ப்பாளர். இது அவரது நண்பர்களுக்கும், சக ஊழியர்களும் வேறு சிலருக்கும் தெரிந்திருந்தது. 1916இலேயே அன்னி பெசன்ட் இவரைப் பற்றி எழுதிய ஒரு கட்டுரையில் இந்தத் தகவலை சூசகமாகத் தெரிவித்திருந்தார். பம்பாயில் ஒரு ஆங்கிலப் பத்திரிகை "ஹார்னிமனுக்கு எதிராக அசிங்கமான குற்றச்சாட்டுகளை முன்வைத்தது." போலீசாரும் அரசு அதிகாரிகளும் இதை நம்பினார்கள் என்றார் அம்மையார். அதைப் பற்றி அவர் எழுதியதாவது

> "இந்திய அரசு செய்யும் செயல்கள் பிரிட்டனுக்குக் கெட்ட பெயரைப் பெற்றுத்தரும் என்று உணர்ந்து அதை எதிர்க்கும் ஆங்கிலேயர் ஹார்னிமன். ஆகவே சில ஆங்கிலப் பத்திரிகைகள் அவரை எதிர்க்கின்றன. அவரது பத்திரிகை இந்த ஆங்கிலேயர்களுக்கு எரிச்சலூட்டுகிறது. ஆகவே அவரைத் தீர்த்துக்கட்டப் பார்க்கிறார்கள்."[45]

1916இல் அம்மையார் எழுதியதை, ஹார்னிமன் 1948இல் இறந்த பிறகு எழுதப்பட்ட ஒரு 'வாழ்க்கைக் குறிப்பு'டன் ஒப்பிட்டுப் பார்க்கலாம்.

> ஹார்னிமன் வாழ்வை நேசித்தார். வாழ்வதை அனுபவித்தார். ஒரு இளவரசன்போல் வாழ்ந்தார். ஒரு நல்ல திரைப்படத்தையோ, நடனத்தையோ விட்டுவிட மாட்டார். கிழக்குப் பகுதியில் ஹார்னிமன் ஒப்பற்ற கலை விமர்சகராகத் திகழ்ந்தார் என்பது பலருக்குத் தெரியாது. ரஷ்ய நடனமணி பாவ்லோவா இந்தியாவிற்கு வந்தபோது, அவரது நடனத்தை விமர்சித்து ஹார்னிமன் எழுதியது சிறந்ததாகக் கருதப்பட்டது. பிரம்மச்சாரியாக இருந்த ஹார்னிமன் மரக்கறி உணவுதான் சாப்பிட்டார். மது அருந்த மாட்டார்.[46]

அவரைப் பற்றிய இந்தக் குறிப்புகள் சூசகமாக இருந்தன. அவர் காலமாகிப் பல ஆண்டுகளுக்குப் பிறகு அவரைப் பற்றி எழுதிய ஒரு இந்திய இதழாளர் அவர் தன்பாலின ஈர்ப்பாளர் என்று சிலர் நினைத்தார்கள் என்று எழுதினார்.[47] அவர்கள் நினைத்தது உண்மைதான். ஆனால் அவரைப் பற்றி வேறெதுவும் நமக்குத் தெரியாது. அவருக்கு ஒரு துணைவர் அல்லது பல துணைவர்கள் இருந்தார்களா? அவர்கள் இந்தியர்களா? அரசியலில்

தீவிரமாக ஆழ்ந்திருந்த ஒருவருக்கு இம்மாதிரி அழகியலுக்கும் கலைக்கும் இருந்த உணர்வுத்திறன் அவரது பாலியல் பண்பின் ஒரு அடையாளமா? 1926இல் அவர் எனது 'நல்ல அம்சங்களை' மட்டும் நினைவில்கொண்டு, 'பலவீனங்களை மறந்து விடுங்கள்' என்று கூறியது அவரது அரசியல் வாழ்க்கைக்கு அப்பாற்பட்ட பரிமாணங்களைக் குறிப்பிட்டதா என்று நமக்குத் தெரியாது. 1920களில் அவர் இந்தியாவிற்குத் திரும்பத் தீவிரமாக முயன்றுகொண்டிருந்தது அரசியல் நோக்கம் கொண்டதா அல்லது பத்திரிகை நடத்தும் ஆர்வமா அல்லது பம்பாயில் அவருக்கு ஒரு காதலன் இருந்தாரா? அவருடன் மறுபடியும் சேர ஹார்னிமன் விரும்பினாரா?

காந்தியும் கிரிப்ஸும் 1942

இந்தக் கேள்விகளுக்குப் பதில் கிடையாது. யூகித்துக்கொள்ள வேண்டியதுதான். ஆனால் அவரது பொது வாழ்க்கை பற்றி ஆதாரப்பூர்வமான விவரங்கள் கிடைக்கின்றன. சந்தேகமில்லாமல் பம்பாயில் மிகவும் போற்றப்பட்ட ஆங்கிலேயர், இந்தியாவில் மிகவும் மதிக்கப்பட்ட பத்திரிகையாளர்.

அவர் இறந்து சிறிது நாட்களில், அவரது ஆதரவாளர் ஒருவர் ஹார்னிமனின் நினைவைப் போற்றப் பத்திரிகையாளர்களுக்கு ஒரு குடியிருப்பு கட்டி அதற்கு அவர் பெயரைச் சூட்ட வேண்டும் என்றார்.[48] ஆசியாட்டிக் சொசைட்டி (Asiatic Society)க்கு முன்புறம் இருந்த, இருக்கைகள் கொண்ட, மரங்களடர்ந்த எழிலார்ந்த பூங்கா ஒன்றிற்கு ஹார்னிமன் சர்க்கிள் என்று அவரது பெயர் சூட்டப்பட்டது. இன்று ஒரு சிலருக்குத்தான் அவர் அந்த நகரத்திற்கு என்ன செய்தார் என்பது தெரியும் என்றாலும் நகரின் வரலாற்றுப் புகழ் பெற்ற ஒரு இடம், பங்குத் தரகர்கள் ஒரு ஆலமரத்தடியில் கூடிய இடம், நண்பர்களும் காதலர்களும் சந்தித்துக்கொள்ளும் இடத்திற்கு ஹார்னிமன் நடந்து திரிந்து, பறவைகளுக்குத் தீனி போட்டபடியே எழுத வேண்டிய தலையங்கத்தைப் பற்றி யோசித்துக்கொண்டிருந்த இடம் இன்று அவரது பெயரைத் தாங்குகிறது.

10

தனிப்பயணம்

மீரா பென் தனது பண்ணையில்.

I

1934ஆம் ஆண்டு நவம்பர் மாதம் காந்தியடிகளின் சுவீகாரப்புத்தரி மீரா பென் இங்கிலாந்து, அமெரிக்கச் சுற்றுப்பயணத்திலிருந்து திரும்பி வந்தார். இப்போது காந்தி தனது சீடரான தொழிலதிபர் ஜம்னாலால் பஜாஜின் சொந்த ஊரான வார்தாவில் இருந்தார். அகில இந்திய கிராமத் தொழில் சங்கத்திற்கு (All India Village Industries Association) பஜாஜ் நன்கொடையாக அளித்த ஒரு கட்டடத்தில் காந்தி தற்காலிகமாக வசித்துவந்தார். இங்கே மீரா வந்தார். அவர் எழுதினார்

சபர்மதி ஆசிரமத்தில் இருந்த ஒரு சிலர் இங்கிருந்தனர். ஆனால் வித்தியாசமான சிலர், குறுக்குப் புத்தியுள்ளவர்கள்,

காந்தியைச் சுற்றியிருந்தனர். இட நெருக்கடி இருந்ததால் இங்கே அமைதியில்லை. அந்தச் சூழலிலிருந்து தப்பவும் முடியவில்லை. இரவிலும் தொல்லைதான். ஒருவருக்குத் தூக்கத்தில் நடக்கும் வியாதி. இன்னொருவருக்கு வலிப்பு. அவர் நடப்பவரைப் பிடிக்க முயற்சிப்பார். ஆகவே நடு இரவில் ரத்தத்தை உறைய வைக்கும் கூக்குரல்கள் கேட்கும். நிலைமை இவ்வாறு இருந்தும் காந்தி தனது வேலையைத் தொடர்ந்து கொண்டிருந்தார்.[1]

மீரா அந்த இடநெருக்கடியில் இருக்க விருப்பமில்லாமல் கிராமப்புறத்தில், சுற்றுப்புறச் சுத்தம் பற்றி எடுத்துக் கூறுவதற்காகப் பயணிக்கத் தொடங்கினார். மாட்டுவண்டியில் செல்ல விரும்பாமல் சிறிய உள்ளூர் மட்டக் குதிரை ஒன்றை வாங்கினார். இது அவர் இங்கிலாந்தில் கிராமப்புறத்தில் சவாரி செய்த ஜாதிக் குதிரையைவிடச் சிறியது. ஆனால் அவர் தேவைக்கு இது பொருந்தியது. அப்போது காந்தி ஒரு புதிய ஆசிரமத்திற்கு இடம் தேடிக்கொண்டிருந்தார். மீரா தானும் பார்த்துக் கொடுப்பதாகச் சொன்னார். நாட்டுப்புறத்தில் சவாரி செய்தபோது "நல்ல காற்று, நன்னீர், குன்றுகள், காடுகள், சிறு கிராமங்கள் ஆகியவற்றைக் காண முடிந்தது. ஆனால் ஆசிரமத்திற்கேற்ற இடத்தைக் கண்டறிவது சிரமமாக இருந்தது."[2]

இறுதியாக ஒரு பொருத்தமான இடம் கிடைத்தது. செகோன் கிராமத்தில் பஜாஜுக்கு நிலமும் ஒரு பழத்தோட்டமும் இருந்தன. இதைக் காந்திக்கு மகிழ்வுடன் கொடையாக அளித்தார். காந்திக்கென்று ஒரு குடிசை கட்டப்பட்டது. ஆனால் மீராவிற்கு இல்லை. மீரா தன்னைச் சொந்தம் கொண்டாடுவது அவருக்குப் பிடிக்கவில்லை. இரண்டாவது, மீரா சுதந்திரமாகச் செயல்பட வேண்டுமென்று காந்தி விரும்பினார். மீரா அருகிலிருந்த வரோடா கிராமத்தில் தங்கினார். வாரம் ஒரு முறை காந்தியைச் சந்திக்க வருவார். மற்றபடி தனியாகச் செயல்பட்டார்.

தான் எப்போதும் அவர் பக்கத்திலேயே இருக்க அனுமதிக்க வேண்டும் என்று கெஞ்சி மீரா காந்திக்குப் பல கடிதங்கள் எழுதினார். "என்னுடைய உண்மையான சுயவெளிப்பாடு, அத்துடன் எனது மகிழ்ச்சி, மன அமைதி ஆகியவற்றை உங்கள் சேவையில்தான் நான் கண்டடைய முடியும்."[3] தனக்காகப் பரிந்து பேசும்படி காந்தியின் செயலர் மகாதேவ் தேசாயிடன் கேட்டுக்கொண்டார். மீரா தன்னம்பிக்கையை வளர்த்துக்கொள்ள வேண்டுமென்று அறிவுறுத்தினார்கள். ஆனால் மீராவிற்கு மலேரியா தொற்றியது. காந்தி ஒரு மாட்டு வண்டியில் வந்து அவரைக் கூட்டிச்சென்றார். ஆனால் சிறிது நாட்களிலேயே மீராவிற்குக் குடற்காய்ச்சல் (typhoid)

வந்துவிட்டது. பலவீனத்திற்குள்ளாகும் இந்தக் காய்ச்சல் முந்தைய நோயைவிடக் கடுமையாக இருந்தது. ஒரு மாதம் படுக்கையிலிருக்க வேண்டியிருந்தது. அவர் எழுந்து நடமாடத் தொடங்கிய பின், அவர் மேல் பரிதாபப்பட்டு, காந்தி அவரைத் தனது கிராமத்திலேயே தங்கச் சொன்னார், ஆனால் தனி ஒரு குடிசையில்.[4]

1937இல் மீரா மறுபடியும் நோய்வாய்ப்பட்டார். இம்முறை காந்தி அவரை உடல் தேறுவதற்காக இமயமலைப் பகுதிக்கு, அனுப்பினார். அங்கே, டல்ஹவுசி நகர் (இன்றைய இமாச்சலப் பிரதேசம்) அருகே வசித்துவந்த ஒரு நண்பருடன் ஒரு மாதம் தங்கினார். திபெத்துடன் வணிகம் செய்த கால்நடை மேய்ப்பர்களைச் சந்தித்தார். "சுயாட்சி நெருங்கி வரும் இவ்வேளை நாம் இந்த மலைப்பிரதேசத்துடனும் அதற்கு அப்பால் இருக்கும் நாடுகளுடனும் தொடர்பு வைத்துக்கொள்ள வேண்டும்" என்று தேவதாஸ் காந்திக்கு எழுதினார். அப்போது மீரா சத்யதேவ் என்று பெயர் கொண்ட ஒரு இந்து சாது நடந்தே கைலாச மலைக்குச் சென்றதைப் பற்றிய ஒரு பயணக் கட்டுரையைப் படித்தார்.[5]

செகான் கிராமத்திற்குக் காந்தி குடியேறிய பிறகு, அதன் பெயர் சேவாகிராம் என்று மாற்றப்பட்டது. 1938ஆம் ஆண்டு கோடையில், ஒரு உயரமான, வாட்டசாட்டமான உடல் கொண்ட மனிதர் அந்தக் கிராமத்திற்கு வந்து, காந்தியைச் சந்தித்துத் தன் கதையைச் சொன்னார். அவர் பெயர் பிரித்வி சிங். அவர் தன் இளம் வயதில் பஞ்சாபிலிருந்து கனடா சென்று, அங்கிருந்து நாடு கடத்தப்பட்டிருந்த இந்தியப் புரட்சியாளர்களைச் சந்தித்து, அவர்கள் விட்டுச்சென்ற பணிகளை நிறைவேற்ற இந்தியா திரும்பினார். 1915இல் அவர் 'முதல் லாகூர் சதி' வழக்கில் கைது செய்யப்பட்டு ஆயுள் தண்டனை பெற்றார். அவர் சிறிது காலம் அந்தமான் சிறையிலிருந்தார். பின்னர் ராஜமுந்திரி சிறையில் அடைக்கப்பட்டார். அங்கிருந்து தப்பி போலீசாரின் கண்களுக்கு அகப்படாமல் அலைந்தார். மத்திய ஆசியாவில் சுற்றி, பின் சோவியத் யூனியனில் பயணித்து மறுபடியும் இந்தியா வந்து சேர்ந்தார். எல்லா இடத்திலும் வேறு பெயரில் நடமாடினார். இந்தியா வந்த பின் குஜராத்தில் தங்கி, அங்கு பள்ளிக்கூடங்களில் உடற்பயிற்சி கற்றுக்கொடுத்தார். அங்கிருந்தபோது குஜராத்தி மொழியைச் சரளமாகப் பேசக் கற்றுக்கொண்டார்.[6]

பிரித்வி சிங் தான் அகிம்சையில் முழுமையாக நம்பிக்கை கொண்டுள்ளதாகச் சொன்னார். இனிமேல் தான் என்ன செய்ய வேண்டும் என்று காந்தி வழிகாட்ட வேண்டுமென்றும்

கேட்டுக்கொண்டார். காந்தி முதலில் அவரைப் போலீசாரிடம் சரணடையச் சொன்னார். பிரித்வி சிங்கும் அவ்வாறே செய்தார். அதன் பின்னர் காந்தி தனது *ஹரிஜன்* பத்திரிகையில் சர்தார் பிரித்வி சிங்கை;ச சிறையிலிருந்து மீட்கத் தான் முயற்சி செய்யப்போவதாக எழுதினார். அவர் அகிம்சை சித்தாந்தத்தை முழுமையாக ஏற்றுக்கொண்டுவிட்டார். சுதந்திரத்தை நோக்கி நான் நடத்தும் இந்த யாத்திரையில் அவரை ஒரு சகபயணியாகக் காண்கிறேன் என்று காந்தி எழுதினார்.[7]

பிரித்வி சிங் வந்தபோது மீராவும் ஆசிரமத்தில்தான் இருந்தார். சிங்கின் நடவடிக்கை, அவரது ஆளுமை, வாழ்க்கைக் கதை, மன உறுதி இவை மீராவின் மேல் மிகுந்த தாக்கத்தை உண்டாக்கியது. பழகி, பேசி அவரை அறிந்துகொள்ள மீராவிற்கு விருப்பம் இருந்தது. ஆனால் பிரித்வி சிங் போலீசாரிடம் சரணடைய வேண்டும் என்று காந்தி சொல்லிவிட்டதால் அது கைகூடாமல்போனது.

1938ஆம் ஆண்டு காந்தி வடமேற்கு எல்லை மாகாணத்திற்குச் சென்றபோது மீராவையும் உடன் கூட்டிச் சென்றார். மலைப்பிரதேசத்தையும் மாசற்ற காற்றையும் இனிய பழங்களையும் தேனையும் மீரா மிகவும் விரும்பினார். இங்கேயே இருந்துவிடலாம் என்றுகூட எண்ணினார். ஆனால் அங்கு வாழும் பட்டானிய (pathans) ஆண்கள், ஒரு ஆங்கிலப் பெண்மணி தனியாகக் கிராமத்தில் சுற்றுவதை ஏற்கவில்லை. பட்டாணியப் பெண்மணிகளும் நூற்பதிலோ, நெசவிலோ ஆர்வம் காட்டவில்லை. “உடலளவிலும், உள்ளத்திலும் நான் தளர்ந்துபோய்விட்டேன். ஆறு மாதங்கள் உழைத்தும், ஒன்றும் கைகூடவில்லை” என்று அவர் தேவதாஸ் காந்திக்கு எழுதினார்.[8]

II

போலீசாரிடம் சரணடைந்த பின் பிரித்வி சிங் ராவல்பின்டி சிறையில் அடைக்கப்பட்டார். மகாதேவ் தேசாய் அவரைச் சென்று பார்த்தபோது, பிரித்வி சிங் நல்ல உழைப்பில் ஈடுபட்டிருப்பதைக் கவனித்தார். அவர் எண்பது பவுண்டு கம்பளி நூல் நூற்றிருந்தார். கூட இருந்த கைதிகளுக்கு, எழுதப் படிக்கச் சொல்லிக் கொடுப்பதுடன் “சீருடற்பயிற்சியும் கற்றுக் கொடுத்தார். அப்படியே தனது வாழ்வின் கதையையும் அவர்களுடன் பகிர்ந்து கொண்டார். சிறைக் காப்பாளரின் நன்மதிப்பைப் பெற்றார். “கடந்த முப்பது ஆண்டுகளாக நான் அரசியல் கைதிகளையும், புகழ் பெற்றவர்களையும் சாமானியர்களையும், கவனித்து வருகிறேன். அவர்களில் யாருமே பிரித்வி சிங் போலில்லை” என்றார்.[9]

காந்தியின் தலையீட்டால் பிரித்வி சிங் ஒரு வருடத்திற்குள் விடுதலை செய்யப்பட்டார். அவர் நேராக சேவாகிராம் வந்து காந்தியுடனும் மீராவுடனும் தங்கினார். சில வாரங்களில் அமைதியற்று, அவர் மறுபடியும் தனது பயணத்தைத் தொடங்கினார். சீக்கிரமே திரும்பி வருவதாகக் காந்திக்கு உறுதிமொழி கொடுத்தார். அவர் சொன்னபடி சீக்கிரமே திரும்பி வராததால், மீரா அவருக்குப் பாசமும் காதலும் நிரம்பிய ஒரு கடிதம் எழுதினார். "ஒரு வாரம் கடந்துவிட்டது. உங்களுக்குப் பதிலாக ஒரு கடிதம்தான் வந்திருக்கிறது. போகட்டும். அதாவது வந்ததே. பாபுவின் சேவாகிராம் இந்தியாவின் செயல்மையமாக, பல சிறந்த தலைவர்களை உருவாக்கி, இயங்க வேண்டுமென்பதுதான் என் கனவு. ஆனால் சரியான ஆளொருவர் இதைக் கையிலெடுக்காததால் இது கனவாகவே உறைந்துவிட்டது. நீங்கள் இதைச் செய்ய முடியும் என்று நான் நம்புகிறேன்." பின்வருமாறு அந்தக் கடிதத்தை மீரா முடித்தார்: "வரும்போது மறக்காமல் ஒரு நல்ல லாந்தரை வாங்கி வாருங்கள். அத்துடன், உங்களை முட்களிலிருந்து பாதுகாக்க ஒரு உறுதியான செருப்பும் இரண்டு கம்பளிகளையும் வாங்கவும். நீங்கள் பஞ்சாபியாக இருந்தாலும் இங்கிருக்கும் டிசம்பர், ஜனவரி மாதக் கடுங்குளிர் உங்களைப் பாதிக்கும்."[10]

பிரித்வி சிங்கால் மீரா மிகவும் ஈர்க்கப்பட்டார் என்பது வெளிப்படை. இளம் பெண்ணாக லண்டனில் வாழ்ந்தபோது மேடலின் (மீரா) எப்போதாவது காதல் வயப்பட்டாரா என்பது நமக்குத் தெரியாது. ஆனால் மீராவாக மாறிய பின் உள்ளத்தாலும் செயல்களாலும் அவர் மணத்துறவைக் கடைப்பிடித்தார். ஆனால் இப்போது மாற்றம் நிகழ்கிறது. அவர் பிரித்வி சிங்கிற்கு எழுதிய கடிதங்களிலிருந்து இது தெரிகிறது. (சிங் மீராவிற்கு எழுதிய கடிதம் எதுவும் நம்மிடம் இல்லை.)

நமக்குத் தெரிந்து, நம்மிடம் இருக்கும், மீரா பிருத்வி சிங்கிற்கு எழுதிய முதல் கடிதம் 1939ஆம் ஆண்டு, அக்டோபர் மாதம் 26ஆம் தேதியிட்டது. நவம்பர் முதலாம் நாள் மீரா மறுபடியும் ஒரு கடிதம் எழுதினார். "நீங்கள் எப்போது திரும்பி வருவீர்கள் என்று நான் எவ்வளவு ஆர்வத்துடன் எதிர்பார்த்திருக்கிறேன் என்று நீங்கள் உணர்வீர்கள். இது ஒன்றுமே கைகூடாமல் போகலாம். ஆனால் இந்த உணர்வு உண்மையானது என்று நான் நினைக்கிறேன். நான் என்ன செய்ய வேண்டுமென்று சொல்ல அந்த அளவு புரிதல் உள்ள யாரும் எனக்கில்லை."

பிருத்வி தான் எழுதிய தனது சுயசரிதையை மீராவிடம் கொடுத்து அதைச் செப்பனிடும்படி கேட்டுக்கொண்டார். அவரும் ஈடுபாட்டுடன் அந்தப் பணியை மேற்கொண்டார். முதலில்

சிறிது படித்துவிட்டு, "உங்களுக்கு ஆங்கிலத்தில் பிரச்சினை இருப்பதால் சில இடங்களில் உங்களைப் பற்றித் தவறான கருத்து இதில் வெளிப்படுகிறது. இது வெளிவர வேண்டிய ஒரு உன்னதமான புத்தகம். நீங்கள் இங்கு வரும்போது நாம் இருவரும் இதை ஒன்றாகப் படிக்க வேண்டும். உங்களது எண்ணங்களை இந்நூலில் வெளிப்படுத்த நான் உதவினால், எனக்கு மகிழ்ச்சியாக இருக்கும்" என்று எழுதினார்.[11]

1939ஆம் ஆண்டு பிருத்வி சேவாகிராம் வந்து ஒரு வாரம் தங்கியிருந்தார். அவர்களுக்கிடையே இருந்த உறவு வளர்ந்தது. காந்தியிடம் இந்த விஷயத்தில் தனது உணர்வுகளைப் பற்றி மீரா கூறினார். நீ விரும்பினால் பிரித்வியைத் திருமணம் செய்துகொள் என்று காந்தி சொன்னது மீராவை வியப்படையச்செய்தது.[12] ஆனால் பிரச்சினை என்னவென்றால் திருமணம் செய்துகொள்ள பிருத்வி விரும்பவில்லை. இந்தப் புரட்சியாளர் தனது இளம்பருவத்தில் எவ்வித உறவுகளைக் கொண்டிருந்தார் என்று நமக்குத் தெரியாது. அவருக்கோ வயது நாற்பத்தைந்திற்கும் மேல். தனியாக வாழ்ந்துப் பழகிப்போனவர். மீராவிற்கும் அதே வயதுதான். மீரா தன்பால் ஈர்க்கப்பட்டது பற்றி அவருக்கு மகிழ்ச்சிதான். தனது புத்தகத்தை மெச்சி அவர் சொன்ன கருத்துகளும் அவருக்குப் பிடித்திருந்தன. ஆனால் மீராவை ஒரு தோழராகத் தான் ஏற்றுக்கொள்ளத் தயாராக இருந்தார். வாழ்க்கைத் துணைவியாக அல்ல.[13]

நவம்பர் 10ஆம் தேதி பிருத்வி சேவாகிராமை விட்டுப் புறப்பட்டார். அவர் சென்ற உடனேயே மீரா அவருக்கு ஒரு கடிதம் எழுதினார். அவரை முதல்முறையாக "அன்புள்ள பிருத்வி" ("அன்புள்ள சகோதரா" என்பதை மாற்றி) "நேற்று நான் திக்கித்துப் போனேன். நீங்கள் புறப்படத் தயாரானீர்கள். அதே சமயம் உங்களை நான் வெகு நாட்களுக்குப் பார்க்க மாட்டேன் என்பதையும் உணர்ந்தேன். என்னால் இதை ஏற்றுக்கொள்ள முடியவில்லை. உங்களைச் சிறிது நேரம் இறுகப் பற்றிக்கொண்டது பிரிவின் வலி தாங்க முடியாததாக இருந்ததால்தான். அது பழைய கதையாகிவிட்டது.[14]

ஒரு வாரம் கழித்து மீரா பிருத்விக்கு மறுபடியும் எழுதினார். ஆனால் இம்முறை அவர் செப்பனிட்டுக் கொண்டிருந்த பிருத்வியின் புத்தகக் கையெழுத்துப் பிரதி பற்றி. "நீங்கள் எழுதியிருப்பது விலை மதிப்பற்றது என்பதை உணர்கிறீர்களா?"

> அதன் அழகே இதுதான். எல்லாம் நேராக இதயத்தி லிருந்து, எல்லாமே இயற்கையாக வருகின்றன. நான்

முதன்முறையாக அதை வாசித்தபோது மிகவும் உணர்ச்சிவசப்பட்டுவிட்டேன். தன் இதயத்தின் ஆழத்திலிருந்து காதலிக்கும் ஒருவரைப் பற்றிப் படிப்பது சிரமமானது. அப்போது எனக்குக் காய்ச்சலடித்துக் கொண்டிருந்தது. இரண்டாவது முறை படிக்கும்போது நூலை முழுதாகக் காண முடிகிறது. பிரமாதமான தாக்கத்தை அது உண்டு பண்ணுகிறது. நீங்கள் துன்பப்பட்ட அந்த நீண்ட வருடங்கள் வீணாய்ப்போன காலம் என்று நீங்கள் எண்ணுகிறீர்கள். ஆனால் இந்த நூல் வாசிப்போரின் மனத்திலும் உணர்விலும் ஏற்படுத்தப் போகும் பாதிப்பில் அந்த நாட்களின் பயன் வெளிப்படும்.[15]

பிருத்வி இந்தியாவைச் சுற்றிப் பல இடங்களுக்குப் பயணித்தார். குஜராத்துக்கும் மகாராஷ்டிரத்திற்கும் சென்றார். பின்னர் பஞ்சாபிற்குச் செல்ல முயன்றபோது அதிகாரிகள் அவரது சொந்த மாகாணத்திற்குள் அவரை அனுமதித்தால் பிரச்சினை ஏற்படுத்துவாரோ என்று தயங்கி அவரை உள்ளேவிடவில்லை. பின்னர் அவர் பயணத்தைக் கிழக்கு நோக்கித் தொடர்ந்தார். முதலில் கல்கத்தா பின்னர் ரங்கூன். அங்கு அவரது சகோதரர் ஒருவர் வேலையிலிருந்தார். அவர் சென்ற இடமெல்லாம் மீராவின் கடிதங்கள் தொடர்ந்தன. அவற்றைப் படித்து அவருக்குக் குற்றவுணர்வு ஏற்பட்டதுபோல் தெரிகிறது. சேவாகிராமில், ஆரம்பக் காலத்தில் தானும் மீராவை நேசித்தது போல் ஒரு எண்ணத்தை ஏற்படுத்தி விட்டோமா? மீராவிற்குத் தனது கழிவிரக்கத்தைத் தெரிவித்து பிருத்வி ஒரு கடிதம் எழுதினாற்போல் தெரிகிறது. மீரா பின்வருமாறு எழுதினார்:

எனக்கு நீங்கள் ஏதோ தவறிழைத்துவிட்டதுபோல எழுத வேண்டாம். எனக்குத் தவறிழைப்பது பற்றியல்ல. உங்களுக்கு நீங்கள் தவறிழைத்துக்கொள்வதுதான் என் மனத்தை நோக வைக்கிறது. கடவுள் உங்களைச் சொக்கத்தங்கமாகப் படைத்துள்ளார். அதன் பிரகாசத்தை மங்கவிடக் கூடாது. உங்களுக்கு உண்மையாக இருங்கள். என்னை உங்களில் ஒரு பாகமாகக் கருதுங்கள். எனக்கு எந்தத் தீங்கையும் செய்ய நீங்கள் விழைய மாட்டீர்களோ அதேபோல் நானும் உங்களுக்கு எவ்விதத் தீங்கும் செய்யமாட்டேன். அப்படியிருந்தால் மனத்தாங்கலுக்கு இடமில்லையே. நான் புரிந்துகொள்ளும்படி உங்கள் மனத்தில் என்ன எண்ணியிருக்கிறீர்கள் என்று சொல்லுங்கள். மனத்தில் எந்தத் தவறான எண்ணமும் இன்றி, நீங்கள்

அப்பழுக்கற்றவர் என்பதை நான் அறிவேன். நீங்கள் நல்லதே நினைக்கிறீர்கள். நானும் அப்படித்தான். எப்படியோ எல்லாமே தவறாகப் போய்விட்டது. எனது இதயத்தின் ரத்தத்தை அதற்கு நான் விலையாகக் கொடுத்தேன். கடவுள்தான் தனது கருணையின் மூலம், இதைச் சரி செய்ய வேண்டும்.[16]

பிருத்வி மீராவிற்கு எழுதிய கடிதங்கள் தொலைந்து போய்விட்டன. அவை மீராவின் கடிதங்களைவிட நீளத்தில் குறைந்ததாகவும் உணர்ச்சிப்பூர்வமாக இல்லாமலும் இருந்திருக்கும் என யூகிக்கலாம். இந்த நிகழ்வுகளுக்குப் பல ஆண்டுகளுக்குப் பின்னர் வெளிவந்த அவரது சுயசரிதையில் அவரது கோணத்திலிருந்து ஒரு பார்வை கிடைக்கிறது.

காதல் கதை எழுதுபவர்கள் காதல் கடிதங்களைச் சுற்றி கற்பனைக் கதைகளைச் சேர்த்துக்கொள்வார்கள். ஆனால் மீராவின் கதை எல்லாவற்றையும் தூக்கியடித்துவிடுகிறது. உண்மையான காதலைத் தேடி அலைபவர்கள், மீரா எனது அன்பைப் பெற என்ன முயற்சிகள் எல்லாம் எடுத்துக்கொண்டார், எவ்விதத் தியாகம் செய்தார் என்று அறிந்தால் அவரைப் போற்றுவார்கள். காதல் என்னும் அந்த உன்னத உணர்வு ஒரு சாதாரண மனிதனையும் கடவுள் தரத்திற்கு உயர்த்திவிடும். எனக்கு மீரா இதைத்தான் செய்தார். பாசம் மிகுந்த பெண்மணி அவர். அவர் உணர்ச்சிவசப்பட்டிருந்தார், நானோ ஒரு அரசியல்வாதி. நான் என் வாழ்வில் அனுபவித்த போராட்டங்கள் எனக்கு எது கொடுக்கப்பட்டாலும் அதைச் சந்தேகத்தோடு பார்க்கும் பழக்கத்தைக் கொடுத்துவிட்டன.

மீராவின் அன்பை எதிர்கொள்ள நேர்ந்தபோது பிருத்வியால் தன்னை ஒப்புக்கொடுக்க முடியவில்லை. எப்படி அந்தத் தருணத்திலிருந்து தப்பிப்பது என்றும் தெரியவில்லை. அவர் பிறகு இவ்வாறு நினைவுகூர்ந்தார்:

சத்தியம், அகிம்சை சார்ந்த உறுதிமொழி எதுவும் நான் எடுத்திருக்கவில்லை. மீரா என்னை நேசிக்கிறார் என்ற இந்த விஷயத்தை காந்தியிடம் சொல்லவில்லை. நான் இருதலைக்கொள்ளி எறும்பு போலானேன். கடைசியாக ஒரு கோழைபோல, எனது சகோதரனையும் அவரது இல்லத்தாரையும் பார்க்க வேண்டுமென்ற காரணம் காட்டி ஆசிரமத்தை விட்டு வெளியேறினேன்.[17]

III

பிருத்வி மேல் தான் கொண்ட காதல் நிறைவேறாததால், மீரா தன்னைத் தேற்றிக்கொள்ள மற்ற வழிகளை நாடினார். சில காலமாகவே அவர் தனக்கென ஒரு ஆசிரமம் ஏற்படுத்திக்கொள்ள எண்ணியிருந்தார். 1940ஆம் ஆண்டு அவர் இமாச்சலப் பிரதேசத்திலுள்ள காங்ரா பள்ளத்தாக்கிற்குச் சென்று அங்கு சில காந்தியவாதிகள் அமைத்திருந்த ஆசிரமத்தில் பல மாதங்கள் தங்கியிருந்தார். அந்த இடத்தின் சூழ்நிலையும் தட்பவெப்பநிலையும் அவருக்கு மிகவும் பிடித்திருந்தன. அங்கே இன்னும் சில காலம் தங்க அவர் ஆவலாயிருந்தாலும், அரசியல் நிலைமை மாறிக்கொண்டிருந்ததால் சேவாகிராமத்திற்கே திரும்பிச் சென்றார். ஆனால் அவர் இன்னும் பிருத்வியின் நினைவிலேயே இருந்தார். அவரை முதலில் சந்தித்த இடத்திற்கு வந்தது அவரை இன்னும் நினைவேக்கத்தில் ஆழ்த்தியது. இந்துமத நூல்களைப் படிப்பதிலும், வெகுநேரம் நூற்பதிலும் ஈடுபட்டார். ஆசிரமத்து நடவடிக்கைகளில் பங்கெடுக்கவில்லை. யாரிடமும் முகம் கொடுத்துப் பேசவுமில்லை.[18]

பல மாதங்கள் கடந்தும் மீரா இந்தத் தனிமையிலிருந்து வெளிவரவில்லை. காந்தியின் சீடரான ஆஷா அரியநாயகம், மீராவை இந்த நிலையிலிருந்து மீட்டுத் தனது குடிலுக்குக் கூட்டிச்சென்று, அவர் படித்துக்கொண்டிருந்த வேத பாடல்களை ஆங்கிலத்தில் மொழிபெயர்க்கும்படி கேட்டுக்கொண்டார்.[19]

1941ஆம் ஆண்டு இறுதியில் பிருத்வி காந்தியடிகளைப் பார்க்க சேவா கிராமத்திற்கு வந்தார். மீராவிற்கு பிருத்வியை மறுபடியும் பார்ப்பது மனத்தைக் குழப்பியது. 1942ஆம் வருட ஆரம்பத்தில் அவருக்கு மீரா கடிதம் எழுதினார், அன்புள்ள சகோதரர் அல்லது பிருத்வி என்று முன்னர் விளித்து எழுதியது போலல்லாமல் "அன்புள்ள தோழர் (Comrade) என்று எழுதினார். "காந்திஜியுடன் நான் இருந்த பதினேழு ஆண்டுகள் எனக்கு ஒழுக்கத்தையும் பயிற்சியையும் அளித்தன.

> நான் நிறைய கற்றுக்கொண்டாலும், எனது தன்னம்பிக்கை, சுய வெளிப்பாடு இவையாவும் சற்று அடிபட்டுப்போயின. நான் தானாக எந்த வேலையையும் செய்ய முடியாதவளாக ஆனேன். பாபுவிடம் வருதற்கு முன் நான் கட்டற்ற சுதந்திரத்துடனும் தன்னம்பிக்கையுடனும் இருந்தேன். இவை எல்லாவற்றையும் நான் எப்படியோ இழந்துவிட்டேன். நீங்கள் என் வாழ்வினுள் வந்த பிறகுதான் இயற்கையான என் வலிமை மறுபடியும் விழித்தது.

பிருத்வி தன் வாழ்வை மீராவுடன் இணைத்துக்கொள்ள ஒப்புக்கொள்ளாததால், தான் நீண்ட காலம் தனிமையை நாடியதாக மீரா எழுதினார்."[15] பல மாதங்களாக அமைதியான பிரார்த்தனையிலும் வாசிப்பிலும் கழித்து, நான் இதுவரை அறிந்திராத ஆன்மிகச் செல்வங்களை அடைந்தேன்" என்று எழுதினார். தன்னிறைவான வாழ்க்கை வேண்டுமென்றால், காந்தியை விட்டு விலகி வேலை செய்ய வேண்டுமென்று உணர்ந்தார். காந்தியும் இதை அறிந்திருந்தார். தான் புதிதாகத் தொடங்க எண்ணியிருக்கும் இந்த வாழ்வில் தான் உயிரினும் நேசிக்கும் மனிதரின் துணையை நாடினார்.

வட இந்தியாவில் பெண்களுக்கென்று ஒரு பயிற்சி நிலையம் தொடங்கும் தனது திட்டம் பற்றி பிருத்வியிடம் மீரா தெரிவித்தார். "உத்தரப் பிரதேசத்தில் இமயமலைக்குப் பக்கத்தில், முடிந்தால் ஒரு நதிக்கரையோரம், தில்லியிலிருந்து நூறு மைல் தூரத்தில், உடல்நலத்திற்கேற்ற ஒரு நல்ல இடத்தைத் தேடிக்கொண்டிருக்கிறேன்" என்றார். தன்னோடு வேலை செய்ய ஆட்களும் தேவையான நிதியும் அவருக்குத் தேவையாயிருந்தன. தனது திட்டம் பற்றி ஒரு குறிப்பு எழுதினார்.

உங்களுக்கு இது பற்றி ஏதாவது கருத்து இருந்தால் எனக்குத் தெரிவியுங்கள். நம் இருவரையும் நம் வீடுகளிலிருந்து வெளியே இழுத்து வந்து, முன் பின் தெரியாத இடத்தில் விட்ட அதே லட்சியமான இந்திய சுதந்திரம் நம் இரு இதயங்களையும் நிரப்புகிறது. இதில் ஒரே ஒரு அபிப்ராய பேதம் என்னவென்றால் நாம் இருவரும் ஒன்றாக இணைந்தால் நமது முழுத்திறமையுடன் செயல்படலாம் என்று நான் முழுமனதாக நினைக்கிறேன். ஆனால் நீங்கள் வேறு விதமான கருத்தைக் கொண்டுள்ளீர்கள். நீங்கள் அவ்வாறு நினைக்கும்வரையில் நான் உங்கள் கருத்தை ஏற்றுக்கொண்டு தனியாக இயங்க முற்படுவேன். ஆனால் என் பணிக்கு உங்கள் நல்லெண்ணம் கிடைத்தால் அது எனக்குப் புதிய வலிமை கொடுக்கும். நான் யாரிடமிருந்து என் பலத்தைப் பெறுகிறேனோ, அவர் என் வாழ்வில் ஒரு தோழராக, நண்பராக இருக்கிறார் என்ற அந்த எண்ணமே எனக்குத் தேவையான ஆற்றலைக்கொடுக்கப் போதுமானது.[20]

1942ஆம் ஆண்டு மார்ச் மாதம், மீராவிற்குத் தன்னையும், அவர்கள் இருவருக்கும் இருந்த நட்பையும் மறந்துவிடச் சொல்லி பிருத்வி ஒரு கடிதம் எழுதினார். இது மீராவின் இதயத்தின் ஆழத்திலிருந்து வேதனைக் குரலை எழுப்பியது. அவர் பின்வருமாறு எழுதினார்.

நீங்கள் காதலைத் துறந்து விடு என எனக்குச் சொல்கிறீர்கள், அது ஏதோ இந்தியாவிற்குச் சேவை செய்வதற்கு இடையூறாக இருக்கும் ஒரு தீயவொழுக்கம்போல. உண்மையான காதல், ஆன்மாவின் ஆழத்திலிருந்து எழும் காதல், சேவைக்கு வலுவூட்டுகிறது. அது ஒரு மதம் போலப் புனிதமானது. பெண்களுக்குக் காதலும் விசுவாசமும் ஒன்றுதான். என் காதலைத் துறந்துவிடச் சொல்வது இறைவன்பால் எனக்கிருக்கும் நம்பிக்கையையும் சேவை செய்வதற்கு எனக்கிருக்கும் திறமையையும் விட்டுவிடச் சொல்வதுபோலாகும். உங்களுக்கோ அல்லது இந்தியாவிற்கோ அதனால் என்ன நன்மை? நான் உங்களிடம் கொண்டுள்ள காதல் சுயநலமென்றோ அல்லது மாசுபட்டது என்றோ நீங்கள் ஏன் எண்ண வேண்டும்? என்னுடைய காதலை நீங்கள் நினைத்தால் நாட்டிற்கான சேவையாக மாற்ற முடியும். இதை உங்களை எப்படி உணரவைப்பது? ஒரு பெண் தன் அன்பிற்குப் பாத்திரமானவரைக் கண்டறிந்த பிறகே அவள் முழு ஆற்றலையும் பெறுவாள். அந்த நாளிலிருந்து அவள் இரட்டித்த பலத்துடன், பொறுமையுடன், நல்ல புரிதலுடன், புதிய உயிராகிறாள். ஆனால் அவள் நேசிப்பவர் "நீ எனக்காக உன் காதலைத் துறந்துவிடு" என்று சொல்லுவது அந்தப் புதிய உயிரைக் கத்தியால் குத்திக் கொலை செய்வதுபோலாகும். அவளது பொறுமையும் சேவை உணர்வும் வறண்டு போய்விடும்.

மீரா தொடர்ந்து எழுதினார்.

பிருத்வி! என் காதல் ஏதோ நச்சுப் போல இருப்பதாக நீங்கள் ஏன் என்னிடமிருந்து விலகிப் போகிறீர்கள்? உங்களுடைய உன்னத லட்சியங்களை நீங்கள் அடைய வேண்டுமென்று என்னைவிட யாரும் ஏங்கமாட்டார்கள். நாம் நெருங்கி வந்த நாள் முதல், உங்கள் லட்சியங்களை நீங்கள் அடைய வேண்டும் என்று உங்களைவிட நான் தீவிரமாயிருக்கிறேன். உங்கள் இதயம் என் பக்கம் திரும்பி எனக்குத் தடங்கலின்றி வலுவூட்ட வேண்டுமென்று ஏங்குகிறேன். இப்போது நீங்கள் இரக்கமின்றி விலகி யிருப்பதால் என் இதயம் நொறுங்கியுள்ளது. என்னிடம் கருணை செலுத்தினால் என்ன நேர்ந்துவிடுமோ என்று நீங்கள் அஞ்சவேண்டாம். என்னைத் திருமணம் செய்துகொள் என்று உங்களை நான் வற்புறுத்தவில்லை. என் காதலின், என் விசுவாசத்தின் உண்மையை ஒப்புக்கொள்ளுங்கள்; நான் உங்களிடம் நேர்மையாயிருப்பதால்தான் என்னை ஒதுக்க வேண்டாம் என்று கேட்கிறேன். நாம் ஒருவரை

ஒருவர் அச்சமில்லாமலும் அன்புடனும் அணுகலாம். மீதி இறைவன் கையில்.[21]

இந்தக் கடிதங்களைப் படிக்கும்போது மீராவிற்காக மிகுந்த மனவருத்தம் மேலிடுகிறது. ஐம்பது வயதை நெருங்கும் ஒரு பெண்மணி, முதல் முறையாகக் காதல் உணர்ச்சிவயப்படுகிறார். அது ஒருதலைக் காதலாக முடிகிறது. ஆனால் பிருத்வியின் நிலைமையையும் புரிந்துகொள்ள முடிகிறது. சிறைவாசம், தப்பித்து ஓடல் போன்ற அவர் அனுபவித்த துன்பங்களுக்குப் பின் விடுதலை கிடைத்தவுடன் இப்போது கிராமப் புனருத்தாரணப் பணியில் ஈடுபடலாம் என்று அவர் எண்ணியிருந்த சமயம். அவர் எங்கு சென்றாலும் தனது தணியாக் காதலை வெளிப்படுத்தி மீரா எழுதிய கடிதங்கள் அவரைத் தொடர்ந்தன. இங்கே மனத்தில் கொள்ள வேண்டியது என்னவென்றால் பிருத்வி அந்தக் கடிதங்களை வருங்காலச் சந்ததியினருக்காக ஆவணக் களரியில் பாதுகாப்பாக வைத்தார். மீராவும் பிருத்வியும் காலம்சென்று பல ஆண்டுகளுக்குப் பின் அவை கண்டறியப்பட்டுள்ளன.

IV

1942ஆம் ஆண்டு மே மாதம், காந்தி மீராவை ஒரிஸ்ஸாவின் கிழக்கு மாகாணத்தில் பயணிக்கச் சென்னார். ஒருவேளை பிருத்வியின் மீதிருந்த மீராவின் கவனத்தைத் திசைதிருப்ப அவர் இந்த உத்தியைக் கையாண்டிருக்கலாம். இந்தக் காலகட்டத்தில் ஜப்பானியர்கள் தென்கிழக்கு ஆசியாவில் வேகமாக முன்னேறிக்கொண்டிருந்தனர். பிரிட்டீஷ் பகுதிகளான மலேசியா, சிங்கப்பூர் ஆகியவை கைப்பற்றப்பட்டுவிட்டன. இன்னும் சிறிது நாட்களில் பர்மாவும் அவர்கள் வசப்பட்டுவிடும். சீக்கிரமே ஜப்பானியர்கள் இந்தியாவின் கிழக்குக் கடற்கரை மேல் படையெடுத்தால் நாம் செய்ய வேண்டியது என்ன?

இந்தக் கேள்விக்குப் பதில் தேடித்தான் மீரா காந்தியின் சொல்படி ஒரிஸாவிற்குச் சென்றார். கடற்கரையோரக் கிராமங்களில் சுற்றுப்பயணம் செய்த பின், ஜப்பானியர்கள் இங்கே வந்தால் என்ன நடக்கலாம் என்று மீரா காந்திக்கு ஒரு நீண்ட கடிதம் எழுதினார்.

ஒரிஸாவில், பெருவாரியான இடங்களில் கிராமவாசிகள் யாருடனும் சேராத நடுநிலை எடுப்பார்கள். அதாவது தங்களுடைய கிராமங்களினூடே, நிலத்தின் வழியாக ஜப்பானியர்கள் செல்ல வழிவிடுவார்கள். ஆனால் அவர்களுடன் எந்தத் தொடர்பும் வைத்துக்கொள்ள

மாட்டார்கள். உணவுப் பொருட்களையும், பணத்தையும் ஒளித்து வைத்துவிட்டு, அவர்களுக்கு எந்தப் பணியும் செய்ய மாட்டார்கள். சில இடங்களில் இந்த மாதிரியான எதிர்ப்பு கூட இருக்காது. பிரிட்டீஷார் மேல் அவர்களுக்கு இருக்கும் வெறுப்பு அதிகம். ஆகவே அவர்கள் பிரிட்டீஷாருக்கு எதிரான எதையும் கைகூப்பி வரவேற்பார்கள்.

இப்போது மீராவிற்கு இந்தியரின் மனநிலை இருந்தாலும் பிறப்பால் அவர் ஒரு பிரிட்டீஷ்காரர். ஜப்பானியர்கள் இந்தியாவைக் கைப்பற்றுவதை அவர் விரும்பவில்லை. ஆகவே ஒரிஸாவின் கிராமவாசிகளுக்கு காங்கிரஸ் பின்வருமாறு அறிவுரை கூற வேண்டுமென்றார்.

1. ஜப்பானியர்கள் நிலம், வீடு மற்ற எந்தப் பொருட்களைப் பிடுங்க முயற்சித்தாலும் அதை வன்முறையன்றி எதிர்க்க வேண்டும்.

2. ஜப்பானியர்களுக்குக் கட்டாய சேவை செய்யக் கூடாது.

3. ஜப்பானியர்களிடம் எந்த விதமான எழுத்தர் வேலையையும் ஏற்றுக்கொள்ளக் கூடாது. (இது செய்முறையில் கடினமாக இருக்கும். சில நகர மக்களும், சந்தர்ப்பவாதிகளும், இந்தியாவின் வேறு இடங்களிலிருந்து கொண்டுவரப்படும் ஆட்களும் இதற்கு உட்படமாட்டார்கள்.)

4. ஜப்பானியர்களிடமிருந்து எந்தப் பொருளையும் வாங்கக் கூடாது.

5. அவர்களுடைய நாணயத்தை நிராகரிக்க வேண்டும். அரசு நிறுவும் முயற்சியைத் தடுக்க வேண்டும்.

எதிர்ப்பிற்கு ஒரு திட்டம் வகுத்த பின் மீரா அதைச் செயல்படுத்தும்போது ஏற்படும் பிரச்சினைகளை ஆராயத் தொடங்கினார். உழைப்பு, உணவு, பொருட்கள் இவற்றிற்கு பிரிட்டீஷ் கரன்சியை ஜப்பானியர்கள் கொடுத்தால் அதை எப்படி எதிர்கொள்வது? பின்வாங்கும் பிரிட்டீஷார் தகர்த்த பாலங்களையும் கால்வாய்களையும் சீரமைக்க ஜப்பானியர்கள் உதவி கேட்டால் என்ன செய்வது? சிங்கப்பூரிலும் பர்மாவிலும் சிறைப்பிடிக்கப்பட்ட இந்தியச் சிப்பாய்களுடன் ஜப்பானியர்கள் வந்தால் எப்படி எதிர்கொள்வது? அப்படி வரும் இந்திய வீரர்களை நாம் எப்படி நடத்த வேண்டும். ஜப்பானியர்களை நாம் எப்படி நடத்துவோமோ அப்படியா அல்லது நமது வழிக்கு அவர்களைக் கொண்டுவர முயற்சிப்போமா? இங்கு சண்டை

நடந்தால், காயப்பட்டவர்களையும் மாண்டவர்களையும் என்ன செய்வது? அவர்கள் எந்த நாட்டவர்களாயிருந்தாலும், அவர்களுக்கு நல்ல முறையில் இறுதிச் சடங்கு – அடக்கமோ, எரியூட்டுவதோ – செய்வது நமது கடமையல்லவா" என்று மீரா நினைத்தார்.[22]

ஜப்பானியப் படையெடுப்பிற்குத் தயாராகிக்கொண்டிருந்த அந்தக் கிராமவாசிகள், அன்று தங்களை ஆண்டுகொண்டிருந்த பிரிட்டீஷார் மீதும் கடும் வெறுப்பு கொண்டிருந்தனர். பிரிட்டிஷார், கடற்கரைக்கு அப்பால் ஒரு விமான இறங்குதளத்தைப் பாவிக்கொண்டிருந்தார்கள். இதற்காகக் கிராமத்தாரிடமிருந்து நிலங்களையும் பண்ணைகளையும் பலவந்தமாகக் கைப்பற்றியிருந்தார்கள். இதனால் குடிப்பெயர்வை எதிர்நோக்கியிருந்த பல கிராமங்களுக்கு மீரா சென்றார், காந்திக்கு அவர் பின்வருமாறு எழுதினார்:

> குண்டு வீச்சில் சாவோமே தவிர இந்த இடத்தை விட்டுப் போகமாட்டோம் என்று அந்தக் கிராமத்தார் சொல்கிறார்கள். அவர்கள் இருக்குமிடத்தில் ராணுவ முகாம்களும் விமான தளமும் தோன்றினால், அவர்களுக்கு வரும் ஆபத்து பற்றிக் கூறினேன். ஆனால் அவர்கள் அந்த இடத்தை விட்டுப் போகமாட்டோம் என்று உறுதியாக இருக்கிறார்கள். இந்த இடத்தை விட்டுப் போய்விட்டால் கிணறுகளையும் குளங்களையும் எங்கே போய்த் தேடுவோம்? இங்கிருந்து வெகுதொலைவிற்குப் புலம்பெயர்ந்தால் நாங்கள் எப்படி விவசாயம் செய்வோம்? எப்படி வாழ்வோம்?[23]

ஒரிஸா அரசின் முதன்மைச் செயலாளரை மீரா சந்தித்தார். கிராமவாசிகளிடமிருந்து அவர்களது படகுகள், மிதிவண்டிகளைப் போர் முஸ்தீபிற்காக எடுத்துக்கொள்வது பற்றியும், விமானத்தளம் கட்டும் இடத்தருகே உள்ள கிராம மக்களை, வேறெங்கும் நிலம் ஒதுக்காமல், அவர்களை வெளியேற்றுவது பற்றியும் பேசினார். ஆயிரக்கணக்கான கிராமவாசிகள் வாழ்வு சார்ந்த இந்த விஷயத்தில் காங்கிரஸ் பிரச்சினை ஏதும் ஏற்படுத்த விரும்பவில்லை என்றார். ஒரிஸா அரசும் காங்கிரஸும் ஒத்துழைத்துக் கிராம மக்களின் நலத்தைப் பாதுகாக்க வேண்டுமென்று கேட்டுக்கொண்டார்.[24]

ஒரிஸா அரசு எதிர்த் தரப்புடன் (காங்கிரஸ்) சேர்ந்திருக்கும் இந்த ஆங்கிலேயப் பெண்மணியை நம்பவில்லை. தங்கள் மாகாணத்திலிருந்து அவரை வெளியேற்ற முடிவு செய்து தில்லி அரசிடம் அனுமதி கேட்டனர். தில்லியின் உள்துறைச் செயலர்

ஆர்.எம். மாக்ஸ்வெல் (R.M. Maxwell) சொன்னார்: "இத்தகைய நடவடிக்கை எதிர்மறை விளைவுகளை உண்டாக்கும். மீராவை மாகாணத்திலிருந்து வெளியேற்றினால், காந்தி இன்னொரு பெண்மணியை இங்கே அனுப்புவார். இது திரும்பத்திரும்ப நடந்தால் காந்திக்குப் பொதுமக்கள் ஆதரவு கிடைப்பது மட்டுமல்ல; நாட்டில் பதற்ற நிலையையும் உருவாகும். பிரச்சார ரீதியில் நாம் இப்போது வலுவான நிலையில் இருக்கிறோம். காந்தியையும் அவரது உத்திகளையும் எதிர்கொள்வது சிரமமாயிருக்காது."

தங்களது தந்தையர் நாடான ரஷ்யாவின் மேல் ஹிட்லர் படையெடுத்த பின் இந்திய கம்யூனிஸ்ட் கட்சி பிரிட்டீஷ் அரசை பலமாக ஆதரித்தது. அவர்கள் பார்வையில் ஒரு ஏகாதிபத்திய போர், இப்போது ஒரு மக்கள் போராக மாறிவிட்டது. கம்யூனிஸ்ட் கட்சியில் மாணவர் அணி, அகில இந்திய மாணவர் ஒருங்கிணைப்பு (All India Student Federation) மீராவிற்கும் காந்திக்கும் எதிராகச் செயல்படும் என்று மேக்ஸ்வெல் எதிர்பார்த்தார். தன்னுடைய ஆலோசனையை ஏற்றுக்கொள்ளும்படி அவர் வைஸ்ராயைக் கேட்டுக்கொண்டார். "சீக்கிரமே மாணவர் அமைப்பை நான் வேண்டும் திசையில் செயல்பட வைக்க முடியும். அவர்களது செலவை நாம் ஏற்றுக்கொள்ள வேண்டும். அவர்களிடம் நமக்கு வேறெந்த நன்றிக்கடனும் இல்லை. இந்த வேலையை அவர்களாகவே செய்வார்கள்."[25]

மீரா ஒரிஸாவில் ஒரு மாதம் இருந்த பின்பு, காந்தி அவருக்கு வேறொரு வேலையைப் பணித்தார். தில்லிக்குச் சென்று தன் சார்பில் வைஸ்ராயைச் சந்தித்துப் பேசச் சொன்னார். முன்னர் 1930இல், தண்டி யாத்திரையைத் தொடங்கு முன், ரெஜினால்ட் ரெய்னால்ட்ஸ் என்ற ஆங்கிலேய இளைஞரைக் காந்தி வைஸ்ராய் எர்வினிடம் கடைசி முறையாகத் தனது தூதுவராகப் பேச அனுப்பினார். இப்போது 'வெள்ளையனே வெளியேறு' இயக்கத்தைத் தொடங்கு முன் வைஸ்ராய் லின்லித்கோவுடன் பேச்சு நடத்த ஒரு ஆங்கிலேயப் பெண்மணியைக் காந்தி அனுப்பினார். இரண்டு தருணத்திலும் காந்தி நேரிடை மோதலைத் தவிர்க்க எல்லா வழிகளையும் கையாண்டார். இரண்டு சமயங்களிலும் இந்திய சுதந்திரப் போராட்டத்தை ஆதரிக்கும் ஆங்கிலேயத் தூதரை அனுப்பினார்.

ஜூலை மாதம் வைஸ்ராயைச் சந்திக்க முடியுமென்ற நம்பிக்கையில் மீரா தில்லி சென்றார். ஆனால் லின்லித்கோ தனது செயலரான கில்பர்ட் லெயித்வைட்டைச் (Gilberet Laithwaite) சந்திக்கச் சொல்லிவிட்டார். இவர் ஒரு ராணுவ அதிகாரி. இது

தன்னைத் தரம் தாழ்த்திவிட்டதாக முதலில் மீரா கோபப்பட்டார். காந்தியும் நேருவும் இதை விரும்பமாட்டார்கள் என்று அவரிடம் கூறினார். என்றாலும் சீக்கிரமே அமைதியடைந்து, அவருடன் ஒரு மணிநேரத்திற்கு நீண்ட பேச்சு வார்த்தை நடத்தினார். லெயித்வைட்டும் தானும் பேசியதை ஒரு விவரமான குறிப்பாக எழுதி வைத்தார்,

மீரா அவரிடம் தான் ஒரிஸ்ஸாவில் வேலை செய்த நாட்களில் அங்கு சாமானிய மக்கள் பிரிட்டீஷ் அரசை எவ்வளவு தீவிரமாக எதிர்க்கிறார்கள் என்பதைப் புரிந்துகொண்டதாகச் சொன்னார். வைஸ்ராயுடன் பேச முடியாமல் போனது மீராவிற்கு வருத்தம். அவருடன் நேரிடையாகத் தனது கருத்துகளைக் கூற முடியாதது பற்றி காந்தியும் வருத்தப்படுவார் என்றார். அதற்கு லெயித்வைட் காங்கிரஸ் பல கொடுஞ்சொற்களைப் பயன்படுத்தியிருக்கிறது; காந்திகூட "வெளிப்படையான புரட்சி" பற்றிப் பேசியிருக்கிறார். இந்த நிலையில் ஒரு அரசின் தலைமையிலிருப்பவர் மீராவுடன் நேரிடையாகப் பேசுவதை எதிர்பார்க்க முடியாது என்று லெயித்வைட் பதிலளித்தார். ஆனால் அவர்களது உரையாடலின் சாராம்சத்தை வைஸ்ராய்க்கு அனுப்புவதாக உறுதியளித்தார். அவருடைய குறிப்பு பின்வருமாறு:

காந்திக்குத் தான் மிகவும் நெருக்கமானவர் என்றும் அவர்தான் தனக்குத் தாயும் தந்தையும் என்று மீரா குறிப்பிட்டார். நாங்கள் இருவரும் ஒருவரையொருவர் நன்றாகப் புரிந்துகொண்டிருக்கிறோம். என்றாலும் காந்தியைச் சுற்றியிருக்கும் மற்றவர்களைவிட நான் எனது அடையாளத்தைத் தக்க வைத்திருக்கிறேன். எனக்கென்று கருத்துக்கள் உள்ளன. காந்தியின் சிந்தனைக்கேற்ப எனது வாழ்க்கையை நடத்துகிறேன். ஆனால் நான் அவரது வெறும் பிரதிபலிப்பு அல்ல.

பின்னர், வைஸ்ராய்க்குக் காந்தி விட்ட சவால் பற்றி மீரா பேசினார்.

ஆங்கிலேயர்கள்பால் தான் கொண்டிருந்த நல்லெண்ணத்தின்படி காந்தி நடந்துகொண்டார். அவர் இதயத்தில் அவர்களுடன் நல்லுறவு உறுதியாக இருந்தது. கையிலிருக்கும் பிரச்சினைக்கு அவர் கூறும் தீர்வு சரியானது. ஒரு குடும்பத்தில் கணவன் – மனைவி சேர்ந்து வாழ முடியாதது போன்ற தருணம் இது. அவர்களில் ஒருவர் வெளியேற வேண்டும். இந்தியாவிற்கும் இங்கிலாந்திற்கும் ஒரு தீவிரமான சிகிச்சை அளிக்கப்பட வேண்டும்.

> ஏனென்றால் நமக்குத் தெரியாவிட்டாலும், இந்த நாடு பிரிட்டனின் பிடியிலிருந்து மெதுவாக நழுவிக்கொண்டிருந்தது. ஆறு அல்லது எட்டு மாதத்திற்கு முன் இந்தியா முழுவதிலும் பிரிட்டனுக்கு வலுவான எதிர்ப்பு இருந்தது. ஆனால் இப்போது வெகுமக்களிடையே நம்பமுடியாத அளவு கடும் எதிர்ப்பு உருவாகியிருக்கிறது. ஜப்பானியர்களை மாலை போட்டு வரவேற்பார்கள் போலிருக்கிறது. இதைக் காங்கிரஸ்கூடத் தடுக்க முடியாது. அவ்வளவு தூரம் அவர்கள் இன்றைய அரசால் சித்ரவதைக்கு ஆளாக்கப்பட்டிருக்கிறார்கள்

மீராவின் அரசியல் கணிப்பை லெயித்வைட் ஏற்றுக் கொள்ளவில்லை. பட்டாளத்திற்கு ஆள் எடுப்பது நல்ல முறையில் சென்று கொண்டிருக்கிறது. பிரிட்டிஷாருக்கு மக்களிடையே எதிர்ப்பு இருந்தாலும் அது மீரா கூறுமளவிற்குப் பரவலாக இல்லை என்றார். இதற்கு மீரா சொன்ன பதில்: “ராணுவத்தில் சேர ஆள் வருவது மிகவும் செயற்கையான செயல்பாடு. மக்கள் வறுமையின் கோரப்பிடியில் உழலும்போது ஒரு சிறு வருமானம் கூட அவர்களை ராணுவத்திற்கு ஈர்க்கிறது.” பின் மீரா பிரிட்டீஷ் அரசிற்கு, இந்தியாவிற்கு உடனே சுயராஜ்யம் தர வேண்டுமென்று இதயத்தைத் தொடும் வேண்டுகோள் வைத்தார்.

> காங்கிரஸின் நோக்கம் இந்த நாடு வேறெந்த அரசிடமும் வீழ்ந்துவிடாமல் வன்முறையன்றி அதைத் தூக்கி சுதந்திரத்தில் நிறுத்த வேண்டும் என்பதே. இதுதான் நாம் இருவரும் செய்ய வேண்டிய போர் முஸ்தீபு. இங்கிலாந்து இந்தியாவின் விடுதலைக்கு ஒத்துக்கொண்டுவிட்டது என்ற செய்தியை காங்கிரஸ் மக்களிடம் சொன்னால், சுபாஸ் சந்திர போஸின் ஜப்பானை ஆதரிக்கும் இந்திய தேசிய ராணுவத்தைப் பற்றிய பிரச்சாரத்தை முறியடிக்க முடியும்.

மீரா மேலும் கூறினார்: “இவ்வாறு இந்தியாவின் விடுதலைக்கு உறுதியளிக்கப்பட்டால் பிரிட்டீஷ் ராணுவம் இந்தியாவில் தங்கி, ஜப்பானியர்கள் இந்தியாவைக் கைப்பற்றவிடாமல் பாதுகாக்கலாம். அவர்கள் இந்தியக் குடிமை அதிகாரிகளின் கீழ் பணியாற்றலாம்.”

முஸ்லிம்கள் உள்ளிட்ட மற்றவர்களுக்காக காங்கிரஸ் பேச முடியாதே என்று லெயித்வைட் குறிப்பிட்டார். அக்கட்சி, தான் எல்லா மக்களுக்காகவும் பேசுவதாகக் கூறினாலும் அதற்கு ஆதாரம் இல்லை என்றார். “ஜின்னா முஸ்லிம்களின்

ஆதரவைப் பெற்றிருந்தார் என்பதில் எனக்குச் சந்தேகம் இல்லை. அதே சமயம் மத்திய மாகாணத்தில், நாக்பூரிலிருந்து 20 மைல் தூரத்தில் மஹர்களின் (தீண்டப்படாதவர்கள்) வீடுகளில் அம்பேத்கரின் உருவப்படம் மாட்டப்பட்டிருப்பதைக் கண்டிருக்கிறேன். மகாராஜாக்களும் காங்கிரஸிடமிருந்து ஒதுங்கியே இருக்கிறார்கள்" என்றார். இதற்கு மீரா கூறிய பதில்: "காங்கிரஸ் சிறுபான்மையினரைப் பாதுகாப்பாக உணரவைக்கும். சமஸ்தானங்களிலுள்ள மக்கள் 'அடிமைகளின் அடிமைகளாக' இருக்கிறார்கள்.பிரிட்டீஷ் அரசு இல்லையென்றால் மகாராஜாக்கள் இல்லையே." சுதந்திரம் அளிக்கப்பட்டால் மகாராஜாக்களுக்கு நல்லறிவு வந்துவிடும். அவர்களது குடி மக்களும் சுதந்திரப் பிரஜைகள் ஆவார்கள்."

மீரா கடைசியாக ஒரு வேண்டுகோள் வைத்தார். அதில் ஒரு எச்சரிக்கையும் விடுத்தார். வைஸ்ராய் கவனிக்க வேண்டிய ஒரு முக்கியமான எச்சரிக்கை. முந்தைய போராட்டங்களுடன் ஒப்பிடும்போது வரப்போவது அவ்வளவு அமைதியாக இருக்காது என்றார்.

> கடந்த ஒத்துழையாமை இயக்கத்தில் கைது செய்யப்பட்ட காங்கிரஸ் ஊழியர்கள் சிறையிலும் அமைதியாக, வன்முறையின்றி நடந்து கொண்டனர். ஆனால் இம்முறை சிறையின் விதிமுறைகளை அவர்கள் பின்பற்ற மாட்டர்கள். சுயராஜ்யம் அல்லது மரணம் என்பதே அவர்கள் கொள்கையாக இருக்கும். இந்தக் கருத்துடன் இயக்கம் ஆரம்பிக்கப்பட்டால்,இதற்கு முன் நாங்கள் எதிர்கொள்ளாத ஒன்றாக இருக்கும். காந்தியை அடக்க நினைத்தால் அவரது வலிமை அதிகமாகும்.

லெயித்வைட், மீராவுடன் நடத்திய பேச்சு பற்றிய தனது குறிப்பைப் பின்வருமாறு முடித்தார்.

> ஒன்றேகால் மணிநேரம் நடந்த எங்கள் உரையாடல் தோழமையானதாகவே நடந்தது. இரண்டு பக்கத்திலும் யாரும் விட்டுக்கொடுத்துவிடவில்லை. உடனடியாக முழுச் சுதந்திரம் கொடுக்கப்பட வேண்டும் என்ற காந்தி யின் கருத்தை மீரா முழுமையாக ஏற்றுக்கொண்டிருந்தார். இந்த விஷயத்தில் இருந்த அரசியல், நடைமுறைப் பிரச்சினைகளை அவர் உணர்ந்திருந்தார். அவருடைய கோரிக்கைகள்பற்றி எந்த விதமான உறுதிமொழியை யும் நான் கொடுக்கவில்லை. காங்கிரஸ் கேட்பது கொடுக்கப்படும் என்ற நம்பிக்கையையும் நான் தரவில்லை.[26]

V

வைஸ்ராயுடன் பேச்சுவார்த்தை முறிந்துவிட்டதால் பிரிட்டீஷாரை இந்தியாவிலிருந்து வெளியேற்ற வன்முறையற்ற இயக்கமொன்று துவக்கப்படும் என்று 1942ஆம் ஆண்டு ஆகஸ்டில் காந்தி பம்பாயில் அகில இந்திய காங்கிரஸ் கமிட்டிக் கூட்டமொன்றில் அறிவித்தார். இதை பிரிட்டீஷார் கடுமையாக எதிர்கொண்டனர். காந்தி உட்பட பல சிறிய, பெரிய காங்கிரஸ் தலைவர்கள் கைதுசெய்யப்பட்டுச் சிறையிலடைக்கப்பட்டார்கள். காந்தியடிகள் புனாவிலுள்ள ஆகா கானின் வீட்டில் அடைக்கப்பட்டார். காந்தியுடன் கஸ்தூரிபாவும் மீராவும் சில சீடர்களும் அங்கு காவலில் வைக்கப்பட்டனர்.

காந்தி கைது செய்யப்பட்டு ஒரு வாரத்தில் அவரது செயலர் மகாதேவ் தேசாய் மாரடைப்பால் காலமானார். அவருக்கு அப்போது வயது ஐம்பதுதான். காந்தி நிலைகுலைந்து போனார். அந்தச் சிறை வளாகத்திலேயே மீரா கல்லாலும் களிமண்ணாலும் மகாதேவ் தேசாயிற்கு ஒரு சிறு நினைவுச் சின்னத்தை அவர் அஸ்தி புதைக்கப்பட்ட இடத்தில் எழுப்பினார். அதன் மேல் 'ஓம்' என்று தேவநாகிரியில் எழுதினார். காந்தி சொன்னபடி அதன் அருகில் ஒரு சிலுவையையும் இரண்டு பக்கத்திலும் நட்சத்திரத்தையும் பிறைநிலாவையும் பொறித்தார். தினமும் காலையில் காந்தி இந்த நினைவுச்சின்னத்தில் மலர் வைத்து, பகவத் கீதையிலிருந்து சில வசனங்களை வாசிப்பார்.[27]

தனது நினைவுக் குறிப்புகளில் மீரா அங்கு பணி செய்த கேட்லி என்ற சிறைக்காவலரைப் புகழ்ந்து எழுதியிருக்கிறார். அவர் காந்தி, கஸ்தூரிபா அவர்களின் உடல்நலத்தைப் பேணினார். இளைய கைதிகளுக்காகத் தோட்டத்தில் பேட்மின்டன் விளையாட வசதி செய்து கொடுத்தார். உள்ளே ஒரு டேபிள் டென்னிஸ் மேசையும் வைக்கப்பட்டது. இந்த விளையாட்டுகளில் ஆங்கிலப்பெண் மீரா பல இந்தியர்களைத் தோற்கடித்தார்.

ஆகா கான் மாளிகை, கைதிகள் உலாவக்கூடிய பல ஏக்கர் பரப்புள்ள பூங்காவால் சூழப்பட்டது. மீரா தினமும் நான்கு அல்லது ஐந்து மைல் நடந்தார். நிறைய வாசித்தார். கம்யூனிஸ்ட் இலக்கியம் உட்பட (ஒருவேளை முதன்முறையாக). முதலில் மார்க்ஸ், எங்கல்ஸ், லெனின், ஸ்டாலின் இவர்கள் எழுதியதைப் படித்துவிட்டு, சீனாவிலிருந்த கம்யூனிஸ்டுகள் பற்றி எட்கார் ஸ்னோ (Edgar Snow) ஆக்னஸ் ஸ்மெட்லி (Agnes Smedley) எழுதியதையும் படித்தார். சோவியத் ரஷ்யாவை வெகுவாகப் புகழ்ந்து எல்லா விண்டர் *(Ella Winter)* எழுதிய 'சிவப்புப் பண்பு' (Red Virtue) என்ற

நூலைப் படித்தார். இப்படிச் சில சமகால நூல்களைப் படித்த பின் மீரா பைபிளின் ஒரு பகுதியான புதிய ஏற்பாட்டைப் (New Testement) படித்தார். கம்யூனிஸ்ட்டுகளுக்கும் இயேசுவிற்கும் 'நோக்கத்தில் இருக்கும் ஒற்றுமை'யைக் கண்டு வியந்தார். தனது நண்பர் ஒருவருக்கு எழுதினார்: "கம்யூனிஸ்டுகள் கடவுளை மறுக்கிறார்கள். ஆனால் அவரது பணியைச் செய்கிறார்கள். கிறிஸ்தவ உலகில் உள்ளவர்கள் கடவுள் பெயரைப் பயன்படுத்துகிறார்கள், ஆனால் அவரது வேலையைச் செய்யாமல் விட்டுவிடுகிறார்கள்."

அவர் தொடர்ந்து எழுதினார்:

கம்யூனிஸ்டுகளின் பல கருத்துக்களுடன் நாம் ஒத்துப் போக முடிவதில்லைதான். ஆனால் அவர்களது உற்சாகம் போற்றப்பட வேண்டியது. சில தருணங்களில் அவர்கள் வன்முறையைக் கையில் எடுத்தாலும் சமூகம் சார்ந்த விஷயங்களில் அவர்கள் வன்முறையையும் வற்புறுத்தலையும் பயன்படுத்துவதில்லை. பள்ளிகளில் குழந்தைகளைச் சவுக்கால் அடிப்பதில்லை. சிறைச்சாலைக் கல்விக்கும் சீர்திருத்தத்திற்குமான இடமாயிருக்கிறது... எந்திரத்தைப் பூஜிப்பதை என்னால் ஏற்க முடியவில்லை. ஆனால் இது காலம் செல்லச் செல்ல மாறும் என்று நம்புகிறேன்.[28]

சோவியத் ரஷ்யாவைப் பற்றிய இம்மாதிரியான பார்வை மேல்தட்டு ஆங்கிலேயர்களிடையே பரவலாக இருந்தது. ஜவஹர்லால் நேரு சில இந்தியர்களிடையேயும் உட்பட, இம்மாதிரியான புரிதல் இருந்தது. காந்தி இதை ஒப்புக்கொள்ளவில்லை.

சிறையில் ஒரு வருடம் கழித்த பின், மீராவிற்கு இடது கையிலும் தோள்பட்டையிலும் கடும் வலி ஏற்பட்டது. சிறை மருத்துவரான, பண்டாரி என்ற இந்தியருக்கு மீரா எழுதினார். "எனது கையில் ஏதோ கோளாறு இருக்கிறது. இதை உடனடியாகக் கவனிக்காவிட்டால் ஏதோ நிரந்தர உடல் ஊனம் ஏற்பட்டு விடும் என்று எனக்குப் பயமாக இருக்கிறது." பண்டாரி துறை நிபுணரை அழைத்தார். இந்திய மருத்துவப் பணியைச் (Indian Medical Service) சேர்ந்த கர்னல்.எச்.கே. ஷா வந்து மீராவைப் பரிசோதித்து ஒரு அறிக்கை தந்தார். 1943ஆம் ஆண்டு டிசம்பர் முதல் தேதி தந்த அந்த அறிக்கையில் அவர் எழுதினார்: "அவருக்கு மேலும் சிகிச்சை அளிக்க வேண்டும். இதை மருத்துவ நிலையத்தில் தான் செய்ய முடியும். இங்கு அரண்மனையில் தரப்பட்ட சாதாரண சிகிச்சைகள் பலனளிக்கவில்லை. அவருக்கு சிறப்பு சிகிச்சை நீண்ட நாள் தரப்பட வேண்டும்."[29]

மீராவின் உடல் நலம் குறித்து காந்தி மிகுந்த கவலை கொண்டிருந்தார். 19 ஆண்டுகளுக்கு முன் தன் நாட்டை விட்டு, தன் மனசாட்சியின் தேடலைத் தொடர்ந்து இங்கு வந்தவர். அவர் நலத்தில் தனக்கு ஒரு சிறப்புப் பொறுப்பு இருப்பதாக, இந்திய அரசின் துணை உள்துறை செயலர் ஆர். டாட்டன்ஹாமிடம் (R. Tottenham) காந்தி சொன்னார். மீராவை பிரிட்டீஷார் நிபந்தனை விடுதலையில் வெளியில் விட வேண்டும். அல்லது நல்ல துறை வல்லுநரின் கவனிப்பு அளிக்கப்பட வேண்டும் என்றார். "அவருக்கு நிரந்தரப் பாதிப்பு ஏதும் ஏற்பட பிரிட்டீஷ் அரசு விரும்பாது என்று நம்புகிறேன்" என்று காந்தி எழுதினார்.[30]

இந்தக் கோரிக்கை பலனளிக்கவில்லை. டாட்டன்ஹாம் ஒரு பழங்கால ஏகாதிபத்தியவாதி. அவர் காந்தியடிகளை வெறுத்தார்; காரணமில்லாமல் அவருடைய நோக்கத்தை, மீரா விஷயத்திலும் சந்தேகித்தார். அவர் தனது உயர் அதிகாரிகளிடம் கூறினார் "நம்முடன் கடிதம் எழுதி எதையும் சாதிக்க முடியாததால் காந்தி இப்போது குறுக்கு வழியை நாடுகிறார். தனது சக ஊழியர் ஒருவர் அல்லது இருவருக்கு விடுதலை வாங்கிக் கொடுத்து அதன் மூலம் பிரச்சாரம் செய்ய நினைக்கிறார்."[31]

பம்பாய் அரசின் உள்துறைச் செயலர் எச்.வி.ஆர். அய்யங்கார் ஒரு இந்தியர். இந்தப் பிரச்சினையைக் கருணையுடன் அணுகினார். மீராவை விடுதலை செய்ய இயலாது. ஆனால் இன்னொரு துறை வல்லுநரை அனுப்பிச் சிறையில் அவரைக் கவனிக்கச் சொல்லலாம். அதன்படி டாக்டர். சிம்காக்ஸ் (Dr. Simcox) சிறைக்கு வந்து மீராவைப் பார்த்தார். அவர் அளித்த சிகிச்சை சற்று நிவாரணம் அளித்தது. மீரா நல்ல நோயாளியாக ஒத்துழைத்ததாகவும். காந்தி தனது அறையிலிருந்து வெளிவந்து மருத்துவருக்கு மீராவைக் கவனித்ததற்கு நன்றி சொன்னதாகவும் மருத்துவர் அய்யங்காரிடம் கூறினார்.[32]

1944ஆம் ஆண்டு பிப்ரவரி மாதம் கஸ்தூரிபா உடல்நலம் குன்றிக் காலமானார். அவருடைய சடலத்துடன் காந்தி பல மணி நேரம் அமர்ந்திருந்தார். "அவர் கஸ்தூரிபாவுடன் அமைதியாகப் பேசிக்கொண்டிருப்பது போலிருந்தது. ஒரு தருணத்தில் அவரிடமிருந்து மெதுவாகப் பேச்சு கேட்டது, கஸ்தூரிபாவுடன் பேசியதுபோல என்று சுசிலா நய்யர் கூறினார்" என்று மீரா எழுதினார். காந்தி தனது மகன்கள் வந்து சடலத்தை எடுத்து, சிறைக்கு வெளியே, குடும்பத்தார், நண்பர்கள் முன்னிலையில் தகனம் செய்யப்பட வேண்டுமென்று விரும்பினார். ஆனால் பிரிட்டீஷ் அரசு இதற்கு ஒத்து, கொள்ளவில்லை. சிறை வளாகத்திலேயே அவரது சிதை

எரியூட்டப்பட்டு, மகாதேவ் தேசாயின் நினைவுச் சின்னத்தருகே அஸ்தி புதைக்கப்பட்டது.[33]

மார்ச் மாதம் எச்.வி.ஆர். அய்யங்கார் காந்தியுடன் சிறையில் அடைக்கப்பட்டிருக்கும் பெண்களை விடுதலை செய்ய வேண்டும் என்று அரசை வற்புறுத்தினார். தில்லி அரசின் உள்துறைச் செயலர் ஆர்.எம். மேக்ஸ்வெல் (R.M. Maxwell) காந்தியுடனிருக்கும் மனு காந்தியையும் சுசிலா நய்யரையும் விடுதலை செய்யலாம் ஆனால் மீராவை வெளியே விட முடியாது என்றார்.

> செல்வி ஸ்லேடை நிபந்தனையின்றி விடுதலை செய்ய முடியாது. அவர் காங்கிரஸ் செயற்குழுவின் மற்ற உறுப்பினர் போலவே ஆபத்தானவர். காங்கிரஸிற்கு ஆதரவாகவும் அரசிற்கு எதிராகவும் பிரச்சாரம் செய்ய எவ்வித வாய்ப்புக் கிடைத்தாலும் அதைப் பற்றிக்கொள்வார். அவரை நாடுகடத்துவதுதான் நல்ல தீர்வாயிருக்கும். ஆனால் அதைச் செய்ய நமக்கு அதிகாரமில்லை. ஆகவே இந்த நாட்டில் அவரது நடமாட்டத்தைக் கட்டுப்படுத்துவது அவசியமாகிறது என்றார்.[34]

இத்தகைய கடும் வெறுப்பு நமக்கு வியப்பளிக்கிறது. இனவாத, தன்நாட்டுப் பெருமையுடன் ஆழ்ந்த ஆணாதிக்கப் பார்வையும் சேர்ந்துகொண்டதுதான் இதற்குக் காரணம். இந்திய பெண்கள் காந்தியைப் போற்றி, அவரைத் தொடர்ந்தால் ஒத்துக்கொள்ளலாம். ஆனால் ஒரு பிரிட்டீஷ் பெண்மணி? கூடவே கூடாது.

1944 மே மாதம் காந்தி விடுதலை செய்யப்பட்டபோது, அவருடன் சிறைப்பட்டிருந்த மற்ற ஊழியர்களும் வெளியே வந்தனர்.

VI

ஆகா கான் மாளிகையில் சிறைப்பட்டிருந்தபோது மீரா விடுதலையான பின் மறுபடியும் தனக்கென்று ஒரு ஆசிரமத்தை உருவாக்க வேண்டும் என்று நினைத்தார். காந்தியும் இதற்கு ஒத்துக்கொண்டு, இதற்கு வேண்டிய நிதியைத் திரட்டித்தருவதாகவும் சொன்னார். மீரா முன்னர் இமயமலைப் பகுதியில் பயணம் செய்தபோது மலைத் தொடர்களால் பெரிதும் ஈர்க்கப்பட்டார். நவம்பர் 1944இல், புனித ஹரித்துவாருக்கு அருகே, சமவெளியில் கங்கை இறங்கும் இடத்தில் அவர் ஒரு நிலத்தைத் தெரிவுசெய்தார். அங்கிருந்து பனிபடர்ந்த மலைமுகடுகளைக் காண முடிந்தது. சுற்றியிருந்த

கிராமங்களில் இந்துக்களும் முஸ்லிம்களும் வாழ்ந்தனர். அவர்களில் நூற்றுக்கணக்கானோர் நெசவாளிகள். சமூக நோக்கிலும் கண்ணைக் கவரும் இயற்கைக் காட்சிகளாலும் அவருக்கு அந்த இடம் மிகவும் பிடித்திருந்தது.[35] தான் தெரிந்தெடுத்த இந்த இடத்தைப் பற்றி காந்திக்கு எழுதினார். காந்தி தனது ஆசீர்வாதத்தைத் தெரிவித்துப் பதிலளித்தார். "உனக்குப் பிடித்த இடம் கிடைத்துவிட்டது. உனது கனவுகள் எல்லாம் நிறைவாகட்டும்."[36]

இரண்டு இந்திய இளைஞர்களுடன் மீரா தனது குடியானவர் ஆசிரமத்தைத் (கிசான் ஆஷ்ரம்) தொடங்கினார். ஒருவர் அப்போதுதான் சிறை மீண்டிருந்த காந்தியவாதி தரம்பால். அடுத்தவர் ஆயுர்வேத மருத்துவர். கிராமத்தார் அவருக்கு ஒரு வீடு கட்டிக்கொடுத்து, ஒரு மாட்டுக் கொட்டிலையும் வேய்ந்து தந்தனர். அங்கு வந்த முதல் பசுவின் பெயர் ஜமுனா. பின்னர் இன்னும் நான்கு பசுக்களும் இரண்டு காளை மாடுகளும் வந்து சேர்ந்தன. கதர் வேலை செய்ய ஒரு கூடம் அமைக்கப்பட்டது. பொதுவான உடல் உபாதைகளுக்கு மருந்து அளிக்க ஒரு சிறு மருந்தகமும் உருவாக்கப்பட்டது.[37]

1945ஆம் ஆண்டு முடிந்து 1946 தொடங்கியபோது மீராவும் அவரது சகாக்களும் ஆசிரமத்தில் மும்முரமாகப் பணிசெய்து கொண்டிருந்தார்கள். நாட்டில் அரசியல் நிலைமை வெகு வேகமாக மாறிக்கொண்டிருந்தது. 1946இல் நடந்த தேர்தலில் முஸ்லிம் லீக் மகத்தான வெற்றிபெற்று தனது பாகிஸ்தான் கோரிக்கைக்கு வலுவூட்டிக்கொண்டது. ஆகஸ்டில் கல்கத்தாவில் கலவரம் வெடித்துக் கிராமப்புறங்களிலும் பரவியது. வங்காள கிராமங்களில் அமைதியைக் கொண்டுவர காந்தி சேவாகிராமை விட்டு யாத்திரையாகப் புறப்பட்டார். முந்தைய நாட்களாக இருந்திருந்தால் மீராவும் காந்தியுடன் சென்றிருப்பார். ஆனால் இப்போது கல்கத்தாவிற்கு வெகுதூரத்தில், இமயத்தின் அடிவாரத்தில் தனது ஆசிரமப் பணிகளைக் கவனித்துக் கொண்டிருந்தார். ஆனால் அவரது நினைவெல்லாம் காந்தியைப் பற்றித்தான் இருந்தது.

1946ஆம் ஆண்டு நவம்பர் மாதம் 7ஆம் தேதி மீரா காந்திக்கு ஒரு கடிதம் எழுதினார். "21 ஆண்டுகளுக்கு முன், இதே நேரத்தில் உங்கள் புனிதப் பாதங்களை வந்தடைந்தேன். இன்று காலை நான் மறுபடியும் அங்கே இருக்கிறேன். நன்றியும் பிரார்த்தனையும்" என்றார்.[38]

மீராவின் பணி நன்றாக நடந்துகொண்டிருந்தது. உத்தரப் பிரதேசத்தின் அன்றைய முதன்மந்திரி கோவிந் வல்லப் பந்த்

தனது அரசின் விவசாயச் செயல் திட்டங்களில் மீரா ஈடுபட வேண்டும் என்று விரும்பினார். கிசான் ஆசிரமத்திலிருந்து சில மைல் தொலைவில் நதிக்கரையிலேயே, அடர்ந்த காடுகளால் சூழப்பட்டிருந்த ஒரு பெரிய மாட்டுப் பண்ணையைக் கவனித்துக்கொள்ளும்படி மீராவை அரசு கேட்டுக்கொண்டது. அங்கு சென்ற பின் மீரா எழுதினார்: "இந்தக் காட்டில் கண் கொள்ளா அழகும், அங்கு வாழும் காட்டுயிர்களும் பறவைகளும் எனக்கு மிகுந்த பலத்தைக் கொடுக்கின்றன. கட்டுப்பாடற்ற இயற்கையில் உள்ள ஜீவசக்தி அங்கு வாழ்பவர்களுடன் உறவு கொள்கிறது."[39]

இந்தப் புது இடத்திற்குப் 'பசுலோக்' என்று பெயரிட்டார். ஒரு பிரிட்டீஷ் அதிகாரி தான் மாற்றலாகிப் போகும்போது தன் குதிரையை மீராவிற்குக் கொடுத்துவிட்டுப்போனார். அதற்கு 'திரௌபதி' என்று பெயரிட்ட மீரா அதன் மீது சவாரி செய்து காட்டுக்குள் சுற்றினார். மீராவின் நண்பரான தேவதாஸ் காந்தியை ஆசிரியராகக் கொண்ட *ஹிந்துஸ்தான் டைம்ஸ்* நாளிதழிலிருந்து ஒரு நிருபர் தில்லியிலிருந்து ரயிலிலும் பேருந்திலும் பயணித்து மீரா செய்யும் வேலையைப் பார்க்க வந்தார். அவர் ஆசிரமத்தை அடைந்தபோது மீரா தன் குதிரையில் ஏறி கிராமத்திற்குப் போயிருந்தார். நிருபர் கிராமவாசிகள் நிறைந்திருந்த ஆயுர்வேத மருத்துவ நிலையத்தைப் பார்த்தார். மீரா திரும்பி வந்த பின் நிருபரை மாட்டுக் கொட்டகை, நெசவுப் பட்டறை, உரக்குழி முதலிய இடங்களுக்குக் கூட்டிச்சென்றார். "இதுதான் இந்த ஆசிரமத்தின் முக்கியமான சோதனை முயற்சி. நமது கிராமங்களில் கிடைக்கும் பொருட்களைச் சரியாகப் பயன்படுத்தினால், எந்திரங்களோ, வெளிநாட்டு நிபுணர் உதவியோ இல்லாமல் நமது மண்ணின் தரத்தை இரு மடங்கு உயர்த்தலாம்."[40]

1946ஆம் ஆண்டு நவம்பர் மாதத்தில் மூன்றாவது வாரம், காந்தி நவகாளியில் மிகவும் குறைவாகச் சாப்பிட்டதால், உடல் நலம் குன்றியிருக்கிறார் என்ற செய்தி கிடைத்தது. க்ளூக்கோஸ் உட்கொள்ளுவதையும் நிறுத்தப்போகிறார் என்று கேள்விப்பட்டார். மீரா காந்திக்கு ஒரு கடிதம் எழுதினார். "பால் பருகுவதை நிறுத்த வேண்டாம். நிறுத்தினால் உங்கள் உடல்நலம் குன்றும். நாடு இருக்கும் இந்த நிலையில் உங்கள் ஆரோக்கியம் முக்கியம்."

பின்னர் மீரா தனது பிரச்சினைகள் பற்றி எழுதினார்; "கடந்த இரண்டு ஆண்டுகளாகத் தரம்பாலைத் தவிர, நம்பத்தகுந்த ஊழியர்கள் யாரும் வரவில்லை. அவரும் இப்போது அரசியல் பணியில் ஈடுபட விரும்புகிறார். அந்த ஆயுர்வேத மருத்துவரும்

தில்லியில் இருக்கும் தனது குடும்பத்தாருடன் வசிக்க விரும்புகிறார். மீதி இருப்பவர், இரண்டு கதர் ஊழியர்கள், ஒரு தட்டச்சாளர், மற்றும் வேளாண்துறையிலிருந்து வந்த ஒருவர் ஒரு வேலையும் செய்யவில்லை. "சுற்றுப்புற கிராமங்களில் தான் செய்யும் வேலை அதிகரித்துவிட்டது என்றும் ஆனால் வேலை செய்ய சரியான ஆட்கள் இல்லாததால் ஆசிரமம் நல்ல நிலையில் இல்லை" என்றும் கூறினார் மீரா.

ஆசிரமத்தில் அன்றாட வேலைகளைக் கவனித்துக்கொள்ள சேவாகிராமிலிருந்து யாராவது நல்ல பணியாளரை அனுப்ப முடிந்தால், கிராமத்து வேலையில் தான் கவனம் செலுத்த முடியும் என்று காந்திக்கு மீரா எழுதினார். தனக்கென எழுப்பியிருந்த குடிலைச் சுற்றி மீரா ஆலா, அரசமரம், வேம்பு போன்ற மரங்களை நட்டிருந்தார். "அவை ஒரு சிறிய காடாக வளரும்."

இந்தக் கடிதத்தை ஒரு முறையீட்டுடன் மீரா முடித்திருந்தார். காந்தி மீராவின் ஆசிரமத்திற்கு வருவதாக உறுதியளித்திருந்தார். ஆனால் அதைத் தள்ளிப் போட்டுக் கொண்டேயிருக்கிறார். "இந்தப் பருவகாலத்தில்தான் காந்தி இங்கு வருவார் என்று எதிர்பார்த்தோம். இன்று எல்லாம் மாறிவிட்டது. எல்லாம் நிச்சயமின்றி இருக்கிறது. என்று என் பாபு இங்கே வருவார்? வசந்த காலத்திலா? யாருக்குத் தெரியும்? இறைவனுக்குத்தான் தெரியும். அவரும் தன் நோக்கங்களை ரகசியமாக வைத்திருக்கிறார்."[41]

காந்தி சேவாகிராமிலிருந்து யாரையும் அனுப்ப முடியாது என்று பதிலளித்தார். "இந்த ஆசிரமம் உனது திட்டம்தானே. இப்போது இருக்குமிடம் பொருத்தமாக இல்லையென்றால், அதை வேறு வேலைக்குப் பயன்படுத்தப் பார்க்கவும். என்னைக் கேட்டால் ஆசிரமம் நடத்தும் எண்ணத்தைக் கைவிடு. உனக்கு மட்டும் வேண்டுமானால் அதை வைத்துக்கொள். அப்போது உனக்குச் சிரமம் இருக்காது. நீயும் வளர முடியும்."[42]

மீரா 1946ஆம் ஆண்டு டிசம்பர் மாதம் காந்திக்கு ஒரு கடிதம் எழுதினார்.

> இந்த ஆசிரமத்தை நான் இந்தப் பசுவிற்கும் அதன் சந்ததிக்கும் அர்ப்பணிக்க விரும்புகிறேன். நான் இந்தப் பசுவை எவ்வளவு நேசிக்கிறேன் என்று உங்களுக்குத் தெரியும். பசுக்களுடன் இருப்பது என் மனதிற்குப் பிடிக்கிறது. கால்நடைத் துறை நிபுணர் ஒருவரும் கால்நடை மருத்துவர் ஒருவரும் இருந்தால் இந்த வேலையை நன்கு செய்ய முடியும்.

இங்கிருக்கும் மூன்று அல்லது நான்கு வீடுகளை அவர்களுக்கு ஒதுக்கலாம். எனக்குக் காட்டிலுள்ள குடில் போதும்.[43]

காந்திக்கு அவர் எழுதிய இன்னொரு கடிதத்தில், கங்கைக் கரையில் வசித்துக்கொண்டு, தினமும் பனிபடர்ந்த மலை முகடுகளைக் காண்பது உற்சாகமூட்டுவதாக இருந்தாலும் அடிமனத்தில் தனிமையை உண்ர்கிறேன் என்று குறிப்பிட்டிருந்தார்:

> நான் எனக்குள் அமைதியுடன் இருக்கிறேன். இயற்கையில் அழகுடன் இருப்பதால் கிடைக்கும் அந்தக் களிப்பை, அதைப் புரிந்துகொள்ளக்கூடிய இன்னொருவருடன் பகிர்ந்துகொள்ள வேண்டும் என்ற உணர்வு மேலிடுகிறது. பகிர்ந்துகொண்டால்தான் ஆனந்தம் முழுமையாகிறது. ஆனால் அவர் எங்கேயிருக்கிறார்? கடவுள் இருக்கிறார். ஆனால் கடவுள் இருப்பதின் மகிழ்ச்சியைத்தானே நாம் பகிர்ந்துகொள்ள விரும்புகிறோம். இப்படித்தான் ஆழ்மனத்திலிருந்து ஒரு தனிமையுணர்வு அவ்வப்போது மேலே வருகிறது. அது ஒரு சோக உணர்வு அல்ல. தனிமை. ஆன்மிக அளவில் உறவாடுவது எவ்வளவு உன்னதமானது. அரிதானது.[44]

மீரா இன்னும் பிரித்விக்காக ஏங்கினார். அவர் தனது சக ஊழியராக, தன்னருகே இருக்க விரும்பினார். தனது மலை ஆசிரமத்தை வளர்க்கும் பங்காளராக பிருத்வி இருக்க வேண்டும் என்று அவர் விரும்பினார்.

கீழே சமவெளியில், 1946ஆம் ஆண்டு போய் 1947ஆம் ஆண்டு தோன்றிய பிறகும் மதக்கலவரம் ஓயவில்லை. மாறாக, நிலைமை இன்னும் தீவிரமாக ஆனது. பிரிவினையைத் தடுக்க முடியாது என்பது தெளிவானது. ஆகஸ்டு மாதம் 14/15 இரவில் பிரிட்டிஷ் ராஜ்யத்திலிருந்து இரு சுதந்திர நாடுகள் உருவாயின. ஆனால் வன்முறை தொடர்ந்தது. இதை நிறுத்த காந்தியடிகள் முதலில் கல்கத்தாவில் உண்ணாவிரதம் இருந்தார். பின்னர் தில்லியில் தொடர்ந்து இருந்தார்.

பணிகள் நிறைந்திருந்த இந்த ஆண்டுகளிலும் காந்தி தனது வளர்ப்பு மகளை மறந்துவிடவில்லை. 1947ஆம் ஆண்டு, எழுச்சியூட்டும் பாடல்களும் கீர்த்தனைகளும் (Inspiring Songs and Kirtans) என்ற தனது நூலை சுவாமி சிவானந்தா அனுப்பியிருந்ததாக எழுதினார். டிவைன் லைஃப் சொசைட்டியின் நிறுவனர் சிவானந்தா, ரிஷிகேஷில், மீராவின் ஆசிரமத்திற்கருகில் இருந்தார். (தமிழ்நாட்டைச் சேர்ந்த யோக நிபுணர் சிவானந்த சரஸ்வதி இந்த இந்து நிறுவனத்தைக் கங்கைக் கரையில்

1936இல் தொடங்கினார்.) சிவானந்தா ஆசிரமத்திற்குச் சென்று "அந்த ஆசிரமத்தைப் பற்றியும் அதன் செயல்பாடுகள் பற்றியும் எனக்குச் சொல்லவும்" என்று காந்தி மீராவிற்கு எழுதினார்.[45] ஆசிரமத்தை எவ்வாறு நிர்வகிப்பது என்று காந்தி அவ்வப்போது ஆலோசனைகள் கூறிவந்தார். ஆகஸ்டு 1946இல் மக்கிய தொழுஉரம் தயாரிப்பது எப்படி என்றும் டிசம்பர் மாதத்தில் எழுதிய கடிதத்தில் தன்னுடன் பணிசெய்யச் சரியான ஆட்கள் கிடைக்கவில்லையே என்று மருக வேண்டாம் என்றார். 1947ஆம் ஆண்டு மழைக்காலத்தில் மீரா நோய்வாய்ப்பட்ட போது, தன்னுடன் வந்து தங்கி உடலைத் தேற்றிக்கொண்டு போகும்படி அழைத்தார். அப்போது காந்தி தில்லியில் இருந்தார். மீரா தில்லிக்குச் சென்று அங்கு மூன்றுமாதம் தங்கியிருந்தார். டிசம்பர் மூன்றாம் வாரம் டில்லியிலிருந்து புறப்பட்டுத் தனது மலை ஆசிரமத்திற்குத் திரும்பினார்.[46]

1948ஆம் ஆண்டு ஜனவரி 30ஆம் தேதி மீரா தன் ஆசிரமத்தில் இரவு உணவு சாப்பிட்டுக்கொண்டிருக்கும்போது ஒரு அரசு அதிகாரி வந்து காந்தி கொலை செய்யப்பட்ட செய்தியைச் சொன்னார். காந்தியை நேரில் பார்த்திராத அந்த அதிகாரி தேம்பித் தேம்பி அழுதார். மீரா அந்தத் துயரச் செய்தியை அமைதியாக எதிர்கொண்டார், "பாபுவின் ஆன்மா விடுதலையாகி, இப்போது அமைதியில் நிலைத்துள்ளது" என்றார். வீட்டிற்கு வெளியே வந்து மரங்களையும், அவைகளுக்கு மேலே விண்மீன்களையும் பார்த்தார். "பாபுவின் ஆன்மாவின் நீடித்த சிலுவையேற்றம் நிறைவு பெற்றது. உடல்ரீதியான சிலுவையேற்றத்தில் அது முடிந்துள்ளது. ஆனால் இந்தக் கடைசி உயிர்ப்பலி, மனித நேயத்தின்பால் அளிக்கப்பட்டது மற்ற தியாகங்கள் தோற்ற இடத்தில் இது வெற்றி பெறலாம். அதற்குப் பல ஆண்டுகள் ஆகலாம். பல நூற்றாண்டுகள்கூட ஆகலாம்."[47]

11

புரட்சியாளரை மீட்டெடுத்தல்

I

ஃபிலிப் ஸ்ப்ராட் சிறையிலிருந்து 1936இல் வெளிவந்த பின், அவர், தான் பிரியம் கொண்டிருந்த தமிழ்ப் பெண் சீதாவின் அருகில் இருக்க மதராஸுக்குச் சென்றார். சீதாவின் குடும்பத்தாரும் கம்யூனிச ஆதரவாளர்களாதலால், மற்ற வீட்டார் போல இந்த மாற்று இனத் திருமணத்திற்கு மறுப்பு தெரிவிக்கவில்லை. ஆனால் இன்னும் கொஞ்சகாலம் பொறுத்திருக்கச் சொன்னார்கள். ஸ்ப்ராட்டுக்கு இன்னும் வேலை கிடைக்கவில்லை. சீதாவும் கல்லூரியில் தாவரவியல் படித்துக்கொண்டிருந்தார். பின்னாளில் நாட்டில் சிறந்த காட்டுயிரியலாளராக விளங்கிய எம். கிருஷ்ணன், வகுப்பில் அவருக்கு நெருங்கிய தோழராக இருந்தார். ஓவியத்தில், அதிலும் தாவரங்களைச் சித்திரிப்பதில், சீதாவின் திறமையை அவர் மிகவும் போற்றினார். அவர் சீதாவைப் பற்றி ஒரு கதை சொல்லுவதுண்டு. ஒருமுறை இவர்கள் இருவரும் பேசிக்கொண்கிருந்தபோது ஒரு தேள் சீதாவின் கால்மீது ஏறுவதைக் கவனித்தார். "அது சீதாவைக் கொட்டிய பின் என்ன நடந்தது தெரியுமா... சுருண்டு செத்துப்போனது."[1]

கம்யூனிஸ்ட் கட்சியிலிருந்து விலகிய பின்னர், ஸ்ப்ராட்டின் மனத்தில் இரண்டு விஷயங்கள் மேலோங்கியிருந்தன: சீதாவின் மேல் அவர் கொண்டிருந்த காதல், காந்தியைப் பற்றி ஒரு புத்தகம் எழுதும் எண்ணம். மதராஸின் தெற்குப் பகுதியில், திருவான்மியூர் கடற்கரையில் ஒரு குடிசையை வாடகைக்கு எடுத்து அங்கு வசித்தார்.

வாரத்தில் பல முறை சீதாவைப் பார்க்க நகரத்திற்குள் சைக்கிளில் வருவார். மற்ற நேரங்களில், காந்தியைப் பற்றிக் கிடைப்பதையெல்லாம் எடுத்துப் படித்தார். தான் எழுதும் புத்தகத்தை இங்கிலாந்தில் வெளியிட வேண்டுமென்று அவர் விரும்பினார். குடும்பத்தினருக்கும் மற்றவர்களுக்கும் காட்ட நூல் சுருக்கம் ஒன்றை எழுதினார். அவருடைய சகோதரர் பெர்ட், இந்தச் சுருக்கத்தை லண்டன் ஸ்கூல் ஆஃப் எகனாமிக்ஸ் சார்ந்த பிரபல பேராசிரியர் ஹெரால்ட் லஸ்கியிடம் (Harald Laski) படிக்கக் கொடுத்தார். "அவருக்கு அது பிடித்திருந்தது. நன்றாக விற்கக்கூடிய நூல்" என்றார்.[2]

பதிப்பாளர்களுக்கு நூலின் பொருட்சுருக்கம் அனுப்பப்பட்டது. 1937இல் சீதாவிற்கு எழுதிய ஸ்ப்ராட்டின் தாயார் "ஃபிஷர் அண்ட் அன்வின் (Fisher and Unwin) பதிப்பகத்தார் இதை ஒரு மாதமாக வைத்திருக்கிறார்கள். அதைப் பரிசீலனை செய்வது போல் தெரிகிறது" என்று எழுதினார்.[3] அவர்களிடமிருந்து பதில் வராதது நல்ல செய்தியல்ல என்பதை அந்தத் தாயார் அறிந்திருக்கவில்லை. ஒரு பதிப்பகம் ஒரு மாதமாகப் பதில் எழுதவில்லை என்றால் அதை வெளியிடமாட்டார்கள் என்றுதான் பொருள்.

குடும்ப வருமானத்திற்காக ஸ்ப்ராட், உயர்நிலைப் பள்ளி மாணவர்களுக்குக் கணிதம், இயற்பியல் பாடங்களுக்கான துணை நூல்களை வெளியிடும் ஒரு நிறுவனத்தில் வேலை செய்தார்.[4] மற்ற நேரங்களில் தான் எழுதிக்கொண்டிருந்த, நீண்டுகொண்டே போய்க்கொண்டிருந்த, காந்தி பற்றிய நூலில் ஈடுபட்டிருந்தார். வெப்பம் தணிந்திருந்த காலத்தில் தமிழ்நாட்டுக் கோவில்களைப் பார்க்கப் பயணித்தார். தஞ்சாவூர் பெரிய கோவில் பற்றி எழுதுவது "உற்சாகத்தையும், பண்டைய காலம் பற்றிய புதிய புரிதலையும் கொடுக்கிறது" என்றார்.[5]

ஸ்ப்ராட்டும் சீதாவும் 1939ஆம் ஆண்டு ஜனவரி 23ஆம் தேதி திருமணம் செய்துகொண்டார்கள். சமயச் சடங்கு எதுவும் இல்லாமல், திருமணப் பதிவாளர் கல்யாணத்தை நடத்தி வைத்தார். சீதா தனது பட்டப்படிப்பை முடித்துவிட்டு ஒரு பள்ளியில் ஆசிரியராக வேலையை ஏற்றுக்கொண்டார். ஸ்ப்ராட், காந்தி பற்றிய நூலை முடித்து விட்டிருந்தார். இங்கிலாந்தில் அதைப் பதிப்பிக்க யாரும் முன் வராததால் சென்னையிலிருந்த *ஹக்ஸ்லி பிரஸ்* பதிப்பகத்திற்குத் தனது பிரதியைக் கொடுத்தார்.

சிறையிலிருந்து வெளிவந்தது முதல் ஸ்ப்ராட்டுக்கு ஒழுங்கான வேலை ஏதும் கிடைக்கவில்லை. திருமணமாகிய

சில நாட்களில் பெங்களூரிலிருந்து வெளியாகிக்கொண்டிருந்த *மைசிண்டியா* (Mysindia) என்ற வாரப் பத்திரிகையிலிருந்து அழைப்பு வந்தது. செய்தி, ஆளுமைகள்பற்றிய கட்டுரைகள், புகைப்படத் தொகுப்பு போன்றவை கொண்டது இந்தப் பத்திரிகை. வட இந்தியாவின் வடக்கு, மேற்குப் பகுதிகளில் பிரபலமாக இருந்த *இல்லஸ்ட்ரேட் வீக்லி ஆஃப் இண்டியா* (Illus trated Weekly of India) போலத் தென்னிந்தியாவில் செயல்பட இந்த இதழ் விரும்பியது. ஸ்ப்ராட் இந்தப் பணியை ஏற்றுக் கொண்டார். வீடு கிடைத்ததும் சீதா வந்துவிடுவார் என்று எண்ணினார்.

1939இல் பெங்களூர், 5 லட்சம் மக்கள் தொகையுடன் ஒரு சாதாரண ராணுவ முகாம் நகரமாக இருந்தது. இன்றுபோல ஒரு கோடி மக்கள் வாழும் மாநகரமாக இல்லை. 3000 அடி உயரச் சமவெளி ஒன்றில் இருக்கும் இந்நகரத்தின் காலநிலை மதராஸைவிட நன்றாக இருக்கும் . 220 மைல் தொலைவிலுள்ள பெங்களூருக்குச் செல்ல சுமார் 6 மணிநேரம் ஆகும். மாதத்தில் ஒன்று அல்லது இரண்டு முறை ஸ்ப்ராட் மதராஸுக்குத் தன் மனைவியுடன் இருக்கச் சென்றுவிடுவார்.

பெங்களூரிலிருந்து ஸ்ப்ராட் எழுதிய முதல் சில கடிதங்கள் அவரது குழம்பிய உணர்வைக் காட்டுகின்றன. காலநிலை பிடித்திருந்தது. ஒரு நல்ல நூலகத்தைக் கண்டறிந்தார். "அது ஒரு பூங்காவின் மத்தியில் அமைந்துள்ளது. அங்கு போவதை நீ விரும்புவாய்" என்றார். அதே சமயம் "எனக்கு இந்த வேலை திருப்தியளிக்கவில்லை. முதலில் சில தீர்க்கமான கட்டுரைகளை வெளியிட்டது. அப்போது எழுதுவது மகிழ்ச்சியாக இருந்தது. இப்போதோ '*சன் டே டைம்ஸ்* (Sunday Times, of Madras) போல இயங்க முயற்சி செய்கிறது. இதில் இப்போது ஆர்வம் இல்லை".[6]

II

1939ஆம் ஆண்டு கோடையில், இந்தியாவின் மிகப்புகழ் பெற்ற மனிதரான, காந்தியைப் பற்றிய ஸ்ப்ராட்டின் நூல் *காந்தியவாதம்: ஒரு அலசல்* (Gandhism: An Analysis) என்ற தலைப்பில் வெளியானது. அவரும் அவர் குடும்பத்தாரும் விரும்பியபடி அது இங்கிலாந்தில் வெளியாகவில்லை. மதராஸில் ஒரு சிறிய பதிப்பகம் வெளியிட்டது. அந்த நூலை இன்று படித்தால், ஏன் இங்கிலாந்தில் அதை எந்தப் பதிப்பகமும் கையில் எடுக்கவில்லை என்று தெரிகிறது. அறிவுப்பூர்வமாக இது ஒரு கலவையாக உள்ளது. காந்தியின் வாழ்க்கையும் பணியும், மார்க்ஸிசம் எழுப்பிய கோட்பாடுகளுடன் சேர்ந்து பேசப்படுகிறது. அதேபோல் ஃபிராய்டு, யுங், ஆட்லர் (Freud, Jung, Adler) ஆகியோரின்

உளப்பகுப்பியல் கோட்பாடுகள் பற்றியும், காண்ட், ஹெகல் (Kant, Hegel) போன்ற மேற்கத்திய அரசியல் தத்துவஞானிகளின் கருத்துக்களையும் ஆசிரியர் எழுதுகிறார். இந்திய அரசியல் பற்றித் தேவைக்கு அதிகமான கவனம் செலுத்தப்படுகிறது.

முன்னுரையில் ஸ்ப்ராட், இந்த நூல் ஒரு வகையான மார்க்ஸிய நோக்கிலிருந்து எழுதப்பட்டது என்கிறார். காந்தி பற்றிய மார்க்ஸிய ஆய்வுகளில் இரண்டு குறைகளைக் காண முடியும். காந்தியத்தை அவர்கள் வெளியில் இருந்துதான் பார்க்கிறார்கள். உள்ளே நுழைந்து அல்ல. அதிலும் தங்கள் கட்சியின் பிரச்சாரத்தை முன்னெடுக்கிறார்கள். அந்த வேலையில் அவர்கள் எளிமையாக ஒரு பொருளை விளக்க அதைக் கறுப்பு– வெள்ளையாகக் காண்பிக்கிறார்கள். “நான் இந்தத் தவறைத் திருத்த முயற்சிக்கிறேன். அப்படிச் செய்யும் போது வெள்ளையை அதிகமாகக் காட்சிப்படுத்திவிட்டேன் போலிருக்கிறது” என்று எழுதினார்.

இப்படிக் குறைகள் இருந்தாலும் இந்நூல் பல அரிய புரிதல்களை அளித்தது. மார்க்ஸிஸ்டுகள் பார்ப்பதுபோல, சத்தியாக்கிரகத்தை வெகுமக்களின் புரட்சி உணர்வுகளை மழுங்கடிக்கும் முதலாளித்துவ உத்தி என்று அவர் எண்ண வில்லை. காலனி ஆதிக்கத்திற்கு உட்பட்ட மக்களிடையே தாங்கு தன்மையையும், மனவுறுதியையும் தற்சார்பையும் வளர்க்க உதவும் முயற்சியாகவே அதைப் பார்த்தார். ஒரு தீவிர மார்க்ஸிஸ்ட் போலல்லாமல் காந்தியின் சமயக் கொள்கைகளை ஸ்ப்ராட் மதித்தார்.

“சமத்துவம், மக்களாட்சியில் நம்பிக்கை போன்ற சமுதாயத்தைப் பற்றிய காந்தியின் கருத்துக்கள் இந்து சமய நடைமுறையிலிருந்தும் கோட்பாடுகளிலிருந்தும் வேறுபட்டிருந்தன” என்று எழுதினார். “ஐரோப்பாவின், இந்தியாவின் மதக்கருத்துக்களை இணைக்க காந்தி விரும்பினார். அவர் ஒரு கிறிஸ்தவனான இந்து” என்று எழுதினார்.[7]

“இந்திய வரலாற்றில் வெகுமக்களின் தலையெழுத்தை அவர்களே தீர்மானிக்கத் தூண்டிய முதல் மனிதர் காந்திதான்” என்று எழுதினார். பாட்டாளிகள்தான் புரட்சியைக் கொண்டுவர முடியும் என்று கூறும் மார்க்ஸிஸ்ட்டுகளின் மத்தியில் விவசாயிகளின் மீது காந்தி கவனம் செலுத்தினார். “ஆனால் காந்தியின் திட்டம், ஒரு வகுப்பினரை மட்டும் சார்ந்திருக்க முடியாது. தேசிய, புரட்சி லட்சியங்களை ஒன்றிணைக்க வேண்டும். ஒரு வகுப்பின் மீது ஆர்வம்போலவே லட்சியமும் முக்கியமானது” என்றார்.[8]

ஒருவரின் வாழ்க்கை வரலாற்றை எழுதுபவர் அவரது பேசுபொருளை உள்ளிருந்தும் வெளியிருந்தும் ஆராய வேண்டும் என்று தனது முன்னுரையில் ஸ்ப்ராட் எழுதினார். அதே போல இந்த நூலையும் வாசகர் உள்ளிருந்தும் வெளியிருந்தும் பார்க்க வேண்டும். அதாவது இந்த நூல் காந்தியைப்பற்றி என்ன சொல்கிறது, ஸ்ப்ராட்டைப் பற்றி என்ன சொல்கிறது என்று பார்க்க வேண்டும்.

ஸ்ப்ராட்டின் நூல் அவரது அறிவுப்பூர்வ மேம்பாட்டிற்கும் அரசியல் பரிணாம வளர்ச்சிக்கும், அவர் கட்சியின் வறட்டுக் கோட்பாடுகளிலிருந்து விலகிப்போனதற்கும் ஒரு சாட்சியாக இருக்கிறது. "காந்தி தனது பிள்ளைப்பிராயம், இளம்வயது இவை பற்றிப் பேசும்போது தனது மனசாட்சியைப் பற்றிய அவரது உணர்வு நுட்பம் வாசகரைப் பாதிக்கிறது" என்று எழுதினார்.[9]

வர்க்கம், வர்க்கம் சார்ந்த ஆய்வு இவற்றைச் சாராத 'மனசாட்சி'யைப் பற்றிப் பேசுவது மார்க்ஸியத்திற்கு எதிரானது. ஸ்ப்ராட் இதை உணர்ந்து அதைப் பற்றிப் பின்னர் எழுதினார்.

> இங்கிலாந்திலும் தென்னாப்பிரிக்காவிலும் தான் படித்ததன் அடிப்படையில் முதலாளித்துவம் என்று குறிப்பிடக்கூடிய, தனிமனிதர் சார்ந்த லட்சியங்களை காந்தி வளர்த்துவருகிறார். அவர் தனது மனசாட்சியைச் சார்ந்திருந்தது மட்டுமல்ல, மற்றவர் மனசாட்சியையும் மதித்தார். பாரம்பரிய சமயத்தை, தனக்கு வேண்டிய, தன்னைத் திருப்தி செய்யக்கூடிய மாற்றங்களுடன் ஏற்றுக்கொண்டார். தனது மனசாட்சிதான் அவருக்கு உயர்வானது. தற்சார்பு, சுயமரியாதை, சுதந்திரம், ஆற்றல், அச்சமின்மை போன்ற ஒழுக்கங்களைப் போற்றினார்.[10]

இது ஒரு வகையான, அளவிற்குட்பட்ட மார்க்ஸிஸம் தான். சிறையிலிருந்தபோது வாசித்த நூல்களின் அடிப்படையில் ஸ்ப்ராட் தனது மனசாட்சியை, தனது தனித்துவத்தை வளர்த்துக்கொண்டிருந்தார். தென்னாப்பிரிக்காவில், ஒரு ரயில் நிலையத்தில் ரயில் பெட்டியிலிருந்து காந்தி வெளியேற்றப்பட்டபோது, இந்த அவமானப்படுத்தப்பட்ட நிகழ்விற்குப் பின், "அவர் தனது அடிமை மனப்பான்மையிலிருந்து வெளிவந்தார்" என்று ஸ்ப்ராட் எழுதினார்.[11] இந்தச் சொற்களை எழுதிய ஸ்ப்ராட்டும் கம்யூனிஸ்ட் கட்சியிடம் கொண்டிருந்த அடிமை மனப்பான்மையிலிருந்து விடுபட்டார். அதன் கட்டளை களைக் கண்ணை மூடிக்கொண்டு நிறைவேற்றுவதில்லை.

இனிமேல் அவர் மார்க்ஸ், லெனின் இவர்களிடமிருந்து எது தன் மனசாட்சியைத் திருப்திப்படுத்துகிறதோ, அதை மட்டும் எடுத்துக்கொள்வார்.

ஸ்ப்ராட் தனது காந்தி பற்றிய நூலை அச்சுக்கு அனுப்பிய சிறிது நாட்களில், விவசாயிகளின் தலைவர் என்.ஜி. ரங்கா, கிராமப் பொருளாதாரம் பற்றித் தான் எழுதியிருந்த நூலுக்கு முன்னுரை எழுதித்தரும்படி கேட்டார். ஸ்ப்ராட் எழுதிய முன்னுரையில் நகரத்தில் வாழும் படித்த இந்தியர்களை, அவர்களுக்கும் கிராமப்புறத்தில் வாழும் மக்களுக்கும் இடையே உள்ள தொலைவைக் குறைக்கப் பாடுபடும்படி கேட்டுக்கொண்டார். அவர் எழுதினார்: "கிராமவாசிகளுடன் நெருங்கி வேளாண்மை பற்றிய அடிப்படையான பொருளாதார, சட்டம் சார்ந்த பிரச்சினைகளைப் புரிந்துகொள்ளுங்கள். அது மட்டுமல்ல. அவர்களின் 'மனதை'ப் புரிந்துகொள்ள முயலுங்கள். லெனினும் காந்திஜியும் ஏழைகளின் மனதுடன் அவர்களை நெருங்கினார்கள். பொருளாதாரம் பற்றிய அறிவினால் அல்ல. இந்த முறையில் தான் இந்தத் தலைசிறந்த தலைவர்கள் தாங்கள் செய்த உன்னத காரியங்களை முடிக்க முடிந்தது" என்று எழுதினார்.[12]

காந்தியையும் லெனினையும் ஒரே மூச்சில் உச்சரித்தது மட்டுமல்ல; ஸ்ப்ராட், காந்தி என்ற பெயருடன் 'ஜி' என்ற எழுத்தையும் பயன்படுத்தியது, அவர் மார்க்ஸியக் கோட்பாட்டிலிருந்து எவ்வளவு தூரம் வந்துவிட்டார் என்பதைக் காட்டியது. பின்னாளில் அவர் இன்னும் வெகுதூரம் சென்றார்.

III

ஸ்ப்ராட் *மைசிண்டியா* இதழில் பணியில் சேர பெங்களூர் வந்தபோது, இன்னும் சிறிது நாளில் சீதாவும் அங்கு வந்து ஏதாவது ஒரு பள்ளியில் ஆசிரியர் வேலை செய்யலாம் என்பதுதான் அவரது எண்ணம். ஆனால் 1939ஆம் ஆண்டு சீதா கருவுற்றபோது, இந்தத் திட்டத்தை மாற்ற வேண்டிவந்தது. அவரது தாயாரும் மற்ற உறவினரும் இருக்கும் மதராஸில் குழந்தைப்பேறு சிரமமில்லாமல் இருக்கும். ஸ்ப்ராட் அவ்வப்போது ரயிலில் பயணித்து வந்து குழந்தையையும் மனைவியையும் பார்க்கலாம்.

நாலாவது மாதத்திற்குப் பின், சீதாவால் பயணிக்க முடிந்த காலத்தில், அவர் பெங்களூருக்கு வந்து தன் கணவருடன் பல வாரங்கள் தங்கியிருந்தார். அவர் மதராஸுக்குத் திரும்பியதும்

ஸ்ப்ராட் ஒரு சோகமான கடிதம் எழுதினார். "நீ தங்கியிருந்த அறை நீ இல்லாமல் வெறுமையாக இருக்கிறது. இந்தத் தனிமைக்கு நான் பழகிவிடுவேன். ஆனால் இப்போது அது என்னை வருத்துகிறது. மழை வேறு பெய்துகொண்டிருக்கிறது. குளிராக உள்ளது. சரி. நான் தூங்கப் போக வேண்டும். நள்ளிரவு." பத்து நாட்கள் கழித்து எழுதிய இன்னொரு கடிதத்தில் "அடுத்த வாரம் சம்பளம் கிடைக்கும் என்று நம்புகிறேன். உனக்கு எவ்வளவு பணம் தேவை? இருக்கும் பணம் செலவழிந்து போகுமுன் எவ்வளவு வேண்டும் என்று சொல்." இதைத் தொடர்ந்து அவர் எழுதிய இன்னொரு கடிதத்தில் "பணம் வராததனால் அதிகச் சிரமமில்லை என்று நம்புகிறேன். எங்களுக்கு இன்னும் சம்பளம் கொடுக்கவில்லை. சீக்கிரம் வரும் என்று நினைக்கவில்லை. சம்பளம் கிடைத்ததும் நான் உனக்கு முடிந்த அளவு அனுப்புகிறேன்."[13]

மைசிண்டியா சஞ்சிகை ஹோசாலி என்ற இந்தியருடையது. அதை ஹாஸ் (Hawes) என்ற ஆங்கிலேயர் நிர்வகித்தார். ஸ்ப்ராட் தன் பெயரைக் குறிப்பிடாமல் இதில் பல கட்டுரைகள் எழுதினார். மற்ற எழுத்தாளர்களின் கட்டுரைகளைச் செப்பனிட்டார். பார்வைப் படிமத்தைத் திருத்தினார். அந்தப் பத்திரிகை ஸ்ப்ராட்டை எவ்வளவு நம்பியிருந்தது என்பது அவர் தனது மனைவிக்குக் குழந்தை பிறப்பதற்கு இரண்டு வாரங்களுக்கு முன் எழுதிய கடிதத்தின் மூலம் தெரியவருகிறது.

> நான் மதராஸுக்கு வரும்போது அங்கு சில காலம் தங்கியிருக்க வேண்டுமென்று விரும்புகிறாய். ஆனால் அது எளிதானதல்ல. இந்தப் பத்திரிகை வெகுவாக என்னை நம்பியிருக்கிறது. இந்த வாரம் தலையங்கத்தை நான் எழுத வேண்டியிருந்தது. மகாதேவன் கட்டுரை ஒன்றும் அனுப்பவில்லை. அவருக்குப் பணம் தராததால் என்று நினைக்கிறேன். ஒரு வேளை உடல்நலமின்றி இருக்கலாம். என்னவாயினும் நான்தான் இந்த வேலைகளைச் செய்ய வேண்டியிருக்கிறது. (மகாதேவனுக்குத் தர வேண்டிய ஊதியத்தை எனக்குத் தருவதாக ஹாஸ் கூறியிருக்கிறார். தருவார் என்று நம்புகிறேன்.) எழுதுவதற்கு வேறு யாருமில்லை. திருத்துமளவிற்குக் கூட ஆங்கிலம் தெரிந்தவர்கள் இங்கில்லை. ஆகவே நான் வியாழன், வெள்ளி இங்கேயிருந்தாக வேண்டும். சில சமயம் இன்னும் இரண்டு நாட்கள் இருக்க வேண்டிவரும். வெள்ளி இரவு இங்கிருந்து புறப்பட்டு செவ்வாய் திரும்ப முடியும். நான் ஹாஸ்ஸுடன் பேசிப் பார்க்கிறேன்.[14]

குழந்தை (பையன், பெயர் ஹெர்பர்ட் மோகன்) 1939, டிசம்பர் மாதம் பிறந்தான். ஸ்ப்ராட் மதராஸுக்கு விரைந்து சென்று மகனைப் பார்த்தார். திரும்பி வந்த பிறகு மனைவிக்கு ஒரு கடிதம் எழுதினார்.

“குழந்தை எப்படி இருக்கிறான் என்று நீ சொல்ல வேண்டும். முதலில் இருந்தது போல் வனப்புடன் இருக்கிறானா? அல்லது அழகு குறைகிறதா? அவனை நன்றாகக் கவனித்துக் கொள்கின்றாயா? சரியான நேரத்தில் உணவு கொடுத்து, கவனமாகக் குளிப்பாட்டி, கீழே விழுந்துவிடாமல் கட்டிலில் பத்திரமாகப் படுக்க வைத்து? அவனை என்னுடன் இங்கே கூட்டி வந்திருக்கலாமோ என்று எண்ணுகிறேன்.”

கடிதம் தொடர்ந்தது. “நான் எஸ்.வி. காட்டேயை (பழைய கம்யூனிஸ்ட் நண்பர்) ரயில் நிலையத்தில் சந்தித்தேன். சோவியத் ரஷ்யா ஃபின்லாந்து மேல் படையெடுத்ததை ஆதரித்து உன் தாத்தா (கம்யூனிஸ்ட் தலைவர் சிங்காரவேலு செட்டியார்) மாதிரியே வாதிட்டார். இதை நான் ஏற்க முடியாது. இது காட்டுமிராண்டித்தனம். இதற்கு எந்த சாக்குப்போக்கும் கிடையாது.”[15]

1940, 1941ஆம் ஆண்டுகளில் சீதா பெங்களூரில் ஆசிரியர் வேலைக்குப் பல இடங்களில் விண்ணப்பித்தார். ஆனால் சாதகமான பதில் எதுவும் வரவில்லை. ஸ்ப்ராட் அவ்வப் போது பணம் அனுப்பினார். முடிந்தபோது மதராஸுக்குக் குழந்தையைப் பார்க்க வந்தார். அக்டோபர் 1940இல், சீதா சீக்கிரமே இங்கு வந்து விடுவார் என்று எதிர்பார்த்து பெங்களூரில் ரிச்சர்ட்ஸ் டவுனில் ஒரு வீட்டை வாடகைக்கு எடுத்தார். ஒரு வரைபடத்துடன் அந்த வீட்டை விவரித்து சீதாவிற்கு எழுதினார்.

“காற்று வசதியுடன் கூடிய பரந்த வீடு. அருகில் ரயில் போவது உனக்கு ஒருவேளை பிடிக்காமல்போகலாம். ஆனால் பெர்ட்டிக்குப் பிடிக்கும்.” வரும்போது தனது புத்தகங்கள் சிலவற்றைக் கொண்டுவரச் சொன்னார். ஜெர்ட்ரூட் ஸ்டையின் (Gertrude Stein) பிக்காஸோ, வர்ஜீனியா வுல்ஃப், எஸ்ரா பௌண்ட் (Piccaso) (Virginia Wolfe, Ezra Pound) இவர்களின் நூல்கள், தாம்ஸனும் கேரட்டும் (Thompson and Garrat) எழுதிய Rise and Fulfilment of British Rule in India என்ற நூலையும் எடுத்து வரச்சொன்னார்.[16]

ஐரோப்பியாவின் போர் ஒவ்வொரு நாளும் உக்கிரமாகிக் கொண்டேபோனது. லண்டனில் குண்டு வீச்சு அனுதினமும் நடப்பதால் ஸ்ப்ராட்டின் பெற்றோர் தாங்கள் வசித்திருந்த கிராய்டன் பகுதியிலிருந்து டெர்பிஷையர் பகுதிக்குக்

குடிபெயர்ந்து விட்டதாகக் கடிதம் எழுதினார்கள். "கடந்த ஞாயிறன்று ஜெர்மன் போர் விமானங்கள்அமைதியாயிருந்த நமது பள்ளத்தாக்கு மேல் பறந்து நமது நிலத்திற்கருகே மூன்று குண்டுகளை வீசிச்சென்றன."[17]

மதராஸில் ஸ்ப்ராட்டின் குழந்தை பெர்ட்டி மார்புச்சளி நோயால் (Bronchitis) பாதிக்கப்பட்டார். அதனால் பெங்களூருக்குப் பயணிக்க வேண்டாம் என்று சீதா முடிவு செய்தார். ஸ்ப்ராட் மதராஸ் சென்று அவர்களைப் பார்த்துவிட்டு பெங்களூருக்குத் திரும்பிய பிறகு சீதாவிற்கு எழுதினார்.

> ஒரு மோசமான பயணத்திற்குப் பின் பெங்களூர் வந்து சேர்ந்தேன். ரயிலின் கூட்ட நெருக்கடி. நான் காட்பாடிவரை நின்றுகொண்டே இருந்தேன். அதற்கப்புறம் ஒரு இடம் கிடைத்தது. என்றாலும் ஒரே இறுக்கம். எனது பயணச் சாமான் ரயில் பெட்டியின் ஒரு கடைசியில் இருந்தது. மூன்று பேர் அதன் மேல் கால்களை நீட்டியிருந்தார்கள். ஒரு ரயில் நிலையத்தில் அதை யாரோ எடுத்துக்கொண்டு இறங்கும்போது, இன்னொரு பயணி அதைக் கவனித்து மீட்டுக்கொடுத்தார்.[18]

பெங்களூரில் வேலை தேட ஏதுவாயிருக்கும் என்று சீதா ஆசிரியர் பயிற்சி பெற்றுக்கொண்டிருந்தார். 1941, மார்ச்சில் ஸ்ப்ராட், மகனும் மனைவியும் பெங்களூருக்கு வந்துவிடுவார்கள் என எதிர்பார்த்து தனது ஒன்றரை வயது மகனுக்கு ஒரு கடிதம் எழுதினார்.

"அன்புள்ள பெர்ட்டி,

தூங்கும்போது அணியும் உடை ஒன்றை அஞ்சலில் உனக்கு அனுப்பியிருக்கிறேன். உனக்குப் பிடிக்கும் என்று நினைக்கிறேன். அதை ஈரமாக்கிவிடாதே. அல்லது கிழித்துவிடாதே. அப்படிச் செய்தால் அம்மாவை உன்னைக் கண்டிக்கச் சொல்வேன். அம்மாவைத் தேர்வில் வெற்றி பெறச்சொல். இல்லையென்றால் அடுத்த முறை நீ தான் அந்தத் தேர்வை எழுத வேண்டிவரும். உன் பெற்றோர் எவரும் எல். டி. (Licentiate in Teaching) தேர்வில் வெற்றிபெற முடியாவிட்டால் அவர்களுக்கு உன்னை வளர்க்க அருகதை இல்லையென்று பொருள்கொள்ள வேண்டும். ஆகவே அம்மாவை உற்சாகப்படுத்து. தொந்தரவு ஏதும் செய்து அவர்களது படிக்கும் நேரத்தைக் கெடுக்க வேண்டாம். (எல்லாப் பாடங்களையும் படித்திருப்பார்களென்று நம்புகிறேன்.)

நீ இங்கு 15ஆம் தேதி வருகிறாய். ஜான் மாமா (John Spiers. ஸ்பியர்ஸ், ஸ்ப்ராட்டின் வீட்டின் ஒரு பகுதியில் வசித்தவர்)

குன்னூருக்குப் போய்விட்டார். வீடு முழுவதும் உனக்குத்தான். ஹாஸ் எனும் கொழுத்த மனிதர் பணம் கொடுக்காவிட்டால் என் பாக்கெட்டும் காலியாகத்தான் இருக்கும். இருக்கும் பணத்தைப் பத்திரமாக வைத்துக்கொள்ளச் சொல்.

இது ஒரு நல்ல வீடு. ஏறி விளையாட, விழுந்து எழுந்திருக்க நிறைய படிக்கட்டுகள் உள்ளன. பழைய மேஜைகளும் உண்டு. அரை மணிநேரத்திற்கொரு முறை போகும் ரயில் உன்னை விழித்திருக்கச் செய்யும், கிழித்து விளையாட நிறைய புத்தகங்களும் உண்டு. அம்மா வெளியே போயிருந்தால், அல்லது தூங்கிக்கொண்டிருந்தால், உன்னைப் பார்த்துக் கொள்ள யாரும் இல்லை. ஆகவே நீ வேண்டுமளவு குறும்பு செய்யலாம். உன்னுடன் விளையாட இங்கு யாரும் இல்லை. நீ குறும்பு செய்ய விரும்புவாய். நீ வரும்போது அத்தை, அல்லது லட்சுமி அல்லது வேறு யாரையாவது உன்னுடன் கூட்டி வா.

உனது
அப்பா."[19]

இந்தக் கடிதம் எழுதப்பட்ட சமயத்தில் பெர்ட்டிக்கு ஒன்றரை வயது; ஒருவேளை அவனுக்குச் சில தமிழ்ச் சொற்கள் தெரிந்திருக்கலாம். இந்தப் பகடி நிறைந்த கடிதம் சீதாவிற்கு எழுதப்பட்டதுதான். தனிமையைப் போக்க ஸ்ப்ராட் இப்படி எழுதியிருக்கலாம்.

IV

1941, 1942ஆம் ஆண்டுகளில், ஸ்ப்ராட் பெங்களூரிலும் சீதா மதராஸிலுமாக இருந்து தங்களது மண வாழ்வைத் தொடர்ந்தார்கள். 1942ஆம் ஆண்டு ஆகஸ்டு மாதம் அவர்களுக்கு இரண்டாவது குழந்தை, அஜு என்று பெயரிடப்பட்ட மகன் பிறந்தான். ஒருவரை விட்டு ஒருவர் பிரிந்திருப்பது மிகவும் சிரமமாக இருந்தது. சீதா பெங்களூரில் பல பள்ளிகளில் ஆசிரியப் பணிக்கு விண்ணப்பித்தும் ஜனவரி 1943வரை எந்தப் பணியும் கிடைக்கவில்லை. அப்போது ஸ்ப்ராட் சீதாவிற்கு எழுதினார்.

> எனக்கு ஒரு எண்ணம் உதயமானது. நீ இங்கு வந்துவிடு. பள்ளிகளில் வேலை கிடைக்காவிட்டால் நீ ராணுவத்தில் பெண்கள் பிரிவில் (Women's Auxiliary Corps - WAC) சேரலாம். அதற்கான பல விளம்பரங்களை நான் பார்க்கிறேன். உனக்கு நிச்சயம் அதில் இடம் கிடைக்கும். அங்கு மாதம் 100 ரூபாய் தருகிறார்களாம். உனக்குப் பணி உயர்வு கிடைத்தால்

> இந்தத் தொகை உயரலாம். மகாராணி கல்லூரியிலிருந்து ஒரு படித்த பெண் இந்தப் பிரிவில் சேர்ந்துள்ளார். அவர் ஜூனியர் கமாண்டராக உள்ளார். மாதத்திற்கு 300 அல்லது 400 ரூபாய் கிடைக்கலாம். அவர் தனது அலுவலகத்தில் உட்கார்ந்துகொண்டு கதைகள் எழுதிக்கொண்டிருக்கிறார். அவைகளில் சிலவற்றை நான் எனது *மைசிண்டியா* பத்திரிகையில் வெளியிட்டேன்.[20]

சீதா, தனது இரண்டு குழந்தைகளுடனும் தனது அம்மா சிவகாமியுடனும் பெங்களூர் வந்தார். அவருக்கு WAC இல் வேலை கிடைத்தது. பெற்றோர் இருவரும் வேலைக்குப் போக, பாட்டி சிவகாமி இரு குழந்தைகளையும் கவனித்துக்கொண்டார். சமையலையும் சிவகாமியே செய்தார், ஒரு விறகு அடுப்பின் உதவியுடன். மற்றவர்கள் பாரம்பரிய செட்டியார் சாப்பாடு – காரசாரமான இறைச்சி, மீன் – உண்ண, ஸ்ப்ராட் ரொட்டி, வேக வைத்த முட்டை, கஞ்சி சாப்பிட்டார். ஏனென்றால் அவரது வயிறு ஒரு சராசரி ஆங்கிலேயருடையது. அதுவும் சிறைச்சாலையில் சற்று சீரழிந்துவிட்டிருந்தது. சிறப்பு உணவாகச் சில வேளைகளில் சீதா அவருக்கு ஆட்டுக்கறிச் சாறு செய்துகொடுப்பார்.

ஸ்ப்ராட்டின் பிள்ளைகள் அவர் அதிகம் பேசாதவர் என்கின்றனர். அவர் வளர்க்கப்பட்ட விதத்தின் கூறுகள் பல அவரிடம் எஞ்சி இருந்தன. புகைக்கமாட்டார். மது அருந்துவ தில்லை. கைகளால் வேலை செய்வதில் அவர் கில்லாடி. அவரது *மைசிண்டியா* பத்திரிகைக்குத் தேவையான காகிதம் பெரிய மரப்பெட்டிகளில் வந்தது. ஸ்ப்ராட் அவைகளைப் பிரித்து எடுத்துவிட்டு, மரப்பலகைகளை சைக்கிளில் வைத்து வீட்டுக்குக் கொண்டுவந்து புத்தக அலமாரிகள் செய்வார். அவரது அறை ஒரு புத்தகக் கடை மாதிரி இருக்கும் என்று மகன் சொன்னார். தத்துவம், அரசியல், சமயம் இந்தப் பொருட்களில் ஆங்கில, பிரெஞ்சு புத்தகங்கள் வரிசையாக இருக்கும். பெங்களூரில் அவருக்குப் பிடித்த இடம் பழைய புத்தகக்கடை செலக்ட் புக்ஷாப். விலை மலிவாக நல்ல நூல்கள் கிடைக்கும். அந்தக் கடை முதலாளி கே.பி.கே. ராவு உடன் வெகு நேரம் பேசிக்கொண்டிருப்பார்.[21]

குடும்ப வருமானத்தைக் கூட்ட, ஸ்ப்ராட் அகில இந்திய வானொலியில் இலக்கியம், புத்தகங்கள், குழந்தைப்பேறு தரும் மகிழ்ச்சி போன்ற தலைப்புகளில் உரைகள் நிகழ்த்தினார். ஆங்கில இலக்கிய மாணவர்களுக்கு உரை நூல்கள் எழுதினார். அதில் ஒன்று Selected Poems for University Students என்ற தலைப்புடன், மில்டன், கோல்ட் ஸ்மித், ஷெல்லி, கீட்ஸ் இவர்களின்

படைப்புகளில் தெரிந்தெடுத்த படைப்புகளை உள்ளடக்கிய நூல். அவர் எழுதிய இன்னொரு நூல் தாமஸ் ஹார்டியின் ஒரு நாவலுக்கு ஒரு அறிமுகவுரை கொண்டது. இரண்டு நூல்களுமே முகப்பு அட்டையில் 'Spratt, B.A.(Cantab)' என்ற பெயரைக் கொண்டிருந்தன. ஸ்ப்ராட் தன் பட்டப்படிப்பிற்கு இயற்கையியல்தான் படித்திருந்தார் ஆனால் அவர் இயற்பியலையும் கணிதத்தையும் மறந்துவிட்டிருந்தார். ஆகவே அவருக்கு இலக்கியத்தை அறிமுகப்படுத்துவது எளிதாக இருந்தது.[22]

மைசிண்டியா பத்திரிகையில் அவர் எழுதிய பெருவாரியான கட்டுரைகள் அவர் பெயரில்லாமல் வெளியாயின. எப்போதாவது ஒருமுறை தன் பெயருடன் கட்டுரை எழுதினார். 'பெற்றோரின் கடமை' என்ற தலைப்பில் அவர் பெங்களூர் ரோட்டரி கிளப்பில் ஆற்றிய உரை; 'குழந்தை: மேலை நாடுகளிலும் கீழை நாடுகளிலும்' என்ற தலைப்பில் அவர் பெயரில் பத்திரிகையில் அச்சேறியது. இந்தியாவில் வாழும் மற்ற ஐரோப்பியர்கள் மாதிரியல்லாமல் இந்தியர்களுடனும் அதிலும் கீழ் மத்தியதர, பார்ப்பனரல்லாத மக்களுடன் தான் பழகியிருந்ததாகக் கூறி அந்தக் கட்டுரையைத் தொடங்கியிருந்தார். இருபது ஆண்டுகளாக ஒரு குடும்பத்தாருடன் பழகிய அனுபவத்தாலும், (சிங்காரவேலு செட்டியார் இல்லத்தார்) இந்தியக் குழந்தைகளின் தந்தை என்ற முறையிலும் ஸ்ப்ராட் மேலை நாடுகளில் குழந்தை வளர்ப்பு எவ்வாறு இந்தியா போன்ற நாடுகளிலுள்ள பழக்கத்திலிருந்து வேறுபடுகிறது என்று விவரித்தார். அடிப்படையான ஐந்து வேறுபாடுகளைச் சுட்டிக்காட்டினார். தாயிடம் குழந்தை பால்குடிக்கும் பழக்கம் இந்தியாவில் வெகுகாலம் நீடிக்கிறது; குழந்தைகள் தாயால் மட்டுமல்ல, கூட்டுக் குடும்பத்திலுள்ள மற்ற பெண்களாலும் வளர்க்கப்படுகிறார்கள். கடிகார நேரப்படி நடக்கும் ஆங்கிலேயக் குடும்பம் போலல்லாமல், இந்தியாவில் கட்டுப்பாடுகளின்றி ஒழுங்கற்று இருக்கிறது. இந்தியப் பெற்றோர்கள், சிறப்பாகத் தாய்மார்கள், குழந்தைகளுக்கு மிகவும் செல்லம் கொடுக்கிறார்கள். இந்தியக் குடும்பங்களில் தலைமுறைகளுக்கிடையே பிரிவு இல்லை. நெருக்கம் இருக்கிறது.[23]

V

"ஸ்ப்ராட்டின் அரசியல் நிலைப்பாடுகள் மாறிவிட்டது. அவர் மறுபடியும் அரசியலுக்குள் இழுக்கப்பட விரும்பமாட்டார்" என்று சொல்லித்தான் பிரிட்டீஷ் அதிகாரிகள் அவரைச் சிறையிலிருந்து விடுவித்திருந்தார்கள் என்பதை நினைவுகூருங்கள். விடுதலையான பின் அரசியலை முழுவதுமாகக் கைவிட்டு

விட்டேன் என்று உறுதிமொழியளிக்க ஸ்ப்ராட் மறுத்து விட்டார். ஆனால் எழுத்துப்பூர்வமாக "பத்திரிகைகளில் எழுதுவதைத் தவிர நான் இனி அரசியல் செயல்பாடு, பிரச்சாரம் ஆகியவற்றில் ஈடுபட மாட்டேன், அவ்வாறு நான் எழுதுவதில் அரசியல் சார்பு இருக்கலாம். ஆனால் சட்டத்திற்கு நான் கட்டுப்பட்டிருப்பதை உணர்கிறேன்."[24]

சிறையிலிருந்து வெளிவந்து, சுதந்திர மனிதனாகச் சில ஆண்டுகள் ஸ்ப்ராட் அரசியலிலிருந்து விலகியே இருந்தார். காந்தியைப் பற்றி ஒரு நூல் எழுதினார். திருமணம் செய்து கொண்டு குடும்ப வாழ்வில் ஈடுபட்டார். நாட்டு நடப்பு பற்றித் தன் பத்திரிகையில், அரசியல் சார்பு எதுவுமில்லாமல் எழுதினார். ஆனால் 1940 அல்லது 1941இல், தன்னைவிட மிகப்பிரபலமான ஒரு மாஜி கம்யூனிஸ்டைச் சந்தித்தார். இந்தச் சந்திப்பும் அதன் பின் உருவான நட்பும் ஸ்ப்ராட்டை மறுபடியும் அரசியலுக்குள் கொண்டுவந்தன.

ஸ்ப்ராட்டின் நட்பு வளையத்திற்குள் வந்த மாஜி கம்யூனிஸ்ட், எம்.என். ராய் என்று வரலாற்றில் அறியப்பட்ட மனபேந்திர நாத் ராய். 1887இல் வங்காளத்தில் பிறந்த இவர், இளைஞனாக இருக்கும்போது ஆயுதப் போராட்டம் மூலம்தான் விடுதலை பெற முடியுமென்று நம்பிய தேசியவாதக் குழுவில் சேர்ந்தார். முதலாம் உலகப் போர் மூண்ட பின், சுதந்திரப் போராட்டத்திற்கு ஜெர்மானியர் ஆதரவு தேடி வெளிநாடு சென்றார். ஜப்பான் வழியாக அமெரிக்கா சென்று கலிஃபோர்னியா அடைந்தார். அங்கு சந்தித்த ஒரு அமெரிக்கப் பெண்ணை மணந்தார். மார்க்ஸிசத்தைத் தழுவினார். 1919இல் மெக்ஸிகன் கம்யூனிஸ்ட் கட்சியை நிறுவினார். பின்னர் சோவியத் ரஷ்யா சென்று சில வருடங்கள் இருந்தார். அப்போது காலனியத்துவம் பற்றி லெனினுடன் புகழ் பெற்ற ஒரு வாக்குவாதத்தை நடத்தினார்.

தன்னை கிரேட் பிரிட்டனின் கம்யூனிஸ்ட் கட்சியில் முதலில் சேர்த்த க்ளெமென்ஸ், ரஜனி பாம் தட் என்ற இரு வங்காள சகோதரர்கள் மூலம் ஸ்ப்ராட் எம்.என்.ராய் பற்றி அறிந்திருந்தார். பன்னாட்டுப் புரட்சியாளராக விளங்குவதற்காகவும். பல வெளிநாடுகளில் செயல்பட்டதற்காகவும் அவர்கள் இருவரும் ராயைப் போற்றினார்கள். ஆனால் சகோதரர்கள் இருவரும் ஸ்டாலினை மெச்சினார்கள். ராய்க்கு ஸ்டாலினின் கொள்கைகள் அவ்வளவாகப் பிடிக்கவில்லை.[25] எம்.என். ராய் 1930இல் இந்தியாவிற்குத் திரும்பி வந்தவுடன், அவரது முந்தைய புரட்சிகரமான செயல்பாட்டிற்காகக் கைது செய்யப்பட்டார். அவர் ஐந்தாண்டுகள் உத்தரப் பிரதேசத்தில்

வெவ்வேறு சிறைகளில் இருந்தார். அதே காலகட்டத்தில் ஸ்ப்ராட் வேறு சிறையில் கைதியாக இருந்தார். இருவரும் சந்திக்காமலேயே ஒருவரை ஒருவர் அறிந்திருந்தனர். சிறை யிலிருந்து வெளிவந்தவுடன் ராய் காங்கிரஸில் இணைந்தார். ஆனால் அங்கு வெகுகாலம் நீடிக்கவில்லை. கதர் அணிய வேண்டி யிருந்தது, மதுவைப் பற்றி காந்தியின் கருத்துக்களை ராய் ஏற்கவில்லை. தனது சமயச் சார்பைப் பொதுவெளியில் காந்தி காட்டியது ராய்க்குப் பிடிக்கவில்லை. ஆகவே ராய் காங்கிரஸைவிட்டு வெளியேறி ஒரு தனிக் கட்சி துவக்கினார். சிறியதாய் இருந்தாலும் அதைத் தன் கொள்கைகள், விருப்பு வெறுப்புகளுக்கு ஏற்ப நடத்தலாம் என்று எண்ணினார்.[26]

1930ஆம் ஆண்டு இறுதியில் ராய், எலன் கோட்சக் (Ellen Gottschalk) என்ற பெயர் கொண்ட இன்னொரு அமெரிக்கப் பெண்ணை மணந்துகொண்டு தேராதூனில் குடியேறினார். (இந்த நூலாசிரியர் பிறந்து, வளர்ந்த ஊர்.) இந்த ஊரில் இருந்துகொண்டு நாட்டின் பல இடங்களுக்குப் பயணித்துத் தனது கட்சிக்கு ஆதரவையும் ஆதரவாளர்களையும் திரட்டினார். தீவிர ஜனநாயகக் கட்சி (Radical Democratic Party) என்ற பெயரே அது ஜனநாயகத்திற்கு எதிரான கம்யூனிஸ்ட் கட்சிக்கும் அமைதியான பழமைவாத காங்கிரஸிற்கும் இடைப்பட்டது என்பதைக் காட்டியது. ராயின் ஆளுமையும் அவரது புதிய சிந்தாந்தமும் ஸ்ப்ராட்டை ஈர்த்தன. அவரது ஆறடி உயர உருவம், ஐரோப்பா உட்பட மூன்று கண்டங்களில் இயங்கிய அனுபவம், அத்துடன் லெனினுடன் அவரது தொடர்பு ஆகியவை பல அறிவார்ந்த இளைஞர்களைக் கவர்ந்தன. அவர்கள் இருவரும் எப்போது முதன்முதலாகச் சந்தித்தார்கள் என்ற விவரம் நம்மிடம் இல்லை. 1940இல் ராயைத் தனது அரசியல் ஆசானாக ஸ்ப்ராட் வரித்துக்கொண்டார். ராயும் ஸ்ப்ராட்டைத் தனது விரும்பத்தக்க சீடராக இனம்கண்டார்.

ஸ்ப்ராட், என்.எம். ராயின் தீவிர ஜனநாயகக் கட்சியில் அது ஆரம்பித்தபொழுதே சேர்ந்தார். கட்சியின் நாளிதழுக்கு எழுத ஆரம்பித்தார். 1944இல், *மார்க்ஸியன் வே* (Marxian Way) என்ற காலாண்டு இதழை ராய் தொடங்கினார். "இந்த இதழ் சித்தாந்த விவாதங்களில் மூழ்கிவிடாமல், அறிவார்ந்த பார்வைக்குச் சிறப்பிடம் அளிக்கும்" என்று அந்த இதழில் அறிக்கை கூறியது.

கருத்தாக்கத் தளங்களான வரலாறு, தத்துவம், சமூகவியல், பொருளாதாரம், அறிவியல், அழகியல், இவற்றில் நாம் புதிய பார்வையைப் பயன்படுத்த வேண்டும். இந்த நல்வாய்ப்பற்ற நாடு, உலகின் ஏனைய நாடுகளின் மத்தியில்

நல்ல இடத்தில் இருக்க வேண்டுமானால், அதிகாரத்தை வணங்குவதை நிறுத்த வேண்டும். வரலாற்றை மறுவாசிப்பு செய்ய வேண்டும். இன்றைய நிலையை உணர்ந்து, வருங்காலத்திற்குத் தயாராக வேண்டும்.[27]

தனது பத்திரிகை பற்றி எம்.என். ராய், கல்கத்தாவிலிருந்த கவிஞரும், விமர்சகருமான சுதீந்திரநாத் தத்தாவையும் பெங்களூரிலிருந்த ஸ்ப்ராட்டையும் ஆலோசனை கேட்டார். ஸ்ப்ராட்டின் எழுத்துத் திறமையை ராய் மிகவும் மதித்தார். "இந்தியனாக மாறிவிட்ட இந்த ஆங்கிலேயர் உன்னதமான செயல்திறம் கொண்டவர்" என்று ஸ்ப்ராட்டைப் பற்றித் தன் நண்பர் ஒருவருக்கு எழுதினார்.[28]

1945ஆம் ஆண்டு ஜனவரியில் *மார்க்ஸியன் வே* இதழுக்கு ஆசிரியராக வேலை செய்ய கல்கத்தாவிற்கு வர முடியுமா என்று கேட்டு ராய் எழுதினார். *மக்கள் குரல்* (People's Voice) என்று ஒரு நாளிதழைத் துவங்க எண்ணியிருப்பதாகவும் அதற்கு அவர் உதவி தேவை என்றும் எழுதினார்.[29] ராயுடன் வேலை செய்ய ஸ்ப்ராட்டுக்கு மிகவும் விருப்பம். அது மட்டுமல்ல. இந்திய அரசியலிலும், போருக்குப் பின் அறிவுத் தளத்திலும் தாக்கம் ஏற்படுத்தும் சாத்தியக்கூறுகள் அவரை ஈர்த்தது. மைசிண்டியா இதழ் பெங்களூரில் மட்டும் அறியப்பட்டிருந்தது. ஆனால் கல்கத்தா ஒரு பெருநகரம். சீதாவும் இந்த மாற்றத்தில் ஆர்வம் காட்டினார். அவர்களுக்கு அப்போது இரு குழந்தைகள். மூன்றாவது குழந்தையை எதிர்பார்த்திருந்தார்கள். சம்பளம் எவ்வளவு என்று ராய் சொல்லவில்லை. ராயின் மனைவி எலனுக்கு சீதா ஒரு கடிதம் எழுதினார். "ஒரு புதிய இடத்தில் எங்களுக்குப் பணத் தட்டுப்பாடுகள் இருந்தால் சிரமமாக இருக்கும். இப்போது எங்களுக்குக் கிடைக்கும் மாத வருமானம் ரூபாய் 400ஐ வைத்து பெங்களூரில் அடிப்படை வசதிகள் அதிகமில்லாத இடத்தில் வசிக்கிறோம். பெரிய நகரங்களான கல்கத்தா, டில்லி போன்ற இடங்களில் எப்படிச் சமாளிப்பது? குழந்தைகள் மிகவும் சிரமப்படுவார்கள். அவர்கள் நலனையும் கல்வியையும் நாம் முதலில் கவனிக்க வேண்டுமல்லவா?"

அவர்கள் எதிர்கொள்ள வேண்டிய வேறு சில இன்னல்கள் பற்றியும் சீதா எழுதினார். ஸ்ப்ராட் கட்சி நாளிதழில் பணிக்குச் சேர்ந்தால், தான் பல மாதங்கள் கழித்துதான் கல்கத்தா வந்து தன் கணவரைச் சேர முடியும். குழந்தை பிறந்து, பால்குடி மறந்த பின்தான் கல்கத்தா வர முடியும். WACஇல் தான் செய்துகொண்டிருக்கும் ரேடியோ ஆபரேட்டர் வேலையை (அப்போது பிரசவ விடுப்பில் இருந்தார்) விட்டுவிட வேண்டும். எலன் ராயை அவரது கணவருக்கு இந்த விவரங்களை

விளக்கிக் கூறுமாறு கேட்டுக்கொண்டார். "எனது கணவர் கல்கத்தாவிற்குச் செல்வது எனக்கு மிகுந்த துயரத்தை உருவாக்கும். பொருளாதாரப் பிரச்சினையை எதிர்கொள்ள வேண்டியிருக்கும். இந்த சிரமங்களைப் பற்றி எழுதுவது சங்கடமாக இருக்கிறது. ஆனால் குழந்தைகளுக்காக நிலைமையை விளக்க வேண்டியிருக்கிறது" என்று எழுதினார்.[30]

ஆனால் ராயின் மனைவி எலன், சீதாவின் உணர்ச்சிகளைக் கண்டுகொள்ளவில்லை. கல்கத்தாவிற்கு வந்து கட்சிக்காக முழுநேர வேலை செய்வது ஸ்ப்ராட்டுக்கு நன்மை பயக்கும் என அவரும் ராயும் கருதினார்கள். அவர் "அமைதியான பணி நிறைவு வாழ்விலிருந்து வரலாற்றை உருவாக்குவதில்" பங்கெடுக்க முடியும். பெங்களூர் ஸ்ப்ராட்டிற்கு ஏற்ற நகரமல்ல. அவர் தில்லியிலோ, கல்கத்தாவிலோ இயங்க வேண்டும் என்று அவர்கள் நினைத்தார்கள்.

கம்யூனிஸத்தை விட்டு விலகிப்போனதால் ஸ்ப்ராட் தனிமைப்படுத்தப்பட்டு, வெளிநோக்கு இல்லாமல் ஆகிவிட்டார். உன்னைத் தவிர அவருக்கு நண்பர் யாருமில்லையோ? அது எந்த மனிதருக்கும் நல்லதல்ல. அவர் எங்கள் கட்சியில் நண்பர்கள் கிடைப்பார்கள் என்று நினைக்கிறார். ஒருவேளை கிடைத்துவிட்டார்களோ? அவர்கள் உனக்கும் நண்பராக இருப்பார்கள்.

ஸ்ப்ராட்டிற்கு ராய் மாதம் ரூபாய் 300 கொடுப்பதாகச் சொல்லி கல்கத்தாவிற்குக் கூப்பிட்டார். இது அவர்கள் கட்சியில் முழுநேர வேலை செய்பவர்களுக்குக் கொடுக்கும் ஊதியத்தை விட 50% அதிகமானது.[31]

சீதாவிற்கு எலன் ராய் எழுதிய கடிதம் நல்ல நோக்கத்தைக் கொண்டிருந்தாலும், அதில் மேட்டிமை தொனி இருந்தது. ஸ்ப்ராட்டைத் தெளிவற்ற நிலையிலிருந்து வெளியுலகிற்குக் கொண்டுவந்து, வரலாற்றில் அவரைப் பங்குபெறவைக்கும் முயற்சி போலிருந்தது. இந்தக் கடிதப் போக்குவரத்து ஸ்ப்ராட் தம்பதிகளிடையே, சில சூடான நீண்ட விவாதங்களை ஏற்படுத்தியது என்று நம்பலாம். கல்கத்தா செல்லும் யோசனை எழுந்து ஒரு மாதம் கழித்து ஸ்ப்ராட், ராய்க்கு எழுதினார்.

"பெங்களூரை விட்டுப் போகும் யோசனையில் நான் குழப்பத்தை ஏற்படுத்திவிட்டேன். கடந்த ஏப்ரல் மாதம் கல்கத்தா வருவதாக நான் உங்களுக்கு வாக்கு கொடுத்தேன். ஆனால் இப்போது நான் பின்வாங்க வேண்டிவரும் என்று நினைக்கிறேன். அல்லது அந்த யோசனையை ஒத்திவைக்க வேண்டியிருக்கும். நான் முதலில் என் மனைவி இதற்கு ஒப்புக்கொண்டார் என்று

நினைத்தேன். ஆனால் அவர் இதைக் கடுமையாக எதிர்த்தார். பெண்கள் கர்ப்பமுற்றிருக்கும்போது, அவர்களை எதிர்கொள்வது சிரமம். ஏப்ரலில் குழந்தை பிறந்த பிறகு அது எளிதாக இருக்கலாம். நான் முயற்சி செய்வேன். ஆனால் இப்போதைக்கு நான் எந்த வாக்கும் கொடுக்க முடியாது."[32]

இரண்டு மாதங்களுக்குப் பின் ராய்க்கு ஸ்ப்ராட் எழுதினார்.

> மூன்று வாரங்களுக்கு முன் என் மனைவி ஒரு பெண் குழந்தையைப் பெற்றெடுத்தார். முன்னரே எங்களுக்கு இரண்டு மகன்கள் இருப்பதால், நாங்கள் வேண்டியது மகள்தான். குழந்தை பெற்றுக்கொள்ளாமல் இருப்பதால் நீங்கள் வாழ்வின் ஒரு சிறப்பான அனுபவத்தை இழந்து விட்டீர்கள். ஆனால் அதில் பிரச்சினைகளும் உண்டு.

ராய் பதில் எழுதி மகளின் வரவுக்காக சீதாவையும் ஸ்ப்ராட்டையும் வாழ்த்தினார். "நீங்கள் கூறுவதுபோல் தந்தையாயிருப்பது அற்புதமாக இருக்கலாம். ஆனால், நான் மனத்தில் பதியத்தக்க நல்ல காரியங்களைச் செய்து இந்த உலகில் பெயரெடுப்பேன்" என்றார்.[33]

VI

ஸ்ப்ராட்டையும் சீதாவையும் கல்கத்தாவிற்கு வரவழைத்து, குழந்தை வளர்ப்பைவிட மற்ற தளங்களிலும் தங்கள் திறமையைக்காட்ட எடுத்துகொண்ட முயற்சியில் எம்.என். ராய் தோல்வியுற்றார். எனினும் ஸ்ப்ராட், ரேடிகல் டெமொக்ராடிக் கட்சியில் உறுப்பினராகத் தொடர்ந்தார். அதன் இதழ்களுக்குக் கட்டுரை அளித்தார். அதன் கூட்டங்களில் பங்கெடுத்தார். 1945இல் பம்பாயில் நடந்த அக்கட்சியின் வருடாந்தர மாநாட்டில் ஒரு பேச்சாளராகப் பங்கெடுத்தார். பம்பாயில் இருந்தபோது சுந்தர்பாய் அரங்கில் நடந்த பொதுக்கூட்டத்தில் 'பிரிட்டீஷ் தொழிற்கட்சியும் இந்திய விடுதலையும்' என்ற தலைப்பில் உரையாற்றினார்.[34]

1946ஆம் ஆண்டு தேராதூனுக்குக் கட்சியின் வருடாந்தரக் கட்சி ஊழியர்களின் கோடை முகாமிற்கு ஸ்ப்ராட் சென்றார். தாலன்வாலா என்ற இடத்திலிருந்த ராயின் பங்களாவில் மாநாடு நடந்தது. தினமும் மாலையில் ராய் ஆற்றிய உரைகள் தொகுக்கப்பட்டுப் புத்தகமாக வெளிவந்தபோது ஸ்ப்ராட்டை முன்னுரை எழுத ராய் கேட்டுக்கொண்டார். இருபத்தைந்து பக்கங்கள் கொண்ட முன்னுரையை ஸ்ப்ராட் எழுதினார். "நானறிந்த பொதுவாழ்வில் உள்ள மனிதர்களில், செயல்படும் அரசியல்வாதியோ, அல்லது விமர்சகரோ, அரசியல்

நிலைமையைச் சரியாகக் கணிப்பதில் எம்.என். ராய்போல யாரும் இல்லை" என்று அந்த முன்னுரை துவங்கியது. ஐரோப்பா, இந்தியா, சீனாவில் நடந்த நிகழ்வுகள் பற்றி அவர் சரியாகச் சொன்னார். தனிமனிதர் துதி பாடும் இந்தியா போன்ற நாட்டில் அவர் ஒரு பிரபல ஆளுமையாக ஆகாதது எனக்கு வியப்பளிக்கிறது என்று எழுதினார். இதற்குக் காரணத்தையும் ஸ்ப்ராட் விளக்கினார். நிறைய வாசகர்களைச் சென்றடைய வேண்டும் என்று ராய் ஒரு இதழாளர்போல் எழுதுவதில்லை. "அவருடைய பின்னணி, சிந்தனாபாணி, கருத்தாக்கங்கள், இவற்றைப் புரிந்துகொள்ளும் ஒரு சிறிய வட்டத்திற்காகவே எழுதுகிறார். அதற்கு வெளியே அவரது கருத்துக்கள் புரிந்துகொள்ளப்படுகின்றனவா என்று அவர் கவலைப்படுவதில்லை."

இந்தியர்களின் குறுகிய பார்வையால்தான் அவருக்குத் தனது நாட்டில் புகழ், கௌரவம் கிடைக்கவில்லை என்றார். வெளி உலகில் ஒரு புரட்சி நடந்துகொண்டிருக்கிறது. இந்த உலகின் ஒரு பகுதியான இந்தியாவும் இந்தப் புரட்சியில் ஈடுபட்டுள்ளது. இந்தியாவைக் கவனிப்பவர் எவரும் இதை மறுக்க மாட்டார்கள். ஆனால் இந்தக் கருத்தைப் பல ஆண்டுகளாகக் கூறிவந்த எம்.என். ராயைப் பலர் ஏற்றுக்கொள்ளவில்லை. அவர் முதலில் உலக அளவில் ஏற்றுக்கொள்ளப்படும் கருதுகோள்களை இந்தியாவிற்குச் சில மாற்றங்களுடன் கொண்டுவருகிறார். இது பல தேசியவாதிகளுக்குப் பிடிப்பதில்லை. அவர்கள் பார்வையில் இந்தியா உலகின் ஒரு பகுதியல்லபோலும். அவர்கள் இந்தியா ஒரு 'தனித்துவமான நாடு' என்றும், மேற்கத்திய சிந்தனை இங்கு ஒத்துவராது என்றும் நம்புகிறார்கள். ஆகவே இந்தியாவின் புரட்சி இந்தியாவிற்கேயான தனிப்புரட்சி என்கின்றனர்.[35]

இத்தகைய விளக்கத்தை ஒத்துக்கொள்வது சற்று சிரமமாக இருக்கிறது. ஜவஹர்லால் நேரு புதுமையான கருத்துக்களைக் கொண்டவர். உலகப் புரட்சியில் இந்தியாவை ஒரு பகுதியாகவே பார்த்தார். ஆனாலும் அவர் மக்களின் போற்றுதலைப் பெற்றிருந்தார். எப்படி நேருவிற்குக் கிடைத்த இந்த அங்கீகாரம் ராய்க்குக் கிடைக்கவில்லை? இந்தக் கேள்வியை ஸ்ப்ராட் கேட்டிருக்க வேண்டும். அவர் எழுப்பவில்லை யாதலால் நான் அதைச் செய்கிறேன். காந்தி தொடங்கிய போராட்டங்களின் போது – 1919இல் ரௌலட் சட்ட எதிர்ப்பு, 1920–21இல் ஒத்துழையாமை இயக்கம், 1931இல் உப்புச் சத்தியாக்கிரகம் – ராய் வெளிநாட்டில் இருந்தார். இந்த

எழுச்சிகளின் போதெல்லாம் காந்தியின் அருகிலேயே, அவருக்குப் பிடித்த சீடராயும் தெரிந்தெடுக்கப்பட்ட வாரிசாகவும் நேரு இருந்தார். பல ஆண்டுகள் சிறைவாசம், இந்தி மொழி அறிந்தது இவை ராயுடன் ஒப்பிடும்போது நேருவிற்குச் சாதகமாய் இருந்தன.

நேரு களத்தில் இருக்கும்வரை தாய்நாடு திரும்பி வந்த ராயால் இந்திய அரசியலில் எந்தவிதத் தாக்கத்தையும் ஏற்படுத்த முடியவில்லை. நாட்டை விட்டு வெகுகாலம் வெளியே வசித்ததும் ஒரு காரணம். ஆனால் ஸ்ப்ராட் இதை உணரவில்லை. 1946இல் எழுதிய ஒரு கட்டுரையில் இந்திய நிலைமைக்கு உகந்த சிந்தனாவாதி ராய்தான் என்றார். துண்டுப் பிரசுரமாக வெளியிடப்பட்ட இந்தக் கட்டுரை கே.எம். முன்ஷியின் ஒரு கட்டுரையைக் குறிப்பிட்டுப் பேசியது. பிரிட்டீஷாரின் மக்களாட்சி பற்றிய கருத்தாக்கம் ரஷ்யப் பார்வையுடன் ஒத்துப்போக வில்லை என்று முன்ஷி எழுதினார். பிரிட்டீஷாரின் கருத்தாக்கம் தனி மனிதர் சுதந்திரத்திற்கு உத்தரவாதம் அளித்ததுடன், வேறுபட்ட சித்தாந்தங்கள் கொண்ட கட்சிகள் இயங்க இடம் கொடுத்தது. ஆனால் ரஷ்ய அரசியல், சுதந்திரத்தை நசுக்கிப் பலம் பொருந்திய அரசு தனது விருப்பத்தை நிலைநாட்டுகிறது என்றார்.

ஸ்ப்ராட்டின் கட்டுரை இந்தக் கருத்தாக்கத்தை எதிர்த்து எழுதப்பட்டது. சுதந்திர இந்தியா பிரிட்டனிடமிருந்து தனிமனித உரிமை, சுதந்திரம் இவற்றையும் சோவியத் யூனியனிலிருந்து பொருளாதார, சமூக நீதியையும் இந்த இரண்டு வகை அரசியலையும் இணைத்து இயங்கலாம். தனது எழுத்துக்களில் ஸ்ப்ராட் அடிக்கடி தனது தலைவர் ராயைக் குறிப்பிட்டு அவரது கருத்துக்களைப் போற்றினார். எல்லாருக்கும் வாக்குரிமை, அரசியல் சுதந்திரம் இவை ராயின் கருத்துக்களாக இருந்துள்ளன என்று சுட்டிக்காட்டினார். முதலாளித்துவ மக்களாட்சியின் சில சாதனைகளை நாம் பாதுகாக்க வேண்டும் என்றார் ராய். 1920களிலும் 1930களிலும் பெருவாரியான மார்க்ஸியச் சிந்தனையாளர்கள் இந்தப் பார்வையுடன் உடன்படவில்லை. ஆனால் ராயின் சிந்தனை மார்க்ஸின் கருத்துக்களோடு உடன்படுகிறது என்று ஸ்ப்ராட் கூறினார். வன்முறையில் தோன்றும் புரட்சியும் சர்வாதிகாரமும் மார்க்ஸின் வரைபடத்தில் இல்லை. சில தருணங்களில் இவை தவிர்க்கப்பட வேண்டும் என்று மார்க்ஸ் நம்பினார். அமெரிக்கா, ஹாலந்து, பிரிட்டன் போன்ற நாடுகளில் இது சாத்தியமாகலாம் என்றார்.

அதே சமயம், முதலாளித்துவச் சிந்தனையைத் தாண்டி, பொருளாதாரத் திட்டமிடலும், பொருளாதார சமத்துவமும்

அரசியல் மக்களாட்சியில் சாத்தியமே என்று ராய் கூறியதை ஸ்ப்ராட் சுட்டிக்காட்டினார். சுதந்திர இந்தியாவின் அரசியல் சாசனம் "குறிப்பிட்ட வேலை நேரம், வேலை செய்ய முடியாதவர்களுக்கு ஆதரவு, இலவசக் கல்வி, இலவச மருத்துவச் சேவை" இவற்றை மக்களுக்குத் தர வேண்டும் என்று ராயும் ஸ்ப்ராட்டும் எதிர்பார்த்தனர். இந்தியாவின் பொருளாதாரக் கொள்கை சாசனத்தின் "அடிப்படைக் கோட்பாடுகளாக" இவை வைக்கப்பட வேண்டும் என்று ஸ்ப்ராட் கருதினார். " நாட்டின் இயற்கை வளம் மக்களின் சொத்தாக இருக்க வேண்டும். தொழில்நுட்பத்தின் மூலம் உற்பத்தியைப் பெருக்குவது நாட்டின் கடமையாக இருக்க வேண்டும். அடிப்படைத் தொழில்களும் கடன் தருவதும் அரசின் கட்டுப்பாட்டில் இருக்க வேண்டும். அதே போல் பெரிய தொழில்களும் பெருமளவில் செய்யப்படும் வேளாண்மையும் அரசின் கட்டுப்பாட்டில் இருக்க வேண்டும்" என்றார் ஸ்ப்ராட்.[36]

ஸ்ப்ராட் எம்.என். ராயைப் போற்றினார். சீதா எலனுடன் நெருக்கமாயிருந்தார். அவருக்கு அடிக்கடி கடிதம் எழுதினார். 1946 ஜூன் மாதம் எழுதிய ஒரு கடிதத்தில் இங்கிலாந்து கம்யூனிஸ்ட் கட்சியின் பிரதம கொள்கையாளர் ரஜனி பாம் தத் இந்தியாவிற்கு வந்திருந்தபோது அவரைத் தான் முயற்சித்தும் சந்திக்க முடியாமல் போனது பற்றி வருத்தப்பட்டு எழுதியிருந்தார். பம்பாய்க்குச் சென்று அவரைப் பார்க்க உத்தேசித்திருந்தும் பயணிக்க முடியாமல்போனது பற்றி எழுதியிருந்தார். "நான் ரேடிகல் டெமொக்ரடிக் கட்சியில் சேர்ந்துவிட்டதைத் தெரிந்து, அவர் என்னைப் பார்க்க மறுத்திருப்பார் என்று நினைக்கிறேன். நான் அவருடன் அரசியல் பேச நினைக்கவில்லை. அவரைப் பார்க்க விழைந்தேன் அவ்வளவே. பழைய நண்பர்களைப் பற்றிக் கேட்க நினைத்திருந்தேன்."[37]

ஸ்ப்ராட்டைக் கல்கத்தாவிற்கோ அல்லது தில்லிக்கோ வரவழைத்துக் கட்சிப் பணியிலும் பத்திரிகை வேலையிலும் ஈடுபடுத்த எலன் விரும்பினார். 1947ஆம் வருடம் ஜூன் மாதம் கடைசி வாரத்தில் தனது ஆசானின் மனைவிக்கு ஸ்ப்ராட் எழுதினார்: "இப்போதைக்கு இங்கு (சீதாவிடமிருந்து) எதிர்ப்பு அதிகம். நான் இந்த சமயத்தில் நகர முடியாது. நான் குற்றவுணர்ச்சியில் அவதிப்படுகிறேன். அங்கே வருகிறேன் என்று வாக்கு கொடுத்திருந்தேன். நீங்களும் நான் அங்கே வர வேண்டும் என்று விரும்புகிறீர்கள். கொடுத்த வாக்குறுதியைக் காப்பாற்ற என்னால் முடியவில்லை."[38]

1947, ஆகஸ்டு மாதம் இந்தியா சுதந்திரம் அடைந்தது. அதைத் தொடர்ந்து ஜனவரி மாதத்தில் காந்தியடிகள் ஒரு

இந்து வெறியனால் சுட்டுக் கொல்லப்பட்டார். காந்தியடிகள் ஸ்ப்ராட்டின் மேல் மிகுந்த தாக்கம் ஏற்படுத்தியிருந்தார். காந்தியைப் படித்ததும் அவரைச் சந்தித்துப் பேசியதும் ஸ்ப்ராட்டின் மேல் பெரிய தாக்கம் ஏற்படுத்தி அவரை வன்முறைப் புரட்சிப் பாதையிலிருந்து விலக்கி, ஜனநாயகம் சார்ந்த அரசியலுக்குக் கொண்டுவந்தது. தேராதூனிலிருந்த எலனுக்கு பெங்களூரிலிருந்து ஸ்ப்ராட் காந்தி கொலையுண்டது பற்றி ஒரு கடிதம் எழுதினார். "இது எனக்கு ஒரு பேரிடி. மக்கள் தங்கள் பேரிழப்பைப் பற்றிப் பேசுகிறார்கள். எதிர்காலத்தை இருண்டதாக அவர்கள் காண்கிறார்கள்" என்றார்.

> ஒரு காலகட்டத்தில் அவருடைய நூல்களை நிறைய வாசித்தேன். வார்தாவிற்குச் சென்று அவருடன் நீண்ட உரையாடல்கள் நடத்தினேன். அவரை என் தந்தையாக உணர்ந்தேன். அப்படி ஒரு ஆளுமையை விமர்சிப்பது, ஒரு நிலைபெற்ற நிறுவனத்தை விமர்சிப்பது போலாகும். விமர்சிப்பவரின் ஆலோசனைகள் ஏற்கப்பட மாட்டாது என்பதை மனத்தில் கொள்ள வேண்டும். அவருக்கு எதிராகப் பேசும் எந்த பிரிட்டிஷ் புரட்சியாளருக்கும் இந்தக் காப்புரை பொருந்தும்.[39]

12

சாமுவேலிலிருந்து சத்யானந்திற்கு

ஸ்டோக்ஸ், மகள், மனைவி. 1940

I

அமெரிக்கப் புரட்சியாளர் சாமுவேல் ஸ்டோக்ஸை நாம் கடைசியாக 1924இல் அவர் தன்னுடைய குடும்பத்தாருடன் கிறிஸ்துமஸ் கொண்டாடிக் கொண்டிருப்பதைப் பார்த்தோம். அவர் இந்திய தேசிய காங்கிரஸுடன் தான் கொண்டிருந்த தொடர்பை விட்டு விலகியிருந்தார். அரசியலை விட்டு ஒதுங்கிய பின் அவர் ஆப்பிள் வேளாண்மையில் கவனம் செலுத்திக்கொண்டிருந்தார். முதன் முதலாக ஆப்பிளை 1870இல் சிம்லா மலைப்பகுதியில் ஆர்.சி. லீ (R.C.Lee) என்ற ஆங்கிலேயர் பயிரிட்டார். ஆனால் இந்த முதல் பரிசோதனைகள் வெற்றிகரமாக அமையவில்லை; பழம் புளிப்பாக இருந்தது. ஸ்டோக்ஸ் அந்தப் பகுதிக்கு அமெரிக்க ஆப்பிள்களைக் கொண்டுவந்த பின்தான் இங்கு ஆப்பிள் வேளாண்மை வேரூன்றியது. 1921ஆம் ஆண்டு டிசம்பர் மாதம் ஸ்டோக்ஸின் தாயார், ஃப்லோரன்ஸ் (Florance) கிறிஸ்துமஸ் பரிசாக ஸ்டார்க்ஸ் கோல்டன் டெலிஷியஸ் (Stark's Golden Delicious) என்ற வகை ஆப்பிள்களின் மரக்கன்றுகளை அனுப்பிவைத்தார். சில ஆண்டுகளில் அவை பழம் தர ஆரம்பித்தன, 1926ஆம் ஆண்டு ஆகஸ்டு மாதம் அவருடைய பழத்தோட்டத்திலிருந்து இருபது பெட்டி பழங்கள் அறுவடையான செய்தியைத் தன் தாயாருக்கு ஸ்டோக்ஸ் தெரிவித்தார்; "அடுத்த ஆண்டு நான் உயிரோடு இருந்தால் இங்கிருந்து போகும் பழப்பெட்டிகளின் மேல் 'கோட்கார் ஆப்பிள்கள்' என்ற குறி இருக்கும். அதன் பின்னர் இந்தியாவில் இந்த இடம் நல்ல ஆப்பிள்களுக்குப் பெயர் பெற்றதாயிருக்கும்."[1]

ஸ்டோக்ஸின் பழத்தோட்டத்தில் ஏறக்குறைய ஆயிரம் மரங்கள் இருந்தன. அவர் அந்தப் பகுதி விவசாயிகளுக்கு மரக்கன்றுகளைக் கொடுத்தார். இன்றும் அந்தப் பகுதியில் ஆப்பிள் வேளாண்மை வளமாக இருப்பதற்கு அவர்தான் அடித்தளம் இட்டார். கோவேறு கழுதைகள் மூலம் சிம்லா சந்தைக்குப் பழங்கள் அனுப்பப்பட்டன. பல ஆண்டுகளாக அரசு அதிகாரிகளிடம் சிம்லாவிற்குச் சாலை அமைத்துக் கொடுக்கச் சொல்லிக் கேட்டுக்கொண்டிருந்தார்.[2]

ஸ்டோக்ஸ் ஒரு பள்ளிக்கூடமும் ஆரம்பித்திருந்தார். அது முதலில் அவரது குழந்தைகளுக்காகத் தொடங்கப்பட்டு, பின்னர் பக்கத்து கிராமங்களிலுள்ள சிறுவர்களும் அதில் இணைந்து கொண்டனர். 1925ஆம் ஆண்டு மே மாதம் அந்தப் பள்ளியில் அறுபது சிறுவர்கள் படித்துக்கொண்டிருந்தனர். அப்போது ஸ்டோக்ஸ் அமெரிக்காவிலிருந்த தனது தாயாருக்கு ஒரு கடிதம் எழுதினார்.

இந்தச் சிறிய கல்விச்சாலையின் மூலம் இந்தச் சிறுவர் வாழும் சூழலில் ஆரோக்கியமான, உயர்ந்த லட்சியங்களைப் பரப்ப முயற்சிக்கிறோம். இதன் மூலம் அவர்களைச் சுற்றியுள்ள அண்டையர்களும், நண்பர்களும் அவர்கள் மேல் நல்ல தாக்கத்தை ஏற்படுத்துவார்கள். நான் இவர்களுக்கு விட்டுச் செல்லக்கூடிய மரபுப் பெயரைக் காட்டிலும் இந்தத் தாக்கம் உயர்வானது.³

1926ஆம் ஆண்டு, வசந்த காலத்தில், ரிச்சர்டு க்ரெக் (Richard Gregg) என்ற ஒரு அமெரிக்கர், ஸ்டோக்ஸுடன் கோட்காரில் சிறிது காலம் தங்கியிருக்க வந்தார். கொலராடோ மாநிலத்தில் 1885ஆம் ஆண்டு பிறந்த இவர் ஒரு பாதிரியாரின் மகன். ஹார்வர்டு பல்கலைக்கழகத்தில் சட்டம் பயின்று பட்டம் பெற்றவர். அவர் முதலில் ஒரு சட்ட நிறுவனத்தில் பணிசெய்தார். வணிகத்தனமான அந்த வேலையில் அதிருப்தியடைந்த அவர் தொழிற்சங்க வேலைசெய்ய ஆரம்பித்தார். இதுவும் அலுத்துப்போகவே அவர் விஸ்கான்சின் மாகாணத்தில் ஒரு பண்ணையில் வேலைசெய்தார். சிக்காகோவில் ஒரு புத்தகக்கடையில் காந்தியின் எழுத்துக்களைப் படித்த இவர், அண்ணலுடன் கடிதத் தொடர்பு கொண்டார். காந்தியடிகள் அப்போது சிறையிலிருந்தார். ஆனால் க்ரெக்கின் கடிதத்தை சி. எஃப். ஆண்ட்ரூஸ் படிக்க நேர்ந்தது. படித்துவிட்டு, க்ரெக்கை இந்தியாவிற்கு வருமாறு அழைத்தார்.⁴

1925இல் இந்தியாவிற்கு வந்த க்ரெக், முதலில் சபர்மதி ஆசிரமத்தில் பல மாதங்கள் தங்கியிருந்தார். அப்போதுதான் காந்தி அவருக்குக் கோவிந்தா என்ற இந்து மதப்பெயரைச் சூட்டினார். பின்னர் க்ரெக் இந்தியாவைச் சுற்றிப் பயணித்து விட்டுக் கடைசியாக கோட்கார் போய்ச் சேர்ந்தார். காந்தி மூலமும் ஆண்ட்ரூஸ் மூலமும் ஸ்டோக்ஸ் க்ரெக்கைப் பற்றி அறிந்திருந்தார். க்ரெக் அங்கு ஸ்டோக்ஸ் நடத்தும் பள்ளியில் ஆசிரியராகப் பணிசெய்து கொண்டே, மாணவர்களுக்குத் தேவையான பாடநூல்களையும் தயார்செய்தார். 1926ஆம் ஆண்டு செப்டம்பர் மாதம் தான் செய்யும் வேலை பற்றி க்ரெக் காந்தியடிகளுக்கு ஒரு கடிதம் எழுதினார்.

மாணவர்களுக்கான கணிதம், இயற்பியல் பாடப் புத்தகங்களை அவர்களது அனுபவத்திற்கேற்பச் சற்று மாற்றியமைப்பதில் என்னுடைய நேரம் செலவாகிறது. எல்லா ஆங்கிலப் பாடப் புத்தகங்களும், இந்திய பாடப் புத்தகங்களும் நகர்ப்புறச் சிறுவர்களை மனத்தில் கொண்டே எழுதப்பட்டுள்ளன. அவர்களுக்கு எந்திரங்கள் பற்றியும், மற்ற உபகரணங்கள் பற்றியும் தெரிந்திருக்கும்.

இங்கிருக்கும் மாணவர்கள் மோட்டார் கார், ரயில் எஞ்சின், மின்சார விளக்கு இவற்றைப் பார்த்ததில்லை. பலர் மாட்டுவண்டியைக்கூடக் கண்டதில்லை. ஆகவே கணிதம், இயற்பியல் புத்தகங்களில் இருக்கும் படம், தொழில்நுட்பம் சார்ந்த சொற்கள் இந்தக் கிராமப்புற மாணவர்களுக்கு சம்பந்தமில்லாதவை. அவற்றால் கல்வி சார்ந்த எந்தப் பயனும் இல்லை. நான் இந்திய கிராமப்புறச் சிறுவர்களுக்கேற்ற கணித, அறிவியல் புத்தகங்களை உருவாக்கி வருகிறேன். இந்தியாவின் பெருவாரியான சிறுவர்கள் கிராமங்களில் இருப்பதால் இந்த முயற்சிகள் பயனுள்ளதாக இருக்கும் என்று நம்புகிறேன்.[5]

பொருத்தமான புத்தகங்கள் இருப்பதுபோல் நல்ல ஆசிரியர்கள் இருப்பதும் முக்கியமானது என்று காந்தியடிகள் பதில் எழுதினார். பள்ளிக்கூடத்திற்கு அரசு அங்கீகாரம் பற்றிக் கவலைப்பட வேண்டாம் என்று ஸ்டோக்கிஸிடம் கூறுமாறு க்ரெக்கை காந்தி கேட்டுக்கொண்டார். ஒரு நிறுவனம் எப்படி நடத்தப்படுகிறது என்பதுதான் முக்கியம். யாரால் அது எந்த அதிகாரியால் அங்கீகரிக்கப்படுகிறது என்பதல்ல. க்ரெக்கிற்கு எழுதிய இன்னொரு கடிதத்தில் காந்தி, “ஸ்டோக்ஸ் அனுப்பிய ஆப்பிள் பழங்களுக்காக நன்றி சொல்லவும். அவை மிகவும் சுவையாக இருந்தன. பார்ப்பதற்குத் தங்க ஆப்பிள்போல் இல்லை. என்னால் ஆப்பிளை வேக வைக்காமல் சாப்பிட முடியாது. எனது பற்களால் கடிக்க முடியாது. நான் இரண்டு பழங்கள் சாப்பிட்டேன். மீதி இருந்தவற்றை நோயாளிகளுக்கும், தேவையிருக்கும் சிலருக்கும் கொடுத்துவிட்டேன்” என்று எழுதினார்.[6]

II

1927இல் ஸ்டோக்ஸின் தாயார் இந்தியாவிற்கு வரத் தீர்மானித்தார். அவருக்கு அப்போது வயது எண்பது என்றாலும் அவர் அந்தக் கடினமான பயணத்தை மேற்கொள்ள விரும்பினார். “பையன்களையும் பெண்களையும், ஆக்னஸையும் உங்கள் யாவரையும் எனது இறுதிப் பயணத்திற்கு முன் காண விரும்புகிறேன்.” அவர் கோட்கார் வந்து ஒரு மாதம், பேரப்பிள்ளைகளுடன், இருந்தார். அது ஏப்ரல் மாதம். காலநிலை இதமாக இருந்தது. மலைக்காட்சிகள் அற்புதமாக இருந்தன. ஆப்பிள் மரங்கள் பூத்துக் குலுங்கியிருந்தன. அமெரிக்கா திரும்பிய பின் அவர் ஸ்டோப்க்ஸுக்கு எழுதினார்.

நீ இந்தியாவில் வெவ்வேறு தளங்களில் செய்திருக்கும் இந்த சாதித்திருக்கும் இந்த சிறந்த வேலைகளைப்

பற்றி அறிந்தால் உன் தந்தை எவ்வளவு மகிழ்ச்சி அடைந்திருப்பார்? ஆக்னஸ் தனது அவரது அன்பையும் நம்பிக்கையும் பெற்றிருப்பார். உங்களது அருமையான வீடு, உங்கள் பார்வைகள், கரிசனங்கள், பள்ளிக்கூடம், அது சம்பந்தப்பட்ட சகலமும், உனது குழந்தைகள், இவை எல்லாவற்றையும்விட உனது உயர்ந்த லட்சியங்கள், அவைகளை அடைய நீ மேற்கொள்ளும் வழிகள் எல்லாமே அவரைக் கவர்ந்திருக்கும். இவை எல்லாவற்றையும் விட உனது ஆப்பிள் பழங்கள் அவருக்கு மகிழ்ச்சி தந்திருக்கும். அவைகளுக்குப் பெரிய வரவேற்பு கிடைக்கின்றதே.[7]

ஸ்டோக்ஸ் இல்லத்தாருடன் இரண்டரை ஆண்டுகள் தங்கியிருந்த பின், க்ரெக் கோட்காரை விட்டுப் புறப்பட்டார். அவர் ஸ்டோக்ஸ் ஒப்பீட்டு இறையியல் பற்றி எழுதிய ஒரு நூலின் கையெழுத்துப் பிரதியை எடுத்துச் சென்றார். ஸ்டோக்ஸ் தானறிந்த கிறிஸ்தவ சமயத்தையும் தான் படித்த இந்து சமய நூல்களைப் பற்றியும் எழுதிய நூல் அது. ஸ்டோக்ஸ் அந்த நூலை மேலை நாட்டில் வெளியிட விரும்பினார். க்ரெக் அதற்கு உதவி செய்வதாக உறுதியளித்தார்.

தனது அமெரிக்க நண்பரின் பிரிவைத் தொடர்ந்து ஸ்டோக்ஸ் தன் தாய்நாடான அமெரிக்காவைப் பற்றித் தான் கொண்டிருந்த நினைவுகளைப் பற்றி ஆழ்ந்து சிந்திக்க ஆரம்பித்தார். தன் தாயாருக்கு இதைப் பற்றி எழுதினார்.

"நான் அமெரிக்காவை நேசிக்கிறேன். உலகிற்குப் பல நல்ல கொடைகளை அமெரிக்கா அளிக்க முடியும். அமெரிக்கா வளர்வதைப் பார்க்கும்போது நான் உற்சாகமடைகிறேன். அதே சமயத்தில் அந்த நாடு குழப்பமடைந்து, சீக்கிரமே மறைந்து போகக்கூடிய விஷயங்களை முறைப்படுத்தும் தன் திறமையால், தனது தனித்துவத்தையும் மறையாதவற்றையும் காண முடியாமல் ஆக்கி விடக்கூடாது.

அமெரிக்காவில் பிறந்த எனக்குக் கீழைநாடுகள் ஆழ்ந்த, ஆன்மாவை ஊக்குவிக்கும் செய்தியைத் தருகின்றன. என் பார்வை முழுவதுமாக மாறிவிட்டது. என் வாழ்க்கைக்கு புதிய, முன்பில்லாத, அர்த்தம் கிடைத்துள்ளது. இதன் பயனாக நான் பல விதமாற்றங்களுக்கு நடுவேயும் அச்சமின்றிப் பயணிக்க முடிகிறது. காலத்தையும் மற்ற எல்லாவற்றையும் நித்தியத்தின் நிலையிலிருந்து காண்கிறேன்.

இருபத்து நான்கு வருடங்கள் இந்தியாவின் ஆழ்ந்த வாழ்க்கை என்னை எல்லாவற்றையும் இந்திய நோக்குடன் காணச் செய்யவில்லை. அது என்னை வெகுவாகப்

பாதித்திருக்கிறதுதான். ஆனால் இறுதியில் என் பார்வை முழுமையாகக் கீழைத்தேயப் பார்வையுமல்ல, மேற்கத்திய பார்வையுமல்ல. இரண்டும் கலந்ததுவும் அல்ல. இந்த இரண்டு தாக்கங்களின் விளைவு. இது மனித வாழ்வின் அனுபவத்தின், மனிதச் சிந்தனைகளின் ஆழத்தில் வேர் கொண்ட ஒரு புதுத் தத்துவம். என்னைப் பொறுத்தவரையில் இதுதான் உண்மை. ஆழ்ந்த அனுபவத்திலும், சிந்திப்பதிலும் எனது ஆன்மா மூலம் இதை அடைந்துள்ளேன். வாழ்க்கை எனக்களித்திருக்கும் இந்த தரிசனத்தைத்தான் நான் எனது நூலில் தர முயன்றிருக்கிறேன். மற்றவர்கள் மீது இது என்ன தாக்கத்தை ஏற்படுத்தும் என்பதை இனிமேல்தான் பார்க்க வேண்டும்."⁸

1929ஆம் ஆண்டு ஸ்டோக்ஸ் தேசிய அரசியலுடன் தான் கொண்டிருந்த உறவைப் புதுப்பித்துக்கொண்டார். லண்டனில் நடக்கவிருக்கும் வட்டமேஜை மாநாட்டில் இந்தியா கலந்து கொள்ள வேண்டும் என்று ஜவஹர்லால் நேருவுக்குக் கடிதம் எழுதினார். அன்று வைஸ்ராயாக இருந்த இர்வின் பிரபுவும், ஆட்சியிலிருந்த லேபர் அரசும் இந்திய சுதந்திரக் கோரிக்கைக்கு முந்தைய ஆட்சியாளர்களைவிட ஆதரவு கொடுப்பதாக ஸ்டோக்ஸ் கருதினார். நேருவிற்கு இந்தக் கருத்தில் உடன்பாடு இல்லை. வட்டமேஜை மாநாட்டிற்குப் பங்கெடுப்பதற்குப் பதிலாக, காங்கிரஸ் ஒத்துழையாமையைக் கையிலெடுத்தது.⁹

III

நாலாவது இயலில் விவரித்ததுபோல இந்தியாவில் கிறிஸ்துவ மறையாளர்கள் இயங்கும்முறை பற்றி ஸ்டோக்ஸ் ஏமாற்றம் அடைந்திருந்தார். அவர்கள் இறுமாப்புடன், வெளியுலகைப் பாராமல், இந்தியக் கலாச்சார, அறப் பாரம்பரியங் களுடன் தொடர்பு இல்லாமல் இருந்தனர். காலம் செல்லச்செல்ல, ஸ்டோக்ஸ் இந்த மறையாளர்களிடமிருந்து விலகி, திருச்சபையை விட்டும் ஒதுங்கியிருந்தார். அவர் இந்து ஆன்மிக நூல்களைப் படிக்க ஆரம்பித்து, இந்து சிந்தனையாளர்களிடம் பழகினார். குறிப்பாக, காந்தியடிகள். ஆர்ய சமாஜ் போன்ற மற்ற சீர்திருத்தக் குழுவினருடனும் தொடர்புகொண்டார். அவர்களுடைய பள்ளிகளுக்கும் கல்லூரிகளுக்கும் சென்று அந்தக் குழுவின் தலைவர்களுடன் உரையாடினார்.

ஸ்டோக்ஸ் நடத்திய உரையாடல்கள், ஏற்றுக்கொண்ட அனுபவங்கள் இவற்றின் சாரம், அவருடைய ஒப்பீட்டு மறையியல் நூலின் கைக்யெழுத்துப் பிரதியில் சேர்ந்தது. இதைத்தான் அவர் ரிச்சர்ட் க்ரெக்கிடம் கொடுத்திருந்தார். இந்த நூலுக்கு

அவர் சத்யகாமா அல்லது True Desires என்ற தலைப்பைக் கொடுத்திருந்தார். அமெரிக்காவில் இந்நூலுக்குப் பதிப்பாளரைக்ரெக் கண்டறிய முடியவில்லை. சி.எஃப். ஆண்ட்ரூஸும் பிரிட்டனில் வெளியிட யாரையும் கண்டறியவில்லை. இன்று இந்த நூலைப் படித்துப் பார்த்தால் ஏன் அவர்களால் இதை வெளியிட முடியவில்லை என்று அறிய முடிகிறது. இன்றைய சமய ஆய்வாளர் ஒருவர் கூறுகிறார்: "சத்யகாமா படிப்பதற்குச் சிரமமான நூல். சொன்னதையே திருப்பிச் சொல்லி, குழப்பமான நிலையில், முறையற்று இருக்கிறது. புரியாத கருதுகோள்களும் நிறைய சமஸ்கிருதச் சொற்களும் உள்ள இந்த நூலைப் படிக்கச் சாமானிய வாசகர் சிரமப்படுவார்."[10]

உண்மையைத் தேடி அலையும் ஒவ்வொருவரும் தன்னுடைய தனிப்பாதையில் பயணித்துத்தான் தன்னை உணர்ந்து கொள்ள முடியும். எந்தச் சமய நூலோ அல்லது மத அதிகாரியோ இங்கு வழிகாட்ட முடியாது என்பதே இந்த நூலின் சாரம்.[11]

Styakama: Being Thoughts on the Meaning of Life என்ற தலைப்பில் இந்த நூல் *1931*இல் மதராஸில் ஒரு பதிப்பகத்தால் வெளியிடப்பட்டது. அடுத்த ஆண்டு, சில பிரபல இந்துக்கள் அவரை அணுகி, இந்தியக் கலாச்சாரத்தில் இவ்வளவு ஈடுபாடு கொண்டுள்ளீரே, ஏன் இந்து மதத்தைத் தழுவக்கூடாது? என்று கேட்டனர். இது குறித்து ஆழ்ந்து சிந்தித்த ஸ்டோக்ஸ் அவர்களது கோரிக்கையை ஏற்றுக்கொண்டார். தான் தொடங்கிய பயணத்தின் நிறைவடைதலாக அவர் இந்துவாக மாற முடிவு செய்தார். அவருடைய மகன்கள் – ஒருவருக்கு இருபது, மற்றவருக்குப் பத்தொன்பது வயது – இவரது முடிவை உற்சாகமாக ஏற்றுக்கொண்டனர். ஆனால் அவரது மனைவி ஆக்னஸுக்கு முதலில் பிடிக்கவில்லை என்றாலும், பின்னர் ஒத்துக்கொண்டார்.[12]

*1932*ஆம் ஆண்டு ஜூலை மாதம் ஸ்டோக்ஸ் தனது தாயாருக்குக் கடிதம் எழுதித் தனது முடிவைத் தெரிவித்தார். இதுவரை நல்லெண்ணத்துடன் வெளியிலிருந்து பார்த்துக் கொண்டிருந்தேன். இப்போது அந்தச் சமூகத்தில் இணைய விரும்புகிறேன் என்று எழுதினார். அவரது தாயார் கிறிஸ்தவத்தில் ஆழ்ந்த நம்பிக்கை கொண்டவர். அவருக்கு ஸ்டோக்ஸ் எழுதினார்: "உனக்கு இருப்பதுபோல் எங்களுக்கு இந்து சமூகத்திற்குள் செல்வதில் மனச்சான்று சார்ந்த பிரச்சினைகள் எதுவும் இல்லை. இங்குள்ள இந்துக்களாயிருக்கும் மலைவாழ் மக்களுக்காகப் பணிசெய்வதுதான் கடமை என்று எங்கள் குடும்பம் நம்புகிறது."[13]

ஆரிய சமாஜத்தைச் சேர்ந்த ஒரு புரோகிதர் வீட்டில் நடந்த ஒரு எளிமையான சடங்கின் மூலம் ஸ்டோக்ஸும் அவரது

இல்லத்தாரும் 1932ஆம் ஆண்டு செப்டம்பர் 4ஆம் தேதி முறைப்படி இந்து மதத்தைத் தழுவினார்கள். அவரது அர்ப்பணிப்பின் ஆழத்தைச் சோதிக்க ஸ்டோக்ஸிடம் பல கேள்விகள் கேட்கப் பட்டன. அவர் நல்ல முறையில் பதிலளித்தார். சில வேத மந்திரங்களையும், 'ஓம்' என்ற புனிதச் சொல்லையும் அவரைச் சொல்லச் சொன்னார். பின்னர் அவரை ஒரு இந்துவாக ஏற்றுக்கொள்வதற்கு முன் அவரது கடந்த காலத்திலிருந்து அவரைச் சுத்திகரிப்பதுபோல அவர்மீது நீரைத் தெளித்தார். தனது இல்லத்துப் பெயரான 'ஸ்டோக்ஸை'த் தக்கவைத்துக் கொண்டு, 'சாமுவேல்' என்ற தனது பெயரை மாற்றி 'உண்மையில் மகிழ்ச்சி" என்ற பொருள் கொண்ட 'சத்தியானந்த்' என்ற பெயரை வைத்துக்கொண்டார்.[14]

சில ஆண்டுகளாக ஆரிய சமாஜம் இந்து மதத்திலிருந்து கிறிஸ்தவ மதம் மாறியவர்களைத் (பெருவாரியானவர்கள் தாழ்த்தப்பட்ட மக்கள்) திரும்பி வரச்செய்ய முயற்சி செய்து கொண்டிருந்தது. இந்தச் செயல்திட்டத்திற்கு அவர்கள் வைத்த பெயர் 'ஷுத்தி' (மாசு களைதல்). ஸ்டோக்ஸின் நிலை வேறு மாதிரியானது. அவர் அமெரிக்காவில் கிறிஸ்தவராகப் பிறந்தவர். இன எல்லைகளைத் தாண்டி இந்தியர் ஒருவரை மணந்த இவர், தான் தெரிந்தெடுத்த நாட்டுடன் முழுவதுமாக இணைய அந்நாட்டின் இந்து மதத்தையும் தெரிந்தெடுத்துக் கொண்டார்.

அந்தச் சடங்கு நடப்பதற்கு முன் ஸ்டோக்ஸ் ஒரு இந்திய கிறிஸ்தவப் பாதிரிக்கு அதற்கான காரணங்களை விளக்கிக் கடிதம் எழுதினார். "என் ஆன்மிக அனுபவத்திற்கு நான் கிறிஸ்துவிற்குக் கடமைப்பட்டிருக்கிறேன். ஆனால் தத்துவ ரீதியில் நான் கிறிஸ்தவத்தைக் காட்டிலும் இந்து சமயத்திற்கு நெருங்கியிருக்கிறேன்." தான் எடுத்த முடிவை ஸ்டோக்ஸ் ஒரு சமூக ரீதியான ஒன்றாகக் கருதினார். அவர்களது சமயத்திற்கு மாறினால் அவர்களுக்குப் பணி செய்ய ஏதுவாயிருக்கும் என்று கருதினார்.[15]

தனது மதமாற்றத்திற்குப்பின் ஸ்டோக்ஸ் ஒரு அறிக்கையை வெளியிட்டார். அதில் "தான் விரும்பிச் செய்யும் சமூகப் பணியை, பெரும்பான்மை சமூகத்தாரிடையே செய்வது நல்ல பயனைத் தரும்" என்றார். தனது இல்லத்தாருடன் மதம் மாறியதால் கிறிஸ்துவம் பொய்யான மதம் என்றோ அல்லது இந்து மதம்தான் உண்மையான மதம் என்றோ கூறவில்லை என்று விளக்கினார். எல்லாச் சமயங்களிலும் அடிப்படை உண்மை இருக்கிறது. ஆழ்ந்த ஆன்மிக அனுபத்திற்கு ஒரே ஒரு வழிதான்

உண்டு என்று சொல்ல முடியாது என்றார். “நாங்கள் விட்டு விலகிப்போகும் கிறிஸ்தவ சமுதாயத்தில் எவ்வளவு பரந்த, ஆழமான ஆன்மிக வாழ்க்கை உள்ளது என்று எங்களுக்குத் தெரியும். எங்கள் விஷயத்தில் பாதை வேறு திசைக்கு இட்டுச் சென்றுள்ளது. நாம் ஒவ்வொருவரும் நமக்காகத் தோன்றும் வெளிச்சத்தைப் பார்த்து நடக்க வேண்டும்” என்றார்.[16]

IV

1930களில் ஸ்டோக்ஸ் முழுவதுமாக அரசியலிலிருந்தும் பொது வாழ்விலிருந்தும் விலகியே இருந்தார். அந்தப் பத்தாண்டுகளின் முடிவில் அவர் தனது நண்பர் ஒருவருக்குக் கடிதம் எழுதினார்.

> ஒருகாலத்தில் மற்றவர்களுக்கு உபதேசிக்கும் திறன் என்னிடம் இருந்தது என்று நினைத்திருந்தேன். ஆனால் வயதாகிவிட்ட பின், முன்னைவிடத் தெளிவாக என்னையே நான் பார்க்கும்போது, மற்றவர்களுக்குக் கற்றுக் கொடுக்க முடியும் என்ற தன்னம்பிக்கையை நான் இழக்கிறேன். ஏனென்றால் என்னில் ஆயிரக்கணக்கான பலவீனங்களையும் குறைகளையும் காண்கிறேன். அவை நான் கற்றுக்கொள்ள வேண்டுமே தவிர உபதேசிக்கக் கூடாதென்று எனக்குச் சுட்டிக்காட்டுகின்றன. என் வாழ்நாள் முழுவதும் நான் பேசிய, எழுதிய ஆன்மிகச் செல்வங்களை அடைய நான் சிறிதளவாவது முயற்சிக்க வேண்டும். காலம் செல்லச் செல்ல நான் அமைதியாக இருக்கவே விரும்புகிறேன். அந்த மௌனத்தில், தகுதியின்மை, சிறுமதி இவற்றிற்கு இடமில்லாத ஒரு தொடர்பை உருவாக்க விரும்புகிறேன்.[17]

இது 1939ஆம் ஆண்டு பிப்ரவரி மாதம் 4ஆம் தேதி எழுதப்பட்டது. என்றாலும் இதை எழுதி ஆறு வாரங்களில் அவர், காந்தியடிகள், நேரு, அன்று காங்கிரஸ் கட்சியில் தலைவராயிருந்த சுபாஸ் சந்திர போஸ் ஆகிய மூன்று செல்வாக்குப் பெற்ற தேசியத் தலைவர்களுக்கு அறிவுரை கூறினார். அவருடைய அறிவுரைகள் கடித உருப்பெற்றன. ஐரோப்பாவில் அன்றைய அரசியல் நிலைமையும், அது இந்தியாவையும் உலகையும் எவ்வாறு பாதிக்கும் என்பதையும் பற்றி எழுதினார். பதினைந்து ஆண்டுகளுக்கு முன் காங்கிரஸை விட்டு விலகி, இல்லற வாழ்வில் ஈடுபட்டு, ஆப்பிள் விவசாயம், ஆன்மிகத் தேடல் இவற்றில் காலத்தைச் செலவிட்ட ஸ்டோக்ஸ் இந்தக் கடிதங்கள் மூலம், ஐந்தாண்டுகள், 1919–1924, தான் நெருங்கியிருந்த அரசியல் கட்சியுடன் தன் உறவைப் புதுப்பித்துக்கொள்ள முயற்சித்தார்.

இந்த மூன்று தலைவர்களுக்கும் அவர் வெவ்வேறு கடிதங்கள் எழுதினார். ஆனால் அவர் சொன்ன விஷயம் ஒன்றுதான். இன்றோ நாளையோ ஐரோப்பாவில் பிரிட்டனுக்கும் ஜெர்மனிக்கும் போர் மூளும். இரண்டுமே ஏகாதிபத்திய நாடுகள்தான். என்றாலும் இந்தியா நடுநிலைமை வகிக்காமல் பிரிட்டனை ஆதரிக்க வேண்டும் என்று கேட்டுக்கொண்டார். ஏனென்றால் பிரிட்டன் வெற்றிபெற்றால் தனக்குக் கீழிருக்கும் நாடுகளுக்கு சுதந்திரம் அளிக்கலாம். ஆனால், இன வெறி மிகுந்த ஜெர்மானியர் என்றுமே விடுதலை கொடுக்க மாட்டார்கள் என்றார்.

போஸுக்கு இந்தக் கடிதம் 1939ஆம் ஆண்டு மார்ச் மாதம் 30ஆம் தேதி அனுப்பப்பட்டது. அடுத்த நாள் காந்திக்கு அனுப்பப்பட்டது. நேருவின் கடிதம் ஏப்ரல் 4ஆம் தேதி அஞ்சலில் சேர்க்கப்பட்டது. இந்த மூவருக்கும் ஸ்டோக்ஸ் எழுதியது அவர் இந்தப் பிரச்சினைக்கு எவ்வளவு முக்கியத்துவம் தந்தார் என்பதைக் காட்டுகிறது. அவருடைய எல்லாக் கடிதங்களும் நமக்குப் படிக்கக் கிடைக்கின்றன. ஆனால் நான் இங்கு அவர் காந்தியடிகளுக்கு எழுதிய கடிதத்திலிருந்து மட்டும் மேற்கோள் காட்டுகிறேன். அந்தக் கடிதம்தான் மிகவும் நீளமானதாக இருந்தது. அது மட்டுமல்ல. போஸ், நேருவைவிட காந்தியடிகள்தான் ஸ்டோக்ஸுக்கு நெருக்கமாக இருந்தார். இந்தக் கடிதம் எழுதி எண்பது ஆண்டுகளுக்கு மேல் ஆகியிருந்தாலும், இன்றும் அதை வாசிப்பது ஒரு உன்னத அனுபவமாக இருக்கிறது.[18]

"பல சுமைகளும் உளைச்சல்களும் இருக்கும் இன்றைய உங்கள் வாழ்க்கையில் குறுக்கிடுவதற்கு மன்னிக்கவும்" என்று தன் கடிதத்தை ஸ்டோக்ஸ் தொடங்குகிறார். இந்தியாவிலும் உலகிலும் 'நிலைமை பரிதாபகரமாக இருப்பதால்' தான் குறுக்கிட வேண்டியுள்ளது என்கிறார். பாரம்பரிய ஏகாதிபத்திய நாடுகளான பிரிட்டன் ஒரு புறமும், புதிதாகத் தோன்றும் ஏகாதிபத்திய சக்திகளான ஜெர்மனி போன்ற நாடுகள் ஒரு புறமும் இருக்க, உலக அளவில் மோதல் ஏற்படுவதைத் தான் எதிர்பார்ப்பதாகக் கூறினார்.

> "இன்றைய வாய்ப்புகள், சிறப்புரிமைகள் இவை பிரிக்கப்பட்டிருக்கும் முறையை ஜெர்மனி, இத்தாலி, ஜப்பான் ஏற்றுக்கொள்ள மாட்டார்கள். சுரண்டக்கூடிய பகுதிகள் எல்லாமே பிரிட்டன், ஃபிரான்ஸ், உள்ளிட்ட இரண்டு மூன்று சிறு நாடுகளின் கைவசம் இருக்கின்றன. அங்கே அவர்களுக்கு வணிகத்தில் மற்றவர்களுக்குக் கிடைக்காத பல சிறப்பு வசதிகள் உண்டு. இந்தப் பகுதிகளை இப்போது பிரித்துவிட முடியாது. அப்படிச் செய்தால் அவர்களது பொருளாதாரம் சீர்குலைந்துவிடும்."

பிரிட்டனும் ஃபிரான்ஸும் இந்தப் பகுதிகளில் தத்தம் பிடிகளை இறுக்கிக்கொண்டிருக்க, ஜெர்மனியும் ஜப்பானும் இந்த இடங்களை எப்படியாவது பிடித்துவிட வேண்டும் என்று உறுதிபூண்டிருந்தன.

> இந்தப் பகுதிகளைத் தங்கள் கையில் வைத்திருப்பவர்கள் அதனை விட்டுக்கொடுத்துப் பிழைத்திருக்க முடியாது. அதே போல் மற்றவர்கள் இந்த நிலைமையை ஏற்றுக் கொண்டு பிழைத்திருக்க முடியாது. இதற்கு ஒரே வழிதான் உண்டு என்று நான் நம்புகிறேன். ஏகாதிபத்திய முறையை முற்றிலுமாக ஒழித்துவிட்டு எல்லா மக்களுக்கும், உயர்ந்தவர், தாழ்ந்தவர், பலசாலிகள், பலவீனர்கள் என யாவருக்கும் சுய நிர்ணய உரிமையை அளிப்பதுதான் அந்த வழி. இது பேரரசின் வசதிகளை அனுபவித்துக் கொண்டிருப்பவர்களுக்கு இன்னல்களை உருவாக்கும். முதலில் அவர்களின் வாழ்க்கைத்தரம் குறையும். அதற்கு அவர்கள் பழகிக்கொள்ள வேண்டும். ஆனால் பேரரசை இறுகப் பற்றியிருக்கும் நாடுகள் விரும்புவதுபோல் அவர்கள் மட்டும் தனிப்பட்ட சலுகைகளைத் தக்கவைக்க விரும்புகிறார்கள். அந்தச் சலுகைகளை அவர்கள் விட்டுவிட்டுத் தங்களது பொருளாதாரத்தைச் சீரமைத்து முன்னேற வேண்டும்.

இந்திய தேசியவாதிகள் ஏகாதிபத்தியம் ஒழிய வேண்டும் என்று விரும்புகிறார்கள். ஆனால் பிரிட்டனும் ஜெர்மனியும் வேறு நிலைப்பாடு எடுக்கின்றன.

> அவர்கள் இந்த ரீதியில் தீர்வு எதையும் ஏற்றுக்கொள்ள மாட்டார்கள். பேரரசு தரும் வசதிகளை அனுபவிக்க விரும்புகிறார்கள். போர் மூண்டால் அது பேரரசிற்கான போராக இருக்கும். பேரரசை ஒழிக்கும் போராக இருக்காது. அம்மாதிரியான யுத்தத்தில் ஒரு சாரார் நீதிக்காகவும், மற்றவர் அதற்கு எதிராகவும் போராடமாட்டார். இருவரும் மற்றவர் வைத்திருப்பதைப் பறிக்கவே போராடுவார்கள். இது இருவருக்கும் சேர வேண்டிய செல்வம் அல்ல. இம்மாதிரியான நிலைப்பாடுதான் இந்த இக்கட்டான நிலைமையைக் கொண்டுவந்து, போர் தவிர்க்க முடியாத ஒன்றாகிறது

இந்தக் கடிதம் எழுதும் காரணத்தை ஸ்டோக்ஸ் காந்திக்குத் தெரிவித்தார். "போர் மூண்டால் இந்தியாவின் நிலைப்பாடு என்னவாக இருக்க வேண்டும் என்று நீங்கள் கேட்டதற்குப் பதிலாக இதை எழுதுகிறேன்."

நான் இவ்வாறு எழுதுவதை நீங்கள் ஆட்சேபிக்க மாட்டீர்கள் என்று நம்புகிறேன். ஒத்துழையாமை இயக்க காலத்தில் நான் உங்களுடன் இருந்தபோது என் கருத்தைக் கூற நீங்கள் எப்பொழுதும் அனுமதித்துள்ளீர்கள். உங்கள் முடிவை நீங்களே எடுப்பீர்கள் என்பதை நான் அறிவேன். என்றாலும் நன்கு சிந்தித்து உருவாக்கப்பட்ட கருத்துக்களை, அவை சரியோ அல்லது தவறோ, நீங்கள் மதிப்பீர்கள் என்று எனக்குத் தெரியும்.

போரை இந்தியா எவ்வாறு எதிர்கொள்ள வேண்டும், அதன் நிலைப்பாடு என்னவாக இருக்க வேண்டும் என்பதைக் காந்தியடிகளுக்குக் கூறுமுன், தாங்கள் இருவரும் மதிக்கும் பகவத் கீதை சில சந்தர்ப்பங்களில் வன்முறையை ஆதரிக்கிறது என்பதை ஸ்டோக்ஸ் சுட்டிக்காட்டினார். அவர் கூறியது

அகிம்சையை நம்பும் பலர் எந்த விதமான வன்முறையையும் எந்தச் சூழ்நிலையிலும் ஏற்றுக்கொள்வதில்லை. எனது குவேக்கர் மூதாதையரைப் போல் அவர்கள் போரை முற்றிலுமாக ஒதுக்குகிறார்கள். உயிரையும் தருவார்கள், சிறைக்குச் செல்லுவார்கள். ஆனால் போரில் ஈடுபட மாட்டார்கள். என்றாலும் சில குவேக்கர்கள் சென்ற போரில் மருத்துவமனைகளில் துயர்துடைப்புப் பணிகளிலும் மருத்துவ ஊர்திப் பணிகளிலும் வேலைசெய்தார்கள்.

அதே சமயம் வேறு சிலர்

அகிம்சையில் நம்பிக்கை கொண்டவர்கள், வெறுப்பு, கோபம், மற்றவர்களுக்கு இன்னல் விளைவிப்பது இவற்றிலிருந்து விலகி இருப்பவர்கள், அவர்களுக்கும், போரிட வேண்டிய கடமை பற்றிய கிருஷ்ணனின் உபதேசம் பொருந்தும். ஆனால் அத்தகைய போரில் கோபத்தினாலோ, வெறுப்பினாலோ, ஒன்றை அடைய வேண்டும் என்ற ஆசையினாலோ அல்லது சுயமோகத்தாலோ ஈடுபடக் கூடாது. 'லோகசம்கிரகம்' அல்லது யாவருக்கும் நன்மை என்ற நோக்கில் போரிட வேண்டும். அவ்வாறு போரில் ஈடுபடுபவர்கள், வெறுப்பும் தன்னலமும் இல்லாமல், யாருடன் போரிடுகிறார்களோ அவர்களுக்கு எதிராகத் தீய எண்ணமில்லாமல், இருக்க வேண்டும். அகிம்சையில் நம்பிக்கை கொண்டவர்கள் யுத்தத்தில் ஈடுபடும்போது தங்கள் சார்பில் உள்ளவர்கள்மேல் கொண்ட அதே போன்ற நல்லெண்ணம் யாருடன் போரிடுகிறார்களோ அவர்கள் பேரிலும் இருக்க வேண்டும். அத்தகைய மனநிலையை எட்டுவது மிகக்கடினம்தான். மிகச் சிரமப்பட்டுத்தான்

அப்படிப்பட்ட அகிம்சை உணர்வை அடைய முடியும். அந்த இரண்டு பாதையிலும் நாம் அடைய முயற்சிப்பது தூரத்தில் தெரியும் ஒரு பரிபூரண லட்சியத்தைத்தான்.

இரண்டு வகையான அகிம்சையை – ஒன்று இறுக்கமானது, மற்றது தளர்த்தக்கூடியது – பற்றி எழுதிய பின் ஸ்டோக்ஸ் தொடர்ந்தார்.

அகிம்சையின் உண்மையான கருத்தாக்கம் என்ன என்பதைப் பற்றி நான் கவலைப்படவில்லை. நீங்கள் ஒருவேளை இவை இரண்டும் ஒரே கருத்து பற்றிய இரண்டு பார்வைகள் என்றும், ஒன்று மற்றொன்றைவிட உயர்ந்தது என்றும் கருதலாம். நான் சொல்ல விழைவது என்னவென்றால், உலகில் மற்ற இடங்களில் உள்ளது போலவே இந்தியாவிலும் வன்முறையற்ற வாழ்வைத் தேடும் மக்கள் உள்ளனர். ஆனால் போரில் பங்கெடுப்பது என்ற கேள்வி எழும்போது அவர்களுக்குள் வேறுபாடு தோன்றலாம். எல்லாப் போர்களிலும் அல்ல; சில போர்களில், சில சந்தர்ப்பங்களில் அகிம்சையில் நம்பிக்கை கொண்ட சிலருக்கு இது கடமை ஆகலாம். மற்ற சிலருக்கு இது கடமையில் தோல்வியாகலாம்.

ஆன்மிக ரீதியாகவும் தத்துவ ரீதியாகவும் சிந்திக்கும் சிலர் அகிம்சை பற்றி இந்த இரண்டு விதமான பார்வைகளைப் பற்றி விவாதிக்கலாம். அகிம்சையைப் பற்றிய இவ்வாறான புரிதல் ஒரு நாட்டின் மக்களுக்கு இருப்பது அரிது என்றார் ஸ்டோக்ஸ். போரைப் பற்றி அவர்களது அணுகுதல் இம்மாதிரியான தத்துவஞான அடிப்படையில் இருக்காது. சாதாரண, அன்றாடக் கவலைகளின் அடிப்படையில்தான் இருக்கும் என்றார்.

இந்த விஷயத்தில் அறம் சார்ந்த பிரச்சினைகளை ஸ்டோக்ஸ் விளக்கினார்.

போர் மூண்டால் எந்த விதமான நிலைப்பாட்டை எடுக்க வேண்டும் என்று காங்கிரஸ்தான் நாட்டுக்கு வழிகாட்ட வேண்டும். அம்மாதிரியான வழிகாட்டலை காங்கிரஸ் தராவிட்டால் அது அழிவில் முடியும். இந்தியா என்ன முடிவு எடுக்க வேண்டும் என்று தெரியாமல் திண்டாடிக்கொண்டிருக்கும். எந்த முடிவு எடுத்தாலும் அது தெளிவாக இருக்க வேண்டும். நாம் ஒரு நாடாக ஒற்றுமையாக சிந்திப்பதற்கும் செயல்படுவதற்கும் அது வழி செய்யும்.

ஸ்டோக்ஸ் இதயப்பூர்வமாகக் காந்திக்கு எழுதிய கடிதம் நீண்டதாக இருந்தது.

போர் மூண்டால் இந்தியாவின் நன்மையைக் கருதி காங்கிரஸ் முழுமையாக பிரிட்டனை ஆதரித்தாலும், தனிப்பட்ட முறையில் அகிம்சையில் நம்பிக்கை கொண்டவர்கள் தங்களுடைய மனசாட்சிக்கு எதிராக ஆயுதம் ஏந்தத் தேவையில்லை. ஆனால் ஜெர்மனியோ, ஜப்பானோ, இத்தாலியோ இன்றைய பேரரசை வைத்திருப்பவர்கள் இடத்தைப் பிடிக்கக் கூடாது என்ற நிலைப்பாட்டில் அடிமைப்பட்டுக் கிடக்கும் யாவரும் உறுதியாக இருக்க வேண்டும். போரில் ஈடுபடலாம் என்ற கொள்கையுடையவர்கள் அவ்வாறு செய்யலாம். போரில் பங்கெடுப்பது பற்றி வேறுபட்ட கருத்துடையவர்கள் மக்களின் நலனுக்காகத் தங்கள் கொள்கைகளுக்கேற்ப, ஆனால் அதே குறிக்கோளுடன் பணி செய்யலாம்.

ஒன்று மட்டும் நிச்சயம். போரைப்பற்றி நாம் எந்த நீதியின் அடிப்படையில் செயல்பட்டாலும், ஏகாதிபத்தியத்தின் – அது என்ன பெயரில் குறிப்பிடப்பட்டாலும் – தீமைகளைப் பற்றி நாம் அறிந்திருக்கிறோம். ஆப்பிரிக்காவிலும் ஆசியாவிலும் அடிமைப்படுத்தப்பட்ட மக்களைப் பொறுத்தவரையில் இந்தப் பேரரசு, அது தன்னை 'சம உரிமை அரசுகளின் கூட்டமைப்பு (Commonwealth of Nations) என்று அறிவித்துக்கொண்டாலும் அது ஒரு பேரரசுதான். நமது இலக்கு இவ்வுலகை ஏகாதிபத்தியத்திலிருந்து மீட்பதுதான். எந்த ஒரு நாடும் இன்னொரு நாட்டை ஆளக் கூடாது. எல்லா மக்களுக்கும் சுயநிர்ணயக் கொள்கைதான் அடிப்படையாக இருக்க வேண்டும். இந்தப் பரந்த கொள்கை இலக்கை அடைய முதலில் இந்தியர்கள் தங்களின் சுயநிர்ணயத்திற்காகப் பாடுபட வேண்டும்.

"அவர்கள் சிக்கிக்கொண்டிருக்கும் பெருங்குழப்பத்திலிருந்து விடுபடுவதற்கு ஏகாதிபத்தியத்திற்கு முடிவு கட்டுவதுதான் ஒரே தீர்வு என்று நான் உறுதியாக நம்புகிறேன். இந்தத் தீமை ஒழியும்வரை நாம் ஒருவரை ஒருவர் கொன்றுகொண்டும், நமது இளைஞர்களைக் கொல்லப்படுவதற்கு அனுப்பிக்கொண்டும் இருப்போம். நிலைமை இப்படியிருக்க, யுத்தம் தொடங்கினால் ஏகாதிபத்தியத்தை ஒழிக்க இந்தியா எந்த நிலைப்பாட்டை எடுக்க வேண்டும்? நான் இதைப் பற்றித் தீவிரமாகச் சிந்தித்து ஒரு முடிவிற்கு வந்துள்ளேன். பிரிட்டனையும் அதன் சகாக்களையும் இந்தியா, எந்தவித நியதியும் பேரம் பேசுதலும் இல்லாமல் முழுமையாக ஆதரித்தால், நாம் அந்தக் குறிக்கோளை அடைய முடியும்."

இந்தியா ஏன் ஜெர்மனிக்கு எதிராக பிரிட்டனை ஆதரிக்க வேண்டும் என்பதை ஸ்டோக்ஸ் தனது கடிதத்தில் காந்தியடிகளுக்கு விளக்கினார்.

நான் முன்வைக்கும் காரணங்கள் பின்வருமாறு: உலகை இன்று மிரட்டும் புதிய ஏகாதிபத்தியத்துடன் ஒப்பிடும் போது பிரிட்டனும் அதன் நட்புநாடுகளும் முந்தைய ஏகாதிபத்திய அலையைச் சார்ந்தவர்கள். முதலாம் உலகப் போருக்குப் பின் பிரிட்டீஷ் பேரரசு தனது உச்சக் கட்டத்தைக் கடந்துவிட்டது. இந்தியாவும் மற்ற காலனி நாடுகளும் தொழில்மயமாகி முடிந்தவரை பொருளாதாரத்தில் தன்னிறைவு பெற்றிருக்கிறார்கள். மூலப்பொருட்களை வேறு நாடுகளிலிருந்து பெற்று உலகின் பல நாடுகளுக்குத் தேவையானவைகளை உற்பத்திசெய்த இங்கிலாந்தின் முந்தைய மகத்தான காலம் கடந்துவிட்டது. இங்கிலாந்து இப்போது உற்பத்தியில் முன்னணியில் இல்லை. இதனால் அந்த நாட்டின் கடல் வணிகம் மிகவும் குறைந்துவிட்டது. நாடு பிடிக்கும் ஆர்வமும் தணிந்துவிட்டது.

ஒரு காலத்தில் பிரிட்டன் தான் இறைவனால் ஐரோப்பியர் அல்லாத மக்களை ஆளப் படைக்கப்பட்ட இனம் என்று நம்பியது. "வெள்ளையர் சுமக்க வேண்டிய பாரத்தை" பிரிட்டீஷார் அறம் சார்ந்து ஏற்றிருப்பதாக நம்பினர். ஆனால் அந்தக் காலகட்டம் முடிவிற்கு வந்துள்ளது. இன்று அந்த மக்கள் தாங்கள் மற்றவர்களை ஆளப் பிறந்தவர் என்பதை நம்பவில்லை. இதனால் பிரிட்டீஷாரின் பிடி தளர்ந்து விட்டது. தாங்கள் ஆண்டு கொண்டிருந்த பல நாடுகளை விட்டு பிரிட்டன் விலகிவிட்டது. இந்தியாவும் பிரிட்டனின் பிடியிலிருந்து மெதுவாக நழுவிக் கொண்டிருக்கிறது. இந்தியாவின் கோரிக்கைகளை பிரிட்டனால் இப்போது எதிர்கொள்ள முடியவில்லை. ஜெர்மனியுடன் போர் உருவானால், முதல் தாக்குதலைச் சரியாக எதிர்கொண்டால், வெற்றி பெறப்போவது பிரிட்டன்தான் என்பது எனது கணிப்பு. தனது நேசநாடுகளின் துணையுடன் நிலைத்து நின்று போராட பிரிட்டனால் முடியும். போரில் வெற்றி பெற்றாலும், அந்நாடு வலுவிழந்து சோர்ந்திருக்கும்போது இந்தியாவின் கோரிக்கைகளுக்கு எதிராக அதனால் நிற்க முடியாது. இந்தியா சுயநிர்ணயத்தை அப்போது வற்புறுத்தலாம். யாராலும் இதை மறுக்க முடியாது.

குவேக்கராகவும், இந்தியனாகவும் ஸ்டோக்ஸ் சகல விதமான ஏகாதிபத்தியங்களுக்கும் எதிராக இருந்தார், ஜெர்மனியின்

ஏகாதிபத்தியம் பிரிட்டனைவிட எவ்வளவு மோசமானதாக இருக்கும் என்பதை அவர் உணர முடிந்தது.

"நம்மை அச்சுறுத்தும் இந்தப் புதிய ஏகாதிபத்தியம் வேறு வகையானதாக இருக்கும். ஜெர்மானியர்கள் தர்க்கரீதியான மனம் கொண்டவர்கள். வாழ்க்கை பற்றிய தங்களுடைய சித்தாந்தத்தைச் செயல்படுத்துவதில் கண்ணும் கருத்துமாக இருப்பார்கள். தாங்கள்தான் உலகின் உன்னதமான இனமென்றும், மற்ற 'தரம் குறைந்த மக்களை' அடக்கியாள வேண்டும் என்றும் கருதும் எண்ணம் அவர்களுடைய மதத்தின் பரிமாணம் கொண்டிருந்தது. அவர்கள் மனச்சாட்சி இதற்கு இடம் கொடுக்கிறது. ஹிட்லரின் தலைமையில் ஒரு பெருங்கடமையைக் கொண்ட மக்களாக அவர்கள் உருவெடுத்துள்ளார்கள். இந்த உலகின் மக்களை ஜெர்மனியின் பெருமைக்குச் சாமரம் வீசுபவர்களாக ஆக்க வேண்டும் என்பதே அந்த இலக்கு. கருணையற்ற அவர்கள், இந்த இலக்கை அடைய எந்த வழியையும் நாடுவார்கள். முதியோரையும் பெண்களையும், சிசுக்களையும் நடுத்தெருவில் ஆதரவின்றி விட, பலர் உயிரிழந்தாலும் அவர்கள் தயங்கமாட்டார்கள்.

அவர்களது மூர்க்கத்தனமான நடவடிக்கைகள், புதிய இனக்கொள்கையுடன் இணைந்து செயல்படுவதைக் கவனிக்கும் போது வல்லாதிக்க ஏகாதிபத்திய நடைமுறைக்குக் கொண்டு செல்லும் மனநிலையில்தான் அவர்கள் இருக்கிறார்கள் என்று நினைக்கிறேன். அவர்கள் இந்தப் பேரரசைக் கைப்பற்றினால், அவர்களை நீக்குவதற்கு, வன்முறையோ, அகிம்சையோ எதுவும் கைவராது. நாம் அன்றாட வாழ்க்கையில் உழன்று, மனசாட்சியற்று அவர்களைப் பணிந்துகொண்டிருப்போம். நம் தேவைகளைப் பூர்த்தி செய்யத் தொழிற்சாலைகளிலும் கிராமத் தொழில்களிலும் நாம் எடுத்திருக்கும் ஆரம்ப முயற்சிகள் நசுக்கப்படும். அடக்கப்பட்ட மற்ற நாடுகளுடன் நாமும் நமது மூலப்பொருட்களை ஜெர்மானிய அரசுக்கு விற்றுவிட்டு, உற்பத்திப் பொருட்களை அவர்களிடமிருந்தே வாங்கும்படி வற்புறுத்தப்படுவோம். இனம், அதிகாரம் இவற்றின் அடிப்படையில் உருவான ஒரு புதிய சாதி முறை ஜெர்மானிய 'ஆரியரை' பிராமணர்களாகவும் சத்திரியர்களாகவும், மற்ற ஐரோப்பியர்களை வைசியர்களாகவும் ஐரோப்பியர் அல்லாத மற்ற மக்களைச் சூத்திரர்களாகவும் அடையாளப்படுத்தும். அந்த மாதிரி ஒரு நிலைமையை நாம் நினைத்துக்கூடப் பார்க்க முடியாது."

“பேரரசுகள் எல்லாமே அசுர மனப்பான்மை கொண்டவை யாதலால் அவற்றின் மறைவையே நாம் காண விரும்புகிறோம். ஆனால் இன்றைய நிலையில் அச்சு நாடுகளின் ராட்சத வளர்ச்சி இந்த உலகையே அச்சுறுத்துகிறது. நாம் முழு பலத்துடன் இவர்களை எதிர்த்தால், இந்தியாவிற்கு மட்டுமல்ல, மற்ற எல்லா நாடுகளின் நலனுக்காகவும் பாடுபட்டவர்களாவோம். ஒரு இனம் மற்றொரு இனத்தை அடக்கி ஆளும் ஏகாதிபத்திய முறைக்கு முடிவுகட்ட உதவி செய்ய முடியும்.”

“நாம் இந்தியாவின் ஆதரவிற்குப் பதிலாகச் சலுகை களைப் பெற பிரிட்டனுடன் பேரம் பேச வேண்டியதில்லை, அது எவ்வளவு பெரிய சலுகையாக இருந்தாலும். வரும் போர், தங்கள் ரத்தத்தைச் சிந்தும் மக்கள் மூலம் ஒரு புதிய கொடூரமான ஏகாதிபத்தியத்தைக் கொண்டுவரலாம் அல்லது ஏகாதிபத்தியத்தின் முடிவைக் காணலாம். பிரிட்டன் தனது பிடியை வெறுக்கும் மக்களைத் தன் கைக்குள் வைத்திருக்க முடியாது. நேச நாடுகளும் அதை அனுமதிக்க மாட்டார்கள். ஏனென்றால் இப்போதுகூட உலகின் பரந்த பகுதியைச் சில நாடுகள் ஆண்டுகொண்டிருப்பதால், மற்ற சில நாடுகள், அறமற்று, தீய எண்ணங்களால் உந்தப்பட்டு, அவர்களும் தங்களுக்கென்று பேரரசை உருவாக்க முயன்று கொண்டிருக்கிறார்கள்.”

ஸ்டோக்ஸ் மீண்டும் ஒருமுறை இந்தக் கடிதம் நீண்டதாக இருப்பதற்கும் இந்தியாவின் மிக முக்கியமான தலைவரின் நேரத்தை எடுத்துக்கொள்வதற்கும் மன்னிப்புக் கேட்டுக் கொண்டார். உலகிலேயே அதிகக் கடிதங்களை வாங்குபவராக இருக்கும் “உங்களுக்கு இந்தக் கடிதத்தைப் படிக்க வலு அல்லது பொறுமை இருக்குமா என்று எனக்குத் தெரியாது என்றார்”

> கடிதம் இவ்வளவு நீண்டு போய்விட்டதற்கு மன்னிக்கவும். நான் இப்போது பத்திரிகைகளுக்கு எழுதுவதில்லை. ஆனால் இந்தப் பிரச்சினையில் என்னால் வாளாவிருக்க முடியவில்லை. உலகின் எதிர்காலம் ஒரு பெரிய கேள்விக்குறியாக இருக்கிறது. சமயம் வரும்போது இந்த நாட்டை வழிநடத்த வேண்டிய ஞானத்தை இறைவன் உங்களுக்கு அருள்வார்.

கடிதத்தை “அன்புடன் சத்தியானந்த்” என்று முடித்திருந்தார்.

இந்தக் கடிதத்தை காந்தி இரண்டு மாதங்கள் கழித்துத்தான் படிக்க முடிந்தது. ஸ்டோக்ஸ் சேவாகிராம் முகவரிக்கு எழுதியிருந்தார். காந்தி ஏப்ரல், மே மாதங்களில் பயணித்துக்

கொண்டிருந்தார். ஜூன் மாதத் தொடக்கத்தில் காந்தி, “என் அன்புடைய சத்தியானந்த்” என்று ஆரம்பித்து ஒரு பதில் எழுதினார். “பியாரிலால் நான் நேரம் கிடைக்கும்போது படிக்க வேண்டிய கடிதங்களைத் தனியாக வைத்திருந்தார். அவற்றில் மார்ச் 31ஆம் தேதியிட்ட உங்கள் கடிதமும் அதில் இருந்தது. அது உங்கள் கடிதமாதலால் அதை நான் ஆர்வத்துடன் படித்து முடித்தேன்.”

காந்தியடிகள் தொடர்ந்து எழுதினார்:

> நீங்கள் ஒரு முக்கியமான கேள்வியை எழுப்பியிருக்கிறீர்கள். கீதையைப் பற்றியும் அகிம்சை பற்றியும் எனது புரிதல் உங்களுடையதிலிருந்து வேறுபடுகிறது. போரில் கோபமின்றி ஒருவரைக் கொல்ல முடியும் என்று என்னால் நம்ப முடியவில்லை. நான் கலப்பற்ற அகிம்சையை நம்புகின்றவன் ஆதலால், இந்தியாவின் கடமை என்ன என்று யோசித்துக்கொண்டிருக்கிறேன். நாட்டிற்கான தீர்வை நான் தட்டிக்கழிக்கிறேன். எனது சொந்த நடவடிக்கை பற்றிப் பிரச்சினை இல்லை. நாட்டின் தீர்வு இதற்கு எதிராக இருக்குமென்று நீங்கள் கூறுவதை நான் ஏற்கிறேன். இன்றைய மனநிலையில் நான் காங்கிரஸ் செயற்குழுவை இது பற்றிய முடிவை எடுக்கச் சொல்வேன்.[19]

பிரிட்டீஷ் ஏகாதிபத்தியத்திற்கும் ஜெர்மானிய ஏகாதிபத்தியத்திற்கும் உள்ள அடிப்படை வேறுபாட்டைப் பற்றி ஸ்டோக்ஸ் எழுப்பியிருந்த முக்கியமான கேள்விக்குக் காந்தியடிகள் பதிலளிக்கவில்லை. இந்த வேறுபாட்டை காந்தியைவிட நன்றாகப் புரிந்துகொண்டிருந்த ஜவஹர்லால் நேரு இதற்குப் பதில் எழுதியிருந்தார்.

> இந்த நிலைமை பற்றி உங்கள் கருத்துடன் நான் உடன்படுகிறேன். என்றாலும் பாசிஸத்துடனான எந்தப் போரையும் நாம் ஆதரிக்க வேண்டும் என்ற கருத்தை நான் ஆதரிக்கவில்லை. நாம் மக்களாட்சிக்காகப் போராட வேண்டுமென்றால் மக்களாட்சி இருக்க வேண்டும். அது மட்டுமல்ல. பிரிட்டீஷ் பிரதமர் நெவில் சேம்பெர்லின் பேரில் எனக்கு நம்பிக்கையில்லை. அவரது தலைமையில் மக்களாட்சிக்கான போராட்டத்தை என்னால் கற்பனை கூடச் செய்துபார்க்க இயலவில்லை.[20]

சுபாஷ் சந்திர போஸிடமிருந்து பதிலில்லை. ஒருவேளை வேலைபளுவாக இருக்கலாம். அல்லது மற்ற இரு தலைவர்கள் போல் அல்லாது அவர் ஸ்டோக்ஸை நன்றாக அறிந்திருக்க

வில்லை அல்லது ஸ்டோக்ஸின் வாதத்தை அவர் ஆதரிக்கவில்லை. இருப்பதில் பிரிட்டிஷார்தான் பெரிய ஆபத்து என்று அவர் கருதினார். அவர் அதற்குப் பின் சிறிது நாட்களில் காங்கிரஸை விட்டு விலகி, நாசிகளுடனும் ஜப்பானியர்களுடனும் சேர இருந்தார்.

காந்தியடிகளுக்கு ஸ்டோக்ஸ் எழுதிய கடிதம் ஆழமானதாகவும் வருங்காலத்தைப் புரிந்துகொண்டதாகவும் இருந்தது. பிரிட்டிஷ் ஏகாதிபத்தியத்தைப் பற்றியோ, அவர்களது உயர்வு மனப்பான்மை பற்றியோ எந்த மயக்கமும் இல்லாவிட்டாலும் இனப்பெருமையை அடிப்படையாகக் கொண்ட ஜெர்மானிய ஏகாதிபத்தியம் ஆபத்தானது என்று ஸ்டோக்ஸ் கருதினார். தங்களுக்குக் கீழானவர்கள் என்று அவர்கள் கருதிய மக்களை ஜெர்மானியர்கள் வரலாறு காணாத அளவு கொடூரமாக நடத்தியதை ஸ்டோக்ஸ் அறிந்திருந்தார். இந்த விஷயத்தில் ஸ்டோக்ஸ் கணித்தது சரியாக நிறைவேறியது – பிரிட்டிஷார் போரில் வெற்றிபெற்றார்கள். ஆனால் அவ்வெற்றிக்குப் பின் அவர்கள் மிகவும் தளர்ந்துபோய், தங்கள் வசமிருந்த காலனி நாடுகளைக் கைவிட வேண்டிவந்தது.

V

ஸ்டோக்ஸ் காந்தியடிகளுக்குக் கடிதம் எழுதி ஐந்து மாதத்தில் ஐரோப்பாவில் போர் மூண்டது. போர்க்காலத்தை, ஸ்டோக்ஸ் தன் மலை வீட்டில், ஆப்பிள் காய்ப்பதைக் கவனித்தபடி கழித்தார். இந்த ஆண்டுகளில் அவர் எழுதியதோ, பேசியதோ எதுவும் பதிவு செய்யப்படவில்லை. 1946இல் நடந்த பஞ்சாப் சட்டசபைத் தேர்தலில் அவர் காங்கிரஸ் வேட்பாளருக்கு வாக்களித்தார் என்றறிகிறோம். அதே வருடம் அவர் சிம்லாவிற்குத் தனது தோட்டத்தில் விளைந்த ஆப்பிள்களை விற்கச் சென்றார். இந்தியாவில் கோடைகாலத் தலைநகர் என்றறியப்பட்ட இந்த நகரில் அவரை வாந்திபேதி தாக்கியது. மருத்துவ மனைக்குக் கொண்டுசெல்லப்பட்டார். அவரது இல்லத்தார் கோட்காரிலிருந்து விரைந்து வந்தனர். ஆனால் 14ஆம் தேதி மனைவியும் குழந்தைகளும் சூழ்ந்திருக்க அவர் உயிரிழந்தார்.[21] பதினைந்து மாதங்களுக்குப் பின், காலனி ஆட்சியிலிருந்து விடுபட சத்தியானந்த் (முன்னர் சாமுவேல்) ஸ்டோக்ஸ் பாடுபட்டு எதிர்பார்த்திருந்த சுதந்திரம் இந்தியாவிற்கு வந்தது.

மூன்றாம் பாகம்

சுதந்திர இந்தியர்கள்

13

கையில் கிடைக்காத 'பாபு ராஜ்'

I

காந்தியடிகள் கொலை செய்யப்பட்டுச் சிறிது காலம் கழித்து, பிப்ரவரி 1948இல், அவரது வளர்ப்பு மகள் மீரா பென் (முந்தைய மேடலின் ஸ்லேடு) காந்தியின் நெருக்கமான சீடர்களுக்கு ஒரு கடிதம் எழுதினார். அண்ணலின் நினைவைப் போற்றத் தான் திட்டமிட்டிருப்பதை விவரித்தார். தேராதூனுக்கும் ரிஷிகேசத்துக்கும் இடையில், இமாலயத்தின் அடிவாரத்தில் ஒரு பரந்த நிலப்பரப்பைத் தெரிந்தெடுத்திருப்பதாயும் அதை மாநில அரசு வாங்கி காந்தியடிகளின் பொருளாதாரக் கொள்கைகளைப் (தனது மேற்பார்வையில்) பயன்படுத்த வேண்டும் என்றார். அந்த நிலப்பகுதி, புல்வெளி, காடு, நதிகள், கிராமங்கள் அடங்கியது. காந்தியின் லட்சியங்களின் அடிப்படையில் இவை தன்னிறைவு வேளாண்மை, குடிசைத் தொழில்கள் போன்றவை கொண்ட மாதிரிக் கிராமங்களாக வளர்க்கப்படவேண்டும் என்றார். அதற்கு காந்தி ஏற்கெனவே ஏற்றுக்கொண்ட ஒரு பெயரை மீரா சூட்டினார் – பசுலோக் அல்லது விலங்குகளின் இடம். அதன் முதன்மையான கவனம் காந்தியடி களுக்கும் அவரது சீடரான மீராவிற்கும் பிடித்த பசு மேல்தான். "சில வருடங்களில் பசுலோக் அழகிய, திருப்தியுற்ற கால்நடைகளுக்கான இடமாகும்" என்று மீரா நம்பினார்.[1]

காந்தியின் பெயரில் ஒரு கிராம சொர்க்கத்தை இந்தியாவில் உருவாக்க மீரா முயன்றுகொண்டிருந்தபோது, சில நண்பர்கள் அமெரிக்காவிற்கும் ரஷ்யாவிற்கும் போட்டி அதிகரித்துக் கொண்டிருக்கும் மேற்கு நாடுகளுக்கு அவரைத் திரும்பிப் போக அறிவுறுத்தினர். லண்டனிலிருந்த ஆந்துவானெட் போய்சவின் (Antoinette Boissevain) என்ற டச்சு ஓவியர், இருபது ஆண்டுகளாக மீராவின் நண்பர், ஒரு கடிதம் எழுதினார்.

பசுலோக்கில் நீங்கள் இருப்பதை நான் கற்பனைசெய்து பார்க்கிறேன். மனிதருக்கும் விலங்குகளுக்கும் அந்தச் சிறிய இடத்தில் காந்தியின் கருத்துப்படி ஒரு 'நல்ல வாழ்வை' தர ஒரு நினைவிடத்தை உருவாக்குவது ஒரு உன்னதமான எண்ணம்தான். ஆனால் அம்மாதிரி வேலை செய்ய உங்களுக்கு வலு இருக்கிறதா என்று எனக்குச் சந்தேகம். அது மட்டுமல்ல. நீங்கள் மட்டும் செய்யக்கூடிய பணியை இன்னும் பரந்த தளத்தில் செய்ய வேண்டுமென்று நான் நினைக்கிறேன். இந்தக் குறைந்த வயதில் நீங்கள் பணி ஓய்வு போன்ற நிலைக்குச் சென்று, உங்கள் வலுவையெல்லாம் பசுலோகுக்காகச் செலவழிக்க வேண்டியதில்லை. நீங்கள் இந்தியாவிற்கு மட்டும் சொந்தமல்ல. நீங்கள் இங்கிலாந்தில் பிறந்தது ஒரு தற்செயல்தான். நீங்கள் இரண்டு கண்டங்களுக்குமாகப் பிறந்தது ஒரு தெய்வீக நோக்கம் தான் என்று நான் நினைக்கிறேன். உங்கள் மூலமாக காந்தியடிகளின் கருத்துக்களை மேலை நாடுகளுக்கும் ரஷ்யாவிற்கும் அமெரிக்காவிற்கும் பரப்பக்கூடிய ஒரு மாபெரும் ஐரோப்பிய அமைதி இயக்கம் உருவாக்கப்பட லாம். இன்று உயிருடன் இருக்கும் எவரையும் விட உங்களால் அதைச் செய்ய முடியும். இப்போது வரும் இரண்டு ஆண்டுகளும்தான் சரியான தருணம். நீங்கள் ஏன் இப்போது அமெரிக்கா செல்லக் கூடாது? இங்கே வாருங்கள். இந்தக் கண்டத்தைச் சுற்றிப் பாருங்கள். அச்சத்தில் உழன்றுகொண்டிருக்கும் எங்கள் அரசியல்வாதி களைச் சந்தியுங்கள். மிகுந்த மனச்சோர்வுடன் இருக்கும் ஐரோப்பிய மக்களிடம் பேசுங்கள். உங்களது தனித்துவ சக்தியில் எனக்கு நம்பிக்கை இருக்கிறது. ஒருமுறை உங்கள் தாயார் சிறிது பெருமூச்சுடன் சொன்னதுபோல, நீங்கள் ஒரு லட்சிய ஆன்மா. இன்றும் அவ்வாறே இருக்கிறீர்கள். அதிலும் காந்தியின் மறைவிற்குப் பிறகும் அப்படியே இருக்கிறீர்கள். பசுலோக் காத்திருக்கலாம். உங்கள் வாழ்வின் இறுதியில் அதைக் கட்டமைக்கலாம். அல்லது நீங்கள் இங்கிருக்கும் போது அது தொடங்கப்படலாம்.[2]

நண்பரின் கடிதம் மீராவின் இதயத்தைத் தொட்டது. அதைத் தட்டச்சு செய்து அதன் பிரதிகளை காந்தியின் நெருங்கிய சகாவான ராஜாஜிக்கும், காந்திக்கு மிகப் பிடித்தமான மகனான தேவதாஸ் காந்திக்கும், காந்தி ஆதரவாளரான செல்வந்தர் ஜி.டி.பிர்லாவிற்கும் அனுப்பினார். இந்த மூவருக்கும் அந்தப் பிரதியுடன் ஒரு கடிதமும் எழுதினார். எனது நண்பர், என் மீது வைத்திருக்கும் அன்பினால் நான் மேலை நாடுகளுக்குச் சென்றால் பலவற்றைச் சாதிக்கலாம் என்று எழுதுகிறார். மேற்கு நாடுகளில் அமைதி இயக்கத்தை நடத்த முடியுமென்று அவர் எழுதுவதைப் படிக்க மகிழ்ச்சியாயிருந்தாலும், எனது பணி பசுலோக்கில்தான் என்று நான் நம்புகிறேன. ஒரு வேளை இந்தப் பணி மூலம் நான் உலகிற்குப் பேச முடியலாம். இங்கு பருவமழை காலத்தில் 4 அல்லது 5 மாதங்கள், கிராமப்பணி ஏதும் செய்ய முடியாத காலத்தில், நான் மேலைநாடுகளுக்குப் போகலாம்.[3]

மீரா தான் தெரிந்தெடுத்துக்கொண்ட தாய்நாட்டில் தங்கி, காந்தியடிகளின் கனவு இந்தியாவை உருவாக்கத் திட்டமிட்டார்.

II

1948ஆம் ஆண்டு மீரா தில்லிக்குச் சென்று தேவதாஸ் காந்தி இல்லத்தாரோடு பத்து நாள் தங்கியிருந்தார். காந்தியடிகளின் ஆதரவாளர்களில் ஜவஹர்லால் நேரு, வல்லபாய் படேல் ஆகியோர் தலைமையில் அரசாங்கத்துப் பணிகளைக் கவனித்துக் கொண்டார்கள். இன்னொரு பகுதியினர் புனருத்தாரண வேலைகளில் ஈடுபட்டிருந்தார்கள். மீரா தன்னை இந்த இரண்டாவது வகை ஊழியராகக் கண்டுகொண்டார். ஆனால் அப்படி வேலை செய்பவர்கள் ஈடுபாட்டுடன் செய்வதில்லை என்று அவர் வருந்தினார். காந்திஜியின் *ஹரிஜன்* இதழில் இதைப் பற்றி ஒரு வேண்டுகோள் வைத்தார்.

> நாமெல்லாரும் கூடியிருக்கும் ஒரு குவிமையமாக பாபு இருந்தார். அவர் இப்போது நம்முடன் இல்லாததால் அந்த ஒற்றுமையை நாம் இழந்துவிடுவோமா? அது துன்பக் கதைகளில் ஒரு துன்பக் கதையாக இருக்கும். அண்ணலுக்கு நாம் எழுப்பக்கூடிய நினைவுச்சின்னம் நம் நோக்கத்திலும் பணியிலும் நம்முள் ஒற்றுமையைப் பேணுவதுதான்.[4]

காந்தியத்தில் நம்பிக்கை கொண்ட தன்னார்வக் குழுக்களிடையே ஒற்றுமையில்லாதது மீராவை வருத்தியது. அதேபோலப் புதிய அரசின் முன்னுரிமைகளை அவர் ஏற்கவில்லை.

1949ஆம் ஆண்டு ஜனவரியில் 'மேம்பாடா, அழிவா' (Development or Destruction) என்ற தலைப்பில் ஒரு காரசாரமான கட்டுரை எழுதினார். அந்தக் கட்டுரை பின்வருமாறு தொடங்கியது: "பல மேம்பாட்டுத் திட்டங்கள் இந்தியாவில் செயல்படுத்தப்படுகின்றன. ஆனால் அவை யாவும் தேவையானவையா? தொலைநோக்குப் பார்வையுடன் இருக்கின்றனவா? இவை யாவும் மக்களின் நலனுக்காகவா?" அவை மக்களின் நன்மைக்காக இல்லை என்பது மீராவின் வாதம். எடுத்துக்காட்டாக, மாட்டுத் தீவனம் அரிதாகி இருக்கும் போது புல்வெளிகளை உழுதுபோடலாமா என்று கேட்டார். பெரும் அணைக்கட்டுகளால் நீர் தேங்குவதையும், நீர் உவர்ப்பாக மாறுவதையும் சுட்டிக்காட்டினார். வேதியியல் உரப் பயன்பாடு மண்ணைச் சீரழிப்பதோடு நாம் அயற்செலவாணியை நம்பி இருக்கச் செய்கிறது என்றார். வேளாண்மை நிபுணர்களை விவசாயிகளுடன் சேர்ந்து வேலை செய்து, மேம்பாட்டுப் பணி நம்மை அழிவிற்கு இட்டுச்செல்லாமல் பார்த்துக்கொள்ள வேண்டும் என்றார்.[5]

சில மாதங்கள் கழித்து, காந்தியடிகளின் மறைவிற்குப் பின், இந்தியா செல்லும் பாதையைப் பற்றித் தனக்கு இருக்கும் சந்தேகங்கள் குறித்து நேருவிற்கு மீரா ஒரு கடிதம் எழுதினார். அரசு அமல்படுத்தியிருக்கும் உணவுக் கட்டுப்பாடு, லஞ்ச ஊழலை அதிகரித்துள்ளது என்றும், அரசின் இத்தகைய செயல்பாடுகள் வேளாண்மையின் நலனுக்கும் கால்நடைகளுக்கும் ஆபத்தானது என்றும் கூறினார். அந்தக் கடிதத்தில்,

> உணவு நெருக்கடி பற்றியும் கட்டுப்பாடுகள் பற்றியும் நான் எனது மனதைத் திறந்து எழுதிவிட்டேன். மீதியையும் சொல்லிவிடுகிறேன். மற்ற எல்லா நாடுகளும் செல்லும் நரகத்தின் பாதையில் நாமும் செல்கிறோம்; பெரும் தொழிற்சாலைகள், ராணுவங்கள், எந்திரமயமாக்கல், அரசு நடவடிக்கைகளை மையப்படுத்தல் போன்றவை நன்மை பயப்பவையல்ல. பழைய ஏகாதிபத்திய அரசின் பகட்டு ஒன்றும் குறையவில்லை. ஒவ்வொரு முறை நான் தில்லி வரும்போதெல்லாம், இது என் இதயத்தைப் பிழிகிறது. புது தில்லிக்கும் கிராமப்புற இந்தியாவிற்கும் என்ன சம்பந்தம்? ஒன்றுமேயில்லை. நாம் நம் சுதந்திரத்தை பாபுவின் உத்திகள் மூலம் அடைந்தோம். இந்த சுதந்திரத்தை நிலை நிறுத்திக்கொள்ள நாம் ஏன் அவரது லட்சியங்களைத் தூக்கியெறிந்துவிட்டோம்? இதற்குப் பதில் என்ன? இந்த நாட்டை ஆளும் சக்தியுடையவர்களுக்கு அந்த விசுவாசம் இல்லை. விசுவாசம் இருப்பவர்களுக்கு ஆளும் சக்தியில்லை. என்ன முரண் இது? உலகின் ஒரு கோடியிலிருந்து பாபுவின்

கொள்கைகளுக்காக இங்கு பணி செய்ய வந்த என் போன்றோர்க்கு இது ஒரு பெருத்த துன்பம்.

"நான் இவை பற்றியெல்லாம் உங்களிடம் சொல்லாமல் நான் மட்டும் எண்ணிக்கொண்டும், அல்லது மற்றவர்களிடத்தில் சொல்லிக்கொண்டும் இருக்க விரும்பவில்லை."

சுதந்திரப் போராளியிடமிருந்து வந்த இந்த விமர்சனத்தைப் பெரிய மனதுடன் நேரு ஏற்றுக்கொண்டார். அவரும் பதில் எழுதினார். "நாம் வேண்டிய அளவு இல்லாவிடினும், உணவுத் தளத்தில் நாம் சிறிது முன்னேற்றம் கண்டிருக்கிறோம்." கட்டுப்பாடுகள் தேவையென்று அவர் கருதினார். இல்லை யென்றால் பேராசை பிடித்த வணிகர்கள் செயற்கையான உணவுத் தட்டுப்பாட்டை உருவாக்கி லாபமீட்டுவார்கள் என்றார். மீரா நாடு செல்லும் திசையைப் பற்றி வருந்தியிருந்தார். அதற்கு நேரு, "இது பற்றி உங்களது வருத்தத்தை என்னால் புரிந்துகொள்ள முடிகிறது. உங்கள் கரிசனத்தை நானும் ஓரளவு பகிர்ந்துகொள்கிறேன்."[6]

பிரிட்டீஷ் ராஜ்யத்துடன் எல்லாக் கட்டுக்களையும் நீக்கி 1950 ஜனவரி 26ஆம் தேதி இந்தியா ஒரு குடியரசானது. மீராவின் நண்பரும், சக ஊழியருமான ராஜேந்திர பிரசாத் குடியரசின் முதல் தலைவரானார். அதே ஆண்டு மார்ச் மாதம் அவர் மீராவின் ஆசிரமத்திற்கு வந்து ஒரு இரவு தங்கினார்.[7] இந்திய நாட்டின் தலைவரின் நல்லெண்ணம் கிடைத்திருந்தாலும், உள்ளூர் அரசியல்வாதிகளும் அரசு அதிகாரிகளும் மீராவின் வேலைக்கு முட்டுக்கட்டை போட்டனர். "அரசு எந்திரத்துடனான நீண்ட போராட்டத்தில் நான் சோர்வடைந்துவிட்டேன்" என்று *ஹரிஜன்* இதழில் மீரா எழுதினார்.[8]

உத்தரப்பிரதேச அரசு அதிகாரிகளுடனான தொல்லையுடன் மீராவிற்கு, முன்னர் அவரைத் தாக்கியிருந்த மலேரியா நோய் திரும்ப வந்துசேர்ந்தது. பல வாரங்கள் அவர் படுத்த படுக்கையாகக் கிடந்தார். நோய் குணமான பின் அவர் பசுலோகை விட்டு மலைப்பிரதேசத்தின் உட்பகுதிக்குச் சென்றார். பிலங்னா நதியின் பள்ளத்தாக்கில் புது ஆசிரமத்திற்கு ஒரு இடத்தைத் தேர்வு செய்தார். பைன் மரக்காட்டின் பனிபடர்ந்த மலைகளின் காட்சியைப் பின்புலமாகக் கொண்ட இடம். அங்கு ஒரு நல்ல காய்கறித் தோட்டத்தை உருவாக்கினார். முள்ளம்பன்றிகள் அதைக் கண்டுபிடித்து அழிக்கும்வரை தோட்டம் நன்றாக இருந்தது.

மீராவின் செயலாளராகப் பணிக்குச் சேர்ந்த ஒரு மலைப்பிரதேச இளைஞர் அவரது புதிய "கோபால் ஆசிரமம்" பற்றி விரிவான பதிவுகளை விட்டுச்சென்றுள்ளார். பத்தடி

அகலமும் பன்னிரண்டு அடி நீளமுமான ஒரு சிறு அறையில் மீரா வசித்தார். அதிலிருந்த ஒரு கயிற்றுக் கட்டிலில்தான் இரவில் தூங்கினார். சில சமயங்களில் பகலில் அதில் அமர்ந்திருப்பார். புத்தகங்களுக்காகவும் தட்டுமுட்டுச் சாமானங்களுக்காகவும் அந்த அறையில் இரண்டு அல்லது மூன்று மரத்தால் ஆன அலமாரிகள் இருந்தன. யாராவது வந்தால், உட்கார மூங்கில் பாய்கள் தரையில் விரிக்கப்பட்டிருந்தன.

காலையில் தனது கடிதங்களுக்குப் பதிலைச் செயலரிடம் சொல்லச் சொல்ல அவர் எழுதுவார். அதன்பின் கால்நடைகளைக் கவனிக்கப்போவார். அவரது செயலர் இதை விவரிக்கிறார்.

> முதலில் அவரிடம் இருந்த இரணடு, மூன்று பசுக்களைக் கவனிப்பார். அவற்றிடம் மென்மையாகப் பேசுவார். அன்புடன் தடவிக்கொடுப்பார். உண்ணிகள் இருந்தால் எடுத்துவிட்டு, பின்னர் அவைகளை மேய்ச்சலுக்கு விடுவார். பின்னர் குதிரையைக் கவனிப்பார். நாய்களுடன் விளையாடுவார். கால்நடைகளைக் கவனிப்பவர்களுக்குச் செய்ய வேண்டியவை பற்றிப் பேசுவார். பின்னர் உரக்குழியைக் கவனிப்பார். பிறகு காய்கறித் தோட்டத்தில் ஒரு மணி நேரத்திற்கு மேல் இருப்பார். தோண்டி, கற்களை எடுத்துவிட்டு, களையெடுத்து நீரூற்றி, செடிகளைத் தொட்டுத் தடவுவார்.

இரண்டு சப்பாத்திகள், காய்கறி, பருப்பு அடங்கிய மதிய உணவைச் சாப்பிட்ட பின், மீரா சிறிது நேரம் ஓய்வெடுப்பார். பின்னர் பண்ணையைச் சுற்றிப் பார்த்துவிட்டு இரவு உணவுக்கு முன் சில கடிதங்களுக்குப் பதிலளிப்பார். இரவு உணவிற்குப் பின் தனக்குப் பிடித்த சில புத்தகங்களிலிருந்து உரக்கப் படிப்பார். நேரு எழுதிய Discovery of India, வில்லியம் வோகட் (William Vogt) எழுதிய Road to Survival, வெஸ்டௌன் ப்ரைஸ் (Weston Price) எழுதிய Nutrition and Physical Degeneration, The Little Flowers of St. Francis. இன்னும் இயற்கை வேளாண்மை பற்றிய கையேடுகள் அவரிடம் இருந்தன.[9]

III

இமயமலைப் பகுதிக்குச் சென்ற பின், மீரா தொடர்ந்து பல கட்டுரைகளை, தேவதாஸ் காந்தி ஆசிரியராக இருந்த *இந்துஸ்தான் டைம்ஸ்* நாளிதழுக்கு எழுதினார். அதில் பல சூழலியல் பற்றியவை. அக்டோபர் 1949இல் அவர் எழுதிய ஒரு கட்டுரை, நிலச்சுவான்தார்கள் பலர் ஜமீன்தாரி காடுகளை அழித்தது பற்றி எழுதினார். அவர்களது நிலங்கள் அரசால் எடுத்துக்கொள்ளப்படுவதால், அவர்கள் காடுகளை அழித்துப்

பணமாக்கினார்கள். "இப்படி வெட்கமில்லாமல் பணம் பண்ணும் முயற்சியில் லட்சக்கணக்கான மரங்கள் இந்தியாவெங்கும் வெட்டப்பட்டன. நிழல் கொடுப்பது, மண்ணைப் பாதுகாப்பது, மழை தருவது எல்லாவற்றையும் செய்வது நாட்டின் செல்வமான மரங்களே. சிறிது நேரத்தில் வெட்டித்தள்ளிவிடலாம். ஆனால் வளர்வதற்குப் பல ஆண்டுகள் ஆகும்."[10]

சில மாதங்கள் கழித்து அவர் எழுதிய இன்னொரு கட்டுரை இமாலயக் காடுகளின் பெருஞ்சீரழிவைப் பற்றியது. "இது சிலர் நினைப்பதுபோல வெறும் காடழிப்பு மட்டுமல்ல. மரங்கள் மறைகின்றன" என்று எழுதினார். இந்த மலைகளில் சில ஆண்டுகள் வாழ்ந்த பிறகு, தென்மலைச்சரிவில் ஓக் மரங்கள் மறைந்து பைன் மரங்கள் பரந்த இடத்தில் தோன்ற ஆரம்பித்தன. கால்நடைத் தீவனமாகவும் விறகிற்கும் கிராமப்புறப் பொருளாதாரத்தில் ஓக் மரங்கள் இன்றியமையாதவை. மாறாக பைன் மரம் வனத்துறைக்கு வெட்டுமரம், குங்குலியம் மூலம் அரசுக்குப் பெருத்த வருமானம் ஈட்டித் தந்தது. ஆகவே வனத்துறையினர் இந்த மாற்றத்தை ஆதரித்தனர்.

பைன் மரத்திற்குக் கொடுத்த முன்னுரிமை மலைவாழ் விவசாயிகளின் நலனுக்கு எதிராக இருந்தது. இது சமூகநீதிக்கு முரணாக இருந்தது மட்டுமல்ல; சுற்றுச்சூழலுக்கும் கேடு விளைவிக்கும் என்று மீரா சுட்டிக்காட்டினார். காடுகளில் ஓக் மரங்கள் நிறைந்திருந்தபோது, தரையில் பரவியிருந்த புதர்களும் செடிகொடிகளும் பருவமழை நீரை உறிஞ்சி மண்ணில் வைத்தன. ஆனால் பைன் காடுகளிலிருந்த கட்டாந்தரையில் மழைநீர் நிற்காமல், கற்களையும் மண்ணையும் படுவேகத்தில் அடித்துக்கொண்டு போய்க் கீழே சமவெளியில் வெள்ளம் உருவாகிறது.

இமயத்தின் தெற்குமலைச்சரிவில், இயற்கையின் பொருளாதாரச் சுழற்சியின் மையமாக ஓக் மரம் இருப்பதால் வனத்துறையினரையும் கிராமத்தாரையும் ஓக் மரங்களை மறுபடியும் மலைச்சரிவிற்குக் கொண்டுவரும்படி மீரா கேட்டுக் கொண்டார். அவற்றை அழிப்பது இப்பகுதியில் இதயத்தை அறுத்து, இப்பகுதிக்கு மரணத்தைக் கொண்டுவருவதாகும் என்றார். ஒரு உருக்கமான வேண்டுகோளுடன் அக்கட்டுரையை மீரா முடித்திருந்தார். இந்தியாவின் தானியக் கிடங்கான வட இந்தியச் சமவெளியின் காவல்தெய்வம் இமாலயக் காடுகள் தாம். இந்தக் காவலாளர்களை அரசு நன்றாகப் பேண வேண்டும்."[11]

பத்திரிகைகளுக்குக் கட்டுரைகள் எழுதுவதுடன், மீரா பிரதம மந்திரிக்கும் கடிதம் எழுதினார். அவரது பொருளாதாரச்

செயல் திட்டங்கள் இயற்கையின் விதிகளை மனத்தில் கொண்டு உருவாக்கப்பட வேண்டுமென்று எழுதினார். மீரா எழுதிய கடிதங்கள் இன்று நம்மிடம் இல்லையென்றாலும் நேருவின் பதில்கள் இருக்கின்றன. செயற்கை உரங்கள் பயன்பாடு பற்றிய மீராவின் குற்றச்சாட்டை நேரு எதிர்கொண்டார். "அவற்றை மட்டும் நம்புவது ஆபத்தானதுதான். ஆனால் இயற்கை உரத்துடன் சிறிது வேதியியல் உரங்களையும் பயன்படுத்துவதில் தீமை ஒன்றுமில்லை. நாட்டின் பல இடங்களில் செயற்கை உரம் நல்ல பலனை அளித்துள்ளது. இதன் நீண்ட காலப் பயன்பாடு என்ன விளைவைக் கொடுக்கும் என்று நாம் பொறுத்துத்தான் பார்க்க வேண்டும்" என்று பதிலளித்தார். மீரா அவருக்கு இயற்கை விவசாய தீர்க்கதரிசி சர் ஆல்பர்ட் ஹோவர்ட் (Sir Albert Howard) எழுதிய 'வேளாண்மையும் தோட்டக்கலையும்' (Farming and Gardening) என்ற நூலை அனுப்பினார். இந்த நூல் கையில் கிடைத்தது பற்றி நேரு எழுதினார். "நான் பணியில் முழுகியிருக்கிறேன். என்றாலும் இந்தப் புத்தகத்தைப் படிப்பேன், முக்கியமாக நீங்கள் குறிப்பிட்டுக் காட்டும் பக்கங்களை."[12]

IV

ஜவஹர்லால் நேருவைத்தான் காந்தியடிகள் தன் அரசியல் வாரிசாகத் தெரிந்தெடுத்திருந்தார். காங்கிரஸ் கட்சியின் தலைவர்களுள் நேருதான் சமயம், மொழி, இவற்றைக் கடந்து மக்களுடனும், வெளிநாடுகளுடனும் நல்ல தொடர்பு வைத்திருக்கக் கூடியவர் என்று காந்தி கருதினார்.[13] குறுகிய மனப்பான்மை, பேரினவாதம் இவை இல்லாத காந்தியின் வழியில் நேரு நடந்தாலும், பொருளாதார மேம்பாட்டில் அவர் அண்ணலின் பாதையிலிருந்து விலகிச் சென்றார். தன்னிறைவு கொண்ட கிராமங்களச் சுற்றியே சுதந்திர இந்தியா வளர வேண்டும் என்று காந்தி கருதினார். ஆனால் நேரு துரிதத் தொழில் வளர்ச்சியாலும் எந்திரமயமாக்கலாலுமே நாம் மக்களின் வறுமையை எதிர்கொள்ள முடியும் என்றார்.

மீரா சொந்த முறையில் நேருவின் மேல் பாசம் கொண்டிருந்தார். நேருவிற்கும் மீராவைப் பிடிக்கும். என்றாலும் நேருவின் அரசின் கொள்கைகளை மீரா ஏற்கவில்லை. 1930களிலும் 40களிலும் காந்தியின் நெருங்கிய வட்டத்திற்குள் இருந்த பொருளாதார நிபுணர் ஜே.சி. குமரப்பாவும் மீராவின் இந்த நிலைப்பாட்டை ஆதரித்தார். குமரப்பா முன்வைத்த 'நிரந்தரப் பொருளாதாரம்' உள்ளூரில் கிடைக்கும் பொருட்களைப் பயன்படுத்துவதைப் போற்றியது. அவர் ஒருமுறை சொன்னார்

"நாம் ஒரு குறுகிய பகுதியில் உற்பத்தி செய்யப்படும் பொருட்களைப் பயன்படுத்தினால், உற்பத்தி முறைகளை நம்மால் கண்காணிக்க முடியும். ஆனால் வெகுதொலைவில் உற்பத்தி செய்யப்படுபவைகளை வாங்கினால், அது எந்த நிலையில் உற்பத்தி செய்யப்படுகிறது என்பது பற்றி நாம் எதுவும் சொல்ல முடியாது."[14]

மீராவும் குமரப்பாவும் சேவாக் கிராமத்தில் ஒன்றாகப் பணியாற்றிய காலத்திலிருந்தே ஒருவரை ஒருவர் அறிந்திருந்தார்கள். கிராமப் புனருத்தாரணம் பற்றி அவர்களது கருத்துக்கள், நேருவின் நிலைப்பாட்டிற்கு எதிராக இருந்தன. மீராவுடன் கருத்து உடன்பாடு கொண்ட பல காந்தியவாதிகள் இருந்தனர். மீரா, 1950ஆம் ஆண்டின் இறுதியில் , குமரப்பாவிற்கு ஒரு கடிதம் எழுதினார். அவர்களுடன் கருத்து ஒத்திசைவு கொண்ட காந்தியவாதிகள், அருகருகில் உள்ள கிராமங்களைத் தத்தெடுத்து அங்கே இந்த கிராம மேம்பாட்டு முறைகளை அறிமுகப்படுத்தலாம் என்றார்.

> நாம் இவ்வாறு ஒரு "மாதிரி சமூகத்தை" உருவாக்கிக் காட்டினால் மக்கள் ஏற்றுக்கொள்வார்கள். அது நாம் பாபுவிற்குச் செய்த மகத்தான பணியாக இருக்கும். ஆனால் நமக்கு, நல்ல அனுபவம் கொண்ட ஆட்கள், தேவையான எண்ணிக்கையில் வேண்டும். இல்லையெனில் இத்திட்டம் பலனளிக்காது. அது இப்போதே மறக்கப்படும். பாபுவின் நினைவிற்கு அது நல்லதல்ல.[15]

அவர் வசித்துவந்த இடமான தெரி கார்வாலில் ஒரு தனியிடத்தைத் தெரிவுசெய்து, அதை காந்திய வாழ்வு முறையின் கனவுலகமாக்கத் தனது கருத்தைத் தெரிவித்தார். சில சகாக்களுடன் கலந்தாலோசித்துவிட்டு குமரப்பா இந்தத் திட்டம் அரசியல் சாசனத்திற்கு எதிராக இருக்கலாம் என்றார். இன்னொரு காந்தியவாதி இதற்கு நிதி கிடைக்காதென்றார். மற்றொருவர் "இந்த நிலப்பகுதி சீன எல்லைக்கருகே உள்ளது இது ராணுவ முக்கியத்துவமான பகுதியாகலாம். ஆகவே இன்றைய நிலையில் இங்கே இம்மாதிரியான எந்தத் திட்டத்தையும் செயல்படுத்த முடியாது என்றார்.[16]

இதற்குப் பதிலளித்த மீரா, இந்தத் திட்டத்தை இமயமலை எல்லைப் பகுதியிலிருந்து மாற்றி மத்திய இந்தியாவில் ஒரு பழங்குடியினர் மாவட்டத்தைத் தெரிந்தெடுக்கலாம் என்றார். இது தெரி கார்வால் திட்டமல்லவே என்றார்.

> எளிமையான, இந்தக் கருத்தை விரும்பக்கூடிய மக்கள் வாழும் ஒரு இடம்தான் நமக்குத் தேவை. நாம் எல்லாரும்

> ஒத்துப்போகக்கூடிய ஒரு காலநிலை உள்ள இடம்தான் நமக்குத் தேவை. அப்படிப் பார்த்தால் சாந்தால் பழங்குடியினர் வாழும் இடமாக அல்லது பில் மக்கள் வாழும் இடமாக இருக்கலாம். வேறு ஏதாவது இடம் உங்கள் மனத்தில் பட்டால், சொல்லுங்கள். இமயமலை வாழ் மக்களைவிட, பழங்குடியினர் காந்தியக் கருத்துக்களை ஏற்றுக்கொள்வார்கள் என்று எண்ணுகிறேன்.

மத்திய இந்தியாவில் இந்தக் காந்தியத் திட்டத்திற்கு ஏற்றதாக அவர் கருதிய இடத்தின் வரைபடத்தை மீரா குமரப்பாவிற்கு அனுப்பினார்.

> இந்த இடம் அளவில் பெரியதுதான். அங்குள்ள ஒரே ஒரு ரயில் தடம் 50 மைல் நீறம்தான் இருக்கிறது. கார் போகக்கூடிய சாலையும் மிகக்குறைவுதான். இங்கு பழங்குடியினர் நிறைய இருக்கிறார்கள் என்று நினைக்கிறேன். இது ஒரு பொருத்தமான இடமாக உங்களுக்குப்படவில்லையா.[17]

1952, மார்ச்சில் இது சம்பந்தமாக மீரா சோட்டா நாக்பூர் பகுதிக்குக் கள ஆய்வுக்காகச் சென்றார். அவர் கண்ட ராஞ்சிப் பகுதியில் வாழும் பழங்குடியினரின் வறுமையும் உடல்நலக்குறைவும் அவரைத் துயரில் ஆழ்த்தியது. “இந்நிலை நம்மை வெட்கித் தலைகுனிய வைக்கிறது” என்று குமரப்பாவிற்கு எழுதினார்.

> அவர்களது பொருளாதார நிலை பற்றியும், அதன் காரணிகள் பற்றியும் நாம் ஒரு மதிப்பீடு செய்ய வேண்டாமா? இந்த எளிய, அப்பாவி மக்களின் துயரங்களைப் போக்க நாம் ஏதாவது செய்ய வேண்டாமா? அது நாம் பாபுவிற்குச் செய்ய வேண்டிய கடமை அல்லவா? ஒரு தீர்க்கமான பொருளாதார ஆய்வின் அடிப்படையில் நாம் ஒரு அறிக்கையைத் தயாரித்தால் அதை அரசாங்கம் கவனிக்காதா?

சோட்டா நாக்பூரின் பழங்குடியினரின் பரிதாப நிலை அவருக்கு மன உளைச்சலை உண்டு பண்ணினாலும், அவரது வயதும், அடிக்கடி தொல்லை தரும் மலேரியா காய்ச்சலும் அவர் மத்திய இந்தியாவில் பணி செய்ய தடையாயிருந்தன. “ராஞ்சியில் இருந்தபோது எனது உடல்நிலை வெகு மோசமாகிவிட்டதால், நான் சீக்கிரமே ஊர் திரும்ப வேண்டியிருந்தது. வழி முழுவதும் நல்ல காய்ச்சல்.” தனது மலை வீட்டிற்குத் திரும்பியதும், “இதுதான் எனது கடைசி ஓய்விடம்” என்று எழுதினார்.[18]

V

1952ஆம் ஆண்டின் முதல் மாதங்களில், காங்கிரஸ் கட்சி இந்தியாவின் முதல் பொதுத்தேர்தலில் மகத்தான வெற்றி பெற்றது. காங்கிரஸின் தேர்தல் பிரச்சாரத்தை ஜவஹர்லால் நேரு முன்னின்று நடத்தினார். அக்கட்சியின் அமோக வெற்றி இந்தியப் பிரதமராக நேருவின் இடத்தை உறுதி செய்தது. இதே காலக்கட்டத்தில், நேருவுடன் கருத்து வேறுபாடு கொண்ட மீரா *பாபுராஜ் பத்ரிக்கா* என்ற பெயரில் எண்களிட்ட கையேடுகளை வெளியிட்டார். காந்தியடிகள், மக்களுக்கு அமைதியும் நீதியும் கிடைக்குமாறு செயல்படும் ஒரு நாட்டைப் பற்றிக் கனவு கண்டார். அதை அவர் 'ராம் ராஜ்யம்' என்று குறிப்பிட்டார். ஆனால் அவரது சீடரான மீரா, அண்ணல் பெயரையே அந்த லட்சிய நாட்டுக்குச் சூட்டினார். இந்த பாபு ராஜ்யத்தில் மனிதரின் அடிப்படைத் தேவைகளைப் பூர்த்தி செய்யும் தன்னிறைவு கிராமங்கள் இருக்கும். அங்கே விவசாயிகள் தங்களது வருங்காலம் குறித்த முடிவுகளை அவர்களே எடுப்பார்கள்; அவர்களைச் சுரண்டுவதற்கு அங்கே வழக்குரைஞர்களோ, நிலப்பிரபுக்களோ, வணிகர்களோ, ஒப்பந்தக்காரர்களோ அல்லது அரசு அதிகாரிகளோ இருக்க மாட்டர்கள். பின்னர் வந்த இவரது கையேடுகள் கிராமப்புற துப்புரவு, கால்நடை வளர்ப்பு இவை பற்றிப் பேசின.[19]

1952ஆம் ஆண்டு ஏப்ரல் மாதம் ஹங்கேரிய எழுத்தாளர் கீசா ஹெர்செக் (Geza Herczeg) மீராவைச் சந்திக்க வந்தார். ஹங்கேரிய திரைப்பட இயக்குநர் கேபிரியல் பாஸ்கல் (Gabriel Pascal) சார்பாக அவர் வந்தார். நாடகாசிரியர் ஜார்ஜ் பெர்னார்ட் ஷாவின் பல நாடகங்களை பாஸ்கல் படமாக்கியிருந்தார். அவர் காந்தியைப் பற்றி ஒரு முழு நீளத் திரைப்படம் தயாரிக்க எண்ணியிருந்தார். ஆகவே மேலை நாட்டவர்களில் காந்தியடிகளின் சிறப்புச் சீடரான மீராவைத் தொடர்பு கொண்டார். அருகிலுள்ள கிராமங்களுக்கு கீசாவை மீரா கூட்டிச்சென்றார். பாபு ராஜ்யத்தைப் பற்றிய தனது கனவை அவருக்கு மீரா விளக்கினார்.[20] ஆனால் அந்தப் படம் தயாரிக்கப்படவேயில்லை. பணத் தட்டுப்பாடாயிருக்கும்.

அதே ஆண்டு ஆகஸ்டு மாதம் மீரா "காங்கிரஸ் தலைவர்களுக்கு ஒரு திறந்த மடல்" எழுதினார். அதில் இந்தத் தலைவர்கள் விவசாயிகளின் பரிதாப நிலைமையைக் கவனிக்கத் தவறிவிட்டார்கள் என்றார்.[21] ஆட்சியிலிருப்பவர்களை அவர் குற்றஞ்சாட்டினாலும், தங்களைத் திருத்திக்கொண்டு தங்கள்

முன்னுரிமைகளை அவர்கள் மாற்றிக்கொள்வார்கள் என்று நம்பினார். "திறந்த மடல்" எழுதிய சிறிது நாட்களில் அவர் கிராம மேம்பாடு, விளை நிலம், மேய்ச்சல் நிலம், காடு இவற்றை மனத்தில் கொண்டு 'இமாலயமலைத் திட்டம்" ஒன்றைத் தயாரித்து அதுபற்றி அரசுடன் பேச்சுவார்த்தை தொடங்கினார். 1952ஆம் ஆண்டு அவர் ஜே.சி. குமரப்பாவிற்கு, சிறிது நாட்களில் லக்னோ சென்று உத்திரப் பிரதேச அரசுடன் இதைப்பற்றிப் பேசப் போவதாக எழுதினார். இந்தத் திட்டத்தின் 75% செலவை (10 லட்சம் ரூபாய்) ஏற்றுக்கொள்வதாக மத்திய அரசு உறுதியளித்தது. குடியரசுத் தலைவர் ராஜேந்திர பிரசாத்தும் பிரதம மந்திரி நேருவும் இதற்காகப் பரிந்து பேசியிருக்கலாம். இந்தத் திட்டம் முழுமையாக நிறைவேற்றப்படும் என்று மீரா நம்பினார். அவர் குமரப்பாவிற்கு எழுதினார்:

> என் நிபந்தனைப்படி அமெரிக்காவிலிருந்து பணமோ, நிபுணர்களோ இதில் சம்பந்தப்படவில்லை. என் விருப்பப்படியே இந்தச் செயல்திட்டத்தைத் தயாரித்தேன். இறைவன் அருளால் விவசாயிகளைத் திருப்திப்படுத்தினால் இது அரசுப் பணியாளர்களையும் பாதிக்கும். கிராமத்து மக்களுக்கும் இது ஒரு மாதிரியாக அமையும். நான் மகன்வாடியை மனத்தில் கொண்டிருப்பேன். மகன்வாடி என்ற கிராமத்தில், குமரப்பா நடத்திய All India Village Industries Associationனின் தலைமை இடம் இருந்தது. இந்தத் திட்டத்தில் எனக்குத் தேவையான உதவி உங்களிடமிருந்து கிடைக்கும் என்று எனக்குத் தெரியும்.[22]

ஆனால் இந்த நம்பிக்கை மெல்ல மறைய ஆரம்பித்தது. உத்தரப் பிரதேச அரசு அதிகாரிகள் மீராவின் கோப்பை நகரவிடவில்லை. பலவிதமாக இக்கட்டான கேள்விகளை எழுப்பினார்கள். மீரா பல முறை லக்னோவிற்குச் சென்றார். ஆனால் எவ்வித முன்னேற்றமும் இல்லை. 1954ஆம் ஆண்டு, ஏப்ரல் மாதம், இந்தச் செயல்திட்டம் பற்றிய பணி தொடங்கி பதினெட்டு மாதங்கள் கடந்த பின் அவர் மனமுடைந்து குமரப்பாவிற்குத் தனது கோபால் ஆசிரமத்திலிருந்து ஒரு கடிதம் எழுதினார்.

> இந்தப் பகுதி செயல்திட்டம் இன்னும் உத்தரப் பிரதேச அரசால் விவாதிக்கப்பட்டுவருகிறது என்றால் உங்களால் நம்ப முடிகின்றதா? நமது ஜனநாயக அரசு தனது அதிகாரிகள் மூலம் எவ்வாறு செயல்படுகிறது என்பதற்கு இது ஒரு எடுத்துக்காட்டு. மூன்று முறை நான் என் ராஜினாமா கடிதத்தை அனுப்பியும் அது ஏற்றுக்கொள்ளப்படவில்லை. சென்ற ஜூலை மாதமே, 13.5 லட்சத்திற்கு ஒப்புதல் வந்து

விட்டாலும் வேலை இன்னும் ஆரம்பிக்கப்படவில்லை. வேலைக்கு உதவாத பல அதிகாரிகள் சம்பளம் வாங்கிக் கொண்டிருக்கிறார்கள், அவ்வளவுதான். கிராம மக்கள் எவ்வாறு இந்த அதிகாரிகள் மீதிருந்த நம்பிக்கையை இழந்து விட்டார்கள் என்று நீங்கள் யூகிக்க முடியும். இந்தத் திட்டம் பற்றிய பேச்சுவார்த்தையை ஆரம்பித்தே ஒன்றரை ஆண்டுகள் ஆகிவிட்டன. நான் தளர்ந்துவிட்டேன். இங்கு பணமும் இல்லை.[23]

1954ஆம் ஆண்டு கோடையில் மீரா காஷ்மீருக்கு முதன்முறையாகச் சென்றார். அவருக்கு முன் சென்ற பல ஆயிரக்கணக்கானவர்கள் போலவே அவரும் காஷ்மீரின் எழிலால் கவரப்பட்டார். முன்னர் காந்தி ஆசிரமத்தில் சிறிது காலம் இருந்த நில்லா குக் (Nilla Cook) என்ற அமெரிக்கப் பெண் காஷ்மீரத்தில் அங்குள்ள கைவினைஞர்களுடன் பணிசெய்துகொண்டிருந்தார். அவர் மீராவைப் பல இடங்களுக்கும் அழைத்துச்சென்று சுற்றிக்காட்டினார்.[24]

மீராவிற்கு அப்போது அறுபது வயதுக்கு மேலாகி விட்டது. எனினும், உத்தரப் பிரதேசத்தில் இரு முறை முயன்று தோற்றிருந்தாலும், காஷ்மீரத்தில் தனது மூன்றாவது முயற்சியைத் தொடங்கினார். மீரா அங்கு முதலமைச்சரைச் சந்தித்தார். அவர் சிந்து பள்ளத்தாக்கில், கங்கன் என்ற இடத்தில் அவருக்கு ஒரு நிலம் ஒதுக்கித் தந்தார். இதற்கு ராஜேந்திர பிரசாதோ அல்லது ஜவஹர்லால் நேருவோ உதவியிருக்கலாம். மீரா அங்கு சென்று இடத்தைப் பார்த்தார். அவருக்குப் பிடித்திருந்தது. காலம் தாழ்த்தாமல் அங்கு கால்நடைப் பண்ணையை ஆரம்பித்தார். ஐரோப்பாவிலிருந்து டெக்ஸ்டர் பசுக்களை இறக்குமதி செய்தார். அவரே பம்பாய்க்குச் சென்று, கப்பலிலிருந்து பசுக்கள் இறக்கப்படுவதைக் கண்காணித்தார். பின்னர் அவை ரயில் மூலமாக பதான்கோட்டிற்கு அனுப்பப்பட்டன. அங்கிருந்து காஷ்மீரத்திற்குச் சாலை மூலம் கொண்டுசெல்லப்பட்டன.

1954ஆம் ஆண்டு மீரா, அலுவலகப் பணியிலிருந்து சிறிது ஓய்வெடுக்க, பிரதம மந்திரியை காஷ்மீரத்திற்கு வந்து தன்னைப் பார்க்கச் சொல்லி ஒரு கடிதம் எழுதினார். "உங்கள் உன்னதமான சொந்த ஊரை வந்து பாருங்கள்" என்று எழுதினார். அப்பகுதியின் அழகை வர்ணித்து எழுதினார்:

நீங்கள் இங்கு அமைதியாகவும் தனியாகவும் இருக்கலாம். எனது நண்பரொருவரிடம் நல்ல சவாரி குதிரை கிடைக்கும். இங்குள்ள கங்காபல் தண்ணீர் நான் குடித்தவற்றிலேயே சிறப்பானது. காலநிலையும் இப்போது பிரமாதமாக

இருக்கிறது. பகலில் நல்ல சூரிய வெளிச்சம். இரவில் உறைபனி. இது உடலுக்கும் ஆன்மாவிற்கும் இதமாக இருக்காதா? எல்லாமே உங்களுக்காகத் தயாராகிக் காத்துக் கொண்டிருக்கிறன.

"இந்த இடம் எனக்கு நன்றாகத் தெரியும். நான் கங்கனுக்கு இரு முறை வந்திருக்கிறேன். உனது வீடு எவ்வளவு அழகான இடத்திலுள்ளது என்று எனக்குத் தெரியும். ஆனால் பல காரணங்களால் என்னால் இப்போது வர முடியாது" என்று நேரு பதிலளித்தார்.[25]

நல்வாய்ப்பாக காஷ்மீரில் மீராவின் முதல் குளிர்காலம் அவ்வளவு கடுமையாக இல்லை. எப்போதும் உருவாகும் மூன்றடி உறைபனிக்குப் பதிலாக ஏழு அங்குலம்தான் இருந்தது. 1955இன் கடைசி வாரத்தில் அவர் தில்லியிலிருந்த தன் நண்பர் ஒருவருக்குக் கடிதம் எழுதினார்.

> மே மாதக் கடைசியிலிருந்து செப்டம்பர் துவக்கம்வரை நாங்கள் சோன்மார்க் பகுதியில் உயரத்திலுள்ள மேய்ச்சல் நிலத்தில் இருப்போம். அந்த இடம் 9000 அடி உயரம். பனிப்பாறைகளுக்கு அடியில். இப்போது நாங்கள் இருக்குமிடம் 6000 அடி உயரமே.
>
> இறக்குமதி செய்யப்பட்ட டெக்ஸ்டர் பசுக்கள் குளிரில் உற்சாகமாயிருக்கின்றன. வரும் கோடையில் லடாக் செல்லும் போது கலப்பினப் பெருக்கத்திற்குத் தேவையான உபகரணங்களை எடுத்துச்செல்வோம்.[26]

அந்த ஆண்டு அமெரிக்காவிலிருந்து சமாதான இயக்கத்தைச் சேர்ந்த – ஹோமர் ஜாக் (Homer Jack) மீராவைச் சந்திக்க காஷ்மீரத்திற்கு வந்தார். அவர் தனது புதிய ஆசிரமத்தை ஏற்படுத்திக்கொண்டிருந்தார். அதற்குக் கோபால் என்று பெயரிட்டிருந்தார். அதாவது பசுப் பாதுகாப்பை அடிப்படையாகக் கொண்டது என்று பொருள். பசுவைப் பேணுவதில் மீராவின் அக்கறையையும் கவனிப்பையும் பார்த்து ஜேக் வியந்தார். மீராவைக் 'கால்நடைகளின் பெண்மணி' என்று குறிப்பிட்ட ஜேக், மீரா நோயுற்ற பசு ஒன்றைக் கவனித்த விதம் பற்றியும், அவர் ஆசிரியைகள் குழுவிற்குத் தனது இடத்தைச் சுற்றிக்காட்டியது பற்றியும் நயந்து பேசினார்.[27]

உத்தரப் பிரதேசம் போலவே, காஷ்மீரத்திலும் அரசு அதிகாரிகளுடனும் அரசியல்வாதிகளுடனும் வேலை செய்வது மீராவிற்குச் சிரமமாக இருந்தது. அரசுத் துறைகளிடையே

நிலவிய போட்டி அவருக்கு வெறுப்பை ஊட்டியது. இந்துஸ்தான் டைம்ஸ் நாளிதழில் ஒரு கட்டுரை எழுதினார்:

> நாம் செய்யும் மேம்பாட்டு வேலையில் ஒரு பரிதாபம் என்னவென்றால் பெரும்பாலும் எல்லா மந்திரிகளுக்கும் அரசு அதிகாரிகளுக்கும் கால்நடைகளின் பராமரிப்பு பற்றி ஒன்றுமே தெரியாது. இன்னொரு அடிப்படையான பிரச்சினை காடு, விவசாயம், கால்நடை இவை தனித்தனிச் செயல்பாடுகளாகப் பார்க்கப்படுகின்றன. ஆகவே இந்தத் துறைகளிடையே அடிக்கடி உரசல்கள் ஏற்படுகின்றன. இந்த மூன்று துறைகளும் இணைந்து, மூன்றும் மேம்படும்படி பணியாற்றினால் நாட்டை வளப்படுத்த முடியும்.[28]

மீராவின் காஷ்மீரப் பணி முதலிலிருந்தே நன்றாகச் செயல்படவில்லை. மாநில அரசு தில்லியிலிருந்து ஒரு விவசாய நிபுணரை வரவழைத்தது. மீரா கொண்டு வந்திருந்த மேய்ச்சலிடத்தில் இரை கொள்ளும் டெக்ஸ்டர் பசுக்கள் இங்கே ஒத்துவராது என்றும் கொட்டில்களில் வளர்க்கப்படும் பெரிய உருக்கொண்ட கால்நடைகளே இங்கு வளர உகந்தது என்றும் அவர் கூறினார். அந்த நிபுணரிடம் மீரா கடும் விவாதத்தில் ஈடுபட்டார். ஆனால் அவர் அசைந்துகொடுக்கவில்லை. அரசும் அவரது நிலைப்பாட்டை ஆதரித்தது. பின்னர் என்ன நடந்தது என்பதை மீராவுடன் பணிபுரிந்த ஒருவர் உருக்கமாக வர்ணிக்கிறார்.

> மீரா விவாதத்தை நிறுத்தினார். உருவில் பெரிய கால்நடைகளை காஷ்மீரத்திற்குள் கொண்டுவர வேண்டும் என்று அரசு நினைத்தால், அதற்குத் தான் உடந்தையாகவோ அல்லது சாட்சியாகவோ முடியாது என்றார். இந்த இடத்திலிருந்து சீக்கிரமாகவே போய்விட வேண்டும் ஆனால் முதலில் டெக்ஸ்டர் பசுக்களுக்கு ஒரு வழி செய்ய வேண்டும்.
>
> அது சிரமமாக இருக்கவில்லை. மீரா கேட்டுக்கொண்டபடி, அந்தப் பசுக்களை எடுத்துக்கொள்ள இமாச்சலப் பிரதேச அரசு ஒப்புக்கொண்டது. பசுக்களுக்கு அன்புடன் பிரியாவிடை கொடுத்த மீரா, அவற்றை ஏற்றிச்சென்ற லாரிகள் வளைவில் சென்று மறையும்வரை பார்த்துக்கொண்டிருந்தார்."[29]

VI

1957ஆம் ஆண்டு கோடையில் மீரா காஷ்மீரத்தை விட்டு தெரி கார்வாலுக்குச் சென்றார். சாம்மா என்ற கிராமத்திற்கருகில் ஒரு நிலத்தை வாங்கினார். "இந்த இடம் பசுக்களுக்கு நல்ல மேய்ச்சல் நிலம் மட்டுமல்ல. இமயமலைத்தொடர் அற்புதமாகக்

காட்சியளிக்கிறது" என்று அவர் தேவதாஸ் காந்திக்கு எழுதினார். உள்ளூர் கொத்தனார்களை வைத்து தனக்கு ஒரு குடில், மாட்டுக் கொட்டகை கட்டினார். பின்னர் காய்கறித் தோட்டம் ஒன்றை உருவாக்கினார். "மறுபடியும் மண்ணில் வேர்விடப்போகிறேன் என்பதை எண்ணும்போதே எனக்கு உற்சாகமாக இருக்கிறது. என்னிடம் இரண்டு பசுக்களும் இருக்கின்றன" என்று தன் நண்பர் ஒருவரிடம் சொன்னார்.[30] தனது வீட்டிற்குப் 'பறவைகளின் இடம்" (பக்ஷி குஞ்ச்) எனப் பெயரிட்டார்.

ஆனால் இந்த உற்சாகம் நிலைக்கவில்லை. மீராவிற்கு இப்போது அறுபத்தைந்து வயது. தோட்ட வேலை போன்ற உடலுழைப்பில் ஈடுபடுவது முன்னைவிடச் சிரமமாக இருந்தது. கார்வாலுக்குச் சென்று ஆறு மாதத்திற்குப் பின் அவர் மதராஸில் இருந்த ராஜாஜிக்குக் கடிதம் எழுதினார். "உங்களைவிட நான் வயதில் குறைந்தவளாயிருந்தாலும் – எனக்கு 65 ஆகிறது – என்னால் உடல் வருத்தி வேலை செய்ய முடிவதில்லை. இன்னும் சொல்லப்போனால் நான் என்னுள்ளே சிந்தித்து, தியானம் செய்து புரிந்துகொள்ள விரும்புகிறேன். இப்போதுதான் எனக்கு எல்லாவற்றின் பொருளும் புரிய ஆரம்பிக்கிறது என்று நினைக்கிறேன். எனக்கு நினைவு தெரிந்த காலத்திலிருந்து எனது கடந்த கால நினைவுகளை ஒரு சிறு புத்தகமாக எழுதத் தொடங்கியிருக்கிறேன். இது ஒரு புதிய வழியை எனக்குத் திறந்திருக்கிறது. என் சிந்தனைகளை நான் சொற்களில் வடிக்க வேண்டும்."[31]

மீரா இப்போது வயதாகித் தளர்ந்திருந்தார். சுதந்திர இந்தியா போய்க்கொண்டிருக்கும் திசை அவருக்கு ஏமாற்றத்தை அளித்தது. 1958ஆம் ஆண்டு பிப்ரவரி மாதம் அவர் ராஜாஜிக்குக் கடிதம் எழுதினார். "நிலைமை இன்னும் மோசமாகிக்கொண்டே போகிறது. ஒவ்வொரு தினமும் நாளிதழைப் பிரிக்கும் போது அதிர்ச்சிக்கு என்னைத் தயார்படுத்திக்கொள்கிறேன்." அவர்களுடைய வெகு நாளைய தோழர் மௌலானா ஆசாத் அண்மையில் காலமாகிவிட்டார். அவர் கல்வி அமைச்சராகப் பணிசெய்துகொண்டிருந்தார். அவரது மறைவு "நேருவிற்குப் பேரிடியாக இருந்திருக்கும்" என்றார் மீரா. கடிதத்தைப் பின்வருமாறு முடித்தார்; "ஒரு பெரும் இக்கட்டை நோக்கி நாம் போய்க்கொண்டிருக்கிறோம் என்று நினைக்கிறேன். நம்மை இறைவன் காப்பாற்றட்டும். இன்றைய நிலையில் நாம் நமக்காக ஒன்றும் செய்ய முடியாது."[32]

இரண்டு மாதங்கள் கழித்து மீரா முந்தைய பல ஆசிரமங்களில் தன்னுடன் சேர்ந்து பணியாற்றிய தனக்கு நெருக்கமான

தோழர், கிருஷ்ணமூர்த்தி குப்தாவிற்குக் கடிதம் எழுதினார். 'பக்ஷி குஞ்ச்' இமயமலையிலுள்ள எழிலார்ந்த இடங்களில் ஒன்று என்றாலும், அங்கு என்னால் இன்னும் அதிக நாள் தங்க முடியாது என்று நினைக்கிறேன். சீக்கிரத்தில் நான் மேலை நாடுகளுக்குப் போக வேண்டும் என்ற ஆவல் என்னுள் உள்ளது. நான் அப்படியே செய்ய வேண்டும் என்று நினைக்கிறேன். காந்தியின் சிந்தனைக்கு அங்கு, இன்றைய இந்தியாவில் இருப்பதைவிட, நல்ல வரவேற்பிருக்கிறது என்று நம்புகிறேன்." தனது சொந்த நாடாகப் பாவித்த இந்தியாவை விட்டுவிட்டு மீரா போவது தனக்கு வருத்ததையும் ஏமாற்றத்தையும் அளிக்கிறது என்று குப்தா எழுதினார்.

அதற்கு மீரா பதிலளித்தார். "நான் கூறும் ஆன்மிகக் காரணங்களை நீங்கள் ஒத்துக்கொள்வீர்களோ இல்லையோ, ஆனால் உடல் ரீதியான காரணங்களை மறுக்க முடியாது. சமவெளியில் உள்ள வெப்பத்திலும், மலைகளில் குளிரிலும் உடல் நலத்தைச் சரியாக வைத்துக்கொள்வது சிரமம். ஆகவே சமவெளியில் மிதமான காலநிலை உள்ள நாட்டைத் தேட வேண்டியுள்ளது. இங்கிலாந்திற்குச் செல்லுவதுதான் நல்லது என்ற முடிவிற்கு வந்துவிட்டேன். அந்த நாட்டில் எனக்கு நண்பர்களும் உறவினர்களும் இருக்கிறார்கள். அந்நாட்டின் கிராமப்புறமும் எனக்கு நன்றாகத் தெரியும்."[33]

தன்னைத் தேற்றிக்கொள்ளவும், வேலையைத்தொடர்ந்து செய்யவும் மீரா தனது நினைவுகளை நூலாக எழுத ஆரம்பித்திருந்தார். 1958ஆம் ஆண்டு மே மாதம் இதைப் பற்றி ராஜாஜிக்குக் கடிதம் எழுதினார்.

> எனது உள்மனதில் ஒரு பரிணாம வளர்ச்சி நிகழ்ந்துள்ளது. நான் எழுதும் நூலுக்கு 'ஆன்மாவின் யாத்திரை' (The Spirit's Pilgimage) என்ற தலைப்பைக் கொடுத்துள்ளேன். ஏனென்றால் அதுதான் நடந்திருக்கிறது. எனது இதயத்தில் உறைந்திருந்த சில அடிப்படைகளை நான் இப்போது புரிந்துகொள்ள முடிகிறது. கடைசியாக நான் என்னைப் புரிந்துகொள்கிறேன். இதோடு, மேலை நாடுகளுக்குப் போகும் உந்துதலும் சேர்ந்துகொள்கிறது. இதற்கான காரணத்தை என்னால் சொல்ல முடியவில்லை. என் வாழ்க்கையில் காரணங்களை முன்னரே நான் அறிந்ததில்லை. இப்போது செய்வது போல் என் உள்ளுணர்வைத் தொடர்ந்து செல்லுவேன். அவ்வளவே. வரும் நாட்களில் இறைவன் வழி காட்டுவார்.

தான் இலையுதிர் காலம்வரை கார்வாலில் தங்கப் போவதாகவும், அதற்குள் தான் எழுதிக்கொண்டிருக்கும்

நூலை முடித்துவிட முடியும் என்றும் ராஜாஜிக்கு எழுதினார். பின்னர், சமவெளிக்குப் போய் அங்கிருக்கும் நண்பர்களிடம் விடை பெற்றுக்கொண்டு ஐரோப்பாவிற்குச் செல்லப் போவதாகச் சொன்னார். கடைசியாக அவர் வாழ்ந்திருந்த ஆசிரமத்தைப் பற்றிப் பேசினார். "இந்தச் சிறு இடம் மற்ற சிலரால் எடுத்துக்கொள்ளப்படும். இது ஒரு அழகிய, அமைதியான இடம். ஆனால் இங்கேயே தங்கிவிடலாம் என்ற எண்ணம் வரும்போது' இல்லை. நீ இப்போது நீ உன்னைப் புரிந்துகொண்டுவிட்டதால், இங்கே இருந்து ஒரு தொல்லெச்சமாகிவிடாமல் வெளியே செல்" என்று என் உள் மனது சொல்லுகிறது என்றார்.[34]

மீரா மிகுந்த ஈடுபாட்டுடன் தனது தன்வரலாற்று நூலை எழுதிக்கொண்டிருக்கும்போது 1958ஆம் ஆண்டு ஒரு நாள் அவருக்கு ஃபிரான்ஸிலிருந்து ஒரு புத்தகம் அஞ்சலில் வந்தது. காலம் சென்ற ரோமைன் ரோலந்தின் மனைவி அதை அனுப்பியிருந்தார். மீராவின் பழைய நினைவுகளை இது கிளறியது. காந்தியடிகளும் மீராவும் ரோலந்தை, வில்லெனு என்ற இடத்தில் 1931இல் சந்தித்தபோது அவர் பிதோவான் பற்றித் தான் எழுதிய நூல் ஒன்றை மீராவிற்குப் பரிசாக அளித்திருந்தார். அதை மீரா இன்னும் பத்திரமாக வைத்திருந்தார். அதை எடுத்து மீரா படிக்க ஆரம்பித்தார். வெகு நாள்கள் கழித்து பிரெஞ்ச் மொழி படிப்பது சிரமமாக இருந்தது. ஆனால் போகப் போகச் சரளமாக வாசிக்க முடிந்தது. அதேபோல் பிதோவானின் நினைவுகளும் வந்தன. "அவரது இசையைக் கேட்டு, முப்பது வருடங்களாகிறது. இப்போது புதிய பார்வையுடனும் உற்சாகத்துடனும் அவரை நினைத்துக்கொள்கிறேன்."[35]

அக்டோபர் மாதம் மீரா தனது ஆன்மாவின் யாத்திரை நூலின் பிரதி ஒன்றை ராஜாஜிக்கு அனுப்பினார். "இந்த நூலை நான் மேலைநாட்டு வாசகர்களை மனத்தில் கொண்டு எழுதி யிருக்கிறேன். ஆகவே இது இந்தியாவைவிட, உலகிற்கானது" என்று எழுதினார்.[36] மூன்று வாரங்கள் கழித்து ராஜாஜி பதிலெழுதினார்: "உனது நினைவுக் குறிப்புகள் மிகவும் அருமையான வரலாறு. படிப்பதற்குச் சுவையாக இருக்கிறது. இது வெளிவந்தவுடன் வாசகர்களால் ஆர்வத்துடன் வாசிக்கப்படும். இவ்வுலகின் தரத்தை இன்றிருப்பதிலிருந்து உயர்த்த முயற்சி செய்பவர்களும் இதைப் போற்றுவார்கள்."

"நீங்கள் ஐரோப்பாவிற்கும் இங்கிலாந்திற்கும் போவது பற்றி மகிழ்ச்சி. எங்கு சென்றாலும் நீங்கள் வரவேற்கப்படுவீர்கள் என்று நான் அறிவேன். இறைவன் உங்களை ஆசீர்வதிக்கட்டும்.

பாபுவின் சார்பிலும் என் சார்பிலும் உங்களை நான் வாழ்த்துகிறேன்" என்று ராஜாஜி எழுதினார்.[37]

> டில்லியில் குடியரசுத் தலைவர் ராஜேந்திர பிரசாதின் விருந்தினராக அவரது மாளிகையில் தங்கியிருந்தபோது ராஜாஜியின் கடிதம் மீராவின் கையில் கிடைத்தது. அதற்கு நன்றி தெரிவித்து பதில் எழுதினார்."இறைவன் வழிவகுத்தால், இந்நூல் காந்தியடிகள் பேசிய, எழுதிய வார்த்தைகளை மேற்கு உலகிற்கு அருகில் கொண்டு சேர்க்கும்." மீராவின் இலக்கிய முகவர் கர்ட்டிஸ் பிரவுன் (Curtis Brown) இந்நூலை வெளியிடும் உரிமையை இந்தியாவில் லாங்மான் கிரீனுக்கும் அமெரிக்க உரிமையை கோவர்டு மக்கானுக்கும் (Coward MacCann) விற்றார். " காந்தியடிகளின் சிந்தனைகள் பற்றி ஒன்று அல்லது இரண்டு சிறிய புத்தகங்கள் எழுதி அமெரிக்காவில் வெளியிட நான் நினைக்கிறேன். அகமதாபாத்திலுள்ள நவஜீவன் பதிப்பகத்தாருடன் இதைப் பற்றிப் பேசினேன். அவர்களது வெளியீடுகள் எங்குமே அனுப்பப்படுவதில்லை. இந்தியாவில்கூடச் சரியாக விற்பனை செய்யப்படுவதில்லை" என்றார் மீரா.[38]

1959ஆம் ஆண்டு ஜனவரி மாதம் இந்தியாவை விட்டுப் புறப்படும் தருணத்தில் காந்தியடிகளுக்கு ஒரு நினைவிடம் ஜமுனா நதிக்கரையில் அவரை எரியூட்டிய இடத்தில் எழுப்பப்பட இருப்பதாக மீரா கேள்விப்பட்டார். இது ஒரு செயற்கைக் குன்று வடிவில் அமையவிருந்தது. அதில் நான்கு சுரங்கப் பாதைகள் அமைக்கப்படும். இந்தப் பாதைகளில் உள்ளே காந்தியின் வாழ்க்கைக் காட்சிகள் சுவரோவியங்களாகச் சித்தரிக்கப்படும். இதைக் கேட்டு மீரா அதிர்ந்துபோனார். அதற்காகும் செலவையும் காந்தியின் நினைவைக் கொச்சைப் படுத்துவதையும் அவரால் ஏற்றுக்கொள்ள முடியவில்லை. இது பற்றி மற்ற காந்தியவாதிகளுக்குக் கடிதம் எழுதி, இந்தத் திட்டத்தைக் கைவிடச்செய்யுமாறு கேட்டுக்கொண்டார். எழிலாகவும் எளிமையாகவும் ஒரு நினைவுச்சின்னம் அமைக்க லாம் என்றார். "அது மலர்களாயிருக்கலாம். மலர்கள், மரங்கள். சேவாகிராமத்தில் தினமும் காலையிலும் மாலையிலும் காந்திடிகள் ஒரு அரச மரத்தடியில் இறைவழிபாட்டிற்காக அமர்ந்தார். அந்த மரத்திலிருந்து ஒரு போத்து எடுத்து இங்கு நட்டு வளர்க்கலாம். பிரம்மாண்டமான நினைவுச்சின்னங்களால் நாம் சிறிதளவு கூட அவரது மகத்துவத்தைக் கூட்டிவிட முடியாது. இந்தப் புனித இடத்தின் எளிமையே அவரது புகழைக் காட்டும்".[39] என்றார்.

VII

1959ஆம் ஆண்டு ஜனவரி மாதம் பம்பாயிலிருந்து மீரா இங்கிலாந்திற்குக் கப்பல் மூலம் புறப்பட்டது ஒரு சக்கரத்தின் முழு சுழற்சி போலிருந்தது. காந்தியும், ரோமைன் ரோலந் மூலம், பிதோவனும்தான் அவரை இந்தியாவிற்கு இட்டுவந்தனர். காந்தி இறந்து பத்து வருடங்கள் ஆன பின்னர், அவரது தாக்கம் சொந்த நாட்டில் மெல்ல மெல்ல மறைய ஆரம்பித்திருந்த சமயம், ரோமைன் ரோலந்தின் மனைவியின் கடிதம் ஒன்று மீராவைப் பிதோவானிடம் மறுபடியும் ஈர்த்தது. இந்தியாவிற்குத் தான் தேவையில்லாமல் ஆகிவிட்டதை மீரா உணர்ந்திருந்தார்.

மறுபடியும் அவர் மேலை நாட்டிற்குத் திரும்பும் தருணத்தில், மீரா தன் நண்பர், ஓவியர் ஆந்துவானட் போசவின் பத்து ஆண்டுகளுக்கு முன் எழுதிய கடிதத்தை நினைத்துக்கொண்டாரா என்று தெரியவில்லை. அந்தக் கடிதத்தில் மீரா மேலை நாட்டிற்கும், ரஷ்யா, அமெரிக்காவிற்கும் வந்து காந்தியின் சிந்தனைகளைப் பரப்ப வேண்டுமென்றும், அதைச் செய்ய அவரைவிடச் சிறந்தவர் யாருமில்லை என்றும் எழுதியிருந்தார். அப்போது அவருக்கு வயது ஐம்பதுதான் ஆகியிருந்தது. அப்போதிருந்த வலிமை, உடல் நலம் இப்போது இல்லை. ஊர் விட்டு ஊர் பயணித்துத் தனது ஆசானின் கருத்துக்களைப் பற்றிப் பிரச்சாரம் செய்வது சிரமம். இப்போது மீராவிற்குத் தேவையானது படிப்பதற்கும் சிந்திப்பதற்கும் எழுதுதற்கும் ஒரு அமைதியான இடம்.

அம்மாதிரியான ஒரு இடம் தனது சொந்த நாடான இங்கிலாந்தில் கிடைக்கும் என மீரா எண்ணியிருந்தார். ஆனால் ஆன்மிக ரீதியிலும் சமூக ரீதியிலும் அவருக்கு இங்கிலாந்து உகந்ததாகப்படவில்லை. ஆகவே அவர் ஆஸ்திரியாவிற்குப் போக முடிவு செய்தார். அவரது நாயகன் பிதோவான் தனது உத்வேகத்தைப் பெற்றது அங்கேதான். 1959ஆம் ஆண்டு செப்டம்பர் மாதம் வியன்னாவிற்கருகிலிருந்த ஒரு கிராமத்திலிருந்து தனது நண்பர் கிருஷ்ணமூர்த்தி குப்தாவிற்கு எழுதினார்.

இந்த இடம் பிரமாதம். காலநிலை இதமாக உள்ளது. சுற்றுப்புறத்தில் காடுகள் போர்த்தப்பட்ட மலைகளும் பசுமையான புல்வெளிகளும் உள்ளன. மக்களும் பழகுவதற்கு இனிமையானவர்கள். இங்கு வந்தது நல்லதென்றே நினைக்கிறேன். இனிமேல் இங்குதான் நான் தங்குவேன். ஒரு வேளை பிறகு இந்தியாவிற்கு வருவேன். பாபு இருந்திருந்தால் இப்போது நான் இருக்க வேண்டிய இடம் ஐரோப்பாதான் என்று சொல்லியிருப்பார். இதைப் பயன்படுத்தாவிட்டால், மேலை நாடுகளைப் பற்றியும்,

கீழை நாடுகளைப் பற்றியும் நான் அறிந்து வைத்திருப்பது எதற்காக? நான் செய்ய விரும்பும் வேலையை ஏதோ ஒரு இமயமலை கிராமத்தில் இருந்துகொண்டு செய்ய முடியாது. அன்றாட வாழ்க்கையே சிரமமாக இருப்பதைவிட, இந்த இடமே உகந்தது.⁴⁰

மீரா தன்னுடன் இந்தியாவிலிருந்து ராமேஷ்வர் தத் என்ற ஒரு கார்வாலி உதவியாளரை ஆஸ்திரியாவிற்குக் கூட்டி வந்திருந்தார். மீரா ஒரு நண்பரிடம் சொன்னார்: "எனது கடைசிக் காலத்தில் நான் எழுதவும் சிந்திக்கவுமே காலத்தைச் செலவிட விரும்புகிறேன்; சமைப்பதிலும், சுத்தம் செய்வதிலும், பெருக்குவதிலும், துணிகளைத் துவைப்பதிலும் அல்ல."⁴¹ வியன்னாவிற்கருகில் ஒரு சிறு கிராமத்தில் ஒரு வீட்டை வாடகைக்கு அமர்த்தினார். அங்கிருந்து 1960ஆம் ஆண்டு அக்டோபர் மாதம் ராஜாஜிக்குக் கடிதம் எழுதினார்" இந்த சிறிய கிராமத்தில் நான் இருக்கிறேன். அன்றாடம் நான் இந்த அற்புதமான காடுகளில் நடக்கிறேன். மாலையில் பிதோவான் இசையைக் கேட்கிறேன். இதைப் பற்றியெல்லாம் வரும் நாட்களில் நான் இன்னும் எழுத வேண்டும்."⁴²

சில மாதங்கள் கழித்து மீரா பொதுவாழ்வில் புகழ் பெற்ற அவரது நண்பர், குடியரசுத் தலைவர் ராஜேந்திர பிரசாத்திற்குக் கடிதம் எழுதினார். "நானறியாமலேயே இமயத்தில் தேடிக்கொண்டிருந்ததை, இங்கு இந்தக் காடுகளில் பிதோவான் தனது குறிப்பேட்டுடன், இறைவனின் தொடர்பில், சுற்றித் திரிந்த இடத்தில் கண்டடைந்திருக்கிறேன். இங்குதான் அவர் தனது இறவா இசைக்கான உத்வேகத்தை அடைந்தார். உங்களுக்குத் தெரியும். அவர்தான் என்னை பாபுவை அடையும் பாதையைக் எனக்குக் காட்டினார்."

"நான் இந்தியாவிற்கு வெளியே இருந்தாலும், தொலைவில் இருப்பதாக உணரவில்லை. இந்தக் காலத்தில் தூரம் பெரிய பிரச்சினை அல்ல. அங்கு நடப்பவற்றை நான் கூர்ந்து கவனித்து வருகிறேன். *இந்துஸ்தான் டைம்ஸ், ஓவர்சீஸ் குவார்ட்டர்லி,* இதழ்களையும் ராஜாஜியின் கட்டுரைகளை *சுவராஜ்யா*விலும் படிக்கிறேன். ஆகவே ஒரு பார்வை கிடைக்கிறது. அங்கு வருகின்ற தேர்தலில் அரசியல் சூடு பிடிக்கும் என்று நினைக்கிறேன். அது நல்லதுதான். அரசியல் தேங்கிப் போவதையும் தடுக்கும். ஆனால் உலகெங்கும் அரசியல் ஒரு சாபக்கேடாகி வருகிறது. எல்லாருடைய கண்ணும் ஓட்டின் மேல்தான்.

"இப்போது நான் காந்தியடிகளும் கிறிஸ்தவமும் என்ற நூலை எழுதிக்கொண்டிருக்கிறேன். இதை மேற்கத்திய

ஏழு போராளிகள்! 369

வாசகர்களுக்கேற்ப எழுதிவருகிறேன். அவருடைய இந்துப் பின்புலத்தை அவர்கள் புரிந்துகொள்ள இந்நூல் உதவும்."[43]

ஆனால் 'காந்தியடிகளும் கிறிஸ்தவமும்' என்ற நூல் எழுதப்படவில்லை. மாறாக, மீரா காந்தியடிகளின் சிறு குறிப்புகளை நூலாக்க முனைந்தார். இதை இந்தியாவில் *நவஜீவன்* பதிப்பகம் வெளியிட்டது. மீரா வெகுவாக முயற்சி செய்தும், வேறு எந்த ஐரோப்பிய மொழியிலும் அது வெளிவரவில்லை. அதே சமயம் மீரா பீதோவானைப் பற்றியும் அவரது இசைபற்றியும் ஒரு நூல் எழுத முயற்சி செய்துகொண்டிருந்தார்.[44]

இமயமலைப் பகுதியில் வாழ்ந்தபோது மீரா அந்தப் பிரதேசத்தில் பயணித்துப் பதினைந்து ஆண்டுகளில் ஐந்து ஆசிரமங்களை நிறுவியிருந்தார். ஆஸ்திரியாவில் வசித்தபோதும் அவரால் ஓரிடத்தில் வெகு நாட்கள் இருக்க முடியவில்லை. இங்கேயும் ஐந்து வெவ்வேறு கிராமங்களில், காட்டுக்கு வெகு அருகில், வசித்தார். காட்டில் நடைப்பயிற்சியுடன் பீதாவனைப் பற்றிச் சிந்திப்பார். ஒவ்வொரு முறையும் அவருக்கு வசிக்க இடத்தை ஏற்படுத்திக் கொடுத்தது வியன்னாவைச் சார்ந்த இரு பெண்கள். மீராவை 'ஆன்ட்டி' என்றழைத்தனர். ஒரு பெண்மணியின் பெயர் லியோ கேலிஸ் (Leo Castle). அவர் வியன்னாவில் 'ஹாஸ் அண்ட் கார்ட்டன்' எனும் ஒரு அறைகலன் கடை நடத்திவந்தார். அடுத்தவர் ரோசெட்ட ஸ்பால்ட் (Rosetta Spalt) எனும் கோமாட்டி.

ஆஸ்திரியாவில் மீராவுக்கு வருமானம் காந்தியின் பெயரால் இந்திய அரசு நிறுவிய காந்தி சமாரக் நிதி அளித்திருந்த படித்தொகை மாதம் ரூபாய் 300 உடன் அவரது தாத்தாவின் சொத்திலிருந்து வந்த மாதம் ரூபாய் 140 மட்டும்தான். மீரா தன் உதவியாளர் ராமேஷ்வர் தத்தின் அன்றாடச் செலவை ஏற்றுக்கொண்டு அவருக்கு மாதச் சம்பளமும் கொடுத்தார். அதிலிருந்து ராமேஷ்வர் தனது வீட்டிற்குப் பணம் அனுப்பினார். ஆகவே மீராவிற்குப் பணத் தட்டுப்பாடு உண்டானது. 1962ஆம் ஆண்டு மார்ச் மாதம் காந்தி சமாரக் நிதி அறங்காவலர்களுக்கு ஒரு கடிதம் எழுதி தனது படித்தொகையை ரூபாய் 500ஆக உயர்த்த வேண்டும் என்று கேட்டுக்கொண்டார். "இதனால் என் உடல் வருத்தமும் மன உளைச்சலும் குறையும். செலவு அதிகமாவதால் எனது அன்றாட வேலையும் பாதிக்கப்படுகிறது."

இந்தியாவிலிருந்த காந்தியவாதிகளிடம் பொருளுதவி கேட்ட மீரா தன் நிலையை விளக்கினார்.

> நான் ஆஸ்திரியாவிற்கு வருவது ஒரு தற்காலிக ஆசையினால் அல்ல. எனது வாழ்க்கைப் பயணத்தின் இயற்கையான

நிறைவேற்றம். இந்தியாவின் சுதந்திரத்திற்காகப் போராட பிதோவன் தன் இசை மூலம் என்னை ஊக்குவித்தார். நான் இன்று எனது கடைசிக் காலத்தை அவர் சுற்றித் திரிந்த காடுகளில் கழிக்கிறேன். இந்தியாவில் என் கடைசி ஆண்டுகளில் என்னுள் ஒரு அடிப்படையான அதிருப்தி இருந்தது. இதை பாபு உணர்ந்திருந்தார். இன்று நான் இங்கு வந்துவிட்டேன் என்பதை அறிந்தால் பாபு மிகவும் மகிழ்ச்சியடைவார்.[45]

இவரது கோரிக்கையை ஏற்று காந்தி சமாரக் நிதி அவரது படித்தொகையை ரூபாய் ஐந்நூறாக உயர்த்தியது,

VIII

1962ஆம் ஆண்டு அக்டோபர், இந்தியாவிற்கும் சீனாவிற்கும் போர் மூண்டது. நாளிதழ்களில் வரும் செய்திகளைப் படித்தார், இந்திய அரசியல்வாதிகளின் போர் வெறி அவரை அதிர்ச்சிக்குள்ளாக்கியது. தனது சக ஊழியர் கிருஷ்ண மூர்த்தி குப்தாவிற்கு ஒரு கடிதம் எழுதினார். "இந்தியாவில் நடப்பதை அறிந்து நான் கசப்படைகிறேன். நம் தலைவர்கள் எல்லா நாடுகளுக்கும் தம் சண்டைகளைத் தீர்த்துக்கொள்ளுமாறு கூறினார்கள். ஆனால் இந்தியாவின் காலை யாராவது சிறிது மிதித்துவிட்டாலும் போர் முரசு கொட்டுகிறார்கள்." நேருவிற்கு ஒரு கடிதம் எழுதி பன்னாட்டு மத்தியஸ்தத்தை நாட ஆலோசனை கூறினார். பின்னர் காந்திய நண்பர்கள் சிலருக்கும் எழுதினார். குப்தாவிற்கு எழுதினார். "சீனப்படையை எதிர்கொள்ள சத்தியாகிரகிகளின் அகிம்சைப் படை ஒன்று அனுப்பப்பட வேண்டும் என்று நான் சொல்லவில்லை. ஆனால் இந்தப் பனிப்போர் மொழியும் பார்வையும் தவிர்க்கப்பட வேண்டும் என்று சொல்லுகிறேன். அத்துடன் பன்னாட்டுப் பேச்சுவார்த்தை மூலம் தீர்வு காண வேண்டும்."[46]

இந்தியா – சீனாவிற்கிடையிலான பூசல் மீராவிற்கும் அவரது நீண்ட நாள் நண்பர் ராஜாஜிக்கும் இடையே சண்டையை உருவாக்கியது. காந்தியின் நெடுநாளைய தோழரான ராஜாஜி காங்கிரஸை விட்டு வெளியேறி சுதந்திரா கட்சியைத் தொடங்கியிருந்தார். இந்தப் புதிய கட்சி, அமெரிக்காவிற்கு வெகு விரோதமாக இருப்பதாக நேருவின் அயல்நாட்டுக் கொள்கையைக் கடுமையாக எதிர்த்தது. தடையில்லாச் சந்தைக்கு எதிரக இருக்கிறது என்று பொருளாதாரக் கொள்கையையும் இந்தக் கட்சி எதிர்த்தது. இந்தியாவின் அணி சேராக் கொள்கையை விட்டுப் பனிப்போரில் இந்தியா மேற்கு நாட்டு முகாமில்

சேர வேண்டுமென்று ராஜாஜியும் அவரது கட்சியும் விரும்பினார்கள்.

ராஜாஜியின் பேரில் மீரா நெருங்கிய பாசம் கொண்டிருந்தார். இமயமலைப் பகுதியில் வாழ்ந்தபோது அவர் ராஜாஜிக்குக் கடிதம் எழுதுவார். "நான் இந்த மலையில் இருந்தாலும், நீங்கள் தெற்கே தொலைவில் இருந்தாலும் அங்கு நீங்கள் இருப்பது எனக்கு ஒரு ஆறுதல்"[47]. மீரா தனது வாழ்க்கைக் குறிப்பை எழுதி முடித்த பின் ராஜாஜிக்குத்தான் அதை முதலில் காட்டினார். அவர் அதைப் புகழ்ந்து எழுதியது மீராவிற்கு உற்சாகம் அளித்தது.

ஆஸ்திரியாவில் இருந்துகொண்டு அவர் ராஜாஜியின் அரசியல் செயல்பாடுகளைக் கவனித்து அதிர்ந்துபோனார். ராஜாஜி ஸ்வராஜ்யா இதழில் ஒரு பத்தி எழுதுவார். அதில் நேருவையும் அவரது அரசையும் கொடுஞ்சொற்களால் சாடினார். நேருவின் கொள்கைகள் சிலவற்றை மீரா ஏற்கவில்லை என்றாலும் அவரின் மேல் இருந்த பாசத்தாலும் விசுவாசத்தாலும் அவரைப் பொதுவெளியில் விமர்சிக்கவில்லை. ராஜாஜி நடத்தும் இதழில் நேருவைப் பற்றியும் அவரது அரசைப் பற்றியும் அவலமாக எழுதப்படுவது மீராவை மிகவும் வருத்தியது. ஸ்வராஜ்யா இதழின் ஆசிரியர் டி. சதாசிவத்திற்குக் கோபமாக ஒரு கடிதம் எழுதித் தனது சந்தாவை நிறுத்திக்கொண்டார்.

ராஜாஜி உடனே பதிலாக ஒரு மென்மையான கடிதத்தை எழுதினார்.

என் அன்புள்ள மீரா பென்,

நீங்கள் ஸ்ரீ சதாசிவத்திற்கு எழுதிய கடிதம் எனக்குப் படித்துக் காட்டப்பட்டது. ஸ்வராஜ்யா இதழின் மேல் நீங்கள் வெறுப்படைந்திருக்கிறீர்கள் என்றும் அதைப் படிக்க விருப்பமில்லை என்றும் அறிகிறேன். இந்த விஷயத்தில் உங்களை மிகவும் ஏமாறவைத்துவிட்டேன் என்று நினைக்கிறேன். ஆனால் எப்போதுமே என்னுடன் கோபத்துடன் இருக்க மாட்டீர்கள் என்று நம்புகிறேன். ஆண்டவன் உங்களுக்கு அருள் புரியட்டும். பாசத்துடன். சி. ராஜகோபாலச்சாரி."[48]

மீரா இதற்கு ஒரு நீண்ட பதில் எழுதினார்:

உங்கள் மேல் எனக்குக் கோபம் இல்லை – எப்படி இருக்க முடியும்? நமது பிணைப்பு ஆழமான, உண்மையான ஒன்று. ஆனால் எனக்கு மிக வருத்தம். யாருடைய அறிவை நான் மிகவும் போற்றினேனோ அவரே ஒரு கட்சியின் கொள்கை எனும் சங்கிலியால் பூட்டப்படுவதுதான்.

பன்னாட்டுப் பிரச்சினைகளில் உங்கள் ஒருவரின் குரல்தான் தெளிவான, சமநிலையில் இருந்தது. எந்தச் சித்தாந்தத்தாலும், கட்சி முழக்கங்களாலும், மேலை நாட்டுடையதோ அல்லது கீழைத்தேசங்களுடையதோ, எதாலும் இறுக்கப்படாமல் இருந்தது. ஒரு பொருளைப் பற்றி நீங்கள் என்ன சொல்லப்போகிறீர்கள் என்று நான் கவனித்துக்கொண்டிருந்தேன். ஆனால் இந்த அரசியல் வணிகம் அதைக் குலைத்துவிட்டது. 'அவைகள், நிறம்சேர்ந்த கண்ணாடிபோல், சுதந்திரமான கருத்தின் மாசற்ற ஒளியைக் களங்கப்படுத்துகின்றன' என்று ஷெல்லி எழுதியது நினைவிற்கு வருகிறது.

"இன்றைய அரசியல் நிலைமையைப் பற்றி உங்களுடன் நான் ஒத்துப்போகவில்லை என்பது உண்மைதான். ஆனால் அது ஒருவரின் தனிப்பட்ட கருத்து. ஸ்வராஜ்யாவிற்கு எனது சந்தாவை நிறுத்தியது கொள்கையளவிலான ஒரு முடிவு. இந்தப் பத்திரிகையின் தொனியை என்னால் தாங்க முடியவில்லை. (கேலிச்சித்திரங்கள் எப்போதும் நகைச்சுவையுடனும் நல்லெண்ணத்துடனும் இருக்க வேண்டும்.) நான் இம்மாதிரியான குறுகிய மனப்பான்மை கொண்ட, மூன்றாந்தரப் பனிப்போர் பிரச்சாரத்திற்கு ஆதரவு தர விரும்பவில்லை. பொதுவுடமைக் கட்சியில் பல அம்சங்கள் எனக்குப் பிடிக்காது. சீனா மீது எனக்குப் பெரிய ஈர்ப்பு ஒன்றுமில்லை. ஆனால் சீனாவிற்கு எதிரான இந்தக் கசப்பான, ஆபாசமான, தவறான, பிரச்சாரம் என்னில் பெருங்கோபத்தை உண்டாக்குகிறது, சீனா ஒரு தொன்மையான, மகத்தான நாடு. கம்யூனிசம் ஒரு மாபெரும் சக்தி. ஆனால் இந்தியா தன் வெறுப்புப் பிரச்சாரத்தால், பனிப்போர் பற்றி மற்ற நாடுகள் சொல்லுவதையே திருப்பிக் கூறுவதால் (இது ஸ்வராஜ்யாவில் மட்டுமல்ல) தன் தரத்தை இழந்து நிற்கிறது. காந்தியடிகளின் உன்னத காலத்திற்குப் பின் இப்படி ஒரு பின்னடைவு. உங்களையும் இம்மாதிரியான பிரச்சாரம் பாதித்திருப்பதைக் காண வருத்தமாக இருக்கிறது.

இது தான் நிலைமை. நான் வேறு என்ன சொல்வது ? நீங்கள் நலமாக இருப்பதற்கு இறைவனுக்கு நன்றி செலுத்துகிறேன். அவர் உங்கள் உண்மையான ஆளுமையை இந்தியாவிற்குத் திருப்பி அளிப்பார் என்று நம்புகிறேன்."[49]

இதற்கு ராஜாஜி அன்புடனும் நல்ல புரிதலுடனும் பதிலளித்தார்.

என் அன்புள்ள மீரா, உங்கள் பாசமுள்ள கடிதம் கிடைத்தது. பழையபடியே எனக்கு நீங்கள் கடிதம் எழுதுவது கண்டு

மகிழ்ச்சி. எப்படி இருந்தாலும் நான் எப்போதும் போலிருக்கும் அதே மனிதன்தான். இந்தியாவில் நடக்கும் சில காரியங்கள் பற்றி, உங்களைப் போலவே எனக்கும் வருத்தம். அவ்வளவே. நான் அரசியல் வலையில் சிக்கிக்கொள்ளவில்லை. ஆனால் இந்தியாவில் இருக்கும் இந்த பர்மிட், லைசன்ஸ், பயங்கரவாதம் இவற்றை நான் வெறுக்கிறேன். இதைப் பற்றிப் பேசி உங்களைச் சிரமப்படுத்த விரும்பவில்லை. இறைவன் உங்களுக்கு அருள் புரியட்டும்,

அன்புள்ள மீரா. பாசத்துடன்
சி. ராஜகோபாலாச்சாரி.[50]

இது மனதைத் தொடும் கடிதப் போக்குவரத்து. பொதுவாழ்விலிருந்து ஓய்வுபெற்று ஐரோப்பாவிலிருக்கும் மீரா, காந்தியடிகளின் உண்மையான சீடரான ராஜாஜி பன்னாட்டு ஒத்துழைப்பையும் உலக சமாதானத்தையும் பரப்ப வேண்டும் என்று நம்பினார்; எண்பது வயதான பின்னும் இந்தியாவில் அரசியலில் இயங்கிக்கொண்டிருக்கும் ராஜாஜி, தன்னாட்டு அரசு சுதந்திரப் போராட்டத்தின் லட்சியங்களைக் கைவிட்டால் காந்தியடிகளின் சீடரான தான் அதைச் சுட்டிக்காட்ட வேண்டும் என நம்பினார். இருவருமே, தத்தம் நடவடிக்கைகளில், தங்களது ஆசானான காந்தியின் மரபை உயர்த்திப் பிடித்தார்கள். ஆனால் அவர்கள் தங்கள் கருத்தளவில் எவ்வளவு வேறுபட்டார்கள் என்பது அந்த மரபு எவ்வளவு சிக்கலானது என்பதையே காட்டுகிறது.

14

இடப்புறத்திலிருந்து வலப்புறம் வாசித்தல்

ஃபிலிப் ஸ்ப்ராட்டும் மனைவி சீதாவும்

I

இந்தியாவிற்கு சுதந்திரம் வந்தபொழுது, ஃபிலிப் ஸ்ப்ராட் தனது மனைவி சீதா, மூன்று குழந்தைகளுடன் பெங்களூரில் வாழ்ந்திருந்தார். நாலாவது குழந்தை பிறக்கவிருந்தது. 1940, 1950களில் முஸ்லிம்கள், மங்களூரிய கத்தோலிக்கர்கள், தமிழர், மற்றவர் வசித்த ஃபிரேசர் டவுனில் ஒரு வாடகை வீட்டில் இவர்கள் குடியிருந்தனர். இந்தப் பெருநகர்சார் இடம் பெங்களூர் ஈஸ்ட் ரயில்வே நிலையம் அருகில் இருந்ததால் எப்போதும் பின்புலத்தில் ரயில்கள் எழுப்பும் ஒலி இருந்தது.

அப்போது *மைசிண்டியா* (Mysindia) ஆங்கில வார இதழில் வேலை செய்துகொண்டிருந்த ஸ்ப்ராட் தினமும் காலையில் சைக்கிளில் ப்ரண்டன் சாலையிலிருந்த அலுவலகத்திற்குச் செல்வார். (இந்த நூலாசிரியர் இன்று வசிக்கும் வீட்டிற்கு அடுத்த கட்டடத்தில்தான் அந்த அலுவலகம் இருந்தது.) ஸ்ப்ராட் மதிய உணவை ஒரு டிபன் கேரியரில் எடுத்துச் செல்வார். அவர் மனைவி சீதா அல்லது அவரது தாயார் சிவகாமி அதில் உணவை வைத்துக்கொடுப்பார்கள். சிவகாமி அம்மாளுக்குத் தமிழ் மட்டுமே தெரியும். தனது மருமகனை'துரை' என்று குறிப்பிடுவார். குழந்தைகள் அவர்களது தந்தை அதிகம் பேசாதவர் என்றும் எப்போதும் தனது புத்தக உலகில் மூழ்கியோ அல்லது எழுதிக்கொண்டோ இருந்தார் என்றும் நினைவுகூர்கின்றனர். தனது மகன்களை விளையாட்டில் அதிக கவனம் செலுத்தாமல் புத்தகங்களைப் படிக்கச் சொல்வாராம்.[1]

ஸ்ப்ராட் தனது நேரத்தை *மைசிண்டியா*வை நடத்துவதிலும், செலக்ட் புத்தகக்கடைக்குச் செல்வதிலும், உள்ளூர் நூலகங்களுக்குப் போவதிலும், உலகக் கலாச்சார நிறுவனம் (The Institute of World Culture), மிதிக் சொசைட்டி (The Mythic Society) இவற்றில் உரையாற்றுவதிலும் கழித்தார். சீதாவும் முழு நேர வேலை செய்தார். முதலில் ஆசிரியராகவும் பின்னர் ஒரு பள்ளியின் முதல்வராகவும் இருந்தார். இருந்தாலும் குடும்பம் அவ்வளவு வசதியாக இல்லை. ஸ்ப்ராட் சைக்கிளில்தான் பயணித்தார். மோட்டார் பைக்கோ காரோ கிடையாது. எனவே அவ்வப்போது வேறு சில வேலைகளையும் செய்தார். இந்திய வரலாற்றாசிரியர் லூயி ரெனோ (Louis Renou) எழுதிய ஒரு நூலை மொழிபெயர்க்க ஏற்றுக்கொண்டார். தனது பிரஞ்சு மொழித் திறமையைப் பயன்படுத்தும் வாய்ப்பாகவும் இதை எடுத்துக்கொண்டார்.[2] பெங்களூரில் 1950களில் பணிசெய்த ஒரு இதழாளர் ஸ்ப்ராட்டை நினைவுகூர்ந்தார்: "அவர் குறைந்த சம்பளத்தில் வாழ்க்கை நடத்தினார். ஓட்டை சைக்கிளில் போனார். சிறிய டீக்கடைகளில், புத்தகம் படித்துக்கொண்டே வடை சாப்பிடுவதை நான் பார்த்திருக்கிறேன்."[3]

பல ஆண்டுகள் கழித்து எழுதிய ஒரு நினைவுக் குறிப்பில், "ஸ்ப்ராட்டின் புரட்சிகரச் செயல்பாட்டாளர்கள் அவ்வப்போது அவர்களது பெங்களூர் இல்லத்திற்குத் தங்களது அரசியல் பாதை ஆலோசனை கேட்க வருவார்கள்" என்று சீதா எழுதியிருந்தார். "ஸ்ப்ராட் ஒரு கொள்கையாளர். தனக்குப் பிடித்தமான நூல்களை வாசிப்பதும்,எழுதுவதுமே அவருக்குப் பிடித்தமானவை. அவர் எப்போதுமே ஒரு மாணவர் போலிருந்தார். அரசியல் பற்றியோ வாழ்வின் அன்றாடப் பிரச்சினைகளைப் பற்றியோ

அவருக்கு அதிகம் தெரியாது என்று அவர்கள் அறிந்திருக்க வில்லை." அவருக்கு சீதாதான் நங்கூரம்போல் உதவினார். சீதா வீட்டையும் குழந்தைகளையும் பார்த்துக்கொண்டதுடன், ஸ்ப்ராட்டின் பணி, வாழ்க்கை பற்றி ஆலோசனை கூறினார்.[4]

கம்யூனிசத்துடன் தொடர்பை விட்டுவிட்டாலும், தன்னுடன் சிறையிலிருந்தவர்கள் பெங்களூருக்கு வந்தால் அவர்களை ஸ்ப்ராட் சந்தித்தார். ஒரு முறை கம்யூனிஸ்ட் கட்சித் தலைவர் எஸ்.வி. காட்டே பம்பாயிலிருந்து பெங்களூர் வந்தபோது, ஸ்ப்ராட்டைத் தேடிச் சந்தித்தார். இப்போது கம்யூனிசத்திற்கு எதிரான நிலைப்பாடு எடுத்துள்ளவரை ஏன் சந்திக்கிறீர்கள் என்று சிலர் கேட்டனர். "உண்மைதான். அவர் இப்போது கம்யூனிசத்திற்கு எதிரானவர். ஆனால் நாம் எல்லோரும் மனிதர்கள். நமது நட்புகள், இணைந்திருந்த போராட்டங்கள், அவர் நமது சித்தாந்தத்திற்கு அளித்த பங்களிப்பு – நான் எப்படி அவரை மறக்க முடியும்?" என்று காட்டே பதிலளித்தார்.[5]

II

பெங்களூரிலிருந்து இமயத்தின் அடிவாரத்திலுள்ள தேராதூனில் வாழ்ந்திருந்த, கம்யூனிசத்திலிருந்து விலகிய, எம்.என். ராயுடன் ஸ்ப்ராட் கடிதப் போக்குவரத்து வைத்திருந்தார். 1947ஆம் ஆண்டு டிசம்பரில் சோவியத் உயிரியல் பற்றி பிரிட்டீஷ் மரபியலாளர் சி. டி. டார்லிங்டன் (C.D.Darlington) எழுதிய ஒரு கட்டுரையைத் தான் படித்ததாகக் கூறினார். சோவியத் யூனியனில் பல அறிவியலாளர்கள் அறிவுஜீவியம் சார்ந்த விவாதத்தில் பின்னடைந்ததற்காகக் கொல்லப்பட்டார்கள் என்று அந்தக் கட்டுரை கூறியது. "உண்மையாக இருந்தால் இது நாசிசத்தை விட மோசமானது" என்று ஸ்ப்ராட் எழுதினார்.

> மற்ற சிலர் இது பற்றி எழுதியதையும் படித்துள்ளேன். இந்தச் செய்தியை அவை உறுதிப்படுத்துகின்றன. உங்கள் (நம்) முதற்காதல் இந்த நிலைக்கு வர வேண்டுமா? இது உண்மையாயிருந்தால், உலகத்தை எதிர்நோக்கும் தீமைகளில் பாசிசத்தைவிட ஆபத்தானது கம்யூனிசம். நீங்களும் நானும் அதைப் பற்றி எழுந்து நின்று பேச வேண்டும். இம்மாதிரியான அடிப்படைப் பிரச்சினையில் நாம் அமைதியாக இருக்கக் கூடாது. தெளிவற்ற நிலைப்பாட்டை எடுக்கவும் கூடாது.[6]

இந்தக் காலகட்டத்தில் ஸ்ப்ராட் தன்னை ஒரு இடது சாரியாகத்தான் பார்த்தார். அதாவது ஜனநாயக இடதுசாரி, புரட்சிகர இடதுசாரியல்ல. 1948இல் காங்கிரஸில் இருந்த சில தீவிரவாதிகள் கட்சியிலிருந்து பிரிந்து சோஷலிசக் கட்சியைத் தொடங்கினார்கள். அப்போது இந்த இரு கட்சிகளும் தேர்தலில்

போட்டியிட்டால் நமக்கு நல்ல பாடம் கிடைக்குமென்று ஸ்ப்ராட் நினைத்தார். இது மற்ற கட்சிகளிடமும் சகிப்புத் தன்மையை உருவாக்கும் என்று எதிர்பார்த்தார். அப்போது சோசலிசக் கட்சியின் தலைவர் ராம் மனோகர் லோகியா பெங்களூருக்கு வந்தார். அவர் ஸ்ப்ராட்டைச் சந்தித்து ராஜஸ்தானில் நடக்கவிருக்கும் கட்சி மாநாட்டிற்கு வரும்படி அழைத்தார். குடும்பச் சூழ்நிலையால் அந்த அழைப்பை ஸ்ப்ராட்டால் ஏற்றுக்கொள்ள முடியவில்லை. ஆனால் சோசலிச இதழான ஜனதாவிற்கு அவ்வப்போது எழுத ஒத்துக்கொண்டார்.[7]

இதற்கிடையில், தில்லியில் புதிய நாட்டிற்கு ஒரு புதிய அரசியல் சாசனத்தை எழுதிக்கொண்டிருந்தார்கள். 1948ஆம் ஆண்டு கோடையில் ஒரு பிரதி சுற்றுக்கு விடப்பட்டது. அதைப் படித்த ஸ்ப்ராட்டிற்கு ஏமாற்றமே மிஞ்சியது. சமூகப் பொருளாதார ஏற்றத்தாழ்வுகளை அகற்ற இந்த சாசனத்தில் உள்ள முயற்சி போதாது என்ற தன் நிலைப்பாட்டைக் காட்ட அவர் ஒரு சிறிய புத்தகம் எழுதினார். அவரது தீவிர ஜனநாயகக் கட்சி (Radical Democratic Party) வெளியிட்டிருந்த ஒரு அறிக்கையை அடிப்படையாகக் கொண்டு நம் அரசியல் சாசனம் எழுதப்பட்டிருக்கலாம் என்று அவர் கூறினார். அந்த அறிக்கையின்படி, முக்கியத் தொழில்களும் , கனிம வளமும் அரசு கையில் இருக்க வேண்டும். கல்வி, மருத்துவம் இவையும் அரசால் மக்களுக்கு அளிக்கப்பட வேண்டும். அது மட்டுமல்ல. மக்களின் பிரதிநிதிகள் சரியாகச் செயல்படாவிட்டல் அவர்களைத் திரும்பி அழைக்கும் உரிமையும் வாக்காளர்களுக்கு இருக்க வேண்டும்.

அரசியல் சாசனத்தை எழுதுவோருக்குத் தீவிர சித்தாந்தம் இல்லையென்று அவர் வருந்தினார். அவர்கள் தனி மனித உரிமைக்குச் சிறப்பிடம் அளிக்கிறார்கள் என்று கருதினார். படித்தவர்களுக்கும் சொத்து உள்ளவர்களுக்கும் உள்ள இடைவெளி, படிப்பும் இல்லாமல் சொத்து எதுவும் இல்லாமல் இருப்பவர்கள் போன்ற பிரச்சினைகளை இந்த சாசனம் எழுதுவோர் கவனிக்காமல் விட்டுவிட்டார்கள் என்றார்.[8]

இந்தக் காலகட்டத்தில் ஸ்ப்ராட் தனது சோஷலிசக் கருத்துக்களைக் கைவிட்டுவிடவில்லை. அரசியல் சாசனம் பற்றிய தனது நூலில் சோவியத் யூனியனின் ஆரம்பகாலப் பரிசோதனைகளை மெச்சியிருந்தார். பின்னர் அவை சாரத்தை இழந்துவிட்டதாகக் கருதினார், 1948ஆம் ஆண்டு அவர் லெனின் சார்பாளராக இல்லை. முற்போக்காளராகவும் இல்லை. மாறாக அவர் இப்போது ஒரு “சோஷியல் ஜனநாயகவாதி” எனக்

குறிப்பிடப்பட்டார். ஆனால் அவரோ, எம்.என் ராய்போலத் தன்னைத் "தீவிர ஜனநாயகவாதி" என்றே குறிப்பிட்டுக்கொண்டார்.

1949ஆம் ஆண்டு, பனிப்போர் தீவிரமானபோது ஸ்ப்ராட் அமெரிக்காவை ஆதரிக்கத் தொடங்கினார். மைசிண்டியா பத்திரிகையின் அதிபர் அமெரிக்காவிற்குச் சென்றபோது அதைப் பற்றி எம்.என். ராய்க்கு ஸ்ப்ராட் எழுதினார், "அவர் மிகவும் உற்சாகமடைந்தார். அந்நாட்டின் மற்ற அம்சங்கள் அவருக்குப் பிடித்திருந்தாலும், கறுப்பின மக்கள் பற்றி அமெரிக்கர்களின் பார்வையை அவர் விமர்சித்தார்."

ஸ்ப்ராட் மேலும் எழுதினார்: "போரில் ஈடுபட்டிருப்பவர் நம் விஷயத்தில் தலையிடாவிட்டால் நடுநிலைமை எடுப்பது சிரமமல்ல. என்னைப் பொருத்தவரை யாரை ஆதரிப்பது என்று முடிவெடுப்பது பிரச்சினையல்ல. சில நல்ல அறிகுறிகள் தெரிகின்றன. ட்ரூமன் தேர்தலில் வெற்றி பெற்றிருப்பது அவைகளில் ஒன்று. அவர்களுடைய கல்வி முறையைப் பற்றி நான் படித்தது என்னை வியப்பில் ஆழ்த்தியுள்ளது."[9]

ஸ்ப்ராட் ஒரு வல்லரசை விட்டுவிட்டு இன்னொரு வல்லரசை ஆதரிக்க ஆரம்பித்ததால், ஒரு காலத்தில் அவர் நம்பியிருந்த சோஷலிசக் கட்சி மீது அவருக்கு விரக்தி ஏற்பட்டது. மேலை நாட்டுக் கூட்டணிக்கு அக்கட்சியின் எதிர்ப்பையும் பாதுகாப்புவாதப் பொருளாதாரக் கொள்கைகளையும் அவரால் ஏற்க முடியவில்லை.

சென்னையிலிருந்து வெளிவந்த ஒரு வாராந்தர இதழில் அவர் ஒரு கட்டுரை எழுதினார்.

காங்கிரஸின் இடத்தைப் பிடிக்க நினைக்கும் ஒரு அரசியல் கட்சி இரு கொள்கைகளை ஆதரிக்க வேண்டும்: அமெரிக்காவிலிருந்து பெரிய அளவில் நிதி உதவி கோர வேண்டும்; அமெரிக்கப் பாதுகாப்பு அமைப்பில் சேர வேண்டும். இது இரண்டும் ஒன்றுபோலத்தான். ரஷ்ய ஏகாதிபத்தியத்திலிருந்து தப்பிக்க இது நல்ல வழி. அதே சமயம் நமது பொருளாதார இன்னல்களிலிருந்து மீளவும் வழி காட்டுகிறது. ஆனால் சோஷலிசக் கட்சி இந்த இரண்டையும் எதிர்க்கிறது.[10]

ஸ்ப்ராட்டின் ஆசான் எம்.என். ராய் அவர் அமெரிக்கா பக்கம் சாய்வதைக் கண்டு அவரைக் கடிந்துகொண்டார். ராயின் அந்தக் கடிதம் நம்மிடம் இல்லை, ஆனால் ஸ்ப்ராட்டின் பதில் கடிதம் கிடைத்திருக்கிறது.

நான் எதைப் பற்றியும் முடிவெடுக்கவில்லை. நான் ஊசலாடிக் கொண்டிருக்கிறேன். அவ்வப்போது நான் காந்திய மனப்பாங்கில் இருக்கிறேன். நீங்களும் அப்படித்தானே? எனது இதயத்தில் ஒரு பகுதி காந்தியத்தில் உள்ளது, ஆனால் அதுதான் அன்றாட வாழ்விற்கு உகந்தது என்று என்னால் ஏற்றுக்கொள்ள முடியவில்லை. என் இதயம் பொருள்முதல் வாதம் – மனிதநேயம் இவற்றில் இருப்பதால், அந்த அமைப்பு முறைக்கு உள்ள பகுத்தறிவு ரீதியாலான மறுப்புகளை ஒதுக்கித்தள்ள முடியவில்லை. ஒரு சித்தாந்த மாக அதற்கு ஈர்ப்பு இல்லை.

காந்தியம் அல்லாத, நடுநிலையை நான் விரும்புகிறேன். சேதத்திலிருந்து எதையாவது காப்பாற்ற முயலலாம். பிரச்சினை என்னவென்றால் பெருவாரியான சமயங்களில் நான் நடுநிலையில் இருப்பதில்லை. கம்யூனிஸ்டுகள் நம்மை ஒரு நிலைப்பாடு எடுக்க வற்புறுத்துகிறார்கள். அது அவர்களுக்கும் அமெரிக்காவிற்கும் உள்ள தனிப்பட்ட பிணக்கு அல்ல. அவர்கள் வெற்றி பெற்றால் நடுநிலைமைக்கு ஒன்றும் கிடைக்காது. ஆகவே கம்யூனிசத்துடன் ஒத்துப்போகவில்லை என்றால், அதன் தோல்வியை எதிர்நோக்க வேண்டும். ஜார்ஜ் ஆர்வெல் சொல்வதுபோல், இது நம்மைப் பாதுகாக்கும் வீரர்களை நிந்திப்பதாகும். இது பிரிட்டீஷாரிடம் காணும் ஒரு குறை. (இவை கிப்லிங்கின் சொற்கள் என்று நினைக்கிறேன்.) இவைபற்றி நினைக்கும்போது நான் கம்யூனிஸ்ட் கட்சி மனப்பாங்கிற்குச் சென்றுவிடுகிறேன். நீங்களும் அப்படித்தான் என்று நினைக்கிறேன். அமெரிக்கத் தலைமையின் திறமையின்மை யிலிருந்து தப்பலாம். கொரியாவில் எந்த மாதிரியான சிக்கலில் மாட்டிக்கொண்டுள்ளனர். அது அவர்களுக்காகவே வைக்கப்பட்ட கண்ணி என்று நினைக்கிறேன்.[11]

1950ஆம் ஆண்டு ஜூன் மாதம் எழுதப்பட்ட இந்தக் கடிதத்துடன், எம்.என் ராயிற்கும் ஃபிலிப் ஸ்ப்ராட்டிற்கும் நடந்த கடிதப் போக்குவரத்து முடிந்தது. இந்தியாவிற்கு முக்கியமான பத்தாண்டான 1940களில் இது நடந்தது. இந்தக் கடைசிக் கடிதம் பனிப்போர் பற்றி ஸ்ப்ராட் மனத்தில் இருந்த குழப்பத்தைப் பிரதிபலிக்கிறது. ஸ்ப்ராட் அமெரிக்காவைச் சிறிது ஆதரித்தாலும், ரஷ்யப் புரட்சியின் பேரில் இருந்த ராயின் விசுவாசம் மாறவில்லை. போல்ஷ்விக் புரட்சியை எதிர்த்தவர்களுக்கு அமெரிக்கா நிதி உதவியும் ராணுவ உதவியும் அளித்ததை அவர் மறக்கவில்லை. சீடரும் ஆசானும் ஒருவரிடமிருந்து ஒருவர் விலக ஆரம்பித்தனர். 1954, ஜனவரியில் எம்.என் ராய்

இறந்த சமயம், ஸ்ப்ராட் முழுவதுமாக அமெரிக்காவை ஆதரித்திருந்தார்.

III

1950ஆம் ஆண்டிற்குப் பிறகு எம்.என் ராய், ஸ்ப்ராட் கடிதம் எழுதிக்கொள்ளவில்லை. ஸ்ப்ராட்டிற்கும் அவரது மனைவி சீதாவிற்கும் இடையே கடிதங்கள் இல்லை. இருவரும் ஒரே வீட்டில் வசித்துவந்தார்கள் அல்லவா? 1920, 1930களில் உளவுத்துறை அறிக்கைகள் ஒன்றும் இல்லை. அப்போது ஸ்ப்ராட் புரட்சி அரசியலில் இல்லை.

ஸ்ப்ராட் வாழ்க்கையில் இந்தக் காலகட்டத்தில் நமக்குக் கிடைத்திருப்பது பல வேறுபட்ட தலைப்புகளில் அவர் எழுதிய கட்டுரைகள். அவருடைய தளம் அரசியல், பொருளாதாரம், பன்னாட்டு உறவு, இலக்கியம், கலாச்சாரம், உளப்பகுப்பாய்வியல் என விரிந்திருந்தது . இதில் பெருவாரியான கட்டுரைகள், அவர் தன் பெயரைக் குறிப்பிடாமல் மைசிண்டியா இதழுக்காக எழுதியவை. சில கட்டுரைகளை மட்டும் தனது பெயரில் எழுதினார். மற்ற நகரங்களிலிருந்து வெளியாகும் சில இதழ்களுக்கும் அவர் எழுதிவந்தார்.

ஸ்ப்ராட்டின் கட்டுரைகளின் முக்கியக் குவிமையம் கம்யூனிஸம் பற்றி இந்தியர்களை எச்சரிப்பதுதான். அந்தக் கட்சியின் பேச்சில் மயங்கிவிட வேண்டாம் என்றார். கொள்கையளவில் சமத்துவத்தைப் பேசிவிட்டு நடத்தையில் வல்லாதிக்கத்தைக் கொண்டுவரும் என்றார். 1951இல் ஸ்ப்ராட் புதிதாக நிறுவப்பட்ட கலாச்சார சுதந்திரத்திற்கான இந்தியக் குழு (Indian Committee for Cultural Freedom) என்ற அமைப்பின் செயலாளர்களில் ஒருவராகத் தேர்ந்தெடுக்கப்பட்டார். அறிவுஜீவிகள், கலைஞர்கள், எழுத்தாளர்களால் ஆன இந்தக் குழு கம்யூனிசத்தையும் சோவியத் யூனியனின் ஏகாதிபத்தியத்தை யும் எதிர்ப்பதற்காக முந்தைய ஆண்டு நிறுவப்பட்ட கலாச்சார சுதந்திரப் பேராயத்துடன் (Congress for Cultural Freedom) இணைந்திருந்தது.[12] அமெரிக்காவின் சிஐஏ (Central Intelligence Agency) இந்த அமைப்புக்கு நிதி கொடுத்தது என்ற செய்தி 1966இல் வெளியானது. ஆனால் இந்த உண்மையை அந்த அமைப்பின் உறுப்பினர்கள் அறிந்திருக்கவில்லை. அந்தக் காலகட்டத்தில் ஐரோப்பாவிலும் அமெரிக்காவிலும் இடதுசாரி அறிவிஜீவிகளிடையே கம்யூனிசம் பற்றி ஒரு விரக்தி உருவாகியிருந்தது. அதிலும் சோவியத் ரஷ்யாவில் கருத்து வேறுபாடு, கருத்துச் சுதந்திரம் நசுக்கப்படுவது அவர்களுக்கு ஏமாற்றத்தை அளித்தது. இந்த விரக்தி, இக்னசியோ சிலோன்,

ஆர்தர் கோஸ்லர் , ரிச்சர்ட் ரைட் (Ignazio Silone, Arthus Koestler, Richard wright) உட்பட ஆறு பிரபல எழுத்தாளர்கள் எழுதிய 'கைவிட்ட கடவுள்' (The God that Failed) என்ற நூலில் வெளிப்பட்டது. தாங்கள் ஏன் முதலில் கம்யூனிசத்தில் சேர்ந்தோம், பின்னர் ஏன் விலகினோம் என்று அவர்கள் அதில் பதிவு செய்திருந்தார்கள். 1949வாக்கில் ஸ்ப்ராட்டும், தனது சொந்த அனுபவத்தின் அடிப்படையில் அந்நூலில் எழுதியவர்களின் முடிவிற்கே வந்திருந்தார். ஆனால் தொலைதூரத்தில் பெங்களூரிவிலிருந்த ஸ்ப்ராட்டை யாரும் இதில் எழுதும்படி கேட்கவில்லை. கலாச்சார சுதந்திரத்திற்கான இந்தியக் குழுவில் (ICCF) ஸ்ப்ராட் சேர்ந்தது வியப்பளிக்கவில்லை. ஆனால் அவர் போன்ற கூச்ச சுபாவமுடைய ஒருவர் ஒரு நிறுவனத்தின் தலைமையை ஏற்றுக்கொண்டது சற்று ஆச்சரியத்தைக் கொடுத்தது. அவர் எடுத்துக்கொண்ட புதிய கருத்தாக்கத்தில் – கம்யூனிச எதிர்ப்பு – அவரது ஈடுபாட்டை அது காட்டியது. அந்த நிறுவனத்தில் செயலராக அவர் அடிக்கடி பாரிஸிலுள்ள தலைமையகத்திற்குக் கடிதம் எழுத வேண்டியிருந்தது. இந்தியாவில் உள்ள கிளைகளை யும் கவனித்துக்கொள்ள வேண்டியது அவர் பொறுப்பு.[13]

1951ஆம் ஆண்டு மே மாதக் கடைசியில் கலாச்சார சுதந்திரத்திற்கான இந்தியக் குழுவின் கூடுகை ஒன்று பம்பாயில் நடந்தது. அதில் சில பன்னாட்டுப் பிரதிநிதிகளும் இருந்தனர். அதைத் தொடர்ந்து, நேருவின் அரசியல் எதிரியான டி.எஃப். கராக்கா (D.F. Karaka) நடத்திக்கொண்டிருந்த கம்யூனிச எதிர்ப்பு இதழ் ஒன்றில் ஒரு கட்டுரை எழுதினார். "இந்தியாவிலுள்ள சாதி வேறுபாடு, சமயச் சண்டைகள் போன்ற பிற்போக்குத் தன்மைகள், அவை கம்யூனிசத்திற்கு தரும் வாய்ப்புகளால், சுதந்திரத்திற்கு அச்சுறுத்தல்களாக ஆகின்றன" என்றார். அன்று நடந்துகொண்டிருந்த பனிப்போரில் இந்தியா நடுநிலைமை எடுக்கக் கூடாது என்று எச்சரித்தார். கம்யூனிஸம் போன்ற ஒரு ஆபத்துடன் ஒப்பிடும் போது, பரவிவரும் பொருளாதார பலம், அமெரிக்காவின் கலாச்சாரச் சீரழிவு, இவை பொருட்படுத்த வேண்டியவை அல்ல. அமெரிக்கா தனது ஆப்பிரிக்க அமெரிக்கர் களைச் சீராகப் பார்த்துக்கொண்டால், ஆப்பிரிக்காவில் நிற வேற்றுமையை பிரிட்டன் ஆதரிக்காமலிருந்தால், ஃபிரான்ஸ், மொராக்கோ, பாண்டிச்சேரி போன்ற இடங்களுக்குச் சுதந்திரம் அளித்து விட்டால், இந்தியா, மேற்கத்திய ஜனநாயக அரசுகளை, கம்யூனிச யதேச்சதிகாரத்திற்கு எதிராக ஆதரிக்கும் என்றார் ஸ்பிராட்.[14]

1952ஆம் ஆண்டு கோடையில் பாரீஸில் நடந்த கலாச்சார சுதந்திரப் பேராயத்தின் மாநாட்டிற்கு இந்தியாவிலிருந்து

தெரிந்தெடுக்கப்பட்ட ஐந்து பேர்களில் ஒருவராகச் சென்றார். மாநாடு முடிந்ததும், இங்கிலாந்து சென்று தான் 25 ஆண்டுகளாகப் பார்க்காத தனது இல்லத்தாரைச் சந்தித்தார். அங்கு கலைக்கூடங்களைக் கண்டும், இசைக் கச்சேரிகளைக் கேட்டும் மகிழ்ந்தார். சொந்த நாட்டில் தன் விடுமுறையைப் பற்றி எழுதிய இவர், இங்கிலாந்து மிகவும் மாறிவிட்டதாகக் கூறினார்.

> சாமானிய மக்களின் வாழ்க்கைத்தரம் உயர்ந்திருக்கிறது. சுகாதாரம் மேம்பாடடைந்திருக்கிறது. நகரங்களும் சாலைகளும் சுத்தமாக இருக்கின்றன. சமூகத்தில் சமத்துவம் புலப்படுகிறது. பழமைவாதத்திலிருந்து மக்கள் விலகியிருப்பதற்கான அடையாளங்கள் தெரிகின்றன. மக்கள் ஒத்திசைந்து மாற்றத்தைக் கொண்டுவந்திருப்பதற்குப் பிரிட்டன் ஒரு எடுத்துக்காட்டு.

இந்தக் கடைசி வாக்கியம் புரட்சி மூலம் மாற்றத்தைக் கொண்டுவர முடியுமென்று கம்யூனிஸம் கூறிய கருத்திலிருந்து மிகவும் வேறுபட்டிருப்பது தெரிகிறது. இருந்தாலும், இங்கிலாந்து, ஃபிரான்ஸ் நாட்டு மக்கள், வளரும் நாடுகளைப் பற்றியோ, அங்கு வாழும் மக்கள் பற்றியோ ஒன்றும் அறியாதவர்களாக இருந்தார்கள். ஸ்ப்ராட் ஆற்றிய உரைகளில், இந்த நாடுகளின் காலனி பற்றிய கொள்கை 1950களுக்குப் பொருத்தமில்லாமல் இருந்தது என்பதைப் பற்றிப் பேசினார். ஆசிய, ஆப்பிரிக்க மக்களின் நட்பைப் பெற வேண்டுமானால், இன்னும் பல தியாகங்கள் செய்ய வேண்டும் என்றார்.[15]

மூன்றாண்டுகள் கழித்து அவர் மறுபடியும் கலாச்சார சுதந்திரப் பேராயத்தின் சார்பில் வெளிநாடு சென்றார். இம்முறை அவர் பர்மாவில் கம்யூனிஸத்திற்கு எதிராக, எழுத்தாளர்கள், சிந்தனையாளர்கள் பங்கெடுத்த ஒரு மாநாட்டிற்குச் சென்றார். இந்தக் கூடுகையில், இந்திய, இந்தோனீஷியா, தாய்லாந்து, ஃபிலிப்பைன்ஸ், பாகிஸ்தான் முதலிய நாடுகள் பங்கெடுத்தன. ஆனால் சீனா, வியட்னாமிலிருந்து யாரும் வரவில்லை. அவர்கள்தான் கம்யூனிஸத்தில் சேர்ந்துவிட்டார்களே.

"ஆசியாவில் கலாச்சாரச் சுதந்திரம்" என்ற தலைப்பில் நடந்த இம்மாநாட்டில் ஸ்பிராட் உட்பட முப்பது பேர் பேசினார்கள். "கொடுங்கோல் ஆட்சியில் கலாச்சாரச் சுதந்திரத்திற்கு ஆபத்துகள்" என்ற தலைப்பில் அவர் பேசினார். தூய்மை வாதம், மதவாதம், அதீத தேசிய உணர்வு என சுதந்திரத்திற்கு ஏற்படும் ஆபத்தைப் பற்றி பேசினார். இவை எல்லாவற்றையும்விடப் பெரிய ஆபத்து கம்யூனிசம் என்றார். "இந்தச் சித்தாந்தம் உளவியல் ரீதியில்

பயங்கர மதவாதம் போன்றது. வர்க்கப் போராட்டத்தையும் தேசிய வெறியையும் சேர்த்து சமூகத்தின் கலாச்சாரத்தைச் சீரழிக்கிறது."

ஸ்ப்ராட் தனது ரங்கூன் உரையைப் பின்வருமாறு முடித்தார்: "மாற்றங்களை நாகரிகத்தின் விளிம்பிற்குள் வைப்பதேஎன்றும், அரசியல் சாசன விதிகளைப் பின்பற்றுவது என்றும் தோற்கடிக்கப்பட்ட அரசியல் எதிரிகளை மதிப்பது என்றும் தீர்மானிக்கப்பட்டது. மாற்றத்திற்கு அஞ்சாமல் இருந்தால் அங்கே எந்தக் கசப்புணர்ச்சியும் ஏற்படாது. அது மட்டுமல்ல. கருத்துச் சுதந்திரம் குலைக்கப்படாது."[16]

1935ஆம் வருடம் கம்யூனிஸ்டாக இருந்தவர் 1945இல் ஜனநாயகவாதியாக மாறி, இடமிருந்து வலதிற்குப் பயணித் திருந்தார். 1955இல் அவர் ஒரு முழுமையான முற்போக்கு வாதியானார்.

IV

The God That Failed என்ற நூலில் ஸ்ப்ராட் எழுத முடியாமல் போனாலும், இந்திய வாசகர்களை சோவியத் ஏகாதிபத்தியத்தின் ஆபத்து குறித்து எச்சரிப்பதில் உறுதியாக இருந்தார். 1951இல் அவர் 35 பக்கக் கையேடு ஒன்றை வெளியிட்டார். சமாதானம், பன்னாட்டு ஒத்துழைப்பு போன்றவற்றைப் பற்றி ரஷ்யாவின் நிலைப்பாட்டை நம்ப வேண்டாமென்று அறிவுஜீவிகளைக் கேட்டுக்கொண்டார். மற்ற நாடுகளுக்குப் பயங்கரவாதத்தையும் வன்முறையையும் ரஷ்யா ஏற்றுமதி செய்கிறது. உலக நாடுகள் தனக்குக் கீழிருக்க வேண்டும் என்று விரும்புகிறது. போரை ஆதரிக்கிறது. அமைதியை விரும்பாமல், 1945இலிருந்து ரஷ்யா தனது நிலப்பரப்பை விரிவாக்குதலிலும், உலகில் பல பாகங்களில் அமைதி நிலவாமல் பார்த்துக்கொள்வதிலும் கவனமாக இருக்கிறது.[17]

அடுத்த ஆண்டு இதைவிட ஒரு நீண்ட பிரசுரத்தை ஸ்ப்ராட் வெளியிட்டார். இது இந்தியாவின் கம்யூனிஸ்டுகளின் திட்டம் பற்றியது. இந்தப் பிரசுரத்தில் முற்போக்கு எழுத்தாளரான இ.பி டபிள்யூ டி கோஸ்டா (E.P.W. de Costa) ஒரு முன்னுரை எழுதியிருந்தார். முதன்முதலில் ஸ்ப்ராட் எதற்கு, எப்படி இந்தியாவிற்கு வந்தார் என்று விவரித்தார். வாசகர்கள் கம்யூனிஸத்திற்கு எதிரான ஸ்ப்ராட்டின் விமர்சனத்தைப் புரிந்து கொள்வார்கள் என்று அவர் நம்பினார்.

"ஸ்ப்ராட் நம்மில் ஒருவர். இந்தியாதான் அவர் வீடு. அவரது மனைவியும், எல்லாக் குழந்தைகளும் இந்தியர்கள். ஆகவே ஒரு இந்தியனாகவே அவர் இந்தியாவின் எதிர்காலத்தைப்

பற்றி அச்சம் கொள்கிறார். இந்த ஆபத்தை அவர் நம்மைவிடத் தெளிவாகக் காண்கிறார். ஏனென்றால் The God That Failed என்ற நூலில் விவரிக்கப்படும் அந்த விரக்தியை அவர் உணர்ந்திருக்கிறார். இந்தக் கையேடு அந்த நூலை எழுதியவர்களுடன் சேர்ந்திருக்க வேண்டிய ஒருவரால் எழுதப்பட்டது."

ஐம்பது பக்கங்கள் கொண்ட அந்தக் கையேடு மார்க்ஸியக் கோட்பாட்டின் அறிமுகமாகவும், இந்திய கம்யூனிஸ்ட் கட்சியின் சுருக்கமான வரலாறாகவும், இனிமையாகத் தோன்றும் பொதுவுடைமைக் கொள்கைக்கு மயங்கிவிட வேண்டாம் என்ற எச்சரிக்கையையும் உள்ளடக்கியிருந்தது. ஐரோப்பியாவை ஆக்ரமிப்பதை அமெரிக்கா தடுத்துவிட்டதால், சோவியத் யூனியன் மக்கள்தொகை மிகுந்த ஆசிய நாடுகள்மேல் தன் கவனத்தைத் திருப்பியுள்ளது. அந்த வலைக்குள் சீனா விழுந்து விட்டது. அடுத்து இந்தியாவாக இருக்கலாம். ரஷ்யப் புரட்சியில் பொருளாதார வெற்றி மிகைப்படுத்திக் காட்டப்படுகிறது என்றது இந்தக் கையேடு. அதற்கும் மனிதர் கொடுத்த விலை மிக அதிகம். கட்டாய உழைப்பு பயன்படுத்தப்பட்டது. "அரசியலிலிருந்து அறிவுசார் வாழ்வின் எல்லா அம்சங்களிலும் சுதந்திரம் கட்டுப்படுத்தப்பட்டது." என்றாவது ஒரு நாள் இந்தியா கம்யூனிஸத்தின் கீழ் வருமானால் பண்டைக்காலத்தைவிட மோசமான வன்முறைக்கு ஆளாக வேண்டிவரும். நாட்டின் கலாச்சாரமே மாற்றப்படும்" என்றார் ஸ்ப்ராட். "சமயம், மனிதரின் தனித்துவம், உண்மைக்கும், தனிமனித நேர்மைக்கும் மதிப்பளிக்காத அமைப்பில் நாடு சீரழியும்."[18]

பத்திரிகைகளிலும் ஸ்ப்ராட் கம்யூனிஸத்தைப் பற்றி எழுதினார். யூகோஸ்லாவியாவின் கம்யூனிஸ்ட் தலைவர் மிலோவான் ஜிலாஸ் (Milovan Djilas) *1958*இல் The New Class என்ற நூலை எழுதினார். எவ்வாறு கட்சிப் பணியாளர்கள் ஆளும் வர்க்கமாக உருவெடுத்துள்ளனர் என்று அதில் விளக்கியிருந்தார். இதைப் பாராட்டி ஸ்ப்ராட் ஒரு விமர்சனம் எழுதினார்.[19]

அடுத்த ஆண்டு, தேர்தல் மூலம் கம்யூனிஸ்டுகள் ஆட்சியைப் பிடித்திருந்த கேரள மாநிலத்திற்குச் சென்றார். ஆட்சிக்கு வந்த பின் கம்யூனிஸ்டுகள், ஏமாற்றுவழிகள், பித்தலாட்டம், சூழ்ச்சி, வன்முறை மூலமாக ஆட்சி செய்தனர். காங்கிரஸும் திருச்சபையும் இணைந்து கம்யூனிஸ்டு கட்சிக்கு எதிராகப் போராட்டம் நடத்திய பின், முதன்முறையாக அரசியல் சாசனத்தின் படி, மத்திய அரசு கேரள அரசைக் கலைத்தது. தனது முன்னாள் கம்யூனிஸ்ட் தோழர்கள் சரியான தண்டனை பெற்றனர் என்று ஸ்ப்ராட் கருதினார்.[20]

ஏழு போராளிகள்!

1963இல், இந்திய–சீனப் போருக்கு ஒரு ஆண்டுக்குப் பின்னர் மறுபடியும் கலாச்சார சுதந்திரப் பேராயம் பம்பாயில் 'கம்யூனிஸத்தின் மீது ஒரு புதிய பார்வை' என்ற தலைப்பில் ஒரு மாநாடு நடத்தியது. அதில் உரை நிகழ்த்திய ஸ்ப்ராட் "மார்க்ஸியத்தை நாம் அறிவுப்பூர்வமாக ஒதுக்கிவிட முடியாது. மனித வாழ்வின் ஒவ்வொரு பரிமாணத்திற்கும் அது ஒரு பங்களிப்பைத் தர முடியும்" என்றார். இருந்தாலும், ஒரு அறிவுஜீவி, தனது மனசாட்சியையும், சுயமரியாதையையும் அடகு வைக்காமல் உறுப்பினராக முடியாது. ஏனென்றால் "சோவியத் யூனியனில் நாம் பார்த்தபடி, கம்யூனிச அரசு சகலவிதமான அறிவுப்பூர்வமான நடவடிக்கைகளையும் கட்டுப்படுத்துகிறது."

விவசாய நிபுணர் லிசன்கேயின் (Trofin Lysenko 1898-1976) கருத்தாக்கங்கள் தோல்வியுற்றது, "கம்யூனிஸம் உண்மைக்கு மதிப்பளிக்காததற்கு ஒரு எடுத்துக்காட்டு. அரசியல் பிரச்சாரமே அங்கு முதலிடம் பெறுகிறது."[21]

V

1950களில் கம்யூனிஸத்தின் கொள்கைகளையும், நடவடிக்கை களையும் போலியென்று காட்டுவதே ஸ்ப்ராட்டின் முக்கிய வேலையாக இருந்தது. இரண்டாவது வேலை ஜவஹர்லால் நேருவை விமர்சிப்பது. *மைசிண்டியா* இதழில் எழுதிய, பெயரிடாத தலையங்கங்களிலும், தனது பெயரிலேயே மற்ற இதழ்களில் எழுதிய கட்டுரைகளிலும் நேருவின் இந்திய, வெளிநாட்டு அரசியலைக் கடுமையாகத் தாக்கி எழுதினார். 1954இல் நேரு சீனாவிற்குச் சென்றபோது, போரில் இந்தியாவை ஆதரித்த பழைய நண்பர் சியாங் கே ஷேகைக் (Chiang Ke Sheik) காட்டிக்கொடுத்துவிட்டதாக எழுதினார். மா சே துங் அண்மை நாடுகளுக்குப் போதை மருந்தை அனுப்பியதையும், ஐந்தாம் படையினரை ஊக்குவிக்கக் கோடிக்கணக்கான டாலர்களைக் கொட்டியதையும், சித்தாந்தத்தில் மாறுபட்டதால் ஸ்டாலின் பாணியில் லட்சக்கணக்கான மக்களைக் கொன்று குவித்ததையும் அவரது போர் வெறியைக் கண்டுகொள்ளாதது பற்றியும் தாக்கி எழுதினார். நேருவை மட்டுமல்லாமல், அவரது நெருங்கிய சகாவான வி.கே. கிருஷ்ண மேனனையும் சாடினார். மொழியின் கண்டுபிடிப்பில், கிருஷ்ண மேனனுக்கு ஸ்டாலின் பரிசும், நேருவிற்கு 'மா சே துங் ஏமாற்றுவேலை 'பரிசும் கொடுக்கப்பட வேண்டும் என்று எழுதினார்.[22]

1955இல் நேரு காங்கிரஸ் கட்சியையும் இந்திய அரசையும் 'சோஷலிச பாணி சமூகத்தை' உருவாக்க அர்ப்பணித்தார். இதைப் பற்றி ஸ்ப்ராட் *மைசிண்டியா* இதழில், "இது நேரு தனது

குருவான நாட்டின் தந்தை மகாத்மா காந்திக்கு இழைக்கும் பெரும் துரோகம்” என்று எழுதினார்.

“எந்த அரசு ஆட்சி இயந்திரத்தைக் குறைவாகப் பயன்படுத்துகிறதோ, அதுவே நல்ல அரசு” என்பார் காந்திஜி. அவரது சீடர் நேருவோ, தேசியமயமாக்கத்தைப் போற்றுவதையும், பொதுத்துறையை உயர்வாகக் கருதுவதையும் எவ்வாறு ஏற்றுக்கொள்வது? காந்திக்கு, உள்நாட்டு, வெளிநாட்டு அரசாங்கம் என்ற அமைப்பில் அவ்வளவு நம்பிக்கை இல்லை. அவர் தனித்துவத்தைப் போற்றினார். ஸ்ப்ராட்டும் சோஷலிசம் ஆரோக்கியமான பொருளாதரம் அல்ல என்ற முடிவிற்கு வந்திருந்தார். “ஏனென்றால் அதில் ஊக்கத்தொகைக்கு இடமில்லை. ஒரு மனிதன் பட்டினியைத் தவிர்க்க அல்லது செல்வம் சேர்க்க வேலை செய்வான். ஆனால் சோஷலிஸம் பட்டினியையும் செல்வத்தையும் கணக்கில் சேர்த்துக்கொள்வதில்லை. எதற்காக ஒருவன் வேலை செய்ய வேண்டும்? சோஷலிஸவாதி, அரசு அவனை மிரட்டி வேலை செய்ய வைக்க வேண்டும் என்பான்.” சமத்துவத்தை அடைய முயற்சிப்பதாகக் கூறிக்கொள்ளும் சோஷலிஸம், அடிமைகளையும், அவர்களை வேலைவாங்கும் முதலாளிகளையுமே உருவாக்குகிறது.[23]

ஸ்ப்ராட் நேருவை ஒரு போலி கம்யூனிஸ்டாகச் சித்தரித்தார். 1963இல் எழுதிய ஒரு கட்டுரையில் “பொதுவாகச் சொல்லப்போனால் நேரு ஒரு கம்யூனிஸ்ட்தான். அரசின் அதிகாரங்களையும், எந்திரமயமாக்கலையும், அவை தவிர்க்க முடியாதவை, தேவையானவை என்று ஏற்றுக்கொள்கிறார். இன்றைய கம்யூனிஸ்ட் அரசுகளுடன் நெருங்கியிருக்கிறார். வேறு எந்த அரசு அவர்களை எதிர்த்தாலும், நேரு கம்யூனிச அரசுகளையே ஆதரிக்கிறார்.”

கம்யூனிஸத்தை மிகவும் வெறுத்த சீதா ராம் கோயல் என்ற வலதுசாரி எழுத்தாளர் ஒருவரின் நூலுக்கு ஸ்ப்ராட் முன்னுரை எழுதினார். “நேருவின் கம்யூனிஸ ஈடுபாடு அவரது அயல்நாட்டுக் கொள்கையில் வெளிப்படுகிறது. அவர் முழுவதுமாக கம்யூனிஸ முகாமிற்குள் போக முடியாது. மற்ற நாடுகளிலிருந்து பாதுகாப்பையும் பெற முடியாது. ஆகவே இந்தியா எவ்விதப் பாதுகாப்புமின்றி உள்ளது. கோயல் எழுதிய கட்டுரைகள் வெளிவந்து சரியாக ஒரு வருடத்தில் நிகழ்ந்த இந்தியாவின் மீதான சீனாவின் தாக்குதலால் அவரது எச்சரிக்கை நிரூபணமானது. நேருவின் பொருளாதாரக் கொள்கையிலும் அவரது கம்யூனிஸ ஈடுபாடு தெரிகிறது. கடந்த சில ஆண்டுகளில் அந்த சித்தாந்தத்தின் குறைபாடுகள் ரஷ்யாவிலும் சீனாவிலும் வெளிப்பட்டிருந்தாலும் நேரு அதை விட மறுக்கிறார்.”[24]

ஸ்ப்ராட் வேலை செய்த நாளிதழின் முதலாளி நேரு அபிமானி. மே 1964இல் நேரு இறந்தபோது *மைசிண்டியா* இதழ் 'ஒரு பெரும் நட்சத்திரம் மறைந்தது' என்ற தலைப்பில் ஒரு தலையங்கம் தீட்டியது. "மகாத்மா காந்தியின் கொலைக்கு அடுத்தபடியாக நடந்த பெரும் சோகம்" என்று எழுதியது. நேரு இந்த நாட்டின் ஒவ்வொரு அம்சத்துடனும் அடையாளப்படுத்தப்பட்டார். நவீன, ஜனநாயக இந்தியாவை உருவாக்குவதற்கு நேரு அடித்தளம் இட்டார். பொருளாதார மேம்பாட்டை ஊக்குவித்தார். அது மட்டுமல்ல. பனிப்போர் காலத்தில் இரு பெரும் முகாம்களிடையே பாலமாக விளங்கினார். சீனா தொடர்பான அவரது கொள்கை சரியோ தவறோ ... ஆனால் அவர் அமைதிக்காகப் பாடுபட்டார் என்பதில் எந்தச் சந்தேகமும் இல்லை. நமது காலத்தில் சிறந்த இந்தியர் என்று அவரைப் புகழ்ந்த தலையங்கம் அவரது சீனக்கொள்கையைக் குறை சொல்லியது. நேருவுடன் பணியாற்றிய யாவரும் அவருடைய லட்சியங்களை முன்னெடுத்துச்செல்ல வேண்டும் என்று அந்தத் தலையங்கம் கேட்டுக்கொண்டது.[25]

பத்திரிகையின் முதலாளியான டி.என். ஹோசாலி (H.D. Hosali) இந்தத் தலையங்கத்தை எழுதியிருக்கலாம். இந்தத் தலையங்கத்திற்குக் கீழேயே ஸ்ப்ராட் எழுதிய நேருவின் அரசியல் வாழ்வு பற்றிய கட்டுரை வெளியானது. அவர் மக்களிடையே எத்தகைய புகழ் பெற்றிருந்தார் என்று விளக்கினார். மேக்ஸ் வெபரின் (Max Weber) "கவர்ந்திழுக்கும் ஆளுமை" (Charismatic Authority) என்ற கருத்தாக்கத்தைப் பயன்படுத்தி எழுதினார். 20ஆம் நூற்றாண்டு மகத்தான ஆளுமைகளை உருவாக்கியிருக்கிறது. அவர்கள் மக்களின் உணர்வுகளுடன் தொடர்புகொண்டு புகழடைந்தனர். வெபரின் கருத்தாக்கம் சரியாகப் பொருந்திப்போகும் தலைவர் ஜவஹர்லால் நேரு தான் என்று எழுதினார். வின்ஸ்டன் சர்ச்சில், (Winston Churchil), சார்லஸ் டி கால் (Charles De Gaul) போன்ற தலைவர்கள் தேசியப் பெருமையைப் பேசினார்கள். காந்தி, இயற்கைக்கு அப்பாற்பட்ட ஒரு சக்தியைப் போற்றினார். ஆனால் நேருவின் ஈர்ப்பில் இந்த இரண்டு பரிமாணங்களுமே இல்லை. "அவரது வெற்றிக்குக் காரணம் எளிமை, கவர்ச்சி, அருள், கவர்ந்திழுக்கும் ஆளுமை. மக்கள் பேரில் அவர் கொண்டிருந்த அக்கறை உண்மையானது. சாமானிய மக்கள் நம்பி, விரும்பும் ஆளுமை கொண்டவர் அவர். அவர் வெகுகாலம் பதவியிலிருந்ததற்குக் காரணம் மக்களின் நல்லெண்ணத்தை அவர் பெற்றிருந்ததுதான்" என்று ஸ்ப்ராட் எழுதினார்.

அந்தக் கட்டுரை, சில சமயங்களில் ஒன்றுக்கொன்று முரணாயிருந்த நேருவின் உள்நாட்டு, அயல்நாட்டுக்

கொள்கைகளை அலசியது. "இந்து மதத்தின் பரந்த நோக்கத்திற்கு ஏற்ப நேரு கம்யூனிஸப் பொருளாதாரக் கொள்கைகளையும் அதே சமயம் ஜனநாயக அரசியலையும் ஏற்றுக்கொண்டார். ஒருபுறம் இது வியப்பாக இருந்தாலும் அரசியல் சாசனம் அளிக்கும் கருத்துச் சுதந்திரத்தின், இந்திய ஜனநாயகத்தின் ஒரு முக்கியக் காரண கர்த்தாவாகவும், அவர் அறியப்படுகிறார்."

இந்தக் கட்டுரையில் ஸ்ப்ராட், 'மறைந்தவர்களைப்பற்றி மோசமாகப் பேச வேண்டாம்' (De mortuis nil nisi bonum) என்ற கொள்கையைப் பின்பற்றினார். நேருவின் நடவடிக்கைகளைப் பற்றி உயர்வாகவே எழுதினார். ஆனால் நேரு உயிருடன் இருந்த போது அவரது செய்கைகளை மைசிண்டியா பத்திரிகையின் தலையங்கங்களிலும் மற்ற இதழ்களில் தன் பெயரில் எழுதிய கட்டுரைகளிலும் நேருவைக் கடுமையாக விமர்சிப்பது வழக்கம். அவரது மறைவிற்குப் பிறகு, தனது சொந்த வெறுப்பை மறைத்து, நேருதான் இந்தியர்களின் பொருத்தமான பிரதிநிதி என்றும், இந்த நாட்டின் தொன்மைக்கும் இன்றைய காலத்திற்கும் ஒரு பாலமாக இருக்கிறார் என்றும் ஸ்ப்ராட் எழுதினார். அவரது கட்டுரையின் கடைசிப் பத்தி இதோ:

இந்தத் தொன்மையான நாட்டின் லட்சியங்களை இழந்துவிடாமல் புதுமை உலகின் ஒரு பகுதியாக அதை ஆக்கிவிட வேண்டும் என்பதே நேருவின் குறிக்கோளாக இருந்தது. படிப்பில் அவர் தற்காலத்து மனிதர். எனினும் தனது ஐம்பதுகளில் இந்தியாவின் வரலாறு, இலக்கியம், தத்துவம் இவை பற்றிப் படித்தறிந்து கொண்டார். இருந்தாலும் அரசியல் பிரச்சினைகளில் அவரது எதிர்வினை பழைய கலாச்சாரப் பாரம்பரியத்தை ஒட்டியே இருந்தது. தன்னையறியாமலேயே அவர் ஒரு இந்தியனாக இருந்தார் எனலாம். அவருக்குத் தெரியாமலிருந்தாலும், மக்கள் அதை அறிந்திருந்தார்கள். அவரைப் பிரதம மந்திரியாக்கி, பதினேழு ஆண்டுகள் அந்தப் பதவியில் வைத்திருந்தார்கள்.[26]

VI

அந்த வாரப் பத்திரிகையில், ஆசிரியர் பொறுப்பில் ஸ்ப்ராட், தான் எழுதுவதைவிட மற்றவர்கள் எழுதியவற்றைச் செப்பனிடுவதிலேயே அதிக நேரத்தைச் செலவழித்தார். மைசிண்டியா இதழில் அவரது பணி பலவகையான தாயிருந்தது – வரும் கட்டுரைகளை வாசித்து வடிகட்ட வேண்டியது, ஏற்றுக்கொள்ளப்பட்ட படைப்புகளை இதழுக்கு ஏற்ப வடிவமைப்பது, வெளியிட முடியாத கட்டுரைகளை அனுப்பியவர்களுக்குப் பதில் எழுதுவது, பெயரின்றித்

தலையங்கங்கள் எழுதுவது, பின்னர் அச்சுப்பிரதியைச் சரிபார்ப்பது போன்ற பணிகள்.

இதில் பெருவாரியான வேலைகள் சலிப்பூட்டுபவை யாகவே இருந்தன. எப்போதாவது ஒரு அருமையான கட்டுரை கைக்கு வரும். 1963ஆம் ஆண்டு ஆகஸ்டு மாதம், சுதந்திரத்தின் பதினாறாவது ஆண்டு நிறைவிற்கு ஒரு வாரம் இருந்தபோது, ஓய்வுபெற்ற ராணுவ கர்னல் ஒருவர் ஒரு கட்டுரையை *மைசிண்டியா* இதழுக்கு அனுப்பினார். "இந்திய விடுதலைக்கான போராட்டத்தில் நம்முடன் கைகோத்த பிரிட்டீஷ் நண்பர்களை நினைவுகூர வேண்டும். அவர்கள் நமக்குச் சுதந்திரம் என்றால் என்ன என்று சொன்னது மட்டுமல்லாமல் நமக்கு முன்னோடிகளாகவும் விளங்கினர்" என்று எழுதினார். அந்தக் கட்டுரையில் அவர் சில பெயர்களைக் குறிப்பிட்டார் – இந்தியர்களுக்கும் ஆங்கிலேயருக்கும் இடையே சமத்துவம் வேண்டுமென்று பிரிட்டனின் மக்களவையில் பேசிய ஜான் பிரைட் (John Bright), இந்திய தேசிய காங்கிரஸை நிறுவி, வளர்த்த ஏ. ஓ. ஹியூம், (A.O. Hume) வில்லியம் வெடர்பர்ன் (William Wedderburn) காந்திக்கும் தாகூருக்கும் சகோதரரான சி.எஃப். ஆண்ட்ரூஸ் (C.F.Andrews) இந்தியாவைத் தனது நாடாக சுவீகரித்துக்கொண்டு ஹோம் ரூல் இயக்கத்தைத் தொடங்கி நாடு முழுவதும் போராட்டம் நடத்திய அன்னி பெசன்ட் (கட்டுரை ஆசிரியர் இந்தப் போராட்டத்தில் பங்கெடுத்ததைப் பெருமையுடன் நினைவுகூர்கிறார்), *பாம்பே கிரானிக்கிள்* இதழின் திறமை மிக்க ஆசிரியரான, 1919இல் நாடு கடத்தப்பட்ட பி.ஜி. ஹார்னிமன் (B.G.Harniman), லேபர் கட்சியைச் சேர்ந்த நமது ஆதரவாளர் ஜார்ஜ் லான்ஸ்பரி (George Lansbury) இவர்களை நினைவுகூர்ந்தார்."

> கட்டுரை மேலும் நீண்டது "நான் கொடுத்த பட்டியல் முழுமையானதல்ல. இன்னும் பல ஆங்கிலேயர்கள் ஆரவாரமில்லாமல் ஆனால் தீர்க்கமாக இந்திய விடுதலைக்கு ஆதரவு அளித்து அதை அடைய உதவினர். இந்தக் கட்டுரை அம்மாதிரி நம்முடன் இருந்து அல்லது நமக்காகப் போராடிய பிரிட்டீஷாரை நினைவுகூரவே எழுதப்பட்டது. ஒவ்வொரு ஆண்டும் இந்நாளை நாம் கொண்டாடும்போது, நமது அன்பின் தத்துவத்திற்கும் நன்றியறிதலுக்கும் ஏற்ப அவர்களை நினைவுகூர வேண்டும்."[27]

அச்சில் வந்ததை நான் அப்படியே மேற்கோளாகக் காட்டியிருக்கிறேன். *மைசிண்டியா* பத்திரிகைக்கு அனுப்பப்பட்ட அந்தக் கட்டுரைப் பிரதியில், இந்தியாவின் விடுதலைக்காக உழைத்த பிரிட்டீஷார்களின் பட்டியலில் ஸ்ப்ராட்டின் பெயரும் இருந்ததா என்று நமக்குத் தெரியாது. அப்படி இருந்திருந்தால்,

ஸ்ப்ராட் அதை நீக்கியிருப்பார். அவர் இம்மாதிரியான கட்டுரை தனது பத்திரிகையில் வெளியானதில் மகிழ்ச்சி அடைந்திருப்பார் என்பதில் சந்தேகம் இல்லை.

VII

1964ஆம் ஆண்டு பிப்ரவரி மாதம், ராஜாஜி தனது *ஸ்வராஜ்யா* வார இதழில் ஸ்ப்ராட்டைப் புகழ்ந்து எழுதியிருந்தார். *மைசிண்டியா*வில் ஸ்ப்ராட் எழுதிய ஒரு கட்டுரையிலிருந்து ஒரு பகுதியைச் சுட்டிக்காட்டி, "இவருடைய அலசல்போல் நான் எழுத முடியாது. சுதந்திரா கட்சியின் சித்தாந்தத்தைப் பற்றியும், காங்கிரஸுக்கு அது தரும் எதிர்ப்பினைப் பற்றியும் இதைவிட ஆழமாக யாரும் எழுதிவிட முடியாது." தேசியமயமாக்கலுக்கு சுதந்திரா கட்சியின் எதிர்ப்பையும், தேர்தல் செலவை வெளிப்படையாக்க வேண்டும் என்ற கோரிக்கையையும் ஸ்ப்ராட் சுட்டிக்காட்டியிருந்தார். "இந்த விஷயங்களில், அதாவது நிதி சம்பந்தப்பட்டவைகளில், இந்தக் கட்சியின் கொள்கைகள் வெளிப்படையாகவும் நம்பும்படியும் இருக்கின்றன" என்றார்.[28] சில மாதங்கள் கழித்து ஸ்ப்ராட்டின் இன்னொரு கட்டுரையையும் ராஜாஜி புகழ்ந்து எழுதினார். நேருவின் வெளிநாட்டுக் கொள்கை பற்றியும், அது எவ்வாறு நடைமுறைக்கு ஒவ்வாது என்பது பற்றியும் எழுதப்பட்ட கட்டுரை அது. "ஸ்ப்ராட் அனுபவம் வாய்ந்த எழுத்தாளர். வார்த்தை ஜாலங்களில் மயங்கி விடாதவர். சொற்களுக்கும், செய்வதற்கும் உள்ள முரண்பாட்டைக் கண்டு கசப்புற்று *மைசிண்டியா*வில் எழுதுகிறார்..."[29] இன்னும் சில மாதங்களுக்குப்பின் ராஜாஜியைப் புகழ்ந்து ஸ்ப்ராட் எழுதினார். சுதந்திரத்திற்கு முன் காந்தியாக இருந்தாலும் அதற்குப் பின் நேருவாக இருந்தாலும் நாட்டின் பலம் வாய்ந்த ஆளுமையை எதிர்த்து எழுத ராஜாஜிக்குத் துணிவு உண்டு என்று எழுதினார். எதிர்க்குரல் கொடுப்பவர் என்று ராஜாஜியை ஸ்ப்ராட் புகழ்ந்த போது அவர் 'இந்தியாவின் ஓரங்கட்டப்பட்ட உன்னதத் தலைவர்' என்று வர்ணித்த தனது ஆசானான எம். என். ராயை மனத்தில் கொண்டார். "ராய் கோட்பாட்டளவில் சிந்தித்தார். அவர் எழுத்தும் கடினமாக இருந்தது. ஆனால் ராஜாஜி இந்தியப் பாரம்பரியத்தில் சிந்தித்து எளிமையாகவும் இனிமையாகவும் எழுதுகிறார்." என்றாலும் இந்த இரு சிந்தனாவாதிகளிடமும் ஒரு ஒற்றுமையும் இருந்தது. இருவரும் சிறந்த தொலைநோக்குப் பார்வை உடையவர்கள் . அதிகாரத்தால் மிரண்டுபோகாதவர்கள். வெறும் சொற்களால் விவரிக்காமல், உண்மைத் தகவல்களை முன் வைக்கிறார்கள்."[30]

ராஜாஜியும் ஸ்ப்ராட்டும் எப்போது முதன்முதலாகச் சந்தித்தார்கள் என்று தெரியவில்லை. நமக்குத் தெரிந்தது

என்னவென்றால், 1965இல், அதாவது *மைசிண்டியா*வில் இருபது ஆண்டுகள் பணிசெய்த பின், ஸ்ப்ராட் *ஸ்வராஜ்யா* இதழில் பணியாற்ற மதராஸுக்குக் குடிபெயர்ந்தார். அந்தப் பத்திரிகை முதலாளியான டி. சதாசிவத்திற்குச் சொந்தமான கல்கித் தோட்டம் என்ற குடியிருப்பில் ஒரு வீட்டில் குடிபோனார். அந்த இடத்தில் வசித்த மற்ற அனைவரும் பிராமணர்கள். அந்த இடத்தில் இறைச்சி சமைப்பதையோ சாப்பிடுவதையோ விரும்பாதவர்கள். ஸ்ப்ராட்டின் சமையலறையிலிருந்து இறைச்சி மணம் வீசுவதற்கு அங்கு சிலர் எதிர்ப்பு தெரிவித்தார்கள். ஆகவே ஸ்ப்ராட் குடும்பம் வெளியேறி, கீழ்ப்பாக்கத்தில் ஒரு வீட்டில் குடியேறியது.[31] அவருக்கு அந்த நகரத்தில் பிடித்த இடம் மூர் மார்கெட்தான். மதராஸ் சென்ட்ரல் ரயில் நிலயத்திற்கு அருகில் இருந்த இந்த இடத்தில் பல பழைய புத்தகக் கடைகள் இருந்தன.[32] அறுபதுகளில் *ஸ்வராஜ்யா* பத்திரிகையில் ஸ்ப்ராட்டுடன் பணி புரிந்த ஒரு இளம் எழுத்தாளர் "அளவற்ற நேர்மையும் அமைதியான உறுதியும் கொண்டவர்" என்று அவரை நினைவுகூர்ந்தார். தினமும் அலுவலகத்திற்குப் பேருந்தில்தான் வருவார். இந்த இளம் எழுத்தாளருக்கு அவர் பல சிறப்பான இலக்கியப் படைப்புகளை, ஜார்ஜ் ஆர்வெலின் எழுத்து உட்பட, அறிமுகம் செய்தார்.[33] அந்தச் சமயம் ஸ்ப்ராட் வெளிநாட்டு விவகாரங்களில் நிபுணர் என்றுதான் அறியப்பட்டார். பின்னர் உள்நாட்டு நடப்புகள் பற்றியும் அவர் இந்த இதழில் எழுத ஆரம்பித்தார். ஸ்ப்ராட் மாதத்திற்குச் சில கட்டுரைகளையும், சில புத்தக மதிப்புரைகளையும் *ஸ்வராஜ்யா* இதழில் எழுதினார். எழுத்தாளர்களிடமிருந்து கட்டுரைகளை வாங்கவும், ஏற்றுக்கொண்ட படைப்புகளைச் செப்பனிடவும் செய்தார். ஒத்துழைப்பை, போட்டியில்லாமல் கூட்டுறவை அடிப்படையாகக் கொண்ட சமூகத்தை வரவேற்ற காந்தியையும், மார்க்ஸியரல்லாத சோஷலிஸ்டுகளையும் ஆதரித்து அவர் ஒரு கட்டுரை எழுதினார். "போட்டியின் அடிப்படையில் உருவாகும் சமூகம் நல்லதல்ல. ஆனாலும் அரசு நடத்தும் சோஷலிசமும் திருப்தியாக இல்லை. ஒருவேளை சர்வோதயா அல்லது கூட்டுறவு நம்மைச் சரியான வழியில் இட்டுச்செல்லுமோ?" என்று எழுதினார்.[34]

சுதந்திரா கட்சியினர் எதிர்காலத்தில் முழுநிறைவான, குறையற்ற சமூகத்தை நிறுவ நினைக்கவில்லை. வரும் பத்து ஆண்டுகளில் என்ன செய்ய முடியும் என்றுதான் யோசிக்கிறார்கள். இது சித்தாந்த ரீதியில் தன்னடக்கமாகத் தோன்றினாலும் இது நல்லதா என்று சொல்ல முடியவில்லை." காந்தியவாதிகளும் மார்க்ஸியரல்லாத சோஷலிஸ்டுகளும் சுதந்திரத்தை அடிப்படைக் கொள்கையாகக் கொண்ட, நடைமுறைக்கேற்ற பொருளாதாரக்

கொள்கை கொண்ட கட்சியுடன் ஒத்துழைப்பதைப் பற்றி யோசிக்க வேண்டும் என்றார்.[35]

3.5.1967இல் இந்தியா தனது நான்காவது பொதுத்தேர்தலை நடத்தியது. மக்களவையில் காங்கிரஸின் பெரும்பான்மை வெகுவாகக் குறைந்தது (சுமார் எண்பது இடங்கள் குறைந்தன). அதே சமயம் முக்கியமான மாநிலங்களான மேற்கு வங்காளம், தமிழ்நாடு, கேரளம் ஆகியவை காங்கிரஸின் கையிலிருந்து நழுவின. பொருளாதார இன்னல்களால்தான் காங்கிரஸிற்கு எதிராக மக்கள் ஓட்டளித்தனர் என்று ஸ்ப்ராட் எழுதினார். அது மட்டுமல்ல, காங்கிரஸ் மொழி, கலாச்சார அடையாளங்களைக் கண்டுகொள்ளாமல் விட்டதும் ஒரு காரணம் என்று எழுதினார். இந்தத் தேர்தல் முடிவுகள் கூட்டாட்சியை வலுப்படுத்தும் என்று நம்பினார். "தேவையிருந்தால் மாநிலங்களுக்கு மேலும் அதிகாரம் அளிக்க அரசியல் சாசனத்தை மாற்றியமைக்க வேண்டும். தேசிய உணர்வுகள் ஆழமாக இருந்த காலத்தில் அது எழுதப்பட்டது. ஆனால் இப்போதோ மாநிலங்களில் மொழிப்பற்று குவிமையமாகிவிட்டது" என்று எழுதினார். பொருளாதார ரீதியில், மத்திய அரசு அதிகாரங்களை மாநிலங்களும் பகிர்ந்துகொள்ள வேண்டும் என்றும், அதேபோல் மாநிலங்கள் தனிமனிதருடன் பகிர்ந்துகொள்ள வேண்டும் என்றும் ஸ்ப்ராட் எதிர்பார்த்தார்.

> தில்லியிலிருக்கும் அரசு எந்திரத்திலிருந்து விடுபட்டு, கல்கத்தா, திருவனந்தபுரம், மதராஸ் இங்கிருக்கும் அதிகார வர்க்கத்தின் கையில் சிக்கிக்கொள்ளக் கூடாது. சோஷலிசக் கூட்டமைப்புகள் இருக்கின்றன. ஆனால் அவை ஜனநாயகத்தின் அடிப்படையில் இல்லை. கூட்டரசின் நோக்கமே சுதந்திரம்தான். இப்போது நாட்டில் உருவாகியிருக்கும் மாற்றம் சுதந்திரத்தை வளர்க்கா விட்டால், எந்தப் பயனும் இல்லை.[36]

ஸ்ப்ராட் உள்நாட்டு விவகாரங்களில் நல்ல புரிதல் கொண்டிருந்தார். ஆனால் வெளிநாட்டுப் பிரச்சினைகளைப் பற்றி, அதிலும் அமெரிக்காவைப் பற்றி எழுதும் போது அவ்வளவு பிடிப்பு அவரிடம் இல்லை. 1966ஆம் ஆண்டு மே மாதம் வியட்நாம் போரில் அமெரிக்காவை எதிர்க்கும் நிலைப்பாட்டை இந்தியா எடுக்கக் கூடாதென்று எழுதினர். ஒரு நாட்டின் அரசியல் சித்தாந்தம், அண்டை நாட்டையும் பாதிக்கும் என்று கருதினார் ஸ்பிராட்.

> வட வியட்நாம், சீனாவுடன் சேர்ந்து கொண்டு கம்யூனிஸத்தைப் பரப்ப முயற்சிக்கிறது. கம்போடியா,

லாவோஸ், தாய்லாந்து நாடுகளின் வட வியட்நாம் தனது ராணுவத்தை வைத்திருக்கிறது. அமெரிக்கா போரிலிருந்து விலகினால், இந்த மூன்று நாடுகளும் வீழ்ச்சியடைந்து, சீனாவால் கபளீகரம் செய்யப்படும். இதேபோல், மலேசியா, சிங்கப்பூர், பர்மாவிலும் நடக்கும். இந்தோனீஷியாவிலுள்ள புதிய அரசு பலமிழந்து, தானும் மாறிவிடும். பாகிஸ்தானும், அமெரிக்காவை விட்டு விலகி சீனாவுடன் தனது உறவைப் பலப்படுத்திக்கொள்ளும்.

சுருங்கச் சொன்னால், அமெரிக்கா வியட்நாமை விட்டு விலகிப்போனால் அது இந்தியாவிற்குப் பெரும் கேடாக முடியும். பின் ஏன் இந்திய அரசு அந்த விலகலை வேண்டுகிறது?" ரஷ்யாவை மகிழ்விக்க இந்தியா செய்யும் உத்திதான் இதுவென்று ஸ்ப்ராட் கூறினார். ஆனால் ரஷ்யாவின் நிலைப்பாடு ஆசிய–ஆப்பிரிக்க நாடுகளுக்காக எடுக்கப்பட்டது. அமெரிக்கா வியட்நாமை விட்டு விலக வேண்டும் என்று ரஷ்யா உண்மையாகவே விரும்புகிறதா என்பது ஒரு கேள்விக்குறி. ஏனெனில் அப்படி நடந்தால் சீனாவின் கை ஓங்கிவிடுமே"[37]

மேலே சுட்டிக்காட்டப்பட்ட கட்டுரை, ஸ்ப்ராட் பனிப்போர் அரசியலைச் சரியாகப் புரிந்துகொள்ளவில்லை என்பதையும், வியட்நாமின் தேசிய உணர்ச்சிகளை அவர் உணர்ந்திருக்கவில்லை என்பதையுமே காட்டுகிறது. வியட்நாமிய கம்யூனிஸ்டுகள் சீனத் தோழர்களுக்கு விசுவாசமாக இருப்பார்கள் என்று நினைத்தார். ஆனால் நிலைமை வேறு விதமாக இருந்தது.

1967ஆம் ஆண்டு, ரஷ்யப் புரட்சியின் ஐம்பதாவது ஆண்டு நினைவை ஒட்டி, *நியூயார்க் டைம்ஸ்* இதழ் ரஷ்யாவைப் பற்றி வெளியிட்ட சில அறிக்கைகள் சில மதராஸ் இதழ்களில், *இந்து* உட்பட வெளியிடப்பட்டன, அவைகளைப் படித்த ஸ்ப்ராட், ஸ்டாலின் ஓரங்கட்டப்பட்டு, லெனின் ஏற்றுக்கொள்ளப்படுவதைக் கண்டு வியப்படைந்தார். லெனின் ஏற்றுக்கொள்ளப்படக் கூடியவராக இருந்தாலும், ஸ்டாலின் செய்த எல்லாக் கொடூரச்செயல்களையும் அவரும் செய்தார். *ஸ்வராஜ்யா*வில் எழுதிய ஒரு கட்டுரையில் லெனின் எவ்வாறு தனது கட்சி சிறுபான்மையாயிருந்த அரசியல் சாசன சபையைக் கலைத்தார் என்று விளக்கினார். தன்னை விமர்சித்தவர்களை அடக்கவும் அதிகாரத்தைப் பிடிக்கவும் வன்முறையைப் பயன்படுத்தினார். திருச்சபையைத் துன்புறுத்தினார். ஸ்டாலின் செய்த கொடூரச் செயல்களுக்கு லெனினும் உடந்தையாயிருந்தார் என்றார் ஸ்ப்ராட்.

மனித குலத்திற்கு லெனின் ஒரு பெரும் கேடாக வந்து சேர்ந்தாலும், அவர் மேல் சிலருக்கு மதிப்பு உண்டு.

உவப்பற்ற சில வேலைகளைச் செய்ய வேண்டும் என்று நினைத்தார். அவற்றைத் தயக்கமின்றி, ஆனால் கொண்டாடாமல், செய்தார். ரத்தவெறியோ, பழிவாங்கும் மனப்பான்மையோ இல்லாமல், போரில் தனது படைகளை நடத்திச்செல்லும் தளபதிபோல் லெனின் இயங்கினார். ஆனால் ஸ்டாலின் முற்றிலும் வேறு விதம். அவரை மதிக்க முடியாது. படித்தவர், நுண்ணுணர்வு கொண்டவர். ஆதலால் லெனின் குற்றச்சாட்டுக்குப் பொறுப்பானவர். லெனின் லட்சக்கணக்கானவர்களைக் கொன்று குவித்தாரென்றால் ஸ்டாலின் கோடிக்கணக்கானவர்களைத் தீர்த்துக்கட்டினார். ஆனால் அறநெறி சார்ந்த ஒரு வேறுபாடு உள்ளது. அரசியலுக்காகக் கொல்லுவதை லெனின்தான் ஆரம்பித்துவைத்தார். ஆனால் ரஷ்ய மக்கள் இன்னும் ஸ்டாலினைத் தூற்றி, தங்கள் துயரங்களுக்கெல்லாம் காரணமான லெனினைப் போற்றுகிறார்கள் என்றால் அது தவறான பார்வை."[38]

ஸ்ப்ராட்டின் கணிப்பு வரலாற்றாசிரியர் ராபர்ட் கான்க்வெஸ்ட் (Robert Conquest) எழுதிய கேலிக் கவிதையை நினைவூட்டுகிறது.

முன்னொரு காலத்தில் ஒரு மார்க்ஸிஸ்ட். அவர் பெயர் லெனின்
இருபது, முப்பது லட்சம் மக்களைத் தீர்த்துக்கட்டினார்
அது மிகவும் அதிகம்தான்
ஆனால் அவர் ஒருவரைக் கொன்றார் என்றால்
பெரிய மார்க்ஸிஸ்ட் ஸ்டாலின் பத்துப் பேரைக் கொன்றார்.

ஸ்ப்ராட் இந்தக் கேலிக் கவிதையை அறிந்திருந்தாரா என்று எனக்குத் தெரியாது (அறிந்திருக்க மாட்டார்). ஆனால் அந்த வரலாற்றாசிரியர் சோவியத் கொடுங்கோல் ஆட்சி பற்றி எழுதிய 'தி கிரேட் டெர்ரர்' (The Great Terror) நூல் பற்றி அறிந்திருந்தார். ஸ்வராஜ்யாவில் அதைப் பற்றி எழுதினார்: "ஸ்டாலினின் கொலைகாரப் பரிமாணம் பற்றி இன்றுவரை, இன்னும் எதிர்காலத்திலும், நமக்குக் கிடைத்துள்ள முழுமையான பதிவு"[39]

ரஷ்யப் புரட்சியின் ஐம்பதாவது ஆண்டு நிறைவை ஒட்டி அவர் எழுதிய இன்னொரு கட்டுரையில், மார்க்ஸ் முதன் முதலில் வர்ணித்த சோஷலிசம் "பல வகைகளில் மதிப்புக்குரியதாக இருந்தது" என்றார். இருந்தாலும் சோவியத் யூனியனில் அது நடைமுறையில் அசுரத்தனமான விளைவுகளை உண்டாக்கியது. லெனினைச் சாராத மார்க்ஸிஸ்டுகள் இதற்கு ஒரு காரணம்

சொன்னார்கள். முதலாளித்துவத்தின் அடிப்படையில் தொழில்சார்ந்த மேம்பாடான பொருளாதாரம் உருவான பிறகே சோஷலிசம் வர வேண்டுமென்று மார்க்ஸ் வாதிட்டார் என்றனர். இதன்படி, இங்கிலாந்து அல்லது ஜெர்மனி, சோஷலிசத்திற்குள் வந்திருந்தால், சோவியத் ரஷ்யாவிற்கு ஏற்பட்ட சீரழிவைச் சந்தித்திருக்க மாட்டார்கள்.

"லெனினையும் மா சே துங்கையும் மறந்து மார்க்ஸையும் எங்கல்ஸையும் வாசியுங்கள்" என்று இந்திய மார்க்ஸிஸ்டு களுக்கு அறிவுரை கூறினார். மேலும் சொன்னார்: "இந்தியாவிற்கு மார்க்ஸ் சொல்லுவது என்னவென்றால், சோஷலிசத்தை நினைப்பதற்கு முன்னால், முதலாளித்துவ அடிப்படையில் மேம்பாடு அடைய வேண்டும். மார்க்ஸ் இப்போது இந்தியாவில் வாழ்ந்திருந்தால் சுதந்திரா கட்சியை ஆதரித்திருப்பார்."[40]

1968இல் ஒரு பிரிட்டீஷ் பதிப்பாளர் ஜார்ஜ் ஆர்வெல்லின் கட்டுரைகளையும் கடிதங்களையும் நான்கு தொகுதிகளாக வெளியிட்டார். இதைப் பற்றி *ஸ்வராஜ்யா* இதழில் ஒரு மதிப்புரை எழுதிய ஸ்ப்ராட், தான் அந்தத் தொகுதிகளை மதராஸிலிருந்த பிரிட்டீஷ் நூலகத்திலிருந்து எடுத்துப் படித்ததாகச் சொல்லியிருந்தார். புத்தகங்களை வாங்க அவரிடம் பணம் இல்லையோ அல்லது அவைகளை வைக்க வீட்டில் இடம் இல்லையோ தெரியவில்லை. அல்லது தனது வாழ்வின் இந்தக் காலகட்டத்தில் புதிய பொருட்களைச் சேர்க்க வேண்டாம் என்று நினைத்தாரோ என்னவோ.

ஆர்வெல்லின் படைப்புகளைப் பற்றி விமர்சனம் செய்யும் போது ஆங்கிலேய சமையலிலும் பூக்களிலும் அவரது ஆர்வத்தைப் பற்றி எழுதினார். (இதற்காக இடது சாரி வாசகர்கள் அவரைக் கடிந்துகொண்டார்கள்.) அவரது அலங்காரமற்ற, சாதாரண நடை பற்றியும் ஸ்ப்ராட் விமர்சித்தார். ஆர்வெல் தன்னை ஒரு சோஷயலிஸ்ட் என்று வர்ணித்துக்கொள்வதைச் சுட்டிக்காட்டினார். "உண்மையில் அவரது சோஷலிஸம் மிகவும் தெளிவற்றது. அதை ஒரு லட்சியமாகக் காட்டியிருக்கிறார். அவ்வளவே" என்று எழுதினார். ஸ்டாலினை ஆர்வெல் கடுமையாக எதிர்த்தார்.

இந்தக் கட்டுரைக்கு "நல்லறிவுக்குத் திரும்பி வந்த ஆர்வெல்" என்று தலைப்பிட்டார். கடைசிப் பத்தி காலம்சென்ற ஒரு பிரிட்டீஷ் எழுத்தாளரைப் பற்றிப் பேசுவதிலிருந்து இன்றைய குழப்பமான இந்திய அரசியல் பற்றிப் பேசியது. இந்தக் கட்டுரை வெளியானபோது 1969ஆம் ஆண்டு செப்டம்பர் மாதம், பிரதமர் மந்திரி இந்திரா காந்தி தனது அரசியலில், நாட்டின்

அறிவுஜீவிகளின் பாராட்டுகளுக்கு மத்தியில், இடதுசாரி பக்கம் நகர்ந்துகொண்டிருந்தார். “ஆர்வலர்கள் தங்கள் பக்கம் இளைஞர்கள் இருப்பதாகவும், தங்களது தலைவர் வருங்காலத்து அலையில் இருப்பதாகவும் கூறினார்கள்” என்று ஸ்ப்ராட் எழுதினார். பிரதமர் ஒரு அலையில் சவாரி செய்வதாக ஸ்ப்ராட் நினைத்தார்.

> ஆனால் அந்த அலை கடந்த ஐம்பது ஆண்டுகளாக ஒன்றன்பின் ஒன்றாக எழுந்த அலையில் ஒன்று. கரை வரை சென்று பின்னர் ஏமாற்றத்துடன் திரும்பியது. சோஷலிசத்தை அடையும் முயற்சிக்கு மூன்று விளைவுகள் இருக்கலாம் – குழப்பம், ஸ்டாலினிஸம் அல்லது நல்லறிவிற்குத் திரும்பி வருதல். இன்றைய முயற்சிகள் இந்தத் தீமையற்ற கடைசி முடிவிற்கு வரும் என்று நம்பலாம்.[41]

ராஜாஜியின் ஆளுமையாலும், சுதந்திரா கட்சி காங்கிரஸுக்கு ஒரு சவாலாக வளர்ந்திருந்ததாலும் *ஸ்வராஜ்யா* இதழ் நாடு முழுவதும் அறியப்பட்டிருந்தது. மைசிண்டியாவைவிட அது கனமான விஷயங்களைக் கொண்டிருந்தது, ஸ்ப்ராட் போன்ற தீர்க்கமான எழுத்தாளர்களுக்கு உகந்த பத்திரிகை அது. அவரது எழுத்தின் தரம், ஆழம் இவற்றைக் கவனிக்கும்போது , அவருக்கு இம்மாதிரியான மேடை முன்னமே கிடைத்திருந்தால் சிறப்பாக இருந்திருக்கும் என்ற எண்ணம் தோன்றுகிறது.

VIII

1940இல் இருந்து ஸ்ப்ராட் உளப் பகுப்பாய்வியல் (psychoanalysis) பற்றி விரிவாகப் படிக்க ஆரம்பித்தார், முக்கியமாக சிக்மண்டு ஃபிராய்டின் (Sigmund Freud) நூல்களையும் இந்தியப் பாரம்பரியம், புராணங்கள், தொன்மங்கள் பற்றியும் வாசிக்கத் தொடங்கினார். இந்தியாவின், பரந்த, நீண்ட வரலாற்றைப் புரிந்துகொள்ள “ஒற்றைக்கோடு போன்ற மார்க்ஸியக் கோட்பாடு பயன்படாது. மாறாக உளவியல் ரீதியான அணுகுமுறை பயன் தரலாம்” என்றார்.

1960இல், ‘இந்து ஆளுமை’யை உளப்பகுப்பாய்வியல் ரீதியாகப் புரிந்துகொள்வது பற்றி ஸ்ப்ராட் சில கட்டுரைகளைத் தொடர்ச்சியாக எழுதினார். இந்தியாவில், ஒடிப்பஸ் காம்ப்ளெக்ஸ் (Oedipus complex) எனும் உளச்சிக்கல், தாயின் மீது ஏற்படும் உளவியல் ஈர்ப்பு இல்லை என்றார். அதே போல ‘தந்தையைத் தாக்குவது, காயடிப்பது, கொல்வது’ போன்ற சிறார்ப் பருவக் கற்பனைகள் இல்லை என்றார். மாறாக, தந்தைமீது ஓரின ஈர்ப்பின் அறிகுறிகள் தெரிகின்றன. அவரை சாந்தப்படுத்திக்

கோபத்தைத் தவிர்த்து அன்பைப்பெற, தன்னைத்தானே காயடித்துக்கொள்ளவும் தயாராக இருக்கும் அறிகுறிகள் காணப்படுகின்றன" என்றார்.

ஒரு குழந்தை தன் தந்தையின் அதிகாரத்திற்குக் கட்டுப்படும் வழக்கத்தால்தான் எதையும் எதிர்த்தெழும் பழக்கம் இந்து சமூகத்தில் இல்லை என்று ஸ்ப்ராட் கருதினார். பிறந்ததிலிருந்து ஒரு மகன் தன் தந்தையை மதிக்க வேண்டும்; அவரது விழுமியங்களையும் அவர் சார்ந்த சமூக அமைப்புகளை யும் போற்ற வேண்டும் என்று கற்பிக்கப்படுகிறான். "இங்கு பாரம்பரியமும் சமூக வழக்கங்களும் மதிக்கப்படுவதால், மேற்கத்திய நாடுகளில் காணப்படும் எதிர்த்தெழும் பழக்கம் இங்கில்லை."

மூத்த ஆணுக்குத் தலைவணங்கும் இந்தப் பழக்கத்தை நான் குருவிடம் ஒரு சீடர் கொண்ட ஈடுபாட்டிலும், புனிதருக்கும் சாமியார்களுக்கும் தரும் மதிப்பிலும் காண்கிறோம். "எல்லாருக்கும் மேலாக ஒரு சாமியாரைப் போற்றும் சமூகம், இளமையை ஓரங்கட்டி முதுமையைப் போற்றும். இதனால் வயதானவர்களுக்கு எதிராக இளைஞர் தங்களை நிறுத்திக்கொள்ள மாட்டார்கள்."[42]

1968இல் தான் எழுதிய இந்தக் கட்டுரைகளையெல்லாம் ஒரு புத்தகமாக *இந்து கலாச்சாரமும் ஆளுமையும்: ஒரு உளப் பகுப்பாய்வியல் ஆய்வு* என்ற தலைப்பில் தொகுத்து வெளியிட்டார். இந்நூல் இவர் படித்திருந்த இந்தியத் தொன்மம், இந்திய வரலாறு, இந்தியத் தத்துவம், இந்தியச் சமூகவியல் இவற்றின் தாக்கத்தால் உருவானது. இந்து ஆளுமை உள்நோக்குப் பார்வை கொண்டது, தன்னைப்பற்றியே நினைக்கும் இயல்புடையது. ஆனால் மேற்கத்திய (அல்லது கிறிஸ்தவ) ஆளுமை வெளிநோக்கும் பார்வை கொண்டதுடன் தண்டிக்கும் நோக்கு கொண்டது என்பதே இந்த நூலின் சாரம். இந்த வேறுபாடு குழந்தையை வளர்க்கும் விதத்தை அடிப்படையாகக் கொண்டது என்றார் ஸ்ப்ராட். இந்தியாவில் தாய்மார்கள் தங்கள் குழந்தைகளை அவர்கள் விருப்பத்திற்கு விட்டுக் கெடுத்து விடுகிறார்கள். இங்கே மகன் தந்தையுடன் போட்டி மனப்பான்மையுடன் இயங்குவதில்லை என்றார்.

அவரது அரசியல், இலக்கிய எழுத்துக்கள் போலல்லாமல் ஸ்ப்ராட்டின் உளப் பகுப்பாய்வியல் பற்றிய கட்டுரைகளில் அறிவியல் சார்ந்த துறைச்சொற்கள் மலிந்திருந்தன. அவரது நூல் மிகவும் நீண்டு இருந்தாலும் ஆங்காங்கே நல்ல புரிதலுடைய சில கருத்துகள் மிளிர்கின்றன. தற்பெருமையினாலும் தன்னைப் பற்றியே நினைத்துக்கொண்டிருப்பதாலும், ஆண்களைப்

போற்றுதலாலும் இந்து மக்களுக்குச் சமூகச் சீர்திருத்தமும், அரசியல் தீவிரவாதமும் வந்து சேரவில்லை என்றார் ஸ்ப்ராட்.

> பாரம்பரிய அரசர்கள் ஆனாலும், உள்ளூர் சாகசக்காரர்கள் ஆனாலும் வெளிநாட்டிலிருந்து வந்து வென்றவர்கள் ஆனாலும் அல்லது இன்றைய பிரபலத் தலைவர்கள் ஆனாலும் இந்துக்கள் தங்களை ஆள்பவர்களை வெகுவாகச் சகித்துக் கொள்கிறார்கள். ஒரு தலைவர் பதவிக்கு வந்து விட்டால், அவர் தன் வாழ்நாள் முழுவதும் அதிகாரத்தைக் கையில் வைத்திருப்பார் என்று சொல்லலாம். கிழக்கத்தியர் களும் முஸ்லிம்களும் தங்களது தலைவர்கள் பற்றிய கருத்தை மாற்றிக்கொள்ளத் தயாராக இருக்கிறார்கள். ஆழ்மனதில் உறைந்திருக்கும் தந்தைக்கு எதிரான உணர்வுகள் மேலே வர சாத்தியம் இருக்கிறது.[43]

குழந்தைப் பேறு மட்டுமல்ல, சாதி அமைப்பும் இந்துக்கள், அரசியலிலும் சமூகத்திலும் மாற்றம் எதையும் வேண்டாமல் இருப்பதற்கு ஒரு காரணம் என்று ஸ்ப்ராட் வாதிட்டார்.

"தற்பெருமை நிறைந்த சமுதாயம் பழமைவாதத்தில் மூழ்கியிருக்குமென்பதை ஜாதி அமைப்பில் காணலாம். அது தன்னை உயர்வாகக் கருதுவதிலிருந்து இது தெளிவாகிறது. உள்நோக்கு கொண்ட பாலுணர்வு, அகந்தையைக் கூட்டுகிறது. குடும்பம், ஜாதியினர் என எல்லோருடைய அகந்தையும் பாதிக்கப்படுகிறது. தனக்குக் கீழாக யாருமில்லை என்று எந்த ஜாதியினரும் ஒத்துக்கொள்ள மாட்டார்கள். இத்தகைய அகந்தையின் நிறுவனமாக்கலே ஜாதி அமைப்பு."[44]

> மேலை நாடுகளையும் கீழை நாடுகளையும் ஒப்பிட்டுப் பேசும் போது, ஸ்ப்ராட் சில சமயங்களில் கிழக்கைத் தூக்கிப்பிடித்தார். இன உறவுகளைப் பற்றிப் பேசும்போது இந்துக்கள் தோல்நிறத்தைப் பற்றி நிலைப்பாடுகள் கொண்டிருந்தாலும் கருப்பாக இருப்பவர்களுக்கு எதிரான அவர்களது உணர்வு, அமெரிக்கர்கள் தங்கள் நாட்டிலுள்ள கருப்பின மக்கள்பால் கொண்டுள்ள வெறுப்பைவிட மிகவும் குறைந்தது என்றார். இந்துக்களின் நிறத்துவேஷம், தங்களுக்குப் பிடிக்காதவர்களை விட்டு ஒதுங்கி இருப்பதுடன் நிற்கிறது. ஆனால் அமெரிக்கர்களின் வெள்ளை முதன்மை நிலை, சமூக ரீதியிலும் உடல் அளவிலும் வலியச்சென்று தாக்கும் இயல்புடையது.[45]

இவ்வாறு ஃப்ராய்டின் உளவியல் கோட்பாடுகளின் அடிப்படையில் இந்து ஆளுமையை அலசுவது பக்திமிக்க இந்துவான ராஜாஜிக்குப் பிடிக்கவில்லை என்றறிகிறோம்.

‘ஆசனவாய்ப் பாலுணர்ச்சி’ ‘விந்து விருத்தி’ போன்ற கருத்தாக்கங்களைப் பற்றி ஸ்ப்ராட் எழுதியவற்றை ராஜாஜி படித்திருந்தாரா என்று நமக்குத் தெரியாது. இதைப் பற்றி ராஜாஜியுடன் அவர் பேசினாரா, விவாதத்தில் ஈடுபட்டாரா என்றும் நமக்குத் தெரியாது. ஆனால் *ஸ்வராஜ்யா* பத்திரிகையில் அவரது வேலைக்கு ஒரு ஆபத்தும் ஏற்படவில்லை.

IX

1939இல் காந்தியைப் பற்றி ஸ்ப்ராட் ஒரு அருமையான நூலை எழுதி முடித்திருந்தார். அச்சகத்திற்குப் போயிருந்தாலும், உலகப்போர் தொடங்கிவிட்டதால் அந்நூல் முழுமையாக விற்பனை செய்யப்படவில்லை. பின்னர், பல ஆண்டுகளாக ஸ்ப்ராட் காந்தியின் எழுத்துகளைப் படித்து, ஆய்வு செய்து பல கட்டுரைகள் எழுதினார். இவை மைசிண்டியா, *ஸ்வராஜ்யா* உட்பட பல இதழ்களில் வெளியாயின.

1969ஆம் ஆண்டு, இந்தியாவிலும் வெளிநாடுகளிலும் காந்தியின் பிறப்பு நூற்றாண்டு கொண்டாடப்பட்டது. இந்த நிகழ்வுக்காக கேம்ப்ரிட்ஜ் பல்கலைக்கழகம் வெளியிடும் கல்விப்புலம் சார்ந்த ஒரு சஞ்சிகை சிறப்பு மலர் ஒன்றைக் கொண்டுவரத் திட்டமிட்டது. அந்தப் பல்கலைக்கழகத்தின் முன்னாள் மாணவரான ஸ்ப்ராட்டை ஒரு கட்டுரை எழுதித்தரக் கேட்டார்கள். அவரும் எழுதினார், காந்தியின் வெற்றி என்று கருதியவை பற்றி– இந்தியாவிற்குச் சுதந்திரம் பெற்றுத் தந்தது, தீண்டாமையை எதிர்த்தது, பெண்களைப் பொதுவாழ்விற்குள் வரச்செய்தது – எழுதினார். அவரது தோல்விகளைப் பற்றியும் எழுதினார், முக்கியமாக இந்தியா மதத்தின் அடிப்படையில் பிரிவினை செய்யப்பட்டதைப் பற்றி. அவரது பார்வை சமநிலையில், விருப்பு வெறுப்பின்றி இருந்தது. ஆனால் கட்டுரையின் முடிவில் நேருவைக் கடுமையாக விமர்சித்தார். “பிரதமராக ஜவஹர்லால் நேரு, தெரிந்தும் தெரியாமலும், காந்தியின் பணியின் விளைவுகளை விவரம் தெரியாமல் அழித்தார்.”[46]

ஸ்வராஜ்யா இதழில் காந்தியின் தத்துவங்கள் பற்றி வெளிவந்திருந்த ஒரு நூலுக்கு ஸ்ப்ராட் மதிப்புரை எழுதினார். மதிப்புரையின் முதல் வாக்கியமே கவனத்தை ஈர்க்கும்படி இருந்தது. “மகாத்மா காந்தியை ஒரு தத்துவஞானி என்பதை விட ஒரு செய்முறைத் தலைவர், மக்களுக்கு எழுச்சியூட்டுபவர் என்று கூறலாம். சாமானிய மக்களுடன் அவர் உரையாடினார். அவரது சிந்தனையிலிருந்து தத்துவக் கோட்பாடுகள் எதையும் உருவாக்க முடியுமா என்று தெரியவில்லை. ஆனால் அவரது

எண்ணங்களும் கருத்துக்களும் சிறப்பானவை, நம்மை வழிநடத்தக் கூடியவை."

தெளிவாகப் புரிந்துகொள்ளக்கூடிய காந்தியத் தத்துவம் என்று ஒன்று இல்லையென்றாலும், அறம்சார் வாழ்க்கைக்கான வழி அதில் இருக்கும். காந்தி அடிக்கடி சுட்டிக்காட்டிய, எந்த ஒரு இலக்கையும் அடையக்கூடிய வழியைப் பற்றி ஸ்ப்ராட் எழுதினார். இந்தக் கருத்தைப் பற்றி மற்ற சில சிந்தனையாளர்களும் எழுதினார்கள். இலக்கை அடையும் வழி எந்த ஒரு தீமையையும் சார்ந்ததாக இருக்கக் கூடாதென்று காந்தி கூறிய கருத்து 'எல்லாத் தருணங்களிலும் பொருந்தக்கூடியது அல்ல' என்றார் ஸ்ப்ராட். "சில உன்னதமான நோக்கங்களை நிறைவேற்ற நாம் கொடுக்க வேண்டிய விலை எதிர்பார்த்ததைவிட அதிகமாக இருக்கும். அந்த இலக்கை அடைய நாம் பின்பற்றும் முறைகளும் தீமை நிறைந்ததாய் இருக்கலாம்" என்று காந்தி சொன்னதை ஸ்ப்ராட் சுட்டிக்காட்டினார்.

அநாமதேய நிலையிலிருந்து உன்னத நிலையை அடைவதற்கு காந்தி தனது இல்லத்தாரிடமிருந்தும் இந்தியாவினிட மிருந்தும் விலகியிருந்தது ஒரு காரணம் என்றார் ஸ்ப்ராட். "இளம் வயதிலேயே தனது சமூகத்திலிருந்தும் குடும்பத்தாரிட மிருந்தும் விலகியிருக்க வேண்டியிருந்ததால், மற்றவர்களுக்குக் கிடைக்கும் உளவியல் சார்ந்த ஆதரவு அவருக்குக் கிடைக்கவில்லை. அதை அவரே தனக்குக் கொடுத்துக்கொள்ள வேண்டிய நிலை. "இறைவனிடமும், தன்னிடமும் கொண்ட நம்பிக்கையினால் அவர் ஒரு தன்னிறைவான மனிதரானார். சமூகத்தினிடமோ பாரம்பரியத்தினிடமோ சாராமல், அவர் எல்லாவற்றையும் தானே புரிந்துகொண்டார்."[47]

1969ஆம் ஆண்டு காந்தி பிறந்த நூற்றாண்டு. அதற்கு அடுத்த ஆண்டு, ஸ்ப்ராட்டின் இளம் வயது லட்சிய புருஷரான லெனினின் நூற்றாண்டு கொண்டாடப்பட்டது. ஸ்ப்ராட் அப்போது லெனினைப் பாராட்டி ஒரு அற்புதமான கட்டுரை எழுதினார். இதோ அவர் எழுதியது:

> உலகின் அறம்சார்ந்த தலைசிறந்த தலைவராக உருவாகத் தேவையான குணாதிசயங்கள் அவரிடம் இருந்தன. அவரிடம் தீவிரமான ஆளுமையும தன்னம்பிக்கையும் இருந்தன. அத்துடன் அவர் தன்னலத்திற்காக எதையும் செய்யமாட்டார். வீண் பெருமை அற்றவர். ஆனால் இந்த அருமையான குணங்கள் அவரது குறுகிய நோக்கத்தாலும், வறட்டுக் கொள்கையாலும், வலிந்து தாக்கும் மனநிலையாலும் குலைக்கப்படுகின்றன. அவரது

திறமை பிரித்து வெல்வதில்தான்; ஒப்புரவாக்குதலிலோ, ஒன்றுபடுத்துவதிலோ இல்லை.

லெனினை ஒரு அரசியல்வாதியாக எவ்வாறு ஸ்ப்ராட் பார்த்தார்?

ஒரு சோஷலிச அரசைப் பற்றிக் கொஞ்சம் கொஞ்சமாக வெளிக்காட்டப்பட்ட அவரது கருத்துக்களை முன்னேறிய நாடுகளால் ஜீரணிக்க முடியவில்லை. மற்ற கட்சிகளுடன் சேர்ந்து வேலை செய்ய முடியாமல் அவைகளை நசுக்கிவிடுவார். பிறகு, தன் கட்சியிலேயே கருத்து வேறுபாடுகளை வெளிப்படுத்தியவர்களைத் தலையெடுக்காமல் செய்தார். பத்திரிகைத் துறையைக் கடுமையான கட்டுப்பாட்டில் வைத்தார். மக்கள் தங்கள் எண்ணங்களை வெளிப்படுத்தக்கூடிய தொழிற்சங்கங்கள் போன்ற அமைப்புகளைத் தனது கட்சியின் மூலம் அடக்கிவைத்தார்.

லெனின் கடைசியாகவிட்டுச் சென்றது என்ன? "அதிகாரத்தை எப்படிப் பிடித்துத் தக்கவைத்துக்கொள்ள வேண்டும் என்ற உத்தி தான் அவர் கற்றுத்தந்தது. பின்னர் அந்த உத்தியை, கம்யூனிஸ்டுகள், அவர்களின் எதிரிகள் எனப் பலர் பயன்படுத்தியிருக்கிறார்கள். நமது காலத்தில் வல்லாதிக்கத்தை இது தோன்றச்செய்தது. இந்தக் கொடூரமான உத்தி அழிவைத்தான் கொண்டுவந்தது என்பதில் சந்தேகமேயில்லை."[48]

1940களிலும் 1950களிலும் எழுதிய கட்டுரைகளில் ஸ்ப்ராட் லெனினையும் ஸ்டாலினையும் வேறுபடுத்திக் காட்ட முயன்றிருக்கிறார். ஆனால் பின்னர் அவர் அப்படி எழுதவில்லை. அரசியல் தத்துவஞானி ஹேனா அரன் (Hannah Arendt) எழுதிய நூல்களை ஸ்ப்ராட் மேற்கோள் காட்டவில்லை என்றாலும் அவரைப் படித்திருந்தார் என்று நினைக்கிறேன். ஹேனா ஃபாசிஸத்தையும் லெனினிசத்தையும், இடதுசாரி, வலது சாரியினரின் வல்லாதிக்கத்தையும் ஒப்பிட்டுக் காட்டினார். ஸ்ப்ராட் எவ்வாறு வலதுசாரிகளும் லெனினின் உத்திகளால் உந்தப்படுகிறார்கள் என்று கூறுவது இன்றைய பாரதிய ஜனதா கட்சியின் நடவடிக்கைகளை நினைவூட்டுகிறது.

X

ஸ்ப்ராட் சென்னைக்குக் குடிபெயர்ந்த ஒரு வருடத்திற்குப் பின், நாடு முழுவதும் ஆதிக்கம் செலுத்திக்கொண்டிருந்த காங்கிரஸ் இந்த மாநிலத்தில் பதவி இழந்தது. தமிழரின் பெருமையையும் அடையாளத்தையும் முன்னிறுத்திய திராவிட

முன்னேற்றக் கழகம் காங்கிரஸைத் தோற்கடித்தது. தமிழர் அரசியலிலும் பொதுவாழ்விலும் பிராமணர்களின் ஆதிக்கத்தை திமுக எதிர்த்தது. அந்தக் கட்சி திராவிட நாடு என்ற தனிநாட்டைச் சுய நிர்ணயத்தின் மூலம் உருவாக்க வேண்டுமென்று முதலில் கூறியது. பின்னர் இந்தக் கோரிக்கை கை விடப்பட்டது. 1970இல் ஆட்சியில் திமுக (The DMK in Power) என்ற நூலை ஆங்கிலத்தில் ஸ்ப்ராட் எழுதினார். அந்தக் கட்சியின் வரலாற்றையும் அது பதவிக்கு வந்ததையும் பற்றி எழுதிய இந்தப் புத்தகத்தை பம்பாய் நிறுவனம் ஒன்று வெளியிட்டது. தமிழரான தன் மனைவியைச் சார்ந்தவர்களுக்காக எழுதியிருக்கலாம். அந்தக் குடும்பத்தின் மூத்த அரசியல்வாதி, சிங்காரவேலு செட்டியார் காங்கிரஸுக்கு எதிராக இயங்கியிருந்தார். வாதங்களில் ஈடுபடாமல் இந்தியாவில் முதன்முதலாக வளர்ந்து நின்ற மாநிலக் கட்சி ஒன்றைப் பற்றி நடுநிலையிலிருந்து தெளிவாக அந்த நூலை எழுதியிருந்தார்.[49]

ஸ்வராஜ்யா இதழை நிறுவி, அதன் ஆசிரியராகவும் செயல்பட்டவர் காசா சுப்பா ராவ். 1961இல் அவர் காலமானபின் போத்தன் ஜோசஃப் அந்தப் பொறுப்பை எடுத்துக்கொண்டார். பி.ஜி. ஹார்னிமனுடன் பணியாற்றிய இவர் பரந்த பயண அனுபவம் பெற்றவர். காங்கிரஸின் குரலாகச் செயல்பட்ட இந்துஸ்தான் டைம்ஸ் நாளிதழிலும் பின்னர் முஸ்லிம் லீகின் டான் (Dawn) நாளிதழிலும் ஆசிரியராகப் பணிசெய்தார். 1950களில் அவர் பெங்களூரில் டெக்கான் ஹெரால்ட் (Deccan Herald) நாளிதழை நடத்தினார். அப்போது ஸ்ப்ராட்டின் கட்டுரைகளை வெளியிடும் போது அவருடன் பழகும் வாய்ப்பு கிடைத்தது.

ஜனவரி 1970இல் போத்தன் ஜோசஃப் தான் பொறுப்பிலிருந்து விலக விரும்புவதாக இதழை நடத்திவந்த ராஜாஜியிடம் தெரிவித்தார். ஜனவரி 17ஆம் தேதி தனது டியர் ரீடர் பத்தியில், துணை ஆசிரியராக இருக்கும் ஃபிலிப் ஸ்ப்ராட் ஆசிரியராகப் பொறுப்பேற்பார் என்று எழுதினார். ஆனால் அந்த இதழில் அவர் பெயர் ஆசிரியராக இடம்பெறவில்லை. முன்னர் சுப்பாராவின் பெயரும், போத்தன் ஜோசபின் பெயரும் இடம்பெற்றிருந்தாலும் ஸ்ப்ராட் பெயர் அச்சிடப்படவில்லை. இதற்குக் காரணம் ஸ்ப்ராட் முதலில் பிரிட்டீஷ் குடிமகனாகத்தான் இங்கு வந்தார். *ஸ்வராஜ்யா* இதழ் அரசை எதிர்த்து இயங்கியதால், அவரது பெயரைப் போடத் தயக்கம் இருந்தது என்று புரிந்து கொள்ளலாம். தன்னை எப்போதும் முன்னிறுத்திக்கொள்ளாத ஸ்ப்ராட்டிற்கு இது ஒரு பிரச்சினையாக இல்லை.

ஆசிரியரான பின் அவர் தன் பெயரில் எழுதிய முதல் கட்டுரையில் தான் அடிக்கடி பேசும் சில பொருட்களைப் பற்றி,

புதிய எடுத்துக்காட்டுகளுடன், புதிய சொற்றொடர்களுடன் எழுதினார். மார்க்ஸ் எழுதிய "உழைக்கும் வர்க்கத்தின் மோசமாகிக்கொண்டேயிருக்கும் வறுமை பற்றியது 'தவறான பார்வை' என்பது நிரூபிக்கப்பட்டது.அதேபோல் முதலாளித்துவப் போட்டிகள் போர்களுக்கு இட்டுச்செல்லும் என்று லெனின் கூறியதும் தவறானது. (இதற்குப் பதிலாக, பதவிக்கு ஆசைப்படும் அரசியல்வாதிகளாலும் வணிக அதிபதிகளாலும்தான் போர் ஏற்படுகிறது; முதலாளிகளுக்குள் ஏற்படும் பூசல் ஒருவருக் கொருவர் செய்துகொள்ளும் சமரசங்களால் சமாளிக்கப்படுகிறது என்றார் ஸ்ப்ராட்.)

குறைகள் இருந்தாலும், சோஷலிசம் உலகெங்கும் வரவேற்கப்படுகிறது. ஸ்ப்ராட் வாழ்ந்து, பணிசெய்த இந்தியாவிலும்கூட அது விரும்பப்படுகிறது. அவர் ஆசிரியராக எழுதிய முதல் கட்டுரையின் கடைசிப் பத்தி பின்வருமாறு:

"கட்டுப்பாடுகளற்ற பொருளாதாரத்தில் எஞ்சியிருப்பது இப்போது இந்தியாவில் தத்தளித்துக்கொண்டிருக்கிறது. 1970களில் இது பெரிய தோல்விகளைக் கொண்டு வரலாம். இது சரியல்ல. ஏனென்றால் கட்டுப்பாடுகளற்ற பொருளாதாரம், அரசின் கையிலிருக்கும் பொருளாதாரத்தை விட உயர்ந்தது. ஆனால் தடங்கற்ற பொருளாதாரம் என்று தனது பலத்தை மக்களிடம் விளக்கியதேயில்லை. அதை நாம் செய்ய ஆரம்பிக்க வேண்டும்."[50]

ஸ்வராஜ்யா இதழுக்கு ஆசிரியராக ஆன பின் ஸ்ப்ராட் முன்புபோல அந்த இதழில் அடிக்கடி எழுதவில்லை. ஒரு மாதத்திற்கு இரண்டு மூன்று கட்டுரைகளை எழுதிய அவர், இரண்டு மூன்று மாதங்களுக்கு ஒரு கட்டுரை எழுதினார். இம்மாதிரி அவர் எழுதியவற்றில் மிக நீளமான ஒரு கட்டுரை லெனினின் நூற்றாண்டு பற்றி 1970இல் எழுதியது. அந்த இதழில் மூன்று பக்கங்களை அது நிறைத்தது. கட்டுரையின் தொடக்கத்தில் அவர் இந்த வறட்டுச் சொற்றொடரைப் பயன்படுத்தினார். "நூற்றாண்டுகள் நினைவேந்தல்கள் அல்ல. இவ்வளவு காலம் சென்றபின், உணர்ச்சிகள் அடங்கி, உண்மை வெளிவரலாம்." லெனின் பற்றிய மற்றநூற்றாண்டுக் கட்டுரைகளில் கூறப்பட்ட கட்டுக்கதைகளை அக்கு வேறாக ஆணி வேறாகப் பிரித்தார். "லெனின் ஒரு சமாதான புருஷர்" என்றது ஒரு ஏடு. உண்மையில், "அவர் வெறுப்பையும் வலிந்த தாக்குதலையுமே வெளிப்படுத்தினார்." அவர் ரஷ்ய நாட்டுப்பற்றாளர் என்றது இன்னொரு இதழ். ஆனால் அவர் "பன்னாட்டு சோஷலிஸத்திற்காக ரஷ்யாவைத் தாரைவார்த்துக் கொடுக்கக் கூடியவர்." அவர் காலனித்தியத்திற்கு எதிரானவர் என்றனர்

சிலர். ஆனால் உக்ரைனின் தேசியத்தை அடக்கித்தான் அவர் ஜார்ஜியா, அசர்பைஜான், ஆர்மீனியா போன்ற இடங்களைக் கைவயப்படுத்தினார். அதே போலத்தான் மத்திய ஆசிய முஸ்லிம் பகுதிகளையும் சோவியத் ரஷ்யாவின் பிடிக்குள் கொண்டு வந்தார்.

"தார்மீக ரீதியில் அரசியலைக் கீழ்த்தரத்திற்குக் கொண்டு வந்தது லெனின் மனிதகுலத்திற்கு அளித்த கொடை" என்று ஸ்ப்ராட் எழுதினார். பத்தொன்பதாம் நூற்றாண்டில் உலக அரசியல் அறம் சார்ந்திருக்கத் தொடங்கியது. லெனின் அந்தக் காலகட்டத்தில் சோவியத் ரஷ்யாவில் பதவிக்கு வந்தபின், படுகொலை, வன்முறை, சித்ரவதை, ஏமாற்றுவித்தை, மூளைச்சலவை போன்ற உத்திகள் உலகின் பல பகுதிகளில் அரசியலில் பெருமளவு பயன்படுத்தப்பட்டன. லெனின் தோன்றாமல் இருந்திருந்தால், ஸ்டாலினோ, முசோலினியோ, ஹிட்லரோ, மா சே துங்கோ, ஹோ சி மின்னோ தோன்றியிருக்க மாட்டார்கள். கடந்த அரை நூற்றாண்டாக இவ்வுலகைக் கொடுமைப்படுத்திய சர்வாதிகார ஆட்சிக்கு வழி வகுத்தவர் லெனின்தான்" என்று எழுதினார் ஸ்ப்ராட்.[51]

இன்னொரு கட்டுரையில் ஒரு சோஷலிஸ அறிவுஜீவியின், அரசியல்வாதியின் தார்மீகச் செருக்கை, தற்பெருமையைத் துல்லியமாக ஸ்ப்ராட் சுட்டிக்காட்டினார். "நாடுகளுக்குள் சமத்துவமின்மையைப் போக்க முயற்சி செய்பவர்கள், நாட்டை ஒரு தனிநபர் போலவும், மற்ற நாடுகளுக்குக் கொடை கொடுப்பது போலவும் பார்க்கின்றனர். இம்மாதிரியாக ஈகை கொடுப்பதும் அதிகாரத்தைப் பிரயோகிப்பதும் பலரை ஈர்க்கிறது" என்று எழுதினார்.

சோஷலிஸ்டுகள் கூறுவதுபோல வறுமை, ஒரு பெரும் பிரச்சினை என்று ஸ்ப்ராட் ஒப்புக்கொண்டார். ஆனால் சோஷலிஸம் கூறுவது போலப் பொருட்களை அரசு விநியோகிக்க வேண்டும் என்பது சரியான தீர்வல்ல என்றார். பல சோஷலிஸ நாடுகளில் நடந்தது போல இந்த உத்தி "சுதந்திரம், கலாச்சாரம், ஆளுமை, இவற்றைச் சீரழிப்பதுடன், சமத்துவத்தை உருவாக்க உதவுவதில்லை."[52]

இந்தியாவிலும் பிரதமர் இந்திரா காந்தி தன்னை முன்னிறுத்திக் தன் அதிகாரத்தை நிலைப்படுத்திக் கொண்டிருந்தார். வங்கிகள் தேசியமயமாக்கப்பட்டதும் மகாராஜாக்களுக்குக் கொடுக்கப்பட்ட மானியத் தொகை நிறுத்தப்பட்டதும், ஏழை மக்களின் பார்வையில் அவருக்கு ஒரு ஒளிவட்டத்தை உருவாக்கியிருந்தது. "பிரதமர் தன் துணிச்சலாலும், மனவுறுத்தலின்றி இயங்குவதாலும் மற்ற அரசியல் கட்சிகளை ஒழித்து, காங்கிரஸை முன்னிறுத்த சிறந்த

நிலைக்கு இட்டுச்செல்வார். தனக்கு ஆதரவை உருவாக்கிக் கொள்கிறார். இந்நிலையில் தங்கள் நிலைப்பாடு சரியானது என்று உணரும் எதிர்க்கட்சிகள், வெற்றி கிடைக்கும்வரை அவர்போலவே உறுதியாக இருக்க வேண்டும்" என்று ஸ்ப்ராட் எழுதினார்.

இந்திரா காந்தியின் ஆளுமை பற்றியும், அவரது தலைமைப் பண்புகள் பற்றியும் ஆழமான, தீர்க்கதரிசனம் போன்ற கட்டுரைகள் எழுதினார். "இன்றைய இந்தியா இருக்கும் நிலையில், ஒரு ஜனநாயகத் தலைவர் கருத்து வேறுபாடு கொண்ட மாற்றுக் கட்சிகளுடன் ஒப்புரவாக வேண்டும். மாறாக, அவர்களை அழித்து, ஆதிக்கம் செலுத்தினால் அது பொதுவாழ்வின் தரத்தைக் குறைப்பது மட்டுமல்ல அந்தத் தலைவர் எதிர்காலத்தில் ஒரு கொடுங்கோலராயிருப்பார் என்பதைக் காட்டுகிறது."[53]

1971ஆம் ஆண்டு, இந்திரா காந்தி பொதுத்தேர்தலை, அது வரவேண்டிய காலத்திற்கு ஒரு ஆண்டுக்கு முன்னரே அறிவித்தார். "பிரதம மந்திரி ஒரு தேசத்தின் தலைவராகத் தன்னைப் பற்றி மக்கள் என்ன நினைக்கிறார்கள் என்பதை அறியவே இதை அறிவித்துள்ளார். இப்போது இது இருதரப்பினருக்கும் – அவரைப் போற்றுபவர்களுக்கும், அவரை எதிர்ப்பவர்களுக்கும் – உள்ள பிரச்சினையாக உருவெடுத்துவிட்டது" என்று ஸ்ப்ராட் எழுதினார். 1966இலிருந்து, இந்திரா காந்தி பிரதமராகப் பணியாற்றிய நாட்களைப் பற்றி நான்கு விமர்சனங்களை முன்வைத்தார். முதலாவது, மேம்பாட்டைவிடச் சமத்துவம் முக்கியமென்று கருதியது. இரண்டாவது, நாட்டில் அமைதியை நிலைநாட்ட முடியவில்லை; வன்முறை அதிகரித்தது. மூன்றாவது, அரசியல் சாசனத்தை மதிக்காமல் ஜனநாயகத்திற்கு எதிராக நடந்துகொண்டது. அரசியல் சாசனத்தை மாற்றப்போவதாகவும் உச்ச நீதிமன்றத்தை அடக்கப்போவதாகவும் அச்சுறுத்தியது. நான்காவது, கம்யூனிஸ்டுகளுடனும் ரஷ்யாவுடனும் ஆபத்தான உறவு வைத்துக்கொண்டது.

"இந்திரா காந்தி இதே வழியில் சென்றால் இந்தியாவின் அரசியல் எதிர்காலம் நாசரின் எகிப்துபோல அல்லது சுகர்ணோவின் இந்தோனேஷியாபோல ஆகிவிடும் என்றார் ஸ்ப்ராட். ஆனால், அவருக்கு அரசு எந்திரத்தின் மேல் ஆதிக்கம் இருந்தாலும், மூலதனம் இருந்தாலும் அவரது அரசியல் எதிரிகள் பலமாக இருப்பதால் அவர் வீழ்த்தப்படுவார் என்று எழுதினார்.[54]

1971ஆம் ஆண்டு ஜனவரி 16ஆம் தேதி வெளிவந்த இந்தக் கட்டுரைதான் ஸ்ப்ராட் ஸ்வராஜ்யாவிற்குக் கடைசியாக எழுதியது. சில நாட்களில் அவர் உடல்நலமின்றிப் படுத்து, மார்ச் மாதம் காலமானார். 1971இன் பொதுத்தேர்தல் முடிவு அவர் இறந்த பின் வெளியானது. அவரது கணிப்பிற்கு மாறாக

காங்கிரஸ் மகத்தான பெரும்பான்மையுடன் வெற்றிபெற்றது. நான்கு ஆண்டுகள் கழித்து, இந்திரா காந்தி, நெருக்கடிகாலச் சட்டத்தைக் கொண்டு வந்ததன் மூலம் சர்வாதிகாரியாக உருவெடுத்தார்.

XI

தனது மதராஸ் வீட்டில், மார்ச் 3ஆம் தேதி ஸ்ப்ராட் மறைந்தார். அவர் பிறப்பால் கிறிஸ்தவராக இருந்ததால், அவரது இறுதிச் சடங்குகள் அந்தச் சமயத்தைச் சார்ந்ததாக இருக்க வேண்டும் என்று அவர் மனைவி சீதா விரும்பினார். கீழ்ப்பாக்கம் கிறிஸ்தவக் கல்லறைத் தோட்டத்தில் அவர் அடக்கம் செய்யப்பட்டார்.

ஸ்ப்ராட் இந்தியாவில் பம்பாய், மதராஸ் நகரங்களில் வாழ்ந்தார். கல்கத்தா, கான்பூர் போன்ற நகரங்களில் உரை நிகழ்த்தினார். மீரட், பெல்காம் நகரச் சிறைகளில் அடைக்கப்பட்டிருந்தார். ஆனால், அவர் அதிக நாள் வாழ்ந்திருந்தது பெங்களூரில்தான். இங்குதான் சீதாவும் அவரும் தங்கள் குழந்தைகளை வளர்த்தார்கள். *டெக்கான் ஹெரால்ட்* நாளிதழ் இவரை மறக்கவில்லை. இவரது நண்பரும் எழுத்தாளருமான பி.கே. ஸ்ரீனிவாசன் ஒரு அருமையான அஞ்சலிக் கட்டுரை எழுதினார். "பிரிட்டீஷ் தனிப்போக்காளருக்கு ஸ்ப்ராட் ஒரு நல்ல எடுத்துக்காட்டு. மற்றவருக்குத் தெரியாமல் இவர் பலருக்கு உதவி செய்திருக்கிறார்."[55] ஸ்ப்ராட் பல சிறப்பான தனது கட்டுரைகளை வெளியிட்ட கலாச்சார சுதந்திரத்திற்கான இந்தியக் குழு (Indian Committee for Cultural Freedom) நடத்திய *ஃப்ரீடம் ஃபர்ஸ்ட்* (Freedom First) என்ற இதழில் சிந்தனையாளர் ஏ.பி. ஷா (A.B. Shah) ஒரு இரங்கல் கட்டுரை எழுதியிருந்தார். இவர்தான் ஸ்ப்ராட்டின் Hindu Culture and Personality என்ற நூலை வெளியிட உதவி செய்தவர். "பின்னர் வந்த மார்க்ஸிஸ்ட்டுகள்போலவோ அல்லது தில்லி மால்ச்சா தெருவில் வாழும் சோஷலிஸ்டுகள் போலவோ ஸ்ப்ராட் செல்வந்தராக இருக்கவில்லை. அவரது எளிமை வறுமையின் வெளிப்பாடு அல்ல. இவ்வுலக வசதிகளை மதிக்காத ஒரு துறவியாக இருந்தார். அவருடன் இருக்கும்போது அவரது எளிமை நம்மைப் பாதித்தது."[56]

1972ஆம் ஆண்டு டிசம்பர் மாதத்தில், அதாவது ஸ்ப்ராட் இறந்து ஒன்றரை ஆண்டுகள் கழித்து, அவர் மனைவி சீதா, பல பத்தாண்டுகளுக்கு முன் தன் கணவருடன் மீரட் சிறையிலிருந்த பி.சி. ஜோஷிக்குக் கடிதம் எழுதினார். ஸ்ப்ராட்டைப் போலக் கட்சியிலிருந்து விலகாமல் இவர் தீவிர கம்யூனிஸ்ட் வாதியாவே இருந்தார். சுதந்திரப் போராட்டத்தில். காங்கிரஸ்

இயங்கியதைப் பற்றி 1948இல் சில நல்ல வார்த்தைகள் சொன்னதனால் இவர் கம்யூனிஸ்ட் கட்சியின் பொதுச்செயலாளர் பதவியிலிருந்து நீக்கப்பட்டார். பிரிட்டீஷ் அரசு காலத்தில் அரசியல் கைதியாக இருந்தவருக்கு அல்லது அவர்கள் காலமாகியிருந்தால் அவர்களது மனைவிக்கு இந்திய அரசு ஓய்வூதியம் கொடுப்பதாகக் கேள்விப்பட்டு சீதா விண்ணப்பித்த போது, அவரது கணவர் அரசியல் காரணங்களுக்காகச் சிறைப்படுத்தப்பட்டார் என்பதற்கும், ஆறு மாதங்களுக்கு மேல் அடைபட்டிருந்தார் என்பதற்கும் சான்றிதழ் வேண்டும் என்று பதில் வந்தது. சீதாவிடம் அத்தகைய அத்தாட்சி எதுவும் இல்லாததால் ஜோஷிக்கு எழுதினார். "பணம், இதர லௌகீக காரியங்கள் ஆகியவை பற்றி ஸ்ப்ராட்டின் எண்ணப்போக்கு உங்களுக்குத் தெரியும்" என்று சீதா மறைமுகமாகத் தன் நிலையைப்பற்றி எழுதினார்.[57] அதற்கு ஜோஷி பதில் எழுதினார்: "நீங்கள் உங்களை எனக்கு அறிமுகப்படுத்திக்கொள்ளத் தேவையில்லை.

> நீங்கள் சிறுபிள்ளையாக இருந்தபோதிலிருந்து உங்களை நான் அறிவேன். கட்சியின் முக்கியமான தோழரின் மகள் நீங்கள். மீரட் சிறையில் சுவர்களைச் சுற்றிச் சுற்றி நடந்தபோது உங்களைப் பற்றி ஸ்ப்ராட் பேசியிருக்கிறார்.

சிறையில் எனக்கு உற்ற நண்பனாக இருந்தார். அவர் கட்சியை விட்டு விலகிய பிறகும் எங்கள் நட்பு நீடித்தது. ஆகவே என்னை உங்கள் சகோதரன்போல் பாவித்து என்ன உதவி வேண்டுமானாலும் கேளுங்கள். என்னால் முடிந்தவரை செய்கிறேன்" என்று எழுதிய ஜோஷி, தன்னுடைய கடிதத்துடன் ஒரு சான்றிதழை இணைத்து அனுப்பினார். மீரட் சதித்திட்ட வழக்கில் தான் ஒரு குற்றவாளியாகச் சிறைத் தண்டனை அனுபவித்தபோது, அதே வழக்கில் தண்டிக்கப்பட்ட ஸ்ப்ராட்டும் தன்னுடன் சிறையிலிருந்தார் என்பதற்கான சான்றிதழ் அது. அந்த வழக்கு சார்ந்த ஆவணங்கள் தன்னிடம் இருப்பதாகவும், அவைகளில் ஃபிலிப் ஸ்ப்ராட்டின் பெயரும் இருக்கிறது என்றும் ஜோஷி குறிப்பிட்டிருந்தார். "அவருடைய மனைவிக்கு நாட்டின் கருணையும் உதவியும் தேவைப்படுகின்றன" என்று தனது கடிதத்தை அவர் முடித்திருந்தார்.

இந்தக் கடிதத்தை மதராஸ் அரசாங்கத்திடம் கொடுக்குமாறு ஜோஷி கேட்டுக்கொண்டார். மத்திய அரசில் அமைச்சராக இருந்த கே.சி. பந்த்துடன் தான் பேசுவதாகவும் சொன்னார். சீதா தன் கடிதத்தின் நகலை பந்த்திற்கு அனுப்பினால் அவரும் இதைச் சீக்கிரம் முடித்துவைக்க உதவி செய்வார் என்று ஜோஷி எழுதினார்.[58]

பி.சி. ஜோஷி தான் கொடுத்த வாக்கை நிறைவேற்றினார். சீதா தனது விண்ணப்பத்தை மதராஸ் அரசாங்கத்திடம் கொடுத்தவுடன், ஜோஷியும் அமைச்சர் பந்திற்கு எழுதினார். அக்கடிதத்தில் ஸ்ப்ராட்டின் அரசியல் வாழ்வு பற்றி ரத்தினச் சுருக்கமாகச் சொன்னார்.

> பிரிட்டீஷ் தோழர் ஃபிலிப் ஸ்ப்ராட் மீரட் சதி வழக்கில் என்னுடன் இணைந்திருந்தார். அமர்வு நீதிமன்றத்தில் அவர் பன்னிரண்டு ஆண்டுகள் கடுங்காவல் தண்டனை பெற்றார். அவர்தான் அதில் முதல் வாதி. அவர் நல்ல பிரிட்டீஷ் அறிவுஜீவி மட்டுமல்ல, மனிதாபிமானம் மிக்கவர். முழுவதுமாக இந்தியனாக மாறினார். பிரிட்டீஷ் அறிவுசார் பாரம்பரியத்தில் வந்தவராதலால் அவர் 1930களில் சோவியத் யூனியனில் அடிக்கடி நடந்த 'தேசத்துரோகிகளின் வழக்கு விசாரணைகள்' பற்றிப் படித்துக் கவலை கொண்டார். கட்சிக்கு விசுவாசமாயிருக்க வெகுவாக முயற்சிசெய்தார். ஆனால் அறிவு, அறம் சார்ந்த நேர்மை குறுக்கே எழுந்தது. தனி எழுத்தாளராக இயங்கத் தொடங்கி, ஒரு சொற்ப சம்பளத்திற்கு ராஜாஜி நடத்திய *ஸ்வராஜ்யா* இதழுக்கு ஆசிரியராகப் பணிசெய்தார்.

ஸ்ப்ராட் தன் மனைவிக்குப் "பணமோ, சொத்தோ எதுவும் விட்டுச்செல்லவில்லை என்று பந்திடம் ஜோஷி கூறினார். சீதா கருணைக்குத் தகுதியானவர் ஆகவே பந்தும் அவரது அமைச்சகமும் அவருக்கு உதவ வேண்டும் என்றார். இந்த விஷயத்தை விரைவிலேயே கவனிப்பதாக அமைச்சர் பதில் எழுதினார்.[59] சில மாதங்களில் – இந்திய அதிகாரி வர்க்கத்தின் மரபுப்படி பார்த்தால் இது ஒரு இமைப்பொழுதுதான் – மதராஸ் அக்கவுண்டண்ட் ஜெனரல் அலுவலகத்திலிருந்து சீதாவிற்கு முதல் மாத ஓய்திவூதியத்தை வந்து பெற்றுச் செல்லக் கடிதம் வந்தது. "நான் உங்களுக்கு நன்றி சொல்ல வேண்டும். அது மட்டுமல்ல. ஸ்ப்ராட் இந்திய விடுதலைக்காகப் போராடினார் என்பதை ஏற்றுக்கொண்டவர்களுக்கும் நன்றி கூற வேண்டும்" என்று தன் கணவருடன் சிறையில் சக கைதியாக இருந்த ஜோஷிக்குக் கடிதம் எழுதினார்.[60]

நாற்பது ஆண்டுகளுக்கு மேலாக ஸ்ப்ராட் முதலில் அரசியல் சுதந்திரத்திற்காகவும், பின்னர் சமூக, அறிவுசார், பொருளியல் சுதந்திரத்திற்காகவும் உழைத்தார்.

15

இமயத்தில் ஒரு நாயகி

சரளா பென் 1950

முன்னர் காதரின் மேரி ஹீலமன் (Catherine Mary Heielmann) என்றறியப்பட்ட சரளா தேவி, 1946ஆம் ஆண்டு புது வருடத்தன்று இமயமலை கிராமமான கௌசானியிலிருந்து மகாத்மா காந்திக்கு ஒரு கடிதம் எழுதினார்.

"சமவெளியில் இரண்டாண்டுகள் சுற்றிய பின், சிறிது காலம் சிறையிலும் கழித்து

இப்போது மலைக்குத் திரும்பியுள்ளேன். எனது பணியைப் பற்றித் திட்டமிட்டுக்கொண்டிருக்கிறேன். இன்னும் சில மாதங்களில் மேம்பாட்டு மையத்தைத் (விகாஸ் கிரஹ்) தொடங்க உத்தேசித்துள்ளேன். ஆண்கள் சிறையிலிருந்து விடுதலையானதும் பள்ளிக்கூடத்தையும் நடத்தப்போகிறேன். பெண்களைப் பள்ளிக்கு அனுப்புவார்கள் என்று எதிர்பார்க்கிறேன். சுசேதா கிருபளானி சம்மதித்தால், உபகரணங்கள் கொடுத்து உதவினால் தற்சமயத்திற்கு மாணவிகளுக்கு ஒரு கோடைகால முகாமும் நடத்த உத்தேசம்."[1]

'வெள்ளையனே வெளியேறு' இயக்கத்தின் போதும், அதன் பின்னரும் அவருடைய மலைப் பயணத்தின்போது சரளா பெண் கல்வியின் அவசியத்தை உணர்ந்தார். 1946ஆம் ஆண்டு டிசம்பர் மாதம் 5ஆம் தேதி அவர் கஸ்தூரிபாய் பெண்கள் மேம்பாட்டுக் கழகத்தை (கஸ்தூர்பா மகிலா உத்தன் மண்டல்) துவக்கினார். பெயர் என்னவோ காந்தியின் மனைவி பெயராக இருந்தாலும் அந்த நிறுவனம் உள்ளூர் மக்களால் லட்சுமி ஆசிரமம் என்றே அறியப்பட்டது. (அந்தக் கட்டடத்தைத் தானமாக அளித்தவரின் மனைவி பெயர்.) சமூக சேவைக்குப் பெண்களைப் பயிற்றுவிப்பது ஆசிரமத்தின் நோக்கம். இங்கு படித்த பிறகு அவர்கள் மூன்றாண்டுக்கு கிராமங்களில் பணி செய்ய வேண்டும். பின்னர் அவர்கள் திருமணம் செய்து கொள்ளலாம். குடும்பம் நடத்திக் குழந்தைகள் பெற்றாலும், இந்த சமூக சேவகிகள் படிப்பு சொல்லிக்கொடுத்து, கைவினைகள் பயிற்றுவித்து பெண்கள் சுயசார்புடன் இருக்க உதவி செய்வார்கள் என்பது இந்த அமைப்பின் எதிர்பார்ப்பு.

இம்மாதிரியான தனது சோதனை முயற்சிக்கு, சரளா உத்தராகண்டின் இமயப் பகுதியைத் தெரிந்தெடுத்தது அவரது துணிச்சலைக் காட்டியது. ஏனென்றால் பெண்ணுரிமை விஷயத்தில் இந்துச் சமூக அளவிலும் இந்தப் பகுதி பழமை வாதத்தின் இருப்பிடம். பெருவாரியான பெண்கள் பள்ளிக்குச் செல்வதில்லை; சென்ற சிலரும் பூப்படையும் சமயம் பள்ளிக்குச் செல்லாமல் நிறுத்தப்பட்டார்கள். குடும்பத்திற்குள், எல்லா வேலையையும் பெண்கள் செய்தார்கள்: குழந்தை வளர்த்தல் உட்பட. ஆண்கள் பலர் சமவெளிக்குப் போய்விட்டதால் விவசாயத்தையும் இவர்கள் கவனிக்க வேண்டியிருந்தது. லட்சுமி ஆசிரமத்தில் சேர்ந்த ஒரு பெண் வீட்டில் தனது அனுபவத்தைக் கூறினார்:

பெண் ஒரு அடிமை. ஆகவே அவர் ரொட்டி சுடுகிறாள். விளைநிலத்தில் வேலை செய்கிறாள். அதனால்தான்

எனது அக்காமார்கள் படிக்கவில்லை. ஆனால் சகோதரர்கள் படித்தார்கள். நமது நாடு ஆண்களுக்குச் சிறப்பிடம் கொடுப்பதால் (ஆண்களால் ஆண்களுக்காகப் பராமரிக்கப்படும் நாடு) அவர்கள் நல்ல படிப்பு படித்தார்கள். உத்தராகண்டில் இந்தப் பாரபட்சம் மிகவும் அதிகம். அவன் ஒரு பையன். ஆகவே அவன் மட்டும் படிக்க வேண்டும். அவனுக்கு நல்ல உணவு கொடுக்க வேண்டும்.[2]

கஸ்தூரிபாய் பேரில் சொசைட்டி ஆரம்பித்த பின், வனத்துறையிடமிருந்து சரளா பரந்த, ஓக் மரங்கள் கொண்ட காட்டையும் நிலப்பரப்பையும் குத்தகைக்கு எடுத்தார். இதில் அவர் கட்டடம் கட்டிக்கொள்ளலாம். ஆனால் அதற்குப் பணம் தேவைப்பட்டது. தனது ஆசானான ஆச்சார்ய கிருபளானியிடம் ஆலோசனை கேட்டார். அவர் தனது சுதந்திரப் போராட்ட கால நண்பரும் இப்போது உத்தரப் பிரதேசத்தில் அமைச்சராக இருக்கும் ரஃபி அஹமத் கித்வாயிக்கு எழுதினார். கித்வாய் ரூபாய் 10,000 வழங்கினார். இதைக் கொண்டு பெண்களுக்கு ஒரு விடுதி கட்டப்பட்டது. பின்னர் சில வகுப்பறைகளும் ஒரு சிறிய அலுவலகமும் சேர்க்கப்பட்டன.[3]

'வெள்ளையனே வெளியேறு' இயக்கத்தில் சேர்ந்து போராடிய காங்கிரஸ்காரர்களின் பெண் குழந்தைகள் முதலில் இந்த ஆசிரமத்தில் சேர்த்துக்கொள்ளப்பட்டார்கள். இவர்கள் சரளாவிடம் பெருமதிப்பு கொண்டிருந்ததால், அவரை நம்பித் தங்கள் மகள்களை ஆசிரமத்தில் விட்டார்கள். இங்கு ஒரு நாளின் நடவடிக்கை காந்திஜியின் சேவாக்கிரமம் ஆசிரமம் போல இருந்தது. தூங்கி எழுந்ததும் ஆசிரியைகளும் மாணவிகளும் இருக்கும் இடத்தைச் சுத்தம் செய்ய வேண்டும். பிரார்த்தனை முடித்துக் காலை உணவும் உண்ட பின் மாணவிகள் பண்ணையில் வேலை செய்வது, நூல் நூற்பது அல்லது மாட்டுக்குத் தீவனத்தை யும், விறகையும் காட்டிலிருந்து சேகரித்து வருவது போன்ற வெவ்வேறு பணிகளில் ஈடுபட்டனர். மதிய உணவிற்குப் பிறகுதான் பாட வகுப்புகள் மாலை தேநீர் நேரம்வரை நடத்தப்பட்டன. பின்னர் ஒரு மணிநேரம் விளையாட்டுகளுக்கும் உடற்பயிற்சிக்கும் ஒதுக்கப்பட்டது. மாலை நேரப் பிரார்த்தனைக்குப் பின் இரவு உணவிற்கு அமர்ந்தனர்.[4]

சரளாதான் அந்தப் பள்ளியின் பாடத்திட்டத்தை வடிவமைத்தார். பல பாடங்களை அவரே போதித்தார். போதிக்கப்பட்ட பாடங்கள் அறிவியல், கணிதம், வரலாறு, பூகோளம். பாடங்கள் இந்தியிலேயே கற்றுத்தரப்பட்டன. பாடப் புத்தகங்களும் அந்த மொழியில்தான் இருந்தன. பல நாட்கள் வகுப்புகள் திறந்த வெளியிலேயே, இதமான இமாலய வெயிலில்

நடத்தப்பட்டன. மாணவிகள் அரசு நடத்திய போர்டு தேர்வு எழுதவில்லை. காந்தியைப் போலவே சரளாவும் அந்தத் தேர்வை அவ்வளவாக மதிக்கவில்லை. மாணவிகள் பதினைந்து அல்லது பதினாறு வயது அடைந்தபோது அவர்கள் சேவாகிராமிற்கு ஒரு ஆண்டிற்கு அனுப்பப்பட்டார்கள். அங்கே சரளாவின் நண்பர்கள் அரியநாயகம் தம்பதிகள் அவர்களுக்குக் காந்திய வழியைப் பயிற்றுவித்தார்கள்.[5]

1947ஆம் ஆண்டு ஆகஸ்டு 15ஆம் நாள் இந்தியாவிற்குச் சுதந்திரம் வந்தது. ஐந்தரை மாதம் கழித்து காந்தி கொலை செய்யப்பட்டார். "எங்கள் ஆசிரமத்திலிருந்த சிறார்கள் இந்தச் செய்தி கேட்டுக் கண்ணீர் விட்டு அழுதனர். அங்கிருந்த கொஞ்ச நாட்களில் பாபு அவர்களின் மனத்தில் இடம்பிடித்து விட்டிருந்தார். ஒரு காலத்தில் அவரைப் பார்க்கலாம் என்று அவர்கள் நம்பிக்கை கொண்டிருந்திருக்கலாம்."[6] காந்தி இறந்து சில காலம் கழித்து, சரளா தன் மாணவிகளை சூர்யோதயா என்ற ஒரு இந்திப் பத்திரிகை ஆரம்பிக்க ஊக்குவித்தார். முதல் இதழ் தலையங்கத்தை சரளாவே எழுதினார்.

அந்தகாரம் விரட்டியடிக்கப்பட்டு ஒரு புது நாள் வந்தது. நம் நாட்டில் ஒரு புது யுகம் பிறந்துள்ளது. சுதந்திரம் வந்துவிட்டது. இப்போது நமது கைகள் எல்லாமே இந்தப் புதிய சூரியோதயத்தில் முழுகி இருக்கிறது. இந்தச் சூரியனின் உதயத்தை நாம் எப்படிப் புரிந்து கொள்கிறோம்? பிரகாசிக்கும் பகலவனா இல்லை மேகங்களின் நிழல்களா?

நான் வாழும் மலைகளிலுள்ள கிராமங்களில், பெண்களும் குழந்தைகளும் அறியாமை எனும் இருளில் மூழ்கியுள்ளார்கள். நமது கஸ்தூரிபாய் பெண்கள் மேம்பாட்டுக் கழகம் குமானில் ஆரம்பிக்கப்பட்டதன் நோக்கம் நமது மாணவிகள் மூலம் மலைவாழ் பெண்கள் மத்தியில் அறிவொளி பரவக்கூடும் என்பதே. மாணவிகளின் கடுமையான உழைப்பு, மகிழ்ச்சி, விளையாட்டு இவற்றைக் கவனிக்கும்போது இவர்கள் வளர்ந்து மலை கிராமங்களில் ஒளி பாய்ச்சுவார்கள் என்ற நம்பிக்கை கிடைக்கிறது. ஒரு புதிய யுகத்தை நாம் படைக்கலாம்.[7]

லட்சுமி ஆசிரமத்திற்கு மாணவிகள் ஏழு அல்லது எட்டு வயதிருக்கும்போது வந்தார்கள். ஆப்பிள் பழத்தை உரித்துக் கொடுத்து, புத்தகத்தை வாசித்துக்காட்டி அல்லது படங்களைக் காட்டி சரளா அவர்களுடைய தனிமையைப் போக்கினார்.[8] சரளா தனது வேலையில் காட்டிய ஈடுபாடு பற்றி அவருடைய ஆரம்பகால மாணவி விமலா நாட்டியால் எழுதியிருக்கிறார்.

மாணவிகள் எழுவதற்கு ஒரு மணி முன்னதாக எழுந்து குளிர்காலத்திலும் குளிர்ந்த நீரில் நீராடிவிட்டு வேலையைத் துவங்குவார். மாணவிகளுடன் தோட்டத்திலும் காட்டிலும் வேலை செய்து விட்டு, வகுப்புகள் நடக்கும் விதத்தைக் கண்காணித்துவிட்டு, இரவில் கண்விழித்து ஆசிரமத்தின் செலவுக் கணக்கைப் பார்ப்பார். ஆகஸ்டு 15ஆம் தேதி, சுதந்திரதினக் கொண்டாட்டத்தின்போது சரளா தனது மாணவர்களை நாட்டின் எதிர்காலத்தைப் பற்றிச் சிந்திக்கச் சொல்வார். பிரிட்டீஷ்காரர்களின் காலனி ஆட்சியிலிருந்து சுதந்திரம் எளிதாகக் கிடைத்துவிட்டது. வறுமை, சமூக அவலங்கள், அறிவுசார்ந்த அடிமைத்தனம் இவற்றிலிருந்து இந்தியா விடுபடுவது எளிதானதல்ல என்றார் சரளா.⁹

உடல் உழைப்பில் சரளாவின் நாட்டம் பற்றி இன்னொரு மாணவி நினைவுகூர்ந்தார். ஒருமுறை சில மாணவிகள் விடியற்காலையில் விறகு சேகரிக்கக் காட்டிற்குள் சென்றனர். அவர்கள் திரும்பியபோது சரளா ஒரு பாத்தியை வெட்டி, பயிர் நடத் தயார் செய்திருந்தார். அவர் கையிலிருந்த பெரிய மண்வெட்டியை வாங்கித் தாங்கள் வேலை செய்ய முயற்சித்தனர். சரளா அவர்களைத் தடுத்து, "என்னைக் கிழவி என்று எண்ண வேண்டாம்" என்றார். அப்போது அவருக்கு வயது அறுபதுக்கு மேல் ஆகியிருந்தது. ஆனால் உடல் உழைப்பிற்கு அவர் எப்போதும் தயாராக இருந்தார்.¹⁰

காந்திபோலவே சரளாவிற்கு நீண்ட நடைப்பயிற்சி மேற்கொள்வது மிகவும் விருப்பம். சுமப்பதற்கு ஆண் பணியாளை அமர்த்திக்கொள்ளாமல், ஒரு பையில் துணிமணி, எழுத நோட்டு, சிறிது உணவு, தூங்க படுக்கை இவற்றைப் போட்டுக்கொண்டு அவரே தூக்கியபடி புறப்பட்டுவிடுவார். சில சமயம் ஓரிரு மாணவிகளையும் உடன் அழைத்துக்கொண்டு மலைக்கிராமங்கள் வழியே செல்வார். மலைவாழ் மக்களுடன் பேசி அவர்களது பிரச்சினைகளையும் அறிந்துகொள்வார். இந்தப் பயணங்களில் சில இளைஞர்களையும் காந்திய வழிக்கு அவரால் சேர்க்க முடிந்தது. அதில் சிலர் லட்சுமி ஆசிரம மாணவிகளை மணந்து அந்தப் பகுதியிலேயே சமூக சேவையில் ஈடுபட்டனர்.

இந்த மலைப்பயணங்களால் இன்னொரு பயனும் இருந்தது. உத்தராகண்டின் வேறு பகுதிகளில் இருந்தும் பெண்கள் ஆசிரமத்தில் சேர வந்தனர். 1950களில் ஏறக்குறைய எண்பது பெண்கள் இந்த ஆசிரமத்தில் இருந்தனர். பிராமணர்கள், தலித்துகள் என வேறுபாடு இல்லாமல், அந்தப் பகுதியில்

நிலவிய சமூக வெறுப்பு, வைதீக விதிகள் இவற்றை மீறி அங்கே ஒன்றாக வாழ்ந்து, படித்தார்கள்.

இந்தக் காலகட்டத்தில் வினோபா பாவே நடத்திக் கொண்டிருந்த பூதான இயக்கம் இந்த மலைப்பிரதேசத்திற்கு வந்து சேர்ந்தது. பாவே காந்திக்கு மிக நெருக்கமானவர். 1916இல் காந்தி தென்னாப்பிரிக்காவிலிருந்து திரும்பி வந்தபோதே அவருடன் இணைந்துகொண்டவர். சுதந்திரத்திற்குப் பின், 1948இல் கிழக்கு இந்தியாவில் கம்யூனிஸ எழுச்சி தோன்றியபின், அதற்கு எதிர்மறையாக வன்முறையற்ற இயக்கமாக பூதானத்தை வினோபா உருவாக்கினார். அவர் சிறந்த அறிவாளி. முற்றும் துறந்த துறவி. அவருடைய ஒழுக்கமும் ஞானமும் காந்தி உட்பட பலரை ஈர்த்தன. சரளாவும் அவரது இயக்கத்தில் சேர்ந்தார். மலைப்பகுதியில் நில உடமைகள் வெகு சிறியவையாக இருந்ததால் பூதான இயக்கம் இங்கு பரவவில்லை. என்றாலும் சரளா வினோபா பாவேவை காந்தியின் ஆன்மிக வாரிசாகக் கண்டார். நிர்வாகத்திலும், நாட்டு நடவடிக்கைகளிலும் ஜவஹர்லால் நேரு காந்தியின் அரசியல் வாரிசாகச் செயல்படுவதுபோல, தன்னார்வ நிறுவனங்களுக்கு வினோபா வழிகாட்டியாக இருப்பார் என்று சரளா நினைத்தார்.

வினோபா பாவே "உலகே வாழ்க" (ஜெய் ஜகத்) என்ற ஒரு சொற்றொடரை உருவாக்கியிருந்தார். சமஸ்கிருதத்தில் 'இவ்வுலகமே ஒரு குடும்பம்' ('வசுதைவ குடும்பகம்') என்ற கருத்திலிருந்து இது பிறந்தது. நாடுகள் என்ற அமைப்பில் வினோபா பாவேயிற்கு நம்பிக்கை இல்லை. பூதான இயக்கத்தைப் பரப்ப கிழக்கு பாகிஸ்தானுக்குக்கூடச் சென்றிருந்தார். இந்தியாவைத் தனது வீடாகத் தெரிந்தெடுத்துக்கொண்ட, இங்கிலாந்தில் பிறந்து வளர்ந்த ஜெர்மானியப் பெண்ணான சரளாவிற்கு இந்த உலகக் குடியுரிமைக் கருத்து பிடித்திருந்தது. அவரது கடிதங்களை 'ஜெய் ஜகத்' என்ற சொற்களுடன் தொடங்க ஆரம்பித்தார். அவ்வப்போது, ஆசிரமத்தை விட்டு, வினோபா வுடன் பூதான நடைப்பயணங்களில் பங்கெடுத்தார். இந்தியாவின் சமவெளிகளில் நடந்து நிலப்பிரபுக்களை விவசாயிகளுக்கு நிலம் கொடுத்து ஆதரிக்க வினோபா வேண்டிக்கொண்ட போது அவருடன் சரளாவும் இருந்தார்.

II

சமூக சேவையில் சரளாவின் அணுகுமுறை பிரிட்டீஷ் அறக்கொடை நிறுவனமான ஆக்ஸ்ஃபேம் (Oxfam) அல்லது இந்திய அரசின் காதி கிராமோத்ய பவன் போன்ற அமைப்புகளின்

அணுகுமுறைகளிலிருந்து வேறுபட்டிருந்தது. சரளாவை நன்கறிந்த தேவேந்திர குமார் என்ற காந்தியச் சிந்தனையாளர், சமூக சேவை பற்றி அவருடைய சித்தாந்தத்தைப் பற்றி எழுதியுள்ளார்.

சகோதரி சரளா சமூக சேவை செய்பவர்கள் மக்களுடன் மக்களாக, தனிப்பட்ட சலுகைகள் எதுவுமில்லாமல் வாழ வேண்டும் என்று விரும்பினார். வெளியில் தீவிரமாக இயங்கினாலும் அவரிடம் இருந்த ஆன்மிக எளிமை அவர் நடவடிக்கைகளில் தெரிந்தது. பெரிய நிறுவனங்களில் அவருக்கு நம்பிக்கை இல்லை. அவருடைய சுயநலமற்ற சேவையைக் கண்டு உத்தராகண்டிலுள்ள குமாவுன், கார்வால் பகுதியிலிருந்து ஆண்களும் பெண்களும் கிராம மக்களுக்குப் பணிசெய்ய முன்வந்தனர். நல்ல நிதியுதவியுடன், சிறப்பாக நிர்வகிக்கப்பட்டு நிபுணர்களால் நன்கு வடிவமைக்கப்பட்ட திட்டங்களை நிறைவேற்றும் தன்னார்வ அமைப்புகளில் சரளாவிற்கு நம்பிக்கை இல்லை. ஆனால் மக்களுடன் சேர்ந்து வாழும் கொள்கை பிடிப்புள்ள சிறிய குழுக்கள் செய்யும் பணி சிறக்கும் என்றார். பெரிய நிறுவனங்களின் பங்களிப்பு இரண்டாம் பட்சம்தான். சிறிய அமைப்புகளால் சமூக மாற்றத்தைச் சீக்கிரமே சிறப்பாகக் கொண்டு வர முடியும் என்றார். ஊரின் பெரியவர்கள் திட்டமிடுதலிலும், செயல்முறையிலும் தலையிடுவதை அவர் விரும்பவில்லை. அவர் எப்போதும் அதிகார பீடத்திலிருந்தும், பெயர் பெற்ற சமூக சேவை மையங்களிலிருந்தும் விலகியே இருந்தார்.[11]

1950களின் முடிவில், லட்சுமி ஆசிரமத்தில் பயின்ற பல பெண்கள் உத்தராகண்டில் பல இடங்களில் சிறு சிறு ஆசிரமங்களைத் தொடங்கினார்கள். சில பெண்கள் தனியாக இருந்து பணி செய்தனர். மற்றும் சிலர் தங்களுடன் பயின்ற காந்தியவாதிகளை மணந்துகொண்டனர். பள்ளிகள், சிறு மருத்துவ நிலையங்கள் நடத்தியும், ஜாதி, மத பேதங்களை மறக்கும்படி போதித்தும் கிராமத்து மக்களின் வாழ்வை மேம்படுத்த முயன்றனர். ஆனால் எங்கிருந்தாலும் அவர்கள் கௌசானியிலுள்ள ஆசிரமத்தில் இருந்த சரளாவுடன் தொடர்பு வைத்திருந்தார்கள். அவ்வப்போது தங்களது பணி தொடர்பாக அவரது ஆலோசனையைக் கேட்டனர்.[12]

ராதா பட் என்ற மாணவி திருமணம் செய்து கொள்ளாமல் வேலை செய்துகொண்டிருந்தார். அவர் தனது பதினெட்டாவது வயதில் பல திருமண வாய்ப்புகளை நிராகரித்துவிட்டு லட்சுமி ஆசிரமத்தில் சேர்ந்தவர். அவரது தந்தை, மற்ற மலைவாழ் ஆண்களைப் போலல்லாமல், ராதாவை

ஊக்குவித்தார். ராதா புத்திக் கூர்மையும், நல்ல உடல் பலமும் பெற்றவர். தனக்குப் பின் லட்சுமி ஆசிரமத்தை நடத்தக்கூடியவர் இவர்தான் என்று சரளா முடிவு செய்தார்.

விவசாயப் பின்புலத்திலிருந்து வந்த ஒரு பெண் தானாகச் சிந்தித்துத் தனியாக இயங்க முடியாது என்று மக்கள் நம்பியிருந்த அந்த உத்தராகண்ட் பகுதியில் காந்திஜியின் ஜெர்மானியச் சீடரான சரளா ஒரு புரட்சியையே உருவாக்கியிருந்தார். சரளாவின் வழிகாட்டுதல் மூலம் இந்த இமயமலைப்பகுதிப் பெண்கள் சமூக மாற்றத்தை உருவாக்கும் முகவர்களாகச் செயல்பட்டனர். ஒரு அறிஞர் சரளாவின் சாதனையைப் பற்றிப் பின்வருமாறு எழுதினார்.

> "1947இல் இந்தியா சுதந்திரத்தை நெருங்கிக்கொண்டிருந்த வரலாற்றுச் சிறப்பு மிக்க தருணத்தில், நாட்டின் ஒரு மூலையில் கிராமத்துப் பெண்களுக்கு முக்கியத்துவமும் இலக்கும் கொடுத்தார். அவர்களை உடன் சேர்த்துக்கொண்டு அவர்கள் ஒரு புதிய சமுதாயத்தை உருவாக்க முடியும் என்றார். தங்களைப் பற்றியும் அந்த மலைப்பிரதேசத்தின், நம் நாட்டின் முன்னேற்றத்திலும் தங்கள் பங்களிப்பு பற்றி அவர்களைச் சிந்திக்கவைத்தார். அந்த அனுபவம் இந்தப் பெண்களின் வாழ்க்கையை மாற்றியது."[13]

சரளாவின் பணி வேறு பலரின் வாழ்க்கையையும் மாற்றியது. ஆசிரமத்தில் படித்த பெண்கள் கிராமத்து மக்களுக்குக் கல்வியையும் மருத்துவக் கவனிப்பையும் கொடுத்தனர். சரளாவின் சக ஊழியர்கள் காடு பராமரிப்பு, மதுவிலக்கு போன்ற சமூக இயக்கங்களிலும் சேர்ந்து உழைத்தனர். குடிப்பழக்கம் இந்தக் கிராமங்களில் அதிகமாக இருந்தது. அதிலும் ராணுவத்திலிருந்து ஓய்வு பெற்று வந்த சிப்பாய்கள், தங்களது ஓய்வூதியத்துடன் வேலை ஏதும் செய்யாமல் குடியை நாடினர். இந்தக் குடிப்பழக்கத்தால் குடும்பத்திலும் கிராமத்திலும் அடிக்கடி சண்டை மூண்டது. சரளாவின் சீடரான விமலா நாட்டியாலும் அவரது கணவர் சுந்தர்லால் பகுகுணாவும் உத்தராகண்டில் மது விற்பனை, குடி இவற்றிற்கு எதிராகப் போராடினார்கள்.

சரளாவின் ஒரு மாணவி பின்வருமாறு எழுதினார்: "சரளா ஆணாதிக்கத்தை எதிர்த்து, பெண்களுக்கு அதிகாரம் அளிக்கும் அரசியல் பாணியை உருவாக்கியதுடன். காந்தியச் சிந்தனைக்கு ஒரு தீவிர நோக்கத்தைத் தந்தார். தாய்மையைப் போற்றித் தியாக மனப்பான்மையுடன் அன்புடன் ஆதரிக்கும் குணத்துடன், சமத்துவம், சுதந்திரம் போன்ற சமூக முன்னேற்ற விழுமியங்களையும் ஒன்றிணைத்து சரளா இயங்கினார்."[14]

சமூக சேவையில் இவரது கருத்துக்கள் உத்தராகண்டில் 1950களில் பணிபுரிந்த இன்னொரு ஆங்கிலேயப்பெண்மணி யான மீராவிடமிருந்து வேறுபட்டன. மீரா தனியாக இயங்கினார். அவர் அமைதியில்லாத ஆத்மா. ஒரு ஆசிரமத்தி லிருந்து இன்னொன்றுக்கும் ஒரு கருத்தாக்கத்திலிருந்து இன்னொன்றுக்குமாக மாறிக்கொண்டிருந்தார். ஆனால் சரளா நிறுவனங்களை உருவாக்குபவர். லட்சுமி ஆசிரமத்தை ஆரம்பித்த பின், அதில் பயிற்சி பெற்ற பெண்கள் பலர் உத்தராகண்டில் வெவ்வேறு இடங்களில் வேலைசெய்து மக்களிடையே மாற்றத்தைக் கொண்டுவர முயற்சித்தனர்.

மீரா 1925 இந்தியாவிற்கு முதலில் வந்தபோது, காந்தி தனது செயலாளர் மகாதேவ் தேசாயை அவருக்கு இந்தி கற்றுக்கொடுக்கப் பணித்தார். முப்பது ஆண்டுகளாக முயன்றும் அவரால் அந்த மொழியைச் சரியாகக் கற்றுக்கொள்ள முடியவில்லை. ஆனால் சரளா ஒரு இந்தியர்போல இந்தியை எழுதவும் பேசவும் செய்தார். உள்ளூர் மொழியான குமானியை யும் அவர் நன்றாகக் கற்றிருந்தார். மீராவைப் போலல்லாமல் சரளா இந்திய உடையான சல்வார், கமீஸ் அணிந்தார் (புடவையை விட நடப்பதற்கு இது எளிதாக இருந்தது). எந்த அளவிற்கு அவர் ஒரு இந்தியராக இருந்தார் என்பதற்கு அவரது சக ஊழியர் ஒருவர் ஒரு கதை சொன்னார். ஒருமுறை சரளா தடுக்கி விழுந்தபோது "ஓ மை காட்" என்று சொல்லாமல் "பாப் ரே பாப்" என்று இந்தியில் சொன்னார்.[15]

1960இல், காந்தியின் கருத்துக்கள் எவ்வாறு நடைமுறைப் படுத்தப்படுகின்றன என்றறிய ஒரு டச்சு சமூக சேவகி மாரி தாகர் (Marie Thoger) லட்சுமி ஆசிரமத்திற்கு வந்தார். பல ஆண்டுகள் கழித்து அவர் தாம் கண்டதை எழுதி வைத்தார்:

> சரளா உற்சாகத்துடன் இருந்தார். ஒருநாள் காலை நானும் அவரும் விடியற்காலையில் ஆசிரமத்தை விட்டுப் புறப்பட்டோம். தொலைவிலுள்ள ஒரு மலையில் ஆசிரமத்துப் பெண்கள் சிலர் புல் வெட்டிக்கொண்டிருந்த இடத்திற்குச் செல்ல சரளா விரும்பினார். ஆனால் அந்த மலைப்பகுதி மிகவும் செங்குத்தாக இருந்ததால் அந்த நிலத்தின் சொந்தக்காரர்கூடப் புல்லைச் சேகரிக்கவில்லை. ஆனால் ஆசிரமத்துப் பசுக்களுக்குத் தீவனம் வேண்டியிருந்ததால் இந்தப் பெண்கள் அங்கு சென்றிருந்தார்கள். ஒரு வாரமாக அங்கு அவர்கள் தங்கியிருந்தார்கள். அவர்கள் எப்படியிருக்கிறார்கள் என்று அறிந்துகொள்ள சரளா விரும்பினார்

அந்தக் காலைநேரத்தை என்னால் மறக்கவே முடியாது. அந்த திருசூல் மலையில் பனி பெய்திருந்ததோ என்னவோ. மலை முகட்டில் பனி படர்ந்திருந்தது. காலைக் கதிரவனின் ஒளி அந்த மலை மேல் பட்டு இளம்சிவப்பு வண்ணமாகத் தோன்றியது. அங்கிருந்த பைன் காடு இருண்டிருந்தது. காரூர் பள்ளத்தாக்கு பசுமையாக இருந்தது. அவை உன்னதமான தருணங்கள். சரளா ஒரு மலைப்பெண் போல வேகமாக நடந்துகொண்டு, ஆசிரமத்தைப் பராமரிப்பது பற்றியும் அங்கே மேற்கத்தியப் பழக்கங்கள் எதுவும் வராமல் பார்த்துக்கொள்ள வேண்டியதைப் பற்றியும் பேசினார்."

அந்த நிலப்பகுதியின் அழகையும் ஆசிரமத்தில் நடக்கும் பணியையும் மாரி மிகவும் புகழ்ந்து பேசியபோது சரளா சொன்னார்: "நீங்கள் ஏன் திரும்பிப் போக வேண்டும்? இங்கேயே இருந்துவிடுங்கள். நாம் இந்த மலைகளை மாற்றுவோம்." ஆனால் மாரி திரும்பிப் போக விரும்பினார்.

"சரளாவின் வார்த்தைகள் எனக்கு ஊக்கமூட்டுவதாக இருந்தன. சரளா வலிமையற்ற எளிய மலைவாழ் மக்களின் சார்பில் அமைதியான போராட்டத்தின் நினைவு என்னில் தங்கியது" என்று மாரி எழுதினார்.[16]

மாரி தாகர் திரும்பிப்போய் சில நாட்களில் ஸ்காட்லாந்தைச் சேர்ந்த பில் ஆட்கின் (Bill Aitken) லட்சுமி ஆசிரமத்திற்கு வந்துசேர்ந்தார். இவர் காந்தியைப் பற்றித் தனது எம்.ஏ. பட்டத்திற்கு ஆய்வுசெய்திருந்தார். இவர் இங்கு பல ஆண்டுகள் தங்கியிருந்து, சிறுவர்களுக்குப் பாடம் கற்றுக் கொடுப்பதிலிருந்து தோட்டத்திலும் சமையலறைப் பணியிலும் எனப் பல வேலைகள் செய்தார். பல ஆண்டுகள் கழித்து அவர் ஆசிரமத்து அன்னையை நினைவுகூர்ந்தார்: "சரளா பார்ப்பதற்கு அழகாயில்லாவிட்டாலும், கடவுள் அவருக்கு அதைவிட மேலான நேர்மையைக் கொடுத்திருந்தார். தனது லட்சியங்களை முழுமனதாகக் கடைப்பிடித்த வேறு யாரையும் நான் கண்டதில்லை. அவர் எந்தக் கொள்கைகளைப் பற்றிப் பேசினாரோ, அதை முழுவதுமாகக் கடைப்பிடித்தார்."[17]

"சரளாவை மிகவும் எரிச்சல் அடையச் செய்தது அவரது வேலைக்கு இடையூறாக அவ்வப்போது தில்லியிலிருந்து வரும் பார்வையாளர்கள்" என்று ஆட்கின் எழுதினார்.[18]

"சரளா சற்றுப் பிடிவாதக்காரராக இருந்தாலும், அவரது சிறப்பு என்னவென்றால் நாட்டின் அறவழி முன்னேற்றத்தை மட்டுமே மனதில் கொண்ட ஒரு நேர்மையான பிரஜையாக இருந்ததுதான்."[19]

III

1962ஆம் ஆண்டு இந்தியாவிற்கும் சீனாவிற்கும் மூண்ட எல்லைப்போரில் இந்திய ராணுவம் முழுவதுமாகத் தோற்கடிக்கப்பட்டது. பாதுகாப்புத் தேவைகளை மேம்படுத்த, காலம் தாழ்ந்த முயற்சியாக உத்தராகண்டில் மூன்று புதிய மாவட்டங்கள் உருவாக்கப்பட்டன. தேரி காட்வால், பௌரி காட்வால், அல்மோரா மாவட்டங்களிலிருந்து உத்தரகாசி, சமோலி, பித்தோரகார் என்ற மாவட்டங்கள் உருவாயின. சீனாவால் பிடிக்கப்பட்டிருந்த திபெத்தை ஒட்டி இருந்த இந்தப் புது மாவட்டங்கள் 'உட்கோட்டுப் பகுதி (Inner Line Areas) என்று வகைப்படுத்தப்பட்டன. அதில் இந்திய நாட்டவர் மட்டுமே நுழைய முடியும். மற்றவர்களுக்கு உள்ளே செல்ல அனுமதி கிடையாது.

இந்த நூலில் இடம்பெறும் ஏழு புரட்சியாளர்களில், சரளா ஒருவர்தான் இந்தியாவிற்கு வந்த பிறகு தன் சொந்த நாட்டிற்குத் திரும்பிப் போகவில்லை. தனது சொந்த நாடாக சுவீகரித்துக் கொண்ட இந்தியாவின் மேம்பாட்டில் அவருக்கு அவ்வளவு ஈடுபாடு. இருந்தாலும் அவர் இந்தியக் கடவுச்சீட்டு பெற எந்த முயற்சியும் எடுத்துக்கொள்ளவில்லை. தன்னை உலகக் குடிமகளாக அவர் கருதினார். சட்டத்தின் கண்களில் அவர் வெளிநாட்டவர்தான். ஆகவே அவர் முன்புபோல அந்த மலைப்பிரதேசத்தில் எங்கு வேண்டுமானாலும் சுற்றிப் பயணிக்க முடியாது. 1962க்குப் பிறகு, இந்த மூன்று மாவட்டங்களில் எந்த ஒன்றில் நுழைய வேண்டுமானால், சரளா அரசிடம் அனுமதி பெற வேண்டும். இப்படி விண்ணப்பிக்க அவருக்கு விருப்பம் இல்லை.

காந்தியுடன் கடைசியாகப் பேசியபோது, தன் வாழ்நாளில் இருபது ஆண்டுகளை இமயமலையில் சமூக சேவை செய்வதில் கழிப்பேன் என்று வாக்குறுதி கொடுத்திருந்தார். அதை அவர் நிறைவேற்றினார். ஆசிரமத்தை, தான் தெரிந்தெடுத்த வாரிசான ராதா பட் சிறப்பாக நடத்துவார் என்ற நம்பிக்கையில் 1965ஆம் ஆண்டு சரளா டென்மார்க்கிற்கு அங்குள்ள முன்னேற்றச் சிந்தனையுள்ள பள்ளிகளைக் காணச் சென்றார். அடுத்த ஆண்டு அவர் ஆசிரமத்தை ராதாவிடம் ஒப்படைத்தார்.

லட்சுமி ஆசிரமத்தின் தலைமையை ராதா ஏற்றுக்கொண்ட சில நாட்களுக்குப் பின் ஜோஷிமத் நகரில் காந்திய (சர்வோதய) ஊழியர்களின் கூடுகை ஒன்று நடந்தது. பத்ரிநாத் ஆலயத்திற்கு அருகிலுள்ள இந்த ஊர் உள்கோட்டுப் பகுதியில் இருந்தது. சரளாவிற்கு சர்வோதயத் தலைவர் பகுகுணா அனுமதிச் சீட்டு

வாங்கித் தருவதாகக் கூறியிருந்தார். டில்லியிலிருந்த சரளா, தேவேந்திர குமாருடன் காரில் பயணப்பட்டார். அலக்நந்தா நதியில் கரையில் உள்ள, பழைய காட்வால் ராஜ்யத்தில் தலைநகரான ஸ்ரீநகரில் இரவு தங்கினார்கள். தனக்கு உள்கோட்டு அனுமதி மறுக்கப்பட்டது என்ற செய்தி சரளாவிற்கு இங்கே கிடைத்தது. ராதா பட்டும் ஜோஷிமத்திற்குச் செல்வதற்காக காசௌனியிலிருந்து ஸ்ரீநகர் வந்து சேர்ந்திருந்தார். தனது ஆசான் சரளா கண்ணீரைக் கட்டுப்படுத்த முடியாமல் அழுது கொண்டிருப்பதைக் கண்டார். எந்த நாட்டிற்காக அவர் அவ்வளவு சேவை செய்தாரோ அதே நாடு அவரை 'அன்னியராக' நடத்துவதை அவரால் ஏற்க முடியவில்லை. தனது மாணவி விமலா பகுகுணா நடத்தும் சில்யாரா ஆசிரமத்திற்குச் சென்றுவிட்டு அங்கிருந்து, மலையை விட்டே போய்விடுவதாக ராதாவிடம் சொன்னார். அவரை லட்சுமி ஆசிரமத்திற்கு வந்து அங்கிருக்கும் மாணவிகளிடம் தான் ஏன் ஆசிரமத்தை விட்டுச் செல்கிறேன் என்பதை விளக்கி, விடைபெற்றுச் செல்லுமாறு ராதா அவரைக் கேட்டுக்கொண்டார்.[20] உத்தராகண்டிலிருந்து சரளா பிகாருக்குச் சென்று அங்கு கிராமப் புனருத்தாரணம், நில வினியோகம் ஆகியவற்றில் ஈடுபட்டிருந்த காந்தியவாதிகள் குழுவுடன் சேர்ந்தார். 1967இல் பிகாரில் பஞ்சம் தலைவிரித்தாடிக் கொண்டிருந்தது. அந்த மலைவாழ் மக்கள் இதுவரை அனுபவித்திராத வறுமையை அவர் நேரில் கண்டார். பிகாரில், சரளா ஜெயப்பிரகாஷ் நாராயணனை (ஜேபி என்றறியப்பட்டவர்) சந்தித்தார். சுதந்திரப் போராட்டத்தில் தீவிரமாக இயங்கி, பின்னர் சோஷலிஸ்டாகப் பயணித்து, பின்னர் கட்சி அரசியலை விட்டுப் பூமிதான இயக்கத்தில் ஜேபி சேர்ந்திருந்தார். வினோபா பாவேயுடனும் அவரது ஊழியர்களுடனும் சரளா மத்தியப் பிரதேசத்தில் பிரயாணம் செய்தார். பின்னர் தானாகவே கர்நாடகத்தில் பயணித்து, தென்னிந்தியாவை முதன்முதலாக அறிந்துகொண்டார்.[21]

மத்திய இந்தியாவில் பயணித்தபோது சரளா தனது லட்சுமி ஆசிரமத்து மாணவிகளுக்கு அடிக்கடி இந்தியில் கடிதங்கள் எழுதிக்கொண்டிருந்தார். 'எனது அன்புள்ள குழந்தைகளே' என்று ஆரம்பித்து, பேச்சு மொழியில். உரையாடல்போல் அமைந்த இந்தக் கடிதங்களில் அவர் கண்ட நிலப்பரப்புகள், பயிரிடல் பற்றிய விவரங்கள், மக்களின் பழக்க வழக்கங்கள் இவற்றைப் பற்றி எழுதினார். தான் கண்ட புதிய இடங்களில் வரலாறு, புவியியல், கலாச்சாரம் ஆகியவை உத்தராகண்டைவிட எவ்வாறு வேறுபட்டிருக்கின்றன என்று இவர்கள் தனது மாணவர்களுக்கு எழுதினார். சில சமயம் அவர்களது சமூக உணர்வைத் தூண்டும் வகையில் கடிதம் எழுதினார். மத்தியப் பிரதேசத்தில் மாண்ட்லா

என்ற ஊரிலிருந்து எழுதிய கடிதத்தில் அங்கிருந்த ஆதிவாசிப் பெண்களின் சுதந்திர உணர்வைப் போற்றி எழுதினார். இந்து சமூகத்துப் பெண்கள் போல அடங்கிக் கிடப்பதில்லை என்பதைச் சுட்டிக்காட்டினார். நாடு முழுவதும் செய்தியான நாகபுரி மதக்கலவரத்திற்குப் பின் எழுதிய கடிதத்தில் ஒருவருடன் ஒருவர் பழகும் போது மத, ஜாதி அடையாளங்களை மறந்துவிட வேண்டும் என்றும் ஆசிரமத்துப் பெண்களை வேண்டிக்கொண்டார்.

இந்தக் கடிதங்களைப் படிக்கும்போது சுற்றுச்சூழல் பற்றிய சரளாவின் அக்கறை தீவிரமாவதைக் காண முடிகிறது. எடுத்துக்காட்டாக, கோசி நதிக்குக் குறுக்கே கட்டப்பட்ட அணைக்கட்டுகளால் இயற்கையான நீர்ப்போக்கு தடைப்பட்டு, நீர் தேங்கிப் பயிரும் மரங்களும் நாசமானதைக் குறிப்பிடுகிறார். பூச்செடிகளையும் புதர்களையும் கவனித்தார். சில சமயம் பூக்களைப் புத்தகத்தில் வைத்துத் தட்டையாக்கி, பதனப்படுத்தி, லட்சுமி ஆசிரமத்திலுள்ள தன் மாணவிகளுக்கு அனுப்புவார். அந்த மலர்கள் மணத்தை இழந்துவிட்டாலும், அதைப் பார்த்து அதன் அழகை ஓரளவாவது அவர்கள் உணர முடியுமென்று நினைத்தார்.[22]

இந்தக் கடிதங்கள் மூலமும் அவரது தன்வரலாறு மூலமும் அவர் வினோபா பாவேயைப் போற்றினார் என்பது தெரிகிறது. வினோபாவின் தாங்கும் திறனையும் கற்கும் திறனையும் சரளா வியந்தார். வினோபா இருபத்திரண்டு மொழிகள் அறிந்தவர். அவரை இரண்டாவது காந்தியாக சரளா கண்டார். தனது அன்பு சார்ந்த கொள்கையாலும் தியாகத்தாலும் முற்றும் துறந்த நிலையாலும் அவரால் சுதந்திர இந்தியாவை மாற்ற முடியுமென்று நினைத்தார். "வினோபாவிற்குத் தொடர்ந்து புதிய புரிதல்கள் கிடைக்கின்றன" என்றார். பூதான முகாம் ஒன்றைப் பற்றி அவர் பின்வருமாறு எழுதினார்: "வினோபா வசிக்கும் இடத்திலிருப்பது உற்சாகமூட்டுவதாக உள்ளது. ஆன்மிக அன்பு சார்ந்த குண்டு தயாரிக்கும் பரிசோதனைச் சாலை போல அந்த இடம் இருக்கிறது" என்று எழுதினார். வினோபாவின் "இந்தப் பூமிதான இயக்கம் உலகின் வருங்காலத்திற்கு காந்தியின் சத்தியாக்கிரகம்போல முக்கியமானது. சொல்லப்போனால் சுதந்திரத்திற்குப்பின் இந்த இயக்கம் சத்தியாக்கிரகத்தின் தொடர்ச்சியாகத் தோன்றுகிறது."[23]

இதில் கவனிக்க வேண்டியது என்னவென்றால், சரளா போன்று இந்தியா வந்து பணி செய்த மீராவிற்குப் பூமிதான இயக்கத்தைப் பற்றி ஒரு தயக்கம் இருந்தது. வினோபாவையும்

பூமிதானத்தையும் அவர் உற்சாகமாக எதிர்கொள்ளவில்லை. தனது இயல்பிற்கேற்ப அவர் தன் நிலைப்பாட்டைப் பொதுவெளியில் வைத்தார். *இந்துஸ்தான் டைம்ஸ்* இதழில் ஒரு கட்டுரை எழுதினார். காந்தி தனக்குப் பிடித்த திட்டமான கதரைப் பரப்புவதற்கு அகில இந்திய நூற்போர் சங்கம் (All India Spinners Association) என்ற ஒரு அமைப்பை உருவாக்கினார். அதற்கு நாட்டின் ஒவ்வொரு மாவட்டத்திலும் கிளை இருந்தது. அதேபோல, பூமிதான இயக்கத்தை ஆதரிப்பவர்கள் கொடையாக அளிக்கப்பட்ட நிலம் முறையாக விவசாயத்திற்குப் பயன்படுத்தப்படுகிறதா என்று கவனிக்க அகில இந்திய உழவர் சங்கம் (All India Ploughman's Association) ஒன்றைத் தொடங்க வேண்டும் என்று மீரா 1955இல் எழுதினார். பூமிதான இயக்கம் பல ஆண்டுகளாகச் செயல்பட்டுக்கொண்டிருந்தது. வினோபாவும் அவரது சகாக்களும் எந்த ஒரு நிறுவனத்தையும் உருவாக்கவில்லை என்பதை மீரா சுட்டிக்காட்டி, "அவர்கள் வெறும் "பரப்புரையாளர்கள்தான்", காந்தி மாதிரி காரியத்தை முடிப்பவர்கள் அல்லர்" என்றார். "காந்தி தனது செயல்திட்டத்தை எவ்வாறு கையாண்டார் என்பதைக் கவனித்தால், பூமிதான இயக்கத்தில் என்ன குறை என்பது தெரியும்" என்று எழுதினார். காந்தி தனது கதர் செயல்திட்டத்தைத் தீட்டும் முன் நூல் நூற்றல், நெய்தல் பற்றி ஆழமாக ஆய்வுசெய்தார். மாறாக, வினோபா பாவேயும் அவரது சக ஊழியர்களும் நில வினியோகத் தளத்திற்கும் விவசாயத்தைப் பற்றி முன் ஆய்வு எதுவும் செய்யாமல் இறங்கிவிட்டனர் என்றார். நிலக் குத்தகை முறை, வேறுபட்ட நிலச்சுவான்தார்கள், குடியானவர்கள், நிலங்களில் உள்ள வேறுபாடுகள் இவற்றைப் பற்றி ஏன் இவர்கள் இயக்கத்தைத் தொடங்கும் முன்னரே ஆராயவில்லை? "நிலத்தைப் பற்றியும் அது சார்ந்த சிக்கலான பிரச்சினைகளையும் நன்கு புரிந்து கொள்ளாமல், நிலத்தை விவசாயிகளிடமிருந்து கேட்டு வாங்கி, நிலமற்ற குடியானவர்களுக்குத் தானமாகக் கொடுக்க, உங்களுக்கு எவ்விதமான தார்மீக உரிமையும் கிடையாது" என்றார்.[24]

சரளாவைப்போல மீரா வினோபா பாவேயை ஒரு இரண்டாம் காந்தியாகக் கருதவில்லை. காந்தியோடு பல ஆண்டுகள் பழகியதால் வந்த புரிதல் இது. சரளா சில தருணங் களில் மட்டும் காந்தியைச் சந்தித்திருக்கிறார். ஆனால் மீராவோ, பாபுவின் உள்வட்டத்தில் இருந்து, ஏறக்குறைய இருபது ஆண்டுகள் அவர் எவ்வாறு வேலை செய்தார் என்பதைக் கவனித்திருக்கிறார். இதேகாலகட்டத்தில் வினோபா பாவேவையும் மீரா நன்றாக அறிந்துகொண்டார். சேவாகிராமத்தில் இருந்த போது அவருடன் பல முறை பேசி பூமிதானத்தைப் பற்றித்

தெரிந்துகொண்டார். காந்தி ஒரு லட்சியவாதி மட்டுமல்ல; செயலாக்கம் கொண்டவர். ஆனால் வினோபா லட்சியவாதி மட்டுமே.

வயது ரீதியாகவும், அரசியல் ரீதியாகவும் மீராவின் சமகாலத்தவர் வினோபா பாவே. சுதந்திரப் போராட்டத்தின் போது அவர்கள் காந்தியின் நிழலில் வளர்ந்தார்கள். ஆனால் சரளாவிற்குப் பல ஆண்டுகள் வினோபா மூத்தவர்; சர்வோதய இயக்கத்தில் அவர் தலைவராக மட்டுமின்றி அவருக்கு ஆசானாகவும் இருந்தார். அத்துடன், வினோபாவின் அறிவும் துறவு வாழ்க்கையும் சரளாவின் கண்களுக்கு அவரது குறைகளை மறைத்தன.

IV

1967, 1968ஆம் ஆண்டுகளில் சரளா இந்தியாவைச் சுற்றிப் பயணித்தபோது, தான் வாழ்ந்திருந்த மலைப்பகுதியை அடிக்கடி நினைத்துக்கொண்டாலும், திரும்பிச் செல்ல விரும்பவில்லை. மத்திய இந்தியாவில் காந்திய ஊழியர்கள் குறைவாக இருந்தனர். அங்கேயே தங்கிச் சிலரைப் பயிற்றுவிக்கும்படி சரளா கேட்டுக் கொள்ளப்பட்டார். அது மட்டுமல்ல... உத்தராகண்டின் உள்ளே செல்ல முடியாமல் தடுக்கப்பட்டதை அவரால் மறக்க முடியவில்லை. ஏப்ரல் 1967இல் ராதா பட்டிற்கு ஒரு கடிதத்தில் கீழ்க்கண்டவாறு எழுதினார்: "இப்போது அங்கு திரும்பிவரும் மனநிலையில் நான் இல்லை. சீன எல்லைக்கருகே எங்கேயும் செல்ல எனக்கு விருப்பம் இல்லை."[25]

இதற்குப் பதிலெழுதிய ராதா கடந்தவை கடந்தவையாக இருக்கட்டும் என்றார். ஆனால் சரளா தனது முடிவை மாற்றிகொள்ளவில்லை. அந்த மூன்று மாவட்டங்களுக்குள் செல்ல தனக்கு விதிக்கப்பட்ட தடை நீக்கப்படும்வரை தான் உத்திராகண்டுக்கு வர முடியாது என்றார். 1942இல் சுதந்திரப் போராட்டத்தின் போது தான் மன்னிப்பு கேட்க மறுத்து, வெப்பமான லக்னோவில் ஓராண்டு சிறையிலிருந்ததை நினைவூட்டினார். என் சுயமரியாதை எந்த விதமான சமரசத்தையும் செய்யவிடாது என்றார்.[25]

சரளா சமவெளியில் சஞ்சரித்துக்கொண்டிருந்த போது லட்சுமி ஆசிரமத்தின் மாணவிகளும் ஊழியர்களும் அந்த மலைப்பகுதியில் மதுவுக்கு எதிராகப் போராடிக் கொண்டிருந்தார்கள். தொலைவிலிருந்து இதைப் பெருமையுடன் சரளா கவனித்துக்கொண்டிருந்தார். மதுக்கடைகளை மூடுவது முதல் படிதான். சமூகப் பார்வைகளை மாற்றுவதே நமது

நோக்கம் என்று ராதாவிற்கு எழுதினார். குடிசைத் தொழில்கள் மேல் கவனம் செலுத்தும்படி சொன்னார். வருமானமும் வேலைவாய்ப்பும் மலைப்பகுதிக்குள்ளேயே உருவாக்கப்பட வேண்டும் என்று எழுதினார்.[26]

சரளா இந்தியாவின் குறுக்கும் நெடுக்குமாக, பிகாரிலிருந்து மத்தியப் பிரதேசத்திற்கு, அங்கிருந்து கர்நாடகாவிற்கு, பிறகு புறப்பட்ட இடத்திற்கெனப் பயணித்துக்கொண்டிருந்தார். 1968இல் பதினெட்டு மாதங்கள் பிரயாணம் செய்து, வார்தா மாவட்டத்தில் பௌனாரில் இருந்த வினோபா பாவே ஆசிரமத்திற்கு வந்து சேர்ந்தார். இடையறாத பயணம் தனது உடல்நலத்தைப் பாதிக்கிறது என்று ராதாவிற்கு இங்கிருந்து எழுதினார். தினமும் புதிய ஆட்களைச் சந்திப்பது தனக்குப் பழக்கமில்லை என்றார். தனது உடல் நலிந்துள்ளது என்றும் மனதும் சோர்வாக இருக்கிறதென்றும், எதிர்காலம் எப்படி இருக்கும் என்று தெரியவில்லை என்றும் எழுதினார்.[27]

மூன்று மாதங்கள் கழித்து, பெங்களூரிலிருந்து அவர் ராதாவிற்கு எழுதினார்: ஓரிடத்திலிருந்து இன்னொன்றுக்கு இந்திய ரயில்வேயால் இட்டுச்செல்லப்படும்போது ஒரு கால்பந்து போல் நான் உணருகிறேன் என்றார். ஓரிடத்தில் தங்கி, இத்தகைய பயணங்களில் கிடைக்காத ஆன்மிக அமைதியைத் தேடுவதாகக் கூறினார்.[28]

தன் குருவின் மனவருத்தத்தை உணர்ந்த ராதா அவரை எப்படியாவது அவர் தனது சொந்த ஊராக ஏற்றுக்கொண்ட மலைப் பிரதேசத்திற்கு வரச்செய்ய வேண்டும் என்று நினைத்தார். ஆனால் சரளாவோ தனக்கு அங்கு சில இடங்களில் பயணிக்க விதிக்கப்பட்ட தடை இருக்கும்வரை தான் வர முடியாதென்றார். சரளாவிற்கு இந்தியக் கடவுச்சீட்டு வாங்கிவிட்டால், அதாவது இந்தியக் குடியுரிமை பெற்று விட்டால், பிரச்சினை தீர்ந்துவிடும் என நினைத்தார் ராதா. தேவேந்திர குமாரைக் கலந்தாலோசித்தபோது, அவர் இந்தியத் துணைப் பிரதமராக இருந்த மொரார்ஜி தேசாயைச் சந்திக்கச் சொன்னார். மொரார்ஜி தீவிர மதுவிலக்கு ஆதரவாளர். தாங்கள் உத்திராகண்டில் மதுவுக்கு எதிரான இயக்கத்தைச் சேர்ந்தவர்கள் என்று சொல்லி அவரைச் சந்திக்க நேரம் கேட்கும்படி தேவேந்திர குமார் கூறினார். அதே வழியைப் பின்பற்றி, ராதாவும் சில ஊழியர்களும் மொரார்ஜி தேசாயைச் சந்தித்து தாங்கள் கள்ளுண்ணாமைக்காகச் செய்யும் வேலை பற்றிக் கூறினார்கள். அவர்கள் செய்யும் பணியை மெச்சிய மொரார்ஜி என்ன உதவி செய்ய வேண்டும் என்று கேட்டார்.

சரளா தனக்கு எழுதிய கடிதங்களைக் காட்டி, அவர் பயணிக்க முடியாத நிலையை விளக்கினார். அதைக் கேட்ட மொரார்ஜி உள்துறை அமைச்சர் ஒய். பி. சவானிடம் பேசி, சரளாவிற்கு உடனே கடவுச்சீட்டிற்கு ஏற்பாடு செய்யச் சொன்னார்.

இந்தியக் குடியுரிமை பெற வருடக்கணக்கில் ஆகும் காலகட்டத்தில், ராதா பட்டின் முயற்சியாலும், மொரார்ஜியின் உதவியாலும் சரளாவிற்கு வேண்டிய ஆவணங்கள் ஒரு மாதத்தில் கிடைத்தன. என்றாலும் ஒரு சிக்கல் தோன்றியது. உள்துறை அமைச்சகம் அனுமதி கொடுத்திருந்தாலும், சரளா பித்தோரகர் நகருக்குச் செல்ல முயன்றபோது, எல்லை சோதனைச் சாவடியில் தடுத்து நிறுத்தப்பட்டார். தங்களுக்கு எந்தத் தகவலும் வரவில்லை என்றனர் அதிகாரிகள். சரளா மிகவும் கோபத்துடன், தான் மறுபடியும் காட்டிக் கொடுக்கப்பட்டதைப் போல் உணர்ந்து, ஆசிரமத்திற்குத் திரும்பினார். நல்லவேளையாக தில்லிக்கு ஒரு தொலைபேசி அழைப்பு, அங்கிருந்து பித்தோரகார் கலெக்டருக்கும் ஒரு அழைப்பு பிரச்சினையை முடித்து வைத்தது. அதன் பிறகு அவர் அந்தப் பிரதேசத்தில் தடையின்றிப் பயணிக்க முடிந்தது.[29]

உத்திராகண்டில் சரளா மறுபடியும் மதுவிலக்கு, வனத்துறை சம்பந்தமான இயக்கத்தில் ஈடுபட்டார். 1969ஆம் ஆண்டு அவர் சில மக்களுடன் அந்த மாநிலத் தலைமை வன உயிரினக் காப்பாளரைச் சந்தித்து மாநிலத்து வனக்கொள்கையிலுள்ள சில பிரச்சினைகளைப் பற்றிப் பேசினார். செல்வந்தர்களான வணிகர்களுக்குக் காட்டில் மரம் வெட்டும் குத்தகையைக் கொடுக்கக் கூடாது என்றும் உள்ளூர் கூட்டுறவு அமைப்பு களுக்குக் காடுபடு பொருட்களைச் சேகரிக்க முன்னுரிமை கொடுக்கப்பட வேண்டும் என்றும் கேட்டுக்கொண்டார்கள். சில நாட்கள் கழித்து சரளா சில பெண்களுடன் உத்தரப் பிரதேசத்தின் முதல் பெண் முதலமைச்சரான தனது முன்னாள் நண்பரான சுசேதா கிருபளானியைச் சந்திக்கச் சென்றார். அவர்களது கதையைக் கேட்ட முதலமைச்சர் பல இடங்களில் கள்ளுக் கடைகளை மூடினார்.[30]

1969ஆம் ஆண்டு அக்டோபர் 2ஆம் தேதி காந்தியின் நூறாவது பிறந்த நாளை பெரினாக் என்ற ஒரு சிறு மலை ஊரில் கொண்டாட முடிவு செய்தார். இந்த ஊரில் அவரும் அவரது சகாக்களும் கிராமத் தற்சார்பு சேவைச் சங்கம் (கிராம் ஸ்வராஜ்ய சேவா சங்) நிறுவ உதவி செய்திருந்தனர். அந்தக் குளிர்காலத்தில் அவர் குமானில் வெவ்வேறு கிராமங்களுக்குப் பயணம் செய்து, தினமும் மாலை ஒரு கூட்டத்தில் கிராம மேம்பாடு பற்றியும் காந்தியின் செய்தி பற்றியும் பேசினார். அவருக்கு அப்போது வயது

அறுபத்தைந்திற்கு மேல் என்றாலும் தினமும் பத்து, பன்னிரண்டு கிலோமீட்டர் ஒரு குக்கிராமத்திலிருந்து இன்னொன்றுக்கு நடந்தே சென்று, அங்கு கிடைக்கும் உணவை உண்டு, அங்குள்ள விவசாயி ஒருவரின் குடிசையிலோ அல்லது வெட்டவெளியிலோ தூங்கினார். ஒரு முறை அவர் அறுந்துபோன தன் செருப்பைக் கையிலெடுத்துக்கொண்டு அடுத்த கிராமத்தில் அதை தைத்துப் போடும்வரை வெறுங்காலில் நடந்து சென்றார். அவரது சக ஊழியர் ஒருவர் அவரது துணிச்சலையும் ஈடுபாட்டையும் கவனித்த கிராமத்து மக்கள் அவரைப் போற்றினார்கள் என்று எழுதுகிறார். ஒரு வெள்ளைக்காரி, காந்தியின் லட்சியங்களால் உந்தப்பட்டு, அவர்களுக்குச் சேவை செய்யவும், வழிகாட்டவும் வந்திருப்பதைக் கண்டு வியந்தனர்.[31]

1970இல் காட்வால் பகுதியில் அலக்நந்தா நதியில் பெரும் வெள்ளம் வந்தது. பயிர், கால்நடை, வீடுகள், மனிதர் என்று எல்லா மட்டங்களிலும் அழிவு மிகுந்திருந்தன. அலக்நந்தா பள்ளத்தாக்கில் இயங்கிக்கொண்டிருந்த தாசௌலி கிராம் ஸ்வராஜ்ய மண்டல் என்ற நிறுவனத்தைச் சேர்ந்த சர்வோதயா ஊழியர் சாந்தி பிரசாத் பட், காடுகள் அழிக்கப்பட்டதால்தான் வெள்ளம் உருவாகியது என்றார். சரளாவும் அதையேதான் சொன்னார். 1971 ஜூலை மாதம் சர்வோதயா ஊழியர்கள் கூட்டமொன்றில் பேசிய அவர் காடு செழித்திருந்தால்தான் மனித குலம் பிழைத்திருக்கும் என்றார். அடுத்த மாதம், சாந்தி பிரசாதும் அவரது நிறுவனமும் இயங்கிய கோபெஷ்வர் என்ற இடத்திற்குச் சென்றார். அங்கே ஆண்களும் பெண்களும் சிறார்களும் நிறைந்த ஒரு பெருங்கூட்டம் மதுவிலக்கிற்காகவும், தீண்டாமை ஒழிப்பிற்காகவும், வனத்தை வணிக நோக்கங் களுக்காகப் பயன்படுத்துவதை எதிர்க்கவும் கூடியிருந்தனர். சரளா அந்தக் கூட்டத்தில் பேசினார்.[32]

மலைக்குக் கீழே, சமவெளியில் ஜெயபிரகாஷ் நாராயண், மத்தியப் பிரதேசத்திலுள்ள சம்பல் பள்ளத்தாக்கில் இருந்த பயங்கர கொள்ளைக்காரர்களைச் சரணடையவைக்கும் முயற்சியில் ஈடுபட்டிருந்தார். இதில் அவருக்கு நல்ல வெற்றியும் கிடைத்தது. சரணடைந்து, ஆயுதங்களைக் கைவிட்டு, சிறைவாசம் அனுபவித்து பின்னர் சமூகத்தில் ஒரு அங்கமாக வாழப் பல கொள்ளைக்காரர்கள் முன் வந்தனர். ஜெயபிரகாஷின் பணியின் விளைவைக் கண்டு வியந்த சரளா, அவரும் கொள்ளையர்களுக்கு மறுவாழ்வு அளிக்கும் பணியில் தன்னையும் ஈடுபடுத்திக்கொண்டார். ஏறக்குறைய நானூறு கொள்ளையர்கள் சரணடைந்து இப்போது சிறையில் இருந்தனர். சரளா அவர்களைத் தினமும் சந்தித்து எவ்வாறு அவர்கள் சமூகத்துடன் இணையலாம்

என்று போதித்தார். அவரது சுறுசுறுப்பான நடையும், உற்சாகமான மனநிலையும் அவரது வயதைக் குறைத்துக் காட்டின. அதேபோல் அவரது தெளிவான இந்திப் பேச்சும், இந்திய உடையும் அவர் ஒரு ஆங்கிலேயர் என்ற அடையாளத்தை மறைத்தது. மாஜி கொள்ளைக்காரர்களுக்கு சரளாவை மிகவும் பிடித்துப்போனது. அவர்களுக்குத் தேவையான உடை, மருந்துகள், பிடித்தமான உணவு ஆகியவை கிடைக்க ஏற்பாடு செய்தார். ஒரு சக ஊழியர் ஏன் திருடர்களுக்கு இப்படி உதவி செய்கிறாய் என்று கேட்டபோது சரளா கோபத்துடன் பதிலளித்தார்: "உன்னைப்போல அவர்களும் மனிதர்கள்தாம். பொருளாதாரச் சிக்கலில் மாட்டிக்கொண்டு அவர்கள் குற்றவுலகில் தள்ளப்பட்டார்கள்."[33]

எழுபதுகளின் ஆரம்பத்தில் சரளா நல்ல இதமான காலநிலை கொண்ட பெல்காம் நகரில் தங்கிவிடலாம் என்று நினைத்தார். இந்த ஊர் காந்தியுடன் சம்பந்தப்பட்டது என்பது ஒரு காரணம். இங்கு தான் 1924இல் காந்தி முதன்முதலாக காங்கிரஸ் தலைவராகத் தெரிந்தெடுக்கப்பட்டார். (அதுவே கடைசி முறையாகவும் அமைந்தது.) இந்தச் சமயத்தில் அவர் தமிழ்நாட்டில் சிறிதுகாலம் சர்வோதய ஊழியர்கள் சிலருடன் செலவிட்டார். காந்தியவாதி கிருஷ்ணம்மாள் ஜகந்நாதன் வீட்டிற்குச் சென்றிருந்தபோது கடுமையான வெப்பத் தாக்குதலுக்கு ஆளானார். அப்போது கிருஷ்ணம்மாள், சரளாவின் நண்பரான கைத்தான் அவரைக் கொடைக்கானலுக்குக் கூட்டிச்சென்றார். மலையில் சில நாள் இருந்தது அவர் உடல் நலத்தைப் பழைய நிலைக்குக் கொண்டு வந்தது. சரளா தனது குமாவுன் வீட்டிற்கு ஏங்க ஆரம்பித்தார்.[34] பெல்காமில் தங்கும் எண்ணத்தைக் கைவிட்டுவிட்டுத் தனக்கு எப்போதும் பிடித்த மலை வீட்டிற்குத் திரும்ப முடிவு செய்தார்.

இமயமலையில் தன்னிடத்திற்குத் திரும்பியவுடன் சரளா காட்டைப் பாதுகாக்க மக்கள் நடத்தும் இயக்கத்தைக் கவனித்தார். இந்த இயக்கத்தை சாந்தி பிரசாத் பட் முன்னிருந்து நடத்திக்கொண்டிருந்தார். ஜெயபிரகாஷ் நாராயண்போலவே சாந்தி பிரசாத் பட்டும் தன் சக ஊழியர்களை அணைத்து வழிநடத்துவதைக் கவனித்தார்.[35] அவருடைய தலைமையில் 1973ஆம் ஆண்டு இன்று சிப்கோ அந்தோலன் என்றறியப்படும் இயக்கம் பிறந்தது. அலக்நந்தா பள்ளத்தாக்கிலிருந்த கிராமங்களில் விவசாயிகள் மரங்களை வளைத்துக் கட்டிப் பிடித்துக் கொள்வோம் என்று மிரட்டி அவை வெட்டப்படு வதைத் தடுத்தனர். இந்த எதிர்ப்பு பற்றிய செய்தி குமானிலிருந்த சரளாவை எட்டியது.

சரளாவிற்கு இப்போது வயது எழுபதற்கு மேலாகியிருந்தது. உடல் உபாதைகள் ஆரம்பித்துவிட்டன. முந்தைய காலம் போலப் பயணம் செய்வது சிரமம் என்றுணர்ந்தார். ஒரே இடத்தில் தங்கிப் பணியாற்ற வேண்டிய நிலை. அந்த இடம் லட்சுமி ஆசிரமத்திற்கு அருகே இருக்கக் கூடாது. ஏனென்றால் ராதா பட் தனது வேலையைத் தடங்கல் இன்றி செய்ய உதவ வேண்டும் என்று நினைத்தார். சரளாவின் சக ஊழியர் சதன் மிஸ்ரா, அவருக்கு பித்தோரகார் மாவட்டத்தில் தரம்கார் என்ற கிராமத்தில் ஒரு நல்ல இடம் பார்த்துக் கொடுத்தார். இங்கு செல்ல லட்சுமி ஆசிரமத்திலிருந்து நான்கு மணி நேரம் பயணிக்க வேண்டும். 1974இல் இந்த இடத்தில் சரளா குடியேறினார். பனி போர்த்திய மலைமுகடுகள் தெரியும் அந்த வீட்டிற்கு ஹிம் தர்ஷன் (பனிப் பார்வை) என்று பெயரிட்டார். வீடு எழிலார்ந்த வனத்தால் சூழப்பட்டிருந்தது. இங்கு அவர் படிப்பதிலும் எழுதுவதிலும் காலத்தைக் கழித்தார். நாட்டிலுள்ள மற்ற காந்தியவாதிகளுடனும் வெளிநாட்டிலுள்ள நண்பர்களுடனும் உத்தராகண்டிலுள்ள ஊழியர்களுடனும் தொடர்புகொண்டு இங்கேதான் சரளா வாழ்ந்தார்.

16

ஏறுநடை போடும் கைத்தான்

கைத்தான், வினோபா பாவே, ஜகந்நாதன்

I

1947ஆம் ஆண்டு. ஆகஸ்டு 15ஆம் தேதி இந்தியா சுதந்திரமடைந்தது. இரண்டு மாதங்கள் கழித்து, காந்தியவாதிகள் மூன்று பேர் ஒன்று சேர்ந்து, கிராமக்கல்வி மற்றும் ஆராய்ச்சிக்காகத் திண்டுக்கல் அருகே ஒரு மையத்தை நிறுவினார்கள். இதில் இருவர் கணவர் – மனைவி. டி.எஸ் சௌந்தரம் மருத்துவர். அவரது கணவர் ஜி. ராமசந்திரன் ஒரு எழுத்தாளர். மருத்துவர் சௌந்தரம் தொழிலதிபரும்கூட. பணக்காரக் குடும்பத்தைச் சேர்ந்தவர். அவர்கள் அவருடைய பணிக்கு நன்கொடை அளித்தனர். அந்த மையம் அமைந்த இடத்திற்குப் பெயர் "காந்தி கிராமம்."

அதனுடைய குறிக்கோள் சிறப்பான கல்வி, மருத்துவ வசதி, நல்ல விவசாய முறைகள் இவற்றின் மூலம் கிராமப் புனருத்தாரணம் செய்வதுதான்.[1]

காந்தி கிராமத்தின் மூன்றாவது நிறுவனர் கைத்தான். அவர் இப்போதுதான் அமெரிக்காவிலிருந்து தன் குடும்பத்துடன் திரும்பி வந்திருந்தார். மருத்துவர் செளந்தரத்திற்குச் சொந்த ஊர் மதுரைதான். ஆகவே அவருக்கு இந்தப் புரட்சிப் பாதிரியை முன்னரே தெரியும். கைத்தான் அங்கு நிலம் வாங்கி, கிராமியக் கல்வி சார்ந்த பல்கலைக்கழகத்திற்குத் திட்டமிட்டார். அது காந்தியின் பெயருக்கேற்ப உன்னதமாக இருக்க வேண்டும் என்று விரும்பினார். இந்த வேலையில் அவர் மிகுந்த ஈடுபாட்டுடன் இயங்கினார். காந்திகிராமின் வேளாண்மை கண்காணிப்பாளரின் மகள் கைத்தானைப் பற்றி நினைவுகூர்ந்தார். கிணற்றிலிருந்து அவரே நீர் இறைத்து, வாளியில் எடுத்துச் சென்று மரக்கன்றுகளுக்கு ஊற்றுவார். அவர் நடத்திய மழலையர் பகல் காப்பகத்தைப் பற்றியும் ஞாயிற்றுக்கிழமைகளில் சர்வமத பிரார்த்தனை நடத்தியது பற்றியும் பேசினார். இந்தியனாக மாறிய இந்த அமெரிக்கரின் விவசாயத்தைப் பற்றிய அறிவை அவர் வியந்தார்.[2]

சீனா போலல்லாமல், இந்தியாவில் குடியானவர்கள் மனிதக் கழிவை உரமாகப் பயன்படுத்துவதேயில்லை. ஜாதி சார்ந்த கட்டுப்பாடுகள் இதைத் தடுத்தன. கைத்தான் தன் சக ஊழியர்களுக்கு மனிதக் கழிவை மண்ணின் தரத்தை உயர்த்த எவ்வாறு பயன்படுத்துவது என்று சொல்லிக்கொடுத்தார். மனிதர் வாழும் இடத்திலிருந்து சிறிது தூரத்தில் நீண்ட குழி வெட்டி, அதன் மேல் தகரத்தாலான தனித்தனிக் கழிவறைகள் வைக்கப்பட்டன. ஒவ்வொரு நாளும் மனிதக் கழிவுடன், சமையற்கட்டிலிருந்து வரும் காய்கறி மீதமும் இந்தக் குழியில் கொட்டப்பட்டு மூடப்பட்டது. சில மாதங்களில் அந்தக் குழி நிரம்பியதும், கழிவறைகள் வேறு இடத்திற்கு நகர்த்தப்படும். கொட்டப்பட்ட கழிவு சில மாதங்களில் மக்கி சிறந்த உரமாக மாறிவிடும். அது நிலங்களுக்கு அனுப்பப்படும். இந்த உரம் நல்ல பயனைத் தந்தது. காந்தி கிராமத்தின் நிலத்தில், வேதியல் உரம் போட்டுப் பயிர்களை வளர்த்த மற்ற நிலங்களைவிட அதிக விளைச்சல் கிடைத்தது.[3]

கைத்தான் வயல்களில் வேலை செய்ததுடன், அலுவலகத்திலும் காந்திகிராமத்தின் நோக்கம், பாடத்திட்டம் பற்றி எழுதிக்கொண்டிருந்தார். அவரது ஆவணங்களில் ஒன்றில்,

காந்திகிராமம் ஒரு முழுப் பல்கலைக்கழகமாக மாறத் திட்டம் தீட்டிக்கொண்டிருந்தார்.

காந்திகிராமம் நிறுவியது

பயிற்சி நிலையம், பெண்களுக்கு முன்னுரிமை, கிராம முன்னேற்றம். இன்னொரு சாந்திநிகேதன் ...

1. உடல் நலம் & மருத்துவம், கிராம சுகாதார நிலையங்கள்
2. பல்நோக்குக் கூட்டுறவுச் சங்கங்கள்
3. குழந்தைகள் காப்பகம்
4. பெண்களுக்கு சேவா ஆசிரமம்
5. விவசாயம், பால் பண்ணை.[4]

II

காந்தி கிராமம் நிறுவப்பட்டுச் சில மாதங்களில் மகாத்மா காந்தி கொலை செய்யப்பட்டார். இந்தச் செய்தியைக் கைத்தான் எவ்வாறு எதிர்கொண்டார் என்பது பதிவு செய்யப்படவில்லை. ஆனால் சில மாதங்கள் கழித்து, காந்தியின் வாழ்க்கையிலிருந்தது என்ன பாடங்களைக் கிறிஸ்தவ ஆசிரமங்களைச் சார்ந்த கிறிஸ்தவர்கள் கற்றுக்கொள்ள வேண்டுமென கைத்தான் எழுதிய ஒரு கட்டுரை நம்மிடம் உள்ளது.

இந்தியாவின் புனிதர்களுள்,தீர்க்கதரிசிகளுள் முக்கியமானவர் காந்தி என்ற புகழ்ச்சியுடன் அந்தக் கட்டுரையை ஆரம்பித்தார். கிறிஸ்தவ ஆசிரமங்களுக்குக் காந்தியின் மரணம் எழுப்பும் ஆறு கருத்தாக்கங்கள்பற்றிக் கூறினார்.

முதலாவது "பற்றற்ற வாழ்க்கை." காந்தி பொருள் முதல்வாதத்தை விமர்சனத்திற்குள்ளாக்கினார். "டாலர், பவுண்டின் வலிமையை"ச் சுட்டிக்காட்டினார். காந்தியின் சுயநலமற்ற வாழ்க்கையை ஆசிரமக் கிறிஸ்தவர்கள் பின்பற்ற வேண்டும்.

இரண்டாவது அணுயுகத்திலும் விசுவாசம் அவசியம் என்று காந்தி காண்பித்தார். தனிப்பட்ட முறையிலும் கூட்டாகவும் கிறிஸ்தவ ஆசிரமவாசிகளின் இறை ஈடுபாடு இன்னும் தீவிரமாக இருக்க வேண்டும்.

மூன்றாவது, எல்லா மதங்களையும் மதிப்பது. அவரது பிரார்த்தனைக் கூட்டங்களில் எல்லா மதங்களின் பிரதிகளும் சமமான முக்கியத்துவம் அளித்து வாசிக்கப்பட்டன. காந்தியின்

சொந்த வாழ்வில் சார்லஸ் ஆண்ட்ரூஸ், கஃபார் கான் அல்லது எந்தச் சமயத்தையோ கலாச்சாரத்தையோ சார்ந்தவராயினும் அவர் காந்திக்குச் "சத்தியத்தின் நண்பர்". கைத்தான் ஒருமுறை கூறினார்: '

"மதமாற்றம் எனும் தீய செய்கை பொதுவாகக் கிறிஸ்தவ ஆசிரமங்களில் கிடையாது. என்றாலும் தேவையிலிருப்பவர்கள் யாவருக்கும் அன்புடன் ஆதரவாக இருந்த ஏசு கிறிஸ்துவைவிட, தாக்கும் மனப்பான்மை கொண்ட, குழுவாதக்காரரான பால் (Paul) கிறிஸ்தவர்களால் ஏற்றுக்கொள்ளப்படுகிறார் என்று எண்ணுகிறேன்."

நான்காவது பாடம், ஒரு இணைப்புப் பாலமாகச் செயல்பட்ட காந்தியின் வாழ்க்கை. சுதந்திரத்திற்கும் நீதிக்கும் பாடுபட்டார். அதே சமயம் ஜாதி, தாழ்த்தப்பட்டவர், இந்து, முஸ்லிம், வெள்ளையர், மற்றவர் எனச் செயற்கை வேறுபாடுகளால் பிரிக்கப்பட்ட அனைவரையும் ஒப்புரவால் ஒன்றிணைக்க முயன்றார். இது நிச்சயமாகக் கிறிஸ்துவ ஆசிரமவாசிகள் கடைப்பிடிக்க வேண்டிய ஒன்று. "ஆசிரமத்தின் மூலமாகவோ அல்லது ஆசிரம இயக்கத்தின் மூலமாகவோ மதம், வகுப்புவாதம், குழுவாதம், சார்ந்த பூசல்களுக்குத் தீர்வுகாண உதவ முடியாதா?" என்று கைத்தான் கேட்டார்.

ஐந்தாவது தேசத்தை வளர்ப்பவர்களுக்கு. "காந்தி நாட்டிற்குச் சுதந்திரம் வாங்கிக்கொடுத்தார். ஆனால் வெறும் அரசியல் சுதந்திரம் மட்டுமே போதுமானதல்ல. இந்தியர்கள் பொருளாதார, சமூக, சமய, கலாச்சார சுதந்திரம் இவற்றை யாவருக்கும் பெற்றுத்தர வேண்டும்" என்று கைத்தான் எழுதினார். கிறிஸ்தவ ஆசிரமங்கள் நில விநியோகம், ஆதாரக்கல்வி இவை மூலம் காந்தியின் எண்ணங்களை முன்னெடுக்க வேண்டும் என்றார்.

ஆறாவது பாடம் 'சத்தியாக்கிரகம்'; காந்தியின் சிறப்புக் கருத்தாக்கம். கைத்தான் தான் பல ஆண்டுகளுக்கு முன் காந்தியைச் சந்தித்ததை நினைவுகூர்ந்தார். "அவரது காலடியில் அமர்ந்து அவருக்கு நாம் எவ்வாறு உதவ முடியும்" என்று கேட்டேன்; அதற்குக் காந்தி சொன்னார், "நான் இப்போதுதான் அகிம்சை உத்தியை ஆரம்பித்துள்ளேன். இதை முன்னெடுத்துச்செல்ல உதவுங்கள்" என்றார். காந்தி மறைந்துவிட்டார். இந்தியா இப்போது காலனித்துவத்திலிருந்து விடுபட்டுவிட்டது. "உலகெங்கும் சுதந்திரத்திற்காகவும் நீதிக்காகவும் நடக்கும் போராட்டம் இவ்வளவு தீவிரமாக இருந்ததில்லை. சுரண்டப்படுபவர்கள் சற்று அயர்ந்தால், பலர் கூச்சலிட்டுக்

கிளப்பிவிடுவார்கள். ஆனால் மனித கண்ணியத்திற்கு மதிப்புத் தராமல் சுயநலத்திற்காகவே இயங்குவார்கள்" என்றார்.

கிறிஸ்தவ ஆசிரமக்காரர்களை, எழுந்து பணியில் ஈடுபடுங்கள் என்ற அறிவுரையுடன் கைத்தான் தன் கட்டுரையை முடித்தார்.

> இந்தத் தலைமுறையிலேயே தன்னை மீட்டெடுக்கக் கிறிஸ்தவ சமயத்திற்கு நல்ல வாய்ப்பு இருக்கிறதென்று நான் நம்புகிறேன். உண்மையான சத்தியாக்கிரகிகளாக நாம் எல்லா மனிதருக்கும் சுதந்திரம் கிடைக்கும்படி ஒரு புரட்சியை உண்டாக்கினால்தான் இது முடியும். சிறப்பான இளைஞர்களை இந்த உத்தி மூலம் நம்மிடம் ஈர்க்க முடியும். நல்ல நோக்கத்துடனும் அர்த்தத்துடனும் வாழும் வாழ்க்கையை யார்தான் புறக்கணிப்பார்கள். ஆனால் நான் ஒரு இளைஞனாக இருந்தால் இன்றைய சராசரி ஆசிரமமோ, திருச்சபையோ எனக்குத் தேவை யான உற்சாகத்தைத் தரும் என்று நம்பவில்லை. நாம் இருக்கும் வசதியான இடத்தை விட்டுவிட்டு, நீதிக்கும் சுதந்திரத்திற்குமான மக்களின் மாபெரும் இயக்கத்தை முன்னிருந்து நடத்த வேண்டும்.[5]

1949ஆம் ஆண்டில் ஜனவரி மாதம், காந்தியின் மறைவின் முதலாம் ஆண்டு நினைவு தினத்தன்று, *ஹரிஜன்* இதழில் தானும் தனது சக ஊழியர்களும் மகாத்மாவிற்கு எவ்விதமான மரியாதை செய்யப்போகிறோம் என்று எழுதினார். காஷ்மீர் தொடர்பாக இந்தியாவிற்கும் பாகிஸ்தானுக்கும் போர் மூண்டு முடிந்த பின், சில அமைச்சர்கள் இந்தியாவில் பள்ளிகளிலும் கல்லூரிகளிலும் கட்டாய ராணுவப் பயிற்சி அளிக்கப்பட வேண்டும் என்று ஆலோசனை கூறினார்கள். இளைஞர்களுக்குச் சமூக மேம்பாட்டு வேலையில் பயிற்சி அளிக்க வேண்டுமென்று கைத்தான் கூறினார்.

> இங்கு காந்தி கிராமத்தில் வரும் விடுமுறை நாட்களில் ஒரு பட்டறை நடத்த இருக்கிறோம். கல்லூரி மாணவர்கள் இங்கு வந்து ஒரு கூட்டுறவு விவசாயக் குடியிருப்பைக் கட்ட உதவி செய்யலாம். இதில் வசிக்க வரும் விவசாயிகளுடன் சேர்ந்து அவர்கள் வேலை செய்யலாம். மண் அரிப்பைத் தடுக்க மண் திட்டுகளையும் அணைகளையும் அவர்கள் கட்டலாம். இங்கு நடப்பட்டிருக்கும் பழம் தரும் மரங்களுக்கு நீரூற்றலாம். இதனால் அவர்களுக்கு வருங்காலச் சந்ததிக்கு உழைக்கும் எண்ணம் தோன்றும்.[6]

1951ஆம் ஆண்டு ஜூலை மாதம் கிராமப்புற இந்தியாவில் பணி செய்ய விரும்பிய ஒரு அமெரிக்க மருத்துவர், கைத்தானைச்

சந்திக்க காந்தி கிராமம் வந்தார். அங்கு செய்யப்படும் பணிகள் அவரை ஈர்த்தன. அதைப் பற்றி அவர் எழுதினார்:

> "மாணவர்களும் சிப்பந்திகளும், ஜாதி மத வேறுபாடின்றி வரவேற்கப்படுகிறார்கள். எல்லாச் சமயங்களும் ஏற்றுக்கொள்ளப்பட்டாலும், தினசரி பிரார்த்தனை காந்திய முறையில் நடத்தப்படுகிறது. மத வேறுபாடோ அல்லது செய்யும் தொழிலால் வேறுபாடோ ஏற்கப்படுவதில்லை. ஒன்றாகச் சாப்பிடவும், பிரார்த்தனை செய்யவும் கூடுகிறார்கள். சமையல் வேலையையும் சுத்தம் செய்யும் பணியையும் ஒன்றாகச் சேர்ந்து செய்கிறார்கள். ஒரு மணிநேரம் நூல் நூற்கிறார்கள். எரு போடுதல், அறுவடை போன்ற வேலை வந்தால், மற்ற பணிகளை விட்டுவிட்டு எல்லோரும் சேர்ந்து உழைக்கிறார்கள். அமெரிக்காவில் மாணவர் முகாமை நடத்தும் ஆசிரியர்களுக்கு இது புரியும். ஆனால் இந்தியாவிற்கு இம்முறை மிகவும் புதியது."[7]

காந்தி கிராமத்திற்குள் ஜாதி, மத வேறுபாடுகள் கிடையாது. ஆனால் அந்த நிறுவனத்திற்கு வெளியே இருந்த மக்கள் சமய அடையாளங்களில் சிக்கி இருந்தனர். 1951–52ஆம் ஆண்டு குளிர்காலத்தில், இந்தியாவில் பொதுத்தேர்தலுக்குப் பிரச்சாரம் தொடங்கியது. வேட்பாளர்கள் ஜாதி அடையாளத்தில் வாக்குகள் கேட்பதைக் கண்டு கைத்தான் அதிர்ச்சி அடைந்தார். *ஹரிஜன்* இதழில் யாரைத் தேர்ந்தெடுப்பது என்ற தலைப்பில் எழுதிய ஒரு கட்டுரையில் கைத்தான் வர்க்க பேதமற்ற, ஜாதி வேறுபாடற்ற சமூகம் காந்தியின் நோக்கமாக இருந்ததை நினைவுகூர்ந்தார். வரும் இரண்டு மாதங்களில் வேட்பாளர்கள் நம்மிடம் ஓட்டு வேண்டி வரும்போது கேட்க வேண்டிய சில கேள்விகள் பற்றி கைத்தான் எழுதினார். அந்தக் கேள்விகள்: "வேட்பாளர் பொருளாதாரச் சமத்துவத்தில் நம்பிக்கை உடையவரா? அதை அடைவதற்கு அவர் என்ன செய்யப் போகிறார்? சமூகச் சீர்திருத்தம் ஒவ்வொன்றையும் ஆதரிக்கப் போகிறாரா? பெண்ணுக்கும் ஆணுக்கும் சம உரிமை என்ற கருத்தை ஆதரிப்பாரா? மாசற்ற, நல்ல சுற்றுச்சூழல் இருக்க வேண்டும் என்கிறாரா? உடல்நலத்தையும் சுற்றுப்புறத் துப்புரவையும் மேம்படுத்த அவர் என்ன செய்திருக்கிறார்? எல்லோருக்கும், அவர்கள் வாழ்க்கைக்கேற்ற கல்வி என்ற கருத்தை நம்புகின்றாரா? ஆதாரக் கல்வியை முழுமனதாக ஆதரித்து அதை இந்த மாநிலத்தில் அறிமுகப்படுத்தப்படுவதை ஆதரிப்பாரா?"

வேட்பாளர்களை ஓரிடத்தில் கூட்டி இம்மாதிரி கேள்விகளைக் கேட்குமாறு காந்தியவாதிகளைக் கேட்டுக்கொண்டார். "தேர்தலை நாம் அவ்வாறு அணுகுவது சர்வோதயக்

கருத்துக்களுக்கு ஏற்றதாக இருக்கும். ஆரம்பத்திலிருந்தே தேர்தலை ஒரு உயர்ந்த நிலையில் வைக்க வேண்டும்."[8]

III

மதுரைக்குப் புதிதாய் வந்த, முன்னேற்றக் கருத்துகள் கொண்ட பேராயர் லெஸ்லி நியூபிகின் (Bishop Leslie Newbegin) கைத்தான் காந்தி கிராமத்தில் சேர்ந்த சிறிது நாட்களில், மறுபடியும் அவரைத் திருச்சபைக்குள் அழைத்துக்கொண்டார். மறுபடியும், முந்தைய நாட்கள் போல, கைத்தான் தென்னிந்தியத் திருச்சபையில் (Church of South India) பாதிரியாகச் சேர்ந்தார். ஆனால் அவர் தனது கிராமப்புற ஊழியத்தில் மதமாற்றத்தைத் தவிர்த்தார்.

"வறுமையிலிருக்கும் எல்லாக் கிராம மக்களுக்கும்" சேவை செய்வது அவரது நோக்கமாயிருந்தது. அவர் தேவாலயத்தில் ஆராதனை செய்த அதே காலத்தில், காந்திய முறையில் சர்வமதப் பிரார்த்தனைகளையும் நடத்தினார்.[9]

1955ஆம் ஆண்டு கைத்தான், திண்டுக்கல்லிலிருந்து 30 கிமீ தொலைவில் ஒட்டன்சத்திரம் எனும் கிராமத்தில் ஒரு சிறிய மருத்துவமனையை நிறுவும் முயற்சியில் தன்னை இணைத்துக்கொண்டார். அந்த இடம் மிகக்குறைந்த மழை பெய்யும் வறண்ட பகுதி. அங்கு எந்த மருத்துவ வசதியும் இல்லை. இந்த முயற்சியில் முக்கியமான பங்களிப்பு மருத்துவர் ஏ.கே. தரியனுடையது (A.K.Tharian). அவர் மாணவராக, 1940இல், கைத்தானைச் சந்தித்தபோது அவரது கருத்துக்களால் ஈர்க்கப்பட்டார். மருத்துவத் தொழிலில் பணம் ஈட்டுவதை நாடாமல், கிராமத்து மக்களுக்குத் தன் வாழ்வை அர்ப்பணித்தார். ஒரு சிறிய அறையில் ஆரம்பிக்கப்பட்ட "கிறிஸ்தவ ஐக்கிய மருத்துவமனை" இன்று ஒரு பெரிய, நூற்றுக்கணக்கான படுக்கைகள் கொண்ட நவீன சிகிச்சைகளை அளிக்கும் நிறுவனமாக வளர்ந்துள்ளது. கைத்தான் அடிக்கடி ஒட்டன்சத்திரம் சென்று அங்குள்ள (எல்லாச் சமயங்களையும் சேர்ந்த) தொழிலாளிகளையும் விவசாயிகளையும் சந்தித்தார்.[10]

கைத்தான் கடைசிவரை கிறிஸ்தவராகவே இருந்தார். ஸ்டோக்ஸ் மாதிரி அவர் இந்துவாகிவிடவில்லை. ஆனால் மதமாற்ற விஷயத்தில் கைத்தான் உறுதியாக இருந்தார். பிரிட்டீஷார் காலத்தில் தாழ்த்தப்பட்ட சாதியினர், உழைப்பாளிகள் இவர்களுக்குப் பொருளுதவி ஏதாவது செய்து அவர்களை மதம் மாற்றும் பழக்கம் அவருக்கு இருந்தது. இதைக் கைத்தான் ஏற்றுக்கொள்ளவில்லை. 1953ஆம் ஆண்டு எழுதிய கட்டுரையில் இப்படி எழுதினார் "இந்த விஷயத்தில் இந்துக்கள்

விழிப்புடன் இருக்கிறார்கள். இப்போது சுதந்திரம் வந்துவிட்டதால் அவர்கள் பிரச்சினைகளுக்குப் பொறுப்பேற்கிறார்கள். இம்மாதிரியான செய்கைகளை ஏற்றுக்கொள்ள மாட்டார்கள்."

இந்தியாவிலுள்ள திருச்சபைகளைப் பற்றிப் பின்வருமாறு எழுதினார்.

> இங்கு திருச்சபையில் பணிபுரிபவர்களுக்கு ஒரு முக்கிய மானப் பொறுப்பு இருக்கிறது. ஒருவர் கிறிஸ்தவராவதற்கு எவ்விதமான பொருள் சார்ந்த ஆதாயமும் அளிக்கப்படக் கூடாது. எவருக்காவது நாம் உதவி செய்ய முற்பட்டால் அது, ஜாதி, மதம் சாராமல், அவர்களது தேவைக்கேற்ப இருக்க வேண்டும்.[11]

காந்தி கிராமத்தில் கைத்தானின் நெருங்கிய நண்பராக இருந்தவர் சங்கரலிங்கம் ஜகந்நாதன் என்ற ஒரு சமூகச் சேவகர். கைத்தானுக்குப் பதினைந்து ஆண்டுகள் இளையவரான ஜகந்நாதன் கைத்தானை முதன்முதலாக 1930களில், காந்தியையும் கிறிஸ்துவையும் வழிகாட்டிகளாகக் கொண்டிருந்த திருப்பத்தூர் கிறிஸ்துகுல ஆசிரமத்தில் சந்தித்தார். ஜகந்நாதன் பெங்களூருக்குக் குடிபெயர்ந்து அங்கு கைத்தானுடன் தொழிலாளிகளின் குழந்தைகளுக்குக் கல்வி கற்றுத்தரும் பணியைச் செய்தார். 'வெள்ளையனே வெளியேறு' இயக்கத்தின்போது ஜகந்நாதன் கைதுசெய்யப்பட்டார். கைத்தான் நாடு கடத்தப்பட்டார். 1947இல் கைத்தான் அமெரிக்காவிலிருந்து திரும்பியபோது இருவரும் மீண்டும் சந்தித்தார்கள். ஜகந்நாதன் காந்தி கிராமத்திற்குச் சென்று, கைத்தானுடன் கட்டுமானத் தொழிலாளிகளுக்கு முறையான பயிற்சி அளிக்க ஒரு மையத்தைத் தொடங்கினார். அந்தக் கட்டடத்தைக் கைத்தான் வடிவமைத்தார். இருவரும் சேர்ந்து, கற்களைச் சுமந்து அஸ்திவாரம் இட்டனர். ஜூலை 1950இல் நிலச்சுவான்தர்களான் தேவர் குலத்தைச் சேர்ந்த ஜகந்நாதன், நிலமற்ற, தலித் குடும்பத்தைச் சேர்ந்த கிருஷ்ணம்மாள் என்ற பெண்ணை மணந்தார். கைத்தான் நடத்திய சர்வமதச் சடங்கில் அவர்கள் திருமணம் நடந்தேறியது. கதரால் ஆன மாலைகளை மாற்றிக்கொண்டு, உண்மை, அகிம்சை இரண்டிற்கும், ஒருவருக்கொருவரும் விசுவாசமாயிருப்போம் என்று உறுதியெடுத்துக்கொண்டனர்.[13]

ஏப்ரல் 1953இல் அப்போது மதராஸ் ராஜதானி முதல்வராயிருந்த ராஜாஜி, கைத்தானுக்கு அவரும் அவரது சக ஊழியர்களும் காந்தி கிராமத்தில் செய்யும் பணியை மெச்சி ஒரு கடிதம் எழுதினார். அதற்கு கைத்தான் எழுதிய பதில் கடிதம் இந்தியா தன்னைப் புதுப்பித்துக்கொள்ளும்

முயற்சியில் எவ்வளவு தூரம் அவர் தன்னையும் இணைத்துக் கொண்டிருக்கிறார் என்பதைக் காட்டியது. ஒரு அண்ணன் தன் தம்பிக்குத் தரும் ஆசீர்வாதமாக அந்தக் கடிதத்தைக் காண்பதாக எழுதினார். "நாட்டின் மதிப்பிற்குரிய தலைவர், ஒரு சிறு குழுவிற்கு அவர்கள் செய்யும் வேலையைப் பற்றி எழுதுவது உற்சாகமூட்டுவது."[14]

கைத்தான் தான் எடுத்துக்கொண்ட பணியை முடிக்க, இந்து, கிறிஸ்தவர் என்று வேறுபாடு பார்க்காமல் ஊழியர்களைத் தெரிந்தெடுத்துக்கொண்டிருக்கும் போது, அவருக்கும் அவரது மனைவிக்குமுள்ள உறவில் விரிசல் ஏற்பட்டது. கைத்தான் இந்தியாவிலிருந்து முதல் முதலாக அமெரிக்கா திரும்பியபோது 1930களில் மில்ரெட் மெக்கீ (Mildred McKie) என்ற அமெரிக்கப் பெண்ணை மணந்தார். கைத்தான் இந்தியா திரும்பியபோது மில்ரெட்டும் அவருடன் வந்து இந்தியாவில் இருபது ஆண்டுகள் பெங்களூரிலும் காந்தி கிராமத்திலும் இருந்தார். இங்குதான் அவர்களது குழந்தைகள் பிறந்தன. கைத்தான் மாணவர்களையும், சமூக ஊழியர்களையும் பயிற்றுவித்துக்கொண்டிருந்தபோது மில்ரெட் மருத்துவராகப் பணிசெய்தார்.

1947இல் அவர்கள் இந்தியா திரும்பிய பின், மில்ரெட்டும் கைத்தானும் காந்தி கிராமம் சென்றனர். அவர்களுடைய பிள்ளைகள் கொடைக்கானலிலுள்ள அமெரிக்கப் பன்னாட்டுப் பள்ளிக்கு (American Interntaional School) விடுதி மாணவர்களாக அனுப்பப்பட்டனர். அவர்கள் விடுதிக்குப் போய்விட்ட பிறகு, மில்ரெட் 'சாதாரண உபாதைகளுக்கு இயற்கை மருத்துவம்' (Natural Aids for Common Ills) என்ற சிறிய நூல் ஒன்றை எழுதினார். இதில் இயற்கை வைத்தியம் பற்றிக் காந்தியின் கருத்துக்களுடன், யோகம், மண் குளியல் போன்றவை பற்றி எழுதியிருந்தார். கைக்குத்தலரிசி பயன்பாட்டுடன், நிறையக் காய்கறிகளையும் சாப்பிட்டால், நவீன மருந்துகளை நாட வேண்டியிருக்காது என்றார்.[15]

சில ஆண்டுகளுக்குப் பின், மில்ரெட்டுக்கு இந்திய வாழ்வு அலுத்துவிட்டது. தனக்குக் கலாச்சார ரீதியிலும் மற்ற அம்சங்களிலும் பழக்கமாயிருந்த அமெரிக்க வாழ்விற்கு ஏங்கினார். ஒரு நண்பர் சொன்னார் "அவரது கணவரின் துறவி போன்ற எளிமை அவருக்குப் பிடிக்கவில்லை."[16] தனியாக ஒரு குடும்பமாக வசிக்க வேண்டுமென்று மில்ரெட் விரும்பினார். ஆனால் கைத்தான் காந்தி கிராமத்தில் மற்ற எல்லா ஊழியர்களுடனும் வாழ வேண்டும் என்று விரும்பினார்.

அவர் மில்ரெட்டை உதாசீனப்படுத்தினாரோ? அல்லது மில்ரெட் தனது குழந்தைகளின் எதிர்காலம் அமெரிக்காவில்தான் இருக்கிறது என்று எண்ணினாரோ என்னவோ? நம்மிடம் இது பற்றிய விவரம் ஏதும் இல்லை. 1950களின் கடைசி ஆண்டுகளில் அவர்கள் பிரிந்தார்கள். மில்ரெட் அமெரிக்கா திரும்பினார். அவரது இரண்டு பிள்ளைகள் அங்கே படிப்பைத் தொடர்ந்தார்கள். அவர்களது மூத்த மகள் வேலூர் சி. எம். சி. மருத்துவக் கல்லூரியில் படித்து, மருத்துவராகி இந்தியாவில் சிறிது காலம் வேலை செய்த பின்னர் அவரும் அமெரிக்காவிற்குத் திரும்பிவிட்டார்.

கைத்தானுக்கு அமெரிக்காவிற்குத் திரும்பிச் செல்லக் கொஞ்சமும் விருப்பமில்லை. அவருக்கு இந்தியாவின்பாலும் அவர் இங்கு செய்யும் வேலையிலும் மிகுந்த ஈடுபாடு. ஆனால் ஒரு புதிய நாட்டுடன் தன்னை இணைத்துக்கொள்வதன் விளைவுகளை அவர் எதிர்கொள்ள வேண்டியிருந்தது. உடலளவிலும், குடும்பத்தை விட்டுப் பிரிந்து இருப்பதால் உருவான ஏக்கத்தாலும் அவர் பாதிக்கப்பட்டார். மில்ரெட் போன பின், அவருடன் வேலை செய்த ஒரு இளைஞர், காந்தியவாதி கைத்தான் தன் மனைவியின் பிரிவால் வாடினார் என்று என்னிடம் கூறினார். "அவ்வப்போது மில்ரெட்டின் புடவைகளை எடுத்துத் திரும்பத் திரும்ப மடித்து வைப்பார்" என்றார்.[17] "அவர்களது பிரிவும் பின்னர் மணமுறிவும் கைத்தானுக்கு மிகுந்த மனவலியைக் கொடுத்தன" என்று ஏ. கே. தரியன் கூறினார்.[18]

IV

மில்ரெட் இந்தியாவை விட்டுப் போன பின்பு காந்தியவாதிகள் ஜகந்நாதனும் கிருஷ்ணம்மாளும் கைத்தானை தங்கள் உடன்பிறந்தவராக ஏற்றுக்கொண்டனர். கைத்தான் அவர்களுடன் வசித்தார். 1956இல் இந்த மூவரும் வினோபா பாவேயுடன் தமிழ்நாட்டில் நிலக்கொடை கேட்டு நடைப்பயணம் மேற்கொண்டார். வினோபாவின் அர்ப்பணிப்பால் கைத்தான் ஈர்க்கப்பட்டார். தான் மற்ற எல்லா வேலைகளையும் விட்டுவிட்டு பூமிதான இயக்கத்தில் உழைக்கப்போவதாகத் தன் நண்பர் ஒருவருக்கு எழுதினார். முதலில் நிலப்பிரபுக்களிடம் பேசி, நிலம் கொடுக்க அவர்களை இணங்கவைத்து, பின்னர் அவ்வாறு கிடைத்த நிலத்தை ஏழை விவசாயிகளைக் கூட்டுறவு முறையில் அங்கு வேளாண்மை செய்ய ஊக்குவித்தார்.[19]

1957இல் ராமநாதபுரம் மாவட்டத்தில் பயங்கரமான ஜாதிக் கலவரம் ஒன்று வெடித்தது. ஜகந்நாதனும், கிருஷ்ணம்மாளும்

கைத்தானுடன் அங்கு அமைதியை நிலைநாட்ட ஒரு குழுவாகச் சென்றனர். அதைப் பற்றி கிருஷ்ணம்மாள் பின்வருமாறு எழுதினார்:

> "ஐந்து பெண்களும் ஒரு ஆணும் கொண்ட குழுவாக நாங்கள் அமைதிக்கான பாதயாத்திரை சென்றோம். மக்களை இயல்பு நிலைக்குக் கொண்டுவர ஏறக்குறைய மூன்று மாதங்கள் ஆயின. "தனி மனிதப் பாதயாத்திரையாக நான் கிராமம் கிராமமாகச் சென்று மக்களுடன் பேசுவேன். பெரிய கூட்டம் ஒன்றும் சேராது. என்றாலும் நான் போவேன்." என்று அப்போது கைத்தான் சொன்னார். ஒரு மாதமாகக் கைத்தான் கிராமங்களில் பயணித்தார்.[20]

1958ஆம் ஆண்டு கைத்தானின் அறுபதாவது பிறந்தநாளைக் கொண்டாடும் பொருட்டு, ஜகந்நாதனும் கிருஷ்ணம்மாளும் வத்தலகுண்டு அருகே ஒரு ஆசிரமத்தை உருவாக்க முடிவு செய்தனர். இப்பகுதியில், முப்பத்தைந்து கிராமங்களிலிருந்து பூமிதான இயக்கத்தில் நிலக்கொடை பெறப்பட்டிருந்தது. இந்த இடத்தில் விவசாயிகள், கைவினைஞர்கள், உழைப்புசார் பணியாளர்கள் குடியமர்த்தப்பட்டார்கள். இவர்களது வாழ்வை மேம்படுத்த குடிநீர் போன்ற வசதிகள் செய்துகொடுக்கப் பட்டன. நிலத்தில் பயிரிடவும், விளைபொருட்களைச் சந்தையில் விற்கவும் ஏற்பாடுகள் செய்யப்பட்டன.[21]

ஜகந்நாதனும் கிருஷ்ணம்மாளும் காந்தி கிராமத்தை விட்டு, இந்தப் புதிய ஆசிரமத்தில், இந்தப் பூமிதான கிராமத்தில் வாழ முற்பட்டனர். அருகிலிருந்த கணவாய்ப்பட்டி என்ற கிராமத்தில் ஒரு எளிமையான வீட்டில் குடியேறினார்கள். அறுபது வயதான கைத்தான் இன்னும் உடலுழைப்பிற்குப் பின்வாங்கவில்லை. பல ஆண்டுகள் கழித்து, இந்த வயதான அமெரிக்கர், தென்னிந்தியாவின் சுட்டெரிக்கும் வெயிலை எவ்வாறு சமாளித்தார் என்று ஒருவர் ஜகந்நாதனைக் கேட்டார்.

> வெயில் மட்டுமல்ல. அவர் கேழ்வரகு, கம்பு இவைகளால் சமைக்கப்பட்ட கிராமத்து மக்களின் உணவைத்தான் சாப்பிட்டார். 'சோறா? வேண்டாம். எனக்குக் கிராமத்து ஆட்கள் சாப்பிடுவது போதும்' என்றார். காய்கறிகளிலும் விலை குறைந்தவற்றைத்தான் தெரிந்தெடுப்பார். கிருஷ்ணம்மாள் சமைப்பார். கைத்தான் தண்ணீர் கொண்டு வருவார். விறகு பிளந்து கொடுப்பார். ஆசிரமத்தில் கூட்டுவது, நீரிறைத்து வருவது, விறகு கொண்டுவருவது போன்ற எல்லா வேலைகளையும் செய்தார். அவர் நல்ல பலசாலி. ஒரு புரட்சிக்காரர்.[22]

தொடங்கிய மூன்று ஆண்டுகளிலேயே இந்த ஆசிரமம் விவசாயத்திற்கான பரிசை வென்றது. அவர்கள் கையாண்ட புதிய வேளாண்மை உத்திகளால்தான் இது கிடைத்தது என்றார் கைத்தான். பூமிதானத்தின் மூலம் கிடைத்த நிலத்தில் நல்ல தோண்டுகிணறு ஒன்று இருந்தது. அது மட்டுமல்ல. அவர்கள் எல்லாக் கழிவுப் பொருட்களையும் மக்கிய இயற்கை உரமாக்கினார்கள். இதில் மனிதக் கழிவும் அடக்கம். இதற்கு அவர்கள் யாவரும் கழிவறைக் குழிகளைப் பயன்படுத்தினார்கள். பசுமை உரமாகக் கூடிய மரங்களையும் வளர்த்தார்கள்.[23]

கைத்தானும் ஜகந்நாதனும் நவீனத் தொழில்நுட்பங்களை இந்தியக் கிராமங்களுக்கேற்பப் பயன்படுத்துவதில் ஆர்வம் காட்டினார்கள். 1962ஆம் ஆண்டு, ஜெர்மனியிலிருந்து இரண்டு இளைஞர்கள் வந்து வத்தலகுண்டுவில் அவர்களுடன் சில மாதங்கள் தங்கினார்கள். விவசாய எந்திரங்களைப் பழுது பார்க்கவும், அதற்குச் சிலரைப் பழக்கவும், ஒரு கூட்டுறவு மையத்தை அங்கு உருவாக்கினர். கைத்தான் இதை மிகவும் மெச்சினார்.

> வெகுவாக வளர்ந்திருக்கும் அறிவியலும் தொழில்நுட்பமும், மின்சாரக் கம்பியின் மூலம் கொடுமையான வறுமை நிலவும் இடத்திற்கு வந்து, அங்கிருக்கும் சிறிய குடிசையில் வறியவரின் வாழ்க்கைக்கு ஒளியூட்டுகிறது. நம்மில் பெருவாரியானவர்கள் ராட்சத எந்திரங்களின் மூலம் மக்களைச் சுரண்டித் தயாரிக்கப்படும் பொருள்களை வாங்குகிறோம். சுரண்டப்படுவர்களை ஆதரிக்க நம்மில் சிலர் சிறிய எந்திரங்களை உருவாக்க முடியாதா?

மேற்கண்ட வாக்கியங்கள் கைத்தான் எழுதிய ஒரு சுற்றுக்கடிதத்தின் பகுதி. அதில் அவர் நாற்பது ஹரிஜன ("தீண்டப்படாதவர்கள்") குடும்பங்கள் கணவாய்பட்டி பூமிதான கிராமத்தில் சேர்ந்துவிட்டதாக எழுதினார். "அங்கே ஜாதி ஒருங்கிணைப்பு தொடங்கியுள்ளது. அவர்களுக்கு நிலம் கொடுக்கப்பட வேண்டும்" என்றார்.

அவர்களின் வாழ்க்கை அணுகுமுறை பற்றியும், இயற்கையுடன் இயைந்து வாழ்வது பற்றியும் எழுதியிருந்தார்.

> முழுமையான உணவை உட்கொள்ள நாங்கள் வலியுறுத்துகிறோம். இந்தப் பகுதியில் கிடைக்கும் சத்து நிறைந்த சிறுதானியங்களைச் சாப்பிடுகிறோம். ஆனால் இங்குள்ள எங்கள் இந்திய நண்பர்கள் இதைப் புறக்கணிக்கிறார்கள். கல்வியில், வாழ்விற்குப் பயன்படக்கூடிய கல்வியை

நாங்கள் ஆதரிக்கிறோம், பண்டிதத்தனமாக உள்ளதையோ இலக்கியத்தையோ அல்ல. நாங்கள் மலக்குழியைத் தவிர்த்து, எல்லாக் கழிவுகளையும் மக்கிய தொழுவுரமாக மாற்றிப் பயன்படுத்துகிறோம். வேதியல் உரங்களைத் தவிர்க்கிறோம். எல்லோருடனும் சேர்ந்து உழைக்கிறோம். இறைவன் எல்லோரையும் படைத்தார். எல்லோருமே அடிப்படையில் நல்லவர்கள்தான். மனிதரால் உருவாக்கப்பட்ட எல்லைகளையும், மனிதர்களைப் பிரிக்கும் சுவர்களையும் நாங்கள் கண்டுகொள்வதில்லை.[24]

எனக்குத் தெரிந்தவரை கைத்தான் 'சூழலியல்,' அல்லது 'சுற்றுச்சூழல்' என்ற சொற்களைப் பயன்படுத்தவில்லை. ஆனால் இந்தச் சொற்கள் புழக்கத்திற்கு வரும் முன்னரே அவர் ஒரு சூழலியலாளர், சுற்றுச்சூழலைப் பேணுபவராகச் செயல்பட்டார். ஒரு தன் வரலாற்றுக் குறிப்பில் அவர் இவ்வாறு எழுதினார்:

நாம் வருங்கால சந்ததியினரைக் கொள்ளையடிக்கிறோம். நாம் இயற்கை வளத்தை இன்று சுரண்டிக்கொண்டிருந்தால் இன்னும் ஒரு தலைமுறைக்கான துத்தநாகமும் வெள்ளீயமும் தான் எஞ்சியிருக்கும் என சிலர் எச்சரிக்கிறார்கள். உலக மக்கள் எண்ணிக்கையில் ஒரு சிறிய விழுக்காடான அமெரிக்காவில் வாழும் மக்கள், இவ்வுலகின் இயற்கை வளத்தின் பெரும் பகுதியைப் பயன்படுத்துகிறார்கள். இது ஏற்க முடியாத வாழ்வு முறை. என்றாலும் பெருவாரியான மக்களும் தலைவர்களும் இம்மாதிரியான வாழ்க்கை முறையைத்தான் கடைப்பிடிக்கிறார்கள். இது எந்திரமய மான வாழ்க்கைதான்" என்று குறிப்பிட்ட கைத்தான் தொடர்ந்து எழுதினார்.

காந்தி இம்மாதிரியான வாழ்க்கை முறையை எதிர்த்தார். நமக்குப் பயன்தரும் கருவிகளுக்கு எதிராக இயக்கம் எதையும் தொடங்கவில்லை. ஆனால் மனிதாபிமானம் சார்ந்த விழுமியங்களைப் போற்றினார். மக்களைச் சுரண்ட எந்திரங்களைப் பயன்படுத்துவதை அவர் ஏற்கவில்லை. பழைய பொருளாதார அமைப்பு போய் புதிய அமைப்பு தோன்ற வேண்டும். இப்போதிருக்கும் பொருளாதாரத்தை 'வேங்கைப் பொருளாதாரம்' என்ற குமரப்பா "தாய் பொருளாதாரத்திற்காக" உழைத்தார். நாம் பயன்படுத்தும் துறைச்சொற்கள் முக்கியமல்ல. நமது அன்றாட வாழ்வை எந்த மதிப்பீடுகள் வழி நடத்துகின்றன என்பதுதான் முக்கியம்.[25]

V

1959ஆம் ஆண்டு கைத்தான் தன் குழந்தைகளைப் பார்க்கவும் இங்கு செய்யும் வேலைக்கு நிதி திரட்டவும் அமெரிக்காவிற்குச் சென்றார். அவர் அங்கிருக்கும்போது, இந்தியாவிற்கு வந்த மார்ட்டின் லூதர் கிங் காந்தி கிராமத்திற்குச் சென்றார். கைத்தான் வத்தலகுண்டில் இருந்திருந்தால் நிச்சயம் கிங் அங்கு சென்றிருப்பார். மார்டின் லூதர் கிங்கைச் சந்தித்திருக்கா விட்டாலும், கைத்தான் அவரது நடவடிக்கைகளைக் கூர்ந்து கவனித்துக்கொண்டிருந்தார். இரண்டு நாடுகளைப் பற்றியும் நன்கு அறிந்தவர் என்ற முறையில் அமெரிக்காவிலுள்ள இனவாதம், இந்தியாவில் இருக்கும் ஜாதிய வேறுபாடுகள் மாதிரிதான் என்பதை உணர்ந்திருந்தார். அந்தக் காலகட்டத்தில் கண்ணியம், சுயமரியாதை இவற்றை தலித்துகள் அடைய இந்திய அரசியல் முறை நல்ல வசதி செய்து கொடுத்திருக்கிறது என்று தான் நினைப்பதாக கைத்தான் கூறினார். 1960ஆம் ஆண்டு நவம்பர் மாதம், காந்தி கிராமத்தில் ஒரு கூட்டத்தில் பங்கெடுத்துவிட்டு வந்த பின், தனது வெளிநாட்டு நண்பர்களுக்கு ஒரு கடிதம் எழுதினார்.

> "காந்தி கிராமத்தின் ஆண்டு விழாவில் ஒரு சிறிய குழு சாப்பாட்டு மேசையைச் சுற்றி அமர்ந்திருக்கிறது. அங்கு இந்தியாவின் ரயில்வே அமைச்சர் ஜகஜீவன் ராம், எனது பழைய மாணாக்கர், இன்று மதராஸ் அரசில் அமைச்சர் பி. கக்கன், பரமேஸ்வரன், முந்தைய அமைச்சர், இன்று மக்களவை உறுப்பினர் – எல்லோருமே ஹரிஜனங்கள் . . . நாடு சுதந்திரமடைந்து 15 ஆண்டுகளில் இந்த மாற்றம். ஆந்திராவில் முதலமைச்சர் ஒரு ஹரிஜன். அமெரிக்கா, விடுதலையடைந்து 100 ஆண்டுகள் ஆனபின்பும் கறுப்பின மக்களின் நிலை மாறவில்லை. அமெரிக்கக் கிறிஸ்தவத்திலும் ஜனநாயகத்திலும் எதோ பெரும் கோளாறு![26]

அரசியலைப் பொறுத்தவரையில் இந்தச் சித்திரிப்பு சரியாக இருக்கலாம். அரசியல் சாசனத்தின் படி அவர்களுக்கு ஒதுக்கப்பட்ட 15 விழுக்காடு, தலித்துகளுக்குச் சட்டசபை களிலும் அமைச்சரவைகளிலும் இடம் அளித்திருக்கிறது. ஆப்பிரிக்க அமெரிக்கர்களுக்கு அத்தகைய இடஒதுக்கீடு ஏதும் இல்லை. ஆனால் இந்தியச் சமுதாயத்தில் அமெரிக்காவில் இனவேறுபாடு இருப்பதைப்போல ஜாதி வேறுபாடு ஊறிப்போயிருந்தது. ஒரு இந்தியனாக கைத்தான் தன்னை இந்தியாவுடன் நெருக்கமாக அடையாளப்படுத்திக்கொண்டதால்,

அதைத் தனது சொந்த நாட்டைவிடச் சற்று உயர்த்தி வைத்துக்கொண்டார்.

1961, மே மாதம் அமெரிக்காவின் தெற்குப் பகுதியில் 'விடுதலை சவாரிகள்' ஆரம்பித்தன. வெள்ளையர்களும் கறுப்பர்களும் பேருந்துகளில் ஒன்றாக, இனப்பாகுபாட்டை நடை முறைப்படுத்த போடப்பட்ட சட்ட விதிகளை மீறி, மாநில எல்லைகளைத் தாண்டிப் பயணம் செய்தார்கள். வத்தலகுண்டில் இருந்துகொண்டு இந்தப் பயணங்களைப் பற்றிப் படித்த கைத்தான் மனமகிழ்ந்தார். மார்டின் லூதர் கிங்கிற்கு ஒரு கடிதம் எழுதினார். "உங்களுடைய அன்பு நிறைந்த, உண்மையான முயற்சிகளை நாங்கள் வெகு நாட்களாக அக்கறையுடனும் பிரார்த்தனை யுடனும் கவனித்துவருகிறோம். இன்று காலை எனது அமைதி நேரத்தில், உங்களை ஆதரித்துக் கடிதம் எழுத வேண்டுமென்ற எண்ணம் தோன்றியது. தினமும் 'விடுதலை சவாரிகளை'ப் பற்றிப் படிக்கிறோம். காந்தியின் மெய்க்கருத்தைத் தாங்கள் நன்றாகப் பற்றிக்கொண்டுவிட்டீர்கள்."

அதே கடிதத்தில் இங்கு நடக்கும் பூமிதான இயக்கத்தைப் பற்றியும் கைத்தான் எழுதினார்.

> "'ஆன்மிகத்தையும் அறிவியலையும் இணைக்க வேண்டும். இன்னும் சொல்ல வேண்டுமானால், எந்த ஒரு தளத்திலும் வாய்மையைத் தேடுகின்ற ஒவ்வொருவரும் இந்த மகத்தான தேடுதலில், இந்தச் சாகசத்தில் தங்கள் சகோதரர்களுடன் கைகோக்க வேண்டும். அது போல, இந்தியாவில் நாங்கள் நிலத்தைத் தானமாகக் கொடுத்து ஒரு புதிய சமுதாயத்தை உருவாக்க முயற்சி செய்வதுபோல நீங்களும், வெள்ளைக்காரர்களும் கறுப்பர்களும், சேர்ந்து புதிய செயல்திட்டங்களை உருவாக்க வேண்டும்."

"இறைவன் உங்களை ஆசீர்வதித்து பலப்படுத்தட்டும். நாங்கள் உங்களுக்காகப் பிரார்த்தித்துக்கொண்டிருக்கிறோம்" என்று அந்தக் கடிதத்தை முடித்திருந்தார். கைத்தானின் ஆதரவிற்கு நன்றி தெரிவித்து கிங் ஒரு சுருக்கமான பதிலை எழுதியிருந்தார். "எங்களுடைய போராட்டத்தைத் தொடர்ந்து நடத்துவதற்கு இம்மாதிரியான ஊக்கமளிக்கும் கடிதங்கள் உற்சாகமூட்டுகின்றன. உங்களைப் போன்றோர் எங்களை ஆதரிக்கிறீர்கள் என்பதே புதிய துணிச்சலை அளிக்கிறது."[27]

தனது இந்திய நண்பர்களுக்கு அமெரிக்கக் குடியுரிமை போராட்டத்தைப் பற்றிக் கைத்தான் ஒரு கடிதம் எழுதினார். "உலகெங்கும் நாடுகளும், ஒதுக்கப்பட்டவர்களும் புதிய விடுதலைக்காகப் பாடுபட்டுக் கொண்டிருக்கிறார்கள்.

மார்ட்டின் லூதர் கிங் முன்னின்று நடத்தும் விடுதலைப் போராட்டம், மக்களாட்சிக்கும் கிறிஸ்துவத்திற்கும் ஒரு புதிய வெளிப்பாடு."

ஆப்பிரிக்க–அமெரிக்க மக்களிடையே இயங்கும் மற்ற தலைவர்களைப் பற்றியும் இந்தியர்களுக்குச் சொன்னார். தொழிலாளர் தலைவர் ரோஜர் பால்ட்வின் (Roger Baldwin) இசைக்கலைஞர் மார்டின் ஆண்டர்சன் (Martin Anderson), அரசியல் மேதை ரால்ஃப் பஞ்ச் (Ralph Bunche) ஆகியோருடன் ராணுவ வீரர்கள், விமானிகள், மாலுமிகள் முதலியோர் இதில் அடக்கம் "இன்று கிங் வெற்றியடைந்த தலைவராக இருக்கிறார். மக்களாட்சிக்கும் கிறிஸ்தவத்திற்கும் பங்களிக்கும் புதிய நீக்ரோவின் குரல் அவர். இந்தச் சிறப்பான பங்களிப்பை வருங்கால வரலாற்றாசிரியர்கள்தான் அளவெடுக்க முடியும்.

> காந்தியையும் கிங்கையும் ஒப்பிட்டுத் தனது கடிதத்தைக் கைத்தான் முடித்தார். "இது 'கடவுளின் பிள்ளைகளின் (ஹரிஜன்) இயக்கத்தின் ஒரு பகுதிதான் என்பதை நீங்களும் நானும் மனத்தில் வைத்திருப்பது நல்லது. இந்தக் கடவுளின் ராஜ்யத்திற்குள் யாருக்கெல்லாம் விருப்பமோ, அவர்கள் எல்லோரையும் காந்திஜி சேர்த்துக்கொண்டார். இந்த இயக்கத்தை நாம் உண்மையாகவே ஆதரித்தால், இதனுடன் நம்மை அடையாளப்படுத்திக்கொண்டு நாமும் 'ஹரிஜன்' ஆக வேண்டும். அது ஒரு மகத்தான பெயர். ஒவ்வொரு குழந்தைக்குமான மகத்தான லட்சியம். இந்த உன்னதமான பெயரை நாம் அதைத் தாழ்த்தியிருக்கும் , ஜாதி அடையாளத்தினின்று மீட்டு நமதாக்கிக்கொள்ள வேண்டும், எல்லா மனிதரையும் சேர்த்தே. அதுதான் நாம் நீக்ரோ தலைவர் முனைவர் மார்டின் லூதர் கிங் அவர்களுக்குச் செய்யக்கூடிய சிறந்த மரியாதை.[28]

1930களில், இழிவான, அவமானப்படுத்தக்கூடிய 'தீண்டப்படாதவர்' அல்லது 'பறையர்' என்ற பதங்களுக்குப் பதிலாக காந்திஜி 'ஹரிஜன்' என்ற பெயரை உருவாக்கியிருந்தார். என்றாலும் 1960களில் இந்தப் பெயரைத் தாழ்த்தப்பட்ட மக்கள் விரும்பவில்லை. ஹரிஜன் என்ற பதம் உலக மக்கள், ஜாதி மத, தேச வேறுபாடின்றி, யாவரையும் உள்ளடக்க வேண்டும் என்ற கைத்தானின் யோசனை ஏற்றுக்கொள்ளப்பட்டிருந்தால், இந்தப் பிரச்சினையைக் கடந்திருக்கலாம்.

மார்டின் லூதர் கிங்கைத் தவிர வேறு சில அமெரிக்க சிந்தனாவாதிகளையும் கைத்தான் போற்றினார். அவர்களில் ஒருவர் சீசர் சாவேஸ் (cesar Chavez) என்ற தொழிலாளர்

தலைவர். இவர் கலிஃபோர்னியாவில் விவசாயிகளைத் தொழிற்சங்க முறையில் ஒன்றுபடுத்தியது பற்றிக் கைத்தான் படித்திருந்தார். தனது சக ஊழியர்களிடம் சாவேஸைப் பற்றி கைத்தான் அடிக்கடி பேசுவார். நல்ல சம்பளம், வேலை செய்யும் முறை இவற்றுக்காக அமைதியாக , வன்முறையைத் தவிர்த்து, நிலமற்ற விவசாயிகளை ஒன்று சேர்க்க வேண்டும் என்பார்.[29]

VI

*1964*ஆம் ஆண்டு நவம்பர் மாதம், சுவிட்சர்லாந்திலிருந்த நண்பர் ஒருவர் கைத்தானிடம் ஏன் அவர் திருச்சபைக்கு வெளியே பணி செய்கிறார் என்று கேட்டார். அதற்குக் கைத்தான் சொன்ன பதில்:

> சர்வோதய இயக்கத்திலும், அரசுடனும் முழுச்சுதந்திரத்துடன் இயங்க நான் என்னை ஒரு பரந்த கலாச்சாரக் கூட்டத்தின் ஒரு பகுதியாகக் காண்கிறேன். இது காந்திஜி நம் எல்லோருக்கும் தலைவராக இருந்தபோது நடந்தது. ஆகவே நான் எந்த இடத்தில் வாழ்கிறேனோ அந்த இடத்தில் ஒரு குடிமகனாக என்னைப் பார்க்கிறேன். அதேபோல நான் பங்கெடுக்கும் திருச்சபையுடன் என் உறவை வைத்திருக்கிறேன். ஒரு குடும்பம் போன்ற சிறிய கூட்டத்திற்குள் ஒரு பெரிய தளத்திற்காக இயங்கலாம். மனித குலம் போராடும்போது புதிய சமூக அமைப்புகளை உருவாக்கலாம்.[30]

அவருடைய சொந்த நாட்டவரான சாமுவேல் ஸ்டோக்ஸ் போலவே கைத்தானும் திருச்சபையுடன் கருத்து வேறுபாடு கொண்டார். ஆனால் ஸ்டோக்ஸ் போல கைத்தான் மதம் மாறி இந்துவாகிவிடவில்லை. கிறிஸ்தவ ஒருங்கிணைப்பில் நம்பிக்கை கொண்டவராகவே இருந்தார். இது இரு மதங்களின் சமயக் கொள்கையாளர்கள் சிலருக்கு எரிச்சலூட்டியது.

*1965*ஆம் ஆண்டு செப்டம்பர் மாதம் கைத்தான் தமிழ்நாட்டில் பல இடங்களுக்குப் பயணித்து காந்தியின் சர்வோதயா (யாவருக்கும் சேவை) கொள்கையையும் மத நல்லிணக்கத்தையும் பற்றிப் பேசினார். அவரது உரைகளுக்கு நல்ல வரவேற்பு இருந்தது, ஆனால் நாகர்கோவிலுக்கு அருகே உள்ள மார்த்தாண்டத்தில் உள்ள இறையியல் கல்லூரியில் அவர் பேசியபோது ஒரு பிரச்சினை எழுந்தது. அதைத் தான் எழுதிய ஒரு சுற்றுக் கடிதத்தில் விவரித்தார்.

> "என்னுடைய சர்வோதயா அணுகுமுறையை அந்த இறையியல் மாணவர்கள் ஜீரணிப்பதற்குச்

சிரமப்பட்டார்கள். நேற்று, அவர்கள் என்னைக் கேள்விகள் கேட்க நேரம் ஒதுக்கினேன். சில நேர விவாதத்திற்குப் பின் ஒரு மாணவர், "நீங்கள் சர்வோதயாவை ஆதரிக்கிறீர்கள். இது எம்மதமும் சம்மதம் என்ற கருத்தைக் கொண்டது. இது எங்களுடைய ஊழியத்திற்குத் தடையாக இருக்கிறது. நீங்கள் எங்கள் இறைப்பணிக்குப் பெரிய தடையாக இருக்கிறீர்கள்." என்றார். "இதுதான் நீங்கள் காட்டும் நன்றியும் நல்லெண்ணமும் என்றால், நான் எங்கு எனது கருத்துக்கள் எடுபடுமோ அங்கு போய் வேலை செய்கிறேன்" என்று கூறி, எனது பெட்டியை எடுத்துக்கொண்டு, பேருந்தைப் பிடித்து வத்தலகுண்டுவிற்கு வந்து சேர்ந்தேன்."

இந்தக் கசப்பான அனுபவத்தைப் பற்றித் தனது வெளிநாட்டு நண்பர்களுக்குக் கைத்தான் ஒரு சுற்றுக் கடிதம் எழுதினார்.

"சமயப் பணிக்குப் பயிற்றுவிக்கப்படும் இந்த இளைஞர்கள், இந்த வளாகத்திற்குள் கிணற்றுத் தவளைகளைப் போலிருக்கிறார்கள். திருச்சபையைச் சேர்ந்த ஒவ்வொருவரும் தங்களது அன்றாட வாழ்வில் வெளி உலகில் நடமாடி அங்கே ஒரு சாட்சியாய் விளங்க வேண்டியிருக்கிறது. நானும், அந்த உலகில்தான் இருக்கிறேன். நான் ஆன்மிகத் தளத்தில் இயங்குகிறேன். ஆனால் இந்த அணுகுமுறையை அவர்களால் புரிந்துகொள்ள முடியவில்லை. அத்தகைய கிறிஸ்தவத்திற்கு இந்த உலகில் என்ன இடம் என்றும் தெரியவில்லை."

சமயத்தைப் பொறுத்தவரை கைத்தானின் நிலைப்பாடு வெகுவாக காந்தியத்தைச் சார்ந்திருந்தது. மகாத்மாவைப் போலவே கைத்தானும் எந்த மதத்தில் வளர்க்கப்பட்டாரோ அதை உறுதியாகப் பற்றியவாறே, அதன் கொள்கைகளை நேர்மைக்கும் அகிம்சைக்கும் ஏற்ப நடைமுறைப்படுத்தினார். அதே சமயம் கைத்தானுக்குப் பல இந்து நண்பர்கள் இருந்தனர். அதில் சிலரை அவர் மிகவும் போற்றினார். அந்தக் காலகட்டத்தில் தென்னிந்தியாவில் வாழ்ந்த மூன்று ஞானிகள் அவர்கள்: பாண்டிச்சேரியில் வாழ்ந்த ஸ்ரீ அரவிந்தர், திருவண்ணாமலையிலிருந்த ரமண மகரிஷி, கன்னங்காடு சுவாமி ராமதாஸ்.

1960களில் எழுதிய ஒரு கட்டுரையில் கைத்தான் இந்த மூவரையும் புகழ்ந்து எழுதினார். அதிலும் அன்றும் இன்றும் வெகுவாக அறியப்படாமல் இருக்கும் சுவாமி ராமதாஸ் பற்றிச் சிறப்பாக எழுதினார். அரவிந்தர், ரமண மகரிஷி போலல்லாமல் சுவாமி ராமதாஸ் உழைக்கும் வர்க்கத்திலிருந்து வந்தவர். அவர்

முதலில் ஒரு துணி மில்லில்தான் வேலை பார்த்தார். பின்னர் அவர் வடகேரளாவில் ஆரம்பித்த ஆசிரமத்தின் பணி கைத்தானுக்கு மிகவும் பிடித்திருந்தது. "ஆனந்த் ஆசிரமம் அமைதியும் மகிழ்ச்சியும் குடிகொண்ட இடம். இந்த இடத்தில் வேறெங்கும் காணாத குடும்பச் சூழல் வெளிப்படுத்தப்படுவதைக் கண்டதாக என் மனைவி என்னிடத்தில் சொன்னார்." (இது மனத்தைத் தொடும் குறிப்பு. இதைக் கைத்தான் எழுதும்போது மில்ரெட் அவரை விட்டுப் பிரிந்து அமெரிக்கா சென்று பல ஆண்டுகள் ஆகியிருந்தன.)

இந்து ஞானிகளுடன் பழகி அவர்களது ஆசிரமத்தில் வாழ்ந்தது கைத்தானைப் பாதித்தது. அவர் எழுதினார்:

> இந்திய ஞானிகள், புனிதர்கள், சிந்தனாவாதிகள் இவர்களின் பாதையில் இந்தியாவில் நம் கிறிஸ்தவ வெளிப்பாடு செல்ல வேண்டும். மறுபடியும் மறுபடியும் அவர்கள், சில தருணங்களில், கிறிஸ்தவர்கள் என்று கூறிக்கொள்ளும் பலரைவிட, என்றும் மாறாத கிறிஸ்துவுக்கு வெகு அருகில் இருக்கிறார்கள். காந்தி அன்பின் சக்தியைப் பற்றி அடிக்கடி பேசியதுபோல இந்தக் கிறிஸ்தவர்களும் ஏசுவின் பெயரைச் சொல்லிச் சில பிரச்சினைகளைப் பற்றிப் பேசுகிறார்கள். இவர்கள் ஏசு கிறிஸ்துவின் சீடர்களாகிய நம்மையே வெட்கப்பட வைத்துவிடுவார்கள்.[31]

VII

1960களில், கைத்தானும் அவரது நண்பர் ஜகந்நாதனும் தென்தமிழ்நாட்டில் கிராம மேம்பாட்டிற்கு அயராது உழைத்தனர். ஆகஸ்ட் 1964இல் கைத்தான், மகாராஷ்டிராவில் இருந்த தன் நண்பர் ஒருவருக்கு எழுதினார்.

> "ஜகந்நாதனும் கிருஷ்ணம்மாளும் சென்ற வாரம் இங்கு வந்து எங்களுடன் தங்கியிருந்தனர். ஒவ்வொரு இரவும் ஒன்று அல்லது இரண்டு கிராமங்களுக்குச் சென்று சர்வோதயாப் பற்றி பேசுவோம். இன்னும் ஒரு கிராமத்தையும் முழுமையாகக் கதர் முறைக்குள் கொண்டுவரவில்லை. இந்தப் பகுதியில் ஒரு நல்ல கதர் ஊழியர் இல்லை. என்றாலும் இங்கு எங்கள் முன்னுரிமை உணவிற்குத்தான். அதில்தான் நாங்கள் கவனம் செலுத்துகிறோம். எடுத்துக்காட்டாக , கோட்டைப்பட்டி கிராமம் கடந்த ஐந்து வருடங்களில் உணவு உற்பத்தியை 300% மடங்கு அதிகரித்துள்ளது.
>
> எனது உடல் நலம் நன்றாகவே இருக்கிறது. ஆனால் நான் அதிகமாக வேலை செய்கிறேன் என்று நினைக்கிறேன்.

பல வேண்டுகோள்களை நான் நிராகரிக்க வேண்டும். நான் எனது ஆசிரமக் குடும்பத்தை நன்றாகக் கவனிக்க வேண்டும். நிறைய எழுதவும் விருப்பம். இளைய தலைமுறையினரும் மக்களும் கிராமத்து வேலையை இன்னும் அதிகமாகச் செய்ய வேண்டும்."[32]

அடுத்து வந்த ஜனவரி மாதத்தில் இந்தியா தனது பதினைந்தாவது குடியரசு தினத்தைக் கொண்டாடியது. ஜனவரி 26ஆம் நாள், கண்ணவாய்பட்டி கிராமத்து அரசு மாணவர் விடுதியில் கைத்தான் தேசியக் கொடியை ஏற்றிவைத்தார். மாணவர்களுக்குக் கொடியில் உள்ள நிறங்களின் பொருளை விளக்கினார்.

> "நமது குறிக்கோளை அடைய வேண்டுமானால், தீவிர ஈடுபாடு தேவை. இதைத்தான் காவி நிறம் உணர்த்துகிறது. நடுவிலுள்ள வெள்ளை நிறம் தூய்மையைக் காட்டுகிறது. கடைசியாகப் பச்சை நிறம் துணிச்சலுக்கு அடையாளமாக இருக்கிறது. காந்தியின் கொள்கைகளைப் பின்பற்றுவோரும், கிராமதான ஊழியர்களும் கடைப்பிடிக்கும் இந்த லட்சியங்களை ஏற்றுக்கொள்ள நமக்குத் துணிச்சல் தேவை."[33]

ஆனால் சிறிது நாட்களில் கைத்தானின் மனநிலை மாறியது. 1965ஆம் ஆண்டு ஜனவரி 26ஆம் தேதியிலிருந்து இந்தி மட்டுமே இந்திய அரசு செயல்பாட்டில் பயன்படுத்தப்படும் என்றும் ஆங்கிலம் பயன்படுத்தப்படாது என்றும் அரசு அறிவித்தது. இது இந்தித் திணிப்பு என்று தமிழ் மக்கள் எதிர்த்தார்கள் . தமிழ்நாடு முழுவதும் போராட்டங்கள் வெடித்தது. பல இடங்களில் வன்முறைச் செயல்களில் போராட்டக்காரர்கள் ஈடுபட்டனர். அரசு அலுவலகங்கள் தாக்கப்பட்டன, பேருந்துகள் கொளுத்தப்பட்டன, ரயில்வே நிலையங்கள் சூறையாடப்பட்டன.

ஒருதலைப்பட்சமாக இந்தியைத் திணிக்க இந்திய அரசு முயற்சி செய்தது தவறென்று கைத்தான் கருதினார். ஆனால் அரசியல் தலைவர்களால் உந்தப்பட்ட மாணவர்களால் சொத்துக்கு ஏற்பட்ட அழிவைக் கண்டு கைத்தான் மனம் வருந்தினார்.

> இந்த விஷயங்களை அமைதியாக, பொறுப்புடன் நமது கல்வி நிலையங்களில் பேசித் தீர்த்திருக்கலாம். சட்டசபை உறுப்பினர்களும், மக்களவை அங்கத்தினர்களும் மாணவர்களைச் சந்தித்துப் பேசியிருக்கலாம் அங்கு தீர்மானங்கள் நிறைவேற்றி அவற்றைச் சட்டசபைக்கும் மக்களவைக்கும் அனுப்பிருக்க வேண்டும். வன்முறையற்ற, அமைதியான வழியில் தங்களது குறைகளை மாணவர்கள்

தெரிவித்திருக்கலாம். நாம் ஆர்பாட்டங்களில் ஈடுபட்டால், சில பொறுப்பற்றவர்கள் அதில் ஆதாயம் தேடிக்கொள்வார்கள்.[34]

நல்லகாலமாக இந்திய அரசு தன் நிலைப்பாட்டிலிருந்து பின்வாங்கி, ஆங்கிலம் பயன்படுத்தப்பட மாட்டாது என்ற அரசு ஆணையை விலக்கிக்கொண்டது. நடுநிலையான ஒரு மொழியை அவர்கள் ஏற்றுக்கொள்வதால் தமிழ் மக்களும் சமாதானமடைந்தனர். ஆங்கிலத்தை அவர்கள் ஏற்றுக்கொண்டார்கள். இந்தியை அவர்கள் சந்தேகக் கண்ணுடனேயே பார்த்தனர். அதாவது இந்தித் திணிப்பு, நாளடைவில் இந்தி ஏகாதிபத்தியத்தில் முடியும் என்று அஞ்சினர்.

1965ஆம் ஆண்டு மழைக்காலத்தில் கைத்தான், ஜகந்நாதன் இருவரின் கவனமும் மறுபடியும் நிலம் பற்றிய வேலையில் சென்றது. விலாம்பட்டி என்ற கிராமத்தில் மதுரை மீனாட்சி அம்மன் ஆலயத்தைச் சேர்ந்த சுமார் 120 ஏக்கர் நிலம் இருந்தது. இந்த நிலம் கோவில் அதிகாரிகளால் ஒரு தனிமனிதரிடம் ஒப்படைக்கப்பட்டிருந்தது. ஜகந்நாதனும் கைத்தானும் அந்தக் கிராமத்திலுள்ள நிலமற்ற விவசாயிகளுக்கு இந்த நிலம் அளிக்கப்பட வேண்டும் என்று சத்தியாக்கிரகத்தில் ஈடுபட்டனர். தினமும் சத்தியாக்கிரகிகளும் கிராமத்து மக்களும் பிரார்த்தனைக் கூட்டங்கள் நடத்தினார்கள். அதிகாரிகள் மசியாததைக் கண்டு ஜகந்நாதன் பத்து நாட்கள் உண்ணாநோன்பு அறிவித்தார். அரசு அதிகாரிகள் நிலத்தைக் கிராமத்து விவசாயிகளுக்கு ஒதுக்கீடு செய்வதாக உறுதியளித்தனர்.

ஆனால் அவர்கள் வாக்குறுதியை நிறைவேற்றாமல் இரண்டகம் செய்து, அந்த நிலத்தை வைத்திருந்தவரின் நண்பர்களுக்குக் கொடுத்துவிட்டார்கள். அவர்கள் பயிர் செய்ய நிலத்திற்கு வந்தபோது, கிராமத்து மக்களும் சர்வோதயா ஊழியர்களும், அமைதியாக அவர்களைத் தடுத்தார்கள். கோபம் கொண்ட அரசு அதிகாரிகள் அவர்களைக் கைது செய்தனர். கைத்தான், ஜகந்நாதன் உட்பட 350 பேர் கைது செய்யப்பட்டனர். இதில் பல பெண்களும் இருந்தார்கள். இதன் எதிர்வினையாகப் பல இடங்களில் எதிர்ப்புக் கூட்டங்கள் நடத்தப்பட்டன. சட்டசபையில் கேள்விகள் எழுப்பப்பட்டன. சில மாவட்ட காங்கிரஸ் தலைவர்கள் இந்தச் செயல்பாட்டை ஆதரித்தனர். ஒரு வாரம் கழித்து அவர்கள் யாவரும் விடுவிக்கப்பட்டனர். 120 ஏக்கர் நிலம், ஒன்றுமில்லாத விவசாயிகளுக்குக் குத்தகைக்கு ஒதுக்கப்படும் என்று உறுதியளிக்கப்பட்டது.

சிறையிலிருந்த ஒரு வாரம், கைத்தான் தினமும் மாலையில் மதநல்லிணக்கப் பிரார்த்தனை நடத்தினார். இங்கு காந்தி, கிறிஸ்து பற்றியும் தான் சந்தித்திருந்த தமிழ்நாட்டுப் புனிதர் ரமண மகரிஷி பற்றியும் பேசினார்.[35]

விலாம்பட்டியில் நடந்த நிலப் போராட்டம் பற்றி கைத்தான் எழுதினார், "இது ஒரு சிறிய வெற்றிதான் என்றாலும், இந்தியாவிலும், தமிழ்நாட்டிலும் உள்ள கோயில்களிலும் தேவாலயங்களிலும் உள்ள ஆயிரக்கணக்கான ஏக்கர் நிலங்களை என்ன செய்ய வேண்டும் என்று காட்டுகிறது. அவை நிலமற்ற ஏழைகளுக்குப் போய்ச்சேர வேண்டும். மிகுந்த பொறுப்புடன் அவை பயன்படுத்தப்பட வேண்டும். எல்லா விதமான சுரண்டல்களும் நிறுத்தப்பட வேண்டும்."[36] நமது முயற்சி நிலத்தைக் கொடுப்பதுடன் நின்றுவிடக் கூடாது. "நிலம் நன்கு பயிரிடப்பட வேண்டும். இயற்கை முறையைக் கடைப்பிடிப்பது முக்கியம். விதைகள் நல்ல தரத்தில் இருக்க வேண்டும்." கழிவுகளை மக்கும் உரமாக்குவது பற்றி கைத்தான் பேசினார். சர்வோதய ஊழியர்கள் இதைக் கவனத்தில்கொள்ள வேண்டும் என்றார். "எல்லா விதமான கழிவுப்பொருட்களும் பயன்படுத்தப்பட்டால் நிலம் செறிவுள்ளதாக ஆக்கப்பட்டு, சிறந்த உணவுப்பொருட்கள் கிடைக்க வழியுண்டு."[37]

VIII

முந்தைய இயலில் முக்கியமான காந்தியவாதியான வினோபா பாவே பற்றி சரளாவும் மீராவும் கொண்டிருந்த வெவ்வேறு பார்வைக் கோணங்களைப் பற்றிச் சொல்லப்பட்டிருந்தது. கைத்தானும் வினோபாவை நன்கு அறிந்திருந்தார். அவர் சரளாவின் நிலைப்பாட்டை ஆதரித்தார். வினோபாவுடன் அவர் தென்தமிழ்நாட்டின் பல இடங்களுக்கு நடந்து சென்றிருக்கிறார். அவருடைய ஈடுபாட்டையும் தாங்கும் திறனையும் அறிந்திருந்தார். வினோபா பாவேயுடன் உரையாடல்கள் நடத்தியபோது, இந்து மத நூல்கள் பற்றியும் மற்ற சமயங்களைப் பற்றியும் அவருடைய அறிவைக் கண்டு கைத்தான் வியந்திருக்கிறார்.

காந்தியுடன் இருபது ஆண்டுகள் பணி செய்த மீராவிற்கு, வினோபா பாவே காந்தியிலிருந்து வேறுபட்டவர் என்று நன்கு தெரியும். சரளாவைப் போலவே கைத்தானும் காந்தியைப் பலமுறை சந்தித்திருக்கிறார் என்றாலும் அவர் காந்தியின் உள்வட்டத்தில் இருக்கவில்லை. ஆனால் அவர் வினோபா பாவேவைக் காந்தியின் 'ஆன்மிக வாரிசாக'ப்

பார்த்தார். கைத்தான் வினோபாவிற்கு எழுதிய கடிதங்களில் அவரைப் புகழ்ந்து எழுதியிருந்தார். எடுத்துக்காட்டாக:

"நான் உங்களை அடிக்கடி நினைத்துக்கொள்கிறேன். உங்கள் நலனை நாடுகிறேன். உங்களிடமிருந்து ஒரு சொல் கிடைத்தாலும் நான் உவகைகொள்கிறேன். உங்களுடைய சிறந்த யாத்திரையை நீங்கள் மேற்கொண்டீர்கள். அதை இன்னும் தொடர்கிறீர்கள். கிராமதான சர்வோதயம் என்ற புதிய பாதையை எங்களுக்காக வகுத்ததற்கு நன்றி. இது நம் புதிய இயக்கத்தை மக்களுக்கு அருகே முன்னெடுத்துள்ளது."

இந்தக் கடிதத்தில் தாங்கள் செய்த வேலைகளைப் பற்றியும் எழுதினார்.

"உங்களுக்குத் தெரியும். ஜகந்நாதன் எங்களைத் திறமையாக வழிநடத்திக் கொண்டிருக்கிறார். இரண்டு மாதங்களாகச் செங்கல்பட்டு மாவட்டத்தில் அவர் பூதானத்தில் கிடைத்த நிலத்தை விநியோகித்தார். மதராஸ், அதைச் சுற்றியுள்ள கிராமப் பகுதியின் பொருளாதாரத்தை ஒன்றிணைக்கத் திறன்மிக்க முயற்சி தேவையாயிருக்கிறது. கிராமப்புற மக்களை ஒரு நகரம் சுரண்டுவதற்கு ஒரு மோசமான எடுத்துக்காட்டு மதராஸ்தான். இந்த இக்கட்டை இந்தியாவிலிருந்து நீக்க நாம் உதவி செய்ய முடியும்."

இந்தக் கடிதத்தைப் பயபக்தியான பகுதியுடன் முடிக்கிறார்:

நீங்கள் மறுபடியும் இங்கே வர யோசித்திருக்கிறீர்கள் என்று எனக்குத் தெரியும். ஆனால் இப்போது நாங்கள் தயாராக இல்லை. சொல்லப்போனால், என்றுமே நாங்கள் தயாராக இருக்க முடியாது. நீங்கள் கடைசியாக வந்து சென்ற பிறகு, நாங்கள் ஒன்றும் அதிகமாகச் செய்துவிடவில்லை. நாங்கள் பலவீனமானவர்கள். எங்களில் சிலர் நல்ல செயல்களில் காலத்தைச் செலவிடுகிறோம் ஆனால் நீங்கள் எங்களுக்காக விட்டுச்சென்ற முக்கியமான காரியங்களைச் செய்யவில்லை. உங்கள் பார்வையை, நீங்கள் எங்களுக்காகப் பணித்த வேலையை நாங்கள் உணர முடியவில்லையோ என்னவோ? என்றாலும் நீங்கள் எங்களிடம் வருவீர்கள் என்று நம்புகிறோம். முக்கியமாக நான் உங்களைச் சந்திக்க விரும்புகிறேன். பேசுவதற்கு நிறைய இருக்கிறது. புதிய ஆரம்பங்கள் செய்ய வேண்டிய பல இடங்கள் உள்ளன. நீங்கள் மறுபடியும் வந்தால் நாங்கள் உங்களுடன் ஒரு புதிய உத்வேகத்துடன், நல்லதொரு திட்டத்துடன் பணிசெய்யத் தயாராக இருப்போம்.[38]

வினோபாவின் இரு பக்கங்களையும் பார்க்கக்கூடியவர் ஜகந்நாதன். அவரது கல்வியறிவும் துறவறமும் ஒருபுறமும், நிர்வாகத்தைப் பற்றிய அவரது அசிரத்தை மறுபுறமும். இந்தப் புரிதலை ஜகந்நாதன் கைத்தானுக்கு விளக்கியிருக்கிறார் என நினைக்கிறேன். முந்தைய கடிதம் எழுதிய பிறகு வினோபா பற்றி என கைத்தானின் மதிப்பீடு சற்று குறைந்தது போகத் தெரிகிறது. ஒரு கிறிஸ்தவ நண்பர் கைத்தானிடம் பூமிதான இயக்கத்தைப் பற்றிக் கேட்டபோது கைத்தான் "கடந்த சில ஆண்டுகளில் சர்வோதயா ஊழியர்கள் சற்று விரக்தி யடைந்திருக்கிறார்கள்" என்று பதிலளித்தார்.

> இந்த நிலைக்கு நான் வினோபாஜியைக் குறை சொல்ல மாட்டேன். காந்திய ரீதியில் அவர் ஒரு தலைவர் அல்ல. அவர் அடிப்படையில் ஒரு ஆன்மிகவாதி. ஒரு தருணத்தில் அவர் கிராமதான சர்வோதயா இயக்கத்திற்கு அருமையான பங்களிப்பைக் கொடுத்தார். நல்ல முறையில் விதை விதைத்து விட்டு, உரமிடுவதும் நீர் ஊற்றுவதும் அவ்வளவு அவசியமில்லை என்று எண்ணுபவர்களைப் போன்றவர் அவர். அந்த இடத்தில்தான் என்னைப் போன்றவர் ஏதாவது பங்களிப்பு செய்ய முடியுமென்று நான் நம்புகிறேன்.[39]

IX

நவம்பர் 1965இல் கைத்தான் சேவாகிராமிற்குச் சென்றார். அங்கே குவேக்கர்கள், காந்தியவாதிகள், இதர அமைதி விரும்பிகளின் கூடுகை ஒன்றில் பங்கேற்றார். போக வர, அவர் மூன்றாம் வகுப்பு ரயிலில் பயணம் செய்தார். "காந்திஜியின் குடிலில் இருப்பது சிலிர்ப்பைத் தந்தது" என்று எழுதினார். அந்தக் கூட்டத்தில் கைத்தானின் நண்பரான மார்ஜரி சைக்ஸ் (Marjorie Sykes) என்ற குவேக்கர் பெண்மணி, நாகாலாந்தில் தான் செய்யும் ஒப்புரவாக்குதல் ஊழியம், அமைதிப் பணி பற்றிப் பேசினார். இந்தப் பணி, "காஷ்மீரப் பள்ளத்தாக்கிலும், பின்னர் சீன எல்லையிலும் தொடரப்பட வேண்டும். அதற்கு இன்னும் அனுபவமும் திட்டமிடலும் தேவை."[40]

கைத்தானுக்கு இப்போது அறுபது வயதிற்கு மேல் ஆகிவிட்டது. பல்லாண்டு காலக் கடின உடல் உழைப்பும், ரயில், பேருந்து எனப் பயணங்களும் அவரது உடல் நலனைப் பாதித்திருந்தன. கோடைகாலத்தில் அவர் வத்தலகுண்டுவிலிருந்து சில மணிநேரங்களில் அடையக்கூடிய கொடைக்கானலுக்குப் போவது வழக்கம். இங்கு அவர் இளம் ஊழியர்களுக்கு ஒரு முகாம் நடத்துவார். கிறிஸ்தவப் பிரார்த்தனையும் காந்தியப்

பணியும் இங்கு உண்டு. மாலை நேரத்தில் , குளிருக்குத் தீ மூட்டி, சுற்றி அமர்ந்து அன்றாட நடப்புகளைப் பற்றிப் பேசுவார்கள். இந்தக் கொடைக்கானல் ஆசிரமத்திற்கருகே ஒரு பெரிய, துருத்திக்கொண்டிருக்கும் ஒரு பாறை இருக்கிறது. 'தற்கொலை இடம்" என்ற உள்ளூர் பெயரை "தரிசனப் பாறை" (Rock of Vision) என்று கைத்தான் மாற்றினார். பெரியகுளம் பள்ளத்தாக்கை நோக்கியிருந்த இந்தப் பாறையில் அமர்ந்து ஆசிரமத்து ஆட்களுடன் பிரார்த்தனை செய்வது கைத்தானின் வழக்கம்.[41]

ஜனவரி 1968இல் கைத்தானுக்கு எழுபது வயது. நண்பர் ஜகந்நாதனும் அவரது மனைவியும் கண்ணவாய்பட்டி சர்வோதயா ஆசிரமத்தில் ஒரு விழா எடுத்தார்கள். பறையாட்டம், கொம்பு ஊதல், ஆடிப்பாடும் ஆண்களும் பெண்களும் ஆகியவற்றைக் கண்டு கைத்தான் மனமகிழ்ந்தார். "இந்த இசையிலும் நடனத்திலும் இவ்வளவு வேகமும் உற்சாகமும் உள்ளன. எப்படி இவர்களுக்கு இவ்வளவு வலிமை இருக்கிறது?" என்று வியந்தார். "தேவையான பயிற்சி அளித்தால் இந்தத் துறையில் அவர்கள் ஈடுபட்டு பணமும் புகழும் ஈட்ட முடியும். ஆனால் அவர்கள் இங்கே இந்த கிராமத்தில் வாழத்தான் விரும்புவார்கள்." உள்ளூர் கலாச்சாரத்தில் கைத்தான் ஆர்வம் காட்டினார். "இந்தச் சூழலில் தான் இம்மாதிரியான கலை வெளிப்படுகிறது. நகரத்துச் சூழலில் இது உருவாக முடியாது" என்றார்.[42]

1968இன் இறுதியில் கைத்தான் இந்தியக் குடியுரிமை பெற்றார். நாற்பத்து மூன்று ஆண்டுகளுக்கு முன் அவர் இங்கு வந்தார். இந்த நிகழ்வைக் குறிக்க, கைத்தான் ஒரு தன்வரலாற்றுக் கவிதை எழுதினார். அதில், "நான் 14 வயதாயிருக்கும்போது என்னை ஒரு மகத்தான யாத்திரையைத் தொடரச் செய்த எனது இளம் வயது ஆசான் பாதிரி ஹெர்மனை (Pastor Herreman) பற்றியும், தனது குறிக்கோளைப் பற்றியும் , கார்லடன், சிகாகோ, ஏல் பல்கலைக்கழகங்கள் அளிந்த பரந்த நோக்கைப் பற்றியும்" எழுதினேன். கவிதை தொடர்ந்தது.

> எண்ணற்ற நன்மைகளை இந்தியாதான் தந்தது. திருச்சபையின் நன்மைகள் – வளாகத்தின் சுவர்களைத் தாண்டியது. "நாம் யாவரும் ஒரே சமுதாயம்" என்றார் தாகூர். டாம்பீகமான, ஏகாதிபத்திய பங்களாவிலிருந்து என்னை வெளிக்கொணர்ந்தார் காந்திஜி. வன்முறையற்ற, சமுதாயத்தை வளர்க்கும் இயக்கத்திற்கு என்னை இட்டுச் சென்றார். "நிலமற்றோர்க்கு நிலம்" யாத்திரைக்கு வினோபா கூட்டிச்சென்றார். 'மண்ணுலகும் அதில் நிறைந்துள்ள

அனைத்தும் ஆண்டவருடையவை; நிலவுலகும் அதில் வாழ்வனவும் அவருக்கே சொந்தம்.'[43]

அக்டோபர் 2ஆம் தேதி மகாத்மா காந்தியின் பிறந்த நாள். 1968ஆம் ஆண்டு முக்கியமானது. காந்திஜி நூற்றாண்டின் ஆரம்பம் அது. காந்தியின் நினைவைக் கொண்டாடும் குறியீடாக அந்த கிராமத்தில், ஒரு நீதிபதிக்குச் சொந்தமான பயிரிடப்படாமல் இருந்த ஒரு நிலத்தை 2ஆம் தேதி எடுத்துக்கொள்வதென ஜகந்நாதனும் கிருஷ்ணம்மாளும் முடிவுசெய்தனர். நீதிபதி இந்த இடத்தில் ஒரு கோயில் கட்ட நினைத்தார். ஆனால் இந்த இருவரும் அங்கு தியானம் செய்யவும் சமூகத் தேவைகளுக்குமாக அங்கு எளிமையான ஒரு மண்டபம் கட்ட நினைத்தனர். இதைப் பற்றி கைத்தான் எழுதினார்.

> நிலத்தையோ, கட்டடத்தையோ யாராவது பயன்படுத்தாமல் வைத்திருந்தால், அதை எடுத்துக்கொள்ள எங்களுக்கு உரிமை இருக்கின்றதென்று நான் உறுதியாயிருக்கிறேன். பயன்படுத்தப்படாத அரசு நிலத்துடன் இந்தப் பணியை ஆரம்பித்தோம். வத்தலகுண்டு வட்டாரத்திலிருந்து மட்டும் 500 ஏக்கர் நிலத்தை மீட்டோம். நான் வெளிப்படையாகச் சொல்கிறேன். எங்கெங்கு நிலத்தில் பயிரிடாமல் தரிசாக விட்டிருக்கிறார்களோ, அங்கே போய் நீரூற்றி விவசாயம் செய்ய ஆரம்பிக்க வேண்டும்.[44]

காந்தி நூற்றாண்டுக் கொண்டாட்டத்தில் இந்தியாவில் ஒரு சிறப்பான நிகழ்வு, காந்திஜியின் சீடரான, பத்தான் தலைவர் கான் அப்துல் கஃபார் கான் இங்கு வந்தது. பிரிவினையின்போது கஃபார் கான் பாகிஸ்தானிய குடிமகன் ஆனார். அவர் வடமேற்கு எல்லை மாகாணத்தில் வேலை செய்து, வாழ்ந்திருந்ததால் அந்த நாட்டிலேயே தங்கிவிட்டார். இந்தியா பிரியாமல் இருக்க வேண்டும் என்று விரும்பிய இவர், பிரிவினைக்குப் பிறகு நிலைதடுமாறி அலைக்கழிந்தார். சீக்கிரமே பாகிஸ்தான் அரசின் வெறுப்பைச் சம்பாதித்துக்கொண்டார். 1950களில் பல ஆண்டுகள் சிறையில் அடைக்கப்பட்டார். 1960களில் ஆஃப்கானிஸ்தானுக்குப் புகலிடம் தேடிப் போய்விட்டார். 1969ஆம் ஆண்டு குளிர்காலத்தில் அவர் காபூலிலிருந்துதான் இந்தியாவிற்கு வந்தார்.

கஃபார் கான் இந்தியாவில் பல இடங்களுக்குச் சுற்றுப்பயணமாகச் சென்றார். அவர் சென்ற இடங்களில் வத்தலகுண்டும் ஒன்று. சர்வோதயா இயக்கத்தைச் சேர்ந்தவர்கள் யாரோ அவரிடம் ஜகந்நாதன், கிருஷ்ணம்மாளின் பணிகள் பற்றிச் சொல்லியிருக்கிறார்கள். இதை நேரில் பார்க்க அவர் 1970ஆம்

ஆண்டு ஜனவரி முதல் வாரம் வத்தலகுண்டுவிற்குச் சென்றார். "அவரது வருகை இந்தப் பகுதியின் மக்களின் வாழ்வில் ஒரு உன்னதமான நிகழ்வாக இருந்தது" என்று கைத்தான் தனது நண்பர் ஒருவருக்கு எழுதினார். அடுத்த நாள், மதுரையில், காந்தி அருங்காட்சியகத்தில் அவர் சர்வோதயா ஊழியர்கள் கூட்டத்தில் பேசினார். எதையும் மூடி மறைக்காமல் பேசினார்.

கைத்தான் பின்வருமாறு பதிவு செய்தார்:

> "தன்னைச் சுற்றிலும் 22 ஆண்டுகளுக்கு முன் பார்த்த அதே வறுமையை இன்றும் காண்பதாகச் சொன்னார். வறுமையை ஒழிப்பதில் நாம் இன்னும் உத்வேகம் காட்டியிருக்க வேண்டும் என்றார். இதை நான் ஒத்துக்கொள்கிறேன். நாம் இன்னும் உறுதியாகவும் ஈடுபாட்டுடனும் இருந்திருக்க வேண்டும். ஒவ்வொரு தளத்திலும் நல்ல தலைமை தேவை. இது எளிதாகக் கிடைப்பதல்ல. இருந்தாலும், நம்மைச் சுற்றியிருக்கும் வறுமையைப் போக்க வேண்டும் என்பதை மனத்தில் கொள்ள தீர்க்கதரிசியின் குரல் ஒலித்துக்கொண்டேயிருக்க வேண்டும். மெத்தனமாக இருந்துவிடக் கூடாது."[45]

X

ஜகந்நாதனுடனும் கிருஷ்ணம்மாளுடனும் சர்வோதயப் பணியில் ஈடுபட்டிருந்தாலும், கைத்தானுக்கு ஆன்மிகத் தளத்தில் ஆர்வம் அதிகமாகியது. அவருக்கு பீட் கிரிஃபித் (Bede Griffith) என்ற கத்தோலிக்கத் துறவியுடன் நட்பு உருவானது. ஆங்கிலேயரான கிரிஃபித், இந்து, கிறிஸ்தவச் சமயங்களின் துறவறப் பாரம்பரியத்தை ஒன்று சேர்ப்பதில் ஆர்வம் கொண்டு இந்தியா வந்தவர். பெனெடிக்டைன் (Benedictine) என்ற சமயப் பிரிவைச் சேர்ந்தவர். குளித்தலை அருகே, அபிஷிக்தானந்தா என்ற பெயர் கொண்ட ஒரு பிரெஞ்ச் கத்தோலிக்கத் துறவி ஒரு ஆசிரமம் அமைத்திருந்தார். கிரிஃபித் அதில் சேர்ந்து கொண்டார்.[46]

தனது நண்பர் கிரிஃபித்போலவே கைத்தானும் முறைப்படி துறவறம் பூண்டு உறுதிகளையும் எடுத்தார். 1960களில் "ரிச்சர்ட் பெனெடிக்டைன்' என்று கையெழுத்துப் போட ஆரம்பித்தார். 1970, வசந்த காலத்தில் அவரது புதிய கடவுச்சீட்டு வந்து சேர்ந்தவுடன், அவர் அமெரிக்காவிற்குப் பயணமானார். முதலில் ரோம் நகரில் உண்ண டிராப்பிஸ்ட் (Trappist) துறவிகளின் மடத்தில் சிலகாலம் தங்கி விட்டுப் பின்னர் ஐரோப்பாவின் சில இடங்களுக்குச் சென்று விட்டு அமெரிக்காவிற்குப்

பயணமானார். அமெரிக்காவில் மருத்துவர்களாகப் பணிசெய்து கொண்டிருந்த அவரது இரு மகள்களான மெர்ள் (Mearl) ரூத் (Ruth) ஆகியோருடனும், பாதிரியாக இருந்த மகன் ரிச்சர்டுடனும் (Richard) தங்கியிருந்தார். மின்னசோட்டா மாகாணத்தில் மகனுடன் தங்கியிருந்தபோது ஜெர்மனியிலிருந்த தன் நண்பர் ஒருவருக்குக் கடிதம் எழுதினார். "நீந்துவது, உறவினர்களையும் நண்பர்களையும் போய்ப் பார்ப்பது, போகும் எல்லா இடங்களிலும் இந்தியாவைப் பற்றிப் பேசுவது எனக் கோடை நாட்கள் என் மகன் வீட்டில் மகிழ்ச்சியாகக் கழிந்தன." ரிச்சர்டும் அவரது மனைவி மேரியும் தங்களது மூன்று குழந்தைகளுடன், ஒரு ஆப்பிரிக்க–அமெரிக்க குழந்தையையும் தத்து எடுத்துள்ளனர் என்பதில் கைத்தான் மகிழ்ச்சி கொண்டார்.[47]

ஏறக்குறைய ஒரு வருடம் கழித்து அமெரிக்காவிலிருந்து திரும்பிய கைத்தான் வத்தலகுண்டை விட்டு வெளியேறினார். இப்போது அவர் கொடைக்கானல் ஆசிரமத்திலும் ஒட்டன்சத்திரம் கிறிஸ்தவ ஐக்கிய ஆசிரமத்திலும் தன் நாட்களைக் கழித்தார். கொடைக்கானலில் இருந்தபோது அவ்வப்போது தரிசனப் பாறையில் மதநல்லிணக்க அருளுரைகள் நிகழ்த்தினார். ஒட்டன்சத்திரத்தில் அவருக்கென வளாகத்தின் ஒரு ஓரத்தில் ஒரு சிறிய தனி வீட்டைக் கட்டிக்கொடுத்திருந்தார்கள். இங்கு தங்கி அவர் படித்தார், தியானம் செய்தார், பார்வை யாளர்களை வரவேற்றுப் பேசினார். கதராலான அரைக்கால் சட்டையும், அதே நிறத்தில் மேல் சட்டையும் அணிந்திருப்பார். ராப்போசனை (திருவிருந்து) சடங்கில் மட்டும் கதர் அங்கியை (cassock) அணிந்து கொள்வார். மருத்துவமனைப் பணியாளர்களின் அன்பைப் பெற்றிருந்தார். அவர்களுடன் நேரம் செலவிடுவதை விரும்பினார்.[49]

தனது நண்பர்களான ஜகந்நாதன், கிருஷ்ணம்மாள் செய்யும் வேலையை கைத்தான் ஆர்வமாகக் கவனித்துவந்தார். 1975ஆம் ஆண்டு ஜூன் மாதம் பிரதம மந்திரி இந்திரா காந்தி நெருக்கடிநிலை பிரகடனம் செய்து, அரசுக்கு எதிராகச் செயல்பட்டவர்களை, அமைதியாக எதிர்த்தால்கூட, கைது செய்து சிறையிலிட்டார். ஜகந்நாதனும் ஜெயிலில் அடைக்கப்பட்டார். அவர் முதலில் பிகாரில் சிறை வைக்கப்பட்டார். பின்னர் சென்னை மத்திய சிறைக்கு மாற்றப்பட்டார். அவரை வந்து பார்க்க விரும்புவதாக கைத்தான் ஜகந்நாதனுக்கு எழுதினார்.

சிறையில் குடும்பத்தைச் சேர்ந்தவர்கள் மட்டும்தான் கைதியைச் சந்திக்க அனுமதிக்கப்படுவார்கள். ஆகவே ஜகந்நாதன் தனது விண்ணப்பத்தில் கைத்தான் தனது 'தந்தை' என்று

குறிப்பிட்டிருந்தார். ஒரு வெள்ளைக்காரர் இந்தக் கைதியைப் பார்க்க வருவதைக் கண்ட சிறைக்காவலர்கள் அவரை உள்ளே விட மறுத்தனர். தனக்குத் தெரிந்த அரைகுறைத் தமிழில் கைத்தான் உணர்ச்சிவசப்பட்டுப் பேசிய பிறகு அவர் அனுமதிக்கப்பட்டார்.⁵⁰

1975 முடிந்து 1976 பிறந்தது. ஆனால் நெருக்கடி நிலைமை தொடர்ந்தது. பத்தாயிரக்கணக்கான அரசியல் கைதிகள் இன்னும் காவலில் இருந்தனர். 1977ஆம் ஆண்டு, புத்தாண்டு தினத்தில், கைத்தான் வெளியிலிருக்கும் சர்வோதயா ஊழியர்களுக்கு ஒரு கவிதை எழுதினார்.

பசியுற்றோர், கீழ்ஜாதியினர், சுரண்டப்படும் தாய்மார்கள், சிறார்கள்,
இருக்கும் கிராமங்களுக்குத் திரும்ப வேண்டும்
நாம் தேர்ந்தெடுத்திருக்கும் பணியில் ஈடுபாட்டுடன் இருக்கத்
தாய்மார்களுக்கு வலிமை சேர்க்க
யாவருக்கும் ஆன்மிக வலிமை
இறைவனின் கொடைகளை கவனமாகப் பாதுகாக்க
தற்சார்பு கிராமங்கள்தான்
"ஒரே சமுதாயம்" எனும் நமது யாத்திரை

கைத்தானின் இன்னொரு கவிதை அன்றைய அரசியல் நிலையைப் பிரதிபலித்தது.

பசி, சுரண்டல், அநீதி என்ற நெருக்கடி நிலைமைகளை அரசு
அறிவித்திருக்கும் நெருக்கடி நிலைமை
விளிம்பு நிலையில் வாழும் நெருக்கடி,
விசுவாசம், நம்பிக்கை, அன்பு இந்த மூன்றுடன்
நெருக்கடி நிலைமைகளை அகற்ற முயற்சிக்கிறோம்.⁵¹

17

கடைசி காந்தியவாதிகள்

I

*1964*ஆம் ஆண்டு டிசம்பர் மாதம், மீரா ஆஸ்திரியாவிற்குப் புலம்பெயர்ந்து ஐந்து வருடங்கள் கழித்து, அவருடைய பழைய நண்பர், ஒரு குவேக்கர், ஹோராஸ் அலெக்ஸாண்டர் (Horace Alexander) என்பவரிடமிருந்து ஒரு கடிதம் வந்தது. இவர் முன்பு அடிக்கடி காந்தி ஆசிரமங்களுக்கு வருவதுண்டு. அண்ணலைப் பற்றிச் சில நூல்களை எழுதியுள்ளார். காந்தியைப் பற்றிய திரைப்படம் ஒன்று தயாரிக்க விரும்பிய லண்டனிலுள்ள தனது குஜராத்தி நண்பர் மோதிலால் கோத்தாரி சார்பாக அலெக்ஸாண்டர் எழுதியிருந்தார். கோத்தாரி முன்னர் பிரிட்டீஷ் இயக்குநர் ரிச்சர்டு ஆட்டன்பரோவிடம் (Richard Attenborough) பேசி அவரை இந்தத் திட்டதிற்கு இணங்க வைத்திருந்தார். மீராவுடன் ஒரு சந்திப்பை ஏற்படுத்திக் கொடுக்குமாறு கோத்தாரியை ஆட்டன்பரோ கேட்டுக்கொண்டார். மீராவின் ஆதரவும் ஆலோசனைகளும் இந்தத் துணிகரமான முயற்சிக்கு மிக அவசியமென்று அவர் நினைத்தார். காந்தியின் நெருங்கிய சக ஊழியர்களில், பிழைத்திருக்கும் சிலரில் இவர் ஒருவர். அது மட்டுமல்ல; அவர் ஐரோப்பியாவில் வசித்துவந்தார்.[1]

மோதிலால் கோத்தாரியைச் சந்திக்க மீரா ஒப்புக்கொண்டார். ஜனவரி 1985இல் கோத்தாரி அவரைப் பார்க்க ஆஸ்திரியா சென்றார். காந்தியைப் பற்றித் திரைப்படம் எடுக்கும் முயற்சிக்கு அவர்

எதிராக இருந்தார் என்று கேள்விப்பட்டிருந்ததனால் கோத்தாரி முதலில் சற்றுப் பதற்றமாயிருந்தார்.[2] ஆனால் இந்தத் திட்டத்தில் அவரது ஈடுபாட்டையும் உள்ளார்வத்தையும் கவனித்த மீரா, அவரை வரவேற்றார். வந்தவர் ஒரு குஜராத்தி. காந்தியின் கலாச்சார உலகை ஆழ்ந்து அறிந்தவர். அவர் இயக்குநர் ஆட்டன்பரோவிற்கு ஆக்கப்பூர்வமான ஆலோசனை தருவார் என்று கணித்தார்.

கோத்தாரியின் சந்திப்பிற்குப் பிறகு, மீரா டில்லியிலிருந்த தனது நண்பரான கிருஷ்ணமூர்த்தி குப்தாவிற்கு ஒரு கடிதம் எழுதினார்.

> "அவர்கள் இதை (காந்தி பற்றிய படம் எடுப்பதை) சிறப்பாகச் செய்து முடிப்பார்கள் என்று நான் நினைக்கிறேன். என்னை அவர்கள் மறுபடியும் சந்திக்கப்போகிறார்கள். பிரதியை என்னிடம் படிக்கக் கொடுத்து, எனது ஆலோசனையைக் கேட்பார்கள். படத்தில் என்னுடைய பாத்திரத்தில் தோன்றப்போகும் நடிகையும் என்னைப் பார்க்க வருகிறார். படம் சரியான வழியில் செல்வதற்கு என்னால் முடிந்ததைச் செய்வேன். இது ஒரு மாபெரும் செயல்திட்டம். இது ஆரம்பித்துவிட்டதால், என்னால் முடிந்தவற்றை நான் செய்ய வேண்டும்."[3]

மோதிலால் கோத்தாரி, முதலில் மீராவைச் சந்திக்க ஹோராஸ் அலெக்ஸாண்டரின் உதவியை நாடினார். அதே போல இப்போது இந்தியப் பிரதமரின் உதவியை நாட அவர் மீராவின் ஒத்துழைப்பை எதிர்பார்த்தார். இந்தியாவில் படமெடுக்க வேண்டியிருந்ததால் இந்தியப் பிரதமரின் ஆதரவு தேவையாயிருந்தது. கோத்தாரி இந்தியாவிற்கு மீராவைச் சந்திக்க வந்தபோது லால் பகதூர் சாஸ்திரிதான் பிரதமர். மீராவிற்கு அவர் அவ்வளவாகப் பரிச்சயம் இல்லை. சாஸ்திரிக்கு மீரா கடிதம் எழுதினாரா என்று நமக்குத் தெரியாது. ஆனால் ஒரு வருடத்திற்குள் சாஸ்திரி திடீரென காலமானதும் இந்திரா காந்தி பிரதமரானார். மீராவிற்கு அவரைச் சிறு பெண்ணாயிருந்த காலத்திலிருந்து நன்றாகத் தெரியும்.

காந்தி திரைப்படத்திற்குத் திரைக்கதை எழுத, ராபர்ட் போல்ட்டை (Robert Bolt)[1] ஆட்டன்பரோ ஒப்பந்தம் செய்திருந்தார். 1966இல் மோதிலால் கோத்தாரியும் ராபர்ட் போல்டும் இந்தியா வந்தபோது, பிரதமர் அவர்கள் சந்திக்க நேரம் ஒதுக்குமாறு கேட்டு மீரா இந்திராவிற்குக் கடிதம் எழுதினார். அதற்குப் பிரதமர் பதில் எழுதினார்.

---

1. (இவர்தான் Laurance of Arabia போன்ற படங்களுக்குத் திரைக்கதை எழுதியவர்)

"எனது அன்புடைய மீரா பென், உங்களிடமிருந்து கடிதம் கிடைத்தது. மகிழ்ச்சி. நீங்கள் எங்கேயிருக்கிறீர்கள், என்ன செய்துகொண்டிருக்கிறீர்கள் என நான் அடிக்கடி வியந்ததுண்டு. நான் காந்தியைப் பற்றிய திரைப்படத்தில் மிகுந்த ஆர்வம் கொண்டிருக்கிறேன். அது நமக்கு மிகுந்த உதவியாயிருக்கும். வெளி ஆள் ஒருவர் இப்படத்தை உருவாக்குவது சற்றே எளிதாக இருக்கும். அவர்கள் தில்லி வரும்போது நானும் இங்கிருந்தால் கோத்தாரியையும் போல்ட்டையும் நிச்சயம் சந்திக்கிறேன்."[4]

ஆனால் ராபர்ட் போல்ட் இந்தச் செயல்திட்டத்திலிருந்து விலகிக்கொண்டார். ஜனவரி 1970இல் மோதிலால் கோத்தாரி மாரடைப்பால் காலமானார். ஆட்டன்பரோ இந்த திரைப் படத்தை எடுத்து முடிக்க உறுதியாக இருந்தார். 1974இல் அவர் மீராவிற்கு அவரைச் சந்திக்க விரும்புவதாக ஒரு கடிதம் எழுதினார். ஆட்டன்பரோ வியன்னாவிற்குச் சென்றார். விமான நிலையத்திலிருந்து காட்டின் ஓரத்தில் மீரா வசித்த வீட்டிற்குச் சென்றார்.

எனது கார் வீட்டிற்கு அருகே சென்றவுடன், மீரா வெளியில் வந்தார். உயரமாக, பின்புறமாகச் சீவப்பட்டிருந்த வெள்ளைக் கூந்தல், கண் கண்ணாடி, கம்பளித் துணியால் போர்த்தி, இரு கைகளை விரித்து வரவேற்றபடி வேகமாக நடந்துவந்தார். பின்புறத்தில் அவரது நம்பிக்கைக்குப் பாத்திரமான இந்திய உதவியாளர் தத் நின்றுகொண்டிருந்தார்.

ஆட்டன்பரோவும் மீராவும் சீக்கிரமே நெருங்கிய நண்பர்களாகி விட்டனர். மீரா காந்தியைப் பற்றிய நிகழ்வுகளை ஒவ்வொன்றாகச் சொல்ல ஆரம்பித்தார்.[5] ஆட்டன்பரோவும் அடிக்கடி வந்து மீராவைச் சந்தித்தார். மீராவின் நண்பர் லீ கேலிஸ் (Lea Calice) கூறினார்: "அவர் நிகழ்வுகளைச் சரியாகப் புரிந்துகொள்ள வந்தார். கதாபாத்திரங்களைப் பற்றியும் நடந்தவற்றைப் பற்றியும் விவரங்களை அவர் திரட்டினார். மீரா காந்தியின் குறிக்கோள்களையும் நிலைப்பாடுகள் பற்றியும் கவனமாக விளக்கினார். கேள்விகளுக்கு நிதானமாக, காந்தியின் வார்த்தைகளிலேயே பதிலளிப்பார். நிகழ்வுகளை வர்ணிப்பார்."[6] மீரா இந்தத் திரைப்பட உருவாக்கத்தில் ஈடுபாடு கொண்டார். தனது நண்பர் நில்ல குக்கிடம் (Nilla Cook) காந்தியின் வழியை ஆட்டன்பரோ இந்த உலகிற்கே காட்ட வேண்டும் என்றார்.[7]

ஆட்டன்பரோ எழுதினார்: "மீராவின் ஆதரவு முழுமை யாக எங்களுக்குக் கிடைத்தது. இந்திரா காந்திக்குப் பிறகு மொரார்ஜி தேசாய் பிரதம மந்திரியாக இருந்த காலத்தில்

(1977–79) மீரா அவருக்கு ஜவஹர்லால் நேரு இந்தத் திரைப்படத் திட்டத்தை ஏற்றுக்கொண்டதை நினைவுபடுத்தி எழுதினார். ஜனவரி 1980இல் இந்திரா காந்தி மறுபடியும் பிரதமராகப் பதவிக்கு வந்த பின், ஒரு பெரிய தொகையை இப்படத் தயாரிப்பிற்கு நல்கையாக அளித்தார். 1980–81ஆம் ஆண்டு, இப்படம் பற்றிய திட்டமிடல் ஆரம்பித்து இருபது ஆண்டுகளுக்குப் பிறகு, இந்தியாவின் பல்வேறு இடங்களில் இப்படம் படமாக்கப் பட்டது. ஆட்டன்பரோ, படப்பிடிப்புத் தளத்திலிருந்து நிழற்படங்களை மீராவிற்கு அனுப்பிக்கொண்டிருந்தார். படத்தின் நிஜத் தன்மையை அவர் வெகுமாகப் புகழ்ந்தார். தனது பாத்திரத்தை ஏற்று நடிக்கும் நடிகை ஜெரால்டைன் ஜேம்ஸ் (Geraldine James) தன்னைவிட மிகவும் அழகாக இருக்கிறாள் என்றார்.[8]

II

ஆட்டன்பரோவின் திரைப்படத்தின் மூலம் காந்தியின் தொலைநோக்கை உலகிற்கு உணர்த்தவும், இந்தியர்களுக்கு அவரது சிந்தனை மரபைக் கொண்டுசெல்லவும் முடியும் என்று மீரா நம்பினார். 1968இல், இந்திய நாளிதழ்களைப் படித்த மீராவுக்கு இந்தியாவில் காந்தியின் நூற்றாண்டைக் கொண்டாடச் செய்யப்படும் முயற்சிகள் பிடிக்கவில்லை. தனது நண்பர் கிருஷ்ணமூர்த்தி குப்தாவிற்கு எழுதினார்.

> “காந்தியின் செய்தியை மக்களுக்குக் கொண்டு செல்ல வேண்டும் என்ற எண்ணத்தில் இப்போது வெளியிடப்படும் துண்டுப் பிரசுரங்கள், கையேடுகள் எனக்குப் பிடிக்கவில்லை. தலைவர்கள் கடந்த இருபது ஆண்டுகளாக காந்தியின் செய்தியைப் பற்றிப் பேசிக்கொண்டிருக்கிறார்கள். என்ன விளைவு? பொருளாதாரத்திலும் வாழ்வுநிலையிலும் உணரக்கூடிய மேம்பாட்டை மக்கள் எதிர்பார்க்கிறார்கள். இன்றைய நிலையில் இம்மாதிரியான காகிச் செய்திகளை அளிப்பது வெகுமக்களுக்கு மட்டுமல்ல, காந்திக்கும் அவமானம். இருந்தாலும், நாம் என்ன செய்ய முடியும்?”[9]

மீரா தனது ஏமாற்றத்தை *இந்துஸ்தான் டைம்ஸ்* நாளிதழில் ஒரு நீண்ட கடிதம் மூலம் பொதுமக்களுக்குத் தெரிவித்தார். காந்தி நூற்றாண்டு ஆண்டில் நாம் அவருக்குச் செய்யக்கூடிய அஞ்சலி, காந்தி சமாரக் நிதியும், இந்திய அரசும் சேர்ந்து, குறிப்பிட்ட காலகட்டத்தில், இந்தியா முழுவதிலும் எழுத்த றியாமையை ஒழிப்பதுதான். அல்லது நவீன அறிவியல், தொழில்நுட்ப உதவியுடன் ஒவ்வொரு கிராமத்தையும் துணி தயாரிக்கும் மையமாக மாற்றுவது.

கருத்தரங்குகளும், பேருரைகளும், நிழற்படங்களும், துண்டுப் பிரசுரங்களும், வில்லைகளும் மக்களைக் கவராது. அருங்காட்சியகங்களோ, நூலகங்களோ, கல், செங்கற்களாலான நினைவுச்சின்னங்களோ காந்தியின் பெயரை வரும் நூற்றாண்டுகளுக்கு எடுத்துச் செல்ல மாட்டாது. எந்தத் தாக்கத்தையும் ஏற்படுத்தாது. காந்தி கூறியதுபோல, சுதந்திரத்திற்குப் பின் 'ஒரு புரட்சி' மூலம்தான் மாற்றத்தை ஏற்படுத்த முடியும். இந்தப் புரட்சி இல்லாமல், காந்தி என்பது பெயராக மட்டும், தெய்வீக லட்சியங்கள் கொண்ட ஒருவர், ஆனால் உண்மையில் தோல்வியடைந்தார் என்ற அளவில் நிலைக்கும்.

மீராவின் பார்வைப்படி இந்தப் புரட்சி என்பது "கிராமங்களின் நிலையை உயர்த்தி, நாட்டின் பொருளாதாரத்தி லும், கலாச்சாரத்திலும் அவற்றுக்குரிய இடத்தை அளிப்பது தான்." தொழில்களை ஓரிடத்தில் இல்லாமல் , பரவலாக்கி, தொழிலாளர், போத்துவரத்து இவற்றையும் சமநிலையாக விநியோகிக்க வேண்டும். நகரங்களின் வளர்ச்சியைக் கட்டுப்படுத்த வேண்டும்.

இந்தச் செயல்திட்டத்தை முன்னெடுத்து, குறிக்கோள்களை அடைய வேண்டுமானால் காந்தியை வழிபாட்டு அடையாளமாக வைத்திருக்கும் மரபுவாதிகளிடமிருந்து அவரது நினைவை மீட்டெடுக்க வேண்டும். ஒரு புது அணுகு முறை உருவாக்கப்பட வேண்டும். தொழில் பரவல் என்பது கையால் நூல் நூற்று, பழைய முறையில் துணி நெய்வது பற்றியல்ல. ஆனால் கிராமங்களில் நூல் நூற்பதையும் நெய்வதையும் நவீன, சிறிய எந்திரங்களின் உதவியுடன், தரமான துணிகளை நல்ல விலைக்கு விற்பதுதான். இந்தியாவின் பருத்தி உருவாக்கத்தை மனத்தில் கொண்டு துணி உற்பத்தி முதலிடம் பெற வேண்டும். இத்துடன் வேறு சில சிறிய தொழில்களையும் கிராமங்களுக்குக் கொண்டுசெல்ல முடியும். இந்தப் புதிய அணுகுமுறையில் எல்லாப் பிரச்சினைக்கும் விஞ்ஞான அறிவு அடிப்படையாக இருக்க வேண்டும். காந்தியச் செயல்திட்டங்களில் தொழில்முறையற்ற, அறிவியல் சாரா சோதனை முயற்சிகளை அடிக்கடி காண முடிகிறது. அது மட்டுமல்ல. பிரார்த்தனை சார்ந்த விதிகள், பக்திப் பாடல்கள் பாடுவது, உணவுப் பழக்கங்கள், உடை இவற்றை இந்தப் புதிய அணுகுமுறையில் சேர்த்துக் குழப்பிக்கொள்ளக்கூடாது. நமக்குத் தேவையானது நேர்மை, துணிச்சல், மனிதர்

மேலும், இயற்கையின்பாலும் (நமக்குத் தேவையானதைத் தரும் இப்பூவுலகு) கரிசனம் இவையே.[10]

வயதாகிவிட்டதாலும் உடல் பலமற்றுப்போனதலும் மீராவால் காந்தி நூற்றாண்டு விழாவிற்கு இந்தியா வர இயலவில்லை. ஆனால் லண்டனுக்குப் போக முடிந்தது. குறுகிய வான் பயணம்தானே. 1969ஆம் ஆண்டு அக்டோபர் மாதம், ராயல் ஆல்பர்ட் அரங்கில் ஒரு பெரிய கூட்டத்தில் காந்தியைப் பற்றித் தனது நினைவுகளைப் பேசினார். இந்தியாவின் கடைசி வைஸ்ராய் மௌண்ட்பேட்டன் பிரபு தலைமை தாங்கினார். பின்னர் மௌண்ட்பேட்டன் ஒரு கடிதம் எழுதினார்:

“நீங்கள் வந்திருந்த யாவரையும் உங்கள் பேச்சின் மூலம் கட்டிப்போட்டீர்கள். அந்த மாலை நிகழ்வு உங்களுடையதாயிற்று.”[11]

III

ஆஸ்திரியாவில், மீராவின் எளிமையான வாழ்க்கையின் அன்றாடச் செலவை ஒரு ஓய்வூதியம் மூலம் இந்திய அரசு காந்தி சமாரக் நிதி வழியாக ஏற்றுக்கொண்டது. 1971ஆம் ஆண்டு, அக்டோபர் மாதம் பிரதமர் இந்திரா காந்தி வியன்னாவிற்கு வந்தார். மீராவைச் சந்தித்தார். எல்லா நிகழ்வுகளுக்கும் அவர் அழைக்கப்பட்டார். ஜனவரி மாதத்தில் மீராவின் உடல் நலம் குன்றியது. பிரதமர் சொன்னபடி அவரது மருத்துவச் செலவை இந்திய அரசு ஏற்றுக்கொண்டது. எண்பது வயதான மீராவின் இதயத்தில், மருத்துவர்கள் யோசனைப்படி, ஒரு இதயமுடுக்கி (Pacemaker) பொருத்தப்பட்டது.[12]

அவருக்கு மாதாமாதம் காசோலை அனுப்புவதுடன், இந்தியாவிலிருந்த காந்தியவாதிகள் அவருக்கு நண்பர்களைப் பற்றியும், அவர்களது உடல்நலம் பற்றியும், சேவாகிராமில் நீர் நிலைப் பாதுகாப்பு, மரங்கள் நடுதல் பற்றியும் செய்திகள் அனுப்பினார்கள். வியன்னாவிலிருந்த இந்தியத் தூதரகத்திலிருந்து அலுவலர்களும் அவரை அவ்வப்போது சந்திக்கச் சென்றனர். இந்தியாவைப் பற்றியும் இந்தியர்களைப் பற்றியும் அவர் வாஞ்சையுடன் கேட்பதுண்டு. தான் இந்தியாவில் கழித்த காலம் பற்றியும், அதன் பிறகு அவருக்கு ஏற்பட்ட ஈடுபாடான பிதோவன் இசை பற்றியும் அவர் பேசினார்.[13]

மூன்று ஆண்டுகள் கழித்து, 1980ஆம் ஆண்டு ஜனவரியில் இந்திரா காந்தி மறுபடியும் ஒரு முறை பிரதமமந்திரியாக ஆனார். அப்போது மீராவின் நண்பர் கிருஷ்ணமூர்த்தி குப்தா ஆஸ்திரியாவில் மீரா பண நெருக்கடியில் இருப்பதாக இந்திரா காந்திக்கு ஒரு கடிதம் எழுதினார்.

அதற்கு இந்திரா காந்தி பதில் எழுதினார்: "என் வாழ்நாள் முழுதும் நான் மீராவை அறிந்திருக்கிறேன். என்ன செய்ய முடியும் என்று பார்க்கிறேன்" பின்னர் மீராவின் ஓய்வூதியத்தை அதிகரித்தது மட்டுமல்லாமல், அவரது எல்லா மருத்துவச் செலவுகளையும் ஏற்றுக்கொள்ளுமாறு வியன்னாவிலிருந்த இந்தியத் தூதரகத்திற்கு உத்தரவிட்டார்.[14]

1981ஆம் ஆண்டு வசந்த காலத்தில் இந்தியாவில் அவர் அறிந்திருந்த இரு ஆங்கிலேயர்கள் மீராவை ஆஸ்திரியாவிலுள்ள அவரது வீட்டில் சந்தித்தார்கள். ஒருவர் வைஸ்ராயிற்குத் தனி உதவியாளராக இருந்த கில்பர்ட் லெயித்வைட் (Gilbert Laithwaite). அடுத்தவர் பம்பாயில் ஒரு நிறுவனத்தில் பணிசெய்து கொண்டிருந்த வில்ஃப்ரெட் ரசல் (Wilfred Russel). அப்போது எண்பத்தெட்டு வயதான மீரா சிறந்த உடல் நலத்துடன் இருந்தார் என்று குறிப்பிட்டார்கள். அவர் உற்சாகமாகப் பேசிக்கொண்டிருந்ததையும் அவரது சுறுசுறுப்பையும் கண்டு அவர்கள் வியந்தனர். கண்ணாடியில்லாமல் அவரால் படிக்க முடிந்தது. நினைவாற்றலும் நல்லபடி இருந்தது. காந்தி திரைப் படத்தைத் தயாரித்துக்கொண்டிருந்த ஆட்டன்பரோவைப் பற்றி மீரா நிறைய பேசினார். வந்த இருவரிடம் அந்த இயக்குநரும் தானும் எடுத்துகொண்ட நிழற்படங்களைக் காட்டினார். மத்தியப் பிரதேசத்தில் வார்தாவில் காந்தி ஒரு ஆசிரமத்தை நிறுவிய போது அவர் அந்தப் பொறுப்பைத் தனக்குக் கொடுத்தது பற்றிப் பேசினார். முதன்முதலில் காந்தியின் குடிலைக் கட்டினோம். அதற்குள் பருவமழை வந்துவிட்டது. தானும் மழையில் நனைந்து விட்டதாகவும் கூறினார்.[15]

1981ஆம் ஆண்டு, நவம்பர் மாதம் மீரா தனது பழைய கட்டுரைகள் கொண்ட ஒரு கட்டுக் காகிதங்களைத் தனது நண்பர் கிருஷ்ணமூர்த்தி குப்தாவிற்கு அனுப்பினார். இந்தியாவில் இவைகளை ஒரு நூலாக வெளியிட பதிப்பாளர் யாராவது கிடைப்பார்களா என்று கேட்டார். இந்தத் தொகுப்பிற்கு ஒரு முகவுரை ஒன்றையும் எழுதினார்.

> எனது தொண்ணூறாவது ஆண்டு நெருங்கும்போது, மறுபடியும் இந்தியா பற்றிய எனது எண்ணங்களைப் பதிவு செய்ய விரும்புகிறேன். இந்த முயற்சியில் நான் வெகு நாட்களுக்கு முன், 1940, 50களில், எழுதிய கட்டுரைகளை மறுபடியும் படித்துப் பார்த்தேன். அதில் தேர்ந்தெடுத்த சில கட்டுரைகளை இங்கு தருகிறேன். அவற்றில் பல இன்றைய இந்திய நிலைக்கும் பொருந்தும். நாம் 'முன்னேற்றம்' என்று கொண்டாடுவது மூன்று அடிப்படையான கெடுதல்களைக் கண்டுகொள்ளாமல் விட்டது – நிலம் சீரழிக்கப்பட்டது,

மரங்களைப் பாதுகாக்காமல் விட்டது, கிராம மக்களைக் கவனிக்காமல் விட்டது. (பணக்கார விவசாயிகளை அல்ல.)

உலகின் மற்ற நாடுகள் போலவே இந்தியாவும் எந்திரமயமாக்கப்பட்ட பெரும் தொழிலதிபர்களின் பிடியில் இருக்கிறது. அவர்களுக்கு மேலும் மேலும் சக்தி தேவைப்படுகிறது. ஆனால் புதுப்பிக்கக்கூடிய கால்நடை, மனித சக்தியைத் தவிர அவர்களுக்கு எல்லா விதமான சக்தியும் வேண்டியிருக்கிறது. இதனால் வேலையில்லாத் திண்டாட்டமும், சமூகத்தில் அமைதியின்மையும் உருவாகின்றன.

படிப்படியாக எந்திரமயமாக்கலையும் வேதியியல் உரங்களையும் வேளாண்மையிலிருந்து குறைக்க வேண்டும். பெருவணிகம் எதிர்க்கப்பட வேண்டும்.

நமது விடிவுகாலம் எளிமையில் இருக்கிறது.[16]

அவர் சுற்றுச்சூழல் பற்றி ஒரு தீர்க்கதரிசிபோல 40களிலும் 50களிலும் சொன்னதை மேலே உள்ள கருத்து எதிரொலிக்கிறது.

1982ஆம் ஆண்டு ஜனவரி மாதம் மீரா பென்னிற்கு, இந்தியாவின் இரண்டாவது பெரிய கௌரவமான பத்ம விபூஷன் அறிவிக்கப்பட்டது. இது இந்திரா காந்தியால் பரிந்துரைக்கப் பட்டது. மீரா இந்தியா வரும் நிலையில் இல்லாததால், ஆஸ்திரியாவின் இந்தியத் தூதர் அவரது வீட்டிற்குச் சென்று வழங்கினார்.

அந்த ஆண்டு கோடைக்காலத்தில் மீராவின் உடல்நலம் பாதிக்கப்பட்டது. இந்தியாவில் மீரா பென் என்றறியப்பட்ட இங்கிலாந்தின் மாடலின் ஸ்லேட் 1982ஆம் ஆண்டு ஜூலை 20ஆம் தேதி ஆஸ்திரியாவில் காலமானார். அவர் விருப்பப்படியே அவரது உடல் அடக்கம் செய்யப்படாமல், தகனம் செய்யப் பட்டது. அவரது அஸ்தி வியன்னாவிற்கருகில் அடிக்கடி நடைப்பயிற்சி செய்த ஹெலனெட்டல் என்ற காட்டில் தூவப்பட்டது. மீரா விட்டுச்சென்ற சொத்துக்கள் அவரது இந்திய உதவியாளர் ராமேஸ்வர் தத்துக்குச் சென்றது.[17]

1959இல், மீரா இந்தியாவை விட்டுச் சென்றபோது, மேலை நாடுகளில் காந்தியின் சிந்தனைகளைப் புத்தகம், கட்டுரைகள் எழுதிப் பரப்ப எண்ணியிருந்தார். அவர் எழுதிய ஒரு புத்தகம் (நினைவுக் குறிப்புகள்) அதிக கவனிப்பு பெறவில்லை. மேற்கு நாடுகளின் நாளிதழ்கள் காந்தியைப் பற்றிக் கட்டுரைகளை வெளியிடுவதில் ஆர்வம் காட்டவில்லை. என்றாலும், அவர் இறந்த பின், ஆட்டன் பரோவின் காந்தி படத்தின் மூலம் அவரது

நோக்கம் நிறைவேறியது. 1982ஆம் ஆண்டு நவம்பர் மாதம் வெளியான இந்தப் படம் பிரம்மாண்டமான வெற்றியடைந்தது. மேலும் ஒன்பது ஆஸ்கார் விருதுகளையும் பெற்றது. படத்தில் குறைகள் இருந்தாலும், காந்தியை மறுபடியும் நினைவிற்குக் கொண்டுவந்து அவரது கருத்துக்களைப் பரப்பியது. மீராவின் உந்துதல் இல்லாமல் அதன் இயக்குநர் ஆட்டன்பரோ அந்தப் படத்தை எடுத்திருக்க முடியாது. மீரா இந்தியாவை விட்டு 1959இல் சென்றபோது, இன்னொரு பேராவலும் அவருக்கிருந்தது. தனது முதல் ஈடுபாடான பிதோவானைப் பற்றி ஒரு சிறந்த புத்தகம் எழுதுவது. தொடர்ந்த பத்தாண்டுகளில், அவர் பிதோவானைப் பற்றி நிறைய படித்தார். அவரது இசையை மீண்டும் மீண்டும் கேட்டார். ஜூலை 1982இல் அவர் இறந்தபோது, பிதோவானைப் பற்றிய ஒரு புத்தகத்தின் கைப்பிரதி மீராவின் ஆவணங்களுள் இருந்தது. வியன்னாவிலிருந்த மீராவின் மேல்தட்டு நண்பர்கள் சிலர் வயலின் மேதை யெஹூதி மெனுஹினிடமிருந்து (Yehudi Mehuhin) இந்த நூலுக்கு ஒரு அணிந்துரையை வாங்கினார்கள். இப்படிப்பட்ட ஒரு இசைப்பிரபலத்திலிருந்து ஆதரவு கிடைத்தும், அந்த நூலை வெளியிடுவார் யாருமில்லை. பதிப்பாளர்கள் இந்த நூல் ஒழுங்கற்று இருக்கின்றதென்றும், அசலாக அதில் ஒன்றுமில்லை என்றும் கூறினர். அது ஒரு இசை ரசிகர் எழுதிய ஒரு நீண்ட காதல் கடிதம் போலிருக்கிறதென்றனர். இந்நிலையில் மீராவின் நண்பர் ரோசெட்டா ஸ்பால்ட் (Rosetta Spalt) ஆக்ஸ்ஃபோர்டு யுனிவர்சிடி அச்சகத்தின் இந்தியக் கிளையில் பணிபுரியும் ஒரு எடிட்டருக்கு பிதோவான் என்றால் உயிர் என்று கேள்விப்பட்டார். ஆனால் அவரும் இந்தப் புத்தகத்தைப் படித்துவிட்டு, வெளியிட மறுத்து விட்டார். அவர் பின்னர் கூறினார் " பீத்தோவனைப்போற்றுதல் தவிர அந்த நூலில் ஒன்றுமில்லை. எல்விஸ் ப்ரீஸ்லியின் இசை போலவே, பிதோவனின் இசையும் தன்னைப் போற்றும் ரசிகர்களை உருவாக்கும் தன்மை கொண்டது" என்றார்.[18]

தனக்குப் பிடித்தமான இசைக்கலைஞர் பற்றிய மீராவின் புத்தகம் வெளியிடப்படத்தகாதது என்று சில பதிப்பாளர்கள் சொன்னாலும், அது வெளியிடப்பட்டது. பிதோவானின் ஆன்மிகத் தொலைநோக்கு (Beethovan's Mystical Vision) என்கிற அந்த நூல் வெகுநாள் கழித்து 1999இல் மதுரையிலிருக்கும் கதர் நண்பர்கள் குழு (Khadi Friends Forum) என்னும் அமைப்பால் வெளியிடப்பட்டது. இது நன்றிக்கடன் போன்றது. மீராவிற்கு காந்தி மீதிருந்த பற்றிற்கு நன்றியாக, இந்தியாவிலிருந்த காந்தியவாதிகள், மீராவிற்கு பிதோவான் மீதிருந்த ஈடுபாட்டையும் உலகறியச் செய்தார்கள்.

ஏழு போராளிகள்!

IV

லட்சுமி ஆசிரமத்தை ராதா பட்டின் கையில் 1966இல் கொடுத்த பிறகு, சரளா பென் பல வருடங்கள் வினோபா பாவேயுடனும், ஜெயபிரகாஷ் நாராயணுடனும் பணி செய்தார். 1970களின் ஆரம்பத்தில் சரளா மறுபடியும் மலைக்கு வந்தார். தனது பழைய ஆசிரமத்திற்குச் சிறிது தொலைவில், ஒரு சிறிய குடிலைக் கண்டறிந்தார். இங்கிருந்து பனிபடர்ந்த மலைமுகடுகள் தெரிந்தன.

உத்தராகண்டின் மலைப்பிரதேசத்திற்கு சரளா வந்தபோது சிப்கோ இயக்கம் முழுமூச்சுடன் இயங்கிக்கொண்டிருந்தது. ஒரு சிப்கோ இயக்க ஊழியருக்கு சரளா எழுதினார்: "இயற்கையி லேயும் பழக்கத்தாலும் நான் ஒரு ஆசிரியர். புரட்சியாளரோ செயற்பாட்டாளரோ அல்ல."[19] என்றாலும் அவர் மரம் வெட்டலுக்கு உருவாகியிருக்கும் அமைதியான எதிர்ப்பை வரவேற்றார். அதிலும், பெண்கள் அதில் பங்கெடுப்பது பற்றி அவர் மகிழ்ச்சி அடைந்தார். கிராமங்களில் பயணித்து "சகோதரிகள் உறுதியாக இருக்கிறார்கள். ஒப்பந்தக்காரர்களைக் காட்டினுள் நுழைய அவர்கள் விடவில்லை. ஒவ்வொரு சகோதரியும் ஒரு மரத்தைக் காக்கிறார்கள். கோடாரி விழுவதற்குக்கூட அவர்கள் அஞ்சவில்லை. ஆனால் உயிரோடிருக்கும் வரை ஒரு மரத்தையும் வெட்டவிட மாட்டார்கள்."[20]

சிப்கோ இயக்கத்திற்கு இரு தலைவர்கள் இருந்தார்கள்: அலக்நந்தா பள்ளத்தாக்கில் இயங்கிக்கொண்டிருந்த சாந்தி பிரசாத் பட், இரண்டாவது பாகீரதி பள்ளத்தாக்கில் வேலை செய்து சுந்தர்லால் பகுகுணா. இருவருமே சர்வோதயா குடும்பத்தைச் சார்ந்த காந்தியவாதிகள். இருவருமே உத்தராகண்டில் சர்வோதய இயக்கத்தின் தாய் என்றறியப்பட்ட சரளாவை மிகவும் மதித்தார்கள். பகுகுணாவும் பட்டும் ஒரு தருணத்தில் ஒன்றாகப் பணியாற்றினார்கள். ஆனால் சிப்கோ இயக்கம் வளர்ந்து, தேச அளவிலும், பன்னாட்டளவிலும் நன்கு அறியப்பட்ட பின் அவர்களுக்குள் போராட்டத்தில் எவ்விதமான உத்திகளைப் பயன்படுத்த வேண்டும் என்பது பற்றிய கருத்து வேறுபாடு உருவானது. பகுகுணா பிரச்சாரத்தை நம்பினார். பட் அடித்தளப் பணி முக்கியமானது என்று கருதினார். இத்துடன் அவர்களுக்கிடையே அதிகாரப் போட்டியும் இருந்தது. நாட்டின் மிக முக்கியமான இந்தச் சுற்றுச்சூழல் போராட்டத்தில் யாருக்கு அதிகமான அங்கீகாரம் கிடைக்க வேண்டும் என்பதிலும் போட்டி. இந்தியாவில் படிநிலையைத்

தீர்மானிப்பதில் வயது ஒரு அம்சம். பகுகுணா, பட்டை விட வயதில் மூத்தவர். தன்னைவிடச் சிறியவரான பட்டிற்குப் புகழ் சேர்வது அவருக்குப் பிடிக்கவில்லை.

சரளாவிற்குப் பகுகுணாவை வெகு நாளாகத் தெரியும். அவருடைய மனைவி விமலா, லட்சுமி ஆசிரமத்தில் சரளாவின் மாணவியாக இருந்தாள். ஆனாலும் கடந்த வருடங்களில் சாந்தி பிரசாத் பட்டின் திறமையையும் சரளா கவனிக்கத் தொடங்கினார். 1977ஆம் ஆண்டு, இலையுதிர் காலத்தில் இந்த இரண்டு தலைவர்களும் ஒருவரிடமிருந்து ஒருவர் விலக ஆரம்பித்தனர். இது இயக்கத்தைப் பாதிக்க ஆரம்பித்தது. தங்களது கருத்து வேறுபாட்டைச் சரி செய்துகொள்ள வேண்டுமென்று சரளா இருவருக்கும் கடிதம் எழுதினார். ‘சிப்கோ இயக்கத்தின் எதிர்காலம் நம்மிடையே உள்ள ஒற்றுமையைச் சார்ந்திருக்கிறது” என்று பட்டிற்கு எழுதினார். மக்களிடம் வேலை செய்து நிறுவனத்தைப் பலப்படுத்த வேண்டும் என்கின்ற பட்டின் அணுகுமுறையைத் தான் ஆதரிப்பதாகச் சொன்னார். அதே சமயம் பகுகுணா சொல்கின்ற பரவலான பிரச்சாரமும் தேவையானது என்றார். “ஒவ்வொருவருக்கும் ஒரு இயல்பும் அணுகுமுறையும் இருக்கலாம். இதில் முரண்பாடு தேவையில்லை. அவர்கள் இருவரும் ஒருவரை ஒருவர் ஆதரிக்கக் கூடும்.” இந்த இருவருக்கிடையில் உருவாகியிருந்த விரிசலை சரளா சரிசெய்ய முயன்றார்.[21]

பகுகுணாவிற்கும் சரளா கடிதம் எழுதினார். “சாந்தி பிரசாத் செய்யும் பணி, அவரது நேர்மை, அவரது ஆளுமை, எளிமை, பாசம், நிர்வாகத்திறமை, மற்றும் செய்யும் வேலையில் அவரது அர்ப்பணிப்பு, இவைகளை நான் மதிக்கிறேன்” என்று குறிப்பிட்டார். இவர்களுக்கிடையே உள்ள தூரத்தைப் பற்றிச் சரளா கவலைப்பட்டார். “நீங்கள் இருவரும் ஒருவரை ஒருவர் மதித்து நல்லெண்ணத்துடன் ஒன்றாக வேலை செய்வது இயக்கத்திற்கு முக்கியம். அத்தகைய ஒத்துழைப்பு நமக்கு வலிமையூட்டும். இல்லையென்றால் இயக்கத்திற்கும் குழு மனப்பான்மை வந்து விட்டது என்ற கருத்து பரவிவிடும்.”[22]

ஆனால் இந்த இருவரையும் ஒன்றுசேர்க்க சரளா எடுத்துக்கொண்ட முயற்சிகள் தோல்வியடைந்தன. சிப்கோ இயக்கம் சாந்தி பிரசாத் தலைமையிலும் பகுகுனாவின் தலைமையிலுமாக இரண்டாகப் பிரிந்தது. உத்திரகாண்டிலும், வெளியிலும் பத்திரிகையாளர்களும் செயற்பாட்டாளர்களும், எழுத்தாளர்களும் இந்தப் பிரிவில் பங்கெடுத்து, இயக்கம் வலு இழந்தது.[23]

V

சிப்கோ இயக்கம் பிரிந்து உடைந்தாலும், அது சரளாவின் கவனத்தை இமாலயச் சூழல் மேலும், சிறப்பாக மலைக்காடுகள் பேரிலும் அங்கு வாழும் மலைப்பிரதேச மக்களின்பாலும் ஈர்த்தது. 1979ஆம் ஆண்டு அக்டோபர் மாதம் இந்த விஷயம் பற்றி இந்திய குடியரசுத்தலைவருக்கு ஒரு கோரிக்கை மனுவை அனுப்பினார். இமயத்தில் காடுகள் அழிக்கப்பட்டதால், நிலச்சரிவும் வெள்ளமும் ஏற்படுவதுடன், சமவெளியில் வேளாண்மை பாதிக்கப்பட்டுள்ளதாகக் கூறினார். வெட்டு மரத்தொழில் மட்டுமல்லாமல், சாலை பாவுதல், மின்சாரக் கம்பிகள் போடுதல், பெரிய அணைகளைக் கட்டுதல் போன்ற செயல்களால் காடு சீரழிந்துவிட்டது. காடு அழித்தலை உடனே நிறுத்திக் காடு அபிவிருத்தியில் கவனம் செலுத்த வேண்டும் என்றார். அந்தச் சமயத்தில் பொதுத்தேர்தல் நெருங்கிக் கொண்டிருந்தது. சுற்றுச்சூழல் பேணலில் ஆர்வம் காட்டும் வேட்பாளர்களுக்கு மக்கள் வாக்களிப்பார்கள் என்று சரளா கணித்தார்.

சில மாதங்கள் கழித்து சரளா 'பர்வதீய பர்யாவரன் சம்ரக்ஷன் சமிதி (Society of Himalayan Ecological Conservation) என்ற சங்கத்தை நிறுவினார். அவர்தான் அதன் அமைப்பாளர். சாந்தி பிரசாத் பட்டும் விமலா பகுகுணாவும் உறுப்பினர்கள். நேபாளத்திலிருந்தும் கிழக்கு இமயமலைப் பகுதியிலிருந்தும் உறுப்பினர்கள் சேரலாம். இந்த நிறுவனத்தின் குறிக்கோள்:

> இப்போது நாம் எதிர்கொள்ளும் சூழலியல் ஆபத்துக்கள் பற்றிச் சரியான ஆதாரப்பூர்வமான விவரங்களை மக்களுக்குத் தருவது.
>
> சகட்டுமேனிக்கு மலைப் பிரதேசத்தில் காட்டை அழிப்பதால் ஏற்படும் தீமை, ராட்சத அணைகளைக் கட்டி, நதிகளின் ஓட்டத்தைத் தடுப்பது, சாலை பாவுதலிலும் அணை கட்டுவதிலும் பயன்படுத்தப்படும் வெடிமருந்துகள், நீர்வரத்து பாதிக்கப்படுவதாலும், வேதியல் உரங்களின், பூச்சிமருந்துகளின் பயன்பாட்டாலும் சீரழியும் வேளாண்மை, பெருந்தொழில்களின் கழிவுப்பொருட்களால் மாசுபடும் நீர், நிலத்தடி எரிபொருள் பயன்பாடு.
>
> தவறான கல்விமுறை உருவாக்கும் கலாச்சாரச் சூழல், மாணவர்களை அன்றாடப் பணிகளிலிருந்து அன்னியப்படுத்தி, எழுத்தர் வகுப்பைத் (White collar class) தோற்றுவிக்கிறது.

நகரமயமாக்கலால் தோன்றும் சமூகச் சுற்றுச்சூழல் மனிதரின் தன்னியல்பான சிந்தனைகளையும், பொழுதுபோக்குகளையும் சீரழிக்கிறது.

இந்தச் சங்கம் சூழலியல் சார்ந்த நூல்களையும் துண்டுப் பிரசுரங்களையும் வெளியிடத் திட்டமிட்டது. கிராமத்து மக்களுக்கு அந்தச் செய்தியை எடுத்துச் செல்ல ஊழியர்களுக்குச் சுற்றுச்சூழல் பற்றி போதிக்கவும், குடிசைத் தொழில்களை ஆதரிக்க கிராமங்களில் சிறு அமைப்புகளை ஏற்படுத்தவும் எண்ணியது.[24]

இந்தக் காலகட்டத்தில், சரளா மனிதகுலம் எதிர்கொள்ள இருக்கும் சுற்றுச்சூழல் பிரச்சினைகள் பற்றி ஒரு நூல் எழுதிக்கொண்டிருந்தார். மிகவும் மதிக்கப்படும் ஜம்னாலால் பஜாஜ் விருது அவருக்குக் கொடுக்கப்பட்டது. அதில் கிடைத்த பரிசுப் பணத்தில் சுற்றுச்சூழல் பற்றிய புத்தகங்கள் பலவற்றை உலகின் பல இடங்களிலிருந்து வாங்கினார். இந்த நூல்களைப் படித்து அறிந்துகொண்டதன் மூலமும் அவர் செய்த கள ஆய்வு அனுபவத்தின் அடிப்படையிலும் அவர் இந்தியில். 'சம்ரக்ஷன் யா வினாஷ்' (Protection or Destruction) என்ற தலைப்பில் ஒரு நூல் எழுதினார். அது 1981ஆம் ஆண்டு வெளியிடப்பட்டது.

உலக நோக்கில் அவர் ஒரு நூலை எழுதிக்கொண்டிருந்த போதே சரளாவின் கண்கள் உள்ளூர் சுற்றுச்சூழல் மீதும் பதிந்தன. 1980ஆம் ஆண்டு அவர் இமயமலையின் சுற்றுச்சூழலைப் புதுப்பிப்பது பற்றி கவனிக்கப்பட வேண்டிய ஒரு கட்டுரையை எழுதினார். இதில் அரசின் வனம் சார்ந்த கொள்கை மறுபரிசீலனை செய்யப்பட வேண்டும், ஒற்றையின ஊசியிலைக் காடுகளைப் பரப்புவதை விட்டு, பல்வகை மரங்கள் கொண்ட காட்டை உருவாக்க வேண்டும் என்றார். கிராமவாசிகள், சிறப்பாகப் பெண்கள், காட்டைப் பராமரிப்பதில் பங்கு கொள்ள வேண்டும் என்றும் வெளியில் இருக்கும் வணிக அமைப்புகளுக்கு அல்லாமல் காடு, உள்ளூர் தேவைகளைப் பூர்த்தி செய்ய வேண்டும் என்பதை கிராம மக்கள் கவனத்தில்கொள்ள வேண்டும் என்றும் கூறினார். மலைப்பிரதேசத்தில் பெரிய அணைகள் கட்டுவதை எதிர்த்தார். சூரிய ஒளி, காற்று, சிறிய நீர்மின் அணைகள் மூலம் நமது மின்சாரத் தேவைகளைப் பூர்த்தி செய்யலாம் என்றார்.[25]

1981இல் மாதவ் அஷிஷ் என்ற பெயர் கொண்ட இந்துத் துறவியாகிய ஆங்கிலேயர் ஒருவரிடம் சரளா கருத்துப் பரிமாற்றம் செய்ய நேரிட்டது. இவர், சரளா போலவே குமானில்

பல ஆண்டுகள் வாழ்ந்தவர். இந்தத் துறவிக்கு இமயமலைக் காடுகளுக்கு உயிரூட்டுவதிலும் அந்தப் பணியில் கிராமத்துப் பஞ்சாயத்துகளைப் பங்கெடுக்க வைப்பதிலும் ஆர்வம். மரங்களைச் சரியாக நட்டு பஞ்சாயத்துகளைப் பராமரித்தால் உத்தரப் பிரதேச மலைகளிலுள்ள கிராமத்திற்குத் தேவையான விறகையும் கால்நடைகளுக்கு வேண்டிய தீவனங்களையும் உற்பத்தி செய்ய முடியும் என்றார். அவர் சரளாவிற்குக் கடிதம் எழுதினார்:

> விறகிற்காகவும் தீவனத்திற்காகவும் காடுகளை உருவாக்குவது எளிது. ஆனால் அரசியல் தலைவர்கள் வணிக நோக்குடன் காடுகளை அணுகுவதாலும், கிராமத்துப் பெண்கள் இதில் ஆர்வம் காட்டாததாலும் நாம் காடுகளை வளர்ப்பது சிரமமாகிறது. விதிவிலக்காகச் சில கிராமங்களில் இதைச் செய்து காட்டியிருக்கிறார்கள். ஆனால் மலையில் 15,000க்கு மேற்பட்ட கிராமங்கள் இருக்கின்றன. எப்படித் திட்டமிடுவது? பெரும்பான்மையினரின், முக்கியமாகப் பெண்களின் அக்கறையை மனதில் கொண்டவர்கள் பஞ்சாயத்தில் இருக்க வேண்டும். இன்றைய நிலையில் பஞ்சாயத்துகள் மேம்பாட்டிற்காக அரசு ஒதுக்கும் நிதியை அரசியல் தலைவர்களின் பையில் சேர்ந்துவிடுகின்றன.
>
> சிப்கோ இயக்கத்தில் ஈடுபட்டிருக்கும் மாணவர்கள் இந்தத் தலைவர்களுக்கு எதிர்ப்பை உருவாக்கிக் கொண்டிருக்கிறார்கள் என்றறிகிறேன். இது மாற்றத்திற்கான தளத்தைத் தயார்செய்கிறது. மேலே இருக்கும் அதிகாரிகள் மலைவாழ் மக்களின் பிரச்சினைகளைக் கவனிக்கிறார்கள். கிராம மக்களை உயர் அதிகாரிகளுடன் இணைக்க என்ன விதமான நிர்வாக அமைப்பு (பஞ்சாயத்து, வட்டாரம் என) தேவைப்படுகிறது என்று பார்க்க வேண்டும். இதனால் இடையில் வரும் சின்னச் சின்னத் தலைவர்களை ஒதுக்கி விடலாம். இதற்கு உங்களால் பதில் எழுத முடியுமா?[26]

இந்தக் கடைசி கேள்வி எழுந்ததன் காரணம் சரளா அண்மையில் உடல்நலம் குன்றியிருந்தார் என்று மாதவ் அஷிஷ் அறிந்திருந்தார். ஆனால் நோயுற்று இருந்தாலும் தனக்கு நெருக்கமான ஒரு விஷயத்தைப் பற்றி விவாதிக்க அவர் தயங்கவில்லை. சரளாவின் கண்களில் பிரச்சினை இருந்தாலும் அவர் "உங்களுக்குப் பதில் எழுதும் வாய்ப்பை நான் வரவேற்கிறேன்" என்றார். மலைக்காடுகளைப் புனருத்தாரணம் செய்ய அவரது யோசனைகளுக்குச் சரளா கீழ்கண்ட பதிலை எழுதினார்.

1. நான் எந்த ஒரு பிரிவையும் சேர்ந்தவள் அல்ல. எந்தக் குழுவுடனும் நான் தொடர்பு வைத்துக்கொள்ளவில்லை.

2. சூழலியல், அடிப்படையில் ஒரு ஆன்மிக விஷயம்; தொழில்நுட்பம் சேர்ந்ததல்ல. ஆனால் கல்வி சார்ந்தது, மனிதர் இயற்கையுடன் (இறைவன் என்றும் கூறலாம்) ஒத்துப்போவதைப் பற்றியது.

3. யதார்த்த அணுகுமுறையின் பெயரில், ஒருவர் நம்பிக்கை யுடன் எதிர்பார்க்கலாம் அல்லது நம்பிக்கையற்றும் இருக்கலாம், இது மேலே சொன்ன வெவ்வேறு அணுகுமுறைகளைச் சார்ந்தது.

4. உங்கள் கணிப்பைச் சரியானது என்று நான் ஏற்றுக் கொள்கிறேன். ஆனால், நம்பிக்கையுடன் எதிர்பார்த்தாலும், நாம் விரும்பும் நிலையை அடைய எவ்வளவு காலம் ஆகும்? அதுவரை நில அரிப்பையும் வெள்ளத்தையும் நாம் எப்படித் தடுப்பது? ஆகவே நாம் சகலவிதமான வெட்டுமரத் தொழிலையும் நிறுத்த வேண்டும். மழைக்காலத்தில் ஹரிதுவாரில் மழைநீருடன் வண்டல் மண் அடித்துக்கொண்டு வருவது குறையும்வரை எல்லா விதமான மரவெட்டலையும் நிறுத்தி வைக்க வேண்டும்.

5. காடுகளைப் பேண வேண்டுமென்றால் நாம் 'தலைவர் களை'யும், வனத்துறையிலுள்ள சராசரி அதிகாரிகளையும் கண்ணை மூடிக்கொண்டு பின்பற்றுவதைவிட வேண்டும். இரண்டையுமே கடைப்பிடிப்பது சிரமம்தான். ஆனால் 'படித்த' ஒருவரையோ, அரசு அதிகாரியையோ மாற்றுவதை விட "படிப்பறிவற்ற" கிராமத்து ஆள் ஒருவரை மாற்றுவது எளிது. அவர்களின் 'கல்வியறிவு' அவர்களுக்கு ஒற்றைப் பார்வையைக் கொடுத்து விடுகிறது.

6. கார்வாலிலும் குமானிலும் வேறுபட்ட அணுகுமுறைகள் இருக்கின்றன என்று நான் அறிவேன். பெருவாரியான ஆக்கப்பூர்வமான பணிகள் கார்வாலில்தான் நடக்கின்றன. ஆனால் இங்கோ, யாத்திரை ஸ்தலங்கள் இருப்பதால், மக்கள் பெரிய நிறுவனங்களின் முறையை எளிதாக ஆதரிக்கிறார்கள். கார்வாலின் 3நாள் முகாமொன்றில் பகவத் கீதையிலுள்ள சுற்றுச்சூழல் பேணல் சிந்தனைகளைச் சுட்டிக்காட்டுவது, பாதுகாக்கப்பட வேண்டிய மரங்களுக்கு 'ராக்கி' நூல் கட்டுவது போன்றவை நடந்தன. பெண்கள் இதில் ஆண்களைவிட ஆர்வம் காட்டிச் செயல்பட்டனர்.

7. இன்றைய பஞ்சாயத்து முறையில், அரசியல் கட்சி அரசைக் கட்டுப்படுத்தி வைக்கிறது. நாங்கள் முற்றிலும் வேறுபட்ட நிர்வாகத்தைப் பற்றிப் பேசுகிறோம். சுற்றுச்சூழல் பேணல் நல்ல முறையில் இருக்க நாம் எல்லாவற்றையும் மாற்றி அமைக்க வேண்டும். மக்கள் நலன்தான் இதில் முக்கியம், சிலருக்கு வரும் லாபம் அல்ல. சுற்றுச்சூழலைப் பற்றித் திட்டமிடும் பொறுப்பு, அதைப் பயன்படுத்துவது ஆகியவற்றைக் கிராமத்து மக்கள் செய்ய வேண்டும். தேவையானபோது நிபுணர்களின் ஆலோசனையைப் பெற்றுக்கொள்ளலாம்.

8. பொதுமக்களுக்கும் அரசு அதிகாரிகளுக்கும் புதிய அணுகுமுறை வேண்டும். மக்களிடமிருந்து ஒத்துழைப்பைக் கலாச்சாரப் பாரம்பரியத்தின் மூலம்தான் பெற வேண்டும். ஆனால் புதிய அணுகுமுறையைச் சராசரி அரசு ஊழியர்களுக்கு எப்படி அறிமுகப்படுத்துவது என்று தெரியவில்லை. அது சிரமமான வேலை. அது சரியாக அமைந்தால் இந்தத் 'தலைவர்களின்' பிரச்சினைகளையும் தீர்க்கும்.

9. அடிப்படையில், இது அணுகுமுறை சார்ந்த விஷயம்.

அரசியல் + சமயம் = சர்வநாசம்
அறிவியல் + சமயம் = சர்வோதயம்."[27]

('சர்வநாஷ்' 'சர்வோதயா' என்ற இந்திச் சொற்கள் தேவநாகிரி எழுத்தில் கையால் எழுதப்பட்டிருந்தன.) அறிவுநுட்பமும் நல்ல புரிதலும் நம்பிக்கையுடனுமான இந்த அற்புதமான கடிதம் முதுமையில் உடல்நலம் குன்றிய ஒரு பெண்மணியால் எழுதப்பட்டது. தான் நேசித்து, உடன் வாழ்ந்த மக்களுக்கு ஒரு நல்ல உலகை விட்டுச்செல்ல வேண்டும் என்று விரும்பியவர் அவர்.

VI

1981ஆம் ஆண்டு மழைக்காலத்தில், சரளா நோயுற்றிருக்கும் செய்தி மற்றவர்களுக்குக் கிடைத்தது, அதில் ஒருவர் பிரதமர் இந்திரா காந்தி. அல்மோரா அல்லது நைனிதால் நகரங்களில் உள்ள அரசு மருத்துவர்கள் மூலம் சரளாவிற்கு உதவி செய்யலாம் என்று பிரதமர் எண்ணினார். ஆனால் சரளா, தனது சக ஊழியர்கள் நன்றாகத் தன்னைக் கவனித்துக்கொள்கிறார்கள் என்றும் இமயமலையின் மாசற்ற காற்றும் எழிலார்ந்த சூழ்நிலையும் பெரிய வரப்பிரசாதமாயிருக்கிறது என்றும்

கூறினார். தான் நேரம் தாழ்ந்து ஒரு பாடம் கற்றுக்கொண்டதாகப் பிரதமரிடம் சொன்னார். மக்களுக்குச் சிறப்பாகப் பணி செய்ய வேண்டுமென்றால் தன்னைப் போன்ற சமூக சேவகர்கள் உடல்நலத்தில் கவனம் செலுத்த வேண்டும்; இல்லை யெனின் அவர்கள் செய்யும் வேலை பாதிக்கப்படுகிறது என்றார்.

சரளா பின்வருமாறு எழுதினார்:

"நான் இந்தியாவிற்கு வந்தபொழுது மிகவும் எளிமையாக, துறவி போன்று வாழ வேண்டும் என்று நினைத்தேன். நான் இங்கு வறுமையை அனுபவிக்காவிட்டாலும், எனக்காக மிகக் குறைவாகவே செலவுசெய்தேன். ஆனால் எனது உடல் நலத்தைப் பேணத் தவறிவிட்டேன். அப்படிச் செய்திருந்தால் இன்னும் நன்றாக இருந்திருப்பேன். நான் செய்ய நினைத்த வேலைகளைச் செய்து முடித்திருக்க முடியும். இப்போது இந்த நிலையில் இருக்கிறேன். என் தவறை உணருகிறேன். இனி என் உடல்நலத்தின் மேல் கவனம் செலுத்துவேன்."[28]

1982ஆம் ஆண்டு ஜனவரி மாதம், நைனிதாலிலுள்ள ஒரு பதிப்பாளர் சரளாவின் உலகச் சுற்றுச்சூழல் சிக்கல் பற்றிய நூலின் ஆங்கில மொழிபெயர்ப்பை வெளியிட்டார். சாகும் நம் பூவுலகைக் காப்பாற்றுங்கள் (Revive Our Dying Planet) என்ற தலைப்பில் வெளிவந்த இந்த நூலின், ஆசிரியர் சரளா (Catherine Mary Helmann) என்று குறிப்பிடப்பட்டிருந்தது. சொந்த ஐரோப்பியப் பெயரை அடைப்புக்குறிகளுக்குள் போட்டது தான் ஒரு உலகக் குடிமகள் என்பதைக் குறிப்பிடுவதற்காக இருக்கலாம். "ஆக்கப்பூர்வமான சூழலியல் புரட்சி மூலம் இவ்வுலகிற்குப் புத்துயிரூட்ட உதவுவார்கள் என்ற நம்பிக்கையில் வருங்கால சந்ததியருக்கு" அந்த நூலைச் சரளா அர்ப்பணித்திருந்தார்.

அந்த நூலின் பேசுபொருள் பல தளங்களைத் தொட்டது, மேற்கத்திய அறிவியலாளர்கள், சமூகவியலாளர்கள் இவர்களின் கருத்துக்கள், இந்திய ஆன்மிகவாதிகள், புனிதப் பிரதிகள் எனப் பல கருதுகோள்களைப் பற்றி சரளா எழுதியிருந்தார். பூமியில் உயிரினம் உருவானதிலிருந்து, பல்லூழிக்காலமாக மனிதர்கள் இப்பூவுலவை மெல்ல மெல்ல எவ்வாறு மாற்றிவிட்டார்கள் என்பது வரை விவரித்திருந்தார். சுற்றுச்சூழல் எவ்வாறு வெவ்வேறு முறைகளில் சீரழிக்கப்பட்டது என்றும் அதற்குப் பரிகாரமாக என்ன செய்ய வேண்டும் என்றும் எழுதியிருந்தார். ஆனால் அவரது எழுத்தின் நடை சீராக இல்லை. ஒரு தலைப்பிற்கும் மற்றொன்றிற்கும் தொடர்பு

சரியாக இல்லாமலிருந்தது. சரளா கிராமப்புறத்தை ஆதரித்துப் புகழ்ந்துரைத்தார்.

எல்லாமே நகர்ப்புறத்தில் மையமிட்டிருப்பதை அவர் விரும்பவில்லை. இந்தியா தொழில்மயமாதலிலிருந்து விலகி, "இயற்கை விவசாயம், சுற்றுச்சூழல் சமன்நிலைக்கு உகந்த வாழ்வு முறை"க்கு இப்போதுகூட இந்தியா திரும்ப முடியுமென்று சரளா நம்பினார். உள்ளூர் மக்களுடன் நெருங்கி இருந்து கொண்டு, பரந்த மனிதச் சமுதாயத்துடனும் தொடர்பில் இருக்க முடியும் என்றார். நாடு என்று நாமறியும் அமைப்பை அவர் சந்தேகக் கண்ணுடன்தான் பார்த்தார். அவை மக்களைப் பிரித்து, வன்முறை உணர்வுகளைத் தூண்டுவதாக அவர் கண்டார். அறிவியலாளர்கள் தங்களது ஆய்வுகளின் விளைவு பற்றிய உணர்வைக் கொண்டிருக்க வேண்டும் என்றும் தங்களது கண்டுபிடிப்புகளை ரகசியமாக வைத்திருக்க வேண்டாம் என்றும் கூறினார்.[29]

1982ஆம் ஆண்டு ஜனவரி மாதம், இரண்டாம் வாரத்தில் இந்த நூல் டில்லியின் சுந்தர்லால் பகுகுணா, பறவையியலாளர் சலிம் அலி ஆகியோர் முன்னிலையில் வெளியிடப்பட்டது. அந்த நிகழ்ச்சிபற்றிய ஒரு செய்தி அறிக்கை கூறியது: "சரளாவுக்கு உடல்நலமில்லாததால் அவர் வர முடியவில்லை. ஆனால் தான் தங்கியிருந்த பித்தோராகாரிலிருந்து ஒரு செய்தியை அனுப்பி யிருந்தார். இந்த நூலின் துவக்கம் தனது சிறுவயதில் உணர்ந்துகொண்ட ஒரு புரிதல், பிறகு அது உறுதிபடுத்தப்பட்டது. அதாவது எல்லாப் படைப்புகளும் ஒன்றையொன்று சார்ந்திருக்கின்றன என்பது."[30]

சரளா பித்தோராகாரிலிருந்து சற்றுத் தொலைவில் இருந்த தரம்கார் என்ற கிராமத்தில் இருந்தார். என்றாலும் பித்தோராகார் அவரது 'சொந்த ஊர்' என்று குறிப்பிடப்பட்டதில் அவருக்கு மகிழ்ச்சியே. குமாவுன் மலைகளில்தான் அவர் வேரூன்றியிருந்தார் என்பதை அது குறிக்கிறது. மார்ச் மாதம் விமலாவும் சுந்தர்லால் பகுகுணாவும் தரம்காரில் சரளாவுடன் ஒரு வாரம் தங்கச் சென்றனர். அவர்கள் சென்ற பிறகு, மறுபடியும் வரும்படி கேட்டுக்கொண்டு கடிதம் எழுதினார். இன்னும் ஒரு மாதத்தில் பூக்கள் மலர்ந்து விடும். அப்போது காட்டின் அழகை ரசித்தபடியே அதனூடே நடக்கலாம் என்று எழுதினார்.[31]

ஜூலை மாத ஆரம்பத்தில் சரளாவின் உடல்நிலை மோசமானதால் அவர் அல்மோராவில் ஒரு மருத்துவமனையில் சேர்க்கப்பட்டார். அது அவரது இறுதி நாட்கள் என்பது தெளிவானது. மலைப்பிரதேசத்திலிருந்து அவரது சீடர்களும் சக

ஊழியர்களும் அவரைக் கடைசியாக ஒருமுறை பார்க்க வந்தனர். அவரது வாரிசாகச் செயல்பட்ட ராதா பட் அவருடனேயே இருந்தார். சரளாவிற்கு நினைவு வருவதும் திரும்புவதுமாக இருந்தது. 1982ஆம் ஆண்டு, ஜூலை 6ஆம் தேதி இரவு, அவரது படுக்கைக்கு அருகே இருந்தபோது, "காந்தியவாதிகளை நேர்மையாக இருக்கச் சொல்லுங்கள்" என்று சரளா ஆங்கிலத்தில் சொன்னதைக் கேட்டார்.[32] இரண்டு நாட்கள் கழித்து சரளா காலமானார்.

VII

மீரா ஆஸ்திரியாவிலும் சரளா இமயத்திலும் இருந்தபோது, கைத்தான் தமிழ்நாட்டில் இருந்தார். அவரும் வயதாகித் தளர்ந்து விட்டார். அவர் தனது உடல்நலம் குன்றுவதையும், தனது சமகாலத்து நண்பர்கள் மரணிப்பதையும் கவனித்துச் சிந்தனையில் ஈடுபட்டார்.

1978ஆம் ஆண்டு கைத்தானுக்கு எண்பது வயதாயிற்று. அடுத்த ஆண்டு, இந்திரா காந்தியின் நெருக்கடி நிலைக்கு எதிராகத் துணிந்து போராடிய ஜெயப்பிரகாஷ் நாராயண் மறைந்தார். தானறிந்த மூன்று அற்புதமான இந்தியர்களைப் பற்றிய தனது எண்ணங்களைக் கைத்தான் பதிவு செய்யத் தொடங்கினார் – காந்தி, வினோபா பாவே, ஜெயப்பிரகாஷ் நாராயண். சேவாகிராமத்தில் காந்தியை முதன்முதலில் சந்தித்ததில் தொடங்கி, தன் வாழ்வில் அவருக்கு இருந்த முக்கியமான இடத்தைப் பற்றி எழுதினார்.

"என் நிலைப்பாடு நாங்கள் கிறிஸ்து எனப் போற்றுகின்ற நாசரேத்தூர் தச்சனுடந்தான்."

> புத்தரிடமும் அதே அணுகு முறைதான். ஆகவே நான் இவர்கள் எல்லோரையும் போற்றுகிறேன். கிறிஸ்தவனான என்னை வழிநடத்த நான் இந்தியக் கலாச்சாரத்திலிருந்து வந்த காந்தியிடம் செல்லுகிறேன். "நான் பசித்திருந்தேன். எனக்கு உணவு கொடுத்தாய். நான் நிர்வாணமாயிருந்தேன். எனக்கு உடையளித்தாய். எனது ராஜ்ஜியத்திற்குள் வாருங்கள்" என்று கிறிஸ்து சொல்லுவதை நான் கேட்கிறேன். "இது காந்தியையும், வினோபாவையும், ஜெயப்பிரகாஷையும் மற்றும் பலரையும் குறிக்கவில்லையா?

கைத்தான் சேவாகிராமத்தில் தான் வினோபாவை முதன்முதலாகச் சந்தித்தார். ஆனால் அவரை நன்கு புரிந்து கொண்டது பூமிதான இயக்கத்தின்போதுதான். "அந்த உயரமான, மெலிந்த மனிதர் நாட்டினூடே நடந்தது, வட்டார வளர்ச்சித்

தொகுதியினூடேயும், ஒவ்வொரு மாநிலத்தினூடேயும் நடந்தது எழுச்சியூட்டியது. 1950களின் வினோபா தமிழ்நாட்டில் நடைப்பயணம் மேற்கொண்டபோது கைத்தானும் ஜகந்தாதனும் அவருடன் மாவட்டந்தோறும் நடந்து, பெரிய நிலச்சுவான்களிடமிருந்து நிலத்தைத் தானமாகப் பெற்றார்கள். ஆனால் இருபது ஆண்டுகளுக்குப் பிறகு அந்த நிகழ்வுகளைப் பற்றி நினைக்கும்போது, கைத்தான் தன்னுள் இருமனப்போக்கை உணர்ந்தார். "வினோபா ஒரு சாதாரண சர்வோதய ஊழியர் அல்ல. எதைச் சாதிக்க முடியும் என்று நமக்குக் காட்டினார். பிறகு, தனது சக ஊழியர்களிடம் அந்த வேலையை விட்டு விட்டு அவர் முன்சென்றார். பலருக்கு அந்த வேலைகளை முடிக்க முடியவில்லை. ஆனால் வினோபா முன்னே சென்று கொண்டிருந்தார். அவருடைய வேகத்திற்கு மற்றவர்களால் ஈடு கொடுக்க முடியவில்லை."

கடைசியாக ஜெயப்பிரகாஷ் நாராயணனைப் பற்றி எழுதினார்: "அவர் ஒரு தனிப்பெரும் தலைவர். எப்போதும் தெற்கத்தியர்களுக்கு நண்பர், அதிலும் தமிழ்நாட்டு உழைப்பாளிகளுக்கு." கைத்தானின் தோழர் ஜகந்நாதன், வினோபாவைப் போற்றினார். பிகாருக்குச் சென்று ஜெயப்ரகாஷுடன் சிறிது காலம் தங்கியிருந்தார். அவரும் தமிழ்நாட்டிற்குப் பலமுறை வந்து இங்கு தொண்டர்கள் செய்யும் பணியை ஊக்குவித்தார். "நகர்ப்புறத்தில் நாங்கள் கருத்தரங்குகளும் பட்டறைகளும் நடத்த அவர் ஊக்குவித்தார். கிராமப்புறத்திலும்கூட. அவர் எங்களுடன் பலமணி நேரம், ஒரு தியானம்போல, பேசுவதை நான் வியந்து கேட்டிருக்கிறேன். இதில் மொழிபெயர்ப்பும் அடங்கும்."[33]

கைத்தான் தனது நினைவுகளையும் , சிந்தனைகளையும் எழுத ஆரம்பித்தார். பொதுவாக உரைநடையில், சில சமயங்களில் கவிதையாக. 1981ஆம் ஆண்டு பிப்ரவரி மாதம் இமயமலை யிலிருந்த சரளாவிற்கு ஒரு நீண்ட கடிதம் எழுதினார். அது பின்வருமாறு தொடங்கியது:

> உண்மையின் சாரத்தை ஏற்றுக்கொள்வதே ஆன்மிகம்; ஆன்மிகம் என்பது தன் கடமையைச் செய்வதே – தர்மம் அது மக்களின் வலிமை –தாயின் வலிமை வெல்ல முடியாத அந்த வலிமை, நம்மை சமாதானத்திற்கு இட்டுச் செல்கிறது. அந்த வலிமை நம்மை வளமான வாழ்விற்குக் கூட்டிச்செல்கிறது – ஆன்மிகம்.

தொடர்ந்து தன் 'சகோதரிக்கு'' தன்னுடன் பணியாற்று பவர்களைப் பற்றியும் மற்ற செய்திகளையும் எழுதினார்.

நக்சல்பாரிகள் இயங்கும் தர்மபுரி, வட ஆற்காடு மாவட்டங்களில் ஜகந்நாதன் பாதயாத்திரை மேற்கொண்டிருக்கிறார். அதேபோல் கிருஷ்ணம்மாள் தஞ்சாவூர் மாவட்டத்தில் இயங்கிக்கொண்டிருக்கிறார். இங்கே வத்தலகுண்டில் நாங்கள் முதியோர் கல்வியைப் பரப்ப முயன்று கொண்டிருக்கிறோம். தமிழ்நாட்டில் இன்று 100 பாலவாடிகள் இருக்கின்றன. காந்தி கிராமத்திலிருந்து மருத்துவர். பங்கஜம் வழிகாட்டிக்கொண்டிருக்கிறார்."[34]

அடுத்த ஜனவரியில் கைத்தான் மறுபடியும் சரளாவிற்கு ஒரு கடிதம் எழுதினார்.

உங்களுக்கு உடல் நலம் குன்றியது அறிந்து வருத்தப் பட்டேன். நீங்கள் இங்கே இருந்திருந்தால், இங்கிருக்கும் செவிலியர்கள் உங்களை நன்கு கவனித்து உங்களைக் குணமாக்குவார்கள்." தன்னுடைய உடல் நலம் நன்கு இருப்பதாகவும், சென்னைக்கு ஒரு கூடுகைக்குச் செல்லப் போவதாகவும் பின் அங்கிருந்து மத்திய இந்தியாவிலுள்ள வினோபாவின் ஆசிரமத்திற்குப் போக எண்ணியிருப்பதாகவும் எழுதினார். அவர் அமெரிக்கா செல்லவும் திட்டமிட்டிருந்தார்.

"அமெரிக்காவில் 1985இல் யேல் பல்கலைக்கழகத்தில் எனது பேரனின் பட்டமளிப்பு விழாவிற்குச் செல்ல வேண்டும். மூன்று பேர் இப்போது முக்கியமான படிப்பு படித்துக்கொண்டிருக்கிறார்கள். நான் அவருடன் சிலகாலம் இருக்க வேண்டும் என்று எனது அக்கா விரும்புகிறார். இந்தப் புதிய, பெரிய விமான நிலையங்கள் எனக்குப் பிடிக்கவில்லை என்றாலும். எனது அருமையான குடும்பத்தாருக்குச் சில நாட்கள் ஒதுக்க வேண்டும்."

கைத்தான் தன் கடிதத்தைத் தொடர்ந்தார். "நீ எழுதிய நூலை (Revive Our Dying Planet) அனுப்பியதற்கு நன்றி. நான் பத்துப் பிரதிகள் வாங்கினால், விலை குறைக்கப்படுமா? எவ்வளவு? நான் இத்தகைய புத்தகங்களை வாங்கி காந்திய நிறுவனங்களின் நூலகங்களுக்கும், ஊழியர்களுக்கும் கொடுப்பது வழக்கம்."[35]

இக்கடிதம் சரளாவிற்குப் போய்ச் சேர்ந்த அதே வாரத்தில் கே.எம். நடராஜன் என்ற ஒரு தமிழ்நாட்டு காந்தியவாதியிடமிருந்து ஒரு கடிதம் வந்தது. அவர் ஜம்னாலால் விருதிற்குக் கைத்தானைப் பரிந்துரைத்திருந்தார். சரளா அந்த விருதைப் பெற்றவர் ஆதலால், கைத்தானை ஆதரித்து ஒரு கடிதம் எழுதும்படி அவரை நடராஜன் கேட்டிருந்தார். அந்த விருதை

அளிக்கும் பஜாஜ் நிறுவனத்திற்குத் தான் எழுதிய கடிதத்தையும் இணைத்து நடராஜன் அனுப்பியிருந்தார். அதில் இந்தியாவில் கைத்தான் ஆற்றிய பணிகள் பற்றிய ஐந்து பக்கக் குறிப்பும் இருந்தது. அவர் ஏற்படுத்திய மழலையர் காப்பகங்கள், கிராமப்புறக் கலாச்சாரத்தை அடிப்படையாகக் கொண்டு ஆரம்பப்பள்ளி ஆசிரியர்களுக்குப் பயிற்சி நிலையங்கள் ஆகியவை பற்றி அந்தக் குறிப்பு பதிவுசெய்தது. நாட்டுப் பாடல்களைப் பரப்புவதும் விவசாயம் சார்ந்த கதைகளைச் சொல்லுவதும் இதில் அடக்கம். கைத்தான் " புதிய சமுதாயம், புதிய ஆட்களால்தான் உருவாக்கப்பட வேண்டும். 2 முதல் 5 வயதுள்ள சிறார்களை வருங்காலத்தில் பொறுப்புள்ள குடிமக்களாகும் வழியில் வளர்க்க வேண்டும்."[36]

தனக்குக் கிடைத்த இந்த விருதிற்குத் தன்னைப் போன்ற ஒரு ஊழியருக்குப் பரிந்துரைக்க சரளா ஒப்புக்கொண்டார். அவர் அந்த விருதைத் தீர்மானிக்கும் ஜம்னாலால் பஜாஜ் நிறுவனத்தின் செயலாளருக்கும் எழுதினார்:" "நான் செய்வது சரியான முறையா என்று தெரியவில்லை. ஆனால் இரண்டு கோடைகாலங்களில் நான் கொடைக்கானலில் சுற்றியுள்ள இடங்களில் அவர் வழிகாட்டுதலில் நடக்கும் பணிகளைக் கவனித்தேன். கிராமப்புற மேம்பாடு சார்ந்து கைத்தான் செய்யும் பணி நடைமுறைக்கேற்றதாக இருக்கிறது. விவசாயிகளுக்குக் கூட்டுறவுச் சங்கங்கள் அமைத்து, நிதி நல்ல முறையில் பயன்படுத்தப்படுவதை உறுதிபடுத்தினார். அவருடைய வேலையைக் கவனித்த தமிழ்நாடு அரசு, அதே போல் பல மழலையர் காப்பகங்களை நிறுவி ஆசிரியர்களுக்குப் பயிற்சியும் அளிக்கிறது."

தனது பணியைப் போலவே, பல இளைய ஊழியர்களும் ஆசிரமங்களை நிறுவ கைத்தான் உதவி செய்தார் . "அவர் மிகவும் எளிமையான வாழ்க்கை வாழ்கிறார். தனது ஓய்வூதியத்தின் பெரும்பகுதியைப் பத்து, பன்னிரண்டு சிறார்களின் படிப்பிற்குச் செலவழிக்கிறார். தனது சொந்தக் காலில் நிற்பதில் அவருக்கு நம்பிக்கை அதிகம். இன்றும் அவர் தனது வீட்டிலும் தோட்டத்திலும் தானே வேலை செய்கிறார்."[37]

இவ்வளவு எழுதியும் கைத்தானுக்கு அந்த ஆண்டு ஜம்னாலால் பஜாஜ் விருது கிடைக்கவில்லை.

VIII

சரளாவைப் போலவே, கைத்தானும் தன்னை உலகக் குடிமகனாக அடையாளம் கண்டார். அவர் தமிழ்நாட்டில் வேலை செய்தார்,

இந்தியக் கடவுச்சீட்டு வைத்திருந்தார். ஆனால் அவரது அன்பும் கரிசனமும் உலக மனிதச் சமுதாயத்தைத் தழுவியிருந்தது. 1982ஆம் ஆண்டு, தனது வெளிநாட்டு நண்பர்களுக்கு, "80களிலும் 90களிலும் உலகெங்கும் சமாதானத்திற்காக" ஒரு கடிதம் எழுதினார். அதில் பன்னிரண்டு குறிக்கோள்களைப் பட்டியலிட்டார். "பணியாளர்கள், செயல் திட்டங்கள் உட்பட சமாதானப் பணி எல்லாவற்றையும் ஒருங்கிணைப்பது, பெண்கள் உள்ளிட்ட மக்கள் வலிமையை உணர்வது, சீரான குடியுரிமை, கிராமத்தை அடிப்படையாகக் கொண்ட சமூக மேம்பாடு, தற்சார்பு கிராமங்கள், பல்கலைக்கழகங்களில் சமாதானத்திற்கென நிறுவனங்கள் உருவாக்குவது" ஆகியவை அந்தப் பட்டியலில் இருந்தன.

> மலைவாழ் மக்கள், பழங்குடியினர் தாழ்த்தப்பட்டவர்கள், பெண்கள், இளைஞர்கள் இவர்களது தேவைகளை மனத்தில் கொண்டு ஒவ்வொரு பிரதேசமும், நாடும் தனது சமாதான நடவடிக்கைகளை மேற்கொள்ள வேண்டும். அவர்களுக்குப் பொதுவான குறிக்கோள்கள் இருக்க வேண்டும். 'சிறியது அழகானது' 'மண் புனிதமானது' 'மரம் நடுவீர்' 'மலையில் பயிர் செய்யுங்கள்' 'சூரியன் நம் நண்பன்' 'சூரிய சக்தி' 'நீர் விலைமதிப்பற்றது. அதைச் சேமியுங்கள்' ஆயுதமில்லா உலகம்[38]

கைத்தான் ஒட்டன்சத்திரத்தில், தனது சீடர் ஏ.கே. தரியன் நிறுவிய, கிறிஸ்தவ ஐக்கிய மருத்துமனையில் வசித்துவந்தார். 1982ஆம் ஆண்டு கோடைகாலத்தில், அமெரிக்காவில் பாதிரியாராகப் பணிசெய்துகொண்டிருந்த அவரது மகன் டிக் (Dick) இந்தியாவிற்கு வந்து, தன்னுடன் அமெரிக்காவிற்கு வருமாறு தன் தந்தையை வேண்டிக்கொண்டார். அங்கே ஒரு முதியோர் இல்லத்தில் தன் கடைசி நாட்களைக் கழிக்க வேண்டிவருமோ என்று அஞ்சி கைத்தான் உறுதியாக மறுத்துவிட்டார். "தரியன் என்னைக் கவனித்துக்கொள்வதாகச் சொல்லியிருக்கிறார்" என்று தன் மகனிடம் சொன்னார். டிக் தனது தந்தையை ஒரு உயில் எழுதச் சொன்னார். கைத்தான் விட்டுச்செல்லும் எல்லாவற்றையும் கவனிக்க ஒரு அறக்கட்டளையை உருவாக்கி அதைத் தரியன் கண்காணிப்பார் என்று அந்த உயில் எழுதப்பட்டது.[39]

கைத்தான் அமெரிக்காவிற்குத் திரும்பிப் போக மறுத்தது மட்டுமல்ல, யேல் பல்கலைக்கழகத்தில் தனது பேரனின் பட்டமளிப்பு விழாவிற்கும் போக முடியவில்லை. 1983ஆம் ஆண்டு இறுதியில் அவர் உடல்நலம் குன்றியதால் ஒட்டன்

சத்திரம் மருத்துவமனையில் சேர்க்கப்பட்டார். அவரது வயது எண்பதுக்கும் மேல் ஆகியிருந்தது. அவரது இறுதிக் காலம் நெருங்கியது தெரிந்தது. அவர் பேரில் நல்லெண்ணம் கொண்ட தமிழ்நாட்டு நண்பர்கள், தான் சுவீகரித்துக்கொண்ட நாட்டுக்கு அவர் செய்த பணியைப் போற்றி அவருக்கு மரியாதை செய்ய எண்ணினார்கள். 1984ஆம் ஆண்டு, ஜனவரி 30ஆம் தேதி, காந்தியின் மறைவின் முப்பத்தாறாம் ஆண்டு நிறைவன்று மதுரை காந்தி அருங்காட்சியகத்தில் ஒரு பொதுக்கூட்டம் ஏற்பாடு செய்யப்பட்டது. காந்தி கிராமப் பல்கலைக் கழகத்தின் துணைவேந்தர் முனைவர் எம். அறம், 'சமாதானத்தின் காவலன்' (The Defender of Peace) என்ற பட்டத்தைக் கைத்தானுக்கு வழங்கினார். அவரது பணியைப் போற்ற ஒரு பதாகை அச்சிடப்பட்டது. கிராம சுயராஜ்யத்தை அடித்தள அளவில் கொண்டுவர அவர் முன்னோடியாகச் செயல்பட்டதை அது குறிப்பிட்டது. மழலையர் கல்வி பற்றியும் குடியுரிமைப் பயிற்சி பற்றியும் அவர் எடுத்த முன்னெடுப்புகளும், அவரை நாடி வந்த எண்ணற்றவர்களை ஊக்குவித்தது பற்றியும், அவர்கள் அவரிடமிருந்து ஆன்மிக வலிமையும் ஆறுதலும் பெற்றுக்கொண்டதைப் பற்றியும் அதில் கூறப்பட்டிருந்தது.

நல்வாய்ப்பாக, தன்னைக் கௌரவிக்கும் இந்தக் கூட்டத்தில் கைத்தான் கலந்துகொள்ள முடிந்தது. ஆனால் இரண்டு வாரங்களுக்குப் பின் ஒட்டன்சத்திரத்தில் அவர் குளியலறையில் விழுந்துவிட்டார். வத்தலகுண்டுவில் அவருக்குச் செயலாளராக இருந்த சாம் ஸ்ட்ராரென்ஸ் (Sam Strawrence) வந்து அவரைக் கவனித்துக்கொண்டார். வருடக் கடைசி வரை அங்கேயே தங்கி, கைத்தானுக்கு வரும் கடிதங்களை அவர் படித்துக் காட்டினார். ஜே. சி. குமரப்பாவின் சக ஊழியர், காந்தியவாதி கே. முனியாண்டி ஒரு கடிதம் எழுதியிருந்தார்.

> "நீங்கள் நாட்டின் தந்தையான காந்தியுடன் கொண்டிருந்த நெருக்கம், எளியவர்கள்பால் நீங்கள் கொண்டிருந்த கரிசனத்தைக் காட்டுகிறது. இந்தப் பூவுலகில் நீங்கள் பிறந்ததன் நோக்கத்தை நிரூபித்துவிட்டீர்கள். வத்தலகுண்டு பகுதி ஏழை, எழுத்தறிவற்ற மக்களுக்கு நீங்கள் செய்த பணி கல்தூண்களில் பொறிக்கப்பட வேண்டும்.
>
> இறைவன் பெரியவர். அவரது சித்தம் நம்மூலம் நிறைவேறும் வரை நம்மை இவ்வுலகில் வாழ வைத்திருக்கிறார். காந்தியச் சத்தியாக்கிரகியாக நீங்கள் உங்கள் கடைசிச் சோதனைகளையும் துணிச்சலுடனும், வைராக்கியத்துடனும், அமைதியாகவும் எதிர்கொள்வீர்கள் என்று நான் அறிவேன்[40]."

இன்னொரு கடிதம் காந்தி கிராம நாட்களில் அவருக்கு நெருங்கிய தோழராயிருந்த, இப்போது கேரளாவில் வசிக்கும் ஜி. ராமச்சந்திரனிடமிருந்து வந்தது.

'மனித சமுதாயத்திற்கு அவர் செய்யும் சேவை'யைப் போற்றி எழுதினார்:

> "இங்கே உங்களுடைய நண்பர்கள் யாவரும் உங்களை நினைவில் வைத்து மதிக்கிறார்கள். இறைவனின் அருள் உங்களுக்குக் கிட்டி முடிவில்லா சமாதானமும் மகிழ்ச்சியும் கிடைக்கட்டும். இந்தியாவிற்கு நீங்கள் செய்திருக்கும் சேவையை நாங்கள் மறக்க முடியாது. எங்கள் அன்பையும் போற்றுதலையும் பிரார்த்தனைகளையும் ஏற்றுக்கொள்ளுங்கள்."[41]

நவம்பர் மாதம் கைத்தானின் நெருங்கிய தோழர் ஜகந்நாதன் அவருடன் தங்கியிருக்க வந்தார். அவருக்கு உணவு ஊட்டி, குளிப்பாட்டி அவரது புண்களுக்கு மருந்திட்டார். அவருக்கு அருகிலேயே தரையில் படுத்து உறங்கினார். 1984ஆம் ஆண்டு டிசம்பர் 7ஆம் தேதி மாலையில், ஒட்டன்சத்திரம் கிறிஸ்தவ ஐக்கிய மருத்துவமனையில் தன் அறையில் ஜகந்நாதன் அருகிலிருக்க, கைத்தான் காலமானார். மறுநாள் காலையில் சர்வோதய, மத நல்லிணக்கப் பிரார்த்தனை திறந்த வெளியில் நடத்தப்பட்டது. பின்னர், மருத்துவமனையில் ஜெப அறையில் ஒரு கிறிஸ்தவ வழிபாடும் நடத்தப்பட்டது. அதில் கிறிஸ்தவர்களுடன் இந்துக்களும் முஸ்லிம்களும் இணைந்துகொண்டனர். கதர்த்துணியால் போர்த்தப்பட்டு, மலர்களால் அலங்கரிக்கப்பட்ட அவரது உடல், ஊர்கோலமாக எடுத்துச்செல்லப்பட்டது. ஒரு பாதிரியும், சிறார்களும் முதலில் வந்தனர். செவிலியர்கள், மருத்துவர்கள், மாணவர்கள் பின்னால் வந்தனர். அந்த வளாகத்தின் ஒரு ஓரத்தில், தூரத்தில் தெரியும் மலைகளைப் பார்த்தவாறே கைத்தான் மாலை நடைப்பயிற்சிக்குச் செல்லும் இடத்தில், அவரது உடல் அடக்கம் செய்யப்பட்டது.[42]

முடிவுரை

1972ஆம் வருடம் இந்தியா, பிரிட்டீஷ் காலனித்துவத்திலிருந்து விடுபட்டுச் சுதந்திரம் அடைந்த 25ஆம் ஆண்டு நிறைவைக் கொண்டாடியது. இத்தருணத்தில் ஒரு எழுத்தாளர் வானொலி உரைகளின் மூலம், " தங்களது நாட்டு மக்களின் எதிர்ப்பையும் மீறி, இந்தியாவின் சுயமரியாதைக்காகவும் சுதந்திரம் அடையவும் துன்பப்பட்டு, தியாகம் செய்தவர்களுக்கு" அஞ்சலி செய்தார். இந்த உரைகள் ஒரு புத்தக வடிவில் இந்திய சுதந்திரத்தின் வெளிநாட்டு ஆதரவாளர்கள் (Foreign Friends of India's Freedom) என்ற தலைப்பில் வெளிவந்தது. இதில், உடன் கட்டை ஏறும் சடங்கை ஒழித்த கவர்னர் ஜெனரல் வில்லியம் பெண்டிங்க் (William Bentinck) தொடங்கி, இந்தியாவிற்குச் சுதந்திரம் வந்தபோது அதிகார மாற்றத்தைக் கவனித்து நடத்திய லேபர் கட்சியைச் சேர்ந்த பிரிட்டீஷ் பிரதம மந்திரி கிளமெண்ட் அட்லி (Clement Attlee) உட்பட இருபத்தொரு பேரைப்பற்றி எழுதப்பட்டிருந்தது.

அந்த நூலில் இடம்பெற்றிருந்த மற்ற வெளிநாட்டார்களில் இந்திய தேசிய காங்கிரஸை நிறுவிய ஏ.ஓ. ஹியூம் (A.O. Hume), சிந்தனையாளர் ஃப்ரெட்ரிக் மாக்ஸ் ம்யூலர் (Friedrich Max Mueller), மறையியலாளர் சி. எஃப். ஆண்ட்ரூஸ் (C.F. Andrews), இவர்களுடன், இந்த நூலில் எழுதப்பட்டிருக்கும் பி.ஜி. ஹார்னிமன், அன்னி பெசன்ட் ஆகியோரும் அடக்கம்.[1]

Foreign Friends of India's Freedom நூலின் ஆசிரியர் பி. கோதண்ட ராவ் என்றிருந்தது. இவர் தன் இளம் வயதில் மிதவாதியான வி.எஸ். ஸ்ரீனிவாச சாஸ்திரியுடன் பணியாற்றிக் கொண்டிருந்தார். இந்தியாவிற்கு பிரிட்டீஷ் அரசு கடவுளால் அனுப்பப்பட்டது என்று நம்பியவர் சாஸ்திரி.[2] கோதண்ட ராவும் அப்படியே நினைத்தார். ஆகவே பிரிட்டீஷார் நம்முடன கொண்ட தொடர்பில் போற்றக்கூடிய அம்சத்தைப் பற்றி அவர் எழுதினார். அந்தப் புத்தக முகவுரையில் அவர் எழுதியது:

> "இந்திய விடுதலைக்காகப் பாடுபட்டு, சில சமயம் துன்புறுவதும் தேசப்பற்றாளர்களின் முக்கியக் கடமை. அவர்களது உழைப்பின் பயனை அனுபவிப்பவர் அனைவரின் மரியாதையும் அவர்களுக்குச் சேர வேண்டும். ஆனால் அமெரிக்கர்களும் பிரிட்டீஷார்களும் இந்திய சுதந்திரத்திற்காகக் கடுமையாக உழைத்திருக்கத் தேவையில்லை. என்றாலும் பலர் விடுதலைப் போராட்டத்தில் ஈடுபட்டு, தியாகம் செய்தார்கள். அவர்களுக்கு இந்தியர்கள் நன்றிக்கடன் பட்டவர்கள்."[3]

வெளிவந்த சமயத்தில் கோதண்ட ராவின் நூல் கவனிக்கப்படவில்லை. இன்றோ அது மறக்கப்பட்டுவிட்டது. வெளியான நகரத்தை விட்டு அது வேறெங்கும் போகவில்லை என்று நினைக்கிறேன். நான்கூட அதை பெங்களூரில் ஒரு பழைய புத்தகக்கடையில்தான் 1990களில், அதாவது அந்நூல் வெளிவந்து ஏறக்குறைய இருபது ஆண்டுகளுக்குப் பிறகு, வாங்கினேன். அந்த நூலின் உள்ளடக்கம் என்னை வெகுவாக ஈர்த்தது. அப்போது நான் வெரியர் எல்வினின் (Verrier Elwin) வரலாற்றுச் சரிதையை எழுதிக்கொண்டிருந்தேன். சியரா லியோன் நாட்டில் பணிசெய்துகொண்டிருந்த ஒரு பிரிட்டீஷ் பேராயரின் மகன் வெரியர் எல்வின், மத்திய இந்தியாவில் வாழும் பழங்குடியினரைப் பற்றிய ஆய்வாளர்.

கோதண்ட ராவ் தனது நூலில் வைஸ்ராய்கள், அரசு அதிகாரிகள், பாதிரிமார்கள், சமூக சேவையாளர்கள், அரசியல் செயல்பாட்டாளர்கள் இவர்களைப் பற்றி எழுதினார். எனது இந்த நூலின் ஆரம்பப் பகுதியில் குறிப்பிட்ட இரு வகைப்பாடு ரீதியில் சொல்ல வேண்டுமானால், பாலமாகச் செயல்பட்டவர்களும் புரட்சிக்காரர்களும் இதில் அடங்குவார்கள். ஆனால் இந்த நூலில் வெரியர் எல்வினைப் பற்றி ஒன்றுமே இல்லை. இது எனக்கு ஒரு புதிராக இருந்தது. ஏனென்றால் மகாத்மா காந்திக்கு நெருக்கமாக எல்வின் இருந்தது மட்டுமல்ல இந்திய சுதந்திரத்தை ஆதரித்துப் புத்தகங்களும் துண்டுப்

பிரசுரங்களும் வெளியிட்டிருந்தார். வேறெந்த ஆய்வாளரும், இந்தியரோ அல்லது வெளிநாட்டவரோ, இந்தியாவின் மிகவும் தாழ்த்தப்பட்ட குடிமக்களாகிய பழங்குடியினரைப் பற்றி அவ்வளவு ஆழமாக யாரும் எழுதியிருக்கவில்லை. பின்னர் கோதண்ட ராவ் எழுதிய ஒரு கட்டுரையைப் படித்த பின் எனக்கு இந்தப் புதிர் விளங்கியது. இந்த மனிதவியலாளர் பழங்குடியினரைக் கலாச்சார அடிப்படையில் தனித்துக் காட்டி தேசியப் போராட்டத்தில் பிளவு உண்டாக்குவதாக ராவ் குற்றம் சாட்டியிருந்தார்.[4]

எனது இந்த நூலிலும் வெரியர் எல்வினைப் பற்றி எழுதவில்லை. இதற்கு ஒரு காரணம் நான் முன்னரே இவரது சரிதையை 400 பக்க நூலாக எழுதி வெளியிட்டிருக்கிறேன். இரண்டாவது அவர் பிரிட்டீஷ்காரர்களுக்கும் இந்தியர்களுக்கும் ஒரு பாலமாகச் செயல்பட்டார். புரட்சிக்காரராகச் செயல்பட வில்லை. இந்திய விடுதலைக்காகத் தான் சிறை செல்லவில்லை என்பது எல்வினுக்கு ஒரு தீரா வருத்தம். அவருக்கு மீராவை நன்றாகத் தெரியும். அவரைப் போலவே காந்திஜியைத் தொடர்ந்து பிரிட்டீஷ் ராஜ்யத்தில் சிறைக்குச் செல்ல வேண்டும் என்று விரும்பினார். ஆனால் 1932ஆம் ஆண்டு, உடல்நலம் குன்றியிருந்த தனது தாயாரைக் காண பிரிட்டன் சென்றிருந்தார். அரசியலில் ஈடுபட மாட்டேன் என்ற உறுதிமொழியில் கையொப்பமிட்டால்தான் மறுபடியும் இந்தியாவிற்குச் செல்ல முடியும் என்று பிரிட்டீஷ் அரசு வற்புறுத்தியது. இந்தியாவை அவர் தனது தாயகமாகக் கருதியதால் அரைமனத்துடன் கையெழுத்திட்டார்.[5]

எனது இந்த நூல் நான் மிகவும் முக்கியமானவர்கள் என்று கருதும் ஏழு புரட்சியாளர்களைப் பற்றிப் பேசுகிறது. இவர்களைப் பற்றிய அடிப்படையான ஆவணங்களை என்னால் பார்க்க முடிந்தது. ஆயினும் இந்த முடிவுரையில் இன்னும் நால்வரைப் பற்றி நான் எழுத வேண்டும். அவர்களில் முதலாவது கேம்பிரிட்ஜ்ஜில் 1886இல் பிறந்த ஈடித் எலன் கிரே (Edith Ellen Gray). டௌனிங் கல்லூரியில் படித்துக்கொண்டிருந்த ஜே.எம் சென்குப்தா என்ற இந்திய மாணவர் அவர்கள் வீட்டில் வாடகைக்குத் தங்கியிருந்தார். அப்போது அவர்கள் காதல் வயப்பட்டுத் திருமணம் செய்துகொண்டனர். அவர்கள் இருவரும் வங்காளத்தில் வசிக்கத் தீர்மானித்தனர். அங்கே சென் குப்தா முக்கியமான தேசியவாதியாகச் செயல்பட்டார். நெல்லி சென்குப்தா என்றறியப்பட்ட அவரது மனைவி, ஒத்துழையாமை இயக்கத்தில் பங்கெடுத்ததற்காக 1931இல் நான்கு மாதச் சிறைத் தண்டனை பெற்றார். இரண்டு ஆண்டுகள் கழித்து இந்திய தேசிய

காங்கிரஸின் வருடாந்தரக் கூட்டம் கல்கத்தாவில் நடைபெற்றது. ஆனால் ஏறக்குறைய எல்லா முக்கியமான தலைவர்களும், தலைவராகத் தேர்ந்தெடுக்கப்பட்டிருந்த மதன் மோகன் மாளவியா, ஜே.எம் சென் குப்தா உட்பட, சிறையிலிருந்தனர். இந்த நிலையில் நெல்லி சென்குப்தா அந்த மாநாட்டிற்குத் தலைமை தாங்கினார். அவரது கணவர் இறந்த பின், நெல்லி கிழக்கு வங்காளத்திலுள்ள சிட்டகாங் நகரில் தங்கி, அங்கு அரசியலிலும் சமூகச் சீர்திருத்த முயற்சிகளும் 1973இல் தான் மரணடையும் வரை தீவிரமாக இயங்கி வந்தார். அவர் பலமுறை கல்கத்தா மாநகராட்சி அவையின் உறுப்பினராக இருந்தார். பின்னர் 1946 இல் வங்காள சட்டசபைக்கு சிட்டகாங் தொகுதியிலிருந்து தேர்ந்தெடுக்கப்பட்டார். எட்டு ஆண்டுகள் கழித்துக் கிழக்கு பாகிஸ்தான் சட்டசபைக்கு அதே தொகுதியிலிருந்து தேர்ந்தெடுக்கட்டார். புதிய சுதந்திர பங்களாதேஷ் உருவாகும்வரைகூட அவர் உயிருடன் இருந்தார். அவர் காலமா வதற்கு ஒரு ஆண்டுக்கு முன் இந்தியாவிற்கு வந்து, அவருக்கு நன்றிக்கடன்பட்ட நாடு அளித்த பத்ம விபூஷன் விருதைப் பெற்றார்.[6]

இங்கிலாந்தில் டாபியில் (Derby) 1909இல் பிறந்த ஃப்ரீடா மாரி ஹௌஸ்டன் (Freda Marie Houlston) ஆக்ஸ்ஃபோர்டில் கல்வி பயிலச் சென்றபோது அங்கு மாணவராயிருந்த இந்தியர் பியாரேலால் பேதியைக் காதலித்துத் திருமணம் செய்து கொண்டு அவருடைய சொந்த ஊரான பஞ்சாபிற்குச் சென்றார். 1940ஆம் ஆண்டு ஃப்ரீடா லாகூரில் உள்ள ஒரு பெண்கள் கல்லூரியில் போதித்தார். அவரது கணவர், இடதுசாரிக் கொள்கைக்காகச் சிறையில் அடைக்கப்பட்டபோது ஃபிரீடாவும் சிறை புகுந்து மூன்று மாதங்கள் உள்ளே இருந்தார். 1947இல் இந்தியா சுதந்திரம் அடைந்த பின்னர் இருவரும் காஷ்மீரத்திற்குக் குடிபெயர்ந்தனர். அங்கு அவர்களுக்கு காஷ்மீர அரசியல் தலைவர் ஷேக் அப்துல்லாவின் நட்பு கிடைத்தது. பின்னர், ஃபிரீடா பர்மா சென்றார். அங்கு அவருக்குப் புத்த சமயத்தின் மீது அறிமுகம் ஏற்பட்டு, சீக்கிரமே அதில் ஆழ்ந்த ஈடுபாடு உண்டானது. இந்தியாவில் அந்தச் சமயம் திபெத்திலிருந்தது நாடு கடத்தப்பட்டுப் புகலிட வாழ்க்கையிலிருந்த திபெத்தியர் களுடன் பழக்கம் ஏற்பட்டது. இமாச்சல் பிரதேசத்திலிருந்த தலாய் லாமாவுடனும் சிக்கிமில் இருந்த கர்மாப்பாவுடனும் சேர்ந்து ஃபீரீடா பணியாற்றினார். சாமுவேல் ஸ்டோக்ஸ் போலவே, ஃபிரீடாவும் சமய, இன வேறுபாடுகளைக் கடந்தார். 1972இல் ஃபிரீடா ஒரு புத்த பிக்குணியாகி ஒரு புதிய பெயரை யும் ஏற்றுக்கொண்டார். பின்னர் கர்மாப்பாவுடன் மேலை

நாடுகளுக்குப் பயணித்து, புத்த சமயத்தைப் பரப்ப முயன்றார். 1977இல் அவர் தில்லியில் காலமானார்.⁷

கடைசியாக, புரட்சிகரமான ஒரு தம்பதியரைப் பார்க்கலாம்: ஜேம்ஸ் எச். கசின்ஸ், (James H. Cousin) மார்க்ரெட் இ. கசின்ஸ் (Margret E.Cousins). இருவரும் அயர்லாந்தில் பிறந்தவர்கள். அப்போது அந்நாட்டில் நிகழ்ந்த அரசியல், கலாச்சார மறுமலர்ச்சியால் உந்தப்பட்டவர்கள். 1903இல் அவர்கள் திருமணம் செய்துகொண்டார்கள். ஜேம்ஸ் அப்போது பிரம்மஞான சபையின் கருத்துக்களால் பாதிக்கப்பட்டார். மார்க்ரெட் பெண்கள் வாக்குரிமை இயக்கத்தின் தீவிரவாதிகளின் தலைவராகிப் பலமுறை சிறை சென்றார்.

இவர்கள் இருவருக்கும் அயர்லாந்தின் பிரபல எழுத்தாளர்களான டபிள்யூ. பி. ஈட்ஸ் (Y.B. Yeats), ஜார்ஜ் பெர்னார்ட் ஷா (George Bernard Shaw), ஜேம்ஸ் ஜாய்ஸ் (James Joyce) போன்றோரின் நட்பு கிடைத்தது. அவர்கள் அன்னி பெசன்டையும் நன்கு அறிந்துகொண்டார்கள். இந்தியாவிற்கு வந்து அவருடன் பணி செய்ய விரும்புவதாக அன்னி பெசன்டுக்கு 1915இல் ஜேம்ஸ் கசின்ஸ் ஒரு கடிதம் எழுதினார். அவர்கள் இருவரையும் அடையாருக்கு வருமாறு பதில் எழுதிய அன்னி பெசன்ட், அவர்களின் பயணச் செலவிற்காக ஒரு காசோலையும் இணைத்து அனுப்பினார். அதே ஆண்டு அவர்கள் மதராஸுக்கு வந்தனர். ஜேம்ஸைத் தனது நாளிதழான *நியூ இண்டியாவில்* (New India) வேலை செய்ய அன்னி பெசன்ட் பணித்தார்.

மதராஸில் ஒரு வருடம் வேலை செய்த பின் அவர்கள் இருவரும் மதனபள்ளிக்குக் குடிபெயர்ந்து அங்கு அன்னி பெசன்ட் நிறுவிய பிரம்மஞான சபை கல்லூரியில் (Theosophical College) ஆசிரியர்களாகச் சேர்ந்தனர். இலக்கியம், ஆன்மிகம் போன்ற பல துறைகளில் ஜேம்ஸ் எழுதத் தொடங்கினார். சாமுவேல் ஸ்டோக்ஸ் மாதிரியே இவரும் வயதான பின் இந்து சமயத்திற்கு மாறினார். இந்தியக் கலை, கட்டடக் கலை இவற்றில் ஈடுபாடு கொண்டு எழுத ஆரம்பித்தார். மார்க்ரெட் சமூகப் பிரச்சினைகளில் ஆர்வம் கொண்டிருந்தார், குறிப்பாகப் பெண் விடுதலை பற்றி. 1927ஆம் ஆண்டு அவர் அகில இந்தியப் பெண்கள் மாநாட்டைக் கூட்டுவதில் உதவி செய்தார். அந்த நிறுவனம் எல்லாத் தளங்களிலும் – குடும்பம், சமூகம், அரசியல், கல்வி எனப் – பெண்களின் சமத்துவத்தை நாடியது.⁸

1932ஆம் ஆண்டு, டிசம்பர் மாதம் மெரினா கடற்கரையில் ஒரு பொதுக்கூட்டத்தில் அரசை விமர்சித்துப் பேசியதற்காக

மார்க்ரெட் கைதுசெய்யப்பட்டார். 10,000 ரூபாய் அபராதம் கட்டி, நன்னடத்தை உறுதிப் பத்திரத்தில் கையெழுத்திட்டால் சிறை செல்லத் தேவையில்லை என்று அரசு கூறியபோது, இவர் சிறையைத் தேர்ந்தெடுத்தார். வேலூர் சிறையில் பல மாதங்கள் இருந்தபோது அவர் அங்கு பல நண்பர்களைச் சேர்த்தார். சமூகக் கடமைகள் பற்றி வகுப்புகள் எடுத்தார். ஆனால் கிராமஃபோன் இல்லாததால் மேற்கத்திய செவ்வியல் இசையைக் கேட்க முடியாதது பற்றி வருந்தினார்.[9]

மார்க்ரெட் கஸின்ஸ் 1954ஆம் ஆண்டு காலமானார். இரண்டு ஆண்டுகளுக்குப் பின் அவரது கணவர் ஜேம்ஸும் மறைந்தார். இருவரும் சுதந்திர இந்தியாவில்தான் காலமானார்கள். தனித்தனியாகவும், ஒன்றாகவும் இந்த இருவரும் இந்தியத் துணைக்கண்டத்தின் சமூக, கலாச்சார வாழ்க்கையில் தாக்கத்தை ஏற்படுத்தியிருந்தார்கள். ஜேம்ஸ் மேலைக் கலாச்சாரத்திற்கும் இந்தியாவிற்கும் “பாலம் அமைப்பவராக”த் திகழ்ந்தார். மார்க்ரெட் பிரிட்டீஷ் அரசிற்கு எதிராக இயங்கிய புரட்சியாளராக வாழ்ந்தார்.

மேலே நான் விவரித்த நான்கு பேரும் தத்தம் வழியில் சிறப்பாக இயங்கினர். ஆனால் இந்த நூலில் எழுதப்பட்டிருக்கும் ஏழு பேரிலிருந்து அவர்கள் பணி வாழ்வு வேறுபட்டிருந்தது. ஈடித் கிரேயும் ஃப்ரீடா மாரி ஹௌல்ஸ்டனும் இங்கிலாந்தில் படித்துக்கொண்டிருந்த இந்திய மாணவர் இருவரின்பால் காதல் வயப்பட்டிருக்காவிடில் அவர்கள் இந்தியா வந்திருக்க மாட்டார்கள். காதலென்னும் விபத்துதான் அவர்களுடைய பற்றுறுதியை ஒரு நாட்டிலிருந்து இன்னொரு நாட்டிற்கு மாற்றச் செய்தது. கஸின் தம்பதிகள், கணவன் மனைவியாக இந்தியாவிற்கு வந்தனர். ஆனால் இந்த நூலில் எழுதப்பட்டிருக்கும் ஏழு பேரும் தனியாக இந்தியாவிற்கு வந்து, தாமாகவே இந்தியக் குடியுரிமை பெற்று இந்தியரானார்கள், இந்த நூலின் முன்னுரையில் நான் ஸ்பானிய உள்நாட்டுப்போரில் பன்னாட்டுப் படை செயல்பட்டதைப் பற்றி எழுதியிருக்கிறேன். அவர்களை இந்நூலில் நான் விவரிக்கும் ஏழு புரட்சியாளர்களுடன் ஒப்பிட்டிருக்கிறேன். ஸ்பெயின் நாட்டில் போரிட்ட அயல்நாட்டுப் பேராளிகளைப் போலல்லாமல், இந்த ஏழு பேரும் தங்கள் தாய்நாடு அல்லாத ஒரு நாட்டைச் சொந்த நாடாகத் தெரிந்தெடுத்துக்கொண்டனர்.

இந்தப் புத்தகத்தை எழுதிக்கொண்டிருக்கும்போது இன்னொரு ஒப்பீடு எனக்குத் தோன்றியது. தென்னாப்பிரிக்காவில் நிறவெறிக்கு எதிராகவும், பல இன மக்களாட்சியை ஆதரித்தும்

நிலைப்பாடுகள் எடுத்த சில வெள்ளைக்காரர்களைப் பற்றியது. தங்களது இனத்திற்கு (நாட்டிற்கு அல்ல) எதிராக நின்ற இவர்கள் கம்யூனிஸ்டுகளாகவோ அல்லது யூத இனத்தைச் சேர்ந்தவர்களாகவோ இருந்தனர். இந்த யூத இனத்தவர் தென்னாப்பிரிக்காவில் அன்றிருந்த டச் அல்லது பிரிட்டீஷ் மக்களிடமிருந்து வேறுபட்டிருந்தனர். கம்யூனிஸத்தை ஆதரித்த வெள்ளைக்காரர்கள் ஏழைகளுடனும், ஒடுக்கப்பட்டவர்களுடனும் தங்களை அடையாளப்படுத்திக்கொண்டனர்.

தென்னாப்பிரிக்காவின் வெள்ளைக்காரப் புரட்சியாளர்கள் பட்டியலில் நன்கு அறியப்பட்ட பிராம் ஃபிஷர் (Bram Fischer) ரூத் ஃபர்ஸ்ட் (Ruth First) ஹில்டா பெர்ன்ஸ்டீன் (Hilda Bernstein) ஜோ ஸ்லோவோ (Joe Slovo) மற்றும் அல்பி சாக்ஸ் (Albie Sachs) அடங்குவர். இவர்கள் எல்லாருமே இடதுசாரிகள். இனவெறிக்கு எதிரான போராட்டத்தில் தங்களது வேலையையும் சிலசமயம் உயிரையும் பணயம் வைத்திருந்தாலும் அவர்களது பாதைகள் வேறுபட்டன. சிலர் தென்னாப்பிரிக்க இனவெறி ஆட்சியில் சிறையில் மடிந்தனர். மற்ற சிலர் வேறு நாட்டில் தாங்கள் எதிர்த்துப் போராடிய இனவெறி ஆட்சியின் முடிவைக் காணாமலே மறைந்தனர். வேறு சிலர், இந்தக் கொடிய ஆட்சி முடிவிற்கு வந்த பின், தென்னாப்பிரிக்காவிற்குத் திரும்பி வந்து புதிய நாட்டின் உருவாக்கத்தில் பங்களித்தனர்.[10]

இந்த நூலின் நாயகர்கள் போலல்லாமல், இந்தத் தென்னாப்பிரிக்க ஆண்களும் பெண்களும் தாங்கள் மாற்றம் கொண்டுவர நினைத்த அந்தச் சமூகத்திலேயே பிறந்தவர்கள். ஆளும் இனத்தவர் என்ற முறையில் தங்களுக்கு இருந்த பொருளாதார, அரசியல், சமூக வசதிகளைத் துச்சமாக மதித்துத் தியாகம் செய்தனர். அவர்களுடைய லட்சியங்களும், அர்ப்பணிப்பும் அவர்களை ஆப்பிரிக்க தேசிய காங்கிரஸுக்கு (African National Congress) இட்டுச்சென்றது. அதே போல ஆங்கிலேயர் ஹார்னிமன், அயர்லாந்து நாட்டு அன்னி பெசன்ட், அமெரிக்கரான சாமுவேல் ஸ்டோக்ஸ் இவர்களது லட்சியங்களும் ஆர்வங்களும் அவர்கள் இந்திய தேசிய காங்கிரஸுக்கு நெருக்கமாகக் காரணமாயிருந்தன.

இந்த ஒப்பீட்டை இன்னும் வளர்த்திப் பார்க்கலாம். தென்னாப்பிரிக்காவிலும் பாலமாகச் செயல்பட்ட வெள்ளைக்காரப் புரட்சியாளர்கள் (ஆண்களும் பெண்களும்) இருந்தார்கள். அவர்கள் ஆளும் வர்க்கத்திற்கு எதிராக ஆயுதத்தை ஏந்தாமல், பொறுமையாக, அமைதியாக, இன வேறுபாடற்ற, இனத்தின் பெயரால் அடக்குமுறையில்லாத உலகத்தை

உருவாக்கப் பாடுபட்டார்கள். இங்கே புரட்சியாளர்கள் தென்னாப்பிரிக்க கம்யூனிஸ்ட் கட்சியைச் சேர்ந்தவர்களாக இருந்தனர். பாலமாகச் செயல்பட்டோர் முற்போக்குக் கட்சிகளின் ஆதரவாளர்கள். அதில் ஆலன் பேடன் (Alan Paton) பேட்ரிக் டங்கன் (Patrick Duncan) கிளைவ் ஃபான் ரெனெவெல்ட் (Clive Van Ryneveld) மற்றும் ஹெலென் சுஸ்மன் (Helen Suzman) இவர்களை இந்தியாவில் செயல்பட்ட சி. எஃப். ஆண்ட்ரூஸ், சகோதரி நிவேதிதா, வெரியர் எல்வின், மார்ஜரி சைக்ஸ் இவர்களுடன் ஒப்பிடலாம்.

1947இல் இந்தியா பிரிட்டனின் காலனி ஆட்சியிலிருந்து விடுதலை பெற்றது. தென்னாப்பிரிக்கா வெள்ளை அரசியல் ஆதிக்கத்திலிருந்து 1994இல் விடுதலை பெற்றது. தென்னாப்பிரிக்காவின் சுதந்திரம் அண்மையில் கிடைத்த ஒன்று. ஆகையால் அந்தப் போராட்டத்தின் நாயகர்களின் நினைவு இன்னும் இருக்கிறது. ஆனால் எவ்வளவு காலம் இந்த நினைவு நிலைக்கும்? ஐம்பது ஆண்டுகள் கழித்துத் தென்னாப்பிரிக்கப் பள்ளி மாணவர்கள் பிராம் ஃபிஷர், ரூத் ஃபர்ஸ்ட், ஹில்டா பெர்ன்ஸ்டீன், ஜோ ஸ்லோவோ, அல்பி சாக்ஸ் இவர்களைப் பற்றி ஏதாவது அறிந்திருப்பார்களா?

இருக்கலாம். தென்னாப்பிரிக்கா இந்த விஷயத்தில் இந்தியாவைவிட வேறுபட்டிருக்கும் என்று நம்பத் தோன்று கிறது. அவர்களுடைய விசாலமான, பரந்த நோக்கு கொண்ட விடுதலைப் போராட்டத்தின் நினைவு, நமது விசாலமான, பரந்த நோக்கு கொண்ட போராட்டத்தைப் போல் நீர்த்துப்போகாது.

கடந்த சில பத்தாண்டுகளாக எனது நாட்டில் பிறப்பிடக் கொள்கை, அயலார் வெறுப்பு இவை வெகுவாக வளர்ந்திருக்கிறன. தேசியம், அதிலும் மதம் சார்ந்த குறுகிய நோக்கு, விரவிக் கிடக்கின்றன. 'நான் ஒரு இந்து என்பதைப் பெருமையுடன் கூறிக்கொள்' என்ற கருத்தாக்கத்துடன் இந்துத்துவம் எனும் அரசியல் இயக்கம் அதிகாரத்தைப் பிடித்துள்ளது. இந்துக்கள் தாம் உலக மக்களுக்குப் போதிப்பவர்களாக இருப்பார்கள். உலகிலிருந்து அவர்கள் எதுவும் கற்றுக்கொள்ளத் தேவையில்லை.

இந்த நூல் பிறப்பிடக் கொள்கை, அயலார் வெறுப்பு இவற்றில் நம்பிக்கை உடையவர்களுக்காக எழுதப்படாவிட்டாலும், அவர்களில் சிலர் இதைப் படிப்பார்கள் என்று நம்புகிறேன். ஏனென்றால் இந்த நூலில் நான் ஏழு பேரைப் பற்றி எழுதியிருக்கி றேன். எல்லோரும் இந்தியாவின் லட்சியங்களுடன் தம்மை முழுமையாக அடையாளப்படுத்திக்கொண்ட, வெளிநாட்டில் பிறந்த வெள்ளைக்காரர்கள். இந்திய விடுதலைக்காக

வன்முறையில்லாமல் போராடியதால் சிலர் சிறையில் அடைக்கப் பட்டார்கள். சிலர் நாடு கடத்தப்பட்டார்கள். அவர்களை நாம் 'விடுதலைப் போராளிகள்' என்று மட்டும் நினைவில் கொள்ளக் கூடாது. அவர்கள் இயங்கிய தளங்களில் இந்திய வாழ்க்கையைப் பல விதங்களில் வளமாக்கிச் செறிவூட்டினார்கள்.

அவர்களது சாதனைகளைச் சுருக்கமாகப் பார்க்கலாம். அன்னிபெசன்ட் கடுமையான ஆணாதிக்கம் வேரூன்றியிருந்த சமூகத்தில் பெண் விடுதலை என்ற கருத்தாக்கத்தைப் பரப்பினார். இந்தியாவின் பிரசித்தி பெற்ற பல்கலைக்கழகத்தை நிறுவ உதவினார். இந்தியாவின் தொன்மை வாய்ந்த நாகரிகம், கலாச்சாரம்மீது ஆய்வு கவனம் பதியச் செய்தார். பி.ஜி. ஹார்னிமன் இந்தியாவின் தலைசிறந்த, துணிச்சல் மிக்க நாளிதழை நடத்தினார். இளம் இதழாளர்களை ஊக்குவித்தார்; அதுமட்டுமல்ல... ஓயாமல் பத்திரிகை சுதந்திரத்திற்காகப் பாடுபட்டார். சாமுவேல் ஸ்டோக்ஸ் (பின்னர் சத்தியானந்த் என்றறியப்பட்டவர்) கூலியற்ற உழைப்பிற்கு எதிராகப் போராடினார்; பழத்தோட்டங்களை ஏற்படுத்தி இன்றும் தழைத்திருக்கும் இமாச்சலப் பிரதேசத்தின் பொருளாதாரத்திற்கு அடிகோலினார். மீரா பென் என்றறியப்பட்ட மேடலின் ஸ்லேட் சுற்றுச்சுழல் பேணிய முன்னோடியாக அரிய கையேடுகளை எழுதினார். காந்திஜியின் அகிம்சை, மதநல்லிணக்கக் கருத்துக்கள் உலகெங்கும் பரவப் பாடுபட்டார். அது மட்டுமல்ல 'காந்தி' (1982) திரைப்படம் எடுக்க ரிச்சர்டு ஆட்டன் பரோவிற்கு மிகுந்த உதவிகள் செய்தார். ஃபிலிப் ஸ்ப்ராட் தொழிலாளிகளின் உரிமைகளுக்காக உழைத்தார். பின்னர் இந்திய பொருளாதாரத்தை நசுக்கிக்கொண்டிருந்த லைசன்ஸ் – பர்மிட் – கோட்டா அரசை எதிர்த்துப் போராடினார். ரிச்சர்டு ரால்ஃப் கைத்தான் கிராமப்புறப் பல்கலைக்கழகம் நிறுவ உதவி செய்தார். கிராமப்புற மக்களுக்கென மருத்துவ மனையை நிறுவச் செய்தார். ஒடுக்கப்பட்ட மக்களிடையே கண்ணியம், சுயசார்பு போன்ற விழுமியங்களைப் பரப்பினார். காதரின் மேரி ஹீலெமன், (பின்னர் சரளா பென்) நாட்டின் மிகவும் பிற்படுத்தப்பட்ட ஒரு பகுதியில் பெண்களுக்கு ஒரு முன்னோடிப் பள்ளிக்கூடத்தை நிறுவி நடத்தினார். அங்கே பல தலைமுறைப் பெண்கள் சமூக சேவைக்குப் பயிற்சியளிக்கப்பட்டார்கள். அவர்களில் சிலர் இந்தியாவின் சுற்றுச்சூழல் வரலாற்றில் பிரசித்தி பெற்ற சிப்கோ இயக்கத்தை (மரங்களைக் காப்பாற்றுவதற்கான இயக்கம்) நடத்தினார்கள்.

எனது ஏழு புரட்சியாளர்களில் அன்னி பெசன்ட்டும் ஸ்டோக்ஸும், பிரிட்டீஷார் இந்தியாவை ஆண்டுகொண்டிருந்த போதே இறந்துவிட்டனர். மூன்றாமவர் ஹார்னிமன், பிரிட்டீஷ் வெளியேறிய சிறிது காலத்தில் இயற்கை எய்தினார். மற்ற நால்வரும் தாங்கள் உறுதியாக நம்பிய லட்சியங்களுக்காகவும் விழுமியங்களுக்காகவும் போராடியவாறே தங்கள் வாழ்க்கையை இங்கு தொடர்ந்தனர். காலனி ஆட்சியில் அவர்கள் விடுதலைக்காகப் போராடினார்கள். அது கிடைத்த பின்னர், அன்றைய ஆட்சியையும் விமர்சனம் செய்தனர். இந்த நிலையில் மற்ற பலர், அதிலும் வெள்ளைக்காரர்கள், தங்களது 'இந்தியத் தன்மையை' நிரூபிக்க அதிகாரத்திலிருக்கும் அரசின்பால் தங்கள் விசுவாசத்தைக் காட்டி, காங்கிரஸ் கட்சியை ஆதரித்திருப்பார்கள். ஆனால் நமது புரட்சியாளர்கள், தங்களது உயர்ந்த லட்சியங்களுக்கு ஏற்ப விலகியே நின்றார்கள்.

1959இல் ஐரோப்பாவிற்குப் போகும்வரை, மீரா, கிராம மறுமலர்ச்சிக்கும் சுற்றுச்சூழல் நீடிப்புத்திறனுக்கும் இந்தியாவில் பணியாற்றினார். பின்னர், வியன்னாவில் தன் வீட்டிலிருந்து சீனாவுடனான தகராறில் இந்திய அரசின் நிலைப்பாட்டைக் கண்மூடித்தனமாக ஆதரித்ததற்காகத் தனது காந்தியவாதி நண்பர்களைக் கடிந்துகொண்டார். 1950களிலும் 1960களிலும் ஸ்ப்ராட், மத்திய அரசு எல்லா அதிகாரங்களையும் தன்னிடம் வைத்துக்கொள்வதை எதிர்த்து எழுதினார். தொழில்முனைவோருக்கு ஆதரவு தராததற்கும், தனிப்பட்ட சுதந்திரத்தை ஒடுக்குவதற்கும், கூட்டாட்சிமீது மத்திய அரசு தொடுக்கும் தாக்குதலையும் எதிர்த்து எழுதினார். 1950களிலும், 1960களிலும் சரளா தனது சக்தியையும் அறிவையும் கிராமப்புறப் பெண்களை வலிமைப்படுத்துவதற்காக உழைத்தார். தொழில்மயவாதம், பயனீட்டாளர்வாதம் இவற்றைப் பற்றி எச்சரித்தார். இந்தப் பத்தாண்டுகளிலெல்லாம் கைத்தான் தெற்குக் கோடியில் உழைத்துக்கொண்டிருந்தார், சரளா இமயத்தில் பணி செய்து கொண்டிருந்ததுபோல. கிராமத் தன்நிறைவு, சுற்றுச்சூழலைப் புதுப்பித்தல் போன்ற அவர்களது அக்கறைகள் சில ஒரே மாதிரி இருந்தன. சரளா பெண்கள் சமத்துவத்தில் ஆர்வம் காட்டினார். கைத்தான் வர்க்க சமத்துவத்தில் கவனம் செலுத்தினார்.

அன்னி பெசன்ட், ஸ்டோக்ஸ், ஹார்னிமன் இவர்கள் சுதந்திர இந்தியாவில் வாழ்ந்திருந்தால் இதே பாதையில்தான் சென்றிருப்பார்கள். பெண்களுக்கு எதிரான வன்முறையை

ஒழிக்க அன்னி பெசனட் பாடுபட்டிருப்பார். ஹார்னிமன் பத்திரிகைகளுக்கும், மாறுபட்ட பாலினத்தாருக்கும் ஆதரவாகப் பேசியிருப்பார். தான் ஏற்றுக்கொண்ட இந்து சமயத்தில் உள்ள குறுகிய மனப்பான்மைக்கும் வன்முறைக்கும் எதிராக ஸ்டோக்ஸ் நிலைப்பாடு எடுத்திருப்பார். மீரா, சரளா, கைத்தான், ஸ்ப்ராட் போலவே அவர்களும் கண்மூடித்தனமான தேசியவாதிகளாய் அல்லாமல் சமூகத்தின் மனசாட்சிகளாக இருந்திருப்பார்கள். இந்தியா பிரிட்டிஷாரின் ஆதிக்கத்திலிருந்து விடுபட்டுவிட்டாலும், மக்களில் பலர் இன்னும் பலவிதமான அடிமைத்தனத்திற்கு ஆளாகியுள்ளனர்.

இவர்கள் இந்தியாவிற்கு வெவ்வேறு காலகட்டத்தில், மிக வேறுபட்ட பின்புலங்களிலிருந்து, பல்வேறு உந்துதல்களால் இங்கு வந்தனர். இங்கு வந்த பின் நாட்டில் பல இடங்களில் வாழ்ந்து அங்கு தங்களுக்குப் பிடித்த பல பணிகளைச் செய்தனர்.

அவர்களை ஒன்றிணைத்தது, முதலாவது தங்கள் சொந்த வாழ்வில் அவர்கள் காட்டிய துணிச்சலும் அச்சமின்மையும்; இரண்டாவது அவர்களால் சுவீகரித்துக்கொள்ளப்பட்ட நாட்டில் அவர்களது அர்ப்பணிப்பும் தீவிரமும்; மூன்றாவது அவர்கள் எதற்காக வாழ்ந்து பாடுபட்டார்களோ அதன் சமகாலத்தன்மையும், காலத்தைக் கடந்த இயல்பும். இவர்களில் கடைசிப் புரட்சியாளர் மறைந்து இத்தனை ஆண்டுகள் சென்ற பின்னரும் இந்தியர்களுக்காக அவர்கள் செய்தவையும் சொன்னவையும் இன்னும் இருக்கின்றன.

ஆனால் இதை யார் கேட்பது?

ஏற்பளிப்பு

இருபது ஆண்டுகளுக்கு முன் ஷில்லாங்கிலுள்ள தென்கிழக்கு மலை பல்கலைக்கழகத்தில் நிகழ்த்திய உரைகள்தாம் இந்த நூலின் தொடக்கப்புள்ளி. தன் கடைசி ஆண்டுகளை ஷில்லாங்கில் கழித்த மானிடவியலாளர் வெரியர் எல்வின் பெயரில் இந்த உரைகள் நிகழ்த்தப்பட்டன. அவரது இல்லத்தார் அப்போது ஷில்லாங்கில்தான் வசித்துவந்தார்கள். நான் வெரியர் எல்வினைப் பற்றி ஒரு நூல் எழுதியிருந்ததால் என்னை அழைத்தார்கள் போலும்.

ஷில்லாங்கில் என் உரைகளுக்கு *பிரிட்டீஷ் ராஜ்ஜியத்தின் மறுபக்கம்* (The Other Side of the Raj) என்ற தலைப்பு கொடுக்கப்பட்டிருந்தது. இந்தச் சொற்றொடர் எனது ஆரம்பக்கால ஆசானான ஷிவ் விஸ்வநாதனுடையது. இந்திய பிரிட்டீஷ் காலனியக்காரர்கள் இளக்காரத்துடன், சிறுமைப்படுத்தி, இந்தியர்களைப் பற்றியும் வரலாறு பற்றியும் எழுதியவை கவனிக்கப்பட்டிருக்கின்றன. ஆனால் பிரிட்டீஷ் அரசிற்கு எதிராக எழுந்த குரல்களைப் பற்றி – அறிஞர்கள், அறிவியலாளர்கள், அதிகாரிகள் – யாரும் பேசுவதில்லை. இவர்கள் நம் சமூகத்தைப் பற்றியும், கலாச்சாரத்தைப் பற்றியும் ஒரு புரிதலுடன் எழுதினார்கள். ஆனால் அவர்கள் மறக்கப்பட்டு விட்டார்கள். பிரிட்டீஷ் அரசியல் செயல்பாட்டாளர்கள் சிலர் இந்திய சுதந்திரப் போராட்டத்தில் தங்களை முழுமையாக ஈடுபடுத்திக்கொண்டார்கள்.

எனது ஷில்லாங் உரைகளை விரிவாக்கி ஒரு நூலாக வெளிக்கொண்டு வரத் திட்டமிட்டேன். 1998ஆம் ஆண்டு ஜூன் மாதம், வெரியர் எல்வின் பற்றி நான் எழுதிய நூல் அச்சில் இருக்கும்போதே ஒரு பிரிட்டீஷ் பதிப்பாளருக்கு ஒரு கடிதம் எழுதினேன். "எல்வின் நூலுக்குத் தொடர்ச்சியாக நான் ஒரு புத்தகம் எழுதிக்கொண்டிருக்கிறேன். இது "பிரிட்டீஷ் ராஜ்ஜியத்தின் மறுபக்கம்" இருந்த பன்னிரண்டு அல்லது பதினான்கு பேருடைய வாழ்க்கை வரலாறாக இருக்கும். இவர்கள் இந்தியாவின் அரசியலுக்கும் கலாச்சாரத்திற்கும் பங்களித்த சோஷலிசவாதிகள், ஆன்மிகவாதிகள், காந்தியவாதிகள், சுற்றுச்சூழல் ஆர்வலர்கள்."

ஆனால் இந்த நூல் வெளிவர வெகுநாள் ஆயிற்று. ஏன் தாமதமானது என்று இப்போது விளக்கிக்கொண்டிருக்க வேண்டியதில்லை. அந்தத் தாமதம் எனது ஆய்விற்குப் பயன்பட்டது. நான் மற்ற ஆய்வில் ஈடுபட்டிருந்தபோது, ஆவணக்களரியில் இந்த "பிரிட்டீஷ் ராஜ்ஜியத்தின் மறுபக்கம்" சம்பந்தமாக எந்த விவரம் கிடைத்தாலும், அதை நான் பதிவுசெய்து வைத்துக்கொண்டேன். இவ்வாறு விவரம் திரட்டிய பின், நான் எழுதப்போகும் ஆளுமைகளைப் பன்னிரண்டு அல்லது பதினான்கிலிருந்து ஏழாகக் குறைத்துக்கொண்டேன். இவர்களது வாழ்க்கை பற்றி எழுதப் போதுமான வரலாற்றுக் குறிப்புகள் கிடைத்தன. என்னுடைய மற்ற நூல்களை எழுதும்போது இரண்டு பொது ஆவணக்களரிகளை நான் பெரிதும் பயன்படுத்தினேன் – தில்லியிலிருக்கும் நேரு நினைவக அருங்காட்சியக நூலகமும் லண்டனிலுள்ள பிரிட்டீஷ் நூலகமும். இந்த இரண்டு நூலகங்களிலும் பல மாதங்கள் செலவிட்டேன். முதலில் கையால்தான் குறிப்புகள் எழுதிக்கொள்ள வேண்டும். பின்பு மடிக்கணினியின் பயன் கிடைத்தது. நேரு நூலகத்தில் அவர்களிடம் உள்ள தனிநபர் ஆவணங்களைத்தவிர, அங்கு நுண்படச்சுருள்களாக ஆவணப்படுத்தப்பட்டிருக்கும் நாளிதழ்கள் அரிய பொக்கிஷம்.

நான் பயன்படுத்திய மற்ற ஆவணச் சேகரிப்புகளில் குறிப்பிடத்தக்கவை தில்லியில் தேசிய ஆவணக்களரி, சென்னை பிரம்மஞான சபை, லக்னோவில் உத்தரப்பிரதேச மாநில ஆவணக்களரி, அகமதாபாத்தில் சபர்மதி ஆசிரம ஆவணக்களரி, வாஷிங்டனில் லைப்ரரி ஆஃப் காங்கிரஸ், பாஸ்டன் பல்கலைக்கழகத்தில் உள்ள மார்டின் லூதர் கிங் சேகரிப்பு, ஸ்வார்த்மோர் கல்லூரி சமாதான ஆவணக் காப்பகம் (Swarthmore College Peace Archives). இந்த நிறுவனங்களிலுள்ள நூலகர்களுக்கு அவர்கள் செய்த உதவிக்காக நான் மிகவும் கடமைப்பட்டுள்ளேன்.

இந்த நூலை எழுதுவதில் தனிப்பட்ட சேகரிப்புகளை உடையவர்களின் தாராள மனப்பான்மை எனக்கு உதவியிருக்கிறது. சிறப்பாக தனது தந்தை ஃபிலிப் ஸ்ப்ராட்டின் ஆவணங்களைப் பார்க்க எனக்கு அனுமதியளித்த பாப் ஸ்ப்ராட்டிற்கு நான் மிகவும் நன்றியுடையவனாயிருக்கிறேன். கே. எம் நடராஜன், வினூ அரம், பூமி ஜகந்நாதன் இவர்கள் கைத்தானின் ஆவணங்களைப் படிக்க உதவி செய்தார்கள். இந்தப் பதிவுகள் கைத்தானின் உதவியாளர் சாம் ஸ்ட்ராரென்ஸிடம் இருந்தன. கைத்தான் தன் கடைசி நாட்களைக் கழித்த ஒட்டன்சத்திரம் மருத்துவமனையிலும் அவரது ஆவணங்கள் இருந்தன. தில்லியில் இமாலய சேவா சங்க அலுவலகத்தின் அலமாரிகளில் வைக்கப்பட்டிருந்த மீரா பென்னின் ஆவணங்களைப் படிக்க எனக்கு அனுமதி தந்த மனோஜ் பாண்டேக்கு நான் நன்றியுடையவனாகிறேன். டேவிட் ஹாப்கின்ஸும் ராதா பட்டும் கௌசானியிலுள்ள லட்சுமி ஆசிரமத்தில் பாதுகாக்கப்படும் சரளாவின் கடிதங்களை எனக்குப் படிக்கத் தந்தார்கள். அவர்களுக்கு நன்றி.

வயது ஆக ஆகப் புதிய நண்பர்கள் கிடைப்பது அரிது என்பார்கள். இது வரலாற்றாசிரியர்களுக்குப் பொருந்தாது என்று எண்ணுகிறேன். கடந்த பத்தாண்டுகளில் நான் பல இளம் ஆய்வாளர்களுடன் பழகியிருக்கிறேன். அவர்களில் பலர் இந்த நூல் எழுதுவதற்கு எனக்கு முக்கியமான விவரங்களைத் தந்தார்கள். ஆதித்யா பாலசுப்ரமணியம், அபினவ் சந்திரசூட், காபேரி சௌத்திரி, வேணு மாதவ் கோவிந்து, பிரஷாந்த் கிடம்பி, அக்ஷய முக்குல், தின்யார் படேல் ஆகியோரைச் சிறப்பாகக் குறிப்பிட வேண்டும். அதே போல் குர்கானிலுள்ள பிரபா புக் சர்வீசின் விஜய் ஜெயினும் பெங்களூர் செலெக்ட் புக்ஸ் டோரின் கே.கே.எஸ் மூர்த்தியும் இந்த நூலில் எழுதப்பட்டிருக்கும் ஏழுவரைப் பற்றிய அரிய புத்தகங்களையும் கையேடுகளையும் தந்து உதவினார்கள். இன்னும் மற்ற இனிய நண்பர்கள் பலர் எனக்கு நெருங்கி நின்று உதவினார்கள்: தீபா பட்நகர், என். பாலகிருஷ்ணன், கோபால கிருஷ்ண காந்தி, சேகர் பதக், நரேஷ் ஃபெர்னாண்டஸ், திரிதிப் சுருத், சச்சின் ஆர்யா, கின்னாரி பட், சுமன் தூபே, ஜெயஸ்ரீ கிருஷ்ணன், ஆண்ட்ரூ ரிக்பி, ஜெயராம் ரமேஷ், ஆசுதோஷ் பரத்வாஜ், பேராசிரியர் விஜய் ஸ்டோக்ஸ், அஜய்சிங் மெத்தா, பில் ஆட்கின், அர்ச்சனா நாதன், கல்பனா ராய், எல். ராஜா, தேவிகா செத்தி, ஜாய்ஸ் ரிக்ஸ் – பெர்லா, வில்லியம் பீனார்ட், அனில் நவுரியா, சால் துபோ, உமா துப்பெலியா –மெஸ்த்ரி. இன்று நம்முடன் இல்லாத இரண்டு அறிஞர்கள் எனக்கு முக்கியமான குறிப்புகள் தந்து உதவினார்கள் –மானிடவியலாளர் ரெபெக்கா க்லென்க், வரலாற்றாசிரியர் தரம்பால்.

இந்நூலின் பிரதியைப் படித்துப் பார்த்துக் கருத்துகள் சொன்ன டெனிஸ் டால்டனுக்கு எனது நன்றி. எனது முகவர்கள் கில் கோலரிட்ஜும் காரா ஜோன்ஸும் எனக்குப் பெருத்த ஆதரவு தந்தனர். அதேபோல அமெரிக்காவிலுள்ள மெலனி ஜாக்சனும் உதவினார். இந்த நூலின் பிரதியைச் செப்பனிட்ட நாப்ஃப் (Knopf) பதிப்பகத்தைச் சேர்ந்த டான் ஃப்ரேங்க், பென்குவின் பதிப்பகத்தின் மேரு கோகலேயும், தரினி உப்பலும், வில்லியம் காலின்ஸ் பதிப்பகத்தைச் சார்ந்த அரபெல்லா பைக்கும் இந்த நூலுக்கு மெருகூட்டினார்கள். நிலைப்பாடுகள் சரியானவையா என்று பார்த்தார்கள். இந்த நூலை வெளியிட ஏற்றுக்கொண்டவர் இன்று நம்முடன் இல்லாதது மிகுந்த வருத்தம். நாப்ஃப் நிறுவனத்தின் சோனி மேத்தா என் உற்ற தோழர். அவர் என் மீது வைத்த நம்பிக்கைக்கு ஏற்றவாறு இந்த நூல் இருகிறது என்று நம்புகிறேன்.

இந்த நூல் அச்சேறும் சமயத்தில் சோனி மேத்தாவின் மதிப்பிற்குரிய சக ஊழியர் டான் ஃபிராங்க்கும் காலமானார். இது அவர் கடைசியாகச் செப்பனிட்ட நூல்களில் ஒன்று. துல்லியமாக, மிகுந்த அக்கறையுடன் ஒவ்வொரு பிரதியையும் சோதிப்பார். அவ்வாறு அவர் கைவழி வந்த நூல் இது. டான் ஃபிராங்கையும் சோனி மேத்தாவையும் நண்பர்களாகப் பெற்றது என் வாழ்வின் நற்பேறு. கடைசியாக எனது நன்றிக் கடனை வடகிழக்கு மலை பல்கலைக்கழகத் துணைவேந்தராக இருந்த தத்துவஞானி பேராசிரியர் மிரினால் மிரி அவர்களுக்குச் செலுத்துகிறேன். அவர்தான் வெரியர் எல்வின் பற்றி உரைகளை யாற்ற என்னை 2001இல் ஷில்லாங்கிற்கு அழைத்தவர்.

விளக்கங்கள்

ABBREVIATIONS USED IN THE NOTES

AB/NMML - Annie Besant Papers, Nehru Memorial Museum and Library, New Delhi

AB/TS - Annie Besant Papers, Theosophical Society, Chennai

APAC/BL - Asia, Pacific, and Africa Collections, British Library, London

BC - Bombay Chronicle (newspaper published from Bombay)

BL - British Library London

BS - Bombay Sentinel (newspaper published from Bombay)

CWMG - Collected Works of Mahatma Gandhi (New Delhi: Publications Division, 1958-1994)

FR - Fortnightly Report

HT - Hindustan Times (newspaper published from New Delhi)

NAI - National Archives of India, New Delhi

NMML - Nehru Memorial Museum and Library, New Delhi

SAAA - Sabarmati Ashram Archives, Ahmedabad

SFP - Spratt Family Papers

SN - Serial Number

ToI - Times of India (newspaper published from Bombay)

TT - The Tribune (newspaper published from Lahore)

YI - Young India (weekly published from Ahmedabad)

CHAPTER 1: இந்தியத் தாய்

1. Her Indian admirers occasionally called her 'Dr Besant', in recognition of an honorary doctorate.

2. Arthur H. Nethercot, *The First Five Lives of Annie Besant* (1961), p.87.

3. Isaac Lubelsky, *Celestial India: Madam Blavatsky and the Birth of Indian Nationalism,* translated from the Hebrew by Yael Lotan (Sheffield: Equinox Publishing Ltd, 2012), p.122.

4. Annie Besant, *An Autobiography* (1893: reprint Chennai: Theosophical Publishing House, 2008), p.244.

5. See Norman and Jean MacKenzie, *The Fabians* (New York: Simon and Schuster, 1977), pp.53-4.

6. Besant, *An Autobiography*, pp.300-11, etc.

7. See Stephen Hay, 'The Making of a Late-Victorian Hindu: M.K. Gandhi in London, 1888-1891', *Victorian Studies*, Autumn 1989, pp.83-4.

8. Nethercot, *First Four Lives*, pp.375-6, and passim.

9. Ibid., p.390.

10. 'History Sheet' of Annie Besant, compiled by the Criminal Intelligence Department in November 1917 (hereafter 'His,tory Sheet'), in IOR/R/2 Temp No. 34/338, Asia, Pacific and Africa Collections, British Library, London (hereafter APAC/BL).

11. Annie Besant, *The Means of India's Regeneration* (Banaras: Theosophical Publishing Society, 1895), pp.5-6, 15-21, 23.

12. Annie Besant, *Education as a National Duty: A Lecture Delivered in Bombay on Monday, March 9th, 1903* (Banaras: Theosophical Publishing Society, 1903), pp.22-4.

13. Annie Besant, *The Education of Indian Girls* (Banaras and London: Theosophical Publishing Society, 1904), pp.2-10, passim.

14. Annie Besant to Gokhale, 1 May 1907, File No. 41, Gokhale Papers, National Archives of India, New Delhi (hereafter NAI).

15. Cf. Sumit Sarkar, *The Swadeshi Movement in Bengal*, 1903-1908 (New Delhi: People's Publishing House, 1973).

16. Arthur H. Nethercot, *The Last Four Lives of Annie Besant* (London: Rupert Hart-Davis, 1963), p.108.

17. See Verrier Elwin, *The Tribal World of Verrier Elwin: An Autobiography* (New York: Oxford University Press, 1964), p.27.

18. Although a side-show to her career as a renegade, the story of Mrs Besant's relationship with Krishnamurti is fascinating nonetheless. For more details, see Mary Lutyens, *The Life and Death of Krishnamurti* (John Murray in 1990)

19. Kanji Dwarkadas, *Political Memoirs* (Bombay: United Asia Publications, 1969), pp.51-2.

20. Sri Prakasa, *Annie Besant as Woman and as Leader* (Bharatiya Vidya Bhavan, 1962), pp.79-80.

21. Quoted in Nethercot, *First Four Lives*, p.226.

22. Annie Besant, *England and India* (Harrogate: Theosophical Publishing Company, 1903), esp pp.7-8.

23. Arthur Lawley (Governor of Madras) to Mrs Besant, 20 February 1910; Private Secretary to the Viceroy to Mrs Besant, 25 February 1910, Reel 1, Annie Besant Papers, Nehru Memorial Museum and Library, New Dehli (hereafter AB/NMML).

24. PS to Viceroy (Lord Minto), to Mrs Besant, 6 February 1910, Reel 1, AB/ NMML.

25. Quoted in Lubelsky, *Celestial India*, p.262.

26. Gokhale to Annie Besant, 26 June 1914, Annie Besant Papers, Theosophical Society, Adyar, Chennai (hereafter AB/TS).

27. Annie Besant to P. Kesava Pillai, 17 July 1914, P. Kesava Pillai Papers, NMML.

28. Annie Besant to Esther Bright, 16 July 1914, quoted in B.K.R. Kabad, 'Annie Besant', in *Some Eminent Indian Editors* (1981), p.29.

29. Annie Besant to Bhupendranath Basu, 28 September and 24 November 1914, Bhupendranath Basu Papers, NMML.

30. Besant to Gokhale, letters of 15 November and 2 December 1914, File No. 119, Gokhale Papers, NAI.

31. Gokhale to Besant, 9 January 1915, AB/TS.

32. Bal Gangadhar Tilak to Annie Besant, 21 January 1915, copy in File

No. 119, Gokhale Papers, NAI.

33. Gokhale to Besant, 26 January 1915, AB/TS.

34. Annie Besant to Gokhale, 23 January 1915, copy in File No. 119, Gokhale Papers, NAI.

35. A copy of the speech is in Reel 3, AB/NMML.

36. Annie Besant to 'Mr Wadia' (prob D.E. of the ilk), 20 June 1915, H.P. Modi Papers, NMML.

37. 'Home Rule for India', *New India*, 14 September 1915.

38. These paragraphs are based on Proceedings Nos 166-168, November 1915, Home (Political), NAI.

39. Cf. Dinyar Patel, *Naoroji: Pioneer of Indian Nationalism*: Harvard University Press, 2020

40. Annie Besant, *How India Wrought for Freedom: The Story of the National Congress Told From Official Records* (Madras: Theosophical Publishing House, 1915), pp.ii-iii, xxiii-xxiv, xxxi, li-lii, lv-lix.

41. Letter of 23 December 1915 in Reel 4, AB/NMML.

42. See correspondence in Reels 3 and 4, AB/NMML.

43. 'Preface to Third Impression' (1908), Annie Besant, *An Autobiography* (1893: reprint Chennai: Theosophical Publishing House, 2008), pp.ix-x.

44. Copy in Reel 3, AB/NMML.

CHAPTER 2: ஹோம் ரூலர் காங்கிரஸின் தலைவர்

1. On Gandhi's early admiration for Mrs Besant, see Eleanor *Morton, Women Behind Mahatma Gandhi* (London: Max Reinhardt, 1954), pp.29-33.

2. Gandhi to Annie Besant, 13 May 1905, CWMG, IV, pp.433-4.

3. Collected Works of Mahatma Gandhi, p.310.

4. CWMG, XIII, pp.69, 75.

5. See S.R. Mehrotra, 'Gandhi and the Servants of India Society', *Gandhi Marg*, vol 34, no 4, Jan-Mar 2013.

6. On the history of the BHU, see S.L. Dar and S. Somaskandan, History of the Banaras Hindu University (Banaras: BHU, 1966); Aparna Basu, The Growth of Education and Political Development in India, 1898-1920 (Delhi: Oxford University Press),

7. See Anon., 'The Banaras-Gandhi Incident', sd/'An Observer', Simla, 25 February 1916, in File 221 of 1916, General Administration Department, Uttar Pradesh State Archives, Lucknow.

8. Statements by Annie Besant in *New India*, 10 and 16 February, 1916.

9. See Hugh Owen, 'Towards Nation-Wide Agitation and Organization: The Home Rule Leagues, 1915-18', in Owen, *The Indian Nationalist Movement*, c. 1912-22: *Leadership, Organisation and Philosophy* (New Delhi: Sterling Publishers Private Limited, 1990).

10. Annie Besant to P. Kesava Pillai, 23 July 1916, Kesava Pillai Papers, NMML.

11. Report by the Metropolitan Police, dated 18 July 1916, October 1916, Home (Political), NAI.

12. See for example, James H. Cousins, 'The Irish Leaders', *New India*, 4 May 1916.

13. See for example, A Proceedings 36-53, October 1916, Home (Political), NAI.

14. See for example, A proceedings 36 - 53 Oct 1916 Home (Political) NAI

15. Cf. 'The Case of Annie Besant' in K.L. Gauba, *Famous and Historic Trials* (Lahore: Lion Press, 1946), p.43f.

16. Annie Besant, 'Lighting a Candle', *New India*, 29 May 1916.

17. Annie Besant, 'A Great Opportunity', *New India*, 7 June 1916.

18. Annie Besant to P. Kesava Pillai, 4 October 1916, P. Kesava Pillai Papers, NMML.

19. These paragraphs are based on the 'Report on the Native Newspapers of the Madras Presidency for the first half of 1916', L/R/5/121, APAC/BL.

20. *Bharati*, 7 July 1916, in 'Report on the Native Newspapers of the Madras Presidency for the second half of 1916', L/R/5/122, APAC/BL.

21. See Proceeding No. 25, December 1916, Home (Political), NAI.

22. See Fortnightly Report (FR) on the Political Situation in the Madras Presidency for the first half of November 1916, Home (Political), NAI.

23. Mysore FR, for the first half of March 1917, Home (Political), NAI.

24. Annie Besant, 'Three Reasons for Home Rule', *New India*, 1 March 1917.

25. See Besant to Gandhi, 14 May 1917, S.N. 6354, Sabarmati Ashram Archives, Ahmedabad (hereafter SAAA).

26. News clipping dated 20 June 1917, Reel 11, AB/NMML.

27. Chief Secretary, Madras Government to Home Secretary, Government of India, 23 June 1917, in Proceedings Nos 86-106, Home (Political), NAI.

28. Cf. 'History Sheet'.

29. Surendranath Banerjea, *A Nation in Making: Being the Reminiscences of Fifty Years of Public Life* (Bombay: Oxford University Press, 1925), pp.238-9.

30. Governor to Viceroy, 23 July 1917; Viceroy to Governor, 1 August 1917, in Progs 6-9, November 1917, Home (Political), NAI.

31. Emily Lutyens to Edwin Montagu, 30 July 1917, copy in AB/TS.

32. *Andhrapatrika*, 22 September 1917.

33. Annie Besant, 'Interview with Mr. Montagu', in Reel 7, AB/NMML.

34. Hugh Owen, op. cit., p.86.

35. I have used the printed text of Annie Besant's Presidential Address as available in Home (Political), Proceeding No. 10, May 1918, NAI.

36. Quoted in V. Geetha and S.V. Rajadurai, *Towards a Non-Brahmin Millennium: From Iyothee Thass to Periyar* (1998), pp.6-7.

37. Cf. V. Geetha and S.V. Rajadurai, 'One Hundred Years of Brahminitude: Arrival of Annie Besant', *Economic and Political Weekly*, 15 July 1995.

38. *Justice*, issues of 19 April and 4 July 1917; *Non-Brahman*, issues of 18 February and 11 March 1917, in L/R/5/123, APAC/BL.

39. Annie Besant to P. Kesava Pillai, letters of 27 January and 16 April 1917 and 2 and 25 June 1918, in Kesava Pillai Papers, NMML.

40. Nethercot, *Last Four Lives*, pp.272-3.

41. See correspondence in Reel 11, AB/NMML.

42. Mahadev H. Desai, *Day-to-Day with Gandhi* (Varanasi: Sarva Seva Sangh, 1968), edited by Narahari D. Parikh, Volume I, pp.63-4.

43. Quoted in Erik H. Erikson, *Gandhi's Truth: On the Origins of Militant Non-Violence* (London: Faber and Faber, 1970), p.361.

44. See Sumita Mukherjee, *Indian Suffragettes: Female Identities and Transnational Networks* (New Delhi: Oxford University Press, 2018), pp.50-3; Geraldine Forbes, *Women in Modern India* (Cambridge: Cambridge University Press, 1996), pp.95-7.

45. See John Scurr to Mrs Besant, dated London, 11 February 1918, in Reel 4, AB/NMML.

46. A.A. Warrington, General Secretary of the Theosophical Society, to Woodrow Wilson, 31 October 1918, Reel 6, AB/NMML.

47. Annie Besant, *The New Era: An Epoch-Making Congress*, 1918 (Madras: 1919), pp.5–6.

48. Jamnadas Dwarkadas to Annie Besant, 27 February 1919, Reel 11, AB/NMML.

49. Gandhi to S. Subramania Iyer, 23 March 1919, CWMG, XV, p.147.

50. Besant to Gandhi, 10 May 1919, S.N. 6605, SAAA.

51. Gandhi to Besant, 10 May 1919, CWMG, XV, pp.300-1.

52. Besant to Gandhi, 11 May 1919, S.N. 6605B, SAAA.

CHAPTER 3: சுதந்திரத்தை நேசித்த ஆங்கிலேயர்

1. *'A Friend of India': Selections from the Speeches and Writings of B.G. Horniman* (Bombay, 1918).

2. 'Biographical Sketch', *Bombay Sentinel* (hereafter BS), 16 October 1948.

3. P. Kodanda Rao, *Foreign Friends of India's Freedom* (Bangalore: The P.T.I. Book Company, 1973), p.159.

4. Quoted in Dwarkadas, *Political Memoirs*, p.227.

5. See '*A Friend of India*', Introduction.

6. See Sandip Hazareesingh, *The Colonial City and the Challenge of Modernity: Urban Hegemonies and Civic Contestations in Bombay* (1900-1925) (Hyderabad: Orient Longman, 2007), pp.83-9.

7. Dwarkadas, *Political Memoirs*, p.109.

8. See Chimanlal H. Setalvad, *Recollections and Reflections: An Autobiography* (Bombay: Padma Publications, Ltd), p.468f.

9. See Hazareesingh, *The Colonial City and the Challenge of Modernity*, pp.115-18.

10. 'To Young India!', in '*A Friend of India*', pp.9-11.

11. Ibid., pp.37-41.

12. B.G. Horniman to Jawaharlal Nehru, 1 July 1917, in *A Bunch of Old Letters: Written Mostly to Jawaharlal Nehru, and Some Written by Him* (Bombay: 1958), pp.1-2.

13. For more details, see B.G. Horniman correspondence, Syed Hossain Papers, NMML.

14. *Times of India* (hereafter Tol), 9 January 1915.

15. CWMG, XIII, p. 280f.

16. '*A Friend of India*', pp.18f.

17. Cf. Gandhi to Horniman, 23 June 1918, CWMG, XIV, p.445.

18. '*A Friend of India*', pp.179-82, 51-3.

19. Ibid., pp.34-5.

20. See Guha, *Gandhi*, Chapter 4; Ravinder Kumar, ed., *Essays on Gandhian Politics: The Rowlatt Satyagraha of 1919* (Oxford: Clarendon Press, 1971).

21. CWMG, XV, p.183f. In his speech, Gandhi read out resolutions demanding that the Rowlatt Act be withdrawn,

22. *Bombay Chronicle*, 11 April 1919.

23. Viceroy to Governor of Bombay, telegram dated 23 April 1919; Governor of Bombay to Viceroy, telegram dated 24 April 1919 (reply

to above), in File 619-640, Home (Political), A Branch, National Archives of India, New Delhi, NAI.

24. See L/PJ/12/14, IOR, APAC/BL.

25. 'Memorandum by B.G. Horniman of the events relating to his arrest and deportation from India, April 1919', in L/PJ/12/11, IOR, APAC/BL.

26. Horniman to Gandhi, 27 April 1919, S.N. 6545, SAAA.

27. CWMG, XV, p.252.

28. Reports in L/R/5/126, APAC/BL.

29. 'Bombay's Silent Protest', *Young India* (hereafter YI), 14 May 1919.

30. This discussion is based on news reports in L/R/5/175, APAC/BL.

31. File 2992, L/PJ/6/1590, APAC/BL.

32. Telegram of 23 October 1920, in L/PJ/12/11, APAC/BL.

33. CWMG, XV, pp.252-3, 255-8, 263-5, 273-5, etc.

34. CWMG, XV, pp.336, 344.

35. CWMG, XV, p.384.

36. Horniman to Gandhi, 30 July 1919, S.N. 6780, SAAA.

37. CWMG, XVII, pp.330, 344-5.

38. B.G. Horniman, *Amritsar and Our Duty to India* (London: T. Fischer Unwin, 1920), quotes.

39. *Manchester Guardian*, 12 May 1921.

40. Horniman to Gandhi, 23 September 1920, S. N. 7270, SAAA.

41. See File 9 of 1922, AICC Papers, First Instalment, NMML.

42. Report in ToI, 27 April 1921.

43. Correspondence in File 9 of 1922, AICC Papers, First Instalment, NMML.

44. B.G. Horniman, 'Slave Labour in Assam', *Daily Herald*, 29 May 1922.

45. B.G. Horniman, 'Britain and India', *Labour Monthly*, March 1922.

46. Correspondence in L/PJ/12/13, APAC/BL.

47. Viceroy to Secretary of State, telegram, 2 February 1924,

48. B.G. Horniman to S.A. Brelvi, 6 February 1924, Brelvi Papers, NMML.

49. *The Times*, 7 March 1924.

50. Imperial Legislative Assembly proceedings, 19 and 20 February 1924, in File 2992,

51. Extract from Proceedings of Bombay Legislative Council, 19 and 20 March 1924, in File 236 of 1924, Home (Political), NAI.

52. 'The Victim's Reply', *Bombay Chronicle* (hereafter BC), 21 May 1924.

53. B.G. Horniman to Arthur Field, 17 February 1924, copy in L/PJ/12/14, APAC/BL.

54. Note by New Scotland Yard, 19 February 1926.

55. Viceroy to Secretary of State for India, telegrams of 7 and 10 January 1926, in ibid.

56. Sir Leslie Wilson, Governor of Bombay, to Lord Reading, Viceroy, 13 January 1926, in ibid.

57. CWMG, XXIX, p.386.

58. Notes by Denys Bray, 25 March 1926; by M. I. Huk, 31 March 1926, both in File 34/29/1927, Home (Political), NAI.

CHAPTER 4: காலனித்துவத்தை எதிர்த்த அமெரிக்கர்

1. 'Historical Note', in S.E. Stokes, ed., *Letters of Nancy Stokes of Harmony Hall* (Kotgarh, 1916), p.11.

2. See Kenton J. Clymer, 'Samuel Evans Stokes, Mahatma Gandhi, and Indian Nationalism', *Pacific Historical Review*, volume 59, number 1, February 1990, p.55.

3. Letter of 11 September 1905 and undated letter, c.late September 1905, in Stokes Papers, NMML.

4. Undated letter, c.1906, in Stokes Papers, NMML.

5. C.F. Andrews, quoted in Asha Sharma, *An American in Khadi: The Definitive Biography of Satyanand Stokes* (New Delhi: Penguin Books India, 1999), pp.47, 53.

6. S.E. Stokes to C.C. Bardsley, 28 August 1911, quoted in William W. Emilsen, *Violence and Atonement: The Missionary Experiences of Mohandas Gandhi, Samuel Stokes and Verrier Elwin in India before 1935* (Frankfurt: Peter Lang, 1994), p.105.

7. 'Kotgarh' (pseud.), 'The Problem of Christianity in India', *Indian Social Reformer*, 21 December 1919.

8. Letters of 5 June, 19 June, 17 July and 18 September 1912, in Stokes Papers, NMML.

9. Letter of 28 May 1913, in Stokes Papers, NMML.

10. See Sharma, *An American in Khadi*, pp.110-13.

11. See Satyanand Stokes, *National Self-Realisation and Other Essays* first published 1943;

12. Letter of 18 January 1914, Stokes Papers, NMML.

13. Letters of 9 May and 1 June 1914, Stokes Papers, NMML.

14. Letter of 15 June 1916, Stokes Papers, NMML.

15. Letter of 10 April 1917, Stokes Papers, NMML.

16. Letter of 7 May 1917, Stokes Papers, NMML.

17. Letter to his mother, c.November 1918, Stokes Papers, NMML.

18. Letter of 21 February 1919, Stokes Papers, NMML.

19. Letter of 5 June 1919, Stokes Papers, NMML.

20. Quoted in Clymer, op. cit, pp.58-9.

21. Letter to the *Times of India*, 19 March 1919, in Stokes, *National Self- Realisation and Other Essays*, p.15.

22. Stokes to his mother, 7 August 1920, Stokes Papers, NMML.

23. Stokes to his mother, 21 August 1920, Stokes Papers, NMML.

24. See Shekhar Pathak, *Uttarakhand Mein Kuli Begar Pratha* (The System of Coolie Labour in Uttarakhand) (Delhi: Radhakrishna Prakashan, 1987).

25. These letters are quoted in Sharma, *An American in Khadi*, p.134.

26. Ibid., pp.136-7.

27. See Stokes, *National Self-Realisation and Other Essays*, pp.40-51.

28. As recalled in Stokes to Gandhi, 25 March 1924, S. N. 8651, SAAA.
29. Stokes to his mother, 13 December 1920, Stokes Papers, NMML.
30. C.F. Andrews,'Introduction', in S.E. Stokes, *The Failure of European Civilization as a World Culture.*, 1921, pp.viii-ix.
31. Stokes, *The Failure of European Civilization as a World Culture*, pp.11, 17-18.
32. Ibid., pp.47-8.
33. Ibid., pp.53-4, 56.
34. Mahadev H. Desai, *Day to Day with Gandhi*, edited by Narahari D. Parikh, 1968, Volume 3, p.282.
35. Krishnadas, *Seven Months with Mahatma Gandhi: Being an Inside View of the Non-Co-operation Movement* (1921-22), Vol. 1 (Madras: S. Ganesan, 1928), p.27.
36. Stokes to his mother, 13 August 1921, Stokes Papers, NMML.
37. 'The Shadow of Simla', *Young India*, 21 July 1921, in CWMG, XX.
38. CWMG, XX, p.511.
39. CWMG, XX, pp.515-16.
40. Samuel Stokes, 'Latest Outrage on the Hindustan-Tibet Road', *Tribune* (hereafter TT), 31 August 1921; 'Oppression in the Simla Hill States', TT, 24 and 25 November 1921.
41. Stokes, 'Our Duty', BC, 4 August 1921.
42. Stokes, 'Our Duty', BC, 4 August 1921, emphasis in original.
43. Stokes, 'Begar in Simla Hills', TT, 23 July 1921.
44. Stokes to his mother, 3 September 1921, in Stokes Papers, NMML.
45. See Shekhar Pathak, 'The begar abolition movements in British Kumaun', *The Indian Economic & Social History Review*, volume 28, number 3, 1991.
46. CWMG, XXI, pp.138, 235-6. s
47. Stokes to his mother, 30 October 1921, Stokes Papers, NMML.
48. See Stokes, *National Self-Realisation and Other Essays*, pp.106-14 (quote on p.110).

49. S.E. Stokes, 'The Acid Test of Loyalty', in two parts, *Tribune*, 1, 2 and 4 December 1921.

50. Stokes to his mother, 2 December 1921, Stokes Papers, NMML.

51. Stokes to his mother, 5 December 1921, Stokes Papers, NMML.

52. Stokes's statement is printed in full as an appendix to Sharma, *An American in Khadi*, pp.373-80.

53. Letters of 3 and 24 January 1922 and 7 April 1922, Stokes Papers, NMML.

54. Stokes to his mother, 9 December 1921, Stokes Papers, NMML.

55. C.F. Andrews, 'A Message from America', YI, 20 April 1922.

56. Quoted in C.M. Kashyap and Edward Post, 'Yankee in Khadi: The Story of Samuel Evans Stokes', *Span*, January 1961.

57. *New York Times*, 23 March 1922.

58. Stokes to his mother, 29 May 1922, Stokes Papers, NMML.

59. Letters of 26 July and 18 October 1922, Stokes Papers, NMML.

60. Letters of 27 March and 13 November 1923, Stokes Papers, NMML.

61. Gandhi to Stokes, 15 March 1924, CWMG, XXIII, p.250.

62. Stokes to Gandhi, 7 March 1924, S.N. 8458, SAAA.

63. Stokes to Gandhi, 4 April 1924, S.N. 8650, SAAA.

64. Gandhi to Stokes, 19 March 1924, CWMG, XXIII, pp.276-8.

65. CWMG, XXV, p.391.

66. Stokes to Gandhi, 5 November 1924, S.N. 11738, SAAA.

67. See CWMG, XXV, pp.316-17.

68. Letters of 22 and 29 December 1924, Stokes Papers, NMML.

CHAPTER 5: காந்திக்கு ஒரு மகள்

1. Mira, 'Preface', in *Bapu's Letters to Mira* (1924-1948) (1949), p.3.

2. Madeleine Slade (Mira Behn), *The Spirit's Pilgrimage* (1960), p.58.

3. See Guha, *Gandhi*, Chapter X.

4. Mira, 'Preface', in *Bapu's Letters to Mira*, pp.3-4.
5. Letter of 31 December 1924, in ibid., p.9.
6. Letter of 29 May 1925, S. N. 10541, SAAA.
7. Letter of 24 July 1925, in *Bapu's Letters to Mira*, p.10.
8. Madeleine Slade to Gandhi, 26 August 1925, addressed to 'Most Dear Master', in Subject File No. 1, M. K. Gandhi Papers, 5th to 10th Instalments, NMML.
9. *The Spirit's Pilgrimage*, pp.64-5.
10. Mira, 'Preface', in *Bapu's Letters to Mira*, pp.6-7.
11. Rolland to Mira, 17 December 1925 (translated by the latter),
12. Mira to Devadas, 18 December 1925, NMML.
13. *The Spirit's Pilgrimage*, pp.73-4.
14. Mira to Devadas, 27 December 1925, NMML.
15. Mira to Devadas, 28 December 1925, NMML.
16. Letter of 11 December 1926, *Bapu's Letters to Mira*, p.15.
17. Cf. letters of 31 January, 14 February and 7 March 1927, *Bapu's Letters to Mira*, pp.24-8.
18. *The Spirit's Pilgrimage*, pp.89-90.
19. Letter of 2 May 1927, in Tridip Suhrud and Thomas Weber, eds., *Beloved Bapu: The Gandhi-Mirabehn Correspondence* (2014), p.51.
20. Mira to Jamnalal Bajaj, 18 January 1928, Jamnalal Bajaj Papers, NMML.
21. Mira to Devadas, letters of 15 and 18 March 1928, Devadas Gandhi Papers, NMML.
22. Mira to Devadas, 16 April 1928, NMML.
23. Mira to Devadas, 25 June 1928, NMML.
24. Mira Behn to Hari Bhau Upadhyaya, dated Almora, 8 October 1928, Hari Bhau Upadhyaya Papers, NMML.
25. Mira to Devadas, 5 November 1928, NMML.
26. Mira to Devadas, 10 November 1928, NMML.

27. Mira to Devadas, letters of 4 and 6 December 1928, NMML.

28. Letter of 6 January 1929, in *Beloved Bapu*, p.164.

29. Mira to Devadas, 27 January 1929, NMML.

30. Letter of 5 January 1929, in *Beloved Bapu*, p.162.

31. Quoted in Mirabehn, *New and Old Gleanings* (1964), p.23.

32. Mira to Devadas, 28 February 1929, NMML. Cf. also Mira to Gandhi, 23 February 1929, S.N. 15810, SAAA.

33. Letter of 12 April 1929, Bapu's Letters to Mira, p.93.

34. Mira to Devadas, 28 April 1929, NMML.

35. Mirabehn, 'Khadi and Swaraj', S.N. 15316, SAAA.

36. Mira to Devadas, 18 August 1929, NMML.

37. Mira, 'Unforgettable', YI, 21 November 1929.

38. Editorial note by Mira, in *Bapu's Letters to Mira*, pp.101-2.

39. Editorial note by Mira, in *Bapu's Letters to Mira*, pp.164-5.

40. Margarita Barr, 'MIRABAI: GANDHI'S ENGLISH DISCIPLE', *New York Times*, 15 November 1931.

41. 'Criminal Treatment of Political Prisoners', three-page ts signed 'Mira', Bombay, 20 May 1932, in Subject File 107, Purushottamdas Thakurdas Papers, NMML.

42. Mira to Purushottamdas Thakurdas, 23 May 1932, in ibid.

43. Mira to Gandhi, 16 January 1933, S.N. 20048, SAAA.

44. Mira to Gandhi, 29 April 1933, S.N. 21086, SAAA.

45. See, for details, *Guha, Gandhi*, Chapters XX and XXI.

46. 'The Parting of the Ways', a two-page note by Mira [Behn], dated Parnakuti, Poona, 27 August 1933, in Subject File No. 1, M.K. Gandhi Papers, 5th to 10th Instalments, NMML.

47. Mira to Devadas, 2 November 1933, NMML.

48. Mira to Devadas, 12 December 1933, NMML.

49. Mira to Devadas, 19 March 1934, NMML.

50. Mira to Devadas, 10 May 1934, Devadas Gandhi Papers, NMML.

51. See *Beloved Bapu*, pp.397, 399.

52. See *The Spirit's Pilgrimage*, p.183f.

53. Report in BC, 28 August 1934.

54. Mira to Devadas, 3 August 1934, NMML.

55. Mira to Gandhi (copy), 9 August 1934, NMML.

56. Mira to Horace Alexander, 18 August 1934, Horace Alexander Papers, Swarthmore College.

57. Unsigned letter (almost certainly by Mahadev Desai), 27 August 1934, in Devadas Gandhi Papers, NMML.

58. Report in the *Warwickshire Advertiser*, 29 September 1934, copy in Devadas Gandhi Papers, NMML.

59. See *The Spirit's Pilgrimage*, p.185.

60. Winston Churchill to Mira (addressed to 'Miss Slade'), 21 September 1934, S. N. 31039, SAAA.

61. See correspondence in Box 5, John Haynes Holmes Papers, Library of Congress, Washington, D.C.

62. Letter of 12 October 1934, in *Beloved Bapu*, p.405.

63. H. MacGregor, India Office, London, to Angus Fletcher, British Library of Information, New York, 2 October 1934.

64. Cf. 'Ocean Travellers', *New York Times*, 10 October 1934.

65. Circular Letter dated New York, 13 October 1934, Alexander Papers.

66. *The Spirit's Pilgrimage*, pp.187-8.

67. See Marie Falconer, Port Washington, Long Island, to Mira Behn, 16 October 1934, Subject File No. 318, M.K. Gandhi Papers, NMML.

68. S.J. Woolf, 'MIRABAI TELLS HOW SHE FOUND PEACE: *New York Times*, 4 November 1934.

69. See *Washington Post*, 18 October 1934.

70. Reports in the *New York Times*, 19 and 25 October 1934.

71. Mira, 'Notes on Interview with Sir Samuel Hoare', dated 2 November 1934, copy in, Himalaya Seva Sangh, New Delhi.

72. As recalled in Mirabehn, *New and Old Gleanings*, p.16f.

73. Report in *Hindustan Times* (HT), 22 November 1934.

CHAPTER 6: இந்தியாவை வெடிவைத்துத் தகர்த்தல்.

1. Viceroy to Secretary of State for India, 28 January 1927; report by Scotland Yard, 3 February 1927.

2. Letter dated 24 February 1927, by A.C. Seward, Master, Downing College.

3. Philip Spratt, *Blowing Up India: Reminscences and Reflections of a Former Comintern Emissary* (1955), pp.6, 8.

4. Ibid., pp.19, 21-2.

5. Ibid., pp.29-31.

6. Weekly Report of Intelligence Bureau (hereafter IB), Home Dept, Government of India (hereafter GOI), 17 February 1927.

7. Cf. report in ToI, 1 October 1927.

8. IB report, 3 May 1927, in ibid.

9. Report in BC, 2 May 1927.

10. Letter from CID Punjab, to Home Dept, GOI, 30 June 1927, in L/P&J/12/307, APAC/BL.

11. These paragraphs on the case against Spratt for his India/China pamphlet are based on letters and documents in L/P&J/12/310, APAC/BL, and in File No. 27-I of 1928, Home (Political), NAI.

12. See report in ToI, 24 November 1927.

13. Document P. 526, in Meerut Conspiracy Case Papers (hereafter MCCP), NMML.

14. P. Spratt, 'Introduction', in Shaukat Usmani, *Peshawar to Moscow: Leaves from an Indian Mujahideen Diary* (1927), p.v.

15. Years later, Spratt remembered the Congressman's gesture with affection. See *Blowing Up India*, pp.39-40. Ganesh Shankar Vidyarthi was murdered in 1931 while trying to stop a Hindu-Muslim riot in Kanpur.

16. See K. Murugesan and C.S. Subramanyam, *Singaravelu: First Communist in South India* in 1975

17. The 'Simon Commission', named after its chairman, Sir John Simon, had been sent to India by the Imperial Government to discuss political reforms. the commission was boycotted by the Congress in India.

18. Spratt to Seetha, c/o Workers and Peasants Party, Bombay-4, 12 January 1928, Spratt Family Papers, in the possession of Bob Spratt, Bangalore (hereafter SFP). 'Vande Mataram' was a famous nationalist hymn originally composed in Bengali by Bankim Chandra Chattopadhyay. Seetha would have known the Tamil translation, as rendered by the great poet Subramania Bharati.

19. Spratt to Seetha, Bombay, 7 February 1928, SFP.

20. Cf. Muzaffar Ahmad, *Myself and the Communist Party of India*, 1920-29 (Calcutta: National Book Agency, 1970).

21. Spratt to K.N. Joglekar, 23 June 1928, Document P. 1678, in MCCP.

22. These paras are based on IB Weekly Reports, 5 and 19 April, 3 May, 2 August and 6 September 1928.

23. See volume entitled 'Bengal Speeches in Connections with Strikes & Other Subjects', in MCCP, NMML.

24. PS to Seetha, Calcutta, 12 October 1928, SFP.

25. Viceroy to Governor of Bombay, 2 and 18 January 1929, in Mss Eur F 150/1, Frederick Sykes Papers, APAC/BL.

26. See reports in Tol, 22 and 23 March 1929.

27. *Blowing Up India*, p.46ff.

28. See Tol, 9 December 1929.

29. See File 27, Motilal Nehru Papers, NMML.

30. As recalled in P.C. Joshi to K. C. Pant, 25 April 1973, in P.C. Joshi Papers, Centre for Historical Studies, Jawaharlal Nehru University, New Delhi.

31. A copy of the prosecutor's speech is in the Meerut Conspiracy Case File, Motilal Nehru Papers, NMML.

32. *Communist Challenge Imperialism from the Dock: Meerut Communist Conspiracy Case: The General Statement of the 18 Communist Accused* 1987, p.281.

33. PS to Seetha, District Jail, Meerut, 7 January 1930.

34. CWMG, XLII, pp.57-8.

35. Spratt, *Blowing Up India*, p.56.

36. Spratt to Seetha, District Jail, Meerut, 16 April 1930, SFP.

37. Spratt to Seetha, 4 December 1931, SFP.

38. See Gene D. Overstreet and Marshall Windmiller, *Communism in India* 1959, p.136.

39. *Judgement delivered by R. L. Yorke, Esqr. I. C. S. in the Meerut Conspiracy Case* 1933, Volume II, pp.326-7.

40. See Muzaffar Ahmad, 'Introduction', in *Communist Challenge Imperialism from the Dock*.

41. Spratt to Seetha, c/o Central Prison, Naini, Allahabad, 9 June 1934, SFP.

42. Spratt to Seetha, c/o R.S. Pandit, Bar-at-law, 6, Cawnpore Road, Allahabad, 12 September 1934.

43. Spratt to Seetha, Bombay, 11 October 1934, SFP.

44. See Home Department notes 1 and 8 December 1934, in L/P&J/12/308, APAC/BL.

45. Spratt to Seetha, Wardha, 16 November 1934, SFP.

46. Home Dept, GoI to Secretary of State for India, 3 February 1935, in L/P&J/12/308, APAC/BL.

47. Spratt to Seetha, c/o The Fort, Belgaum, 17 February 1935, SFP.

48. Spratt to Seetha, c/o The Fort, Belgaum, 28 February 1935, SFP.

49. Spratt to Seetha, c/o The Fort, Belgaum, 13 March 1935, SFP.

50. Spratt to Seetha, c/o The Fort, Belgaum, 12 April 1935, SFP.

51. Philip Spratt to Home Secretary, Bombay Govt, 2 May 1935, L/P&J/12/308, APAC/BL.

52. Home Secretary, Bombay, to Home Secretary, Government of India, 20 June 1935, in File No. 7/8/35, Home (Political), NAI.

53. Spratt to Seetha, c/o The Fort, Belgaum, 29 May 1935, SFP.

54. Spratt to Seetha, c/o The Fort, Belgaum, 26 June 1935, SFP.

55. Spratt, *Blowing Up India*, p.59.
56. Spratt to Seetha, c/o The Fort, Belgaum, 24 July, SFP.
57. Spratt to Seetha, c/o The Fort, Belgaum, 21 August 1935, SFP.
58. Spratt to Seetha, c/o The Fort, Belgaum, 25 September 1935, SFP.
59. Spratt to Seetha, c/o The Fort, Belgaum, 24 October 1935, SFP.
60. Spratt to Seetha, c/o The Fort, Belgaum, 4 December 1935, SFP.
61. PS to Seetha, c/o The Fort, Belgaum, 8 January 1936, SFP.
62. H. B. Clayton, Commissioner, Belgaum, to Home Secretary, Bombay, 2 May 1936, in L/P&J/12/308, APAC/BL.
63. Spratt to Seetha, c/o The Fort, Belgaum, 12 June 1936, SFP.
64. P. Spratt, 'Some Notes on Jail Psychology', published in three parts, *Modern Review*, June, July, and August 1937.

CHAPTER 7: பின்வாங்கிய அம்மையார்

1. See letter from Annie Besant in the *Times of India*, 18 April 1919, in V.N. Datta, ed., *New Light on the Punjab Disturbances in 1919*, Volume One, pp.439-40.
2. *West Coast Spectator*, Calicut, 5 April 1919, in Report on the Native Newspapers of the Madras Presidency for the first half of 1919.
3. See Reel 4, AB/NMML.
4. Printed appeal, 17 August 1919 in Reel 4, AB/NMML.
5. CWMG, XVI, pp.201-2.
6. 'A Reply to Mrs. Besant's Appeal to the All-India Congress Committee', a fifteen-page letter by B. G. Tilak, 16 April 1920, to 'The President, Secretaries and Members of the All-India Congress Committee', in Reel 2.
7. See extract from *The Theosophist*, August 1920, in *Annie Besant: Builder of New India: Her Fundamental Principles of Nation Building* 1942, p.91.
8. Undated typed copy of Mrs Besant's speech opposing the Non-Cooperation resolution of the Congress, Reel 2, AB/NMML.
9. Report in *Amrita Bazar Patrika*, 4 September 1920, in CWMG, Volume XVIII, p.224.

10. See correspondence in Reel 12, AB/NMML.

11. Presidential address by Annie Besant at the first Reform Conference, 1921, Reel 5, AB/NMML.

12. 'Winning Home Rule', Presidential address of Annie Besant to the Second Reform Conference, Bombay, 29/30 August 1921, in Reel 5, AB/NMML.

13. Annie Besant, *The Future of Indian Politics* (1922), p.255.

14. Annie Besant to David Graham Pole, letters of 9 February and 9 March 1922.

15. See papers in Reel 8, AB/NMML.

16. Brian Ross, c/o Theosophical Society, Adyar, to Mrs Besant, 10 February 1923, in Reel 8, AB/NMML.

17. Notes of a meeting between a deputation led by Annie Besant and the Secretary of State for India (Lord Olivier), London, 17 June 1924, Reel 5, AB/NMML.

18. See Reel 9, AB/NMML.

19. Nethercot, *Last Four Lives*, pp.348-9.

20. CWMG, XXV, p.59.

21. Annie Besant to Gandhi, 17 September 1924; Gandhi to Besant, 18 September 1924, copies in AB/TS.

22. See Devadas Gandhi, 'Eleven Days in Madras', YI, 18 December 1924.

23. A typed, unsigned copy of a letter by Annie Besant marked 'PRIVATE AND CONFIDENTIAL', dated 29 December 1924, in Besant Papers, TS.

24. See correspondence in Reel 9, AB/NMML.

25. A copy of this memorandum is in Besant Papers, TS.

26. Nethercot, *Last Four Lives*, Chapter 7 and passim.

27. George Lansbury to Annie Besant, 15 July 1926, Mss Eur C 888, APAC/ BL.

28. See Reel 12, AB/NMML.

29. Gandhi to Besant, 2 October 1928, CWMG, XXXVII, p.324.

30. 'Convocation Address delivered by Mrs. Annie Besant at the Banaras Hindu University on the 1st of December 1928', in AB/TS.

31. See Reel 12, AB/NMML.

32. Annie Besant to Jawaharlal Nehru, 29 November 1929, in Nehru, *A Bunch of Old Letters*, pp.78-9.

33. Excerpt from *New India*, 20 February 1930, in *Annie Besant: Builder of New India*, pp.124-5.

34. Excerpt from *New India*, 17 April 1930, in *Annie Besant: Builder of New India*, p.95.

35. See File No. 426, Home (Political), NAI.

36. Typescript of press statement by Annie Besant, Bombay, 18 October 1930, Mss Eur64/9, APAC/BL.

37. Nethercot, *Last Four Lives*, p.446.

38. N. Sri Ram to Har Bilas Sarda, 26 August 1933, Sarda Papers, NMML.

39. Nethercot, *Last Four Lives*, pp.450-6.

40. CWMG, Volume LVI, pp.11-12.

CHAPTER 8: வடக்கிலும் தெற்கிலும் தேடுபவர்கள்

1. Sarala Devi, 'The Spirit of Nurture', in K. Arunachalam and Chris Sadler, eds., *On the Frontiers: Strategy for a New Social Order* 1977, p.23.

2. Ralph Richard Keithahn, *Pilgrimage in India: An Autobiographical Fragment* 1973, p.8.

3. Ibid., pp.14-15.

4. Ibid., p.16.

5. Ibid., pp.21ff.

6. 'Mr Keithan [sic] On Mission Work in India', *Indian Social Reformer*, 23 August 1930.

7. *Pilgrimage in India*, p.42.

8. *Chicago Daily Tribune*, 20 June 1930.

9. Pilgrimage in India, p.10.

10. See V. T. Chandapillai, 'Rev. Dr. Ralph Richard Keithahn: Life and Work', in Arunachalam and Sadler, eds., *On the Frontiers*, pp.5-6.

11. See CWMG, Volume LXIV, pp.419-20.

12. K. Swaminathan, 'In His Presence', *Mountain Path*, April 1988, pp. 104-5.

13. M. M. Thomas, 'Foreword', in Keithahn, *Pilgrimage in India*, pp.vii-viii.

14. Keithahn to Gandhi, 26 August 1941; unsigned copy of reply, 3 September 1941, M, K. Gandhi Papers, 15th Instalment, NMML.

15. *Pilgrimage in India*, pp.54-5.

16. R. R. Keithahn, 'A Call to Students', in D. G. Tendulkar, M. Chalapathi Rau, Mridula Sarabhai and Vithalbhai K. Jhaveri, eds., *Gandhiji: His Life and Work* 1944, pp.178-9.

17. Ralph Richard Keithahn and Mildred McKie Keithahn, 'Our Village Health', *Indian Journal of Social Work*, 1944

18. CWMG, LXXVII, p.357.

19. This account of how and why Keithahn was deported from India is based on the documents in Parthasarathi Gupta, ed., *Towards Freedom; Documents on the Movement for Independence in India 1943-4* 2007, p.2850ff.

20. 'An American's Fate in India', editorial in the *Indian Express*, 30 August 1944.

21. *Pilgrimage in India*, p.55.

22. Pamphlet, 1 December 1945, in Box 70, Martin Luther King Collection, Boston University Library.

23. Keithahn to J.C. Kumarappa, 19 March 1947, Kumarappa Papers, NMML. 24. Keithahn to Kumarappa, Karachi, 13 June 1947, Kumarappa to Keithahn,

24. June 1947, J.C. Kumarappa Papers, NMML.

25. Notes on Sarala Behn's early life, collected by Elaine Morrison, courtesy David Hopkins, Lakshmi Ashram, Kausani.

26. See, for more details, Sarala Behn (Catherine Mary Heilemann), *A Life in Two Worlds* 2010, Chapter 1.

27. Interview with Dr Mohan Singh Mehta, NMML, p.164f.
28. See Mohan Singh Mehta, *The Story of Vidya Bhavan*, passim.
29. *A Life in Two Worlds*, p.39.
30. Asha Devi to Sarala, letters of 30 January 1939 and 5 February 1940, Kausani.
31. Letter 28 October 1939, copy in Lakshmi Ashram, Kausani.
32. This account is based on *A Life in Two Worlds*, Chapters 8 and 9; inter- view with Radha Bhatt, Lakshmi Ashram, Kausani, 29 March 2019;
33. See Shekhar Pathak, 'Sarla Behn: Ek Achachrit Gandhi Pravah', paper presented at the seminar on 'Interpretations of Gandhi', Indian Institute of Advanced Studies, Shimla, March 1996.
34. Sarala Devi to Poornanand Sanwal, 5 August 1942, copy in Lakshmi Ashram, Kausani.
35. See the report by Sarala Devi and Shantilal Trivedi on the Quit India movement in the Almora District, c.December 1943, in Volume 4, Part 2, Series 5.
36. Conversation with Radha Bhatt, Lakshmi Ashram, Kausani, 29 March 2019.
37. Notice by J.C. Donaldson, District Magistrate, Almora, 21 December 1943; Sarala to J.C. Donaldson, 25 December 1943, in Volume 4, Part 1, Series 5.
38. Sarala to J.C. Donaldson, 19 January 1944, in ibid.
39. Statement in court, 7 February 1944, in Volume 4, Part 1, Series 5, M.K. Gandhi Papers, 12th/13th Instalments, NMML.
40. Sarala to J.C. Donaldson, 22 July 1944, in Volume 4, Part I, Series 5, M. K. Gandhi Papers, 12th/13th Instalments, NMML.
41. Sarala to Gandhi, 10 August 1944, in Volume 4, Part I, Series 5, M.K. Gandhi Papers, 12th/13th Instalments, NMML.
42. Quoted in *A Life in Two Worlds*, p.135.
43. Ibid., p.147.
44. See Gandhi to Vichitra Narayan Sharma, 6 November 1945, p.34
45. *A Life in Two Worlds*, p.175.

46. Ibid., pp.176-7.

47. Letter from Acharya Kripalani, c.November 1945, copy in Lakshmi Ashram, Kausani.

48. Sarala Devi, 'The Spirit of Nurture', p.23.

CHAPTER 9: பி.ஜி. ஹார்னிமனின் இரண்டாம் இன்னிங்ஸ்

1. 'Mr. Horniman's Return: Reception in Bombay', Tol, 12 January 1926.

2. See Milton Israel, *Communications and Power: Propaganda and the Press in the Indian Nationalist Struggle*, 1920-1947 (Cambridge:1994), pp.236-7.

3. BC, 17 October 1948.

4. Reports in Tol, 3 and 5 March 1926.

5. This account of the meeting at the Gaiety Theatre is based on a thirty- five-page pamphlet, entitled 'Mr. B. G. Horniman', Bombay 1926.

6. Report in Tol, 17 April 1926.

7. CWMG, XXXI, p.490.

8. 'Mr Horniman's Lecture: A Brief for the Congress', Tol, 8 November 1926.

9. *Indian National Herald*, 21 December 1926.

10. See, in this connection, the character sketch of Horniman in Pothan Joseph, *Looking Back* 1950, pp.141-51.

11. See R/1/1/2010, APAC/BL.

12. B.G. Horniman vs Unknown on 19 September 1932 (1932) 34 BOMLR 1666; Tol, 26 July 1931.

13. G.N. Acharya, 'Syed Abdullah Brelvi', in *Some Indian Editors* 1981, p.50.

14. Notes by S. A. Brelvi, 8 August, 1932, S. N. 19603, SAAA.

15. B.G. Horniman, 'Hoare Cuts the Painter: All Indians Now Free to Unite for Country's Freedom', BC, 15 July 1932,

16. Cf. Ramachandra Guha, 'Gandhi's Ambedkar', in *An Anthropologist Among the Marxists and Other Essays* 2000.

17. Entry of 15 July 1932, in *The Diary of Mahadev Desai: Volume I: Yeravda- Pact Eve, 1932,* 1953, p.229.

18. B.G. Horniman, 'Tragedy Must be Averted', BC, 13 September 1932.

19. B.G. Horniman, 'Enthusiasm for Temple-Entry Must Not be Allowed to Wane', BC, 24 September 1932.

20. ToI, 17 September 1932.

21. A tribute entitled 'Affectionate Editor', by 'A Member of the Staff', BS, 16 November 1948.

22. 'Horniman Remembered', ToI, 12 May 1986.

23. K. Rama Rao, quoted in Rangaswami Parthasarathy, *Journalism in India: From the Earliest Times to the Present Day* 1989, p.247.

24. See reports in ToI, 30 April, 13 and 25 June, and 10, 20 and 23 July 1934.

25. Joachim Alva, *Men and Supermen of Hindustan* 1943, pp.182-3.

26. Report in ToI, 4 November 1935.

27. See BS, 25 May 1937.

28. BS, 4 September 1939.

29. BS, 28 and 30 October 1939.

30. B.G. Horniman, 'Britain Must Think Again: Lord Linlithgow's Statement an Insult', BS, 17 October 1939.

31. BS, 28 March 1942.

32. BS, 31 March 1942.

33. Unsigned editorial, BS, 13 April 1942.

34. BS, 4 August 1942.

35. 'WHAT OF THE AFTERMATH?', BS, 10 August 1942.

36. 'WAR ON THE PEOPLE', BS, 13 August 1942.

37. ToI, 20 October 1942.

38. See letter in ToI, 6 October 1963;

39. ToI, 15 July 1944 and 7 February 1945.

40. ToI, 7 July 1948.

41. BS, 16 October 1948.

42. As reported BC, 17 October 1948.

43. BC, 18 October 1948.

44. *The Hindu*, 17 October 1948; 'The Late Mr. Horniman', HT, 17 October 1948.

45. Annie Besant, 'The C.I.D. or the P.D.D.', *New India*, 11 May 1916.

46. 'Biographical Sketch', BS, 16 October 1948.

47. Anonymous, 'B.G. Horniman (1873-1948)', in R. Srinivasan, ed., *Crusaders of the Fourth Estate in India*, 1989, pp.110-11.

48. See BS, 19 October 1948.

CHAPTER 10: தனிப் பயணம்

1. The *Spirit's Pilgrimage*, p.191.

2. Mira to Devadas Gandhi, 13 February 1935, NMML.

3. Mira to Gandhi, 13 February 1936, in Correspondence File No. 31, M. K. Gandhi Papers, Ist and 2nd Instalments, NMML

4. This account based on *The Spirit's Pilgrimage*, Chapters 48 and 49.

5. Mira to Devadas Gandhi, 28 August 1937, NMML.

6. Cf. Baba Prithvi Singh Azad, *The Legendary Crusader: An Autobiography* 1987

7. M. K. Gandhi, 'A Fellow Pilgrim', *Harijan*, 28 May 1938.

8. Mira to Devadas Gandhi, letters of 26 February and 1 June 1939

9. M[ahadev] D[esai], 'A Prisoner and Prisoners', *Harijan*, 2 September 1939.

10. Mira Behn to Prithvi Singh Azad, 26 October 1939, Prithvi Singh Azad Papers, NMML.

11. Letters of 1 and 2 November 1939.

12. *The Spirit's Pligrimage*, pp.216-17.

13. Some years later, Prithvi Singh Azad decided to marry an Indian girl who was much younger than himself. Cf. Azad, *The Legendary Crusader: An Autobiography*, pp.260-2, 266-7.
14. Letter, 11 November 1939, Prithvi Singh Azad Papers, NMML.
15. Letter, 18 November 1939, Prithvi Singh Azad Papers, NMML.
16. Letter, 25 December 1939, Prithvi Singh Azad Papers, NMML.
17. Prithvi Singh Azad, *The Legendary Crusader*, pp.230-1.
18. See *Bapu's Letters to Mira*, pp.328, 331, etc.
19. Ibid., p.352.
20. Mira to Prithvi, c. early January 1942, Prithvi Singh Azad Papers, NMML.
21. Mira to Prithvi, 23 March 1942, Prithvi Singh Azad Papers, NMML.
22. Excerpts from a letter written by Mira to Gandhi in May 1942.
23. Mira to Gandhi, 11 May 1942, Subject File No. 173, M.K. Gandhi Papers, 15th Instalment, NMML.
24. Mira to Mr Wood, Chief Secretary of Orissa, 5 June 1942 (copy), in ibid.
25. R.M. Maxwell, Home Secretary, to Private Secretary to Viceroy, 17 June 1942, in R/3/1/318, IOR, APAC/BL.
26. 'Note of interview with Miss Slade (Mira Behn) on 17th July 1942', sd J.G. Laithwaite (Private Secretary to Viceroy).
27. *The Spirit's Pilgrimage*, p.246.
28. Mira Behn to Pandit Jagat Ram, PO Hariana, Dist Hoshiarpur, Punjab, 21 September 1943,
29. See File No. 59 of 1943-4, Home (Special), Maharashtra State Archives, Mumbai (hereafter MSA).
30. Gandhi to R. Tottenham, Additional Home Secretary, GoI, 22 December 1943, in R/3/1/316, IOR, APAC/BL.
31. Note by R. Tottenham, 3 March 1944, in ibid.
32. H.V.R. Iengar, Home Secretary, Bombay Government, to Additional Home Secretary, GoI, 18 January 1944, in ibid.

33. *The Spirit's Pilgrimage*, p.255.

34. Note by R.M. Maxwell (Home Member, GoI), 14 March 1944, in IOR,

35. Krishna Murti Gupta, ed., Mira Behn Birth Centenary Volume 1992, p.19.

36. Letter, 3 December 1944, Bapu's Letters to Mira, p.363.

37. *The Spirit's Pilgrimage*, Chapters 60 to 62.

38. Mira Behn to Gandhi, Kisan Ashram, near Haridwar, 7 November 1946, in Volume 138, Series 4, M.K. Gandhi Papers.

39. *The Spirit's Pilgrimage*, p.277

40. 'A Visit to Mirabehn's Ashram', HT, 27 January 1946.

41. Mira Behn to Gandhi, Kisan Ashram, P.O. near Haridwar, 18 and 22 November 1946, in Volume 138, Series 4, M.K. Gandhi Papers.

42. Gandhi to Mira, Srirampur, 4 December 1946 (copy, not in CWMG), in ibid.

43. Mira Behn to Gandhi, Kisan Ashram, P. O. Bahadurabad, via Jwalapur, near Haridwar, 16 December 1946, in ibid.

44. Mira Behn to Gandhi, 7 March 1947, in Volume 125, Series 4, M.K. Gandhi Papers, NMML.

45. Gandhi to Mira, Patna, 16 May 1945, in Volume 124, Series 4, M.K. Gandhi Papers, NMML.

46. *Bapu's Letters to Mira*, pp.352, 355, 361, 385.

47. *The Spirit's Pilgrimage*, pp.292-3.

CHAPTER 11: புரட்சியாளரை மீட்டெடுத்தல்

1. Interview with Bob Spratt, Bangalore, 27 October 2012.

2. Mrs Spratt (Phil's mother) to Seetha, 15 October 1938, SFP.

3. Same to same, 11 January 1937, SFP.

4. Interview with Bob Spratt, Bangalore, 27 October 2012.

5. Spratt to Seeth 'Glenrock', Coonoor, Nilgiris, 2 January 1937, SFP.

6. PS to Seetha, c/o *MysIndia*, 18, St Mark's Road, Bangalore, letters 3 and 11 April 1939, SFP.

7. Philip Spratt, *Gandhism: An Analysis* (Madras: The Huxley Press, 1939), pp.61-2, 150, 129.

8. Ibid., pp.513-15.

9. Ibid., p.7.

10. Ibid., pp.89-90.

11. Ibid., p.23.

12. Philip Spratt, 'Introduction', in N.G. Ranga, ed., *A Guide to Village Economic Survey* (Madras: All India Kisan Publications, 1939), p.2.

13. Spratt to Seetha, 12 October 1939, SFP.

14. Spratt to Seetha, 12 November 1939, SFP.

15. Spratt to Seetha, 8 December 1939, SFP.

16. Spratt to Seetha, 19 October 1940, SFP.

17. Letter of 14 September 1940, SFP.

18. Spratt to Seetha, 18 December 1940, SFP.

19. PS to Bertie, 31 March 1942, SFP.

20. PS to Seetha, 10 January 1943, SFP.

21. Interview with all four of Spratt's and Seetha's children, Bangalore, 2 February 2013; Interview with Bob Spratt, Bangalore, 27 October 2012.

22. P. Spratt, ed., *Selected Poems for University Students;* in the 1940s

23. 'The Child in the East and the West', *MysIndia*, 1 September 1945.

24. Cf. Chapter 6 above.

25. Cf. John Patrick Haithcox, *Communism and Nationalism in India: M.N. Roy and Comintern Policy, 1920-1939* (Princeton, N.J.: Princeton University Press, 1971).

26. The scholar Sibnarayan Ray was working on a multi-volume biography of M.N. Ray, which lay unfinished at the time of Ray's death. An accessible short study is Samaren Roy, *M.N. Roy: A Political Biography* (Hyderabad: Orient Longman, 1997)

27. See 'Introduction', in R.M. Pal, ed., *Selections from* The Marxian Way *and* The Humanist Way 1999.

28. Quoted in Pal, 'Life of Iconoclast', p.102.

29. Spratt to M.N. Roy, 31 January 1945, M. N. Roy Papers, NMML.

30. Seetha Spratt to Ellen Roy, 5 February 1945, M.N. Roy Papers, NMML.

31. Ellen Roy to Seetha Spratt, 19 February 1945, M.N. Roy Papers, NMML.

32. Spratt to M.N. Roy, 24 February 1945, NMML.

33. Spratt to Roy, 23 April 1945; Roy to Spratt, 28 April 1945, NMML.

34. Reports in Tol, 27 September and 1 October 1945.

35. Philip Spratt, 'Foreword', in M.N. Roy, *New Orientation: Lectures Delivered at the Political Study Camp held at Dehra Dun from May 8th to 18th, 1946*, pp.viii, x-xi.

36. Philip Spratt, *An Approach to Indian Constitutional Problem* (Calcutta: Renaissance Publishers, 1946), esp pp. 14-15, 17-18.

37. Spratt to Ellen Roy, 21 June 1946, M.N. Roy Papers, NMML.

38. Spratt to Ellen Roy, 28 June 1947, M.N. Roy Papers, NMML.

39. Spratt to Ellen Roy, 20 February 1948, M.N. Roy Papers, NMML.

CHAPTER 12: சாமுவேலிலிருந்து சத்தியானந்திற்கு

1. Letter, 31 August 1926, Stokes Papers, NMML.

2. Asha Sharma, *An American in Khadi*, Chapter 18; Vijay Kumar Stokes, 'Rejuvenation of Apple Orchards; Experiments in Harmony Hall Orchards' (unpublished manuscript).

3. Letter, 6 May 1925, Stokes Papers, NMML.

4. Joseph Kip Kosek, 'Richard Gregg, Mohandas Gandhi, and the Strategy of Nonviolence', *Journal of American His,tory*, Volume 91, Number 4, 2005.

5. Letter written early September 1926; extracts published in *Young India*, issue of 16 September 1926.

6. Gandhi to Gregg, letters 23 May and 2 October 1926, CWMG, Volume XXX, pp.472-3; Volume XXXI, p.469.

7. Quoted in Sharma, *An American in Khadi*, p.253.
8. Letter, 19 September 1928, Stokes Papers, NMML.
9. See Stokes, *National Self-Realisation*, pp.222ff.
10. William W. Emilsen, *Violence and Atonement: The Missionary Experiences of Mohandas Gandhi, Samuel Stokes and Verrier Elwin in India before 1935*, 1993, p.21.
11. S.E. Stokes, *Satyakama or 'True Desires' (being Thoughts on the Meaning of Life*) 1931
12. See Sharma, *An American in Khadi*, Chapter 21.
13. Letter of 17 July 1932, Stokes Papers, NMML.
14. See Emilsen, *Violence and Atonement*, pp.228-9.
15. 'Letter to Padri Sahib (17 July 1932)', in Willian W. Emilsen, ed., *The India of my Dreams: Samuel Stokes's Challlenge to Christian Mission* 1995, pp.190-5.
16. 'Statement to the Press (17 September 1932)', in *The India of my Dreams*, pp.196-7.
17. Quoted in Sharma, *An American in Khadi*, p.332.
18. See *National Self-Realisation*, pp.239-43 (to Bose), 250-8 (to Gandhi), 259-62 (to Nehru).
19. Gandhi to Stokes, 8 June 1939, CWMG, LXIX, pp.331-2.
20. See *National Self-Realisation*, pp.262-3.
21. Sharma, *An American in Khadi*, pp.356-7.

CHAPTER 13: கையில் கிடைக்காத 'பாபு ராஜ்'

1. 'Pashulok Memorial Scheme', c. February 1948, in File Number 69, C. Rajagopalachari Papers, NMML.
2. Antoinette Boissevain to Mira Behn, 30 March 1948, copy in File 69, C. Rajagopalachari Papers, NMML.
3. Letter, 10 April 1948, in ibid.
4. Mirabehn, 'For Unity', *Harijan*, 19 December 1948.
5. Mirabehn, 'Development or Destruction?', *Harijan*, 23 January 1949.

6. Mira to Nehru, 30 August 1949; Nehru to Mira, 16 September 1949, in Krishna Murti Gupta, ed., *Mira Behn Birth Centenary Volume* 1992, pp.213-14.

7. Cf. 'The President in Pashulok', HT, 12 March 1950.

8. Mira, 'The Unsolved Wild Cattle Catching Problem', *Harijan*, 30 September 1950.

9. J.P. Uniyal, 'Memories of Mira Behn', in *Mira Behn Birth Centenary Volume*, pp.253-4.

10. Mira, 'The Haldu Tree is no More', typescript of an article apparently published in HT, 24 October 1949, in

11. 'Something Wrong in the Himalayas', article June 1950, reprinted in *Mira Behn Birth Centenary Volume*, pp.145–7.

12. Nehru to Mira, letters, 31 March 1956 and 28 February 1957, in Mira Behn Collection, Himalaya Seva Sangh, New Delhi.

13. See the chapter 'Sons and Heirs' in Rajmohan Gandhi, *The Good Boatman: A Portrait of Gandhi* 2000.

14. J.C. Kumarappa, *The Gandhian Economy and Other Essays*, 1948, p.10.

15. Mira to Kumarappa, 15 January 1951, J.C. Kumarappa Papers, NMML.

16. Kumarappa to Mira, 28 January 1951, in ibid.

17. Mira to Kumarappa, letters, 1 and 10 February, in ibid.

18. Mira to Kumarappa, 4 April 1952, in ibid.

19. Copies of these pamphlets are in the Mira Behn Collection of the Himalaya Seva Sangh, Rajghat, New Delhi.

20. See 'The Gospel of "Bapu Raj", HT, 20 April 1952.

21. Mira Behn, 'An Open Letter to Congress Leaders', HT, 9 July 1952.

22. Mira to J.C. Kumarappa, 24 November 1952, Kumarappa Papers, NMML.

23. Mira to J.C. Kumarappa, 19 April 1954, Kumarappa Papers, NMML.

24. *The Spirit's Pilgrimage*, Chapters 70 to 72.

25. Mira to Nehru, 20 November 1954; Nehru to Mira, 24 November 1954, in *Mira Behn Centenary Volume*, pp.214-15.

26. Mira to Brijkrishna Chandiwala, 24 January 1955, Brijkrishna Chandiwala Papers, NMML.

27. Homer A. Jack, 'A Visit to Mirabehn', HT, 8 January 1956.

28. Mirabehn, 'The Milk and Fodder Problem', HT, 20 March 1955.

29. Uniyal, 'Memories of Mira Behn', in *Mira Behn Birth Centenary Volume*, pp. 255-6.

30. Mira to Devadas, 30 July 1957, Devadas Gandhi Papers, NMML.

31. Mira to Rajaji, 12 October 1957, C. Rajagopalachari Papers, NMML.

32. Mira to Rajaji, 27 February 1958, C. Rajagopalachari Papers, NMML.

33. Mira Behn to Krishna Murti Gupta, letters 4 and 11 April 1958, quoted in *Mira Behn Birth Centenary Volume*, p.22.

34. Mira to Rajaji, 6 May 1958, C. Rajagopalachari Papers, NMML.

35. *The Spirit's Pilgrimage*, pp.314-16.

36. Mira to Rajaji, 16 October 1958, C. Rajagopalachari Papers, NMML.

37. Rajaji to Mira, 18 November 1958, in ibid.

38. Mira to Rajaji, 11 December 1958, C. Rajagopalachari Papers, NMML.

39. Letter to the editor by Mira Behn, printed in *Gandhi Marg*, volume 3, number 4, 1959, pp.312-14.

40. Letter to Krishna Murti Gupta, 21 September 1959, quoted in *Mira Behn Birth Centenary Volume*, p.22.

41. Letter to Krishna Murti Gupta, 15 February 1961, quoted in *Mira Behn Birth Centenary Volume*, p.22.

42. Mira to Rajaji, 25 October 1960, C. Rajagopalachari Papers, NMML.

43. Mira Behn to Rajendra Prasad, 30 May 1961, Mira Behn Collection, Himalaya Seva Sangh, New Delhi.

44. See Mira Behn to Krishna Murti Gupta, 29 April 1962, Mira Behn Collection, Himalaya Seva Sangh, New Delhi.

45. Letter, 31 March 1962, in Mira Behn Collection, Himalaya Seva Sangh, New Delhi.

46. Mira Behn to Krishna Murti Gupta, 28 November 1962, Mira Behn Collection, Himalaya Seva Sangh, New Delhi.

47. Mira to Rajaji, 27 February 1958, C. Rajagopalachari Papers, NMML.

48. Rajaji to Mira, 22 February 1963, in ibid.

49. Mira to Rajaji, 3 March 1963, in ibid.

50. Rajaji to Mira, 8 March 1963, in ibid.

CHAPTER 14: இடப்புறத்திலிருந்து வலப்புறம் வாசித்தல்

1. Interview with all four of Spratt's children, Bangalore, 2 February 2013.

2. Louis Renou, *The Civilization of Ancient India*, translated from the French by Philip Spratt 1954

3. P.K. Srinivasan, Philip Spratt: "Crystal Spirit", *Deccan Herald*, 1 January 1984.

4. Seetha Spratt to P.C. Joshi, 30 December 1972, in P.C. Joshi Papers, Centre for Historical Studies, JNU, New Delhi.

5. Jamadagni, 'Philip Spratt: The Man Who Came to Blow up India', *Freedom First*, January 1987.

6. Spratt to Roy, 5 December 1947, M.N. Roy Papers, NMML.

7. Spratt to Roy, letters, 19 April and 27 July 1948, M.N. Roy Papers, NMML.

8. Philip Spratt, *India and Constitution Making* 1948.

9. Spratt to Roy, 9 December 1949, MN Roy Papers, NMML.

10. Philip Spratt, 'The Prospects of the Socialist Party', *Swatantra*, 8 April 1950.

11. Spratt to Roy, 8 July 1950, MN Roy Papers, NMML.

12. See Frances Stonor Saunders, *Who Paid the Piper? The CIA and the Cultural Cold War* (London: Granta Books, 2000).

13. See Correspondence in Folder 8, Box 173, International Association for Cultural Freedom Papers, Special Collections Research Centre, University of Chicago Library, Chicago.

14. Philip Spratt, 'Threats to Cultural Freedom', *The Current*, 11 April 1951.

15. Philip Spratt, 'After Twentysix Years', *Freedom First*, August 1952.

16. Philip Spratt, 'Totalitarian Threats to Cultural Freedom in India: An Inventory', in *Cultural Freedom in Asia: The Proceedings of a Conference Held at Rangoon, Burma, on February 17, 18, 19 & 20, 1955 and Convened by the Congress for Cultural Freedom and the Society for the Extension of Democratic Ideals* (Tokyo: Charles E. Tuttle Company, 1956), pp.243-52.

17. Philip Spratt, *The Communist 'Peace' Appeal: Its Real Character*, 1951, pp.17, 34-5, etc.

18. Philip Spratt, *Communism and India* (New Delhi: Eastern Economist, 1952), quotes from pp.i-ii, 1, 43, 51.

19. Philip Spratt, " 'The New Class" (A Review)', *Triveni*, July 1958.

20. Philip Spratt, 'Communism without Dictatorship', *Freedom First*, April 1959; idem, 'Kerala and the Amritsar Line of the C.P.I.', Thought, 15 August 1959;

21. Philip Spratt, 'The Appeal to Intellectuals', in A.B. Shah and Nissim Ezekiel, eds., *A New Look at Communism* 1963, pp.9-13.

22. Philip Spratt, 'Licking the Boot that Kicks You', *The Current*, 22 September 1954.

23. P. Spratt, 'What Would Gandhi Say', *MysIndia*, 3 June 1956.

24. Philip Spratt, 'Foreword', dated 25 October 1963, in Sita Ram Goel, *Genesis and Growth of Nehruism: Volume I: Commitment to Communism*

25. *MysIndia*, 31 May 1964.

26. P. Spratt, 'The Leader's Quality', *MysIndia*, 31 May 1964.

27. Colonel A. N. S. Murthi (Retired), 'Our British Friends', *MysIndia*, 18 August 1963.

28. 'The Swatantra Programme: Mr. Spratt's View', *Swarajya*, 15 February 1964.

29. C. Rajagopalachari, 'Our Adventure with Independence', Swarajya, 2 May 1964.

30. Philip Spratt, 'Rajaji the Dissenter', *The Indian Review*, January 1965.

31. Interview with Bob Spratt.

32. This was told to me by the late Hari Dev Sharma, the longtime Deputy Director of the Nehru Memorial Museum and Library in New Delhi.

33. Letter from Gopalkrishna Gandhi to the author, 4 August 1996.

34. Boimondau was then a celebrated French watch-making company run as a workers' cooperative.

35. P. Spratt, 'Swatantra and Utopia', *Swarajya* (hereafter S), 23 April 1966.

36. P. Spratt, 'Federalism and Freedom', S, 8 April 1967.

37. P. Spratt, 'Content to be a Satellite?', S, 7 May 1966.

38. P. Spratt, 'Stalin or Lenin?', S, 14 November 1967.

39. P. S[pratt], 'A History of Stalin's Purge', S, 1 February 1969.

40. P. Spratt, 'Marxism and Swatantra', S, 11 November 1967.

41. P. Spratt, 'Orwell's Retreat to Common Sense', S, 27 September 1969.

42. Philip Spratt, 'The Hindu Personality', *Freedom First*, October 1964; idem, in the 1960s.

43. P. Spratt, *Hindu Culture and Personality: A Pyscho-Analytic Study* (Bombay: Maniktalas, 1968), p.73.

44. Ibid., p.144.

45. Ibid., pp.174-5.

46. P. Spratt, 'Gandhi in Retrospect', *Modern Asian Studies*, Volume 3, Number 4, 1969.

47. P. Spratt, 'Delhi University Seminar on Gandhian Philosophy', S, 25 October 1969.

48. P. Spratt, 'Lenin', a printed text of eight pages, probably published in a book, copy in SFP.

49. P. Spratt, The *D.M.K. in Power* (Bombay: Nachiketa Publications, 1970).

50. P. Spratt, 'Read History Right', S, 14 February 1970.

51. P. Spratt, 'The Lenin Centenary', S, 23 May 1970.

52. P. Spratt, 'The Ethics of Inequality', S, 17 January 1970.

53. P. Spratt, 'What We Must Do to Save Democracy', S, 10 October 1970.

54. P. Spratt, 'A Four-Point Indictment', S, 16 January 1971.

55. P.K. Srinivasan, 'Profile: Philip Spratt', *Deccan Herald*, 14 March 1984.

56. A.B. Shah, 'Philip Spratt - A Tribute', *Freedom First*, April 1971.

57. Seetha Spratt to P. C. Joshi, 30 December 1972, in P.C. Joshi Papers, Centre for Historical Studies, JNU, New Delhi.

58. P.C. Joshi to Seetha Spratt, 2 January 1973, in ibid.

59. P.C. Joshi to K. C. Pant, 25 April 1973; Pant to Joshi, 3 May 1973, in ibid.

60. Seetha Spratt to P.C. Joshi, 18 September 1973, in ibid.

CHAPTER 15: இமயத்தில் ஒரு நாயகி

1. Sarala Devi to Gandhi, 1 January 1946, in Volume 33, Series 5, M.K. Gandhi Papers, 12th and 14th Instalments, NMML.

2. Devi Behn, quoted in Rebecca M. Klenk, *Educating Activists: Development and Gender in the Making of Modern Gandhians* 2010, p.95.

3. Shanti Lal Trivedi, *'Kuch Madhur Yaaden'* in Shanti Lal Trivedi and Radha Behn, eds., *Sarala Behn: Smriti Granth* 1984, pp.172-3.

4. On the inception and early years of Lakshmi Ashram, see Radha Behn, 'Lakshmi Ashram: Pravah evam Pravratriyon ki mool Prernayain' (Lakshmi 452 Ashram: The Inspiration for its Main Trends and Themes), in *Sarala Behn: Smriti Granth*, pp.59ff.

5. See Rebecca Klenk, *'Gandhi's Other Daughter'*, Himalaya, Volume 34, number 21.

6. Sarala Behn, *A Life in Two Worlds*, p.197.

7. Quoted in Klenk, *Educating Activists*, p.29. (I have slightly modified the translation.)

8. Shyama Pancholi, 'Smriti Shesh' (Abiding Memories), in *Sarala Behn: Smriti Granth*, p.112.

9. Vimala Bahuguna (née Nautiyal), *'Manav Shilpi Behenji'* (Behenji, the Artist of Humanity), in *Sarala Behn: Smriti Granth*, pp.94-5.

10. Bhavani Kunjwal, 'Sanskar ki Pratikriya' (Responses to Tradition), in *Sarala Behn: Smriti Granth*, p.119.

11. Devendra Kumar, 'Sarala Behn: A Tribute', in *Sarala Behn: Smriti Granth*, p.197.

12. For more details, see Klenk, *Gandhian Activists*, Chapters Three to Five.

13. Klenk, Gandhian Activists, p.96.

14. Bidisha Mallik, 'Sarala Behn: The Silent Crusader', *Deportate, Esuli, Profughe*, number 37, 2018, p.109.

15. Shanti Lal Trivedi, 'Kuch Madhur Yaaden', in *Sarala Behn: Smriti Granth*, p.71.

16. Marie Thoger, 'Sarala', in *Sarala Behn: Smriti Granth*, p.200.

17. Bill Aitken, *Seven Sacred Rivers* 1992, p.27.

18. W.M. Aitken, 'Sarala Behn: A Study in Self-Respect', in *Sarala Behn: Smriti Granth*, p.204.

19. Bill Aitken, *'Traveller to the East'*, unpublished memoir, Chapter XI.

20. Conversation with Radha Bhatt, Lakshmi Ashram, Kausani, 29 March 2019.

21. See *A Life in Two Worlds*, Chapters 26 to 29, etc.

22. Diva Bhatt, ed., *Tumhari hi Behenji* (*Sarala Behenji ke patr*) (Your Loving Sister: The Letters of Sarala Behn) (Almora: Katyuri Prakashan, 2001), pp.27, 29, 34, 39, 42, 61-2, 67-8, etc.

23. *A Life in Two Worlds*, pp.191, 268, etc.

24. Mirabehn, *'Some Reflections on the Bhoodan Movement'*, HT, 28 November 1955.

25. Sarala to Radha, letters 26 April and 3 June 1967, in *Tumhari hi Behenj*, pp.88-9, 93.

26. Radha Behn, op. cit., in *Sarala Behn: Smriti Granth*, pp.67-9.

27. Sarala to Radha, 17 June 1967, in ibid., p.101.

28. Sarala to Radha, 30 September 1967, in ibid., p.105.

29. Conversation with Radha Bhatt, Lakshmi Ashram, Kausani, 29 March 2019.

30. See Shekhar Pathak, The Chipko Movement: A People's History, 2021, pp.79, 85.

31. Sadan Prasad Mishra, 'Sarala Behnji: Jitna Mein Samjha' (My Understanding of Sarala Behn), in *Sarala Behn: Smriti Granth*, p.103;3.

32. Pathak, *The Chipko Movement*, pp.93-4.

33. Ramchandra Mehrotra, 'Aastha Ka Nam: Sarala Behn' (A Testament to Faith: Sarala Behn) in *Sarala Behn: Smriti Granth*, pp.104-5.

34. Sarala Devi, 'The Spirit of Nurture', in Arunachalam and Chris Sadler, eds., *On the Frontiers: Strategy for a New Social Order* 1977, pp.23-4.

35. Cf. letter by Sarala addressed to social workers, 'Priya Sathiyon', 12 May 1981,

CHAPTER 16: ஏறுநடை போடும் கைத்தான்.

1. Cf. *Golden Jubilee of Gandhigram*-1947-1997 (1997).

2. Conversation with Dr G. Pankajam, Gandhigram, 5 November 2018.

3. Personal communication from Bhoomikumar Jegannathan, 8 November 2020.

4. A seven-page handwritten note, u.ndated, entitled 'High Points on the RRK Pilgrimage', Keithahn Papers, in the author's possession.

5. R. R. Keithahn, 'Gandhiji, and the Christian Ashram', *Ashram Review*. April 1948

6. R. R. Keithahn, Superior to Military Training', *Harijan*, 2 January 1949.

7. Note by Ed Riggs, 23 July 1951,

8. R.R. Keithahn, 'Whom to Elect?', *Harijan*, 3 November 1951.

9. Cf. Circular Letter (hereafter CL) from R. R. Keithahn, 10 November 1953, in Shankarrao Deo Papers, NMML.

10. See Jesudas M. Athiyal, *An Adventure in Faith: The Story of Dr. A.K. Tharien*, 2010.

11. R. R. Keithahn, 'Shall We Continue to Proselytize?', *Harijan*, 5 December 1953.

12. On Jagannathan, see especially Andrew Rigby, 'The Nonviolent Activism of the Radical Gandhian Jagannathanji (1912-2013)', in David Hardiman, ed., *Nonviolence in Modern Indian History* (Hyderabad: Orient Blackswan, 2017).

13. R.R. Keithahn, 'A Brahmin (sic)-*Harijan* Marriage', Harijan, 5 August 1950.

14. Keithahn to Rajaji, 6 April 1953, Rajagopalachari Papers, NMML.

15. Dr Mildred W. McKie, M.D., Natural Aids for Common Ills, c.1950-1.

16. Notes from an interview conducted by Andrew Rigby with Dr A.K. Tharien, 10 April 1997.

17. Conversation with K.M. Natarajan at the Tamilnadu Gandhi Smarak Nidhi Office, Madurai, 5 November 2018.

18. Notes from an interview conducted by Andrew Rigby with Dr A.K. Tharien, 10 April 1997.

19. Note by Ed Riggs, 29 October 1956, copy provided by Joyce Riggs-Perla.

20. See Rigby, 'The Nonviolent Activism of the Radical Gandhian Jagannathanji', pp.191-2.

21. R. R. Keithahn, 'Gramdan Sarvodaya at Batlagundu', note c.1965, in Keithahn Papers.

22. Transcript of interview of S. Jagannathan by Andrew Rigby, 15 December 1995, Worker's Home, Gandhigram.

23. CL by Keithahn, 12 March 1962, addressed to 'Friends of the Sarvodaya Ashram', Keithahn Papers.

24. CL by Keithahn, 16 November 1962, addressed to 'Friends and Co-Workers', from Sarvodaya Ashram, Batlagundu, in Keithahn Papers.

25. See *A Pilgrimage to India*, pp.67-8.

26. CL, 1 November 1960, Keithahn Papers.

27. Keithahn to King, 7 June 1961; King to Keithahn, 15 June 1961, both in Box 70, Martin Luther King Papers, Boston University.

28. Note entitled 'Dr. Martin Luther King', c. March 1965, Keithahn Papers.

29. Conversation with K.M. Natarajan, Madurai, 5 November 2018.

30. R.R. Keithahn to Richard Fichter, 27 November 1964, Keithahn Papers.

31. R.R. Keithahn, 'Modern Temple Bells of South India', typescript in Keithahn Papers.

32. R.R. Keithahn to Shankarrao Deo, 3 August 1964, Shankarrao Deo Papers, NMML.

33. CL, Sarvodaya Ashram, Batlagundu, 26 January 1965, Keithahn Papers.

34. CL, 19 February 1965, Keithahn Papers.

35. Deborah Keithahn, 'Sr Ramana Maharishi's Influence on Keithahnji', *The Mountain Path*, June 1998.

36. Ralph Richard Keithahn, 'Vilampatty – Victory', note, 9 August 1965, Keithahn Papers.

37. 'Some Thoughts - Land and Food Problem - India and the World', c.1965, Keithahn Papers.

38. Keithahn to Vinoba Bhave, 10 May 1964, copy in Keithahn Papers.

39. Keithahn to Dom Bede Griffith, 17 October 1964, copy in Keithahn Papers. 40. CL, 5 November 1965, Keithahn Papers.

41. Conversation with Dr Kuruvilla Varkey and Dr Susan Varkey, Christian Fellowship Hospital, Oddanchatram, 6 November 2018.

42. CL, 30 January 1968, Keithahn Papers.

43. Letter addressed to 'Revered Coworkers', 1 October 1968, Keithahn Papers.

44. CL, 1 October 1968, Keithahn Papers.

45. Keithahn to Dr Odilla Konig, 5 January 1970, Keithahn Papers.

46. On Griffith and Abhishiktananda, see Susan Visvanathan, *Friendship, Interiority and Mysticism:* 2007.

47. R. R. Keithahn to Dr Odilla Konig, letters 1 October 1970 and 4 April 1971, Keithahn Papers.

48. Cf. Richard Benedict (Keithahn), *Out unto Christ-Centred Frontiers*, 1979

49. Conversation with Dr Kuruvilla Varkey and Dr Mrs Susan Varkey,

50. Personal communication from Bhoomikumar Jegannathan, 8 November 2020.

51. Untitled poem in Keithahn Papers.

CHAPTER 17: கடைசி காந்தியவாதிகள்

1. Horace Alexander to Mira Behn, 13 December 1964, Horace Alexander, Papers, Swarthmore College.

2. Motilal Kothari to Horace Alexander, 10 December 1964, Horace Alexander Papers, Swarthmore College.

3. Mira Behn to Krishna Murti Gupta, 10 January 1965, Mira Behn Collection, Himalaya Seva Sangh, New Delhi.

4. Indira Gandhi to Mira Behn, 24 November 1966, in Mira Behn Collection, Himalaya Seva Sangh, New Delhi.

5. Richard Attenborough, *In Search of Gandhi* (London: The Bodley Head), pp.152-3.

6. Undated, untitled note by Lea Calice, Mira Behn Collection, Himalaya Seva Sangh, New Delhi.

7. See Nilla Cram Cook to R. R. Diwakar, 14 February 1974, Mira Behn Collection, Himalaya Seva Sangh, New Delhi.

8. Attenborough, In Search of Gandhi, pp.153-4.

9. Mira to Krishna Murti Gupta, 14 February 1968, Mira Behn Collection, Himalaya Seva Sangh, New Delhi.

10. Letter in HT, 30 November 1968.

11. Quoted in *Mira Behn Birth Centenary Volume*, p. 43.

12. V.C. Trivedi (Indian Ambassador to Austria) to R. R. Diwakar, Chairman, Gandhi Smarak Nidhi, 4 January 1972, Himalaya Seva Sangh, New Delhi.

13. Telephone interview with Ranjan Mathai, 2 June 2018.

14. See *Mira Behn Birth Centenary Volume*, pp.45-6.

15. Record by Wilfrid Russell of a meeting with Mira Behn, 7 April 1981, in Mss Eur C343, APAC/BL.

16. See *Mira Behn Birth Centenary Volume*, p.53.

17. See *Mira Behn Birth Centenary Volume*, p.299.

18. See Rukun Advani, 'Beethoven or the Mahatma', *The Telegraph*, 23 March 2002.

19. Sarala Behn to Dhoom Singh Negi, 5 February 1977, in the collection of Shekhar Pathak, Nainital.

20. Sarala Behn to Rajiv Lochan Sah, 19 February 1978,

21. Sarala Behn to Chandi Prasad Bhatt, 18 September 1977, in the collection of Shekhar Pathak, Nainital.

22. Sarala Behn to Sunderlal Bahuguna, 10 October 1977, in the collection of Shekhar Pathak, Nainital.

23. See, for more details, Pathak, *The Chipko Movement*.

24. See Subject File Number 1, Sarala Behn Papers, NMML.

25. Sarala Devi, 'A Blue-print for Survival of the Hills', supplement to *Himalaya: Man and Nature*, volume 4, number 6, November 1980.

26. Madhav Ashish to Sarala, 13 August 1981, Sarala Behn Papers, NMML.

27. Sarala to Madhav Ashish, 18 August 1981, Sarala Behn Papers, NMML.

28. Indira Gandhi to Sarala Behn, 30 July 1981; Sarala Behn to Indira Gandhi, letters of 18 July and 6 August 1981, Sarala Behn Papers, NMML.

29. Sarala Devi [Catherine Mary Heilemann], *Revive Our Dying Planet: An Ecological, Socio-Economical and Cultural Appeal*, 1982, pp.63, 119, 133, 251, 256.

30. Press clipping from *National Herald*, 13 January 1982, in Subject File 2, Sarala Behn Papers, NMML.

31. Vimala Bahuguna (née Nautiyal), 'Manav Shilpi Behenji', in *Sarala Behn: Smriti Granth*, p.76.

32. Radha Behn, 'Antim Chitra', in *Sarala Behn: Smriti Granth*, pp.145-6.

33. An untitled ts of 15 pages, c.1980, in Keithahn Papers.

34. Keithahn to Sarala Devi, 11 February 1981, Sarala Behn Papers, NMML.

35. Keithahn to Sarala Devi, dated New Year 1982, NMML.

36. K. M. Natarajan, Secretary, Tamilnad Sarvodaya Mandal, Madurai, to Sarala Devi, 29 December 1981, Subject File Number 3, NMML.

37. Sarala Devi to V.S. Mohan Roy, Honorary Secretary, Jamnalal Foundation, 8 January 1982 (copy), in Subject File Number 3, Sarala Behn Papers, NMML.

38. Letter addressed to 'Friends of Peace', July 1982, Keithahn Papers.

39. Notes from an interview conducted by Andrew Rigby with Dr A. K. Tharien, 10 April 1997.

40. K. Muniandi, Secretary, Gandhi Niketan Ashram, T. Kallupatti, to Keithahn, 20 October 1984, Keithahn Papers.

41. G. Ramachandran to Keithahn, 20 October 1984, Keithahn Papers.

42. These last rites are movingly described in a little pamphlet, 'A Grain of Seed' (Oddanchatram: Christian Fellowship)

முடிவுரை

1. P. Kodanda Rao, *Foreign Friends of India's Freedom* (Bangalore: The P. T. I. Book Company, 1973).

2. See https://www.thes tatesman.com/opinion/a-questioning-mind-1502806 176.html

3. Kodanda Rao, *Foreign Friends of India's Freedom*, pp.v-vii.

4. P. Kodanda Rao, 'Aboriginalis than: Anthropologist's Imperium', *Social Science Quarterly*, volume 30, number 2, October 1943.

5. See Guha, *Savaging the Civilized*, pp.72-7.

6. See Phulrenu Guha, 'Nellie Sengupta (1886-1973)', in Sushila Nayar and Kamla Mankekar, eds., Women Pioneers in India's Renaissance (2002);

7. For more details, see Vicki Mackenzie, *The Revolutionary Life of Freda Bedi: British Feminist, Indian Nationalist, Buddhist Nun*, 1997;

8. The couple wrote a compendious joint autobiography, running to almost eight hundred pages in print. See James H. Cousins and Margaret E. Cousins, *We Two Together* (Madras: Ganesh and Co., 1950).

9. *We Two Together*, p.585.

10. See, among other works, Glenn Frankel, *Rivonia's Children: Three Families and the Cost of Conscience in White South Africa* (New York: Continuum, 1999);

சொல்லடைவு

அட்லி, கிளமெண்ட், 484

அப்துல்லா, ஷேக், 487

அமெரிக்கன் மிஷன், மதுரை, 218

அம்பேத்கர், பி.ஆர்., 154, 169, 261

அரவிந்தர், ஸ்ரீ (அரவிந்தோ கோஷ்), 257, 447

அருண்டேல், ஜார்ஜ், 60

அரியநாயகம், 235, 413

அன்சாரி, எம்.ஏ., 143

அன்னி பெசன்ட், 22–44, 46–47, 49–58, 60–76, 78, 81–83, 91–92, 197–207, 209–215, 276, 278, 390, 484, 488, 490, 492, 493

அரன்ட், ஹேனா, அரசியல் ஆய்வாளர், 402

ஆசாத், மௌலானா, 126, 210, 364

ஆட்டன்பரோ, ரிச்சர்டு, சர், 459–462, 465–467

ஆண்ட்ரூஸ், சார்லஸ் ஃப்ரீயர், 14–16, 119, 120, 130, 433

ஆல்காட், கர்னல் எச்.எஸ்., 25, 30

ஆல்பர்ட் ஹோவர்ட், சர், 356

இந்திய அரசாங்க சட்டம் 1935, 270

இந்திய கம்யூனிஸ்ட் கட்சி, 294, 385

இந்திய தண்டனை சட்டம், 80, 82, 91, 99–100

இந்திய தேசிய காங்கிரஸ், 35–36, 38, 42

இந்திய ஹோம் ரூல் லீக், 40–42, 46, 52–53, 65

இந்திரா காந்தி, 396, 405–407, 457, 460–462, 464–466, 474, 477

இந்துத்வா இயக்கம், 491

இந்தி திணிப்பு, 449–450

இர்வின் பிரபு, 152, 333

இமாலயப்பகுதி, 107, 115, 126, 146, 236, 282, 301, 354, 370, 372, 417, 470

ஈட்ஸ். டபிள்யூ. பி. கவிஞர், 488

உதகமண்டலம் (ஊட்டி), 60–62

உடன்கட்டை ஏறல், 484

எரவாதா சிறை, 150, 152, 155, 187, 213

ஏர்னஸ்ட் பேட்டன், திருப்பத்தூர், 220

ஓட்டுரிமை இயக்கம், 72, 210

கமலாதேவி, 152–153, 267

கஸ்தூர்பா காந்தி, 154–155, 243–244, 246, 298, 300, 411–413

காந்தி (ஆட்டன்பரோ திரைப்படம்.), 459–462, 465–466, 492

காந்தி, மகாத்மா, 14–15, 21, 25, 49–52, 71, 73–76, 84, 86–87, 89, 92–94, 97, 99, 105, 112, 118, 121–125, 127, 130–131, 133–134, 138–163, 169, 179, 180, 186, 198, 201–207, 212–215, 217, 222, 224–227, 229, 231, 233–234, 236–237, 246, 255, 257, 261–262, 273–274, 276, 282–285, 295, 298–300, 302–303, 305–306, 310, 326–327, 330, 337, 356, 359, 413, 428

காந்திகிராம், திண்டுகல், 431–432, 435–438, 440

காந்தி சமாரக் நிதி, 370–371, 462, 464

காமன்வீல், பத்திரிக்கை, 35

கார்ல் மார்க்ஸ், 178, 298, 312, 325, 395–396, 404

கான் அப்துல் கபார்கான், எல்லை காந்தி, 455

காஷ்மீரம், 361–362, 434, 453, 487

காசா சுப்பாராவ், இதழியலாளர், 403

காட்டே, எ, 314, 377

காடழிப்பு, இமயத்தில், 355

கிரிஃபித், பீட், மறையாளர், 456

கிரிப்ஸ், ஸ்ட்ராஃபோர்டு, 271

கிறிஸ்தவம், 34, 94, 335

கிருஷ்ணன், எம். காட்டுயிரியலாளர், 307

கிருஷ்ணமூர்த்தி, ஜே (ஜிட்டு), 31–32, 211

கிருஷ்ண மூர்த்தி குப்தா, 365, 368, 371, 460, 462, 464–465

கிருஷ்ணமேனன் வி.கே., 386

கிருஷ்ணம்மாள் ஜகந்நாதன், 428, 457, 479

கிறிஸ்டியன் ஃபெல்லொஷிப் கிளினிக், ஓட்டன்சத்திரம், 436, 482–483, 497

கிறிஸ்துகுல ஆசிரமம், திருப்பத்தூர்., 437

கிறிஸ்துவ மிஷனரிகள், 219

குவேக்கர், 106, 116, 130, 151, 220, 339, 453, 459

குமரப்பா, ஜே.சி., 231–232, 234, 356–358, 360, 442

கைத்தான் ஆர்.ஆர்., 217–225, 227–232, 248, 428, 431, 433–458, 477–483, 492–494, 497

கைலாசநாத் கட்ஜி. டாக்டர், 183

கோபால கிருஷ்ண கோகலே, 29, 36, 65

கோபாலஸ்வாமி அய்யர், 222

கோவிந் வல்லப் பந்த், 302

கோஸ்லர், ஆர்தர், எழுத்தாளர், 382

சட்டோபாத்தியாயா, 152, 267

சங்கரன் நாயர். சி., 42

சம்பல் பள்ளத்தாக்கு கொள்ளையர்கள், 427

சபர்மதி ஆசிரமம், 139, 143–144, 146, 148–149, 161–162, 220, 255, 280, 330

சரளா பென் (Catharine Mary Heilamann), 492

சரோஜினி நாயுடு, 45, 152–153, 172, 251, 256–257,

சர்ச்சில், வின்ஸ்டன், 271, 388

சவரிராயன் ஏசுதாசன், திருப்பத்தூர், 220

சங்கரலிங்ம் ஜகந்நாதன், 437, 439

சாதி வேறுபாடுகள், 382

சாமுவேல் ஸ்டோக்ஸ் (சத்யானந்தா), – 15–16, 106–107, 131, 329, 335, 346, 406, 487, 488, 490, 492

சாரங்கபாணி, முதலியார் சி., 70

சாலிம் அலி, 476

சாந்தி பிரசாத் பட், 427, 468–469

சி.எம்.எஸ். (சர்ச் மிஷனரி சொசைட்டி), 108

சி.ஐ.ஏ. செண்ட்ரல் இண்டெலிஜன்ஸ் ஏஜன்சி, 381

சிங்காரவேலு செட்டியார், 314, 318, 403

சிந்தாமணி சி. ஒய்., 207, 209, 258,

சிப்கோ இயக்கம், 428, 468–470, 472

சியாங் கே ஷேக், 386

சிலோன் (ஸ்ரீ லங்கா), 23, 26, 46, 104, 105

சீதா, ஸ்ப்ராட், 176, 375, 377, 407–409

சீனிவாச சாஸ்திரி, வி.எஸ்., 51, 202

சேவாகிராமம், வார்தா, 217

சுதேசமித்திரன் (தமிழ் நாளிதழ்), 56

சுதேசி இயக்கம், 30, 34, 63, 125

சுப்ரமணிய அய்யர். எஸ்., 74

சுஷிலா நாயர், 300–301

சுவாமி ராமதாஸ், கன்னங்காடு, 447

சேம்பர்லின், நெவில், 345

டாங்கே எஸ்.ஏ., 177, 180, 183

டார்லிங்டன், சி.டி., மரபியலாளர், 377

டிரம்ப், டொனால்டு, 18

டி கால், சார்லஸ், ஃப்ரான்ஸ் நாட்டு ஜனதிபதி, 388

டேலரிம்பிள், வில்லியம், வரலாற்றாசிரியர், 16

டைம்ஸ் ஆஃப் இண்டியா (நாளிதழ்), 79

டையர், பிரிகேடியர் ஜெனரல், 93

டையர், மைக்கேல், 94

தஞ்சாவூர் பெரிய கோவில், 308

தமிழ் அடையாளம், 402, 449

தரியன் ஏ.கே. மருத்துவர், 439, 481

தாதாபாய் நௌரோஜி, 33, 43, 45

தி தியாசபிஸ்ட் (இதழ்), 200

தி பெங்காலி, நாளிதழ், 41

திராவிட முன்னேற்றக் கழகம், 402

தீண்டாமை, 154–156, 214, 234, 261, 400, 427,

துவாரகதாஸ், ஜமுனாதாஸ், 73, 276

தெஜ் பகதூர் சப்ரூ, 35, 204, 209

தேவதாஸ் காந்தி, 277, 283, 303, 351, 354

நடராஜன் கே.எம்., 479, 497

547

நரேந்திர மோடி, 18

நர்மதா அணை போராட்டம், 16

நாரிமன் கே எஃப்., 100–101, 163, 256

நான்–பிராமின் (சென்னை வாராந்தரி), 70

நியூ இண்டியா, நாளிதழ், 36, 51–54, 56, 59, 69–70,

நியூபிகின், லெஸ்லி, பிஷப், 436

நிவேதித்தா, சிஸ்டர் (மார்கிரெட் நோபிள்), 16, 491

நில்லா குக், காந்தியவாதி, அமெரிக்க பெண், 361

நீதிக்கட்சி, சென்னை, 69, 70

பகுகுணா, சுந்தர்லால், 417, 420, 468, 476

பந்த், கே.சி., 408

பர்மா (மியன்மார்), 35, 88, 291–292, 383, 394, 487

பனிப்போர், 373, 379–380, 388

பாட்டில் எஸ்.கே., 276

பார்சிய மதம், 46

பாலகங்காதர திலகர், 35–37, 46, 52, 91, 125, 200,

பாஜாஜ், ஜம்னாலால், 144, 471

பிரம்மஞான சபை, மதராஸ், 17, 25–26, 72–73, 202–203, 209, 211, 214–215, 488, 496

பிர்லா, ஜி.டி., 351

பிரிட்டிஷ் இந்திய ராணுவம், 296

பிளாவாட்ஸ்கி, மேடம், 23–25, 30

பில் அட்கின், இதழியலாளர், 419

பிக்காசோ, ஓவியர், 314

பிதோவான், இசை மேதை, 369

புத்த சமயம், 487

புனா (புனே), 35, 37–38, 46, 97–98, 150, 152, 154, 187, 199, 226, 246–247, 261, 298

பெங்களூர், (பெங்களூரு),145, 222–225, 228, 309, 312, 318, 378, 403

பெல்காம், (பெலகாவி), 134, 187–189, 193, 207, 407, 428

பெண்கள் உரிமை இயக்கம், 96

பெண்டிங், வில்லியம், 484

போதன் ஜோசஃப், இதழாளர், 256–257, 403

மறையாளர்கள் (மிஷனரிகள்), 218, 333

மகாபாரதம், 43, 153, 184

மதன் மோகன் மாளவியா,51, 83, 126, 257, 487

மாண்டேகு, எட்வின், 62, 64, 83, 91, 92

மார்கிரட் கசின்ஸ். இ.,,488

மார்க்ஸிய சிந்தனை, 325

மார்ஜரி சைக்ஸ் (கல்வியாளர்), 16

மார்டின் லுதர் கிங், 443, 445

மாரி தாகர், டேனிஷ் காந்தியவாதி, 418, 419

மாதவ் அஷிஷ், இந்து துறவி, 471–472

மினூ மசானி, 267

மீரா பென் (ஸ்லேட்), 232, 349, 466, 492

முசோலினி, 12, 405

முன்ஷி. கே.எம்., 274, 325

மேக்ஸ் முல்லர், ஃப்ரெட்ரிக், 24, 484

மேக்ஸ் வெபர், 388

மொகலாய சாம்ராஜ்யம், 149, 184

மொரார்ஜி தேசாய், 425–426, 461

மோதிலால் நேரு, 35, 57, 83–84, 145, 210–211, 257

யங் இண்டியா (இதழ்), 93, 96, 118, 122–123, 130, 134, 207, 219

யூனியன் தியலாஜிகல் செமினரி, நியூயார்க், 221

ரமண மகரிஷி, 220, 222–223, 447, 451

ரமேஷ்வர் தத், 369–370, 466

ரவீந்திரநாத் தாகூர், 108, 111, 147, 220, 257

ராமாயணம், 43

ராம் மனோகர் லோகியா, 185–186, 378

ராய், எம். என்., 319, 321, 323, 324, 379–381, 391

ராதா பட், 420–421, 424, 426, 429, 468, 477, 497

ராஷ்டிரிய சுயம்சேவக் சங் (ஆர் எஸ் எஸ்), 18

ரிச்சர்டு க்ரெக், அமெரிக்கர், காந்தியவாதி, 330–331

லாயிட் ஜார்ஜ், டேவிட், 159, 208

லாரி பேக்கர், கட்டிட கலைஞர், 16

லாலா லஜபதி ராய், 35, 125, 210, 257

லிங்கன், ஆபிரகாம், 13

லின்லித்கோ, வைஸ்ராய், 269, 294

லெட்பீட்டர், சி., டபிள்யூ, 25, 31

லூயி ரெனொ, வரலாற்றாசிரியர், 376

வல்லபாய் படேல், 126, 141, 156, 158, 163, 351

வத்தலகுண்டு ஆசிரமம், 440, 447, 457, 479

வாடியா பி.பி., 60, 70

வாராணசி, 17, 26–27, 30, 32, 51, 201, 234

வார்தா, 146, 155, 186–187, 190, 217, 234–237, 242, 248, 271, 280, 327, 425, 465

விவேகானந்தர், சுவாமி, 21, 22

வில்லியம் வோக்ட், 354

வுட்ரோ வில்சன், 113

வெல்ஸ் எச்.ஜி., வரலாற்றாசிரியர், 102

வெரியர் எல்வின், மனிதவியலாளர், 16, 485, 491, 495–496, 498

வெட்டுமரத்தொழில், 470

ஜகந்நாதன், சங்கரலிங்கம், 437, 439

ஜவஹர்லால் நேரு, 83, 126, 158, 178, 212, 231, 264, 267–269, 271, 299, 324, 333, 345, 351, 356, 359, 361, 386, 388, 400, 415, 462

ஜார்ஜ் ஆர்வெல், எழுத்தாளர், 380, 392, 396

ஜாலியன் வாலாபாக் படுகொலை, 87, 93, 115, 116

ஜின்னா, முகமது அலி, 83, 100, 229, 296

ஜிலாஸ், மிலோவான், 385

ஜெயகர், எம்.ஆர்., 46, 204, 208–209, 255

ஜெயப்பிரகாஷ் நாராயண் (ஜே பி), 421, 427, 428, 477

ஜோஷி, பி.சி., கம்யூனிஸ்ட் தலைவர், 177, 178, 407, 409

ஜேம்ஸ் எச். கலின்ஸ், 488

ஸ்பெயின் உள்நாட்டு போர், 12-13, 489

ஸ்வராஜ்யா (இதழ்), 372, 373, 391, 392, 394-397, 400, 403-404, 406, 409

ஷண்முகம் செட்டி ஆர்.கே., 204

ஷா, ஜார்ஜ் பெர்னார்டு, 24, 33, 205, 488

ஹரிதுவார், 301, 473

ஹரிஜன் (காந்தியின் பத்திரிக்கை), 283, 351, 353, 434, 435,

ஹார்னிமென், பெஞ்சமின் கை – 78

ஹிட்லர், அடால்ஃப் – 12, 269, 343

ஹியூம் எ. ஓ, – 390

ஹோமெர் ஜேக் – 362

ஹோம் ரூல் லீக் – 40-42, 46-47, 52, 53, 58, 60, 65, 80, 82, 198, 199, 200, 203, 390

Y M C A, 107

ஃபேபியன் குழு, 24

ஃப்ரீடா மாரி ஹெளஎல்ஸ்டன், 487

ஆசிரியரின் காலச்சுவடு வெளியீடு

வெர்ரியர் எல்வினும் அவரது பழங்குடிகளும்
ராமச்சந்திர குஹா
தமிழில்: வேலு. இராஜகோபால்
ரூ. 575

இந்தியப் பழங்குடிகள் குறித்த ஆய்வாளராகவும் அம்மக்களின் சமூக சேவகராகவும், அவர்களது மேம்பாட்டுக்கான உயர் அரசு அதிகாரியாகவும் பணியாற்றியவர் வெர்ரியர் எல்வின் கிறித்தவ மதபோதகரின் மகனாக இங்கிலாந்தில் பிறந்து ஆக்ஸ்போர்டில் பயின்று, இந்தியப் பழங்குடிகளிடம் கிறித்தவ மறை பரப்பாளராக வந்து, காந்தியவாதியாக மாறி தம் மறைபரப்பும் பணியைத் துறந்தவர். ஆதிவாசிப் பெண்ணைத் திருமணம் செய்து புத்தசமயத்தைத் தழுவி இந்தியக் குடியுரிமையைப் பெற்றுக்கொண்டவர். போராட்டம் மிகுந்த இவரது வாழ்க்கை வரலாறே இந்நூல். நூலாசிரியர் ராமசந்திர குஹா இந்தியாவின் தலைசிறந்த வரலாற்றாசிரியர்களில் ஒருவர். நூலின் சுவை குன்றாதவாறு வேலு. இராஜகோபால் இதைத் தமிழில் மொழிபெயர்த்துள்ளார். எல்வினின் சுயசரிதை, அவரது நாட்குறிப்புகள், நூல்கள் ஆய்வுக்கட்டுரைகள், அவருடன் நெருக்கமான உறவு கொண்டிருந்தோரிடம் கேட்டறிந்த செய்திகள் என்பனவற்றின் துணையுடன் இந்நூலை நூலாசிரியர் எழுதியுள்ளார். வாழ்க்கை வரலாறு எழுதப்புகுவோருக்கு முன்னோடியான நூலாக இது அமையும்.